संस्कृत प्राकृत (मराठी) भाषाविज्ञान

खंड - १

(ऐतिहासिक, वर्णनात्मक आणि तौलनिक)

'दिलीपराज प्रकाशन प्रा. लि.'च्या नवीन पुस्तकांची यादी व माहिती हवी असल्यास आपला पत्ता, दूरध्वनी क्रमांक किंवा Email आमच्या diliprajprakashan@yahoo.in या Email address वर पाठवावा किंवा आमच्याशी दूरध्वनी क्रमांक फॅक्ससहित : ०२०-२४४८३९९५/२४४९५३१४/२४४७१७२३ यावर संपर्क साधावा. आमच्या वेबसाईटला एकदा अवश्य भेट द्या.

Blog : http:.//diliprajprakashan.blogspot.com

संस्कृत प्राकृत (मराठी) भाषाविज्ञान

खंड - १

(ऐतिहासिक, वर्णनात्मक आणि तौलनिक)

डॉ. अशोक कुटकर

भूतपूर्व प्रप्राठक, संस्कृत विभागाध्यक्ष,
शासकीय ज्ञानविज्ञान महाविद्यालय,
औरंगाबाद.

दिलीपराज प्रकाशन प्रा. लि.

२५१ क, शनिवार पेठ, पुणे - ४११ ०३०.

संस्कृत प्राकृत (मराठी) भाषाविज्ञान (खंड-१)
Sanskrit Prakrut (Marthi) Bhashavidyan (KHAND-1)

◆ **प्रकाशक**
राजीव दत्तात्रय बर्वे,
मॅनेजिंग डायरेक्टर,
दिलीपराज प्रकाशन प्रा. लि.
२५१ क, शनिवार पेठ, पुणे - ४११ ०३०

◆ © **श्रीमती उमा अशोक व्हटकर**
'श्रीवत्स', सी - २
जवाहरनगर, कोल्हापूर.

◆ **प्रथमावृत्ती -** १५ सप्टेंबर २०१२

◆ **प्रकाशन क्रमांक -** १९७५

◆ **ISBN -** 978-81-7294-957-0

◆ **मुद्रक -**
Repro India Ltd,
Mumbai.

◆ **टाईपसेटिंग -**
पितृछाया मुद्रणालय,
९०९, रविवार पेठ, पुणे - २

◆ **संहिता संस्करण**
डॉ. जयवंत व्हटकर
डॉ. निर्मला कुलकर्णी
डॉ. मनिषा फणसळकर

◆ **मुखपृष्ठ -** कैवल्य राम मशिदकर

संस्कृत-प्राकृत भाषाविज्ञान आणि प्रमुख आर्य भाषांचा नीरक्षीरवृत्तीने विस्तृत आढावा घेणाऱ्या अतिशय अभ्यासपूर्ण अशा ग्रंथाचे लेखन डॉ. अशोक व्हटकर यांनी केले आहे. दुर्दैवाने त्यांचे निधन झाले. हा ग्रंथ संस्कृत आणि प्राकृत भाषाविज्ञानात्मक ग्रंथकुलातील 'मैलाचा दगड' होय; पण डॉ. अशोक व्हटकर तो पाहू शकले नाहीत. त्यांचे सख्खे धाकटे बंधू डॉ. जयवंत व्हटकर यांनी ग्रंथाची छपाई पूर्णत्वास नेण्यास सर्वतोपरी मदत केली व म्हणूनच हा ग्रंथ डॉ. अशोक व्हटकरांच्या पश्चात पूर्ण होऊ शकला.

डॉ. जयवंत व्हटकर यांचे आम्ही मनःपूर्वक आभारी आहोत.

- प्रकाशक

लेखकाचे दोन शब्द

'भाषा' या विषयावर अत्यंत प्राचीनकाळापासून अध्ययन होत आलेले आहे. जगातील सर्वात प्राचीन अध्ययनग्रंथ भारतातच लिहिले गेले. भारताव्यतिरिक्त अरबस्तान, चीन, जपान इत्यादी देशांत भाषेचे अध्ययन झाले. सध्या युरोप-अमेरिकेत भाषाविज्ञानावर अत्यंत शास्त्रशुद्ध अध्ययन केले जात आहे.

भारतात प्राचीन काळी लिहिलेल्या ग्रंथांची दृष्टी 'भाषाविज्ञानाची' नसून 'वैदिक मंत्राचे अर्थ' लावण्याच्या चिंतनातून भाषेसंबंधी काही मूलभूत सिद्धांत आनुषंगिक निष्कर्ष म्हणून निघाले, कृष्ण यजुर्वेदीय संहितेत म्हटले आहे की देवाद्वारे इंद्राला केलेली प्रार्थना आम्हा लोकांसाठी तुकड्या-तुकड्यात वाटून द्या. ह्या विधानावरून 'वाक्याचे विभाजन होऊ शकते', हे तत्कालीन आर्यांना ठाऊक होते, हे कळते. ब्राह्मणग्रंथात भाषेसंबंधी व्यावहारिक भूमिका घेतलेली दिसते. पदपाठ, प्रातिशाख्य, शिक्षा, निघंटु, निरुक्त इत्यादी ग्रंथ भाषेच्या रूपाचे विवेचन करतात. निरूक्तातील यास्काने केलेला 'अर्थविचार' सर्वात प्राचीन आहे. वैदिक ज्ञानभांडार जपण्याचे पुढे अनेक प्रयत्न झाले, तरी ती वैदिक भाषा सामान्यजनांपासून दूरदूर गेली. जवळजवळ कालबाह्य झाली. ह्यामुळे सध्या ज्या पद्धतीने भाषाविज्ञान शास्त्राची संरचना झाली आहे, ती १९ व्या शतकात युरोपात झाली आहे. त्यामुळे भाषाविज्ञानाचा जन्म १९ व्या शतकात युरोपात झाला, असे म्हटले तर ते चुकीचे ठरणार नाही.

भारतात झालेले कार्य ब्राह्मणे, आरण्यके, शिक्षा-ग्रंथ, निघंटु, निरुक्त ग्रंथात दिसून येते. निरुक्ताच्या आधीही काही भाषाचिन्तक असल्याचे त्या ग्रंथातील 'कौत्स' इ. नावावरून दिसून येते. शाकल्य, शाकटायन इत्यादींचाही उल्लेख येतो. भाषेची उत्पत्ती, शब्दाचा इतिहास, अर्थ, अर्थविस्तार, शब्दांचे विश्लेषण, विभाषांची उत्पत्ती,

पदांचे भेद (उदा. 'पदजातानि' नामाख्यातोपसर्गनिपाताश्च।') तसेच 'नामान्याख्यातजानि' असे सिद्धांत निरुक्ताने मांडले, वैदिक शब्दांचे अर्थ देताना केलेले तर्क, संज्ञा, क्रिया, कृदन्त इत्यादींचाही निरुक्तात निर्देश आहे.

पाणिनिपूर्व वैयाकरण :

आपिशलि, काशकृत्स्न ह्याचे नाव पाणिनिपूर्व वैयाकरणात येते. याशिवाय 'ऐंद्रसंप्रदाय' नावाचे वेगळे व्याकरणशास्त्रही इंद्राच्या नावे प्रचलित होते. काही विद्वानांच्या मते हा 'कातंत्र' व्याकरण संप्रदाय होता. ह्या व्याकरणाचे समर्थक वैयाकरण, कात्यायन इ. आचार्य होते.

पाणिनि : जगातील सर्वश्रेष्ठ अदभुत 'अष्टाध्यायी' ग्रंथाचा कर्ता पाणिनी सुप्रसिद्धच आहे. गांधारातील शालातुरात हा जन्मला. 'बृहत्कथा मंजरी' या ग्रंथाच्या आधाराने ह्याच्या गुरुचे नाव 'वर्ष' होते. अनेक विद्वानांनी ह्याच्या कालासंबंधी इ. स. पू. ३५० पासून इ. स. पू. ७०० पर्यंत अशी मते मांडली आहेत. पण इ. स. पू. ५०० च्या पूर्वी पाणिनी होऊन गेला असे सर्वसाधारणपणे मानले जाते.

अष्टाध्यायी आठ अध्यायाची आहे. ह्यात ज्या पद्धतीने व्याकरणाचा विचार झाला, तो अत्युत्तम कोटीचा आहे. भाषाविज्ञानाच्या दृष्टीने ही कृती अत्यंत महत्त्वाची आहे. संपूर्ण ग्रंथ सूत्रमय असून, १४ माहेश्वर सूत्रापासून बनवलेल्या प्रत्याहारांनी पाणिनीने शब्दलाघव साधले. पाणिनी भाषेत 'वाक्य' महत्वाचे मानतो, शब्द नाही. सर्व शब्दांची उत्पत्ती धातूपासून झाली आहे हे तो मानतो. उपसर्ग - प्रत्ययाच्या साह्याने नवीन शब्द बनवता येतात हे त्याने दाखवून दिले आहे. पाणिनीने शब्द (सुबन्त) व क्रिया (तिडन्त) मानून दोन्ही प्रकार विभक्त केले. लौकिक संस्कृत-वैदिक संस्कृत त्याने अलग केले. अष्टाध्यायी अतिरिक्त पाणिनीने धातुपाठ, गणपाठ, उणादिसूत्रे, असे ग्रंथ रचले. ह्या साऱ्या रचनातून पाणिनीने भाषेचे जे विवेचन केले, ते अत्यंत महत्त्वपूर्ण आहे. अष्टाध्यायीत ध्वनी, पद, वाक्य, अर्थ, आख्यात इ. सर्व भाषांगांवर विचार केलेला आहे. एकंदरीत भाषाविज्ञानाच्या क्षेत्रात पाणिनीचा प्रभाव अजरामर असाच आहे.

कात्यायन : हा ऐंद्र संप्रदायाचा आचार्य होता. पाणिनीनंतर ३ शतकानंतर हा झाल्याचे मानले जाते. हा कौशांबीचा राहणारा होता. पाणिनीच्या १५०० सूत्रांवर ह्याने 'वार्तिके' लिहिली. पाणिनीच्या व्याकरणातील कालांतराने आलेल्या त्रुटी दूर करण्यासाठी त्याचा प्रयास होता. (उक्तानूक्तादुरुक्तचिन्ता वातिकम्) त्याने ४००० वार्तिके लिहिली. पतंजलीने ह्याचे नाव 'वररुची' असल्याचे म्हटले आहे.

पतंजली : इ. स. पू. १५० मध्ये झाला. ह्याचे जन्मस्थान विवादास्पद आहे,

तरी तो शुंगांना समकालीन होता. पाणिनीच्या अष्टाध्यायी ग्रंथावर ह्याने 'व्याकरण महाभाष्य' रचले. वररुची कात्यायनाची वार्तिके अप्रस्तुत आहेत असे ह्याचे म्हणणे होते. पाणिनि-कात्यायन-पतंजली ह्यांना व्याकरणातील 'मुनित्रय' मानले जाते.

व्याडी : पाणिनीनंतरचा हा प्रमुख वैयाकरण. १ लाख श्लोकांचे ह्याचे व्याकरण अष्टाध्यायीपुढे चालले नाही. त्याचे नाव मात्र प्रसिद्ध झाले. ह्या प्रमुख आद्य व्याकरणकर्त्यावर टीका लिहिणारे पुष्कळ स्वतंत्र प्रज्ञेचे आचार्य होऊन गेले. त्यात जयादित्य वामन, जिनेंद्रबुद्धि, हरदत्त, भर्तृहरि (वाक्यपदीयकार) कैय्यट, भट्टोजी दीक्षित (सिद्धान्तकौमुदीकार), वरदराज (लघुसिद्धान्तकौमुदीकार)

यानंतर 'चांद्रशाखा' निर्मिणारा चंद्रगोमिन् विशेष प्रसिद्धीस आला. (इ. स. ५ वे शतक) ह्याचे व्याकरण फार सुंदर होते. ह्यानंतर हेमचंद्र, कातंत्र, सारस्वत, शाकटायन इ. आचार्यांच्या शाखांचे व्याकरण प्रसिद्ध झाले. पण टिकले नाही.

यानंतर कच्चायन (कात्यायन, इ. स. ९ वे शतक), मोग्गलान यांनी 'पाली व्याकरण' प्रसिद्धीस आणले. बौद्ध संप्रदायाच्या देशात हे नामांकित ठरले.

अशाच पद्धतीने 'प्राकृत व्याकरण' रचले गेले. ह्याच्या प्राच्य, उदीच्य अशा दोन शाखा होत्या. प्राच्यशाखेचा आचार्य वररुची होता.

वैय्याकरणाशिवाय नैयायिक (तार्किक), साहित्यशास्त्रज्ञ, मीमांसक ह्यांनीही आपल्यापरीने भाषा अध्ययनात भर घातली.

सध्या भारतीय भाषाविज्ञानाचा अभ्यास पूर्णपणे युरोपीय प्राणलीने झाला आहे. ह्यात रॉबर्ट काल्डवेल (१८१४ - १८९१) ने दक्षिणी भाषांचा गहन अभ्यास केला. 'द्रविड भाषांचे तुलनात्मक अध्ययन' हा ग्रंथ त्याने लिहिला.

जॉन बीम्स : (१८५५-१८७८) याने हिंदी, पंजाबी, उडिया, सिंधी गुजराथी मराठी, बंगाली भाषांचा अभ्यास करून, १८७२, १८७५, १८७९ साली संज्ञा, सर्वनाम आणि क्रिया 'शीर्षकाखाली' आधुनिक आर्य भाषांचे तुलनात्मक व्याकरण' हा ग्रंथ प्रसिद्ध केला.

डी. ट्रंप : याने 'सिंधी व्याकरण' ग्रंथ लिहून सिंधी संस्कृतावर प्रकाश टाकला.

एस. एच. केलॉग : ह्याने 'हिंदी भाषेचे व्याकरण' लिहून ह्यात खडी बोली, ब्रज, अवधी, राजस्थानी, बिहारी, पहाडी यांचे विवेचनात्मक अध्ययन केले.

रूडॉल्फ हार्नली : ह्याने (१८४१-१९१८) मध्ये भोजपुरी आणि आधुनिक आर्यभाषावर 'पूर्वी हिंदीचे तुलनात्मक व्याकरण' लिहिले. सर रामकृष्ण गोपाळ भांडारकर ह्या पहिल्या भारतीय भाषाविदाने १८७७ साली भारतीय आर्यभाषावर मुंबई विद्यापाठात व्याख्याने दिली, जी १९१४ साली प्रसिद्ध झाली. ह्यात अत्यंत महत्त्वाची सामग्री उपलब्ध आहे. सर जॉर्ज ग्रियर्सन याने १८८३-१८८७ च्या दरम्यान 'बिहारी

भाषेची सात व्याकरणे' लिहिली. ह्यानेच 'भारतीय भाषांचे सर्वेक्षण' हा ग्रंथ लिहिला १८९४ साली तो सुरू होऊन ३३ वर्षांनी १९२७ साली हा ग्रंथ पुरा झाला. १९०६ मध्ये ह्याने पैशाची भाषा आणि १९११ मध्ये 'काश्मिरी कोश' प्रसिद्ध केला.

रेल्फ टर्नर ह्याने ३५ वर्षे मेहनत घेऊन 'नेपाळी कोश' प्रसिद्ध केला. जूल ब्लॉक ह्या फ्रेंच विद्वानाने १९१९ मध्ये 'मराठी भाषेची संरचना' हा ग्रंथ लिहिला. 'भारतीय आर्य भाषा - द्रविड भाषा यांचे गठन' हाही ग्रंथ ह्यानेच लिहिला.

आधुनिक भारतीय विद्वानांचे कार्य :

आधुनिक काळात संस्कृत, प्राकृत, अपभ्रंश, अवेस्ता यावर भारतीयांनी कार्य केले. या सर्व भाषाविद्वानांची नावे असंख्य आहेत, पण प्रत्येकाने आपल्या क्षेत्रात उज्ज्वल कार्य केले.

युरोपीय विद्वानात सॉक्रेटिस, ॲरिस्टॉटल, स्टॉईक, डियोनिसीयस, थूंक हे प्राचीन भाषाविद होते.

जेव्हा युरोपीयनांचा संस्कृत भाषेशी परिचय झाला, त्या वेळेपासून युरोपात आधुनिक भाषाविज्ञानाच्या अध्ययनास आरंभ झाला. ही वस्तुस्थिती जॅक्सन ह्या भाषातज्ज्ञाने मान्य केली आहे. संस्कृत ही जगातील प्राचीनतम भाषा म्हणून सर्वच वैज्ञानिकांनी स्वीकारली, आणि संस्कृत भाषेबरोबर अन्य भाषांशी तौलनिक अभ्यासास अनेक भाषातज्ज्ञांनी प्रारंभ केला. सर्वप्रथम पादरी कोएर्दू (Coeardoux) याने १७६७ मध्ये संस्कृत विद्या शिकून संस्कृत आणि प्राचीन युरोपीयन भाषा ग्रीक-लॅटिन यांच्याशी तुलना केली.

प्रारंभिक काळात सर विल्यम जोन्स-ज्यांना आधुनिक भाषाविज्ञानाचे जनक मानले जाते, त्यांनी १७९७ मध्ये रॉयल एशियाटिक सोसायटीची स्थापना केली आणि युरोपवासियांना संस्कृतची ओळख करून दिली. सर जोन्स यांना संस्कृत, ग्रीक, लॅटिनमधील ऐक्य दिसले होते. कलकत्ता हायकोर्टाचे न्यायाधीश असताना त्यांनी गीतगोविंद, मनृस्मृती, अभिज्ञान शाकुंतलम्‌चा अनुवाद केला. सर जोन्स यांचे कार्य महान प्रेरणादायी ठरले.

विलियम ड्वाईट व्हिटनी, ह्यांच्यावर भारतीय 'ध्वनिविकास' संकल्पनेचा मोठा पगडा बसलेला दिसतो. याचप्रकारे संस्कृतातील सघोष आणि अघोष ध्वनींनी प्रभावित होऊन युरोपातील अन्य भाषावैज्ञानिक प्रभावित झाले. यांना 'लेप्सिअस' (Lepsius) ने आपल्या लेखातून भरपूर प्रसिद्धी दिली. हेन्री थॉमस कोलब्रूक (१७८९-१८३३) ह्यांनी संस्कृतचा प्रचार करताना ह्या भाषेचे गहन अध्ययन केले, या भाषेवर अत्यंत महत्त्वपूर्ण लेख लिहिले. संस्कृतव्यतिरिक्त त्यांनी प्राकृत,

अरबी, फार्सी इ. भाषांचेही अध्ययन केले. फ्रेडरिक बॉन श्लेगेल (Schlegel) (१७७२-१८२९) हे संस्कृतप्रेमी जर्मन विद्वान असून 'भारतीयांची भाषा आणि ज्ञान' नामक प्रसिद्ध ग्रंथ यांनी लिहिला. ह्या ग्रंथाच्या प्रभावाने अनेक जर्मन अभ्यासकांना ह्या विषयात मोठी रुची निर्माण झाली. श्लेगेलने संस्कृत, ग्रीक, लॅटिन, जर्मन भाषेतील कित्येक शब्दांचे ध्वनी, अर्थ यांच्या दृष्टिकोनातून तुलनात्मक अध्ययन केले.

ॲडॉल्फ डब्ल्यू. श्लेगेल हे फ्रेडरिक श्लेगेलचे मोठे बंधू, ह्यांनीही संस्कृतचे गहन अध्ययन केले. सगोत्रीय भाषांचे संयोगात्मक आणि वियोगात्मक नामक दोन भागात विभाजनाचे महत्त्वपूर्ण कार्य ह्यांनी केले. विल्हेम जॉन हंबोल्ट (१७६७-१८३५) ह्यांनी भाषेचे श्लिष्ट-अश्लिष्ट दृष्टिकोनातून वर्गीकरण केले. भाषांचे ऐतिहासिक अध्ययन हा त्यांचा आवडीचा विषय होता. भाषेचे आकृतिमूलयुक्त वर्गीकरण त्यांना पटत नसे.

जॅक्सन रॅस्क (१७८७-१८३२) हे डॅनिश गृहस्थ आईसलंडमधील नॉर्स भाषेचे विद्वान होते. 'आइसलँडिक व्याकरण' हे पुस्तक त्यांनी १८११ मध्ये प्रसिद्ध केले. 'अँग्लो-सॅक्सनव्याकरण' हे त्यांचे पुस्तक फार प्रसिद्ध पावले. ह्यांनी जर्मेनिक भाषेतील ध्वनिपरिवर्तनाकडे संकेत केला, तोच पुढे 'ग्रिम'च्या नावावर 'ग्रिम नियम' बनला. अवेस्त्याची भाषा आर्यपरिवाराची भाषा असल्याचे ह्यांनीच सिद्ध केले. भारतात येऊन संस्कृत आणि द्रविड भाषांचे अध्ययन करून दोन्हीतील भेद स्पष्ट केले.

याकोब ग्रिम (१७८५-१८६३) व्यवसायाने वकील होते, तरी ह्यांनी भाषाविज्ञानात प्रचंडच काम केले. ह्यांचे महत्त्वपूर्ण काम जर्मन व्याकरणावर झाले, 'ऐतिहासिक व्याकरण' ह्यांनीच प्रथम बनवले, भाषाविज्ञानाच्या अध्ययनासाठी वर्तमान बोलीभाषा, लोककथा यावर त्यांनी अध्ययन केले. त्यांनी अनेक पारिभाषिक शब्द रचले, जे आजवर प्रसिद्ध आहेत. ग्रिमने लहान मुलांसाठी 'फेयरी टेल्स' लिहिल्या. त्या अत्यंत प्रसिद्ध आहेत.

फ्रान्स बॉप हे रास्क ग्रिमनंतर अधिक प्रसिद्ध गणले जातात. जर्मन देशातील ह्या विद्वानाने तुलनात्मक व्याकरणात मोठी भर घातली. वयाच्या विसाव्या वर्षापासूनच ते पॅरीसमध्ये संस्कृत शिकू लागले. संस्कृत, ग्रीक, लॅटिन, अवेस्ता, जर्मन, लिथुआनिअन्, गॉथी, इत्यादी भाषांचे हे विद्वान होते. १८१६ मध्ये ह्यांचा 'धातु प्रक्रिया' ग्रंथ प्रसिद्ध झाला. ह्यात तौलनिक विश्लेषण केलेले होते. तौलनिक अभ्यासावर यांची आणखी पुस्तके प्रसिद्ध झाली. संस्कृत भाषेला हे आधारभूत मानत.

मध्ययुग : (१८३३-१८५५) :

या काळात ऑगस्ट पॉट (व्युत्पत्ती शास्त्रज्ञ), के. एम. रॉप (ध्वनी आणि

लिपीतज्ज्ञ) जे. एच. ब्रेडस्कार्फ भाषा विकासाचे जाणकार डॅनिश होते. रूडॉल्फ रॉथ आणि ऑटो ब्योथलिंक या संस्कृत विद्वानांनी (१८२१-१८९३) (१८१५-१९०४) मध्ये 'सेंट पीटर्सबर्ग कोश' नामक संस्कृतचा विशाल कोश तयार केला. प्रत्येक शब्दाची व्युत्पत्ती धातूपासून होते असा ह्यांचा सिद्धांत होता. ऑगस्ट श्लाईशर (१८२१-१८६०) स्लावोनिक आणि लिथुअनिअन या भाषांचे ते पंडित होते. 'भारतीय भाषांचे तुलनात्मक व्याकरण' हा ह्यांचा ग्रंथ प्रसिद्ध पावला. गे ओर्ग कार्टिअस हे ग्रीक भाषेचे विद्वान होते. (१८२०-१९२५) ग्रीक भाषेचे फार गहन अध्ययन त्यांनी केले. फ्रेडरिक मॅक्सम्यूलर (१८२३-१९००) पर्यंत भाषाविज्ञानासारख्या नीरस शास्त्राला मॅक्समुलरने आकर्षक बनवले. 'भाषेचे विज्ञान (The science of Language) हा ह्यांचा ग्रंथ प्रसिद्ध आहे. भाषेचा उदगम, प्रकृती, विकास, भाषांचे वर्गीकरण या संबंधात यांनी खूप काम केले. प्रागैतिहासिक संशोधनातही ह्यांना रस होता. भारताचे आणि संस्कृतचे हे मोठे समर्थक होते. संस्कृतच्या कित्येक ग्रंथांचे ह्यांनी भाषांतर केले, ह्यांनी आर्यांचे मूलनिवास स्थान आशिया मानले. भाषाविज्ञान ही पदार्थविज्ञानशास्त्राची शाखा असल्याचे त्यांचे मत होते.

विलियम ड्वाईट व्हिटनी हे अमेरिकन विद्वान होते. १८६७ मध्ये लिहिलेला 'भाषा आणि भाषेचा विकास' हा त्यांचा ग्रंथ प्रसिद्ध आहे. त्यांचा सर्वात प्रसिद्ध ग्रंथ 'संस्कृत व्याकरण' १८७९ मध्ये प्रसिद्ध झाला.

नवयुग : (१८५५ ते १९२०)

या काळात हरमान स्टाइनबाल, हरमान ओस्टॉफ, डेलब्रुक, जुलिअस योली, श्रोर्डर, ग्रासमान, अस्कोली, ग्रीक हे उच्चकोटीचे भाषाविज्ञानी ह्या काळात होऊन गेले.

वर्तमान युग १९२० पासून आजपर्यंत :

ह्या काळात ऑटो जेस्पर्सन, हेनरी स्वीट, ए. मेहरी, डॅनियल जोन्स, स्थोनार्ड ब्लूमफील्ड, हे विद्वान होऊन गेले. ह्याशिवाय अमेरिकन, रशियन, प्राग, कोपनहेगन, फ्रेंच, जिनिव्हा, भारत इत्यादी ठिकाणी भाषाविज्ञानाचा अतिप्रगत अभ्यास होत आहे. ह्या पुस्तकात अत्याधुनिक भाषाविज्ञानाचा आणि वैज्ञानिकांचा आधार घेऊन संस्कृत-प्राकृत आणि भाषाविज्ञान हे पुस्तक अधिकाधिक विश्वसनीय परिपूर्ण बनेल, ह्याची खबरदारी घेतलेली आहे. आणि अत्यंत शास्त्रशुद्ध, भरपूर, अत्याधुनिक माहितीने परिपूर्ण पुस्तक बनवण्यात कोणतीही कसर सोडलेली नाही.

सध्या सर्व भाषाविषयांना बी. ए., एम. ए. ह्या परीक्षांसाठी भाषाविज्ञान हा

विषय अभ्यासावा लागतो. एकतर मी आजवर निदान मराठी विषयासाठी, मराठीत लिहिलेली, अल्पस्वल्प पुस्तके पाहिली, तेव्हा ती पुस्तके बऱ्याच अंशानी अपुरी, संस्कृत विषयाचे सखोल ज्ञान नसल्याने काही अत्यावश्यक महत्त्वाची प्रकरणे टाळलेली, प्रकरणातील माहितीसुद्धा अपूर्ण, तर काहींचा विषय केवळ वरवर हाताळलेला अशा अनेक स्वरूपात दिसली, तेव्हा संस्कृत तज्ज्ञानेच ह्या विषयावर सखोल, सघन, माहितीपरिपूर्ण, भरपूर दिली पाहिजे, तरच भाषाविज्ञान ह्या अभ्यासविषयाला न्याय दिल्यासारखे होईल, असे वाटल्यावरून मी हे पुस्तक दोन भागात लिहायला घेतले. अर्थात विद्यार्थी, प्राध्यापक आणि अभ्यासक्रम ध्यानात ठेवून प्रकरणांची आखणी योजनाबद्ध केलेली आहे. ह्या पहिल्या भागात संस्कृत विषयासंबंधीची सामग्री जास्त असली तरी प्राकृत डावलेले नाही. परंतु दुसऱ्या भागात पाली, प्राकृत, अर्धमागधी, शौरसेनी, अपभ्रंश, पैशाची, महाराष्ट्री इ. अनेक प्राकृत भाषांचा शास्त्रशुद्ध तसेच विद्यापीठे, विद्यार्थी, प्राध्यापक ह्यांच्या गरजा ध्यानी ठेवून रचना केलेली दिसेल.

आशा आहे की ही अनेक नामवंत भाषावैज्ञानिकांच्या ज्ञानांच्या निष्कर्षाच्या साह्याने रचलेला ग्रंथ विद्यार्थी-प्राध्यापक आणि त्यांचे सर्व विद्यापीठातील अभ्यासक्रम ह्यांना सोयीचा आणि अत्यंत उपयुक्त ठरेल.

माझे स्नेही श्री राजीव बर्वे, दिलीपराज प्रकाशन तसेच मला ह्या ग्रंथकामाच्या दरम्यान स्वस्थता मिळवून देणाऱ्या सर्वांचा मी ऋणी आहे.

सूचीमध्ये अनेक महान भाषावैज्ञानिकांचा मी नामोल्लेख केला आहे, त्यांचा अर्थातच मी उपकृत आहे.

- डॉ. अशोक व्हटकर

माझेही दोन शब्द

मी, डॉ. जयवंत व्हटकर. डॉ. अशोक व्हटकर यांचा धाकटा बंधू.

डॉ. अशोक व्हटकर यांच्या या ग्रंथासाठी माझे 'दोन शब्द' का याचा संभ्रम अभ्यासकांना पडणे स्वाभाविक आहे.

मानवी आयुष्य योगायोग, चमत्कृती यांनी भरले आहे असे म्हणतात. 'कथा माझ्या जन्माची' ही आमच्या वडिलांची आत्मकथा. त्यांनी ती लिहिली. प्रकाशन पूर्ण होत आले असतानाच त्यांचे निधन झाले. प्रकाशकांनी मला त्या आत्मकथेची प्रस्तावना लिहिण्यास सांगितले. मी ती लिहिली. सन २००४ च्या सप्टेंबरमध्ये पुण्यास गेलो होतो. बर्वे कुटुंबियांचा आमच्या कुटुंबियांशी कौटुंबिक जिव्हाळा. माझ्या आणि श्री. राजीव यांच्या वडिलांचा स्नेह. तोच स्नेह आम्हातही उतरला. श्री. राजीवना भेटलो. ते मला म्हणाले, "अशोकरावांचा हा ग्रंथ गेली चार-पाच वर्षे प्रुफे तपासण्याविना पडून आहे. तो आपण पुरा करु या. व्याकरणावरील एक चांगला ग्रंथ बाहेर काढू. ही प्रुफे तुम्ही मला तपासून द्यायची." मी स्तब्ध झालो. श्री. राजीव यांना मी नाही म्हणू शकलो नाही. भले मोठे बाड घेऊन मी घरी आलो.

आज एक गोष्ट मला इथे स्पष्ट कराविशी वाटतेच.

पंधरा-सोळा वर्षांपूर्वी माझा आणि माझे बंधू डॉ. अशोक यांचा आम्हा दोघांच्या लेखनाविषयी वाद झाला होता. त्यांनी माझ्यावर एक विचित्र आरोप केला. मनाला खूप यातना झाल्या. त्याच ठिकाणी त्यांच्याचसमोर मी शपथ घेतली 'आपणा दोघांपैकी जो कुणी हयात असेल तो पर्यंत तुमचे साहित्य मी वाचणार नाही.' त्यानंतर मी त्यांचे काहीही साहित्य वाचले नाही. 'मेलेलं पाणी', 'बहात्तर मैल' आदी त्यांच्या गाजलेल्या कादंबर्याही मी वाचल्या नाहीत. बरेच समीक्षक मला या कादंबर्यांचे बीज सांगायचे. तरीही मी त्या वाचल्या नाहीत. अगदी आज अखेर. पण अखेरीस योग असा आला. तोही त्यांच्या मृत्यूनंतर.

- तेरा -

मी पहिल्यांदाच म्हटल्याप्रमाणे योगायोग म्हणा वा चमत्कृती म्हणा; आमच्या वडिलांच्या मृत्यूनंतर त्यांच्या आत्मकथेची प्रस्तावना मला लिहावी लागली आणि ज्येष्ठ बंधूंच्या मृत्यूनंतरही त्यांच्या या अखेरच्या ग्रंथाची 'दोन शब्दांच्या' निमित्ताने प्रस्तावना मलाच लिहावी लागत आहे... दुर्दैवाने माझेही तसेच झाले तर माझ्या एखाद्या पुस्तकासाठी प्रस्तावना श्री. राजीव बर्वे यांनीच लिहावी ही इच्छा मी आधीच व्यक्त करून ठेवतो...

माझे बंधू डॉ. अशोक हे अतिशय विद्वान होते. संस्कृतवर त्यांची खूप मोठी गती होती. शासकीय महाविद्यालयात ते प्रोफेसर होते. आमच्या जातीत 'संस्कृत' हा विषय घेऊन पीएच्.डी. मिळविणारे ते सबंध भारतात पहिलेच. माझे बंधू झाले काय; मी झालो काय किंवा माझे इतर बंधू झाले काय या साऱ्यांनाच आमच्या वडिलांनी सुसंस्कृत बनविले. प्रत्येकालाच त्यांनी किमान अकरावीपर्यंत संस्कृत हा विषय घ्यायला लावला होता. पहाटे उठवायचे ते आम्हाला. धडाधड संस्कृत श्लोक, ऋचा पाठ करायला लावायचे. त्यांचे आम्हावर कधीही न फिटणारे ऋण आहेत.

विद्वत्तेलाही एखादेवेळी डाग असतो म्हणतात. माझे ज्येष्ठ बंधू याला अपवाद नव्हते. काही वेळेला ते तऱ्हेवाईक वागायचे. त्यांना सावरण्यासाठी खूप प्रयत्न केले; पण स्वत:चा मनोनिग्रह या बाबीस आवश्यक असतो. त्यांना स्वत:लाच याचा खूप त्रास झाला. काही जरी झाले तरी माणसाचे सारे दोषच न पाहता त्याच्या चांगल्या बाबींकडे पाहून त्याचे दोष दृष्टीआड करायचे असतात असे म्हणतात, तेच आम्ही केले, परंतु ते मात्र हे जग सोडून गेले.

गेल्या कित्येक वर्षांपासून आपल्या धाकट्या भावाने आपले साहित्य वाचले नाही; किमान आता तरी त्याला ते वाचायला लावायचेच अशी माझ्या बंधूंच्या आत्म्याची इच्छा होती असेच मी समजतो आणि म्हणून माझ्याकडून हा ग्रंथ तडीस नेण्यास हातभार लागला; किंबहुना ते विधीलिखितही असावे, असे वाटते.

माझे बंधू कसे जरी असले तरी त्यांनी आम्हा साऱ्यांवर, आमच्या साऱ्यांच्याच मुलांवर अत्यंत निर्भेळ प्रेम केले. मनाने, अंत:करणाने ते अत्यंत हळवे होते. माझ्या मुलींच्या गळ्यात पडून रडायचे. त्यांच्या मृत्यूच्या आधी दोन दिवस औरंगाबादहून कोल्हापुरास ते आले. मनावर दडपण असल्याप्रमाणे वागले. रात्री निघताना क्षणभर माझ्याकडे त्यांनी पाहिले. माझ्या गळ्यात पडले. धाय मोकलून रडले. माझ्याही भावना अनावर झाल्या. त्यांना विचारण्याचे खूप प्रयत्न केले, पण न बोलताच ते निघून गेले. नंतरच्या दोनच दिवसात त्यांचे होत्याचे नव्हते झाले...

त्यांच्या या ग्रंथातील मूळ लेखनाला मी हात लावलेला नाही. कारण मी

तेवढा मोठा नाही. त्यांच्या मूळ हस्तलिखिताबरहुकूम अक्षरे आहेत काय तेवढेच मी पाहिले आहे. जर काही न्यून राहिले असेल तर तो दोष माझा आहे, माझ्या बंधूंचा नाही; हे मी अभ्यासकांना नम्रपणे सांगू इच्छितो...

डॉ. जयवंत व्हटकर
पन्हाळा

अनुक्रमणिका

- सोळा -

योगात्मक (प्रकार) - पुर:प्रत्ययप्रधान, परप्रत्ययप्रधान, विभक्तिप्रधान, समासप्रधान, आकृतिमूलक वर्गीकरण

- एकोणवीस -

ब्राह्मी, गुप्त, वाकाटक, नागनिका, अंकलेखन, कालगणना

१ ||| भाषाविज्ञान

भाषाविज्ञानाचे स्वरूप आणि इतर शास्त्रांशी भाषाशास्त्राचे अनुबंध

ज्या साधनाच्या माध्यमातून मनुष्य आपले भाव आणि विचार हे दुसऱ्यापर्यंत पोहोचवतो, त्यास ते आकलन व्हावेत म्हणून जे श्राव्य स्वरूपाचे माध्यम वापरतो, त्यास भाषा म्हणतात. मानव जातीच्या विचार-विनिमयाचे भाषा हे सर्वमुख्य-आदिम-अज्ञात कालापासून वापरात असलेले साधन आहे. आधुनिक कालखंडातील यंत्रशास्त्रामुळे अन्य काही पर्यायी विचार-विनिमयाची साधनेही येथे गृहीत असलेल्या 'भाषा'-भाषाविज्ञानाशी संबंधित नाहीत. साधारणपणे अतिप्राचीन काळापासून मौखिक रीतीने बोलल्या जाणाऱ्या दुसऱ्या मनुष्य समूहाशी व्यवहार संपर्क करू शकणारी भाषाच येथे मुख्य प्रतिपाद्य विषय आहे.

अतिप्राचीन शेकडो-हजारो वर्षांपूर्वीची भाषा आज प्रत्यक्ष ऐकता येणे हे शक्य नसल्यामुळे त्या भाषेत ज्ञात-अज्ञात कालखंडात रचले गेलेले, तत्कालीन प्रचलित भाषांतील साहित्यरूपी, आणि लिपी, लेखरूपी पुरावे ह्यांच्या साह्याने भाषाविज्ञान आपले निष्कर्ष काढते. तसेच आजच्या प्रचलित बोलीभाषेतील जुन्या ग्रांथिक साहित्यिक स्वरूपाच्या ग्रंथातील भाषेतील काही शब्द-ध्वनी-स्वर-वाक्यरचना इत्यादी तपासून अतिप्राचीन, काळाच्या उदरात लुप्त झालेल्या भाषेसंबंधी काही निश्चित तत्त्वे - निष्कर्ष काढण्याचे शास्त्र गेल्या शतकापासून आजच्या अत्याधुनिक काळात अतिशय प्रभावी बनले आहे. अनेकविध भाषा बोलणाऱ्या समूहापर्यंत पोहोचणे, त्यांच्या भाषा-लिपीचा शास्त्रशुद्ध अंदाज करणे आज शक्य झालेले आहे. सुधारलेल्या प्रगत देशातील आधुनिक भाषाकोविदांना ह्या शास्त्राचे महत्त्व कळल्याने अज्ञात- अतिप्राचीन काळातील लोकांची संस्कृती-विविध मानव समूहातील परस्परसंबंध, त्यांचे भूतलावर इकडून तिकडे समूहाने जाणे, वसणे इत्यादी बऱ्याच अज्ञात वास्तवावर प्रकाश टाकण्यासाठी गेल्या शतकापासून ते आज यंत्रसामुग्रीने

सुसज्ज भाषा वैज्ञानिक फार मोठ्या संख्येने या शास्त्रामध्ये आपल्या विचारांचे-निष्कर्षांचे योगदान करीत आहेत. हे शास्त्र केवळ विद्यापीठीय स्तरावर अभ्यास करणाऱ्या विद्यार्थ्यांसाठीच नसून प्रत्येक ज्ञानपिपासूसाठीही आहे. भाषाविज्ञान-भाषाशास्त्र हे सुसंस्कृत आणि विवेकी व्यक्तीला अधिकच सुसंस्कृत आणि विवेकी बनवते. व्यावहारिक जीवनात वागताना जो 'वैचारिक तोल' मनाला आवश्यक असतो, तो देऊन व्यक्तीला अधिक प्रगल्भ बनवते. भाषाविज्ञानाचे महत्त्व ह्या ग्रंथात पुढे अनेक विविध संदर्भात यावयाचे असल्यामुळे तूर्त भाषेसंबंधीची काही महत्त्वाची मते पाहू.

मनुष्य अनेक प्रकारच्या भाषांचा प्रयोग करतो. उदा. हिंदी, इंग्रजी, फ्रेंच, रशियन इ.

आपल्या देशातही परस्परापासून भिन्न अशा मराठी, तामिळ, बंगाली, पंजाबी, आसामी कित्येक भाषा बोलल्या जातात. अशा प्रकारच्या भाषा 'मौखिक' म्हणता येतील.

मनुष्य मुखाकृती, डोळ्यांचे भाव, हातवारे, चुटक्या वाजवून, टाळी वाजवून हात दाबून, अशाच शारीरिक क्रिया करून आपल्या मनातील विचार-इच्छा व्यक्त करतो. अमेरिकेतील 'रेड इंडियन' लोक अशा भाषांचा वापर करतात. ह्यांना 'इंगित भाषा' म्हणता येईल. ऑस्ट्रेलियातील आदिवासी अशा 'इंगित भाषा' वापरीत. आफ्रिका खंडातील आदिवासी 'मौखिक आणि इंगित' अशा दोन्ही प्रकारांचा सोयीप्रमाणे वापर करतात.

तसेच 'भाषा' या शब्दासाठी जगभर विविध भाषात विविध शब्द आहेत. उदा. इंग्रजी- लँग्वेज, रशियन-यजिक, जर्मन-स्प्राखे, अरबी-लिस्सान, लॅटिन-लिंग्वा, फ्रेंच-लांग, ग्रीक-लेखलेईन, संस्कृत-वाक् (वाणी) इ.

भाषेच्या ढोबळ व्याख्या काहीनी केल्या.

प्लेटो म्हणतो, 'विचार जेव्हा ध्वन्यात्मक होऊन मौखिक उच्चाररूपाने प्रकट झाल्यावर तिला 'भाषा' संज्ञा मिळते.

वाद्रिएच्या मते - भाषा एक चिन्हरूप आहे, जिच्याद्वारे मनुष्य आपले विचार प्रकट करतो.

स्वीट म्हणतो, 'ध्वन्यात्मक शब्दांच्या द्वारे विचार प्रकट करणे' म्हणजे भाषा होय.

ब्लॉक, ट्रेगर आणि स्त्रुतेवा इत्यादींच्या मते 'भाषा म्हणजे यदृच्छेने, व्यक्तीने, समाजाने स्वीकृत केलेले ध्वनिचिन्ह आहे. तिच्याद्वारे मनुष्य परस्पर सहयोग करतो.'

एकंदरीत, भाषा विचारांच्या आदान प्रदानाचे माध्यम आहे. मनुष्याच्या

उच्चारणाच्या, हावभावाच्या रूपाने स्पष्ट होते. भाषेतील ध्वनी हे विशिष्ट अर्थांनी युक्त असतात. भाषेला तिचा असा स्वत:चा 'व्यवस्थितपणा' असतो आणि वापर विशिष्ट समाज समूह करतो.

मनुष्यद्वारा उच्चारित, अर्थवाही ध्वनींनी युक्त अशा भाषेचे 'एक शास्त्र' या दृष्टीने प्राचीन काळापासून अध्ययन होत आले आहे. वैदिक वाङ्मयात भाषाविषयासंबंधी उल्लेख आढळतात. त्यावरून अतिप्राचीन काळापासून 'भाषा' वाक् आणि तिचे व्याकरण- विश्लेषण, यासंबंधी विचार केला जात होता, हे कळते. काही निवडक उदाहरणे अशी-

चत्वारि वाक्परिमिता पदानि तानि विदुर्ब्राह्मणा ये मनीषिण: ।
गुहा त्रीणि निहिता नेङ्गयन्ति तुरीयं वाचो मनुष्या वदन्ति ।।
(ऋग्वेद १-१६४-४५)

वाक्-वाण, भाषा इतकी विशाल आणि गूढ आहे, की ती चार प्रकारची वाणी फक्त मनीषी ऋषीच जाणू शकतात. तिचे केवळ 'तुरीय' नावाची सामान्य वाचा; भाषाच काय ती मनुष्य बोलण्यास समर्थ आहे.

कृष्ण यजुर्वेदाच्या तैत्तिरीय संहितेत उल्लेख आहे. (६.४.७.३) 'वाग्वै पराच्यव्याकृता वदन्ते देवा इदमब्रुवन्निमां नो वाचो व्याकुर्वीत, सोऽब्रवीद्वरं वृणै मह्यं चैवेष वायवे च सह गृह्णता इति तस्मादैन्द्रवायव: सह गृह्यते तामिन्द्रो मध्यतोऽवक्रम्य व्याकरोत्तस्मादियं व्याकृता वागुद्यते।'

'पूर्वी (संस्कृत) भाषा ही प्रकृति-प्रत्ययादी विश्लेषणरहित अशा ९ अव्याकृत' अवस्थेत होती. ही अव्याकृत अवस्था देवांना रुचेना, म्हणून त्यांनी इन्द्राकडे जाऊन मागणी केली - 'इंद्रा, आमच्या या वाचेचे तू विश्लेषण कर.' ही विनंती ऐकून इंद्राने भाषेच्या आत शिरून तिचे विश्लेषण केले. तेव्हापासून ही भाषा विश्लेषण केलेल्या स्वरूपात बोलली जाते.

तैत्तिरीय ब्राह्मणातही म्हटले आहे.

'वाचं देवा उपजीवन्ति विश्वे वाचं गन्धर्वा पशवो मनुष्या वाचीमा विश्वा भुवनान्यर्पिता, सा नो हवं जुषतामिन्द्रपत्नी ।'

'देव वाणीचा उपयोग करतात, जगात गंधर्व, पशू, मनुष्य इ. वाणीचा (यज्ञकर्मात-व्यवहारात) उपयोग-उपजीविका करतात. सर्व भुवनात व्याप्त अशा वाणीत (मंत्रगायन करून) दिलेली आहूती इन्द्रपत्नीने स्वीकारावी.'

वाणीचे त्यातल्या त्यात शुद्ध संस्कृत भाषेतील शब्दांचे अपार महत्त्व, महाभाष्यकार पतंजलीने स्पष्ट केले आहे-

'एक: शब्द: सम्यग्ज्ञात: सुप्रयुक्त: स्वर्गे लोकेच काम धुग् भवति ।

'उत्तम रीतीने अर्थज्ञान करून घेतलेला (भाषेतील) शब्द, आणि त्याचा यथायोग्यपणे केलेला उपयोग मनुष्याला स्वर्गलोकात इच्छा पूर्तीस साह्यभूत होतो.'

पतंजलीच्या दृष्टीने भाषेचे महत्त्व इतके होते, की तो बजावतो, अत्यंत चुकीच्या रीतीने, स्वर-उच्चारण न जाणता वापरलेला शब्द तोही जर अत्यंत अयोग्य रीतीने, चुकीच्या संदर्भात (यज्ञप्रसंगी) वापरला गेला, तोही त्याचा अर्थही न जाणता... तर तोच शब्द वज्र होऊन यजमानावरच उलटतो. (म्हणून भाषा शुद्धच बोलली गेली पाहिजे)

'दुष्टः शब्दः स्वरतो वर्णतो वा मिथ्याप्रयुक्तो न तमर्थमाह स वाग्वजो यजमानं हिनस्ति यथेन्द्रशत्रुः स्वरतोऽपराधात् ॥'

आधुनिक काळात भाषेचे अत्यंत व्यापक, विविध अंगोपांगांनी अध्ययन झालेले आहे, चाललेही आहे. पाश्चिमात्य विद्वानांनी ह्या भाषेशी निगडित शास्त्राला विविध नावे दिली. अर्थात्, आपापल्या परीने निश्चित योग्य होती. उदा. तुलनात्मक भाषाशास्त्र, भाषाविज्ञान, भाषा-विचार, भाषातत्त्व, शब्दतत्त्व, भाषालोचन, भाषिकी इत्यादी. इंग्रजी नामकरणात 'फिलॉलॉजी' Philology आणि 'लिंग्विस्टिक्स' ही नावे आघाडीवर असतात. 'Philology' या भाषाविज्ञानात 'भाषा ही एखाद्या विशिष्ट मनुष्यसमाजाच्या संपूर्ण संस्कृतीला समजून घेण्याचे माध्यम' अशी भूमिका घेतलेली आहे. वेबस्टर या इंग्रज कोशकारानेही असाच अर्थ दिला आहे. 'भाषा-साहित्याचे अध्ययन, ज्यात व्याकरण, आलोचना- व्याख्या, टीका, भाषेतिहास, साहित्येतिहास लेखनप्रकार, तसेच भाषेच्या संबंधात येणारी कोणतीही अध्ययन करावयाची विषयवस्तू,' हा अर्थ प्रस्तुत विषयास अनुसरून योग्य मानला गेला आहे.

वेगवेगळ्या युरोपीय भाषात अर्थात वेगवेगळी नावे आहेत. रकर या विद्वानाने Linguistic आणि philology ही नावे सुयोग्य मानली. phil ह्या ग्रीक शब्दाचा अर्थ भाषा आणि logs चा अर्थ विज्ञान किंवा शास्त्र म्हणजे science of words 'शब्दांचे शास्त्र' असा समग्र अर्थ भारतीय हिंदी भाषिक विद्वानांमध्येही अखेर डॉ. बाबूराम सक्सेना ह्यांनी 'भाषाविज्ञान' शब्द या शास्त्रनामासाठी योग्य असल्याचे दाखवून दिले. भाषाशास्त्र, शब्दानुशासन, शब्दशास्त्र, या शब्दांपेक्षा सध्या 'भाषाविज्ञान' हे नाव सुपरिचित मानले जाते.

भाषाविज्ञानाची परिभाषा :

प्रस्तुत विषयाच्या संदर्भात अनेक परकीय, आणि भारतीय विद्वानांनी आपली मते विस्ताराने मांडली आहेत. भारतीय पंडितांमध्ये डॉ. पी. डी. गुणे, डॉ. श्यामसुंदर दास, डॉ. मंगलदेव शास्त्री, डॉ. भोलानाथ तिवारी, डॉ. मनमोहन

गौतम, डॉ. देवेन्द्रनाथ शर्मा आणि डॉ. बाबूराम सक्सेना अशांचा समावेश होतो. ह्या सर्व भारतीय पंडितांचाच प्राधान्याने निर्देश करण्यामागे 'संस्कृत-प्राकृत' भाषांना त्यांनी दिलेले प्राथम्य, प्राधान्य आणि केलेली विचिकित्सा, हेच कारण आहे. प्रस्तुत ग्रंथात हाच प्रतिपाद्य विषय आहे.

उपरोक्त सर्व विद्वानांची सविस्तर मते तपासून पाहिली तर त्या सर्वांमध्ये भाषाविज्ञानाच्या अध्ययनाचे क्षेत्र जे सर्वानुमते मान्य आहे, ते आपण सांगू शकतो.

१) भाषा विज्ञानाचे अध्ययन ऐतिहासिक आणि तुलनात्मक रीतीने केले जाऊ शकते.

२) ऐतिहासिक रीतीने भाषांची उत्पत्ती, विकास आणि भाषांमध्ये होणारी परिवर्तने यांचे अध्ययन केले जाऊ शकते.

३) तुलनात्मक रीतीने विभिन्न, भिन्न भिन्न काळातील भाषांचा तुलनात्मक अभ्यास केला जाऊ शकतो.

भाषेत सतत परिवर्तने होत असतात, आणि ती साधारण लोकांच्या बोलीभाषेत दिसून येतात. म्हणून भाषाविज्ञानात बोलींचा सुद्धा विस्तृत अभ्यास केला जाऊ शकतो.

भाषाविज्ञानाचे इतर विज्ञानाप्रमाणे (भौतिक, रसायन, गणित इ.) सिद्धांत असतात.

एकंदरीत भाषेच्या संबंधात जे जे, ते ते भाषाविज्ञानाचे विषयक्षेत्र अशी थोडी व्यापक व्याख्या होऊ शकते.

परंतु वरील विद्वानांची मते तपासताना एक गोष्ट जाणवते की ह्या भाषाविज्ञानांचे अंतिम उद्दिष्ट पर्यवसान ज्या एका सिद्धांतात व्हावयाचे, त्याची कुणी दखल घेतली नाही. भाषांचा, अतिप्राचीन भाषांचा उपलब्ध सामग्रीच्या साह्याने अध्ययन करून, शक्यतो आदिमादिम मानवी समूहाच्या देश, काल, स्थितीपर्यंत जाऊन अज्ञात प्रागैतिहासातील सांस्कृतिक तथ्ये निष्कर्षरूपाने मांडता येतात. ह्या मताकडेही लक्ष दिले पाहिजे, जसा वारा, जशा नद्या, जसे पक्षीसमूह ह्या धरातलावर स्वेच्छेने वाहातात, फिरतात, तसाच आदिमादिम मानवसमूहही ह्याच रीतीने जेव्हा राजकीय सीमारेषा नव्हत्या, तसा भटकत होता. त्या अवस्थेतील मानवाच्या भाषा आज उपलब्ध नसतील तर कमीत कमी त्यांच्या सांस्कृतिक भावविश्वावर भाषाविज्ञानाने प्रकाश टाकला पाहिजे. म्हणजे प्राचीन संस्कृत ते अर्वाचीन प्राकृत अशी अधोगामी रीतीबरोबर, ऊर्ध्वगामी रीतीनेही भाषाविज्ञानाचा अभ्यास हेही अभ्यसनीय क्षेत्र निश्चित होऊ शकते.

अशा ह्या भाषाविज्ञानाचे मान्यवर सिद्धांत असे आहेत.

भाषाविज्ञान आणि व्याकरण :

ही दोन्ही शास्त्रे भाषेच्या स्वरूपाचे विवेचन करतात. तरीही ह्या दोन्हीमध्ये साम्य-भेद आहेत. युरोपात, सर्व प्रथम ह्या भाषाविज्ञानास 'तुलनात्मक व्याकरण' असेच नाव रूढ होते. इतका ह्या दोन्हींचा संबंध दृढ, घनिष्ठ आहे. व्याकरणशास्त्र शब्दाची व्युत्पत्ती सांगून त्याचे स्वरूप प्रस्तुत करते, तर भाषाविज्ञान भाषेचे वैज्ञानिक विश्लेषण करते. दोन्ही शास्त्रे ध्वनी, शब्द, वाक्य इत्यादी विषयावर विचार करतात. व्याकरण एखाद्या विशिष्ट भाषेचे अध्ययन करते तर भाषाविज्ञान अनेक भाषांचे-भाषासमूहांचे वैज्ञानिक विश्लेषण करते. व्याकरण भाषेतील शब्दप्रयोगाची शुद्ध-अशुद्धता यावर विचार करते. (मुळात भाषा 'शुद्ध-अशुद्ध' ह्या मतांवर जोरदार आक्षेप घेतले जाऊ शकतात.)

तरीही व्याकरण व्याकृती- शब्दाचे पृथक्करण करून त्याचे मूळ रूप व्युत्पत्ती दाखवणे, ह्यासाठी प्रयुक्त झालेले आहे. (व्याक्रियन्ते व्युत्पाद्यन्ते शब्दा अनेनेति व्याकरणम् ।)

वास्तविक स्थिती भाषाविज्ञानाने आता 'शास्त्र - Science' हे रूप प्राप्त केले आहे. परंतु व्याकरण केवळ मर्यादित शास्त्र आहे. व्याकरण विवाद्य विषय असल्याने त्याला Science अशी मान्यता मिळणे शक्य नाही. व्याकरण एक अभ्यास विषय-शास्त्र आहे.

भाषाविज्ञान आणि व्याकरण ह्यात काही साम्य आढळते.

१) दोन्हीमध्ये भाषांचे अध्ययन केले जाते.

२) समकालिक, ऐतिहासिक आणि तुलनात्मक दृष्टिकोनातून तीन भेदांनी व्याकरणाचा अभ्यास होतो. ह्याच तीन भेदांच्या दृष्टीने भाषाविज्ञानातही अभ्यास होतो. समकालिक भाषांच्या अभ्यासावरून मूलभूत सिद्धांत, आणि तत्त्वांची मीमांसा होते. ऐतिहासिक व्याकरणात भाषांचे अर्थ, तत्कालीन रूपे, अर्थपरिवर्तन अशा अनेक बाबींचा 'ऐतिहासिक' दृष्टीने अभ्यास होतो.

३) तुलनात्मक व्याकरण विषयात वेगवेगळ्या ऐतिहासिक भाषांच्या अभ्यासावरून पूर्ववर्ती भाषा, त्यांना सजातीय भाषा ह्यांचा अभ्यास होतो, खरे तर भाषाविज्ञान आणि व्याकरण ह्यांच्यामध्ये फारसा भेद नाही. सध्या अध्ययनाच्या सोयीसाठी ह्या दोन विषयात भेद केलेला आहे. कारण वर्णनात्मक व्याकरणाशिवाय व्याख्यात्मक व्याकरण आपले निष्कर्ष काढू शकत नाही. तर व्याख्यात्मक व्याकरणाचे-भाषाविज्ञानाचे-मूळ आधार वेगवेगळी वर्णनात्मक व्याकरणे आहेत.

भाषाविज्ञान आणि व्याकरण ह्यांच्यातील भेदतत्त्वे अशी -

१) व्याकरण हा एक अभ्यासविषय-शास्त्र किंवा कला आहे, तर भाषाविज्ञान-विज्ञान Science आहे.

२) भाषाविज्ञान भाषेची वैज्ञानिक दृष्टिकोनातून चिकित्सा करते, तर व्याकरण भाषा शुद्ध लिहिणे, बोलणे या उद्दिष्टापुरते मर्यादित आहे.

३) व्याकरण एका विशिष्ट काळातील बोलीभाषेशी संबंधित असते, तर भाषाविज्ञानाचा संबंध विशेष कालखंडाच्या भाषाशी नसून सार्वकालिक भाषांशी असतो.

४) व्याकरण फारतर 'उपलब्ध नियमाने 'काय' रूप बनते ?' असा केवळ प्रश्न विचारते, तर भाषाविज्ञान असे रूप का होते, कधी होते, पूर्वी 'कसे' होते. 'कोणत्या' भाषामध्ये 'कसकशी' रूपे होती आहेत, अशा अनेकविध प्रश्नांची उत्तरे देते. भाषाविज्ञानाच्या अभ्यासामुळेच प्राचीन वैदिक संस्कृत ही पुढे अभिजात संस्कृत कशी बनली, त्यापुढे पाली, अर्धमागधी इ. प्राकृत रूपामध्ये कशी परिणत पावली, नंतर अपभ्रंश, नंतर इतर सध्याच्या भाषापर्यंत कसकशी बदलली आपण जाणू शकतो. भाषाविज्ञानाचे क्षेत्र इतके विशाल, व्यापक आहे. व्याकरणाचे नाही.

५) वैयाकरण हे पुराणमताचे अभिनिवेशी समर्थक असतात. धर्म-धम्म, सर्व-सब, कार्य-काज, अशा असंख्य रूपांना व्याकरणाच्या दृष्टीने ते 'अशुद्ध' मानतात. भाषाविज्ञानाचा दृष्टिकोन पूर्ण वेगळा आहे. धर्म-धरम, माता-माई-माय अशा रूपाकडे ते 'विकास' वादाच्या भूमिकेतून पाहतात. 'अशुद्ध' वा 'विकृती' या नजरेतून नाही. भाषाविज्ञान भाषेकडे सतत बदलत, प्रगत होत जाणाऱ्या भाषांच्या कोणत्याही रूपाला व्याकरणाच्या चौकटीत अडकवीत नाही. म्हणून भाषाविज्ञानाचे क्षेत्र अतिशय व्यापक आहे.

१) थोडक्यात फारसा विस्तार न करता असे उदाहरणासह सांगता येईल की 'स्थलकालमर्यादित' अशा व्याकरणापेक्षा भाषाविज्ञानाची व्यापकता, तिची उद्दिष्टे, निष्कर्ष तपासले, तर व्याकरण हे भाषाविज्ञानाचे अनुगामी शास्त्र ठरते.

२) व्याकरण भाषेसंबंधी काही नियम सांगून शब्दांची रूपे कशी होतात हे सांगते. कारण व्याकरण मुळातच वर्णनप्रधान शास्त्र आहे. नियमानुसार शब्दरूपे. वाक्य कसे बनते, एवढ्या पुरतेच व्याकरण काम करते, त्यामागील 'मूलकारणाचा-तर्काचा-युक्तिवादांचा आधार घेणे' व्याकरणाच्या कक्षेत बसत नाही. परंतु भाषाविज्ञान या विशिष्ट रूपाची व्यवस्थित छाननी करते, त्या शब्दसिद्धी, वाक्यसिद्धीच्या इतिहासाला जाऊन भिडते, आणि व्याकरणाने नियमानुसार प्रस्तुत केलेल्या शब्दवाक्याचा छडा लावते. उदा. 'जाणे' या क्रियापदाचे सामान्य भूत 'गेला' असे होते. व्याकरण

एवढेच सांगून स्वस्थ बसेल. पण भाषाविज्ञान चिकित्सा करून सिद्ध करील, की 'जाणे' क्रियापदाचा 'गेला' या रूपाशी संबंधच नाही. वस्तुत: 'गेला' हे रूप संस्कृत 'गम' धातूच्या 'गत:' या क. भू. धा. वि. चे रूप आहे. आणि वास्तवात 'जाणे' हे क्रियापद संस्कृत 'या' धातूशी संबंधित आहे. अशी असंख्य उदाहरणे देऊन आपणापुढे एक तथ्य येते, व्याकरणाच्या मुळाचेही विश्लेषण, चिकित्सा करणे, हेही भाषाविज्ञानाचे कार्य आहे. म्हणून 'भाषाविज्ञान' हे व्याकरणाचेही 'व्याकरण' आहे.

एका दृष्टीने भाषाविज्ञान 'अंगी'तर व्याकरण 'अंग' आहे, असेही म्हणता येईल. भाषाविज्ञानामध्ये साऱ्या भाषा, त्यांची व्याकरणे ह्यांचे अध्ययन होते, भाषांचे अतीत, वर्तमान, भविष्य ह्याविषयी मजबूत तर्क मांडले जातात. सामान्य निष्कर्ष काढून ते साऱ्या अभ्यासविषयांतील भाषांना लागू केले जातात. परंतु, व्याकरण कोणत्या तरी एकाच भाषेच्या, आणि तेही तिच्या विशिष्ट वर्तमान काळातील रूपावर प्रकाश टाकते. दुसऱ्या भाषांच्या व्याकरणात एका व्याकरणाचे नियम बांधील नसतात. म्हणून प्रमुख, प्रधान असल्यामुळे भाषाविज्ञान 'अंगी' आहे. तर व्याकरण तिच्या एका एका भागाचाच विचार करते, त्यामुळे ते 'अंग' आहे.

भाषाविज्ञानात साऱ्या भाषांचा विचार आवश्यक असल्यामुळे त्याच्या अध्ययनाच्या सीमा अर्थातच व्यापक असतात. तर व्याकरण एका विशिष्ट भाषेचेच असते. तेही भाषेची रूपरचना, वाक्यरचना इत्यादी सीमित प्रकारचे असते. भाषाविज्ञानात ध्वनी, अर्थ, व्युत्पत्ती, लिपी आणि विस्तृत मीमांसा ह्यांचा समावेश असतो. अशा रीतीने व्याकरण भाषाविज्ञानात अध्ययन सामग्रीचे अंतर असते. म्हणजे, व्याकरण भाषाविज्ञानांचे 'अध्ययन क्षेत्र' एकच असले तरी, त्यांची आपापली स्वतंत्र उद्दिष्टे आहेत आणि ती गाठण्यासाठी अभ्यासाच्या दिशाही वेगळ्या आहेत.

भाषाविज्ञान आणि साहित्य :

१) यांचाही परस्परांशी अत्यंत घनिष्ठ संबंध आहे. साहित्य हे भाषाविज्ञानाचे अध्ययनक्षेत्र असून जीवित आणि पूर्ववर्ती-विस्मृतिप्राय साहित्याचे अध्ययन भाषाविज्ञान करते.

२) साहित्य भाषेतील शब्दांच्या अर्थांना महत्त्व देते. त्याद्वारे मनुष्याचे भाव विचार मांडते. तर भाषाविज्ञानात भाषेचे स्वरूप, तिचे गठन इत्यादींचा विचार होतो.

३) भाषाविज्ञानात तुलनात्मक, ऐतिहासिक साहित्याचे अध्ययन होते. सुरक्षित राहिलेल्या भाषेच्या प्राचीन रूपांचे स्वरूप जाणून घेण्याचा प्रयत्न केला जातो. उदा. ग्रीक, लॅटिन, संस्कृत भाषेच्या प्राचीन आणि आजवर सुरक्षित ठेवलेल्या ग्रंथातील भाषेचे तुलनात्मक अध्ययन भाषाविज्ञान करते. वैदिक संस्कृताचा पुढे झालेला

विकास, कालांतराने त्यातून परिणत झालेल्या पाली, प्राकृत, अपभ्रंश इत्यादी स्वरूपात झालेली स्थित्यंतरे ह्यावर तुलनात्मक भाषाविज्ञान प्रकाश टाकते.

४) एकाद्या भाषेत कालक्रमाने रूप, अर्थ, वाक्यनिर्मिती इत्यादींमध्ये कालक्रमाने होणारे परिवर्तन त्या विशिष्ट भाषेच्या साहित्यावरून कळते. तर यावर विचार करताना भाषाविज्ञान रूपविचार, अर्थविचार, ध्वनिविचार, वाक्यविचार इत्यादी अनेक दृष्टिकोनातून विचार करते.

५) जगातील ग्रीक, लॅटिन, संस्कृत इत्यादी प्राचीन भाषांचे कालक्रमाने लिहिले गेलेले बरेचसे साहित्य उपलब्ध आहे. भाषाविज्ञान त्यांचा स्वतंत्र अभ्यास तर करतेच, शिवाय स्वतंत्रपणे झालेल्या त्या त्या विशिष्ट भाषांचा विकास दाखवून देते. एवढेच नव्हे, तर उपरोक्त तिन्ही भाषांतील प्राचीन काळातील परस्पर संबंध आणि त्यापुढे जाऊन त्या तिन्ही भाषांची एकच मूलभाषा असावी, इत्यादी निष्कर्ष काढते.

भाषाविज्ञानाच्या अशा अभ्यासामुळेच प्राचीन इराणातील झेंद अवेस्ता आणि ऋग्वेद ह्यांच्या भाषेत किती साम्य आहे, हे प्रकाशात आले.

६) भाषाविज्ञानाच्या साह्यानेच विस्मृत साहित्य, साहित्यिक, त्यांचे ज्ञान-विचार जगासमोर येऊ शकले. इजिप्तमधील चित्रलिपी, असीरियन संस्कृतीतील कीलाक्षर लिपी, आणि ह्या लिपीतील 'गिलगमेश' काव्य, अनेक प्राचीन शिलालेख-शिल्पाकृतींचा अर्थ ह्याच भाषाविज्ञानाच्या साह्याने समजू शकला आहे. भाषाविज्ञानाखेरीज ह्यासाठी दुसरे अन्य शास्त्रसाधनच नव्हते, हे ध्यानात ठेवणे आवश्यक आहे. सारांश साहित्य आणि भाषाविज्ञान एकमेकास साह्यभूतच आहेत.

भाषाविज्ञान आणि मानसशास्त्र :

ह्या दोन शास्त्रांचा घनिष्ठ संबंध आहे. मनुष्याच्या मनातील भावांची अभिव्यक्ती भाषेच्या माध्यमातूनच होत असते. भाव-विचार यांचा संबंध मन आणि मानसिक प्रक्रियांशी असतो. मानसशास्त्रामध्ये ह्या दोन्हींचा अभ्यास होतो. ह्या दृष्टिकोनातून भाषाविज्ञान आणि मानस शास्त्र - मनोविज्ञान ह्यांचा घनिष्ठ संबंध आहे.

भाषेशी संबंधित समस्यांचे निराकरण करताना मानसशास्त्राचा मोठा आधार घेतला जातो. अर्थविचार, वाक्यविचाराच्या अध्ययनात मानसशास्त्राचे मौलिक साह्य होते. भाषेसंबंधी वैज्ञानिक विश्लेषण करताना प्राचीन काळच्या मनुष्याच्या मनातील भावविश्वाशी आपण परिचित होत असतो. ऋग्वेदातील सूक्ते अभ्यासून तत्कालीन मनुष्यस्वभावाची त्यांच्या इच्छा आकांक्षा यांची कल्पना येते. कर्मकांडपर ब्राह्मणग्रंथ, उपनिषद् ग्रंथ वाचून विभिन्न काळात मानवी मनावर अत्यंत प्रभाव टाकणाऱ्या यज्ञयागाच्या संस्कृतीचे, आणि नंतर अंतिम सत्याच्या शोधासाठी हा 'यज्ञमार्ग'

फारसा उपयोगी नाही, अशा प्रकारच्या विचार परिवर्तनाच्या काळाचे दर्शन घडते. बौद्ध ग्रंथांनी गौतम बुद्धाच्या 'नास्तिक' वादाचा मोठा पुरस्कार करून प्राचीन वेदादी ग्रंथ अमान्य केले, तर उत्तर संस्कृत वाङमयात बौद्ध ग्रंथातील मतांचा अत्यंत तिरस्कार केला गेला. अशोकाने खोदलेल्या शिलालेखातील 'देवांना प्रिय:' हे विशेषण चांगल्या अर्थाने बौद्ध घेत, तर रूढीवादी ब्राह्मणांनी 'देवांना प्रिय:'चा अर्थ 'मूर्ख' असा करून टाकला, अशा वैचारिक परंपरा भाषेद्वारेच कळू शकतात. अशी कित्येक उदाहरणे देता येतील. उदा. 'महापंडित'चा अर्थही संदर्भानुसार 'मूर्ख' असा होऊ लागला.

अर्थविचार करताना 'अमंगल अशुभ' बोलू नये, ह्या कल्पनेतून कित्येक शब्द, वाक्ये प्रचारात आहेत. ती जुन्या भाषेतही दिसतात. 'नारळ फोडणे' ही क्रिया वस्तुत: घडते. पण नारळ ही मंगलवस्तू असल्यामुळे तिचे 'फोडणे' अमंगळ वाटल्यामुळे 'नारळ वाढवणे' हा शब्दार्थ रूढ झाला, ह्याच अर्थाने, दिवा वाढवणे, दुकान वाढवणे' असे शब्द वापरले जातात. 'जाणे, गेला' ह्याचा लाक्षणिक अर्थ 'संपणे, मारणे' असा मानला गेल्यामुळे 'मी जातो.' ह्या ऐवजी 'मी येतो' असे व्यवहारात बोलले जाते. मी आता निरोप घेतो, (जातो) ह्यासाठी संस्कृतात 'सांप्रतम् आपृच्छामि ।' असा वाक्यप्रयोग ह्याच अर्थाचा निदर्शक आहे. एखादी व्यक्ती 'मृत' झाली, तर तसे म्हणणे, सांगणे अशुभ, अशिष्ट मानले गेल्यामुळे, 'दिवंगत, स्वर्गीय,' असे शब्द वापरून वास्तविक अर्थात सुसह्यता आणली जाते. अनेक भाषांत अशीच भावना आढळते. उदा. The king is dead, long live the king, हे वाक्यही पाहावे. ध्वनिपरिवर्तन जाणण्यासाठी मनोविज्ञान-मानसशास्त्राची मोठी मदत होते, उदा. 'हिंदू' शब्द सर्वप्रथम झेंद-अवेस्ता ह्या अतिप्राचीन इराणी ग्रंथात सापडतो. त्या ग्रंथात त्यांचा सर्वोच्च ईश्वर 'अहुर-मज्द' म्हणतो, 'की माझ्या ताब्यात 'हप्तहिंदू' प्रांत आहे. प्राचीन इराणी भाषेत 'स' चा 'ह' होत असल्याने 'सप्तसिंधू' (पंजाबातील सध्याच्या पाकिस्तानातील महत्वाच्या सात नद्यांचा प्रदेश) ह्याचा उच्चार अवेस्ता ग्रंथात 'हप्तहिंदू' झाला, हाच शब्द 'सिंधू' काठी राहणारे भारतात वसलेले ह्या अर्थाने रूढ होत जात, हळूहळू साऱ्याच भारतवासियांसाठी 'हिंदू' शब्द विशेष अर्थाने रूढ झाला, इतका की या देशाचे नावही 'हिंदुस्थान' असेच पडले. मुसलमानांच्या आगमनानंतर 'हिंदू' शब्दाला आणखी एक विशिष्ट धार्मिक अर्थ जोडला गेला. म्हणजे झेंद-अवेस्ता ग्रंथातील एका साध्या शब्दाची अर्थपरिवर्तने कालक्रमाने, संदर्भानुसार झाली, ती का झाली, हे मानसशास्त्रीय अभ्यासामुळे अधिक समर्पकरीतीने भाषाविज्ञानाला सांगता येते.

भाषाविज्ञान आणि तर्कशास्त्र :

'एक शास्त्र' ह्या दृष्टीने प्रगल्भ तर्कशास्त्र आणि भाषाविज्ञान ह्या दोहोत अधिक संबंध नाही. तरीही, भाषाविज्ञान व्याख्याप्रधान शास्त्र आहे, आणि अशा व्याख्या करताना तर्काचाही आश्रय घ्यावा लागतो. 'निरुक्त' ग्रंथात 'अर्थविज्ञाना'वर विचार करताना यास्काने तर्कशास्त्राचे साह्य घेतले आहे. भाषाविज्ञानात भाषेचे स्वरूप, उत्पत्ती, भाषेचा विकास, तुलनात्मक विश्लेषण करताना तर्कशास्त्र विशेषत: प्रमाणविचारांचा अनुमानाचा वारंवार आश्रय घ्यावा लागतो. प्राचीन भाषा-लिपी, तसेच ग्रीक, लॅटिन संस्कृत, 'झेंद-अवेस्ता' ग्रंथातील प्राचीन फारसी भाषा ह्यासंबंधी निष्कर्ष काढून, मूलभाषा बोलणारे लोक एकाच अज्ञात समूहातील होते, हे सांगताना तर्काचाच आधार घ्यावा लागतो. यादृष्टीने भाषाविज्ञान आणि तर्कशास्त्र ह्यांच्यात सहकार्य संबंध आहेच.

भाषाविज्ञान आणि भौतिकशास्त्र :

मुखातून उच्चारला गेलेला ध्वनी. हवेमधून तरंगरूपाने ऐकणाऱ्याच्या कानापर्यंत पोहोचतो. ध्वनीचा असा विस्तार, आणि तो ग्रहण होण्यासंबंधित अनेक बाबींचे समाधान, स्पष्टीकरण भौतिकशास्त्र करू शकते. आजच्या प्रगत युगात ध्वनीविषयक शास्त्राला भौतिकविद्येची साथ मिळाल्यामुळे, भाषाविज्ञानाच्या अभ्यासासाठी अनेक उपयुक्त उपकरणे उपलब्ध झाली आहेत. 'भाषेची तोंड ओळख'ते भाषेचे शास्त्रशुद्ध अध्ययन' सुकर व्हावे, ह्यासाठी यंत्रसज्ज प्रयोगशाळा आहेत. त्यामुळे भाषाविज्ञानाला अलीकडे भौतिकशास्त्राची अधिक मदत होत आहे, असे म्हणणे योग्यच ठरेल.

भाषाविज्ञान आणि शरीरविज्ञान :

ध्वनी, शब्दाची निर्मिती मानवशरीराच्या भिन्न भिन्न अवयवाद्वारे होते. मुख, नासिकापुटे, कण्ठमार्ग, स्वरयंत्र, स्वरतंत्री, तालु, जिह्वा, ओठ, फुफ्फुसे इत्यादी शारीरिक अवयवांच्या साह्याने शब्दोच्चारण केले जाते. भाषेच्या-ध्वनी-स्वराच्या उत्पत्तीसंबंधी शरीरशास्त्रच स्पष्ट सांगू शकते. आणि भाषाविज्ञानाला अशा प्रकारे साह्य करू शकते. ह्याच्या आधारे भाषाविज्ञान वेगवेगळ्या भौगोलिक-विविध विपरीत हवामानाच्या स्थितीत राहणाऱ्या मनुष्याचे भाषा उच्चारण वेगवेगळे का होते, ध्वनीविपर्यय का होतो, ह्याचे उत्तर देऊ शकते. उदा. विपरीत हवामानाच्या स्थितीत राहणाऱ्या लोकांच्या मुखावाटे पडणाऱ्या बोलीतील स्वर-व्यंजने ह्यात फरक आढळतात, ह्याचे उत्तर भाषाविज्ञानापेक्षा शरीरविज्ञानच देते.

भाषाविज्ञान आणि मानवविज्ञान :

मानवाच्या आदिम अवस्थेपासून आजवर झालेल्या विकास-बदलासंबंधी मानव विज्ञानात अभ्यास केला जातो. ह्यामध्ये मनुष्याच्या वैयक्तिक सामाजिक राहणीच्या रीती, त्यांच्या श्रद्धा, अंधश्रद्धा, रूढी, सणवार, त्या समाजातील विविध स्तरावरील पुन्हा भेदभाव, अशा बाबींचा समावेश होतो. भाषाविज्ञान जेव्हा आपल्या क्षेत्रातील भाषांचे अध्ययन करते, तेव्हा मानवविज्ञानासंबंधीच्या उपरोक्त बाबींचा प्रत्यक्ष-अप्रत्यक्ष प्रभाव भाषाविज्ञानावर पडतोच, उदा. अर्भकांचा सांभाळ करणारी 'देवी'ची कल्पना, जादूटोणा, नैवेद्य, 'बली'ची कल्पना, ज्या शक्तीचे अत्यंत भय वाटते, त्यालाच 'देव' मानून शरण जाण्याची पद्धती, नदीदेवता, वनदेवता, पर्वतदेवता, ह्यांची सात्विक आणि तामस रूपे, स्त्रियांसंबंधीच्या बऱ्यावाईट कल्पना, अशा कित्येक गोष्टीचे विश्लेषण करताना भाषाविज्ञानाला मानव विज्ञानाची मदत होते.

भाषाविज्ञान आणि भूगोल :

भाषाविज्ञान आणि भूगोलाचा परस्परांशी घनिष्ठ संबंध आहे. वर उल्लेख केल्याप्रमाणे कोणतीही भाषा, तिचे ध्वनी उच्चारण, तिचे प्रसार क्षेत्र, विकास-हास या सर्वांवर भौगोलिक परिस्थितीचा विशेषत्वाने प्रभाव पडतो. आज वादग्रस्त असलेले 'ऋ' 'ऌ' हे स्वर कोणत्या प्रदेशात होते, त्यांचे नेमके उच्चारण कसे आहे, तसेच 'श, ष, स, ह' या वर्णांचा विपर्यय कोणत्या प्रदेशात होतो. वेदकालातील पूज्य 'सोम' वल्ली किंवा वनस्पती ज्या 'मूजवत' पर्वतात मिळत होती, तो कुठे आहे, प्राचीन इराणी झेंद अवेस्ता ग्रंथ आणि ऋग्वेद ह्यांच्या भाषेत आत्यंतिक साम्य का, लॅटिन भाषेत संस्कृत भाषेतील शब्द समानार्थी का येतात, नंतर ह्या भाषा बोलणारे लोक परस्परापासून का दूर झाले, वगैरे अनेक प्रश्नांची उत्तरे भूगोलशास्त्रच देऊ शकते. ज्या भागात मानवाचा मोठ्या प्रमाणात वावर नसतो, अशा वाळवंटी, पहाडी- प्रदेशात जेथे मानववस्ती अत्यंत कमी असते अशा ठिकाणी भिन्न भिन्न बोलीभाषा विकसित होतात. त्यांची वैशिष्ट्ये तपासताना त्यात भौगोलिक परिस्थितीचा, निसर्गाचा प्रभाव दिसतो. याचेही उत्तर भूगोलाच्या अभ्यासानेच भाषाविज्ञान देऊ शकते. उत्तर भारतीय लोक दक्षिण भारतीय (द्रविड भाषा) भाषेतील कित्येक ध्वनी उच्चारू शकत नाहीत. दोन्ही भाषांमध्ये विशिष्ट ध्वनींचे उच्चारण. त्यांचा प्रभाव जास्त दिसून येतो. ह्याचे उत्तर शोधताना आपल्याला भूगोलाच्या ज्ञानाचे साहाय्य घ्यावेच लागते.

भाषाविज्ञान आणि समाजशास्त्र :

समाजशास्त्रात वेगवेगळ्या मानव-समाजांचा, त्यांच्या सर्वांगीण संस्कृतीचा अभ्यास केला जातो. सर्वच समाजात भाषा-व्यवहार होतो. म्हणून समाज शास्त्र आणि भाषाविज्ञान परस्परसंबंधित आहेत. समाजांच्या ज्या परंपरा, चालीरीती त्याचे दर्शन भाषेच्या माध्यमातून, वेगवेगळ्या काळातील साहित्याच्या माध्यमातून घडते. महाभारत महाकाव्यापासून समाजातील विविध प्रकारच्या विवाहपद्धतींची सामाजिक मान्यता स्पष्ट होते. आर्य-अनार्य संपर्क संकर-संघर्ष- सहकार्य ह्यांचे सजीव चित्रण महाभारत घडवते. विष्णूच्या विविध अवतारांतील रूपांची विविधकाळात मोठ्या प्रमाणावर भक्तीपूजा होई, हे ग्रंथावरून आणि उत्खननात सापडलेल्या पुराव्यावरून सिद्ध होते. उदा. कच्छप अवतार, वराह (डुकर) अवतार, इत्यादी. धनाविषयीच्या संकल्पना कळतात. पशुपक्षी, घरदार, ह्यांच्या यादीत स्त्री, मुलेबाळे ह्यांचाही धनासारखा वापर होऊन विनिमय करण्याची पद्धती भाषेवरूनच कळते. त्यामुळे दास, दासी (एक प्रकारची वैशिष्ट्यपूर्ण गुलाम पद्धती) आपल्या देशात होती, हे साहित्यावरून कळते. उदा. मृच्छकटिक नाटकात शर्विलक धन देऊन आपल्या 'दासी' असलेल्या प्रेयसीला मुक्त करण्याचा प्रसंग आहे. ह्या पद्धतीस समाजाची मान्यता होती. सारांश अतिशय व्यापक समाजशास्त्राचे भाषाव्यवहारात पडसाद उमटतात, त्यावरून समाजातील विविध स्तरांवरील अनेक बाबींवर प्रकाश पडतो. एका अर्थी भाषाविज्ञान समाजशास्त्राचे अनेक पैलू उलगडून दाखवते. तर समाजशास्त्र हा भाषाविज्ञानाचा अभ्यासाचा मोठाच विषय आहे. कालक्रमाने समाजाच्या निर्धारित कल्पना बदलत जातात. हे भाषाविज्ञान स्पष्टपणे दाखवते.

भाषाविज्ञान आणि इतिहास :

या दोन शास्त्रांचा संबंध घनिष्ठ आहे. भाषाविज्ञानामध्ये भाषांचा तौलनिक अभ्यास करताना इतिहासाचा आधार घ्यावा लागतो. इतिहासाच्या योगे भाषेची उत्पत्ती, विकास, भाषेत होणारी परिवर्तने यांची व्यवस्थित स्पष्टीकरणे देता येतात. राजकीय, सामाजिक, धार्मिक अशा घटनांमुळे भाषेमध्ये परिवर्तने होतात. एकाच काळी राज्यव्यवहाराची भाषा, धार्मिक कर्मकांडांची भाषा भिन्न असू शकतात. साधारणपणे युद्धे होऊन पराभूत झालेल्या 'जित' समाजावर विजेत्या समाजाच्या भाषेचा पगडा- प्रभाव झपाट्याने पडतो. भारतात अलीकडच्या इंग्रजी अमदानीतील उदाहरण वानगीदाखल घेता येईल, गतेतिहासामध्येही-अन्यत्र देशातही असेच घडलेले दिसते. भारतीयांच्या सध्याच्या भाषेमध्ये इंग्रजी, मुस्लीम राजवटीमुळे अरबी, फारसी, उर्दू, तुर्की, पोर्तुगाली, फ्रेंच शब्द आढळतात. प्रदीर्घ संपर्क हे ह्याचे कारण. ह्याच

कारणामुळे इंग्रजी, उर्दू भाषामध्येही हिंदी आणि अन्य भाषा बोलीतील शब्द गेले आहेत. कधीकाळी थायलंड, कंबोडिया, जावा सुमात्रा इत्यादी देशांवर भारतीयांचे शासन, संस्कृतीप्रभाव होता. त्यामुळे त्यांच्या भाषेत संस्कृत शब्द विद्यमान आहेत. अर्थातही काही विशेष फरक पडलेला नाही.

विभिन्न कालखंडात धार्मिक कारणांनी त्या त्या वेळच्या समाजाच्या भाषेवर प्रभाव पडतो. हिंदूंच्या धार्मिक ग्रंथावर संस्कृतचा प्रभाव आहे. इस्लामच्या स्थापनेनंतर अरबी, फारसी ह्या भाषांचे महत्त्व धार्मिक कारणामुळे वाढले, भारतात विविध प्रदेशात 'भक्तिकाल' येऊन गेला, त्यावेळी व्रजभाषा, अवधी, राजस्थानी, बंगाली भाषांचे महत्त्व वाढून त्या भाषांत मोठी ग्रंथरचना झाली.

सामाजिक-सांस्कृतिक कारणांमुळे भाषा-भाषात फरक दिसून येतो. भारतीयांच्या बहुतेक भाषांत प्रत्येक नातेसंबंधाला, वेगळे विशिष्ट नाव आहे. बहीण, मेहुणा, बेहनोई, साला (श्यालक), काका, मावसा, काकी, मावशी, सासू, सासरा इत्यादी. इंग्रजी भाषेत मात्र ह्यासाठी स्वतंत्र शब्द आढळत नाहीत. दोन संस्कृतींच्या समाजाच्या भाषेंत अगदी भिन्न भिन्न संकल्पना, कृती असतील, तर त्यांचे प्रतिशब्द परस्परांच्या भाषेत नेमके त्याच अर्थाने मिळणे अवघडच; किंबहुना अशक्य असते. उदा. आत्मा, माया, योग-योगी, ब्रह्मचारी, कर्मकांडातील अनेक वस्तूंची नावे अशा हजारो खास भारतीय संस्कृत शब्दांना इतर भाषेत पर्यायी शब्दच नाहीत. ते कृत्रिमरीत्या बनवावे लागतात. त्या प्रमाणे भारतीय भाषांत युरोपातील उदा. तांत्रिकी संकल्पना नसल्यामुळे plane, helicopter, motor, robot, inlet, outlet अशा हजारो शब्दांसाठी भारतीय भाषांत नेमक्या त्याच संकल्पनेतील अर्थाचा शब्दच नाही. जे आहेत ते संस्कृतच्या आधारे घडवण्यात आलेले दिसतात. 'विमान' वगैरे शब्दांचे मूळ संस्कृत अर्थ अगदी वेगळे आहेत. Aeroplane ही संकल्पना वस्तू कधीच भारतात नव्हती. बस्स, काही शब्द असे बनून गेले, की ते जमून गेले. अशाप्रकारे समाजव्यवस्थेनुसार शब्दांची उत्पत्ती आढळून येते. इतिहासाच्या साह्याने भाषेत कधी, कशाप्रकारे स्थित्यंतरे झाली, भाषासंमिश्रण होण्याची कारणे काय, ते सांगता येईल. युरोपातील काही भाषांत संस्कृत शब्द-व्याकरणात समानता का आढळून येते, ह्याचे उत्तरही इतिहासाच्या योगे देता येते.

भाषाविज्ञानाचे अध्ययनक्षेत्र -

या भाषाविज्ञानात भाषेशी संबंधित असलेल्या सर्व प्रश्नांचा अभ्यास केला जातो. साहजिकच काही प्रश्न अधिक महत्त्वाचे, तर काही कमी महत्त्वाचे ठरतात. म्हणून भाषाविज्ञानाच्या अध्ययनासंबंधी १) प्रमुख २) गौण असे दोन विभाग येथे

केलेले आहेत.

प्रधान विभागात वाक्यविज्ञान (syntax), रूपविज्ञान (morphology), ध्वनिविज्ञान (phonology), अर्थविज्ञान (semantics) यांचा समावेश केलेला आहे. तर गौण विभागात भाषेची उत्पत्ती, भाषांचे वर्गीकरण, व्युत्पत्तीशास्त्र, शब्दसमूह, लिपी, प्रागैतिहासिक संशोधन इत्यादींचा विचार येतो.

१) प्रमुख अध्ययनक्षेत्रे.

अ) वाक्यविज्ञान (syntax) : विचार-विनिमयाचे साधन भाषा होय. विचार वाक्यांद्वारे प्रकट होतात. कोणत्याही दोन भाषांतील वाक्य रचनांची तुलना ह्या अध्ययनात गृहीत आहे. तीन प्रकारे वाक्याचा अभ्यास होऊ शकतो. १) वर्णनात्मक वाक्यविचार २) ऐतिहासिक वाक्यविचार आणि ३) तुलनात्मक वाक्यविचार

वर्णनात्मक वाक्यविचार साधारण स्वरूपाने केला जातो. ऐतिहासिक वाक्यविचारात वाक्यरचनेचा इतिहास, आणि तुलनात्मक वाक्य विज्ञानात दोन भाषांतील वाक्यांचे तुलनात्मक अध्ययन होते. हे अध्ययन, पदक्रम, अन्वय, परिवर्तन इत्यादी दृष्टीने केले जाते. ह्याला 'वाक्यरचनाशास्त्र' असेही म्हणतात.

ब) रूपविज्ञान (morphology) : ह्याला पद-विज्ञानही म्हणतात. ह्याच्या अध्ययनात भाषेतील पदांचा सखोल अभ्यास होतो. ज्यांच्या योगे 'वाक्य' तयार होते, ते पद-पदे, त्याची रचना, त्यातील धातु, उपसर्ग, प्रत्यय, विभक्ती इत्यादींचे ह्या रूपविज्ञानात विवेचन असते. वाक्यविज्ञानाप्रमाणे ह्याचाही अभ्यास वर्णनात्मक, ऐतिहासिक आणि तुलनात्मक अशा तिन्ही प्रकारे होतो, पदविज्ञान, पदरचनाशास्त्र, रूपविचार अशीही अन्य नावे या अध्ययनास आहेत.

क) ध्वनिविज्ञान (Phonology) : ध्वनींच्या साह्यानेच शब्द वा पदाची रचना होते. म्हणून भाषाविज्ञानात ध्वनीचे विशेष महत्व आहे. या विभागात ध्वनि-परिवर्तन, ध्वनि-विकास, ध्वनीशी संबंधित शरीराचे अवयव (उदा. मुख, नासिका, ध्वनियंत्र इ.) ध्वनी उत्पन्न होण्याची क्रिया ध्वनी लहरीचे प्रसरण त्यांचे ऐकले जाणे यांचा अभ्यास होतो, याशिवाय डॉ. गुणे ह्यांच्या मते ध्वनीचे उच्चारण, अक्षरांच्या रूपात त्यांचा संयोग, त्या अक्षरांचा शब्दरूपात संयोग, शेवटी शब्दामुळे वाक्यनिर्मिती इत्यादी भाषाविषयक विभिन्न बाबींवर ह्या ध्वनिविज्ञानात विचार होतो.

ड) अर्थविज्ञान (semantics) : विचार-विनिमयाची प्रक्रिया होताना शब्दांचा अर्थ ग्रहण होत असतो. भाषा शरीर तर अर्थ आत्मा होय. म्हणून अर्थासंबंधी अधिक अध्ययन होते. ह्या विभागात शब्दांचा अर्थाशी संबंध, अर्थ

परिवर्तन, त्याची कारणे, अर्थध्वनीसंबंध, पर्याय, विलोम इत्यादींवर विचार होतो. अर्थविज्ञानावर वर्णनात्मक, ऐतिहासिक आणि तुलनात्मक रीतीने प्रकाशझोत टाकता येतो. शब्द आपला अर्थ कसा त्यागून वेगळाच अर्थ धारण करतो, संकुचित शब्द विस्तार पावतो, ह्यावर अर्थविज्ञानात विचार होतो. (ह्याचा सविस्तर विचार काव्यशास्त्रातही असतो) अशा अनेक बाबींवर विचार होत असल्यामुळे ह्यास अर्थ उद्‌बोधन शास्त्रही म्हणतात.

इ) शब्दविज्ञान (wordology) : डॉ. भोलानाथ तिवारी यांनी उपरोक्त चार मुख्य अध्ययन विभागात 'शब्दविज्ञानाचाही' समावेश केला आहे. ह्या अंतर्गत शब्दांचे वर्गीकरण, शब्द समूहातील परिवर्तनाची कारणे, शब्दांचे तुलनात्मक विवेचन शब्दांची व्युत्पत्ती, कोशविज्ञान यांचा या विभागात अभ्यास होतो.

गौण अध्ययन क्षेत्र

१) भाषेची उत्पत्ती :

भाषाविज्ञानात सर्वात महत्त्वाचे स्वाभाविक आणि आवश्यक अध्ययन क्षेत्र म्हणजे भाषेची उत्पत्ती हे होय. अनेक विद्वानांनी ह्यावर आपापली वेगवेगळी मते प्रकट केली आहेत, तर काहींच्या मते 'हा विषय भाषाविज्ञानाचा विषय नाही.' पण आपण भाषेच्या प्रत्येक अंगावर विचारही करायचा, आणि भाषा उत्पन्न कशी झाली, ह्यावर मात्र विचारच करायचा नाही, हे अनुचित वाटते. अर्थात् हा विषय कठीण आहे. प्रत्येक मतात अपुरेपणा असला तरीही, या विषयावर विवेचन करणे शास्त्र ठरते.

२) भाषांचे वर्गीकरण :

या विभागात भाषांचे तुलनात्मक आणि ऐतिहासिक अध्ययन करून त्यांचे वर्गीकरण केले जाते, आणि ह्या प्रयासातून भाषा ही मुळात कोणत्या 'कुलाची' आहे, हे निश्चित केले जाते. भाषांना आकृतिमूलक आणि पारिवारिक वर्गीकरणात विभागणे हे भाषाविज्ञानाचे महत्त्वपूर्ण कार्य आहे.

३) व्युत्पत्तिशास्त्र (Etymology) :

या प्रकारच्या अध्ययनात 'शब्दाच्या संपूर्ण जीवनाचा इतिहास' आणि त्यात होणारे आंतरिक आणि बाह्य परिवर्तनावर विचार केला जातो. तसेच शब्दाच्या ध्वनी, अर्थ, रूप इत्यादीवर ही अभ्यास होतो. खरे म्हणजे व्युत्पत्तीशास्त्रापासूनच भाषाविज्ञानाचा आरंभ मानला जातो.

४) शब्दसमूह (vocabulary) :

कोणत्याही भाषांतील जुने-नवे शब्द, शब्दसमूहातील परिवर्तने, अन्य भाषांतून स्वीकृत केलेली रूढ शब्दसंपदा यावर ही विचार होतो.

५) लिपी (script) :

भाषेसाठी लिखित रूपात कसली ना कसली तरी लिपी आवश्यक असते. (काही भाषांना लिपी नसते) लिपीशिवाय भाषेची सुरक्षितता ही असंभव गोष्ट आहे. म्हणून भाषा आणि लिपी ह्यांचा नाण्याच्या दोन बाजूंइतका घनिष्ठ संबंध आहे. भाषाविज्ञानात लिपीची उत्पत्ती, विकास वर्तमान-भविष्यकालीन लिपी - त्यांचे भाषेस सार्वकालिक योगदान, आणि आताच्या यांत्रिक युगातील ध्वनिविज्ञानाच्या साह्याने लिपीत होणारी आश्चर्यकारक स्थित्यंतरे ह्यांचे ह्या शास्त्रात अध्ययन होते.

६) प्रागैतिहासिक भाषाशोध (Linguistic palaeontology) :

ह्या विभागात भाषेशी संबंधित प्रागैतिहासिक संस्कृतीचे अध्ययन केले जाते. भाषाविज्ञानाच्या अभ्यासाने प्राचीन काळाच्या संबंधी काही रहस्ये जाणता येतात. याचे विस्तृत अध्ययन सध्या झाले नसले तरी भविष्यकाळात ह्या शास्त्रात जशी प्रगती होईल, तसतशी अज्ञात माहिती प्रकाशात येत राहील.

७) भाषाविज्ञानाचा इतिहास :

ह्या शास्त्राचा उदय कसा झाला, कोणकोणत्या देशात या विषयावर संशोधन झाले, हे पाहता भारतीय विद्वान आणि युरोपिअन विद्वान ह्यांनी केलेल्या संशोधनांचा आढावा ह्या अभ्यासात समाविष्ट आहे. शिवाय, या जोडीला खालील अभ्यसनीय विषयही आहेत.

१) भाषा, भाषेची प्रकृती, तिच्या विकासाचे टप्पे, तिच्या बोली उपभाषा, राष्ट्रभाषा, राजभाषा इ.

२) भाषेच्या प्रगतीत अडथळे आणणारी तत्त्वे

भाषाविज्ञानाचे उपयोग (प्रयोजने)

भाषा मनुष्याच्या विचारविनिमयाचे साधन असल्यामुळे, या विज्ञानात प्रत्येकाला थोडीफार रुची असणे स्वाभाविक आहे सांप्रतच्या काळात भाषाविज्ञानात वेगाने प्रगती होत आहे, त्यावरून ह्या विज्ञानशाखेचे महत्त्व सध्या वृद्धिंगत होत असल्याचे स्पष्ट होते. भाषाविज्ञानाच्या अध्ययनाने अनेक प्रकारचे लाभ होतात.

१) भाषाविज्ञानाच्या अभ्यासाने आपल्या सुपरिचित भाषेविषयी आपल्यापरीने अभ्यास करण्याची जिज्ञासा उत्पन्न होते.

२) या विज्ञानाच्या अभ्यासाने प्राचीन साहित्याचा अर्थ, उच्चारण, शब्दोच्चार प्रयोगासंबंधी अनेक शंकांचे योग्य उत्तर मिळते.

३) भाषाविज्ञानामुळे ऐतिहासिक, प्रागैतिहासिक, संस्कृती इत्यादींचे ज्ञान होते.

४) या विज्ञानाचे क्षेत्र कोणतीतरी एखादी भाषा नसून जगातील साऱ्या भाषा

आहेत. विभिन्न भाषांच्या अध्ययनाने विश्वबंधुत्वाची भावना विकसित होते.

५) भाषाविज्ञान एखादा मानवसमूह किंवा मानवाच्या मानसिक विकासाचा आलेख स्पष्ट करून दाखवतो.

६) कोणत्या ना कोणत्यातरी प्रकारे अनेक अन्य शास्त्रांना भाषाविज्ञानाचे साह्य घ्यावेच लागते. उदा. मानसशास्त्र, इतिहास, समाजशास्त्र, भूगोल, शिक्षणशास्त्र, दर्शन, व्याकरण, न्याय (विधी) शास्त्र इत्यादींना भाषाविज्ञानाचे साह्य होते.

७) या विज्ञानाचा उपयोग एखाद्या भाषेचे व्याकरण, कोशरचना अथवा लिपी बाबतीतही होतो.

८) अलीकडच्या काळात या विज्ञानाच्या साह्यानेच अनुवाद करणारी यंत्रे, टंकयंत्रे बनवण्यात महत्त्वाची भूमिका बजावली आहे.

९) एखादी भाषा 'विश्वभाषा' म्हणून विकसित होण्यासाठी भाषाविज्ञान उपयुक्त ठरत आहे.

१०) विदेशी भाषा शिकण्यासाठी भाषाविज्ञानाचा आधार महत्त्वाचा ठरतो.

११) या विज्ञानाच्या साह्याने भाषा, लिपी यांचा भविष्यातील विकास, सुधारणा इत्यादींबाबत अनुमान व विचार करता येतो.

१२) ध्वनि-उच्चारण, ध्वनियंत्राचे कार्य, ध्वनिविपर्यय, उच्चारण दोष आणि त्यांचे निराकरण भाषाविज्ञानाच्याच साह्याने अचूकपणे करता येऊ शकते.

१३) भाषाविज्ञानाच्या अभ्यासकांची अन्वेषण-बुद्धी अधिकच विकसित होते.

❏

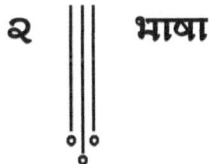

२ भाषा

भाषेच्या व्याख्या -

मनुष्याच्या मनातील भाव-भावनांचे परस्परातील आदान-प्रदानांचे भाषा एक माध्यम आहे. मानवी जीवनाच्या विकासाची क्रिया भाषेशिवाय अशक्य आहे. अदृश्यमान विचार-भावना एका व्यक्तीकडून दुसऱ्या व्यक्तीपर्यंत पोहोचवण्यासाठी विशिष्ट माध्यमाची गरज असते. लहान मूल हातवाऱ्यांचे इशारे, अस्पष्ट बोलण्याने आपल्या आईवडिलांपर्यंत आपल्या भावना पोहोचवते. मुका माणूस हेच काम विविध प्रकारच्या इशाऱ्याने करतो. पशुपक्षी, जीवजंतू, भयभावना, तिरस्कार, क्रोध, प्रेम इत्यादी भावना आपापल्या, वेगवेगळ्या ध्वनींच्या साह्याने प्रकट करतात. याचप्रमाणे मनुष्यसुद्धा आपल्या भावना दुसऱ्यापुढे व्यक्त करताना चर्येवरील फेरबदल (मुख-विकार), स्वरविकार, डोळ्यांच्या हालचाली, संकेत, खुणा करून हातापायांच्या विशिष्ट हालचालीं याद्वारे - विशिष्ट भाषा - माध्यम उपयोगात आणतो. अमेरिकेतील रेड इंडियन लोक आपल्या जमातीच्या खास विकसित संकेताच्या माध्यमातून विचार-विनिमय करतात. कित्येक आदिवासी टोळ्या आग पेटवून, प्रकाशाच्या, धुराच्या साह्याने किंवा ढोल बडवून स्वरांच्या माध्यमाने संदेश पाठवतात. ही सर्व साधने 'भाषा'च्या व्यापक अर्थात समाविष्ट आहेत. म्हणूनच डॉ. पी. डी. गुणे ह्यानी भाषेची व्याख्या करताना म्हटले आहे- 'भाषेचा जो काही व्यापकतम अर्थ असेल, त्यामध्ये विचार-भावना सूचित माध्यमे करणारे एकूण एक संकेत-माध्यमाचा समावेश होतो. ही इंद्रियगम्य तर असतातच. शिवाय इच्छेनुसार उत्पन्न करता येतात, पुन:पुन्हा त्यांचा उपयोग करता येतो...'

परंतु वर सांगितलेले 'व्यापकतम' अर्थ विषय भाषाविज्ञाना'मध्ये गृहीत नाही. अगदी ढोबळपणे सांगायचे तर जी मुखाद्वारे उच्चारली जाते, बहुधा लिखित स्वरूपात जी जतन केली जाऊ शकते त्या भाषेचा संकुचित अर्थाने भाषाविज्ञानात समावेश

होतो. ह्याच दृष्टिकोनातून या शास्त्राच्या विद्वानांनी अनेक व्याख्या सांगितल्या आहेत.

ए. ए. गार्डीनर (A. A. Gardiner) : विचारांची अभिव्यक्तीसाठी व्यक्तरूपात झालेला ध्वनिसंकेत म्हणजे भाषा होय. (The common definition of speech is the use of articulate sound symbols for the expression of thought) - A. A. Gardiner speech and language.

मोरियो पेई आणि फेंक गॅनोर : 'मानव विचार-भावनांचे आदान प्रदान करताना जे अर्थयुक्त, आणि विश्लेषण करतायेण्यायोग्य, मानवाद्वारेच उच्चारण्या योग्य असे ध्वनी वापरतो, त्यास भाषा म्हणतात.'

हेन्री स्वीट : 'व्यक्त ध्वनींच्या माध्यमातून मनुष्याच्या अव्यक्त विचाराच्या अभिव्यक्तीस भाषा म्हणतात.' (The history of language)

ब्लॉक आणि ट्रेगर : 'यदृच्छेने गृहीत धरलेल्या ध्वनिचिन्हाची व्यवस्था म्हणजे भाषा. या भाषेच्या माध्यमाने समाजाचे विविध समूह सहयोग करतात.'

प्लेटो : 'विचार जेव्हा ध्वन्यात्मक होऊन ओठावर येतात, प्रकट होतात, तेव्हा त्यास भाषा म्हणतात.'

पंडित किशोरीदास वाजपेयी : 'विभिन्न अर्थातील सांकेतिक शब्दसमूह म्हणजे भाषा होय. जिच्याद्वारे आपण आपले विचार- मनोभावना दुसऱ्यापर्यंत सहजपणे पोहोचवू शकतो.' (भारतीय भाषाविज्ञान)

डॉ. बाबूराम सक्सेना : 'ज्या ध्वनिचिन्हांच्या माध्यमातून मनुष्य परस्पर विचार विनिमय करतो, त्याला समष्टिरूपाने भाषा म्हणतात.' (सामान्य भाषाविज्ञान)

डॉ. श्यामसुंदर दास : 'मनुष्या-मनुष्यामध्ये एखाद्या वस्तूविषयी आपली इच्छा आणि निश्चय (मति) यांचे आदान प्रदान करताना व्यक्त ध्वनिसंकेतांचा जो व्यवहार होतो, त्यास भाषा म्हणतात.' (भाषारहस्य)

डॉ. मंगलदेव शास्त्री : 'मनुष्य आपल्या शब्दोच्चारणास योग्य पात्र अशा शरीरावयांनी उच्चारलेले वर्णनात्मक किंवा व्यक्त शब्दांच्या साहाय्याने आपल्या विचारांना प्रकट करतो. या प्रक्रियेला वा व्यापाराला 'भाषा' म्हणतात.' (तुलनात्मक भाषाशास्त्र) याच अर्थाच्या अनेक व्याख्या भाषाविज्ञानाच्या पंडितांनी केल्या आहेत. ह्या व्याख्यांचे सार थोडक्यात वेगळ्या शब्दात नवी व्याख्या देऊन करता येईल.

'प्राचीन काळापासून वेगवेगळ्या मानव समूहांनी त्यांच्या त्यांच्या भौगोलिक परिसरास अनुसरून, संस्कारांना प्रमाण मानून निसर्गातील वस्तू, मनोभावना ह्यांच्याबद्दल केवळ यदृच्छेनेच जे विशिष्ट 'संकेत' गृहीत धरून त्यांना मान्यता दिली, त्या सांकेतिक अर्थाचे जेव्हा मुख-नासिका या स्वरशब्दोच्चारण योग्य अवयवांनी ध्वनिरूपात, अर्थयुक्त, विश्लेषण करता येण्यासारखे विचार भावना परस्परांपर्यंत कळवण्याचे

जे माध्यम ते म्हणजे भाषा होय.'

भाषेसंबंधीच्या वरील विविध व्याख्यांवरून भाषेसंबंधी काही वैशिष्ट्ये ध्यानी येतात. उदा.

१) केवळ मानवाद्वारे उच्चारले जाणारे ध्वनी 'भाषा विज्ञानाचा' अभ्यास विषय आहेत.

२) मानवाने उच्चारलेले ध्वनी जर अर्थयुक्त असतील तरच त्यांना भाषा म्हणता येईल.

३) भाषेचे स्वरूप मानवसमूह, स्थल, काल या तत्त्वानी युक्त वेगवेगळे असले, तरी ते निश्चित असते. पशुपक्ष्यांच्या बोली अनिश्चित असल्याने ह्या भाषाविज्ञानात त्यांचा समावेश होत नाही.

४) मानवाने उच्चारलेल्या ध्वनीमागे 'समाजमान्य संकेत' असल्यामुळे त्यांचा अर्थ पहिल्यापासून परंपरागत निर्धारित असतो.

५) पृथ्वीवरील असंख्य मानवसमूहाची एखादी विशिष्ट भाषा असते. विचार विनिमय करताना त्या मानवसमूहाचे लोक आपलीच विशिष्ट भाषा वापरतात.

भाषा परिवर्तनशील - सतत बदलणारी असते. एकच भाषा आजच्यासारखी जशीच्या तशी पन्नास वर्षांपूर्वी नव्हती, अजून पन्नास वर्षांनी भविष्यात आजची भाषा काही वेगळेच रूप धारण करील हे भाषेचे अतिशय महत्त्वाचे वैशिष्ट्य आहे.

६) भाषा मानवनिर्मित आहे. अर्थयुक्त भाषा बोलता येणे हा काही उपजत गुण नाही. ज्याला कोणतीच भाषा येत नाही असे मूल, व व्यक्ती अत्यंत जवळच्या व्यक्तीची भाषा हळूहळू समजून, शिकून घेते.

७) भाषा कोणत्याही मानवसमूहाची पैतृक संपत्ती नसते. कोणीही परके समूह-व्यक्ती कोणतीही भाषा शिकू शकते.

भाषेची विविध रूपे

भाषांचे व्यावहारिक दृष्टिकोनातून अनेक प्रकार आढळतात उदा.

१) सामान्य भाषा २) बोली ३) विभाषा ४) भाषा ५) राष्ट्रभाषा ६) राजभाषा ७) साहित्यिक भाषा ८) कृत्रिम भाषा इ.

१) सामान्य भाषा :

कोणत्याही देशाची अथवा प्रांताची विशिष्ट भाषा असते. ह्या भाषेत मानवसमूहाची वैचारिक देवाणघेवाण होते. उदा. इंग्रजी, फ्रेंच, चिनी, हिंदी, मराठी, तेलगु, इ. या भाषा ज्या देशात प्रांतात बोलल्या जातात, त्यावरूनच त्या भाषांची नावे ठरतात.

२) बोली (Patois) :

बोलीस उपभाषा असेही दुसरे नाव आहे. भाषेचे हे संकुचित रूप असते, असे ढोबळपणे म्हणता येईल. एकाच भाषेचे वेगवेगळ्या स्थानिक वेगळ्याच स्वरूपाच्या ढंगदार शैलीचे स्वरूप 'बोली'मध्ये दिसते. प्रत्येक मनुष्य त्याच्यावर झालेले संस्कार, विद्यमान असलेले स्थानिक सामाजिक प्रभाव, आणि त्याला मिळालेल्या 'भाषाशिक्षणाला' अनुरूप प्रचलित भाषेला वैयक्तिक विशेषता देऊन बोलत असतो. त्यामुळे प्रत्येक मनुष्यागणिक भाषा वेगळी शैली धारण करते. त्यामुळे मनुष्याच्या बोलीत काही ना काही फरक असतोच. व्यक्ती, स्थल, काल, बदलतील तसे भाषा-बोलीचे रूपही पालटते. हे भाषेच्या जिवंतपणाचे लक्षण आहे.

'बोली'स इंग्रजीत idiolect (व्यक्तिबोली) असा प्रतिशब्द आहे. भाषाविज्ञान कोशात (Dictionary of Liguistics) मध्ये बोलीची अशी व्याख्या दिली आहे. एखाद्या समाज समूहाची सामान्य भाषा बोलताना व्यक्तीकडून, त्यानेच विशिष्ट कारणांनी प्रभावित होऊन भाषेत आणलेल्या वैयक्तिक वैशिष्ट्यास 'व्यक्तिबोली' म्हणतात (Idiolect is the individual's personal variety of the community language system.) पण फ्रेंच भाषेतील 'बोली Patois शब्दाचा जो अर्थ आहे, तोच अर्थ, व्याख्या येथे गृहीत धरली आहे. विशिष्ट प्रदेशातील अशिक्षित पण बहुजनांच्या दररोजच्या बोलचालीच्या भाषेस बोली म्हणतात. (Popular speech mainly that of the illiterate classes specifically a local dialect of lower social strata)

डॉ. श्यामसुंदर दास ह्यांची व्याख्या अशी-

'बोली विशिष्ट स्थानिक घरगुती स्वरूपाची असून पूर्णपणे संस्काररहित असते. तिच्यात 'साहित्यिक' अंश किंचितही नसतो. बोली ही बोलणाऱ्याच्या मुखातच राहते.'

थोडक्यात एकाच भाषेची बोली प्रामुख्याने स्थानभिन्नतेमुळे वेगळीशी होते. त्या बोलीचे ध्वनी, स्वर, उच्चार, वाक्यप्रयोग, म्हणी, वाक्यप्रचार यामध्ये मूळ भाषेपेक्षा थोडातरी फरक स्पष्ट आढळतोच. एकाच भाषा क्षेत्रात अनेक क्षेत्रात अनेक बोली निर्माण होतात. मुख्य भाषेशी जशी वृक्षाच्या मुख्य बुंध्याप्रमाणे निगडित असल्यातरी प्रत्येक वेगवेगळ्या फांदीप्रमाणे बोली वेगवेगळी होते. पण मुख्य भाषा किंवा एखादी बोली चांगली जाणणाऱ्या मनुष्याला इतर बोली समजून घेण्यास फारसे कष्ट पडत नाहीत. उदाहरणार्थ मराठी ह्या एकाच भाषेच्या क्षेत्रात कोकणी, कोल्हापुरी, सातारी, पुणेरी, वऱ्हाडी, खानदेशी अशा बोली आहेत.

पण ह्या बोलींना पुन्हा त्यांच्याच क्षेत्रात 'उपबोली'सुद्धा असतात. उदा. कोकणी मराठी बोलीत गोवानीज, मालवणी, इत्यादी उपबोली आहेत. एक मराठी

जाणणारा, किंवा कोकणी बोली जाणणारा मनुष्य ह्या सर्व बोली, काही विशिष्ट शब्द, म्हणी वाक्प्रचार सोडल्यास, बऱ्यापैकी समजू शकतो.

उपबोलीस 'उपभाषा', 'प्रान्तीय भाषा', 'विभाषा' असेही पर्याय भारतीय भाषाकोविदांनी वापरलेले आहेत.

३) विभाषा Dialect

बोलीभाषेच्या क्षेत्रापेक्षा विभाषेचे क्षेत्र अधिक व्यापक असते. विभाषेचे रूप, स्वच्छ, शिष्ट आणि साहित्यमूल्यांनी युक्त असते. विभाषेतूनच बोलीच्या उपशाखा निघतात. विभाषेचे स्वतंत्र अस्तित्व असते.

डॉ. श्यामसुंदर दास यांच्या मते 'विभाषा'ची व्याख्या अशी एका प्रांताची वा उपप्रांताची बोलचालीची आणि साहित्यरचनेची भाषा म्हणजे विभाषा होय.

विभाषा म्हणजे भाषेचे एका मर्यादित क्षेत्रात बोलचालीत असलेले विशिष्ट स्वरूप, विभाषेचे उच्चारण, व्याकरणिक रूप, शब्द प्रयोगांच्या दृष्टीने अन्य विभाषांहून वेगळे असते. पण आत्यंतिक वेगळे भिन्नसुद्धा नसते. साऱ्या परस्परांशी भिन्नविभिन्न विभाषा ह्या मुळात एकाच 'भाषे'पासून घडलेल्या असतात. 'बोली'सुद्धा हळूहळू विकसित होत राहतात, मग नंतर त्याच विभाषा बनून त्यांना साहित्यिक भाषेचे मोल येते.

स्थानिक बोली कालपरत्वे महत्त्वपूर्ण होण्याची कारणे अशी -

१) जेव्हा अनेक बोलीमधील काही बोली एखाद्याच विशिष्ट बोलीत सामावून लुप्त होतात, तेव्हा तिचे महत्त्व अधिक वाढते, आणि तिला 'भाषे'चे स्वरूप प्राप्त होते. 'मुण्डा' वर्गातील 'बाहुई' ही या प्रकारची भाषा आहे.

२) काही बोलीभाषांत उत्तम साहित्यरचना झाल्यामुळे त्यांचा अधिक प्रचार होतो. लोकप्रियतेमुळे मूळ बोली ही 'भाषा' बनते. वज्रभाषा ही याप्रकारची हिंदी बोली आहे. मराठीत पुणेरी, वऱ्हाडी, इ. अनेक बोलींनी 'भाषेसारखे' रूप धारण करायला सुरुवात केली आहे.

३) काही बोली राजाश्रय मिळाल्यामुळे विकसित झाल्या. सातवाहन राजांनी आपल्या तत्कालीन बोलीस मराठीस राजभाषा बनवली. त्यामुळे महाराष्ट्री प्राकृताचा विकास झाला. साधारणत: असे दिसते, की जेथे सतत राजकीय घडामोडी चालू असतात, दळणवळणाचे, बाजारपेठेचे मोठे केंद्र जेथे असते त्याच विभागातील बोलीस मोठे महत्त्व येते. इतर बोलींना मागे टाकून अशा केंद्रीय बोलीस 'भाषा' महत्त्व येते.

याचे भारतातील उदाहरण म्हणजे दिल्लीच्या आसपासची खडी बोली होय. ही तर राज्यांची संपर्क भाषा होऊन पुढे राष्ट्रभाषाही बनली.

४) धार्मिक वैशिष्ट्यांचाही मोठा प्रभाव बोलीभाषावर असतो. ज्ञानेश्वर,

रामदास, तुकाराम इ. संतसाहित्याचा प्रभाव मराठी भाषेवर - विशिष्ट बोलीवर पडला. त्या विशिष्ट बोली 'भाषा' रूपाने मान्यता पावल्या. संत सूरदासाच्या रचना व्रज भाषेत आहेत. त्यामुळे व्रज भाषेचे महत्त्व वाढले. 'रामचरितमानस'मुळे अवधी बोलीला मोठी मान्यता मिळाली.

५) राज्यकर्ते परके असले, तरी दण्डभयामुळे, सोयीमुळे सर्वसाधारण प्रजा अल्पसंख्य राज्यकर्त्यांची भाषा शिकतात. अशी उदाहरणे अनेक आहेत. छत्रपती शिवाजीकालीन मराठीवर, तसेच पुढे पेशवेकाळातील मराठीवर फार्सी भाषेचा मोठा प्रभाव दिसतो. कारण त्याकाळचे सर्वसत्ताधीश दिल्लीश्वर फार्सी-अरेबिक बोलणारे होते. इंग्रजी अमदानीत इंग्रजी भाषा भारतीय लोकांनी आपल्या पद्धतीने शिकून घेतली. आज इंग्रजी आंतरराष्ट्रीय भाषा असलीतरी 'भारतीय इंग्रजी' Indian English ही वैशिष्ट्यपूर्ण भाषा राहिली.

६) पुष्कळदा या प्रक्रियेच्या उलटही घडते. अगोदरचे आक्रमक, जेते राज्यकर्ता समाज कालांतराने पराभूत होऊन त्यांनीच जिंकलेल्या प्रजेमध्ये सामावून जातो, तेव्हा ते आपली स्वत:ची भाषा विसरून जातात, जित-जिंकलेल्या लोकांची भाषा ते आत्मसात करून स्वत:ची मूळ भाषाही विसरून जातात. इतकेच काय, कधीकाळी त्यांचे स्वत:चे वेगळे अस्तित्व होते, हेही विसरून ते स्थानिक प्रजेत संकरादि रूपांनी मिसळून जातात. ह्याचे सर्वात उत्तम उदाहरण भारताचेच देता येते. भारतावर ग्रीक, शक, कुशाण, हूण नंतर मुसलमानांच्या स्वाऱ्या झाल्या. एक अलीकडचे मुसलमान त्यांची फार्सी अरेबिक उर्दू सोडली, तर इथेच कायमचे वास्तव्य केलेल्या ग्रीक, शक, कुशाण, हूणांनी आपले सामाजिक भाषिक अस्तित्व पूर्णपणे विसरून ते आता संपूर्णपणे भारतीय होऊन भारतीय भाषाही बोलत आहेत, इतकेच काय त्यांनी 'चातुवर्ण्य' ह्या हिंदूंच्या समाजरचनेत वरच्या थरावरही बिनविरोध स्थान मिळवले. मुसलमान अलीकडचे आक्रमक जेते असल्यामुळे त्यांच्या बाबतही ही प्रक्रिया भाषेबाबत संथपणे घडत आहे, असे म्हटले तर फारसे चुकीचे होणार नाही.

७) गेल्या शतका दीड शतकापूर्वीपासून १) गुलामगिरी २) नोकरीधंदा इ. निमित्त असंख्य लोक आपापले मूळचे प्रदेश सोडून भाषा, संस्कृती पूर्ण भिन्न असलेल्या देशात स्थलांतरित पावले आहेत. अर्थातच त्यांनी नव्या भाषेशी-संस्कृतीशी जमवून घेतले आहे.

उदा. आफ्रिका, आशिया खंडातील असंख्य लोक गुलाम वा काही लोक उदरभरणासाठी युरोप, अमेरिका खंडात नेले गेले. उदा. भारतीय लोक गेल्या शतका-दीड शतकापूर्वी मॉरिशस, वेस्ट इंडीज, आफ्रिकेतील काही देशात नोकरी व्यापारासाठी जाऊन तेथेच स्थायिक झाले. आफ्रिकन लोकांना गुलाम म्हणून

जबरदस्तीने नेले तरी ते आपली संस्कृती टिकवून युरोपिअन, अमेरिकन इ. भाषा बोलतात. सध्याच्या यांत्रिकी जगात नोकरी व्यापाराकरता, राजकीय कारणांनीही फार मोठ्या संख्येने सूज्ञ सुशिक्षित लोक कायमचे वा अल्पकाळासाठी देशांतर करतात. त्यावेळी त्यांना नव्या देशातील भाषा शिकणे भागच असते. अलीकडे प्रवासाची वेगवान साधने आहेत. आयात निर्यात, आंतरराष्ट्रीय संघटना (उदा. UNO, NATO, SARC इ.) खेळ संघटनांचे विश्वप्रसिद्ध कार्यक्रम, पर्यटन यापुढे मानवसमाजाचा एक सधन पण संख्येने लक्षणीय वर्ग देशविदेशात फारसे कष्ट न पडता जाता येते. भाषा संस्कृतीसाठी 'वाहक' म्हणून वरील बाबी अत्यंत महत्त्वाच्या आहेत. जगातील महत्त्वाच्या भाषा शिकण्यासाठी छोटे मोठे अभ्यासक्रम, भाषाकोश ह्या साऱ्यांचे भाषाप्रचलनासाठी मोठे योगदान होत आहे. अशा वेळी जे जन्मत: मूळचे भाषा बोलणारे लोक असतील, त्यांची भाषा शिकताना नव्या लोकांमुळे परिवर्तने होतच असतात. छोटेसे उदाहरण द्यायचे तर इंग्रजी भाषेमुळे आपण राम, रावण ऐवजी 'इंग्रजीत' रामा, पांडवा, लक्ष्मणा' असे उच्चार शिकतो. 'मुंबईचे 'बॉंबे' होते. 'सिंधू' चे इंडस, मग पुढे 'इंडिया' होते. अनेक भाषांत जगभर अशी शब्दांची आंदोलने होत आहेत.

भाषा : (प्रमाण किंवा परिनिष्ठित भाषा. Standard Language)

जेव्हा एखाद्या विशिष्ट क्षेत्रातील बोलीभाषा प्रमाणभूत मानली जाते, तेव्हा तिचा उपयोग संपूर्ण क्षेत्रातील कार्ये, सुशिक्षितांचे शिक्षण-माध्यम, पत्रव्यवहार, वर्तमानपत्रे, शिष्टसमाजातील संपर्क भाषा इत्यादीसाठी होतो. अशा भाषेला प्रमाण, परिनिष्ठित भाषा म्हणतात. अशा प्रमाणभाषेचा प्रभाव आजूबाजूच्या अन्य बोली भाषांवर होत राहतो. जेव्हा पुणेरी बोलीला प्रमाणभाषेचा दर्जा मिळाला, तेव्हा वर्तमानपत्रे, अभ्यासक्रमिक पुस्तके, प्रसारमाध्यमामुळे महाराष्ट्राच्या अनेक बोलीमध्ये पुणेरी बोलीचा- ती प्रमाणभूत बनल्यामुळे वैशिष्ट्यपूर्ण बदल घडलेले अभ्यासकांना दिसेल. विशेषत: प्रमाणभाषा म्हणजे 'शुद्ध भाषा' असा गैरसमज बहुतेकांच्या मनात असल्यामुळे आपली बोली अशुद्ध आहे, असे अनेकांना वाटते. 'शुद्ध' बोलण्याच्या कल्पनेतून आपल्या स्वत:च्या बोलीऐवजी प्रमाण (शुद्ध ?) भाषा बोलण्यासाठी लोक खटपट करतात. त्यामुळे पुणेरी बोलीसारखे हेल, शब्दप्रयोग, व्याकरण स्थानिक बोलीत प्रवेश करू लागतात,

प्रमाणभाषा मौखिक आणि लिखित रूपात असते. प्राचीन संस्कृत, लॅटिन ह्या तत्कालीन प्रमाणभाषा होत्या. पण त्या मौखिक रूपाने बोलणारे कमी आहेत. अभ्यासकही कमी आहेत. आता त्या भाषा पुस्तकापुरत्या राहिल्या आहेत.

अलीकडच्या भाषा मुळात स्थानिक बोली असल्या तरी मौखिक रूपात विद्यमान असतातच. मैखिक भाषेतील वाक्ये छोटी, आणि असाहित्यिक, भाषेचे खरे रूप दाखवणारी असतात. अशा प्रमाणभाषेचे खरे रूप वर्तमानपत्रे, साहित्य रचनांत आढळते. साहित्यिक भाषेला शिष्टांची मान्यता असते, म्हणून साहित्यिक प्रमाण भाषा थोडीफार कृत्रिम असली तरी ती अधिक टिकते. मौखिक भाषा सतत बदलते, तशी प्रमाण साहित्यिक भाषा थोडी फार काळ अधिक ध्यानात राहते.

उपरोक्त विवेचनाच्या आधाराने भाषा-प्रमाणभाषेची-व्याख्या अशी होऊ शकेल. अनेक प्रकारच्या बोलीभाषांत (dialects) वापरली जाणारी पण सोयीसाठी सर्वसंमत शिष्टमान्य म्हणून गृहीत मानली जाणारीच विभाषा प्रमाणभाषा होय.

राष्ट्रभाषा -

एखादी बोली महत्त्व पावून प्रमाणभाषा विभाषा बनते आणि ह्या प्रमाणभाषेचे वापराचे क्षेत्र अनेक कारणांनी जसजसे वाढू लागते, तसतशी ती शासकीय-राजकीय कामकाजात मान्यता पावू लागते. अन्य भाषांच्या अधिकार क्षेत्रातही तिचा वापर-व्यवहार वाढू लागतो. अशा वेळी ह्या भाषेला 'राष्ट्रभाषा' म्हटले जाऊ शकते. सर्वच राष्ट्रांची ही भाषा बनल्यामुळे तिचे व्यवहारक्षेत्र राष्ट्रातील इतर कोणत्याही अन्य भाषापेक्षा अधिक व्यापक होते. वेगळ्या भाषेत सांगायचे तर राष्ट्रातील कोणतीही भाषा तिचे वापराचे अधिक क्षेत्र, ती भाषा बोलणाऱ्यांची अधिक जनसंख्या असते. राजनैतिक, धार्मिक, सांस्कृतिक, व्यापारिक कारणामुळे राष्ट्रांच्या सार्वजनिक कार्यात तिचा सर्रास प्रयोग होऊन ती भाषा राष्ट्राच्या संस्कृती-सभ्यतेचे द्योतक होते. अशा भाषेला राष्ट्रभाषा म्हणतात. भारतातील 'हिंदी' भाषा अशा प्रकारे राष्ट्रभाषा म्हणून मान्यता पावलेली आहे. भारतात गुजराती, मराठी, बंगाली, तामिळ, तेलगू, कानडी, मल्याळी, पंजाबी इत्यादी अनेक भाषा आहेत. परंतु 'हिंदी' ही भारताची राष्ट्रभाषा आहे. कारण बऱ्याच काळापासून हिंदी भाषेचे वर्चस्व, हिंदी भाषेच्या क्षेत्राबाहेर सतत वाढत गेले होते. प्रशासनिक, आणि सार्वजनिक ठिकाणी हिंदी संपर्क भाषा म्हणून वाढत राहिली. सध्यातरी राष्ट्राला एकसूत्रात बांधणारी विचारांचे आदान-प्रदान करू शकणारी, देशात सर्वाधिक बोलली समजली जाणारी हिंदी ही एकच भाषा आहे. प्रत्येक देशाला अशा एका विशिष्ट राष्ट्रभाषेची आवश्यकता असते. फ्रान्समध्ये भिन्न भिन्न क्षेत्रात वेगवेगळ्या बोली लोक बोलतात. दक्षिण फ्रान्समध्ये प्रोवांशाल, कॉर्सिका प्रांतात इटालियन, उत्तर फ्रान्समध्ये फ्रेंच आणि बास्क भाषा बोलल्या जातात. परंतु उत्तर फान्सची फ्रेंच हीच फ्रान्सची राष्ट्रभाषा आहे. प्रत्येक देशाच्या राष्ट्रभाषेबाबत असाच प्रकार आढळून येतो.

जेव्हा एखादी स्थानिक बोलीचे महत्त्व वाढून ती 'प्रमाण भाषा' होते, त्यानंतरही तिचे महत्त्व, बोली-वापराचे क्षेत्र अनेक कारणांनी वाढतच राहते, अन्य भाषांच्या क्षेत्रातही तिचा प्रभाव वाढून ती प्रशासनिक आणि सार्वजनिक उपयोगासाठी अधिकृतरीत्या वापरली जाऊ लागते. तेव्हा तिला राष्ट्रभाषेचा दर्जा मिळतो.

राजभाषा (Official Language)

राष्ट्रभाषा आणि राजभाषा दोन्ही एकच असल्याचा भ्रम होतो. बरेच लोक या दोन शब्दांना पर्यायी मानतात; पण ह्या दोन भाषात वैशिष्ट्यपूर्ण वेगळेपण आहे. साधारणपणे कोणत्याही देशाची राष्ट्रभाषा प्रशासनिक कार्यात प्रचलित झाल्यामुळे राजभाषा झालेली दिसते.

पण इतिहासात दाखले आहेत की जेव्हा विदेशी आक्रमक भिन्नभाषी लोकांच्या राज्यावर आक्रमण करून 'जेते' विजयी होतात, तेव्हा ते विजयी आक्रमक लोक अर्थातच आपल्याच भाषेला 'राजभाषेचा' दर्जा देतात, विजित जिंकली गेलेली प्रजा हळूहळू ह्या 'राजभाषेशी' परिचित होऊ लागतात. परकीय आक्रमक विजेते जर प्रदीर्घ काळ राज्यसत्तेवर राहिले, तर ती राजभाषा राष्ट्रभाषा होऊ लागते. मोंगलांच्या काळात फार्सी, इंग्रजी अमदानीत इंग्रजी राजभाषा होती. राष्ट्रभाषा नव्हती. स्वातंत्र्यानंतर हिंदी राष्ट्रभाषा झाली असली तरी इंग्रजी अद्यापही 'राजभाषा' आहे. या घडीपर्यंत प्रशासन, कोर्ट कामकाज, उच्च अभ्यासक्रम इत्यादी इंग्रजीतूनच चालतात. उर्दू भाषा तर पाकिस्तानच्या चारही प्रांतापैकी कोणत्याही भागात बोलली जात नाही. तिथल्या बोलीभाषा वेगळ्या आहेत. पण उर्दू ही पाकिस्तानची राजभाषा मात्र आहे.

कधीकधी एखादी भाषा आपल्या देशाच्या सीमा ओलांडून अन्य देशात, राजकीय, व्यापारी दळणवळण, नववसाहतवाद अशा कारणांनी शासकीय, व्यापारी कार्यात वापरली जाते. अशावेळी त्या भाषेस 'आंतरराष्ट्रीय भाषा' या नावाने ओळखले जाते. प्रथम फ्रेंच भाषा जगात आंतरराष्ट्रीय भाषा होती, आता तेच स्थान इंग्रजी भाषेने घेतले आहे.

साहित्यिक भाषा (Literary Language)

प्रमाण भाषा जेव्हा साहित्यात विशेष शैलीदार स्वरूपात येते, तेव्हा ती साहित्यिक भाषा होते. प्रमाण भाषा विशिष्ट क्षेत्रातील बोली असते, बंधनाविना स्वीकारली- वापरली जाणारी शिष्टसंमत बोलचालीची भाषा असते. पण साहित्यिक भाषा अत्यंत परिष्कृत, साहित्य शास्त्रीय स्वरूपाची असल्यामुळे ती अन्य बोलीपासून खूपच वेगळी असते. छापील स्वरूपातील ही भाषा साहित्यशास्त्रीय मूल्यांनी कृत्रिमरीत्या

परिमार्जित केलेली असल्यामुळे जनसामान्यांची बोली होऊ शकत नाही. प्रमाणभाषा नदीप्रवाहाप्रमाणे स्थलकालनुरूप बदलत जाते. साहित्यिक भाषा एखाद्या विशिष्ट कालखंडातील क्षेत्रातील भाषा म्हणून छापील-लेख स्वरूपात काही काळ का होईना स्थिर राहते. बोलीभाषेतील प्रमाणभाषेत कालक्रमाने नवे शब्द येतात, नव्या रूढी, संकल्पना येऊन परिवर्तन येत राहते. पण साहित्यिक भाषाप्रभाव बदलण्यास थोडा अवधी लागतो. साहित्यरूपातील वैदिक संस्कृत वा प्राचीन प्राकृत ग्रंथातील भाषा आजतागायत स्थिर आहे, पण व्यवहारात त्या भाषांचे स्वरूप अत्यंत भिन्न बनलेले दिसेल. साहित्यिक स्वरूपाची स्थिर भाषा जसाजसा काळ जाईल, तसातसा तिच्यामध्ये बोलीभाषेच्या दृष्टीने दुर्बोधपणा शिरत जातो, हजारो वर्षांपूर्वीची एकेकाळी आमजनाच्या बोलीभाषेतील संस्कृत-प्राकृत भाषा त्यातील शब्दप्रयोग इत्यादी पुढे लोक विसरून गेल्याचे आढळते. वैदिक संस्कृत भाषेचे नेमके अर्थ काय होते, ह्यांचे संशोधन करणारा यास्काचार्यांचा 'निरुक्त' हा भाषाशास्त्रीय ग्रंथ इसवी सनापूर्वी लिहिला गेला होता. त्या काळातही वैदिक संस्कृत दुर्बोध झाली होती. दुसरे उदाहरण द्यायचे तर महाराष्ट्री प्राकृतातील 'सातवाहन कालातील 'गाथासत्तसई' ग्रंथातील प्राकृत आणखी पुढच्या काही शतकात पूर्ण बदललेली दिसते. चक्रधरस्वामी, संत ज्ञानेश्वर ह्यांच्या काळच्या मराठीशी त्याची तुलना करून पहावी. ज्ञानेश्वरांची भाषासुद्धा सामान्यांच्या आकलनापलीकडची आहे. भाषाविज्ञानकोशामध्ये साहित्यिक भाषेची अशी व्याख्या केली आहे. 'एखाद्या भाषेची जी विभाषा, तिला सर्वश्रेष्ठ प्रमाणभूत मानून, साहित्य रचनेसाठी तिचा उपयोग केला जातो, आणि सामान्य जनांच्या बोलीभाषेपेक्षा ती काही (साहित्यशास्त्रीय मूल्यांनी आणि कृत्रिमपणामुळे) वेगळीच असते.'

डॉ. मंगलदेव शास्त्रींच्या मते, 'ज्या भाषेत साहित्याचे सृजन झालेले असते, आणि जिचा प्रयोग अतिविशिष्ट सुशिक्षित शिष्टवर्गच जाणतो.'

गेल्या शतकातील मराठी, या शतकातील प्रारंभीची मराठी, शतकमध्यातील मराठी आणि शतकाअखेरची मराठी भाषा 'साहित्यिक' स्वरूपात अभ्यासली तर दीड दोन शतकातील साहित्यिक मराठी भाषेची स्थित्यंतरे आपल्याला सहज समजतील.

विशिष्ट भाषा :

दैनंदिन कामकाजात बहुधा 'गोपनीयता' ठेवण्यासाठी, व्यापारी, विद्यार्थी, कामगार, साहित्यसंस्था विशिष्ट भाषा वा शब्दप्रयोग वापरताना दिसतात. ह्या भाषा-शब्दप्रयोग भिन्न आणि वैशिष्ट्यपूर्ण असतात. ह्यांना विशिष्ट भाषा म्हणतात. ह्यातील शब्द प्रयोग अर्थ कोणत्याही भाषाकोशात नसतात, उदा. रकमा सांगण्यासाठी पुडा, पेटी, खोका इ. शब्द.

कृत्रिम भाषा :

भाषेचा विकास आपल्या नैसर्गिक गतीनेच होतो. परंतु कधी कधी जाती, समाज आणि देश यांच्या हिताच्या दृष्टीने भाषेची रचना केली जाते, निश्चित शब्दांचे संकेत ठरवून, सांकेतिक भाषा वापरली जाते. अर्थातच ही भाषा, मुद्दाम बनवलेली असल्याने कृत्रिम असते, अशा भाषेला 'एस्पेरँतो' म्हणतात. या कृत्रिम भाषेची रचना डॉ. एल. एल. जमेनहाफ यांनी केली होती. ह्या भाषेतील वाक्याचे एक उदाहरण असे-

कॅट - (kat) मांजर, इन (in) स्त्रीलिंगाचे बोधक 'इड' (id) मूल, पिल्लू चे चिन्ह, एट (et) 'छोटा' अर्थाचे चिन्ह, ओ (o) संज्ञा

कॅट - इन - ओ = एक मांजराचे पिल्लू

कॅट - इड - ओ = एक छोटी मांजर

कॅट - इन एट - इड - ओ = एका छोट्या मांजरीचे पिल्लू

अशी भाषा त्वरित शिकण्यासाठी खास तयार केलेली असते. उपरोक्त भाषा आठवडाभरात मनुष्य आत्मसात करू शकतो. ह्या भाषेच्या सुधारित शाखेस इडो (ido) म्हणतात. हिचे सोळा नियम असून ते चटकन समजण्यासारखे, रोमन लिपीत लिहिण्यायोग्य असतात. चोर, दरोडेखोर, मुले आपले विशिष्ट संकेत ठरवून घेतात, आणि अशा सांकेतिक भाषेत व्यवहार करतात. या कृत्रिम भाषेचे दोन भाग पाडले गेले आहेत.

१) गुप्तभाषा - जिचा उपयोग सैन्यदल, हेरविभाग, चोर दरोडेखोर, मुले करतात. प्रचलित भाषेतील रूपे बिघडवून शब्दात अदलाबदल करून, नवे चमत्कारिक शब्द त्यात मिसळून कृत्रिम गुप्तभाषा, बनवली जाते. 'प्रसाद दे- बदडून काढ' 'आवाज मिटवा - ठार करा.' चलाम चस्तकपू चायजे पा - मला पुस्तक पाहिजे इ. गुप्त भाषेची (स्थलागणिक वेगळी) उदाहरणे आहेत.

२) सामान्य भाषा - अशी भाषा कृत्रिमच असते, पण प्रचलित भाषेच्या आधारावर ती बनवलेली असते. अशा भाषा सर्वसामान्य लोक जाणू शकतात. जगामध्ये या प्रकारच्या, इडो, नोवियल, इंटरलिंग्वा, ऑक्सिडेंटल इत्यादी भाषा प्रचलित आहेत. या स्वरूपाच्या भाषेची काही अन्यरूपेही आहेत. ज्यात छोट्या छोट्या जातींच्या खास भाषा, स्त्रीभाषा (पुरुष करतात त्यापेक्षा भिन्न शब्द प्रयोगाची) पुरुष भाषा, ग्राम्य भाषा, शिष्टअशिष्ट भाषा, विकृत भाषा, मिश्रित भाषा यांचा समावेश असतो.

❑

३ ||| भाषेची महत्त्वपूर्ण स्वरूपवैशिष्ट्ये

१) भाषा परंपरागत असते. मनुष्य ती शिकू शकतो, पण तो भाषा उत्पन्न करू शकत नाही.

भाषेचा विकास मानवसमाजात होतो, परंपरेने ती प्रवाहासारखी बदलत पुढे जाते. विचारांचे-भावांचे आदानप्रदान करणारी भाषा व्यक्ती शिकून घेऊ शकते. समाजातील इतर घटकांशी वैचारिक आदानप्रदान करु शकते. समाजात राहून भाषेचा किंचितही उपयोग न करता मनुष्यास समाजात टिकाव धरताच येत नाही. भाषा ही समाजाची-समूहाची सामाजिक वस्तू आहे, तिचा समाज उपयोग करतो. जर बोलताही न येणाऱ्या बालकाला समाजापासून, भाषेपासून दूर ठेवले, तर तो कोणतीही भाषा शिकण्यास असमर्थ ठरेल. समाजात राहूनच तो मानवी भाषा शिकू शकेल. क्वचित अशीही उदाहरणे पाहायला ऐकायला मिळतात, की समाजापासून दूर राहिलेल्या-अरण्यपशूंनी उचलून नेऊन सांभाळ केलेल्या लहान मुलाला जंगली लांडगे इत्यादींच्या प्रमाणेच आवाज काढता येतात, त्याला मानवी भाषा कळूच शकत नाही. मूल आपल्या मातापित्यांच्या सहवासात राहून त्यांचीच भाषा शिकते परिवाराच्या संस्कारांचा, नंतर सामाजिक प्रभावांचा मुलावर पूर्ण प्रभाव पडतो. अशा वेळी परिवाराच्या सदस्यांची जी भाषा आणि परिवार-आजूबाजूचा परिसर ह्यांची जी विचारसरणी असते, हुबेहूब तशीच भाषा, आणि विचारसरणी मूल अंधविश्वासाने स्वीकारते. संस्कृत पंडिताचा मुलगा संस्कृतप्रचुर भाषा बोलेल. मुसलमान परिवारातील मुलगा फार्सी-उर्दू प्रचुर भाषा बोलेल. परिवारात भाषेचे जे स्वरूप, प्रमाणभाषा, बोलीभाषा, ग्राम्यभाषा - असे असेल तसेच भाषेचे स्वरूप मुलगा शिकेल. एकंदरीत प्रचलित भाषाच मूल शिकते. कोणीही व्यक्ती प्रचलित भाषेत आपल्या इच्छेनुसार परिवर्तन करू शकतच नाही. जर तो तसे करील, तर इतर लोकांच्या दृष्टीने त्या विशिष्ट व्यक्तीची भाषा दुर्बोध बनेल, कठीण समस्या उभ्या राहतील. भाषेतील

परिवर्तन कुणा एका व्यक्तीच्या इच्छेनुसार होत नसते, खूप काळानंतर रूढी जर बदलल्या गेल्या तर सावकाश शब्द आणि त्यांचे अर्थ बदलतात, पण हे बदल हळूहळू, परंपरेने होतात. म्हणून म्हटले गेले आहे की भाषा परंपरागत असते. मनुष्य ती अर्जित करू शकतो, पण इच्छेनुसार ती बदलू शकत नाही, कारण भाषा ही व्यक्तीची कृती वा मालमत्ता नसते.

२) भाषा परंपरागत असली, तरी ती परंपराप्राप्त संपत्ती वा पैतृक संपत्ती नसते.

भाषा कुलपरंपरेने प्राप्त होणारी संपत्ती नव्हे. तसे असते, तर भाषेचे ज्ञान जन्मत: झाले असते. ती शिकण्यासाठी कष्ट करण्याची जरूरी भासली नसती. परिवारातील माता-पिता इतर व्यक्ती जी भाषा बोलतात, तीच भाषा लहान मूल हळूहळू शिकून घेते, आणि विचाराचे आदानप्रदान करू लागते, असे व्यवहारात आढळते. मातेची वा पित्याची भाषा मूल शिकते. भाषा जर पैतृक संपत्ती असती, तर जन्माबरोबरच मुलाला ती प्राप्त झाली असती. पण असे व्यवहारात घडत नाही. भाषा कुणाही पित्याची मालमत्ता नसते. भाषा एक अशी वस्तू आहे की ती कष्टाने अर्जित करावी लागते. परिवाराकडूनच-समाजाकडून मिळणारा भाषा हा एक कष्टसाध्य संस्कार आहे. तोही मुलाच्या समजशक्तीवर अवलंबून असतो. माता पिता कितीही भाषाविद्वान असले, आणि त्यांचे मूल मतिमंद असले, तर मूल त्याच्या कमकुवत शक्तीमुळे भाषा विद्वान बनू शकणार नाही.

३) भाषा अर्जित संपत्ती असते.

परिवार, माता पिता - समाज ह्यांच्यामध्ये जर मूल वाढले, तर ते त्याच्या परिसरातच बोलली जाणारी भाषा हळूहळू जाणून घेऊन शिकू लागते. जन्मत: मुलास कोणतीच भाषा अवगत नसते. जन्मानंतर विशिष्ट वयात मूल ज्या भाषिकांमध्ये वाढेल, तीच भाषा ते प्राप्त करते. भारतीय मूल जन्मापासून चिनी भाषिकांमध्ये राहिले तर ते चिनी भाषाच शिकेल, भारतीय भाषा नाही. म्हणजे समाजाच्या संस्कारांचा प्रभाव मुलावर भाषा शिकताना होत असतो. ह्याविषयी भाषाशास्त्रज्ञांनी काही प्रयोग केलेले आहेत. मानवी संपर्कापासून पूर्ण अलिप्तपणे वाढवलेल्या मुलांना कोणतीही भाषा येत नाही. उलट बहुभाषिक परिवार, परिसर समाजामध्ये वाढलेली मुले एकाच वेळी अनेक भाषा विनासायास शिकतात. घरातील मातापित्यांची भाषा, शेजारच्या अन्यभाषिक इष्ट मित्रांची भाषा, शाळेत शिकवली जाणारी वेगळीच भाषा लहान मुले एकाच वेळी शिकतात, ही गोष्ट लहान मुलांच्या बाबतीतच घडत नाही. व्यापारी लोकांना अनेक भाषिक गिऱ्हाईकांशी जेव्हा वारंवार संपर्क ठेवावा

लागतो, तेव्हा तेही एकाच वेळी आपल्या मातृभाषेसह अन्य भाषा आपोआप जाणू लागतात. अर्थात त्या भाषांची समज उत्तम - मध्यम कनिष्ठ अशा श्रेणीतील असते.

४) भाषा सामाजिक संपत्ती आहे.

मनुष्य हा समाजाचा एक घटकमात्र असतो. समाजाचा अभिन्न भाग असतो. भाषा व्यक्ती-व्यक्तीमध्ये वैचारिक आदान प्रदानासाठी वापरली जात असली, तरी भाषा ही समाजाची वस्तू असते. कारण त्या विशिष्ट समाजाचे सर्वांगीण सांस्कृतिक वैशिष्ट्य त्या भाषेतच असते. समाजघटक या नात्याने मनुष्य भाषा शिकतो, म्हणजे केवळ बोलायला शिकतो, असे नसून तो आपल्या समाजाचे विशिष्ट संस्कार भाषेच्या माध्यमातून स्वतःवर करून घेत असतो. समाजामध्येच भाषेचा विकास होतो. कालांतराने समाजामध्येच भाषेत परिवर्तने येतात. भाषा ही सर्वार्थाने मोठ्या समाजाशी बांधील असल्याने एकटी व्यक्ती भाषेत तिच्या इच्छेनुसार परिवर्तन घडवूच शकत नाही. ही अशक्यच गोष्ट असते. म्हणून भाषा ही सामाजिक संपत्ती आहे. समाजात होणाऱ्या सांस्कृतिक परिवर्तनाने भाषेची जडणघडण होत असते.

५) भाषा सतत परिवर्तनशील असते.

भाषेची मौखिक आणि लिखित अशी दोन रूपे आहेत. विशिष्ट भाषा बोलणाऱ्या समाजाद्वारे बोलली जाणारी भाषा मौखिक असते. पुस्तकातील ताम्रपट, शिलालेखातील भाषा 'लिखित' पण कायमची 'बद्ध' स्वरूपातील असते. बद्ध एवढ्यासाठीच की भाषेचे ते लिखित रूप समाजाच्या विशिष्ट स्थळकाळाचेच भाषारूपाचे दर्शन घडवणारे असते.

साधारण-असाधारण अशा अनेक कारणांनी सामान्यांच्या-समाजाच्या भाषेत बदल होत असतात, अनेक नवे शब्द बनून रूढ होतात. अन्य भाषेतून शब्द येतात, शब्दांचे अर्थ वेगळेच होतात. स्वरपरिवर्तन होते. भाषेच्या परिवर्तनामागे मनुष्याची शारीरिक मानसिक अवस्था हीसुद्धा कारण असते. मुख-नासिका या इंद्रियासंबंधित प्रयत्न, स्थान, स्वरयंत्राच्या योगे उच्चारणात बदल होत असतात. बोलीभाषेपासून, विभाषा, विभाषेपासून भाषा असा भाषेचा दर्जा दिसतो. तर सर्व समाजाची भाषाच विकेंद्रित होऊन विभाषा-बोलीमध्ये परिणती पावते. कधीकधी परकीय आक्रमणे वा अन्यभाषिक समाजाच्या सरमिसळीमुळे परक्या भाषेचा मोठा आक्रमक प्रभाव पडून भाषेमध्ये दुसऱ्या भाषेतील शब्द मिसळून जातात. त्यामुळे त्यांचे उच्चारण, अर्थपरिवर्तन घडून येते.

भाषेतील अशा परिवर्तनाला 'भाषेचा विकास' आणि 'भाषेचे पतन' अशा दोन्ही

दृष्टिकोनातून पाहिले जाते. काहींच्या मते अत्यंत प्राचीन असे भाषेचे जे रूप त्याला 'पूर्ण' मानतात. भाषेत नंतर आढळणाऱ्या परिवर्तनामुळे 'भाषा बिघडली', 'भ्रष्ट झाली' असे समजून भाषेचे जे प्राचीन रूप ते स्वीकारण्याचा आग्रह धरतात. (उदा. महाभाष्यकार पतंजली, इ. स. पू. १ ले शतक) तर कित्येक जण भाषेचे बदलते स्वरूप कालक्रमानुसार उचित मानून त्यास 'भाषेचा विकास' ह्या दृष्टीने पाहतात. भाषेतील परिवर्तने कधीच एकांगी नसतात. ती पूर्णपणे होत असतात. भाषेचे ध्वनी, शब्द, अर्थ, वाक्यरचना, शब्दभांडार इत्यादी सर्वच बाबतीत परिवर्तन होत असते. पण हे सारे घडायला फार मोठा काळ जातो. फार मोठ्या क्षेत्रात बोलली जाणारी भाषा वेगवेगळ्या विभागात वेगवेगळ्या पद्धतीने बोलली जाते, हे आपण 'बोलीभाषा' संदर्भात पाहिले. अशा स्थानिक-प्रादेशिक भाषांचा विकास-एकाच भाषेच्या अंतर्गत असूनसुद्धा-वेगवेगळ्या पद्धतीने होतो. हळूहळू एकच भाषा अनेक भाषांत विभक्त होते.

भाषेतील परिवर्तनास बाह्य कारणाप्रमाणे आंतरिक कारणेही असतात. ध्रुवीय प्रदेशात राहणाऱ्या एस्किमो लोकांच्या भाषेत फारच कमी परिवर्तने झाली, कारण त्या लोकांचा-भाषेचा बाह्य लोकांचा भाषेचा जवळजवळ संपर्क झालाच नाही. काही भाषाशास्त्रज्ञांच्या मते लिथुआनी (युरोपातील एक भाषा) भाषिक लोक दुर्गम पहाडी क्षेत्रात राहत असल्यामुळे त्यांचाही अन्य भाषिकांशी संबंध जवळ जवळ आलाच नाही. लिथुआनी भाषेचे संस्कृत भाषेशी मोठे साम्य असल्यामुळे त्या भाषेला संस्कृतच्या निकट मानण्याकडे अभ्यासकांचा कल आहे.

ज्या क्षेत्रात बाह्य संपर्क - अन्यभाषिक लोकांचा अधिकाधिक संपर्क आला, त्या क्षेत्रात भाषेतील परिवर्तनाचा वेग फार मोठा आहे. ज्या शब्दांचा प्रयोग अधिक होतो, ते भाषेत प्रचलित राहतात, ज्यांचा उपयोग अत्यंत कमी होतो ते शब्द हळूहळू लुप्त होतात. कधी कधी संक्षिप्तीकरणामुळे आणि बोलणाऱ्याच्या सोयीमुळे शब्दाच्या रूपात फरक पडतो. मूळ भाषेतील दीर्घस्वर लवकर लुप्त होतात, आणि ह्रस्व स्वर काही कालांतराने नाहीसे होतात. ही बोलणाऱ्याची सोय आहे. संयुक्त स्वर तर फारच लवकर बोलीतून नाहीसे होतात. प्राचीन संस्कृतात असे स्वर, शब्द होते, त्या काळात ते स्वीकारले, वापरलेही गेले होते. कालांतराने बोलणाऱ्याच्या सोयीसाठी स्वर नाहीसे झाले. शब्दाचे अर्थ बदलले, आणि काही शब्द वापरातूनच निघून गेले. 'असुर' शब्द प्रथम 'इराणी आर्य लोक' ह्या अर्थाचा होता. तत्वज्ञानात तो 'प्राणवान-शक्तिवान' या अर्थी खूप काळाने वापरला गेला. रामायण महाभारताच्या काळात 'असुर' शब्द देवांचे शत्रू या स्वरूपात 'अनैसर्गिक भयाण शरीराकृतीची वाईट शक्ती' असा 'असुर'चा अर्थ रूढ झाला. अशी कैक उदाहरणे देता येतील. इंग्रजी, फ्रेंच जर्मन, डच, फार्सी इत्यादी भाषांत 'बोली आणि लेखन' करताना

शब्दातील काही ध्वनी पूर्ण दुर्लक्षिले जातात. काही रूपे लिखित भाषेत असली तरी बोलताना त्यांचा वापर होत नाही. उदा. Thought, Daughter (थॉट, डॉटर) Doubt (डाऊट) Calm (काम) इ. अशा प्रकारे परिवर्तन नित्य सुरूच असते. आणि भाषेचे रूप बदलत राहते. ही प्रक्रिया कधीच खंडित होत नाही.

६) भाषेची सामान्यप्रवृत्ती संयोगावस्थेपासून वियोगावस्थेच्या दिशेने होत असते.
संयोगावस्था अथवा संश्लेषावस्था किंवा संहिता याच्यापासून वियोगावस्था किंवा विश्लेषावस्थाकडे जाण्याची भाषेची प्रवृत्ती असते. संहिता म्हणजे संयोगाने प्राप्त झालेली दशा. वियोगाने झालेली दशा म्हणजे वियुक्त दशा.

उदा. 'बालक: पुस्तकं पठति ।' अर्थ - बालक पुस्तकाला वाचतो. संस्कृतात 'पुस्तकम्' पठति यांना संयोगावस्था म्हणतात. कालांतराने या संयोगावस्थेत बदल झाला. 'पुस्तकाला' आणि 'वाचतो' अशी वियोगावस्था प्राप्त झाली.

साधारणत: भाषेत वाक्य चार प्रकारे बनवले जाते.

(१) स्वतंत्र शब्दाच्या द्वारे ज्याला व्यासप्रधान स्थिती म्हणतात, ही प्रथम स्थिती.

(२) काही शब्द प्रत्यय बनून दुसऱ्या शब्दांना जाऊन मिळतात, पण अशा प्रकारे मेळ होऊनही ते अलग राहतात, या दुसऱ्या स्थितीला प्रत्ययप्रधान स्थिती म्हणतात.

(३) जेव्हा प्रत्यय, धातु आणि प्रातिपदिक यांच्याशी मिळून विकार उत्पन्न करतात, तेव्हा ह्या तिसऱ्या स्थितीला 'विभक्तिप्रधान' स्थिती म्हणतात.

(४) जेव्हा शब्दात प्रकृती आणि प्रत्यय यांच्यातील भेद ज्ञात होत नाही, तेव्हा त्या चौथ्या स्थितीला 'समासप्रधान स्थिती' म्हणतात. उदा. बालक: (व्यासप्रधान), बालकवत् (प्रत्ययप्रधान) बालकाय (विभक्तिप्रधान) आणि 'अस्मि' 'मी आहे' (समास प्रधान) अशी स्थिती असते.

प्राचीन काळी 'झेंद अवेस्ता' इराणी प्राचीन पर्शियन ग्रंथाची भाषा आणि संस्कृत (वैदिक) समासप्रधान होती. वैदिक संस्कृत संयोगावस्थेपासून भिन्न भिन्न रूपातील पाली, प्राकृत, अपभ्रंश इत्यादींच्या द्वारे आजपर्यंत वियोगावस्थेच्या दिशेने निघाली आहे. ज्या भाषांवर बाह्य प्रभाव जवळजवळ पडला नाही, त्या भाषा अद्याप संयोगावस्थेत आहेत. उदा. एस्किमोंची भाषा, लिथुआनी आणि अरबी.

यावरून अधिकांश भाषा संयोगावस्थेपासून वियोगावस्थेकडे जाण्याची प्रवृत्ती दाखवतात.

७) भाषेची प्रवृत्ती कठीणतेकडून सोपेपणाकडे असते.
कठीण कार्य जर सोप्या रीतीने करता येणे शक्य असेल, तर मानवी प्रवृत्ती

कठीण मार्गाचा सहज त्याग करून सरळ सोपा मार्ग स्वीकारून आपला कार्यभाग साधते. मानवाचा हा गुण भाषेलाही लागू आहे. मनुष्य भाषेचा - शब्दांचा प्रयोग करताना आळसामुळे किंवा सरळ संक्षिप्तीकरणाच्या हेतूने मूळ शब्दात आपल्या सोयीने तुकडे पाडून - फेरबदल करून, शब्दाला - त्याच्यादृष्टीने सोयीस्कर, छोटे रूप देऊन त्याचा प्रयोग करतो. रामेंद्रच्याऐवजी राम, आम्रपाली ऐवजी अम्मपा, कृष्ण - किशन, उपाध्याय चे ओझा-झा, चट्टोपाध्याय - चॅटर्जी, बंदोपाध्याय, बॅनर्जी, अशी कित्येक उदाहरणे प्रस्तुत करता येतील. प्राचीन संस्कृत आणि ग्रीक भाषेत अशी रूपे भरपूर आढळतात, परंतु सध्या अशी रूपे कमी आढळतात. पण पाश्चात्यात हा प्रकार आढळतो. U.S.A., (United states of America) N.A.S.A., U.N.O (नासा, यूनो) असे शब्द काठिण्याकडून सरळतेकडे - सोपेपणाकडे जाणारे आहेत. शब्दरूपे पाठ करणे, आणि अनेक शब्दांच्या प्रयोगापेक्षा विभक्ती चिन्हाचा प्रयोग करून कमी रूपात काम साधले जाते. वैदिक प्राचीन संस्कृताच्या दुर्बोधतेमुळे, कठीणतेमुळे संस्कृत भाषा पाली, प्राकृत, अपभ्रंश, इत्यादी भाषारूपात विकसित झाली. या उत्तर कालीन भाषा पूर्ववर्ती संस्कृत भाषेपेक्षा सोप्या, सुबोध, सरळ आणि मुख्य म्हणजे सामान्य लोकांना फारच सोयीच्या होत्या. म्हणून, असे म्हटले जाऊ शकते की, प्रारंभी भाषा फार कठीण असते, कालांतराने ती सरळ साधी सोपी होऊ लागते. संयोगावस्थेपासून वियोगावस्थेकडे ती बदलत जाते. जगातील सर्वच भाषांची हीच प्रवृत्ती आहे.

८) शब्द हा भाषेचा प्रमुख अवयव आहे, पण भाषेचा आरंभ वाक्यापासून होतो. मनुष्य परस्परसंपर्काचे साधन म्हणून भाषेचा उपयोग करतो. भाषेचे छोटेछोटे घटक म्हणजे शब्द होत. त्यांच्या साह्याने थोडा फार अभिप्राय समजू शकतो. शब्दोच्चार केल्यामुळे अर्थ समजू शकत नाही. 'वाघ सिंह हत्ती घोडा' हा शब्दसमूह आहे. पण ह्यावरून अर्थबोध होत नाही. म्हणून ज्यामध्ये कर्ता कर्म क्रियापद - कमीत कमी असल्याशिवाय व्याकरणशास्त्रीय दृष्टीने 'वाक्य' बनत नाही असे वाक्य बोलल्याशिवाय अर्थबोध होत नाही. परस्परांशी बोलताना लोक लागोपाठ शब्द उच्चारून 'वाक्य' बनवून - बोलून आपले विचार प्रकट करतात. वाक्याचे घटक असलेले शब्द जर बरेच कालांतर ठेवून उच्चारले तर अर्थबोध होत नाही.

तरीही कधी कधी एखादा शब्द पूर्ण वाक्याचा अर्थधारण करतो असेही दिसते. उदा. जा (तू जा), खेळ (तू खेळ), अशा शब्दांना वाक्यासारखे स्वरूप असल्यासारखे वाटते. पण वस्तुतः ती वाक्ये नव्हेत. असे शब्द उच्चारण्याअगोदर ह्या अर्थाशी संबंधित असा संदर्भ असतो, तो येथे गृहीत धरलेला नाही.

कधीकधी शारीरिक हावभावाच्या मदतीने एखादा शब्द उच्चारून 'वाक्यार्थ' प्रकट केला जातो. अमेरिकेतील रेड इंडियन लोकांची ही प्रथा आहे. ते शब्द थोडे पण त्या जोडीला शारीरिक हावभाव वापरतात. हाच प्रकार आपणही परकीय भाषा बोलणाऱ्या व्यक्तींशी विचारांचे आदानप्रदान जेव्हा अशक्य होते, तेव्हा वापरतो. समजा एखादी इंग्रजी न जाणणारी व्यक्ती मराठी, हिंदी न जाणणारी इंग्रजी व्यक्ती यांच्यामध्ये 'पाणी प्यायला पाहिजे' या अर्थाचे संभाषण करू लागतील, तर दोन्ही व्यक्तींना 'वॉटर-पानी' ह्या एका शब्दाचा आधार घेऊन हावभाव करावे लागतात. ह्याप्रकारे 'बोलणे-हावभाव' याद्वारे अर्थ वहन होतो. नेहमीच्या वाक्याचे संक्षिप्तिकरण होते.

तो गेलाय, मला जायचय, हे हवंय हे शब्द संक्षिप्तिकरण, भाषेच्या त्वरिततेसाठी रूढ झाले आहेत. तो गेला आहे. या 'आहे'चा 'अय' हे छोटेसे रूप होते.

फ्रेंच आणि संस्कृत भाषेत संधीच्यामुळे वाक्ये छोटी होतात. संस्कृतात 'गन्तुमिच्छाम्यहम्' हे पूर्ण वाक्य शब्दासारखे वाटते. 'मी जाऊ इच्छितो' असा ह्या वाक्याचा अर्थ आहे.

अशा प्रकारे मनुष्य आपले विचार भाव, दुसऱ्याला समजून यावेत म्हणून वाक्याचाच आधार घेतो. जेथे भाषेचे अज्ञान असते तेथे पूर्ण वाक्यार्थ प्रकट करण्यासाठी शारीरिक हावभावांची जोड वा जुना संदर्भ मदतीस येतो. म्हणूनच भाषेचा प्रारंभ वाक्याने झाला असे म्हटले, तरीही अर्थाच्या दृष्टीने 'शब्द आणि त्याचा अर्थ' हा अत्यंत महत्त्वाचा वाक्याचा घटक आहेच.

१) भाषेची प्रवृत्ती स्वतंत्र असते.

स्वतंत्रपणे सहजपणे परिवर्तन पावत जाणे हा भाषेचा स्वभाव आहे. लोकसमूहाच्या द्वारे प्रयुक्त होणारी भाषा नदीप्रवाहाप्रमाणे स्वत: कालांतराने, स्थलांतराने विकसित होत जाते. जेव्हा भाषारूपी नदीला व्याकरणाच्या कृत्रिम नियमांचा बांध घातला जातो, तेव्हा नदीप्रवाहाप्रमाणे भाषेचा विकास अवरूद्ध होतो. कुंठित होतो. अशीच स्थिती राहिली तर भाषा हळूहळू मृतावस्थेकडे जाऊ लागते. संस्कृत भाषेसाठी वेदकाळापासूनच व्याकरण नियमांची बंधनावली होती, पण काही काळासाठी पुढच्या वैयाकरणांनी संस्कृत व्याकरणनियमात बदल करून तिला विकसित होऊही दिले. पण पाणिनीची व्याकरणाची पकड मात्र कठीण होती. जी संस्कृतभाषा कधीकाळी व्याकरण नसलेली अशी बोलीभाषा होती, ती भाषा नंतर तशी न राहता, केवळ व्याकरणाच्या कठोर नियमांचा अभ्यास करूनच शिकावी लागली. आजही संस्कृतभाषा व्याकरणाच्या माध्यमातूनच जाणून घ्यावी लागते. हा एक अनैसर्गिकच प्रकार आहे. त्यामुळे हजारो वर्षांपूर्वीची संस्कृत, आणि आजची 'प्रमाण संस्कृत' ह्यात

काही फरकच नाही. स्थळकाळानुसार वेगवेगळ्या साहित्यरचनेच्या रूपाने भिन्न भिन्न होऊन जनसाधारणाच्या बदलत्या प्रयोगाद्वारे भाषा पुढे पुढे बदलत जाते. या प्रक्रियेत अशाही अवस्था येतात की भाषेचे प्राचीन साहित्यिक रूप त्याच भाषिकाला समजणे अवघड जाते, तेव्हा नवीन भाषा बनते. संस्कृत भाषेला व्याकरणाचा बंधारा बसल्याने ती पुढे प्रवाही संस्कृत भाषा जरी राहिली नाही तरी तिचे मूळ रूप सामान्य लोकांच्या भाषेत विकसित होऊन ती पाली, प्राकृत, अपभ्रंश अशा भाषांत परिणत पावली. गौतमबुद्धाने आपला धर्मोपदेश पालीभाषेतून सामान्य लोकांपर्यंत पोहोचवला, त्या काळात संस्कृत लोकसमूहाची भाषा राहिली नव्हती. पढिक विद्वान् पंडितांच्या पुस्तकांची भाषा बनूनच ती जखडली गेली. पवित्र संस्कृत भाषेला नियम कायद्यांनी एवढ्यासाठीच बांधले गेले, की संस्कृत भाषेमध्ये अपशब्दांचा प्रवेश होऊ नये, 'असंस्कृत' शब्दांना 'म्लेंच्छ' असे नाव दिले गेले होते. उदा. संस्कृत 'गो' शब्दाचे लोकभाषेत अनेक अपभ्रंशित वा परिवर्तित रूपे होती. उदा. गावी, गोणी, गोता, गोपोतलिका इत्यादी. असे अशुद्ध म्लेंच्छ प्रयोग संस्कृतभाषेत येऊ नयेत म्हणून पतंजलीसारख्या व्याकरणकारांची नितांत आग्रही भूमिका होती.

पण, या उलट वेदकाळास समांतर 'झेंद अवेस्ता' या प्राचीन पर्शियन ग्रंथाबाबत असा प्रकार न झाल्यामुळे प्राचीन पर्शियन कालक्रमाने विविध रूपे धारण करीत करीत आजची फार्सी झाली आहे. ह्याच प्रकारे युरोपातील अनेक भाषा ग्रीक आणि लॅटिन या मूलभाषातून विकास पावल्या, संस्कृतापासूनही आधुनिक 'आर्यभाषा' निघाल्या. अशा प्रकारे भाषेचा स्वभाव स्वतंत्र, स्वच्छंद असतो. भाषा कोणत्याही व्याकरणनियमाद्वारे बंदिस्त केली जाऊ शकत नाही. वर्तमान भाषांनाही हाच नियम लागू आहे. साधारणपणे शंभरेक वर्षांत ह्या भाषेचे वर्तमान रूप बरेचसे बदलून जाईल.

१०) भाषेचे कोणतेही निश्चित रूप नसते.

भाषेची गतिशीलता, परिवर्तनशीलता आणि स्वतंत्र प्रवृत्ती या कारणांमुळे भाषेचे कोणतेही निश्चित रूप असत नाही. मागच्या हजारो वर्षांच्या इतिहासात जगातील अनेक प्राचीन भाषा पूर्णपणे लुप्त झाल्या. किंवा त्यांचे स्वरूप पार बदलून गेले आहे, आणि त्यातून अनेक नव्या नव्या भाषांचा विकास झाला आहे. लॅटिन, ग्रीक, संस्कृत, अवेस्ती (प्राचीन पर्शियन) आणि हिब्रू भाषांना ही गोष्ट लागू पडते. या भाषातून उगम पावलेल्या आजच्या युरोपीय आणि भारतीय भाषांचे आजचे प्रचलित रूप हे निश्चित रूप नाही. विकासाच्या अविरत प्रक्रियेमुळे या भाषाही परिवर्तित होत गेल्या. संस्कृतापासून बनलेल्या हिंदी, बंगाली, पंजाबी, गुजराथी इत्यादी भाषा परिवर्तनाच्या निरंतर प्रक्रियेमध्ये आपले सध्याचे रूप बदलून नक्कीच नव्या भाषेत

विकसित होणार, ह्यात संशय नाही. म्हणून, भाषेचे कोणतेही रूप निश्चित नसते. असेच म्हणणे योग्य आहे.

भाषापरिवर्तन

भाषांमध्ये निरंतर परिवर्तन - विकास होत असतो, तो थोडक्या कालावधीत स्पष्टपणे कळत नाही, पण काही शतकानंतर मात्र भाषेचा विकास स्पष्टपणे कळून येऊ लागतो. आणखी काही शतकांनी भाषेत एवढा फरक पडतो, की त्यावेळी अभ्यासकांना त्याच भाषेचे शेकडो वर्षांपूर्वीचे रूप समजण्यास कठीण जाते. मनुष्यही कालक्रमाने वैचारिक, सांस्कृतिक दृष्टीने बदलतो, त्याचप्रमाणे त्याच्या भाषेचाही, मनुष्याच्या बोलीवर त्याच्या शारीरिक-मानसिक अवस्थांचाही प्रभाव पडतो, त्याचेच प्रत्यंतर प्रत्येक मनुष्याच्या बोलीमध्ये स्पष्ट दिसते. भाषेचे प्राचीन साहित्यिक, परिष्कृत रूप पाहून काही विद्वान तिलाच 'उत्कृष्ट भाषा' समजून तिच्यात बदल न करण्याचा सिद्धांत प्रस्तुत करतात. परंतु साहित्यातील भाषा कृत्रिम, साहित्यशास्त्रीय, व्याकरणशास्त्रीय नियमांनी बद्ध असते. भाषेचे नैसर्गिक रूप मात्र मनुष्याच्या मुखात असते. इतरांना मौखिक भाषाच समजते, समाजाची ही बोली कालप्रवाहात नदीप्रवाहासारखी बदल घडत विकास पावत पुढे सरकते. अशी नैसर्गिक स्थिती असताना (तथाकथित) उत्तम, परिष्कृत भाषेची कल्पनाही करणे साफ चुकीचे आहे. आजही आपण पाहतो की संस्कृतचे प्राचीन रूपातील विशिष्ट ध्वनींचे स्पष्ट रूप कळू शकत नाही. अतिप्राचीन संस्कृतातील स्वर 'ऋ, लृ' यांना सध्या आपण 'रि, (रु) 'लरू' असे उच्चारतो. पण सध्याचे उच्चार स्वराचे नाहीत, प्राचीनकाळी त्यांचे उच्चार स्वरासारखे पण वेगळेच काहीतरी पण आज अज्ञात होते हे उघड आहे. 'श, ष, स, ह,' या वर्णात आपापसात वर्णविपर्यय होतो. 'ष' चा 'ख' होतो. 'ब, व, ड, ल, र' यांच्यात अभेद असतो. 'य' चा 'ज' होतो. 'ज्ञ' चा 'ग्य' होतो, 'ड' चा 'कह' होतो, इत्यादी ध्वनी-वर्ण परिवर्तनाची असंख्य उदाहरणे आहेत. ती सर्वच भाषांना लागू आहेत.

प्राचीन भाषांमध्ये जवळजवळ सर्वच भाषांत अनेक कारणांनी परिवर्तने झाली. अन्य लोकसमूहाचा संपर्क, आक्रमणे, व्यापार अशा कारणांनी काही विशिष्ट क्षेत्रात भाषेत झपाट्याने परिवर्तने झाली. तर जेथे असे काही फारसे घडले नाही, तेथे मंद गतीने घडली. वैदिक संस्कृत, लौकिक संस्कृत भाषा, पाली, प्राकृत, अपभ्रंश इत्यादीमध्ये बदलत जाऊन सध्याच्या भाषेत परिवर्तित झाली. भाषेची प्राचीन, तसेच वेगवेगळ्या काळाची रूपे साहित्यकृतीत सापडतात, त्यावरून हा अभ्यास करता येतो. भाषांचे प्राचीनरूप संश्लेषात्मक होते, पण विकास होताना

भाषांमध्ये विश्लेषणात्मकता आली. स: पठति मधील 'पठति' पढणे, पढता है असे झाले. 'पश्यति' चे पहती - पाहती - पाहाणे बनले. भाषेतील परिवर्तन सर्वांगीण - म्हणजे ध्वनी, शब्द, रूप, अर्थ आणि वाक्य यांच्यात होत असते. ध्वनीसंबंधीचे परिवर्तन ध्वनींचा लोप, आगम, विपर्यय, परिवर्तन इत्यादी असतात.

भाषेच्या विकासाची कारणे दोन भागात विभागली जाऊ शकतील.

१) आन्तरिक वा आभ्यंतर कारण २) बाह्य कारण

१) आन्तरिक कारण

भाषेत परिवर्तन घडवणारी आंतरिक कारणे अनेक आहेत.

(१) अनुकरणाची अपूर्णता.

(२) मात्रा, सूर, बलाघाताचा प्रभाव

(३) प्रयत्नलाघव

(४) सादृश्य

(५) प्रयोगाधिक्य

(६) यादृच्छिक

(१) अनुकरणाची अपूर्णता

मनुष्य जन्मल्यानंतर तो परिसरातील वातावरणात जी भाषा ऐकतो, ती तो हळूहळू शिकून घेतो. म्हणजे शब्दशिक्षण हे अनुकरणाने प्राप्त करण्याची प्रक्रिया त्याच्यामध्ये चालते. अशा स्थितीत जर अनुकरणच दोषपूर्ण असले, तर भाषेत विकृती उत्पन्न होते. अशा विकृतिजन्य परिवर्तनाचे ज्ञान शेकडो वर्षानंतरच स्पष्ट होऊ लागते.

अनुकरण चुकीचे - अपूर्ण राहण्याचीही पुष्कळ कारणे आहेत ती खालील प्रकारची

अ) शारीरिक विभिन्नता -

आपल्या शरीरामधील ध्वनी-शब्द-स्वरोच्चारणाशी संबंधित जी इंद्रिये असतात, ती सर्वच शरीरात एकसारखी - पूर्ण सामर्थ्यशाली असतातच असे नाही. म्हणून काही मनुष्यांचे उच्चारण स्पष्ट कळते, तर काहींचे अस्पष्ट, सौम्य आवाज असलेले लोक, जडभारी आवाज असलेल्या लोकांपेक्षा स्पष्ट बोलतात, देश, काल, अनुचित प्रयोग, सात्विक, राजसी, तामसी आहार - पेय पान इत्यादी कारणामुळे गळ्यातील कोमल स्वरयंत्र प्रभावित होऊन संकोच वा विस्तार पावते, त्यामुळे वर्णोच्चाराच्या शुद्धतेवर प्रभाव पडतो. उच्चारणातही अनेक विकार उत्पन्न होतात, अशा प्रकारे होणाऱ्या भाषापरिवर्तनाचे ज्ञान काही पिढ्यानंतर स्पष्ट दिसू लागते. अग्निपुराणात

मनुष्याच्या शारीरिक दोषामुळे उच्चारणातील त्रुटीबद्दल उल्लेख आहे-

'न करालो न लम्बोष्ठो नाव्यक्तो नानुनासिक: ।
गद्‌गदो बद्धजिह्वश्च न वर्णान् वक्तुमर्हति ॥'

विस्तृत तोंड असलेला, (किंवा दात बाहेरच्या दिशेने विद्रूपपणे बाहेर आलेला) लांब ओठांचा, अस्पष्ट बोलणारा, नाकातून बोलणारा, किंवा अनुनासिकांचा (ञ, म, ङ, ण, न) उच्चारच करू शकत नसलेला, ज्याची जीभ जड-बद्ध आहे (बांधली गेली आहे, विकृत वा तुटकी आहे) अशी व्यक्ती वर्णांचे उच्चारण अचूक, योग्य करू शकतच नाही.

ब) असावधानी

असावधानी किंवा ध्यानपूर्वक ऐकण्याच्या शक्तीची कमतरता यांच्यामुळे अनुकरणात दोष उत्पन्न होतात, ही असावधानी शिक्षक आणि विद्यार्थी ह्या दोघांकडूनही घडते. ध्यानपूर्वक न शिकवणाऱ्या गुरूचे विद्यार्थी अनुकरण करतो, आणि चुकीचे सदोष ज्ञान-उच्चारण कायमचे ग्रहण करतो. व्यवहारातही तो असेच सदोष बोलू लागतो. तर कधी कधी निर्दोष उच्चारण शिकवले जाऊनही विद्यार्थी सदोष उच्चारणच करतो. ह्यामुळे भाषेत सदोष उच्चारण शब्दाचे चुकीचे प्रयोग वाढू लागतात. पुढे हेच शब्द भाषेत येऊन हळूहळू भाषेत परिवर्तन आणतात. उदा. पूर्वभारतातील काही बोलीभाषांत लोकांना जोडाक्षर उच्चारण्यापूर्वी 'अ' किंवा 'इ' सारख्या स्वराचे 'बळ' लागते. त्याशिवाय जोडाक्षर उच्चारता येत नाही. त्यामुळे स्थायी - अस्थायी, इस्थायी, स्टेशन - अस्टेशन, इस्टेशन असे शब्दप्रयोग भाषेत मान्यता पावतात. असावधानीचा अलीकडचा रूढ शब्द 'रणनीती' हा होय. याचा खरा अर्थ युद्धाच्या वेळी वापरल्या जाणाऱ्या व्यूहरचना इत्यादी युक्त्या. पण आज तो शब्द कोणत्याही संदर्भात 'योजना, युक्ती, कल्पना' अशा अर्थी सर्रास वापरला जातो; तोही संस्कृतच्या जाणकाराकडून हे विशेष.

क) अशिक्षितपणा

अनुकरणाच्या संदर्भात अशिक्षितपणाने भाषेत परिवर्तन येते. नेहमीच्या बोलीभाषेत अशिक्षित अडाणी लोक स्वभाषा, विदेशी भाषामधील शब्दाचे उच्चारण अचूक, निर्दोष करताना दिसत नाही. 'व' चा 'ब' केला जातो. वसंत - बसंत, विशाल - बिसाल, शब्द-सबद, वैशाख- बैसाख, स चा ह - सव्वा हव्वा, सप्ताह - हप्ता, क्ष चा-छ, ऋक्ष, रीख, रीख, ऋषभ - (रिखब), अक्ष - आख, ण चे न, बाण - बान, दाणापाणी - दानापानी, य चा ज -यजमान - जजमान, यशोदा -

जसोदा अशी चुकीची उच्चारणे ही अज्ञानातून, अशिक्षितपणातून निर्माण होतात.

विदेशी शब्द तर हास्यास्पदरीतीने भाषेत रूढ झाले आहेत. 'मध्यसेंटर' डागदर (डॉक्टर), रपट (रिपोर्ट), रशीद (रिसीट), प्लॅटून - जलरण, लायब्ररी - रायबरेली, सँडहर्स्ट रोड - संडास रोड, आस्लीन (उर्दू) (शर्टाची बाही) अस्तनी, कमीज- खमिस, लमहा (पळ, क्षण) - लंबा इ.

ड) लिपीची अपूर्णता - लिपीतील दोष.

लिपीमधील सदोषता, अपूर्णता भाषेत परिवर्तन घडवते. उर्दू लिपीत संस्कृत भाषेतील बरीच संधी-जोडाक्षरे लिहिताच येत नाहीत. त्यामुळे उर्दू लिपी-भाषिक लोक जोडाक्षराऐवजी प्रत्येक अक्षर-वर्ण स्वतंत्र बोलतात. इंग्रजी अमदानीत इंग्रजांना भारतीय नावांचे इंग्रजीत भलतेच लेखन करावे लागले. मुंबई-बाँबे, तिरूअनंतपुरम - त्रिवेंद्रम, कलिकाता - कॅलकटा, पुडुच्चेरी - पाँडिचेरी, तमिळभाषेत नेहरू- नेरू, हिमालय - इमयलै, अरबी 'जगह'चे जागा (मराठी) होते. ही परिवर्तने लिपीतील स्वाभाविक कमतरतेमुळे होतात, पण ही सर्रास चुकीची रूपे लोकव्यवहारात इतकी रूढ होतात की अशुद्ध रूपे शुद्ध वाटतात, शुद्ध रूपे अशुद्ध, भाषेमध्ये असे शब्द असंख्य असतात.

(२) मात्रा, सूर, बलाघात यांचा प्रभाव

शब्दाचे उच्चारण करताना एखाद्या ध्वनीवर अधिक बल, (शक्ती) ठेवली तर, अन्य ध्वनी हळूहळू दुर्बळ होत जातात, नंतर ते समाप्त होतात. उदा. आभ्यन्तर शब्द, ह्यामध्ये 'भ्य'वर अधिक बलप्रयोग होत गेल्याने प्रारंभीचा 'आ' स्वर दुर्बळ होत जाऊन पुढे तो नाहीसा झाला. आणि 'भीतर' शब्द बनला. याचप्रकारे, ध्वनीप्रमाणेच अर्थाबाबत, एखाद्या शब्दाच्या विशिष्ट अर्थावरच सतत जोर - बल दिल्यामुळे त्या शब्दाचे इतर अर्थ दुर्बळ होऊन नाहीसे होतात. वैदिक भाषेत 'अरि' शब्दाचे चार अर्थ आहेत. 'ईश्वर, निवासस्थान, धार्मिक आणि शत्रू.' कालांतराने 'शत्रू' या अर्थावरच वारंवार भर दिल्याने इतर अर्थ क्षीण होऊन वापरातून निघून गेले.

'सुरा'मुळे शब्दात परिवर्तन होते. भाषेत नवा शब्द रूढ होतो. उदाहरणार्थ 'बिल्व' शब्द संवृत स्वरातून विवृत स्वरात बदलल्यामुळे 'बेल' बनला. 'वल्ली' 'वेल' बनला.

'मात्रा' हेही शब्द परिवर्तनाचे कारण आहे. दोन दीर्घध्वनी जर समीप असतील, तर त्यातील एक ऱ्हस्व होऊन शब्दात बदल घडवतो

(३) प्रयत्नलाघव-

शब्द शीघ्र आणि संक्षिप्त रूपाने उच्चारण्याची मनुष्याची प्रवृत्ती असते. अल्प प्रयत्नाने अधिक सांगणे म्हणजेच प्रयत्नलाघव होय. एक प्रकारच्या आलस्यामुळे मनुष्य शब्दाचे पूर्ण उच्चारण टाळतो. उदा कृष्ण-किशन, स्टेशन - टेशन, धर्म-धरम, भक्त-भगत असे शब्द शीघ्रता (घाई) आणि आलस्य यांच्यामुळेच उच्चारले जातात. प्रयत्नलाघव अनेक प्रकारांचा असतो.

१) स्वरागम - स्कूल -इस्कूल - अस्कूल
२) स्वरलोप - अनाज - नाज
३) व्यंजनागम - अस्थि - हड्डी
४) व्यंजनलोप - स्थल - थल, स्थाली - थाली
५) अक्षरलोप - शहतूत - तूत (तुतींची पाने)
६) वर्णविपर्यय - लखनऊ - नखलऊ
७) समीकरण - शर्करा - शक्कर
८) विषमीकरण - कंकण - कंगन, काक - काग
९) स्वरभक्ती - भक्त - भगत
१०) संक्षिप्तीकरण - हस्तिन् - हत्ती

इत्यादी रूपांनी प्रयत्न लाघवाने भाषेत परिवर्तन येते.

(४) सादृश्य -

सादृश्य म्हणजे समानता, प्रथमपासून उपस्थित असलेल्या शब्दांच्या 'सारखेपणाच्या' (सदृश) गुणधर्मामुळे नवेच शब्द बनतात. संस्कृतमध्ये 'करिन्' शब्दाचे तृतीया एकवचन 'करिणा' आहे. पण 'हरि' शब्दात 'न' चा योग नसूनही 'हरिणा' (तृ. ए.) होते. इंग्रजीत संज्ञा-शब्दांच्या अखेरी बहुवचनासाठी 'S' प्रत्यय येतो. Pen = Pens, Book = Books बहुवचन बनवण्याच्या या प्रवृत्तीमुळे cow चे cows रूप बनते. पण cow (गाय) चे बहुवचन जुन्या इंग्रजीत Kine आहे.

असे सादृश्य साधारणत: भिन्नभाषिक प्रांताच्या सीमेवरील बोलीत आढळते. उदा. हिंदी - मै जा रहा हूं चे (सीमावर्ती वऱ्हाड भागात) मी जाऊन राहिलो. 'मै बोल रहा हूं - मी बोलून राहिलो - मी करून राहिलो. 'वह चला गया - तो चालला गेला.' अशी सदृश भाषा रूपे आढळतात.

(५) प्रयोगाधिक्य -

जेव्हा व्यवहारात विशिष्ट शब्दांचा प्रयोग भरपूर होत असतो, तेव्हा अशा

शब्दात कालांतराने परिवर्तन होते. उदा. उपवास - उपास (तापास) उपाध्याय - उपाध्ये - पाध्ये - पाध्या, ओझा-झा अशी परिवर्तने अस्तित्वात आहेत. 'पंडित'चे पंडत-पंड्या होते. 'राजा'चे 'राया', क्षेत्र - खेत, शेत, 'हस्त-पाद' चे हात - पाय (पाव) पुत्र - पुत्तर - पूत 'तात' पासून 'तात्या', 'माता' पासून 'माई - आई - माय बनतात. प्रयोगाचा वापर फार झाला की शब्दरूपात आणि अर्थातही परिवर्तन होते.

(६) यादृच्छिक -

काही शब्दांचे स्पष्टीकरण जवळजवळ देता येतच नाही. किंवा पटेल अशी व्युत्पत्ती सांगता येत नाही. तरीही असे कित्येक शब्द भाषेत सर्रास वापरात असतात. उदा. दळणवळण, अघळपघळ, चिरी-मिरी, अगडबंब, अरबटचरबट, गोलमाल इ.

२) बाह्य कारणे -

भाषेमध्ये परिवर्तन घडवणारी बाह्य कारणे खालीलप्रमाणे आहेत.

(१) भौगोलिक विभिन्नता (२) जातीय - सामूहिक संमिश्रण (३) सांस्कृतिक कारण (४) जनजाती - समूहाच्या मानसिक स्तरांतील भिन्नता (५) समाजव्यवस्था (६) राजनैतिक कारण (७) काळभेद (८) स्थानभेद (९) व्यक्तिगत प्रभाव (१०) शिक्षण आणि संस्कृती (११) शब्दांचे द्वैधीभाव (१२) शब्दांचा अप्रयोग (१३) अनेक शब्दसंश्लेषण

(१) भौगोलिक विभिन्नता

भौगोलिक विभिन्नतेमुळे भाषेत मोठ्या प्रमाणावर परिवर्तने होत असतात. विशिष्ट स्थान आणि तेथील हवामान, वातावरणामुळे असे घडते. ज्या प्रदेशात अत्यधिक उष्णता असते, आणि याउलट ज्या प्रदेशात अत्यधिक थंडी असते, जेथे समशीतोष्ण वातावरण असते, त्या प्रदेशात राहणाऱ्या लोकांची राहणी, कामकाज, स्वभाव, आचरण, पोटापाण्याचे व्यवसाय, संस्कृती इत्यादी सर्वांवर तेथील विशिष्ट हवामानाचा मोठा प्रभाव पडतो. आणि ह्याच कारणामुळे तेथील भाषेवरही परिणाम होऊन परिवर्तन घडत असते. पर्वतप्रदेशातील लोकांची भाषा मैदानी-पठारी प्रदेशात राहणाऱ्या लोकांहून भिन्न असते. अत्यंत थंडीच्या प्रदेशात राहणाऱ्या लोकांची मुखे ध्वनी उच्चारण करताना फारशी उघडत नाहीत, उलट मैदानी प्रदेशातील लोक त्या मानाने मुखे अधिक उघडून बोलतात. अतिथंडीच्या प्रदेशातील लोकांच्या ध्वनीमध्ये वातावरणाचा परिणाम म्हणून - शरीरातील उष्णतेचा लाभ व्हावा ह्यासाठी 'महाप्राण' 'ह'चा जास्त वापर - उच्चार होतो. मैदानी आणि उष्णप्रदेशात राहणाऱ्या लोकांच्या

ध्वनी उच्चारणात यादृष्टीने फरक आढळतो.

वाळवंटी प्रदेशात राहणाऱ्या लोकांच्या शब्दोच्चारावर वातावरणाचा परिणाम होत असल्याने, धूळ, वादळाच्या कायमच्या भीतीमुळे सवयीने तेही लोक मुख अर्धवट उघडून अस्पष्टसे बोलतात. त्यांच्या बोलीभाषेतील ध्वनी त्या अर्धवट मुखावाटे बाहेर जे पडू शकतील, तेच राहतात. उदा. त्यांच्या भाषेत पूर्ण मुख उघडून करावयाचे उच्चार - कठोर वर्ण - ध्वनी कमी आढळतात. हीच स्थिती अत्यंत थंड - पहाडी क्षेत्रातील लोकभाषेची आहे. हा नियम सर्रास सर्वांच्या बाबतीत लागू नसला, तरी ढोबळ मानाने पहाडी अतिथंड, अतिउष्ण प्रदेशातील लोकांच्या भाषेत वातावरणामुळे नक्कीच परिवर्तन येते.

पर्वतीय क्षेत्रात राहणाऱ्या लोकसमूहांच्या अनिर्बंध संचारामध्ये मोठे व्यत्यय, अडचणी येत असल्यामुळे, पर्वतीय समूह छोट्या-छोट्या भूभागात राहतात - वावरतात. इतर पर्वतीय अन्य भाषिकांचा जास्त संपर्क होत नसल्याने ह्या प्रकारच्या भौगोलिक प्रदेशात अनेक समूहांच्या अनेक वेगवेगळ्या भाषा विकसित होतात.

या उलट, मैदानीक्षेत्रात संचाराची साधने अनेक असल्यामुळे मानव समूहांचा संपर्क विस्तृत भूभागात अनेक कारणानी होत असतो. त्यामुळे अशा मैदानी प्रदेशातील भाषा, जरी स्थानपरत्वे बोलीभाषेत विभक्त असली तरी ती एकसारखीच असते. याचप्रमाणे ज्यांचे कायमचे वास्तव्य सागरकिनाऱ्यावर असते, त्या लोकांच्या ध्वनीत अनुनासिक उच्चारणे जास्त असतात, असे आढळते.

भौगोलिक परिस्थितीचा भाषापरिवर्तनावर होणारा परिणाम, प्रभाव ह्यावर डॉ. तारापोरवाला म्हणतात की, एखादा देश पर्वतीय असो वा वाळवंटी, त्यामध्ये मोठमोठ्या नद्या वाहत असोत वा नसोत, त्याचा समुद्रतट लहान असो वा मोठा, तेथे मोठी बंदरे असोत वा नसोत, म्हणजे त्या देशाची जी काही भौगोलिक स्थिती असेल, त्याचा तेथील संस्कृती आणि सामूहिक विकास यावर प्रभाव पडतो, म्हणजेच तेथील भाषेवरही त्या स्थितींचा प्रभाव पडतो, हे निश्चित नॉर्वे देशातील लोक त्यांच्या देशातील पर्वत पहाडी क्षेत्र मोठे असल्यामुळे, कृषीभूमीचा अभाव असल्यामुळे, पण कटावदार समुद्र किनारा, बंदरास योग्य अशी भरपूर सुविधा असल्यामुळे अतिशय कुशल सागरी नाविक आहेत, त्यामुळेच इसवी सनापूर्वी पहिल्या शतकात दर्यावर्दी नॉर्वेजियन लोकांनी युरोपभर पसरून तेथील भाषा आणि संस्कृती यावर आपला ठसा उमटवला.

ग्रीस देशात अनेक पर्वतमय दुर्गम प्रदेश आहेत. तेथील खोऱ्यात राहणाऱ्या छोट्या, छोट्या मानवसमूहांचा ह्याच देशातील अन्य समूहांशी संचार संपर्क अत्यंत दुरापास्त असल्यामुळे साहजिकच प्रत्येक समूहासाठी एक अशा अनेक बोलींचा

विकास झाला.

भारतात आर्यांचे आगमन, त्यांचा प्रसार ह्यामुळे देशाच्या विस्तृत भागात भाषेमध्ये लक्षणीय परिवर्तने झाली. आर्य प्राचीनकाळी पश्चिम आशियाखंडापासून ते पंजाबापर्यंत पसरले होते, नंतर ते पूर्व आणि दक्षिणेला पसरले. भारताच्या समुद्र किनाऱ्यावर आल्यावर काही काळाने ते दर्यावर्दी बनले. पुढे सागर मार्गाने ते पूर्वेकडील द्वीपे, इंडोचायना, इंडोनेशिया येथे पोहोचले, आणि तेथील प्रदेशात आपली संस्कृती, भाषा ह्यांचा फार मोठा प्रभाव टाकला. आजही इंडोनेशियावर विशेषत: जावा, बाली येथील भाषांवर संस्कृतभाषेचा प्रभाव स्पष्ट दिसतो. याचप्रकारे थायलंड, कंबोडिया आणि लाओसच्या भाषांमध्ये अनेक संस्कृत शब्द विद्यमान आहेत,

प्राचीनकाळी भारतातून जुन्या गांधार (सध्याचा अफगाणिस्तान) देशातून भारताबाहेर युरोप आणि चीनकडे जाणारा फार मोठा व्यापारी मार्ग होता. त्यामुळे भारतातून फार मोठ्या प्रमाणावर जुने सार्थवाह - व्यापारी, प्रचंड मालाने भरलेले काफिले घेऊन रोज इजिप्तकडे जात, सिल्क रोड मार्गे पूर्वेला चीनकडे जात. तेथील व्यापारी भारताकडे येत. प्रामुख्याने भारतीय व्यापाऱ्यांचा संबंध बॅबिलोनिया, इजिप्तपर्यंत होता. भारतीय व्यापाऱ्याच्या मोठमोठ्या बाजारपेठा वस्त्या तेथे होत्या, हे उत्खननात आढळून आले आहे. ह्यामुळे भारतीय संस्कृत शब्द 'समेटिक' भाषेत - अरबी आणि हिब्रू भाषेत आजही सापडतात. त्याचप्रमाणे आधुनिक काळात भारतीय भाषांत तुर्की, अरबी, फार्सी, पुर्तुगाली, इंग्रजी, फ्रेंच भाषांतील शब्द सरमिसळून गेले आहेत. उदा. तामिळ भाषेत 'भात' - (चावल) अर्थाचा द्योतक 'अरिसि' शब्द पश्चिम आशिया आणि युरोपीय भाषांमध्ये थोड्या फरकाने आढळतो. इंग्रजीत 'राइस' (Rice) जर्मनमध्ये 'राइस' (Riec) फ्रेंचमध्ये 'री' (Riz) डॅनिशमध्ये 'रिस' (Ris) रशियन मध्ये 'रिस' (Ris) ग्रीक भाषेत 'ओरिजा' (Oryza) लॅटिनमध्ये 'ओरिजा' (Oryza) इत्यादी परिवर्तने तामिळभाषेतील 'अरिसि' शब्दाची आढळतात.

कृषी उत्पन्नांची समृद्धता, उत्तम व्यापार यांचा फार मोठा प्रभाव त्या त्या क्षेत्रातील मानवसमूहावर होतो. मनुष्य सुखी समाधानी असतो. त्यात आक्रमणांची चिंता नसेल, राज्यव्यवस्था सुसह्य असेल, तर धर्म, कला, विज्ञान, तत्त्वज्ञान इत्यादी क्षेत्रात झपाट्याने प्रगती होते. अर्थात ही प्रगती ज्या भाषामाध्यमातून घडते ती भाषा अधिकाधिक शिष्ट आणि परिष्कृत होते. याउलट आर्थिकदृष्ट्या विपन्न असलेल्या, प्रतिकूल परिस्थितीत गांजलेल्या प्रदेशातील लोक मानसिक उन्नती होण्याची संधीच नसल्याने - परिणामी त्यांची भाषा तुलनेने शिष्ट, सुसंस्कृत राहत नाही. भारतातील वाळवंटी राजस्थानमधील दारिद्र्याने गांजलेले लोक आणि उत्तरप्रदेशातील गंगायमुना काठचे सुसमृद्ध लोक तसे फार दूर अंतरावर नाही, पण भाषिकदृष्टीने तुलना

केल्यास वरील विधानाची सत्यता कळून येईल.

(२) जातीय - सामूहिक संमिश्रण -

भिन्न भिन्न जाती - समूहाचे परस्परात संमिश्रण होऊन त्यांच्यामध्ये विचार विनिमयाची प्रक्रिया सुरू होते. त्यामुळे वेगवेगळ्या जाती-समूहांच्या वेगळ्यावेगळ्या भाषांवर परस्पर प्रभाव पडतो. साहजिकच संमिश्रित झालेल्या समूहांच्या सर्वच भाषांमध्ये परिवर्तन हे होतेच. भारतात प्राचीन काळापासून अनेक जातीसमूह - संस्कृतींचे संमिश्रण होत राहिले आहे. भारतात अशा प्रकारच्या भारताबाहेरून येऊन येथेच स्थायिक झालेल्या जाती-संस्कृती प्रामुख्याने अशा होत्या. १) पूर्वेकडील द्रविड आणि द्रविड २) द्रविड आणि आर्य ३) आर्य आणि ग्रीक ४) आर्य आणि मुसलमान-इस्लामी संस्कृती, ५) भारतीय आणि युरोपिअन संस्कृती.

याशिवाय आणखी काही परभाषिक संस्कृतींचे जातीसमूहांचे भारतातील लोकजीवनात संमिश्रण झाले. त्यात कुशाण, शक, हूण, गुर्जर इत्यादी जाती आहेत. हे जातीसमूह आणि त्यांच्या संस्कृती परस्परात मिसळल्यामुळे साहजिकच परस्परांच्या भाषांतसुद्धा परिवर्तन झाले. अशी परिवर्तने प्रामुख्याने तीन प्रकारची आहेत. १) जेव्हा भाषेमध्ये दुसऱ्या जातीसमूहाच्या संस्कृतीचे शब्द प्रत्यक्ष स्वीकारले जातात, ग्रहण केले जातात. उदा. हिंदी भाषेत ऑस्ट्रिक शब्द गंगा, द्राविड शब्द तीर, मीन, पिल्ला इत्यादी, ग्रीक शब्द सुरंग, दाभ, तुर्की, अरबी, फार्सीतील शब्द पाजामा, दुकान, बाजार, कागद, संदूक, कलम, किताब, तकिया, रजई इत्यादी. युरोपिअन भाषातून रेल, स्टेशन, टाईम, कोट, पँट, फुटबॉल, बटन, पेन्सिल, पेन, सायकल, कॉलेज, मोटर इत्यादी.

२) नव्या ध्वनींचा भाषेत प्रवेश झाला. उदा. क, ज, ग, ख, ऑ इत्यादी आणि ट वर्ग ध्वनी हे अन्य जातीसमूहांच्या भाषेच्या प्रभावाने भारतीय भाषेत आले आहेत.

३) म्हणी, वाक्प्रचार, वाक्यगठन ह्यांच्यावर प्रभाव पडलेला आहे.

४) अन्य संस्कृती आणि भाषा ह्यांचा अप्रत्यक्ष प्रभाव साहित्य, कला इत्यादींवर पडतो. सारांश विभिन्न संस्कृती आणि भाषा ह्यांच्या संमिश्रणाने भाषेत परिवर्तन होते.

(३) सांस्कृतिक कारण-

एखाद्या प्रदेशातील जातीसमूहावर साहित्य आणि धर्माचा फार मोठा प्रभाव असतो. धार्मिक श्रद्धांचा भाषेवर पगडा असतो. कारण धार्मिक ग्रंथाची भाषा पवित्र मानली जाते. विशिष्ट धर्मावर गाढ श्रद्धा असलेले लोक त्यांच्या पूज्य धर्मग्रंथाच्या भाषेकडे पूज्यभावाने पाहतात. धर्मग्रंथाची भाषा असल्याने, ती कळो वा न कळो, भक्त

श्रद्धेने धर्मवाक्यांचे पठनपाठन करतात. सर्वसाधारण अनुभव आहे की ख्रिस्ती लोक 'बायबल' पवित्रग्रंथ मूळ इंग्रजीतूनच वाचणे अधिक पसंत करतात. हिंदूंचे प्राचीन ग्रंथ संस्कृत भाषेत असल्यामुळे, धार्मिक श्रद्धेमुळे संस्कृत भाषा हिंदूंना नेहमीच प्रिय वाटते. आपापल्या परीने हिंदू त्याच्या श्रद्धेचा संस्कृत ग्रंथ वाचण्यात धन्यता मानतो. संस्कृत भाषेला 'देववाणी' चा दर्जा दिला गेला आहे तो याचमुळे. याचप्रकारे पाली भाषेवर बौद्धांची श्रद्धा आहे. प्राचीन अरबी भाषेत कुराण लिहिलेले असल्यामुळे मुसलमान ती पवित्र मानतो. 'ग्रंथसाहिब'ची भाषा पंजाबी, लिपी गुरुमुखी असल्यामुळे शिखांना ती फार प्रिय आहे. स्वामी दयानंद सरस्वती ह्यांच्या आर्यसमाजाच्या देशव्यापी सांस्कृतिक क्रांतीने संस्कृतनिष्ठ - संस्कृतप्रचुर हिंदी भाषेचा प्रचार-प्रसार झाला. अशा प्रकारे सांस्कृतिक कारणांनी भाषेत परिवर्तन होते.

(४) जातीसमूहाच्या मानसिक स्तरातील भेद-

काही नामांकित विद्वान लोक विशिष्ट जातीसमूह अत्यंत श्रेष्ठ आणि अन्य जातीसमूह कनिष्ठ असा सिद्धांत मांडतात. युरोपिअन लोक युरोपिअनाना आफ्रिकी, आशियायी लोकांपेक्षा श्रेष्ठ मानतात. हिटलर जर्मन जाती हीच शुद्ध आणि श्रेष्ठ मानीत असे. त्याच्या 'आर्यन्' सिद्धांताप्रमाणे आर्यजाती जगातील सर्व जातीसमूहाहून उत्तम, श्रेष्ठ, शुद्ध होती. अशाप्रकारे मानसिक आणि शारीरिक क्षमता, गुण, वर्ण इत्यादींच्या आधारावर काही विशिष्ट जातीसमूह जगातील साऱ्याच उरलेल्या जातीसमूहाहून श्रेष्ठ असल्याचे मानतात. स्वत:ला श्रेष्ठतम समजणारे जातीसमूह अर्थातच आपल्याच भाषेचे श्रेष्ठत्व स्थापित करतात, आणि अन्य भाषांचे अध्ययन करणे अयोग्य असल्याचे मानतात. ग्रीक लोक आपल्या भाषेला अत्यंत शिष्ट मानून तीच जगातील प्रमुख भाषा मानत. एखादा जातीसमूह, जेव्हा एखाददुसऱ्या ज्ञानाच्या क्षेत्रात उन्नती प्रगती करतो तेव्हा त्या ज्ञानासंबंधीच्या भाषेतील शब्दावली संपन्न होते. भारतीयांच्या भाषेत तत्वज्ञान आणि धर्माच्या व्याख्या, शास्त्राचे सूक्ष्म ज्ञान स्पष्ट करताना अनेक व्याख्या-शब्द रूढ झाले. जर्मन भाषेत तत्त्वज्ञान, भाषाविज्ञान आणि गणितात पुष्कळच प्रगती झाल्यामुळे त्या संदर्भात शब्दभांडार वाढले. अशा प्रकारे, सध्याच्या काळात इंग्रजी भाषा ही विज्ञानाच्या क्षेत्रातील समृद्ध भाषा बनली.

म्हणून जे जातीसमूह स्वत:च्या श्रेष्ठतेचा दावा करतात, त्यांच्या भाषेचे अनुकरण पराजित, वा पराभूत मनोवृत्तीचे जातीसमूह आपोआप करू लागतात. स्वत:ला कनिष्ठ समजणाऱ्या जातीसमूहाची जगात कमतरता नाही. अशा पराभूत मनोवृत्तीच्या लोकांच्या जीवनपद्धतीसुद्धा 'श्रेष्ठांच्या' अनुकरणाने चालतात. त्यांची स्वत:ची भाषा, साहित्य, संस्कृती ह्यामुळे फार प्रभावित होते. अशावेळी पराभूत

मनोवृत्तीच्या लोकांच्या भाषेतील साहित्यातील अस्मिता खालावून जाते. ज्यांना श्रेष्ठ मानले, त्यांच्याप्रमाणेच भाषांचा वापर होण्याची प्रक्रिया सुरू होते. आणि भाषेत मोठी परिवर्तने होऊ लागतात.

भारतीय लोक जे स्वतःला शिष्ट म्हणवतात, त्यांच्या भाषेत एखाददुसरे स्वतःच्या भाषेतील वाक्य, मग मोडकीतोडकी का असेनात, बरीचशी इंग्रजी वळणाची वाक्ये शब्द येतात. अशी 'चमत्कारिक भाषा' वापरणे हे काही लोकांच्या मते सुशिक्षितपणाचे, शिष्टपणाचे लक्षण आहे.

(५) सामाजिक व्यवस्था

समाजाचे विशिष्ट संगठन भाषेच्या विकासावर प्रभाव टाकते. शांतीच्या काळात समाजाच्या नेहमीच्या संगठनामध्ये काही बदल घडत नाही, आणि त्यामुळे भाषेचे जसे आहे तसेच रूप आढळून येते. पण युद्धाच्या काळात समाजाचे संगठन बिघडते, शिथिल होते. आणि भाषेवरील नियंत्रण संपल्यासारखे होते. त्यामुळे भाषेत तीव्रतेने - वेगाने परिवर्तन घडू लागते. नवनवे संकेत निर्माण होऊ लागतात. त्यामुळे नव्या नव्या शब्दांचा भाषेत प्रवेश होतो. मूळच्या शब्दांना वेगळेच अर्थ येतात. शब्दांची संक्षिप्तरूपे प्रचलित होतात. नेफा (North - east Frontier area) युनेस्को, यू. के., बीबीसी अशी संकेतरूपे विकसित होतात.

पण शांती-युद्ध काळाव्यतिरिक्तही भाषेत परिवर्तन घडते. जेथे जेथे भिन्न भिन्न जातीसमूह राहतात, तेथेही भाषांत वेगळेपण येते. काही काही क्षेत्रांत हिंदूंची बोली संस्कृतप्रचुर असते, तर जेथे मुसलमानांची संख्या अधिक असते तेथील हिंदूंची भाषा अरबी फार्सी उर्दू शब्दांनी युक्त बनते. तर इंग्रजी बोलू लिहू शिकणाऱ्या सुशिक्षितांची भाषा काही वेगळीच असते. अशा प्रकारे पंडितांची भाषा, मुसलमानांची भाषा, दलितांची भाषा ह्या सामाजिक व्यवस्थेमुळे ओळखल्या जातात. बहुधा ह्या लोकांच्या भाषात काही ना काही भिन्नता अवश्य आढळते.

(६) राजकीय कारण -

भाषेत परिवर्तन घडवण्यात राजकीय व्यवस्था - त्यात बदल इत्यादी कारण ठरते. विजेते जातीसमूह जेव्हा शासक बनतात तेव्हा आपली विशिष्ट भाषा पराजित जातीसमूहावर जबरदस्तीने लादतात. बौद्ध धर्माला राजाश्रय देणाऱ्या सम्राट अशोक इत्यादींच्या काळात पाली भाषेला राजाज्ञेने प्रोत्साहन मिळाले. गुप्तयुगातील सर्व राजांनी संस्कृत भाषेला मोठेच प्रोत्साहन दिले. मोठ्या प्रमाणावर संस्कृतचे अध्ययन या काळात झाले. संस्कृत भाषेत साहित्यरचना अधिक प्रमाणात गुप्तकाळात झाल्याचे

दिसून येते. मोंगलांच्या राजवटीत फार्सी भाषेला मोठे मानाचे स्थान मिळाले. इंग्रजी अमदानीत इंग्रजी भाषेचा भारतीयांवर मोठा प्रभाव पडला. सध्या हिंदी (हिंदी-उर्दू) भाषेला राष्ट्रभाषेचा दर्जा मिळाल्यामुळे शासनाकडून अर्थातच इतर भाषांपेक्षा हिंदी भाषेच्या प्रसारासाठी विशेष राजकीय शक्ती प्रोत्साहन देत आहेत. अशा प्रकारे राजकीय कारणामुळे विशिष्ट भाषा वरचढ ठरते. मग तिचा शिरकाव जास्त प्रमाणात इतर भाषांवर होतो. अन्य भाषिक लोक व्यवहार्यतेमुळे हिंदी आपापल्या परीने बोलतात. परिणामी यांच्या स्वत:च्या भाषा-बोलीत हिंदीचे शब्द इत्यादी परिवर्तन घडवतात.

(७) कालभेद -

भाषेतील परिवर्तनाला काळ विशेष कारणीभूत होतो. जगातील कोणत्याही भाषेचे स्वरूप स्थिर नाही. त्यामध्ये सतत परिवर्तने होत असतात. पण हे परिवर्तन ताबडतोब लक्षात येत नाही. बऱ्याच वर्षांनंतर भाषेच्या स्वरूपातील परिवर्तन स्पष्ट होऊ लागते. शेकडो वर्षानंतर तर भाषा तिच्या पूर्वीच्या रूपापेक्षा इतकी बदलून जाते, की मूळ भाषेतून दुसरीच भाषा निर्माण झाली अथवा विकसित झाली, असे म्हणावे लागते. उदा. वैदिक संस्कृत भाषेत अविरत परिवर्तने होत गेल्याने, पाली, प्राकृत, अपभ्रंश आणि अन्य आधुनिक आर्य भाषा विकसित झाल्या. अशा प्रकारे वैदिक संस्कृतावरील काळाचा प्रभाव स्पष्ट दिसतो. युरोपातील आधुनिक भाषांची निर्मिती अथवा विकास ग्रीक आणि लॅटिन भाषेपासून झाला. जगातील सर्वच भाषा कालांतराने परिवर्तित होत असतात.

(८) स्थानभेद -

स्थानभेद वा स्थानपरिवर्तनामुळे भाषेत परिवर्तन येते. प्रत्येक व्यक्तीच्या भाषेवर 'स्थानीय प्रभाव' स्पष्ट दिसतो. एखाद्या मनुष्याची भाषा ऐकून तो कोणत्या भागात राहणारा आहे, याचे अनुमान करता येते. बंगाली, पंजाबी, गुजराथी, मराठी, कन्नड इत्यादी भाषा या प्रकारच्या आहेत. मराठीपुरते बोलायचे तर पुणेरी, कोकणी, वऱ्हाडी इत्यादी नावे स्थानभेदामुळे दिली गेली आहेत. सारांश स्थान, प्रदेश बदलले की भाषा परिवर्तित होते.

(९) व्यक्तिगत प्रभाव -

महान व्यक्तींच्या विशेष प्रभावामुळेही कधीकधी भाषेत परिवर्तन घडते. साहित्यकार आणि त्यांचे व्यक्तिमत्व ह्यांचा प्रभाव सर्वसाधारण लोकांवर पडत असतो. गौतम बुद्धामुळेच संस्कृतपेक्षा पाली भाषेचा प्रसार अधिक झाला. अशोकाने तो राजाश्रयाने

वाढवला. शंकराचार्यांच्या अत्यंत प्रभावी व्यक्तिमत्वाने बौद्ध धर्म आणि पाली भाषेचा प्रसार मंदावला आणि वैदिक धर्माचे पुनरुत्थान झाल्यावर संस्कृत भाषेचे प्रचलन वाढले. अशाच प्रकारे तुलसीदास, स्वामी दयानंद सरस्वती, रवींद्रनाथ टागोर, संत तुकाराम, रामदास ह्यांच्या व्यक्तिगत प्रभावामुळे भाषेत परिवर्तने आल्याचे अभ्यासांती दिसून येते. आर्यसमाजाच्या चळवळीमुळे संस्कृतप्रचुर हिंदी भाषेचा विकास स्वामी दयानंदामुळे झाला, तर प्रेमचंदांनी आपल्या कथा कादंबऱ्यातून उर्दू फार्सीमिश्रित हिंदी लोकप्रिय केली. तिला 'हिंदुस्थानी भाषा' असेच नाव पडले. गांधीजीसुद्धा सामाजिक, राजकीय कारणांमुळे ह्या 'हिंदुस्थानी' भाषेचे समर्थक होते. त्यामुळे 'हिंदुस्थानी' भाषा शिकण्याकडे लोकांचा कल वाढला. रवींद्रनाथ टागोरांमुळेच बंगाली भाषेचे महत्त्व वाढले. अशा प्रकारे महान व्यक्तिमत्त्व असलेल्या विशिष्ट व्यक्तीकडूनही भाषा प्रभावित होत असते.

(१०) शिक्षण आणि संस्कृती -

सुशिक्षित व्यक्तींची भाषा ही अशिक्षित व्यक्तींच्या भाषेपेक्षा भिन्न असते. सुशिक्षित सुसंस्कृत मनुष्य स्वच्छ, शिष्ट आणि स्पष्ट भाषा बोलतो. पण अशिक्षित मनुष्याची भाषा असंस्कृत आणि कित्येक बाबतीत सदोष असते. ह्यामुळे हे दोन्ही प्रकारचे लोक आपल्या बोलीने भाषेत परिवर्तन घडवतात.

(११) शब्दांचा अप्रयोग -

कधी कधी एखाद्या देशाच्या सामाजिक, धार्मिक आणि राजकीय अवस्थेमध्ये कालांतराने वा काही अन्य कारणांनी मोठे बदल घडतात. अशा वेळी अनेक प्राचीन शब्दांचा भाषेतील वापर - प्रचलन - बंद होतो आणि अनेक नव्या शब्दांच्या प्रयोगांची, संकेत संकल्पनांची निर्मिती होते. वेदकाळात लिहिल्या गेलेल्या यज्ञसंबंधी ब्राह्मणग्रंथांमधील यज्ञक्रियेसंदर्भातील असंख्य शब्द आता त्यांचे व्यवहारमूल्य संपल्यामुळे आज अप्रचलित किंवा लुप्त झाले आहेत. कधी कधी एका विशिष्ट अर्थाच्या बोधक अनेक शब्दातील एखाददुसरा भाषेत राहातो, आणि बाकीचे शब्द भाषेत प्रयुक्त होणे बंद होते. अशा रीतीने शब्दांचा प्रयोग व्यवहारातून, भाषेतून नाहीसा झाल्यामुळे आणि नव्या शब्दांची निर्मिती झाल्यामुळे भाषेत परिवर्तन येते.

(१२) शब्दांचा दैधीभाव -

भाषेतील काही शब्दांच्या स्वरूपात थोडासा बदल होऊन वेगळ्याच अर्थाने भाषेत प्रचलित होतात. उदा. संस्कृत 'सर्प' शब्दाचा अर्थ साप, मराठीत 'साप' शब्द

आहे. पण 'साफ' शब्दाने (स्वच्छ) अर्थ बदलतो. याचप्रमाणे संस्कृत 'पाद (पाय) हिंदींत पाव (पावशेर) पाँव (पाय) या प्रकारची कितीतरी उदाहरणे देता येतील.

(१ ३) अनेक शब्द संश्लेषण -

कधी कधी भाषेत अनेक शब्दांच्या संश्लेषणामुळे नवीन शब्द बनतात. उदा. मावशी (मातृ + स्वसा), सवत (स + पत्नी) भावजय (भ्रातृ + जाया) इत्यादी शब्द संश्लेषणातून बनले आहेत.

अशा प्रकारे भाषा परिवर्तनशील असते हे सिद्ध होते. वरील अनेक कारणांनी ही परिवर्तने होतात. एखाद्या नदीप्रमाणे भाषा प्रत्येक ठिकाणी वेगळी दिसते आणि तशीच पुढे पुन्हा वेगवेगळी रूपे घेत वाहत राहते. जर भाषेला कठोर नियमांच्या व्याकरणशास्त्राचा बांध घातला, तर भाषेची गती, विकास खुंटतो, परंतु अशा भाषेच्या बोलीभाषांच्या शाखा मात्र विकसित होत राहतात. संस्कृत भाषेपुरते पाणिनि इत्यादी व्याकरणकारांनी निश्चित केलेले रूप साहित्यरूपाने आजही लिहिले जाते. तशीच भाषा हजारो वर्षांपूर्वी होती. पण संस्कृत भाषेचे असाहित्यिक रूप (सर्वसाधारण लोकांची बोली भाषा) प्राकृत अपभ्रंश होऊन आधुनिक आर्यभाषामध्ये विकास पावले. असाच प्रकार लॅटिन, ग्रीक, अवेस्ती (प्राचीन पर्शियन) भाषेबाबत आढळतो. भाषेचा प्रवाह कोणत्याही व्याकरणाच्या बंधनास जुमानत नाही. भाषेत होणारी परिवर्तने हाच भाषेचा विकास आहे. विकृती वा अशुद्धी नाही. विकास हाच भाषेचा मूलधर्म आहे, हा विकास कधी वेगाने होतो, किंवा शेकडो वर्षानंतर होतो.

भाषेची उत्पत्ती

भाषा मनुष्याच्या विचारांचे आदानप्रदानाचे माध्यम आहे. म्हणून मानवी जीवनात भाषेला महत्त्वपूर्ण स्थान आहे. भाषाविज्ञानाचे अध्ययन करताना 'भाषेची उत्पत्ती केव्हा आणि कशी झाली ?' हा प्रश्न उद्‌भवणे साहजिक आहे. मूल काही मातेच्या उदरातून भाषा शिकून जन्मत नाही. अनुकरण इत्यादींच्या द्वारा, आपल्या बौद्धिक कुवतीनुसार प्रयत्न करून आसपासच्या व्यवहारातील भाषा मूल शिकते. काही भाषाविज्ञानी भाषेच्या उत्पत्तीबाबतचा प्रश्न, भाषाविज्ञानाचा विषयच मानत नाहीत. त्यांचे मत असे आहे की भाषेच्या उत्पत्तीच्या संदर्भात कोणीही निश्चितपणे उत्तर देऊ शकत नाही. म्हणून ज्याचे उत्तर समाधान मिळणे अशक्य, त्या विषयावर विचार करून काय लाभ ? प्रसिद्ध विद्वान मेरियो पाई (Mario Pai) याने भाषेच्या उत्पत्तीबाबत आपले मत असे नोंदवले आहे 'जर एखादी समस्या असेल ज्याबाबतीत सर्व भाषाविज्ञानी सहमत आहेत, ती म्हणजे मनुष्याच्या भाषेच्या उत्पत्तीसंबंधीची

समस्या. जी आजतागायत एक रहस्य आहे.' (If there is one thing on which all linguists are fully agreed, it is that the problem of the origin of human speech is still unsolved)

भाषेच्या उत्पत्तीच्या प्रश्नाच्या सोडवणुकीसाठी विद्वानांनी दोन रीतींचा अवलंब केला आहे. १) प्रत्यक्ष मार्ग २) अप्रत्यक्ष मार्ग. प्रत्यक्ष मार्ग पद्धतीने अनेक सिद्धांत वा युक्तिवादांवर विचार केला जातो, की जे भाषेच्या उत्पत्तीसंबंधी प्रत्यक्षरूपाने आपले उत्तर देतात. अप्रत्यक्ष मार्ग पद्धतीने ऐतिहासिक आणि तुलनात्मक अभ्यासाच्या आधाराने भाषेच्या वर्तमान स्वरूपावर विचार करीत करीत भूतकालीन भाषेच्या उत्पत्तीसंबंधी अनुमान केले जाते.

प्रत्यक्ष मार्ग -

१) दैवी उत्पत्तिवाद (Divine Origin Theory)

ह्या मतानुसार अशी श्रद्धाळू भूमिका घेतली गेली आहे, की भाषेची उत्पत्ती दैवी शक्तीनेच घडली. ईश्वराने जगातील साऱ्या वस्तू उत्पन्न करताना भाषाही निर्माण केली.

आता ईश्वरानेच भाषा उत्पन्न केली, तर असा प्रश्न पडतो की, नेमक्या कोणत्या भाषेची ईश्वराने निर्मिती केली ? की त्याने सर्व काळात अस्तित्वात असलेल्या जगातील सर्व भाषा निर्माण केल्या ? एकाच भाषेपासून अनेक भाषा कशा निर्माण झाल्या ? जगातील सर्वच धार्मिक, श्रद्धाळू लोक आपल्या पूज्य धर्मग्रंथांची भाषा अतिप्राचीन आणि ईश्वराद्वारा निर्मित मानतात. हिंदू लोक वैदिक संस्कृतभाषा ईश्वराची निर्मिती मानतात, याच भावनेतून ते वेदांना 'अपौरुषेय' मानतात. देववाणी, सुरभारती अशी संस्कृत भाषेला विशेषणे दिली गेली आहेत. पाणिनीच्या अष्टाध्यायीतील १४ माहेश्वरसूत्रे भगवान शंकराने १४ वेळा डमरूचा नाद करून उत्पन्न केली, अशी अनुश्रुती आहे.

बौद्धांची प्राचीन भाषा पाली ही ईश्वरनिर्मित म्हणून पवित्र मानली जाते. याच भाषेत गौतम बुद्धाने मानव जातीला आपला धर्मोपदेश दिला होता. याच प्रकारे जैनधर्मीय अर्धमागधी ही एकमेव पवित्र अतिप्राचीन भाषा मानून तिच्या उत्पत्तीचे श्रेय ईश्वरालाच देतात. कॅथॉलिक ख्रिश्चन हिब्रू भाषा ईश्वराची कृती मानतात, त्याच भाषेत बायबल ग्रंथ लिहिला गेला आहे. मुसलमान लोक पवित्र कुराणाची अरेबिक भाषा 'अल्लाह'ने उत्पन्न केली, असे सांगतात. प्राचीन इजिप्तमधील लोक स्वभाषेला 'देवांची भाषा' समजत. असाच प्रकार अवेस्त्याच्या प्राचीन पर्शियन भाषेबाबत आहे. भारतीय विद्वान भगवद् दत्त यांनी आपल्या 'भाषा का इतिहास' या ग्रंथात 'संस्कृत हीच

जगातील एकमेव अति-अतिप्राचीन भाषा' असल्याचे सांगून म्हटले आहे की, 'जर कदाचित आज अज्ञात असलेले अत्यंत प्राचीन संस्कृतचे स्वरूप जगाला ज्ञात झाले, तर भाषेच्या उत्पत्तीच्या प्रश्नाबरोबर अनेक समस्यांचे उत्तर मिळेल,' असे म्हटले आहे. त्यांनी 'ऱ्हास सिद्धांत' मांडला आहे. 'एकेकाळच्या प्राचीनतम रूपातील सुसमृद्ध संस्कृत भाषा नंतर ऱ्हास पावली,' असे ते म्हणतात. युरोपीयन भाषाविज्ञान या ऱ्हास सिद्धांताच्या विपरीत 'स्वभाषा - विकास सिद्धांताचे' समर्थन करतात. प्राचीन अविकसित स्वरूपाची भाषा हळूहळू विकास पावत जाते, असे त्यांचे प्रतिपादन आहे.

भाषेच्या दैवी उत्पत्तीवादाच्या सिद्धांताच्या विरोधात खालील युक्तिवाद दिले जातात.

(१) जर भाषा ईश्वराने उत्पन्न केली असे मानले तर जगातील सारी मुले जन्मतःच बोलू लागली असती. भाषा शिकण्याची गरज पडली नसती. परंतु मुले जन्मत: कोणतीच भाषा बोलू शकत नाहीत, त्यांना भाषा ही माता-पिता, परिसरातील संस्कार, व्यवहार ह्यांच्या अनुकरणाने शिकावी लागते, असे दिसते. जी मुले आईबाप समाज यांच्यापासून संपूर्णपणे अलिप्त वाढवली जातात. ती मुले कोणतीही भाषा बोलू शकत नाहीत. म्हणून भाषेचा उत्पत्तिकर्ता ईश्वर नाही.

(२) जर भाषा ईश्वरनिर्मित असली, तर जगातील सारे लोक सर्वकाळी एकच भाषा बोलले असते. त्यात विकासही झाला नसता, पण व्यवहारात तर जगभर हजारोंनी भाषा-बोली लोक बोलतात.

(३) जर भाषा ईश्वरनिर्मित मानली तर भाषेत आढळून येणारी अनियमितता, विसंगती, असंगती, अपवाद राहिलेच नसते.

(४) शिष्ट-अशिष्ट - सभ्य-असभ्य लोकांच्या भाषेत भेदच राहिला नसता.

(५) हर्डर हा भाषाविज्ञानी सांगतो - जर भाषा ईश्वराची निर्मिती असती तर ती पूर्णत: युक्तिसंगत, आणि अचूक असती, भाषा संज्ञाशब्दांनी युक्त आढळली असती. पण अभ्यासांती दिसते की अधिकांश भाषातील संज्ञा, शब्द हे धातूपासून बनलेले आहेत. तेव्हा 'भाषेचा निर्माता ईश्वर' हा सिद्धांत अंधविश्वास आणि तर्कहीनता यांनी दूषित झालेला आहे.

२) सांकेतिक उत्पत्तिवाद किंवा निर्णय सिद्धांत (Symbolical origin, Agreement Theory)

या सिद्धांतास स्वीकारवाद, प्रतीकवाद, संकेतवाद अशीही नावे आहेत. ह्या मताचे विद्वान म्हणतात, की अतिप्राचीन काळी, जेव्हा भाषा नव्हती, तेव्हा मनुष्याला संकेतांच्या - (खाणाखुणा, हावभाव) साह्याने आपले विचार मांडावे लागत. पण या

मार्गाने मनुष्याची सर्वच कामे सहजपणे होऊ शकत नव्हती. तेव्हा मनुष्यांच्या जाती-समूहांनी एकत्र येऊन विभिन्न वस्तूंसाठी भिन्न भिन्न संकेत निश्चित केले, आणि ह्या प्रकारे भाषेची उत्पत्ती झाली.

पण हेही मत सदोष आहे, कारण-

(१) ज्या अर्थी मनुष्य बोलू शकतच नव्हता, त्याची अशी कोणतीच भाषा नव्हती तर तो आणि त्याचा जातीसमूह एकत्रित कसे झाले ?

(२) भाषाच अस्तित्वात नसण्याच्या अवस्थेत विभिन्न वस्तूंचे संकेत कोणत्या प्रकारे निश्चित केले गेले ?

(३) जर अशा काळीही लोक विचारांचे आदान-प्रदान करू शकत होते तर त्यांची अशी खास बोली निश्चितच होती. मग अन्य भाषेची आवश्यकताच नव्हती.

३) धातु सिद्धांत (Root Theory)

जर्मन विद्वान हेज (Heyes) याने हे मत मांडले, आणि मॅक्समुलरने ह्या सिद्धांताचा पुरस्कार केला. ह्या मतान्वये आदिमानवाजवळ अशी शक्ती होती की, त्याच्या मनावर ज्या वस्तूचा प्रभाव पडे, तेव्हा तो आपोआप तोंडातून त्या वस्तूच्या अनुरूप ध्वन्यात्मक अभिव्यक्ती करीत असे. याप्रकारे आदिमानवाने ४००-५०० धातूंची उत्पत्ती केली. आणि त्याच्याच आधाराने पुढे भाषेची उत्पत्ती झाली. मनुष्याची ती विशिष्ट प्रकारची शक्ती धातूंची आवश्यक तेवढी निर्मिती होताच नंतर समाप्त झाली. ह्या आदिमानवाच्या धातूंपासूनच अनेक भाषांची उत्पत्ती झाली.

या सिद्धांताच्या आधारेही भाषा-उत्पत्तीचा प्रश्न सुटत नाही. कारण,

(१) आदिमानवामध्ये ज्या एका विशेष शक्तीची कल्पना केली गेली आहे, ती आदिमानवात कशी उत्पन्न झाली ? आणि नंतर ती समाप्त कशी झाली ?

(२) आदिमानवाने 'धातु'बाबत कोणत्याही प्रकारची कल्पना केलेली नव्हती. 'धातु' ही कल्पना फार नंतर व्याकरणशास्त्रात प्रातिपदिक, लिंग इत्यादीबरोबर गृहीत कल्पना आहे.

(३) 'धातूवर आधारित भाषेची उत्पत्ती' ही कल्पना ह्या सिद्धांतात आहे. पण जगात अशा कितीतरी भाषा आहेत, की ज्यामध्ये धातू नाहीत. उदा. चिनी भाषा, अथवस्कन भाषांमध्ये धातू नाहीत.

(४) ४००-५०० धातूंची कल्पना भाषेच्या उत्पत्तीच्या संदर्भात अत्यल्प आहे. एकट्या संस्कृत भाषेत १९७० धातू आहेत.

(५) भाषानिर्मिती प्रक्रियेत धातू, प्रत्यय आणि उपसर्ग ह्यांचेही महत्त्वाचे स्थान असते. केवळ धातूच्या आधारावर भाषेची उत्पत्ती झाली, हे मत चूक आहे.

४) अनुकरण मूलकतावाद - (Bow - wow Theory)

ह्या सिद्धांतास 'शब्दानुकरणवाद,' शब्दानुकरण मूलकतावाद 'भोंभों वाद' इत्यादी अन्य नावे आहेत. इंग्रजीत ह्या वादास onomatopoeic आणि Choic Theory म्हटले जाते.

ह्या सिद्धांतानुसार असे मानले जाते की, आदिमानवाने त्याच्या आसपास असलेल्या पशुपक्ष्यांच्या ध्वनींचे अनुकरण करून शब्द निर्माण केले. नंतर ते शब्द 'भाषा' बनले. संस्कृतमधील 'काक', 'कोकिल', इंग्रजीतील Cuckoo हे शब्द पक्ष्याच्या ध्वनींच्या अनुकरणातून निर्माण झाले. चिनी भाषेतील 'मिआरू' (मांजर), आणि हिंदीतील म्यॉऊ, मराठीतील म्यांव शब्द ध्वनी अनुकरणातून बनले. कावळा, कुक्कुट, कोकिळा, घु > घु (हिंदी) घुबड, धडाका, गडगडाट, कडकडाट, भुंकणे, गुरगुरणे, खिंकाळणे, फटफट, खोकला, टरकणे, खदाखदा, कुई (कोल्हेकुई) इत्यादी शब्द अनुकरणातून बनले आहेत. हडर, व्हिटनी, पॉल इत्यादी भाषाविज्ञानी पंडितांनी ह्या मताचे समर्थन केले आहे. भाषेत अशा प्रकारचे शब्द संख्येने थोडे आहेत; पण हेही खरे की आदिमानवाच्या काळी ध्वनीचे अनुकरण करून बनलेले शब्द भाषेमध्ये खासच महत्त्वाचे होते.

(१) ह्या मतावर येणारा महत्त्वाचा आक्षेप म्हणजे - जगात सर्व पशुपक्षी - इतर प्राण्यात श्रेष्ठ असलेला मनुष्य स्वत:ची प्रज्ञा वापरून ध्वनी निर्माण करू शकला नाही. त्याला पशुपक्ष्यांच्या ध्वनीचे अनुकरण करूनच भाषा उत्पन्न करावी लागली, हे पटण्यासारखेही नाही आणि भाषेचे स्वरूप पाहता तसा अनुभवही नाही. उत्तर अमेरिकेतील अथवस्कन आणि काही भाषांमध्ये पशुपक्ष्यांच्या ध्वनीचे अनुकरण असलेले शब्द सापडत नाहीत.

(२) ध्वन्यानुकरणाने बनलेले शब्द प्रत्येक भाषेत फार थोडे आहेत. साऱ्या शब्दसंपत्तीमध्ये हे शब्द एक दोन टक्के असतील. मग बाकीचे शब्द कसे बनले, ह्याचे उत्तर ह्या सिद्धांतात दिलेले नाही.

(३) जर शब्द ध्वन्यानुकरणाने बनतो, तर जगातील सर्व भाषेत ह्यासाठी एकच शब्द असता. किंवा समानता आढळली असती. परंतु असे आढळत नाही. प्रत्येक भाषेत सर्वच ध्वनी नसतात. इंग्रजीत 'भ' ध्वनी नाही, म्हणून 'ब' ध्वनींचा आधार घेतला जातो. उदाहरणार्थ 'भणभणणे' शब्द इंग्रजीत (Buzzing) 'बझिंग' असा उच्चारला जातो. 'ख' ध्वनीही नसल्याने 'खोकला' ऐवजी इंग्रजीत (Cough) कफ शब्द आढळतो.

(४) मॅक्समुलरने हे मत हास्यास्पद मानले आहे, आणि त्या मताला त्याने (Bow-wow) बाऊ-वावू (कुत्र्याची बोली) असे नाव दिले. त्याने म्हटले आहे की हा

सिद्धांत कृत्रिम फुलाप्रमाणे आधाररहित आहे. असे शब्द 'अनुत्पादक' आहेत, कारण ज्या वस्तूचे ध्वन्यानुकरण करून शब्द बनतो, तो शब्द विशिष्ट अर्थाखेरीज अन्य वस्तूंचा - अर्थांचा निर्देश करीत नाहीत.

(Words of this kind are like artificial flowers, without a root. They are sterile and unfit to express anything beyond the one object which they imitate.)

म्हणून भाषेमध्ये पशुपक्ष्यांच्या ध्वनीच्या अनुकरणातून बनलेले शब्द निश्चित आहेत; परंतु भाषेमधील इतर सर्वच शब्दांच्या उत्पत्तीच्या बाबतीत हा सिद्धांत उत्तर देऊ शकत नाही.

५) मनोभावाभिव्यञ्जकतावाद - (Pooh-pooh Theory or interjectional theory)

या सिद्धांतास 'आवेगसिद्धांत, मनोरागव्यंजक, शब्दमूलकवाद, पूहपूहवाद अशा अन्य नावांनीही संबोधित करतात, या मताचे स्वरूप 'अनुकरणमूलकता' वादाच्या आधारावर अवलंबून आहे. हे मत असे आहे. प्रारंभी आदिमानव विचार-प्रधान स्वभावाचा नव्हता. तो भावप्रधानच अधिक होता, वेगवेगळ्या प्रसंगी, अनेक कारणांनी सुख, दुःख, घृणा, क्रोध इत्यादी अनेक भावावेग प्रकट करणारे ध्वनी त्याच्या तोंडून निर्माण होऊन बाहेर पडत. ओह, छीः, हाय, धिक, धत, आः, पूह (pooh), पिश (pish), फाई (Fie), व्ह्यू (whew), टट (Tut) अशा प्रकारचे ते ध्वनी असत. या प्रक्रियेनंतर अनेक शब्दांची उत्पत्ती झाली. उदा. धिक्कारणे, धिक्कार, फायसे, फिएंड, वाहवाही, हाहाकार इत्यादी अशा शब्दातून भाषा उत्पन्न झाली, असे ह्या सिद्धांताचे समर्थक मानतात.

परंतु या सिद्धांतानेही भाषेच्या उत्पत्तीसंबंधीचा प्रश्न सुटत नाही; कारण-

(१) अशा प्रकारे बनलेल्या शब्दामध्ये भाषेतील संपूर्ण शब्दांचा समावेश होऊ शकत नाही. म्हणून या सिद्धांतानुसार बनलेल्या शब्दांव्यतिरिक्त अन्य शब्दांची उत्पत्ती कशी झाली, हा प्रश्न अनुत्तरित राहतो.

(२) या विशिष्ट प्रकारे बनलेले शब्द, जगातील इतर भाषांत एकसारखे न आढळता, भिन्न स्वरूपात दिसतात, जसे वेदना प्रकट करण्यासाठी मराठीत आः, हिंदीत हाय, इंग्रजीत ओह-आउच, जर्मनमध्ये आरू इत्यादी.

(३) अशा प्रकारचे शब्द अत्यल्प आहेत.

(४) हे शब्द भाषेच्या अंगाच्या दृष्टीने अतिशयच अपूर्ण आहेत. पण भाषेच्या उत्पत्तीत या शब्दांचे आंशिक, अत्यल्प योगदान आहे, हे मान्य करावे लागते.

६) श्रमपरिहरणमूलकतावाद (Yo-he-ho Theory)

योहेहोऽवाद सिद्धांताला श्रमध्वनिसिद्धांत किंवा श्रमपरिहरणमूलकतावाद असेही म्हणतात, या सिद्धांताची मांडणी न्वायर (Noire) नामक विद्वानाने केली. त्याचे मत असे-

मनुष्य जेव्हा कठोर परिश्रम करतो, तेव्हा दमून थकून त्याचा श्वास तीव्रतेने चालतो. त्याच्या स्वरतंत्रिका भिन्न भिन्न प्रकारे कंपित होऊ लागतात. अशा वेळी मानव मुखातून काही ध्वनींची उत्पत्ती होते, आणि त्यायोगे मनुष्याला शांती-सुखाचा अनुभव होतो. नावाडी 'हैया हैया' धोबी 'हिया हिय्या' किंवा यासारखे ध्वनी काढतो. अन्य श्रमिक लोकही अशाच प्रकारचे वेगवेगळे ध्वनी काढतात. त्यामुळे त्यांना श्रमपरिहार झाल्यासारखे वाटते. म्हणून या मताच्या आधारे न्वायर प्रतिपादन करतो की आदिमानवाच्या काळातील त्याचे असे उद्‌गार म्हणजे, तो करीत असलेल्या कार्यांचे प्रतीक बनले. अशा प्रकारे भाषेतील काही शब्द बनले. हळूहळू ह्याच ध्वनींचा विकास होऊन भाषा बनली. इंग्रजीत 'यो - हे - हो' (yo-he-ho) असा ध्वनी आहे. अशा अन्य ध्वनींनी इंग्रजीत 'हीव्ह' (Heave) आणि हॉल (Haul) अशा क्रियांची निर्मिती झाली. प्रत्येक भाषेत अशा प्रकारचे काही शब्द निर्माण झाले.

या सिद्धांताच्या विरोधात खालील युक्तिवाद मांडले गेले आहेत.

(१) अशा प्रकारचे शब्द कोणत्याही भाषेत अल्प प्रमाणात आहेत तेव्हा भाषेतील इतर शब्दांची निर्मिती कशी झाली. ह्याचे स्पष्टीकरण ह्या सिद्धांतात नाही.

(२) या प्रकारच्या ध्वनींना भाषेत काहीही स्थान नाही.

(३) या प्रकारचे शब्द भिन्न भिन्न भाषात एकसारखे आढळत नाहीत. इंग्रज आणि भारतीय श्रमिक कष्ट करताना जो ध्वनी काढतो, त्यात फरक आढळतो.

(४) काही भाषांत अशा प्रकारे ध्वनीपासून बनलेले शब्द नाहीत.

(५) हे ध्वनी, शब्द भाषेचे प्रमुख अंग नाहीत.

७) अनुरणनमूलकतावाद (Ding-Dong Theory)

या सिद्धांतास अनुरणनात्मक, अनुकरण किंवा अनुरणन सिद्धांत असेही म्हणतात. हा सिद्धांत असा आहे- एखाद्या जड पदार्थावर प्रहार केल्यामुळे एक विशेष प्रकारचा ध्वनी निर्माण होतो, त्या ध्वनीच्या आधारावर शब्द बनवले गेले. हे ध्वनी एखादा धातू, लाकूड, पाणी इत्यादी निर्जीव पदार्थावर आघात केल्यामुळेच होऊ शकतात. अशा प्रकारे ध्वनीपासून बनलेल्या शब्दांनी भाषेची उत्पत्ती झाली. तडतड, कडकड, खळखळ, ठणठण, धमधम, खरखर, चपचप, खणखण, टपटप, सरसर, झरझर चरचर, टणटण, भडभड अशा प्रकारे शब्द बनले. इंग्रजीतही याप्रकारचे शब्द

आहेत. मर्मर (murmur), थंडर (Thunder), जॅझ (Jazz), डिंग-डाँग (Ding-Dong) इत्यादी शब्द आहेत. प्रत्येक भाषेत असे शब्द अल्प प्रमाणात आढळतात.

परंतु जगातील कोणत्याही भाषेत वरील प्रकारचे शब्द अल्प प्रमाणातच आढळतात. मागे काही सिद्धांतावर घेतलेले आक्षेप या सिद्धांतालाही लागू आहेत. भाषेच्या उत्पत्तीसंबंधीचा प्रश्न या सिद्धांताने सोडविला जाऊ शकत नाही.

८) प्रतीकवाद, इंगित सिद्धांत किंवा जेस्वर सिद्धांत-

प्रतीक म्हणजे चिन्ह. एखादी छोटी वस्तू, किंवा भाव प्रकट करण्यासाठी स्थूल वस्तूचा आश्रय जेव्हा घेतला जातो, तेव्हा त्यास प्रतीक-प्रतीकवाद म्हणतात. उदा. तारुण्याला सौंदर्य, ताजेपणा, उत्साह, उमललेले फूल म्हटले तर हे शब्द तारुण्याचे प्रतीक होतात. 'कळी' बाल्यावस्थेचे प्रतीक आहे. संध्यासमय वृद्धत्वाचे प्रतीक आहे. सूर्यास्त मृत्यूचे प्रतीक आहे. पिण्याची क्रिया 'पी' या प्रतीकाने सूचित केली आहे. 'मामा' शब्द इंग्रजीत 'आई' शब्दाचा प्रतीक आहे. तर हिंदी मराठीत तो 'आईचा भाऊ' याचा प्रतीक आहे. बहुतेक दक्षिणी (आणि मराठी) भाषेत सासऱ्यालाही 'मामा' म्हणतात. म्हणून 'मामा' शब्दाचे वेगवेगळे अर्थ प्रतीकरूपाने आरोपित होत असतात.

यावर आक्षेप असे-

(१) असे शब्द भाषेत फारशा संख्येने उपलब्ध नाहीत. ह्या शब्दांनी भाषेची उत्पत्ती शक्य नाही.

(२) 'प्रतीक' हा विधी स्पष्ट नाही.

(३) भाषा जेव्हा अस्तित्वातच नव्हती, तेव्हा प्रतीके व्यवहारात कशी स्थापित झाली, ह्या प्रश्नाचे उत्तर सिद्धांतात नाही. फार थोड्या शब्दांची उत्पत्ती या सिद्धांताने सांगितली, पण भाषेतील सर्वच शब्दांची सांगितली नाही.

९) टा - टा सिद्धांत (Ta-Ta-Theory)

ह्या मतानुसार आदिमानव आपली कामे करताना सहजगत्या जाणता-अजाणता (काही ध्वनी आणि शब्दांचे) उच्चारण करीत असे. ह्याही सिद्धांताने भाषेच्या उत्पत्तीसंबंधीची समस्या उलगडत नाही. आदिमानवाकडून उच्चारलेले शब्द-ध्वनी निरर्थक होते. मग त्यापासून भाषा कशी तयार होऊ शकेल ?

१०) संगीत सिद्धांत (Sing song Theory)

हा सिद्धांत मानतो की आदिमानवाने संगीताच्या द्वारे भाषांची उत्पत्ती केली.

आदिमानव सवडीच्या वेळी प्रेम-दुःख इत्यादी, भावनांची अभिव्यक्ती करण्यासाठी अर्थहीन गात असे. नंतर ह्या गीतातील विशेष शब्दांच्या विशेष अर्थ अवस्थासंबंधी अर्थ मानले गेले. त्यातून भाषा प्रगत झाली. डार्विन, स्पेन्सर आणि येस्पर्सन यांनी या प्रकारचे मत प्रकट केले आहे. संगीत प्रेमाच्या संदर्भातच अधिक असल्यामुळे ह्याला प्रेमसिद्धांत (woo woo Theory) असेही म्हटले आहे.

११) संपर्क सिद्धांत -

ह्या सिद्धांताचे प्रतिपादन प्रो. जी रेवेज यांनी केले. त्यांनी पशुमनोविज्ञान, बालमनोविज्ञान आणि आदिमानव मनोविज्ञान यांच्या आधारावर हा सिद्धांत मांडला. रेवेजचे म्हणणे असे की सामाजिक प्राण्यांची परस्परांशी संबंध ठेवण्याची प्रवृत्ती असते. यालाच 'संपर्क' म्हटले आहे, हळूहळू ह्या भाषेचा विकास झाला. जसजसा विचार, भाव यांचा संपर्क अधिकाधिक वाढत गेला, त्या प्रमाणात भाषाही विकसित होत गेली.

ह्या सिद्धांताच्या साह्यानेही भाषेची उत्पत्ती व्यवस्थितपणे सिद्ध होत नाही.

१२) समन्वित विकासवादाचा सिद्धांत :

ह्या सिद्धांतास 'स्वीटचा समन्वय सिद्धांत' असेही म्हणतात. स्वीट मानतो प्रारंभी भाषा इंगिते आणि ध्वनिसमूह या दोहोवर आधारित होती. पुढे कालांतराने ध्वनिसमूहातून शब्दांचा विकास झाला. स्वीटच्या मतानुसार प्रारंभी तीन प्रकारचे शब्द होते.

१) अनुकरणमूलक २) मनोभावाभिव्यंजक ३) प्रतीकात्मक

(१) अनुकरणमूलक (Imitative) - शब्दात पशुपक्ष्यांच्या ध्वनींच्या अनुकरणातून निर्माण झालेले शब्द आणि अनुकरणमूलक शब्द संमीलित आहेत. इजिप्शियन शब्द 'माऊ माऊ' जो म्यांऊ म्यांऊ ध्वनीपासून बनला आहे- मांजरासाठी प्रयुक्त होतो. संस्कृत 'काक' शब्द कावळ्याच्या 'काव काव' ध्वनीच्या अनुकरणातून बनला आहे. ह्याचप्रकारे इंग्रजीतील Cuckoo (कुकू) मांजरासाठी 'पुस' (Puss) शब्दाचा प्रयोग किंवा याच्याशी समान अर्थाचा शब्द कित्येक देशात उदा. उ. आफ्रिका, अरब, ब्रिटन, स्पेन, इटली, स्कँडिनेव्हिया, जर्मनी, हॉलंड इत्यादी देशात बोलला जातो, असे अनुकरणात्मक शब्द असंख्य उदाहरणांनी दाखवता येतील.

(२) मनोभावाभिव्यंजक - अथवा भावाभिवेशव्यंजक शब्द प्राचीन भाषेत निश्चितपणे होते. ओह, आः, धिक्, वाः, हुश, हाय् इंग्रजीतील पाऽ (Pah), फाई (Fie), डॅनिश, फाई (Fy), जर्मन तसेच 'फुई (pfui), संस्कृत पृ, पी, जुन्या इंग्रजीतील

'फेअँड' शत्रू - हाच शब्द आधुनिक इंग्रजीत फीन्ड (पिशाच प्रेत) हिंदीत धिक्कारना, दुरदुराना, मराठीत तळमळ, तगमग, तडफड अशा प्रकारचे शब्द आहेत.

(३) प्रतीकात्मक - हेन्री स्वीटचे हे मत प्रतीकाचाही स्वीकार करते. प्रतीकात्मक शब्दाचा थोडा संबंध कोणत्यातरी अर्थाशी निगडित होऊन प्रतीक वा चिन्ह बनते. यौवनास उमललेले फूल, बाल्यावस्थेत 'कळी', लहान मुले पापा, मामा, बाबा इत्यादी जे शब्द उच्चारतात, त्याचा अर्थ त्या मुलाचे संबंधित नातेवाईक स्वत:साठीचा शब्दप्रयोग जाणून घेतात. म्हणून अर्थाशी संबंधित हे त्या अर्थांचे प्रतीक बनून शब्द बनतात.

प्राचीन काळी पाणी पिताना आदिमानवाने ओठांनी श्वास आत घेऊन क्रिया करताना जो ध्वनी ऐकला, तो ओष्ठ्य ध्वनी 'प, ब' इत्यादींचा प्रयोग करून त्याचा शब्द बनवला असला पाहिजे. संस्कृतमधील 'पिबामि' लॅटिनमधील बिबेरे (Bibere) शब्द पिण्याचे सूचक बनले. ह्यासारखाच मिळता जुळता अरबी शब्द 'शरब' ज्याचा अर्थ पिणे असा आहे, (ज्यापासून 'शरबत' शब्द बनला) हवा वाहत, असताना जो ध्वनी उत्पन्न होतो, त्याचे अनुकरण करून तोंडाने फुंकर मारण्याच्या आधारावरून इंग्रजी शब्द (wind) विंड बनला. जर्मन भाषेत वेहेन (wehen) बनला. याचाही अर्थ 'हवा वाहणे' असा आहे. याचप्रकारे ब्लावन (Blawan), ब्लो (Blow) पफ (Puff) (सर्व ओष्ठ्य ध्वनी आहेत) चिनी भाषेत 'फुंज' इत्यादी शब्द बनले. प्रतीकात्मक शब्दातून अन्य शब्दाची उत्पत्ती झाली. उदा. झाडाची पाने पडल्यावर जो 'पत' असा ध्वनी होतो, त्याचा अर्थ 'पडणे' असा झाला. 'पत्' च्या आधारावर 'पतंग' पक्षी, पतत्र (पंख), पत्रि (पक्षी) पतत् (पडत असलेला), पतन, पतयालु (पतनशील), पतत्री (पक्षी, घोडा, मूल), पतित, पत्र इत्यादी शब्दांची निर्मिती झाली. 'पत्र' हिंदी भाषेत 'पत्ता, पत्तर, पत्तल' इत्यादी शब्दांच्या उत्पत्तीचा स्त्रोत बनला आहे.

हेन्री स्वीटने वरील तीन प्रकारे भाषेची उत्पत्ती झाली असे मानले आहे. परंतु असेही असंख्य शब्द आहेत, की ज्यांचा समावेश स्वीटच्या सिद्धांतातील विभाजनात होत नाही. अशा प्रकारच्या शब्दांना औपचारिक म्हटले आहे.

औपचारिक शब्द-

भाषेची विकासाची गती निरंतर चालूच असते. ज्ञानात वृद्धी होत असतानाच ती व्यक्त करण्यासाठी नवनव्या शब्दाची निर्मिती केली जाते. प्रथमपासूनच प्रचलित असलेल्या शब्दांच्या आधारावर नव्या शब्दाच्या निर्मितीला 'औपचारिक शब्द' म्हटले जाते. संस्कृत भाषेतील 'या' धातूचा अर्थ 'जाणे' असा आहे. याचा आधार घेऊन अनेक शब्द बनले आहेत. उदाहरणार्थ यान, अभियान, वायुयान, जलयान,

बाष्पयान, प्रयाण, हीनयान, महायान इत्यादी शब्द औपचारिक आहेत.

दक्षिण आफ्रिकेतील 'सासुतो' भाषेत माशी (Fly) ला 'त्सी त्सी' म्हणतात. या शब्दात 'भणभणणे' हा भाव आहे. म्हणून या शब्दाचा अर्थ चाटुकारपणा (चमचेगिरी) किंवा 'शोषण करणारा' या अर्थानेही केला जातो. ऑस्ट्रेलियातील आदिवासी आपल्या भाषेत 'स्नायू'ला 'मुयूम' म्हणतात. स्नायू उघडतात बंद होतात. हलतात त्यामुळे ते लोक पुस्तकालाही 'मुयूम' म्हणतात. इंग्रजीत पाईप (Pipe) (एक प्रकारचा बाजा-वाद्य) च्या सादृश्यावरून नळालाही 'पाईप' शब्द प्रयुक्त झाला. इराणच्या पहाडी क्षेत्रातील प्राचीन सुमेरीअन लोकांना कुत्रा, घोडा हे प्राणीच काय ते ठाऊक होते. जेव्हा ते दक्षिण ईराणात वसले तेव्हा त्यांना सिंह, घोडा ह्या प्राण्यांचा परिचय घडला, पण त्यांच्या भाषेत त्या नव्या प्राण्यासाठी शब्द नसल्याने ते सिंहाला 'नुग मग' (मोठा कुत्रा) आणि घोड्याला 'पर्वतातील गाढव' म्हणू लागले. 'रम्' धातूचा प्राचीन अर्थ 'स्थिर असणे-थांबणे' असा होता. कालांतराने याचा अर्थ 'आनंद मानणे' या अर्थी होऊ लागला. या प्रकारे 'रमण', मनोरम यांचाही अर्थ 'औपचारिकच आहे', मूलार्थ नाही. 'कुप्' धातूचा अर्थ (चलणे, चालणे) व्यथ (कापणे) या मूलार्थांचा औपचारिक अर्थ क्रमश: क्रोध आणि पीडा असा झाला.

या प्रकारे ज्या शब्दांची उत्पत्ती अनुकरणात्मक, मनोभावाभिनव्यंजक आणि प्रतीकात्मक शब्दांनी सिद्ध होत नाही, त्या उरलेल्या शब्दांची उत्पत्ती सादृश्याच्या आधारावर निश्चित केली जाऊ शकते.

अप्रत्यक्ष मार्ग

भाषेच्या उत्पत्तीसंबंधी अध्ययन करण्यासाठी 'प्रत्यक्ष मार्गा'व्यतिरिक्त, काही भाषाविज्ञानी 'अप्रत्यक्ष मार्गाचा' रीतीचाही अवलंब करतात. या पद्धतीला 'आगमन पद्धती' असेही म्हणतात. या पद्धतीने भाषेची उत्पत्ती जाणण्यासाठी खालील विषयांचा अभ्यास केला जातो.

१) मुलांच्या भाषेच्या आधारे मूळ- अतिप्राचीन भाषेच्या प्रकृतीचे ज्ञान करून घेणे.

२) प्राचीन असभ्य जातीसमूहांच्या भाषेचे अध्ययन करणे.

३) भाषेचे ऐतिहासिक अध्ययन.

१) मुलांची भाषा -

मूल लहानपणी कोणतीही भाषा जाणत नाही. हसून, प्रसन्न होऊन, दु:खी होऊन रडून ते आपले भाव प्रकट करते. कालांतराने ते बालक थोडे मोठे झाल्यावर

अनुकरण प्रक्रियेने मातापिता आणि आसपासच्या व्यक्तींची भाषा शिकून घेते. परंतु आदिमानवांजवळ जेव्हा कोणतीही भाषा नव्हती, तेव्हा ते आपले भाव-विचार एखाद्या अर्भकाप्रमाणेच व्यक्त करीत असणार ह्यात शंका नाही. या बालप्रयत्नांचा सूक्ष्म अभ्यास करून किंवा बालकाच्या भाषेचा आधार घेऊन भाषेच्या प्रारंभिक रूपाचे ज्ञान करून घेतले जाऊ शकते.

२) असभ्य जातीसमूहांची भाषा -

अधिक विकसित - सुसंस्कृत - जातीसमूहांच्या भाषेपेक्षा असभ्य गटाची भाषा जादा विकसित झालेली नसते. त्या भाषेच्या प्राचीन रूपात फारसे परिवर्तन झालेले नाही, कारण ह्या असभ्य (रानटी आदिवासी जंगली) जाती, सभ्य जातीसमूहापासून दूर, दुर्गम, पहाडात, अरण्यात राहतात. त्यांच्याशी संपर्क जवळजवळ अशक्य असतो. साहजिकच या लोकांची भाषा विकसित भाषेचे प्राचीन स्वरूप स्पष्ट करते. अशा विकसित - अविकसित भाषांची तुलना केली तर दोन भाषांमध्ये मूळ रूप - परिवर्तित रूप चांगले कळू शकते. जरी 'असभ्य-आदिवासींच्या भाषेतही परिवर्तने झाली असली तरी विकसित भाषेच्या तुलनेने ती कमी आहेत.' याप्रकारे भाषेच्या उत्पत्तीचा अभ्यास करताना असभ्य - आदिवासींच्या भाषेचा अभ्यास अधिक विश्वसनीय निष्कर्ष काढायला मदत करतो.

३) भाषांचे ऐतिहासिक अध्ययन -

या पद्धतीने मूळ भाषेच्या उत्पत्तीसंबंधी विश्वसनीय आणि महत्त्वपूर्ण प्रयत्न होणे शक्य आहे, आणि असे प्रयत्न गेल्या शतकापासून आजपर्यंत बरेच प्रगतही झाले आहेत. सध्याच्या भाषेच्या साहाय्याने, भाषेच्या भिन्न रूपांचे अध्ययन करून त्या भाषेच्या मूळ रूपापर्यंत जाता येऊ शकते. उदा. एखादी आर्यभाषा अभ्यासून त्या वर्तमान आर्यभाषेच्या स्वरूपापासून तिच्या ऐतिहासिक रूपापर्यंत पोहोचता येऊ शकते. मराठीची उत्पत्ती महाराष्ट्री प्राकृत, संस्कृत, वैदिक संस्कृत, आणि अज्ञात काळातील संस्कृत यांचे अध्ययन करून जाणता येऊ शकेल. हिंदी भाषेची उत्पत्तीही अपभ्रंश, प्राकृत, संस्कृत इत्यादीद्वारे जाणता येणे शक्य आहे. सारांश ऐतिहासिक अध्ययनाच्या आधारे मूळ भाषेच्या उत्पत्तीपर्यंत पोहोचता येऊ शकते. याप्रकारे सध्याच्या युरोपिअन भाषांची उत्पत्ती ही लॅटिन, ग्रीक आणि त्याहूनही प्राचीन भाषापासून झाली आहे, या गोष्टीचा ऐतिहासिक अध्ययनाने निर्णय करता येणे शक्य आहे.

तेव्हा भाषेच्या उत्पत्तीसंबंधीचा प्रश्न तीन प्रकारे जाणता येणे शक्य असले

तरी वस्तुत: भाषेच्या उत्पत्तीची समस्या सोडवणे हे एक दुष्करच कार्य आहे. कोणीही विद्वान आजवर ह्या संदर्भात निश्चित रूपाने समाधानकारक, परिपूर्ण उत्तर देऊ शकलेला नाही. या विषयावर नामांकित भाषाविज्ञानी गहन अध्ययन करीत आहेत. आणि त्यांच्या प्रयत्नांनी कित्येक प्राचीन, अज्ञात अशा भाषाविषयक समस्यांचे ज्ञान मात्र नक्की होईल, यात शंका नाही.

❑

४ ||| भाषांचे वर्गीकरण

जगात अनेक भाषा बोलल्या जातात. असे म्हणतात की 'बारा कोसावर भाषा बदलते.' भाषांच्या तुलनात्मक अध्ययनाने, जगातील अनेक भाषा परस्परांशी बहुतांश समान असतात, आणि काही भाषांचे परस्परांशी किंचितही साम्य नसते. भाषांच्या अशा रूपावरून आपण 'समानता असणाऱ्या भाषांना एका विशिष्ट वर्गात समाविष्ट करू शकतो.' अर्थात भाषेतील समानतेची लक्षणे स्पष्ट-अस्पष्ट स्वरूपाची असतात. भाषाविदांनी जगातील भाषांचा तुलनात्मक आणि ऐतिहासिक अभ्यास केला आहे. काही नियमांचा आधार घेऊन त्यानुसार जगातील भाषांचे त्यांनी वर्गीकरण केले. भाषाविज्ञानी वर्गीकरणासाठी जे आधार मानतात ते खालीलप्रमाणे आहेत-

१) रूपात्मक किंवा आकृतिमूलक वर्गीकरण - या प्रकारच्या वर्गीकरणात योगात्मक - अयोगात्मक इत्यादी वर्गीकरणे केली जातात.

२) पारिवारिक वर्गीकरण - या प्रकारच्या वर्गीकरणात भाषापरिवाराचा उल्लेख केला जातो. उदा. भारोपीय परिवार, द्रविड परिवार, एकाक्षर भाषा परिवार इ.

३) कालिक किंवा ऐतिहासिक वर्गीकरण - या प्रकारच्या वर्गीकरणामध्ये विभिन्न काळाच्या आधारावर भाषांचे ऐतिहासिक अध्ययन केले जाते. उदा. प्रागैतिहासिक भाषा, प्राचीन भाषा, मध्यकालीन भाषा आणि आधुनिक भाषा.

४) महाद्वीपीय आधारावर वर्गीकरण - या प्रकारच्या वर्गीकरणात भिन्न भिन्न महाद्वीपांच्या भाषांचा उल्लेख केला जातो. उदा. आशियाई भाषा, युरोपीय भाषा इ.

५) देशाच्या आधारावर वर्गीकरण - या प्रकारच्या वर्गीकरणाचा आधार म्हणजे वेगवेगळ्या देशांची नावे. देशनामावरून भाषांचा उल्लेख केला जातो. उदा. भारतीय भाषा, चिनी भाषा, रशियन भाषा इ.

६) धर्माच्या आधारावर वर्गीकरण - या प्रकारच्या वर्गीकरणाचा आधार 'धर्म' असतो. उदा. ख्रिश्चन भाषा, हिंदू भाषा, मुसलमानी भाषा इत्यादी.

या वर्गीकरणाच्या आधारासंबंधी थोडी टीकाटिप्पणी, स्पष्टीकरण आवश्यक आहे. अशा प्रकारची वर्गीकरणे बहुधा अध्ययनाच्या सोयीसाठी केली जातात. आणि प्रत्येक वर्गीकरणात त्या वर्गातील भाषांचा संबंध द्योतित होत असतो. उपरोक्त वर्गीकरणात काही औचित्यपूर्ण आहेत, तर काही असंगत आहेत. आकृतिमूलक वर्गीकरणात भाषेच्या रूपाचे विश्लेषण केले जाते. परंतु या प्रकारच्या वर्गीकरणात या प्रकारच्या अनेक भाषा संमिलित करून घेतल्या जातात, की ज्या परस्पराशी असंबद्ध, आणि दूर दूर अंतरावर बोलल्या जातात. उदा. आलिष्ट योगात्मक वर्गाच्या भाषेत तुर्की भाषा, फिलीपाईन्सची टगलॉग भाषा, आफ्रिकेतील काफिर भाषा इत्यादींचा समावेश आहे. परंतु या भाषांमध्ये परस्परांशी काहीही संबंध नाही. शिवाय त्याच्या भाषा व्यवहाराची क्षेत्रेही परस्परापासून खूप दूर दूर अंतरावर आहेत.

पारिवारिक वर्गीकरणात अध्ययनात सुविधा अशी असते की, यामध्ये एकाच परिवारातील भाषांचा समावेश असतो, आणि या सर्व भाषांमध्ये परस्परांशी काही ना काही संबंध हा असतोच.

ह्या पारिवारिक वर्गीकरणाला जेव्हा कालक्रमाची जोड देऊन विश्लेषण केले जाते, तेव्हा त्यास 'ऐतिहासिक अध्ययन' म्हटले जाते. ऐतिहासिक अध्ययन भाषाविज्ञानाच्या दृष्टीने उपयोगी, महत्त्वपूर्ण आणि वैज्ञानिक असते. कारण या अध्ययनाच्याच आधाराने भाषांचे भिन्न भिन्न परिवार स्पष्टपणे विभाजित करता येतात.

महाद्वीपीय आधाराने केलेले वर्गीकरण फारसे उपयोगी पडत नाही. आशिया महाद्वीपातच अशा काही भाषा आहेत की, ज्यांचा परस्परांशी सुतराम संबंध नाही. उदा. तुर्की, जपानी, तेलगु, पंजाबी इत्यादी.

देशाच्या आधारावर केलेले वर्गीकरणही फारसे, तर्कसंगत नसते. कारण एकाच देशातील भाषा परस्परांपासून अत्यंतच भिन्न असतात. उदा. भारतातच बोलल्या जाणाऱ्या तामिळ, तेलगु ह्या हिंदी, गुजराथी भाषाहून अत्यंत भिन्न आहेत.

धर्माच्या आधारे केले जाणारे वर्गीकरण विशेष महत्त्वाचे नाही. कारण एकाच धर्माची व्यक्तीसुद्धा अनेक भाषांमध्ये व्यवहार करू शकते.

अशा प्रकारे, आपल्याला दिसेल, की जगातील भाषांचे वर्गीकरण करण्यासाठी कितीतरी आधार आहेत, पण कोणताही आधार पूर्णपणे उचित, युक्ति - तर्कसंगत आहे, असे म्हणता येणार नाही. अध्ययनाच्या दृष्टीने आकृतिमूलक वर्गीकरण आणि पारिवारिक वर्गीकरण यांचेच विशेष महत्त्व मानले जाते. म्हणून सर्वप्रथम आकृतिमूलक वर्गीकरणाची पद्धती पाहू.

आकृतिमूलक वर्गीकरण

हे वर्गीकरण रूपरचना, वाक्यरचना, पदरचना यावर आधारित आहे. म्हणून यास रूपात्मक, पदात्मक अथवा रचनात्मक असेही म्हणतात. यात पहिल्यास 'अर्थतत्त्व' म्हणतात, आणि दुसऱ्याला संबंधतत्त्व किंवा 'रूपतत्त्व' म्हणतात.

उदा. 'मोहनने श्यामला लेखणी दिली.' या वाक्यात मोहन, श्याम, लेखणी आणि देणे हे प्रमुख शब्द आहेत. 'ने' मोहनचे कर्तृत्व आणि श्याम'ला' कर्मत्व सांगितले आहे. 'दिली' या शब्दाने स्त्रीलिंगी, एकवचन (देणे हे क्रियापद) भूतकाळाच्या क्रियेचा बोध करून दिला आहे. या वाक्यातील मूळ अर्थाचे ज्ञान करून देणाऱ्या चार प्रमुख शब्दांना 'अर्थतत्त्व' म्हणतात. आणि 'ने, ला' हे व्याकरणातील संबंध सांगणाऱ्या चिन्हांना 'संबंधतत्त्व' किंवा 'रूपतत्त्व' म्हणतात. संबंधतत्त्वाच्या किंवा रूपतत्त्वाच्या समानतेच्या आधारावर केल्या जाणाऱ्या वर्गीकरणास 'आकृतिमूलक वर्गीकरण' म्हणतात. ह्या प्रकारच्या वर्गीकरणात वाक्याला अधिक महत्त्व असते. 'गेला, केला, मिळवला, खाल्ला इत्यादी शब्दातील 'ला' प्रत्ययाने भूतकाळ पुंलिंगी एकवचनाचा बोध होतो. म्हणून यामध्ये संबंधतत्त्व किंवा रूपतत्त्वाची समानता आढळून येते.

याप्रमाणे 'अर्थतत्त्व' अशा रीतीनेच समजणे सोपे होते. उदा. जाणे, जातो, जाईल, गेला, जावा, जाशील इत्यादी शब्दरूपात 'जाणे' ही क्रिया मूळ एकच आहे, म्हणून अर्थतत्त्वाची समानता दिसून येते. परंतु ही समानता व्याकरणिक (काल, वचन, लिंग इ. मध्ये) नसते. म्हणून आपण म्हणू शकतो की, ज्यामध्ये रूपतत्त्वाची समानता असते, अशा जगातील भाषांना रूपात्मक वर्गात स्थान दिले जाते. 'वाक्याचे गठन' हा रूपतत्त्वाचा आधार आहे, म्हणून त्याला 'वाक्यमूलक वर्ग' असेही म्हटले जाते.

रूपात्मक वर्गाहून वेगळा असा दुसरा प्रमुख वर्ग 'परिवारमूलक' असतो. अशा परिवारमूलक वर्गात रूपतत्त्वाच्या बरोबरीने अर्थतत्त्वाचीही समानता असते. अशा प्रकारे हे दोन वर्ग एक दुसऱ्याहून पृथक् असतात. रूपात्मक वा आकृतिमूलक वर्गीकरणात शब्दांचे पारस्परिक संबंध आणि शब्दांचे धातू, प्रत्यय, उपसर्ग यांच्या साह्याने उत्पत्तीसंबंधीची तथ्ये ह्यांचे विशेष अध्ययन केले जाते.

'आकृतिमूलक' (रूपात्मक) दृष्टीने जगातील भाषांचे विभाजन या दृष्टीने जगातील भाषांची दोन गटात विभागणी केली जाते.

(१) अयोगात्मक

(२) योगात्मक

योगात्मक भाषांना पुन्हा खालील भाषांमध्ये विभाजित केले आहे.

अ) अश्लिष्ट योगात्मक

ब) श्लिष्ट योगात्मक

क) प्रश्लिष्ट योगात्मक

अशाच प्रकारे जगातील भाषांचे वर्गीकरण खालीलपैकी चार भागात केलेले आहे.

(१) अयोगात्मक भाषा

(२) अश्लिष्ट योगात्मक भाषा

(३) श्लिष्ट योगात्मक भाषा

(४) प्रश्लिष्ट योगात्मक भाषा

(१) अयोगात्मक भाषा

अयोगात्मक भाषांमध्ये अर्थतत्त्व प्रमुख असते, आणि संबंधतत्त्वाचे पृथक् अस्तित्व असत नाही. प्रत्येक शब्द स्वतंत्र रीतीने प्रयुक्त होतो, म्हणजे शब्दाच्या प्रकृतीत प्रत्यय, उपसर्ग यांचा संयोग होत नाही. यामुळे अशा भाषांना 'अयोगात्मक' म्हटले जाते. संस्कृत भाषेत प्रत्ययांचा प्रयोग केल्याशिवाय गत्यंतर नसते. 'रामम्' म्हटल्यामुळे 'राम' शब्दाला 'अम्' प्रत्यय लागून द्वितीया एकवचनाचे (कर्मकारक, एकवचन) रूप झाले. मराठीत, याचप्रकारे 'माझ्या घरी या.' यात 'माझ्या' या रूपात 'मी' शब्दात परिवर्तन करून अथवा काही जोड करून शब्द बनवला आहे. या प्रकारच्या शब्दांना 'योगात्मक' म्हणतात. कारण शब्दांच्या रूपात काही ना काही 'योग' करून अथवा परिवर्तन करून नवे शब्द रूप बनवून त्यांचा प्रयोग होतो. अयोगात्मक भाषामध्ये अशी स्थिती नसते, कारण अयोगात्मक स्वरूपाचा प्रयोग करतेवेळी अर्थाच्या अनुसार शब्दामध्ये काही जोडले जात नाही, वा त्यातून काही घटवलेही जात नाही. शब्दाचे रूप सदैव एकसारखेच असते. वाक्यात ज्या ठिकाणी अशा शब्दाचा प्रयोग होतो, त्याच्या आधारे शब्दाचा अर्थ निश्चित होतो. अशा प्रकारच्या भाषांना एकाक्षर, एकाच म्हणजे एक स्वरांचा, धातुप्रधान, निपात प्रधान अथवा व्यासप्रधान असेही म्हटले जाते. अशा भाषात वाक्यविचार केला जातो, परंतु पदविचार (प्रकृति, प्रत्यय) केला जात नाही. या वर्गाची सर्वात प्रमुख भाषा चिनी ही होय. या व्यतिरिक्त तिबेटी, ब्रह्मी, सयामी, अनामी, सुदानी इत्यादी भाषा आहेत.

अयोगात्मक भाषांच्या संदर्भात प्रसिद्ध भाषाविज्ञानी डॉ. गुणे ह्यांनी आपल्या 'तुलनात्मक भाषाविज्ञान' या पुस्तकात म्हटले आहे की, 'यामध्ये (अयोगात्मक भाषेत)' शब्दाचे वाक्यातील स्थानच त्याची विशेषता अथवा त्याची व्याकरणिक कार्यकारिता निर्धारित करते. म्हणजे एखादा शब्द क्रिया, संज्ञा अथवा विशेषण हे अत्यावश्यक वैशिष्ट्य म्हणून वाक्यात आलेले नसते, तर वाक्यात त्यांचे स्थान काय आहे, ह्यावरून त्याचा अर्थ ठरत असतो. डॉ. गुणे पुढे लिहितात 'प्रत्येक

शब्दाचा वाक्यातील प्रयोग, अव्ययाप्रमाणे एकरूप असतो. म्हणून ह्या भाषामध्ये आणि अशा भाषांच्या सदृश्य भाषामध्ये शब्दांचे नाम, विशेषण, सर्वनाम क्रिया, क्रियाविशेषण इत्यादी प्रकारांचाही विभाग केला जाऊ शकत नाही.'

चिनी भाषेत 'न्गो' चा अर्थ 'मी', 'ता'चा अर्थ 'मारणे' आणि 'नी' म्हणजे 'तू' याप्रकारे 'न्गो ता नी' या चिनी वाक्याचा अर्थ 'मी तुला मारतो' असा होतो. जर ह्या शब्दांचे स्थानपरिवर्तन झाले, तर वाक्याचा अर्थच बदलतो. उदा 'नी ता न्गो' या वाक्याचा अर्थ 'तू मला मारतोस' असा होईल. याच प्रकारे 'ता - मोठा, लेन - माणूस, 'ता लेन' चा अर्थ 'मोठा माणूस.' 'लेन ता' माणूस मोठा आहे.

चिनी भाषेत एकच शब्द वाक्यात ज्या स्थानी प्रयुक्त होतो, त्याच्या अनुसार संज्ञा, विशेषण, क्रिया, क्रियाविशेषण इत्यादी होऊ शकतो. परंतु शब्दरूप मात्र बदलत नाही. शब्द अव्ययाप्रमाणे नेहमीच एकसारखा राहतो. उदाहरणार्थ, 'को' शब्दाचा प्रयोग जेव्हा क्रियेच्या पूर्वी करतात, तेव्हा त्याचा अर्थ होतो 'मी'. जर याचा प्रयोग क्रियेनंतर केला, तर 'को' चा अर्थ होतो 'मला'. अर्थातील परिवर्तन हे स्थानाच्या परिवर्तनाशी अनुरूप असते. उदा 'कुओक' (राज्य) 'ता' (मोठा) याचा अर्थ 'राज्य मोठे आहे.' परंतु शब्दाची स्थाने बदलली तर 'ता कुओक'चा अर्थ 'मोठ्या राज्यामध्ये' असा होतो. पहिल्या वाक्यात 'ता'चा प्रयोग क्रियास्थानीय आहे, तर दुसऱ्या वाक्यात विशेषण आहे.

निपात

संस्कृतमध्ये असलेल्या, पण व्याकरणाच्या कोणत्याही नियमाने सिद्ध न होणाऱ्या शब्दांना निपात म्हणतात. चिनीभाषेतही आपला स्वतंत्र अर्थ प्रकट करणारी अशी पूर्ण शब्दासारखी रूपै आहेत. परंतु काही निपातासारखे शब्द संबंधतत्त्व दाखवणारा सहायक अर्थ प्रकट करतात. या प्रकारच्या शब्दांना 'रिक्त शब्द' (Empty words) म्हणतात. अशा रिक्त शब्दांना 'निपात' नावाने संबोधले जाते. मराठीतील कारक चिन्हे 'ने, ला, चा, ची, चे इत, आत,' पासून किंवा त्यांच्याद्वारे व्याकरणिक संबंध दाखवण्यासाठी प्रयुक्त केली जातात. परंतु स्वतंत्रपणे ह्यांचा प्रयोग केला जात नाही. पण चिनी भाषेतील निपात शब्द स्वतंत्ररूपानेही प्रयुक्त होतात. चिनी भाषेतील 'छिह' (Chih) शब्दाचे अर्थ तो, ती, जाणे, संबंध ठेवणे इत्यादी आहेत. तरीही यांचा प्रयोग संबंधकारकाप्रमाणेही होत असतो. (चा - ची - चे इत्यादी अर्थाने)

याप्रकारे (मिन - जनता) छिह (ची), लिक (शक्ती) या शब्दांचा एकत्रित प्रयोग केल्यावर 'मिन छिह लिक'चा अर्थ 'जनतेची शक्ती' असा होतो. हा प्रयोग

संबंधकारकासारख्या अर्थाने झाला, जर निपात दूर केला तर, 'मिन लिक'चा अर्थ 'जनशक्ती' असा होईल, या रीतीने या प्रयोगात वाक्यात स्पष्टता आली आहे. दुसरे उदाहरण : 'वांग' (राजा) 'पाओ' (रक्षण करणे) मिन (जनता) या शब्दांचा एकत्रित अर्थ 'राजा जनतेचे रक्षण करतो', 'वांग छिह पाओ मिन' वाक्याचा अर्थ 'राजाकडून रक्षित जनता', बोलताना शब्दावर जोर दिला, थोड थोडा स्वरभेद केला, तर त्यामुळे अर्थात विभिन्नता उत्पन्न होते. उदा केवळ 'ब' या शब्दात स्वरभेद केल्यामुळे अशा प्रकारचा अर्थ होतो 'ब ब ब ब' या चिनी वाक्यातील प्रत्येक अक्षराचा स्वरभेद विशिष्ट तऱ्हेने केला तर 'तीन स्त्रियांनी राजाच्या प्रिय व्यक्तीचे कान उपटले.'

अशा प्रकारे शब्दावर जोर - बलप्रयोग केल्यामुळे अर्थामध्ये बदल होतो. 'छिह' या निपात शब्दाप्रमाणे आणखी एक 'ती' असा चिनी शब्द आहे. हा निपाताप्रमाणे कार्य करतो. या 'ती' मुळे संबंधाचा बोध होतो. उदा. 'वो'चा अर्थ 'मी' आणि 'नी'चा अर्थ 'तू' असा आहे. 'वो ती' चा अर्थ झाला, 'माझा' नी (तू) 'ती' (चा) अर्थ झाला 'तुझा' अशा प्रकारे निपातांचा प्रयोग वाक्यात अर्थ स्पष्ट करण्यासाठी केला जातो.

सूर (Tone)

ध्वनीच्या चढउतारानेही अर्थात विभिन्नता येते. जर एखाद्या शब्दाचा उच्चार चढ्या आवाजात, मध्यम आवाजात, खालच्या आवाजात केला तर अयोगात्मक भाषांमधील शब्दांचे अर्थ बदलतात. चिनी भाषेत सामान्यपणे सूर चार प्रकारे प्रयुक्त होतो.

१) सामान्य सुरातील उच्चारण : एखाद्या अक्षरावर जोर - बलप्रयोग न देता सामान्यपणे केलेले उच्चारण.

२) प्रथम मंद उच्चारण करून नंतर उच्च स्वरात बोलणे.

३) प्रारंभी उच्च स्वरात सुरुवात करून अखेरीस खालच्या सुरात उच्चारण करणे.

४) पूर्ण शब्दाचे उच्चारण उच्च - चढ्या आवाजात करणे.

अशा प्रकारच्या सुरांच्या प्रयोगाने शब्दाच्या अर्थात बदल होतो. 'मु' शब्द सामान्य सुरात उच्चारला तर पडदा, प्रेम, संध्याकाळ, वन, लक्ष ठेवणे, बोलवणे इत्यादी अर्थ होतात. दुसऱ्या प्रकाराने 'मु'उच्चारला तर 'आई, अंगठी' असे अर्थ होतात. याच प्रकारे तिसऱ्या आणि चौथ्या प्रकाराने उच्चारण केल्यावर अर्थात बदल घडतो. 'येन' शब्दाचे 'नेत्र, मीठ, धूर, हंस इ. अर्थ होतात. चिनी भाषेत एका शब्दाच्या स्वरातील भेदामुळे साधारणपणे दहा तरी अर्थांची अभिव्यक्ती होते.

अशा प्रकारे, 'अयोगात्मक भाषांतील शब्दांचे स्थान (निपात) आणि सूर ह्यांना विशेष महत्त्व असते, असे आपल्याला दिसून येईल. अयोगात्मक भाषांमध्ये

भाषांचे वर्गीकरण ● ८९

सुदानीभाषा (स्थान प्रधान- निपात प्रधान) अनामी (स्वरप्रधान) ब्रह्मी (निपात प्रधान) तिबेटी (निपात प्रधान) सयामी (सुरप्रधान) आणि चिनी (निपातप्रधान, शब्द स्थान प्रधान आणि सुरप्रधान) या प्रमुख आहेत.

योगात्मक भाषा

अशा प्रकारच्या भाषांना प्रकृति - प्रत्यय प्रधान, प्रत्यय प्रधान, सावयव संयोग प्रधान, संयोगी, संयोगात्मक, व्यक्तयोग, उपचयोन्मुख, संचयोन्मुख, संचयात्मक, उपचयात्मक इत्यादी नावांनी ओळखले जाते. योगात्मक भाषामध्ये, अयोगात्मक भाषाप्रमाणे शब्दाची स्वतंत्र सत्ता नसते. या प्रकारच्या भाषात संबंधतत्त्व आणि अर्थतत्त्व यांचा योग (संयोग) होत असल्यामुळे ह्यांना योगात्मक भाषा असे म्हटले जाते. मराठीत 'तुझे, माझे, मला, आपले' इत्यादी अशा प्रकारचे शब्द आहेत आणि यांच्यामध्ये संबंधतत्त्व आणि अर्थतत्त्व यांचा योग आहे. 'रामस्य गृहम्' या संस्कृत शब्दात 'रामस्य' अशा प्रकारचा शब्द आहे. जगातील अधिकांश भाषा योगात्मकच आहेत. प्रत्यय हा प्रकृतीच्यापूर्वी, मध्ये वा अंती जोडला जातो. अशा प्रकारे प्रकृती आणि प्रत्यय यांच्या योगाने शब्द बनतो. योगात्म भाषांना योगाच्या प्रकृतीच्या आधारे तीन वर्गात विभाजित करता येते.

१) अश्लिष्ट
२) श्लिष्ट
३) प्रश्लिष्ट

१) अश्लिष्ट योगात्मक (प्रत्यय प्रधान) भाषा -

अश्लिष्ट योगात्मक भाषांत संबंधतत्त्वाचा अर्थतत्त्वाशी अशा प्रकारचा योग असतो, की दोन्ही तत्त्वांची सत्ता अथवा स्थिती स्पष्ट रूपाने दिसून येते. संस्कृत भाषेतील उदाहरणे अशी 'शिशुत्व, सृजनता, मया' इत्यादी.

तुर्की भाषा या वर्गातील आहे. त्या भाषेतील उदाहरणे अशी. एविम (एव + इम) म्हणजे 'माझे घर' 'एविमिन्' (एव + इम + इन) 'माझ्या घराचा'.

तुर्की भाषेत 'एव - घर', अत - घोडा, 'लर' - बहुवचन सूचक आहे. 'अत'चा अर्थ 'एक घोडा', 'अतलर' - घोडे, एव - घर, एवलेर - अनेक घरे, सेव-प्रेम करणे, या धातूच्या आधारे सेवमेक - प्रेम करणे, सेव इस्मक् (आपापसात एक दुसऱ्याशी प्रेम करणे) सेव दिरमेक (प्रेम करवणे) इत्यादी शब्दांची निर्मिती होते. अश्लिष्ट योगात्मक (प्रत्यय प्रधान) भाषामध्ये व्याकरणाचा संबंध १) पुर: प्रत्यय (पूर्व योगात्मक) २) अन्त: प्रत्यय (मध्य योगात्मक) ३) परप्रत्ययप्रधान

(अन्तयोगात्मक) ४) पूर्वान्तयोगात्मक (आंशिक योगात्मक) यांच्या संयोगाने प्रकट केला जातो.

१) पुरःप्रत्ययप्रधान (पूर्व योगात्मक) -

या प्रकारच्या भाषांत संबंधतत्त्वाचा आरंभीचा प्रयोग केला जातो. दक्षिण आफ्रिकेतील 'बाण्टू' भाषापरिवारातील भाषा या प्रकारच्या पुरःप्रत्ययप्रधान भाषा आहेत. बाण्टू भाषा परिवारात 'काफिर' नावाच्या भाषेत 'कु' हा उपसर्ग - पुरः - प्रत्ययप्रधान आहे. त्याचा अर्थ 'स' 'ला' (त्यास, त्याला असा) 'ति' म्हणजे 'आम्ही', 'नि' (तो - ते) इत्यादी सर्वनामे आहेत. यांचा आपसातील योग अशा प्रकारे होतो.

'कु' - ति = आम्हाला

'कु' - नि = त्यांना

'कु' - जे = त्याला

याच बाण्टू परिवाराच्या 'झुलू' भाषेत याच प्रकारची उदाहरणे खालील प्रकारची आहेत.

'न्तु' = मनुष्य

उमू = एकवचनाचे चिन्ह

अव = बहुवचनाचे चिन्ह

न्रा = कडून, पासून

या शब्दांच्या योगाने खालील शब्द तयार होतात.

उमुन्तु = एक मनुष्य

'अवन्तु' = कित्येक माणसे.

न्ा उमुन्तु = माणसाकडून

न्ा अवन्तु = माणसांच्याकडून

२) अन्तःप्रत्ययप्रधान - (मध्य योगात्मक)

या भाषांत प्रत्यय हा मध्यभागी प्रयुक्त करतात. भारतातील मुण्डा भाषापरिवार, मादागास्कर द्वीपातील भाषा, मलाया परिवारातील प्रमुख भाषा जी फिलीपाईन्सची 'टगलॉग' भाषा इत्यादी मध्ययोगात्मक भाषा आहेत.

मुण्डा परिवाराच्या 'संथाळी' भाषेत 'मझि' (प्रमुख, म्होरक्या) आणि 'पं' बहुवचनाचा सूचक प्रत्यय आहे. यांचा योग बनून 'मपंझि' शब्द बनला. याचा अर्थ 'प्रमुख, म्होरके' असे अनेक लोक याचप्रमाणे 'दल' म्हणजे मारणे, 'दपल' म्हणजे 'परस्परांना मारणे.'

फिलिपाईन्सच्या टगलॉग (Taglog) भाषेत याच प्रकारचे शब्द मिळतात.

सुलत = लेख (स + उलत)

समुलत = लिहिणारा (स + उम् + उलत)

सिम्मुलत = लिहिलेला (स + इम् + उलत)

तुर्की भाषेतही अशा प्रकारची उदाहरणे खालीलप्रकारे आहेत.

'सेवमेक' = प्रेम करणे

'सेवइन मेक' = स्वत:वर प्रेम करणे

'सेवईल मेक' = प्रेम केले जाणे

(तुर्की भाषातील ही उदाहरणे दोन अक्षराहून अधिक आहेत)

काही भाषांत (ईप्पत) अत्यल्प प्रत्यय प्रधान असतात. कारण या भाषांत कारक, समास आणि विभक्ती ही आढळते. कॉकेशस आणि जपानी भाषांची विभक्तीकडे अधिक प्रवृत्ती असते.

३) परप्रत्ययप्रधान (अन्त योगात्मक)

या प्रकारच्या भाषांत प्रत्यय शब्दाच्या अंती जोडला जातो. अशा प्रकारच्या परप्रत्यय प्रधान भाषा यूराळ, अल्ताईक आणि द्रविड परिवारातील आहेत. तुर्की भाषा या प्रकारच्या भाषात प्रसिद्ध आहे.

एव = घर	एवलेर = कित्येक घरे
एवलेरहम = माझ्याघरी	यज्मक = लिहिणे
यजिस्मक = परस्पर लिहिणे	यन्दिरमक = लिहवणे
यजिल्मक = लिहविले जाणे	

दक्षिणभारतीय द्रविड भाषापरिवारातील तमिळ भाषेतील खालील उदाहरणावरून ही भाषा परप्रत्ययप्रधान असल्याचे दिसून येते.

कुदिरे = घोडा	कुदिरेग = घोडे
पाल् = बहुवचनी प्रत्यय	कुदिरेपालै = घोड्यांना
ऐ = कर्मकारक चिन्ह	

याच प्रकारे कन्नड (कानडी) भाषेत शब्दरूपे आहेत. 'सेवकाला' याअर्थी 'सेवक - रू (कर्ता), सेवक - रन्नु (कर्म), सेवक - रिन्द (करण) सेवकरिगे (संप्रदान), सेवक-र (संबंध), सेवक-रल्लि (अधिकरण) इत्यादी.

हंगेरियन भाषेत

जार = बंद करणे

जारत = बंद करवितो

जारतगत = बहुतांश बंद करवितो

४) सर्वप्रत्ययप्रधान किंवा पूर्वान्त योगात्मक (आंशिक योगात्मक इप्पत योगात्मक)

या भाषांत अर्थतत्त्वाच्या आधी आणि शेवटी संबंधतत्त्वे जोडली जातात. याप्रकारे पूर्व प्रत्यय आणि परप्रत्यय सारे जोडले जातात. उदाहरणार्थ न्यू गिनीतील 'मफीर' भाषा अशी आहे.

म्नक = ऐकणे	वम्नफ = तू ऐकत आहेस
ज = मी	इम्नफ = तो ऐकत आहे
उ = तू	सिम्नफ = ते ऐकत आहेत.
उ-म्नफ = मी ऐकत आहे.	उ-म्नफ - उ = मी तुझे म्हणणे ऐकत आहे.

या प्रकारच्या भाषा म्हणजे 'बास्क, जपानी, न्यूझीलंड आणि हवाई द्वीपातील भाषा या होत. या भाषा 'योगात्मक आणि अयोगात्मक' अशा दोन्ही वर्गांच्या मधल्या अवस्थेतील आहेत. दोन्ही वर्गांच्या भाषांचे लक्षण, आंशिक योगात्मक भाषामध्ये आढळते. काही अन्य भाषा 'सर्वप्रत्ययप्रधान' असतात. त्यामध्ये शब्दाच्या आधी, मध्ये आणि अंती प्रत्ययाचा योग असतो. मलायन भाषा ह्या प्रकारची आहे.

२) श्लिष्ट योगात्मक भाषा (विभक्तिप्रधान)

श्लिष्ट योगात्मक भाषांतील शब्दात विभक्तींना प्राधान्य असते. अशा प्रकारच्या भाषांत संबंधतत्त्व (प्रत्यय) जोडल्यामुळे, अर्थतत्त्वाच्या (प्रकृति - मूळ शब्द) रूपात काही ना काही बदल, विकार हा येतोच, पण संबंधतत्त्वाची (प्रत्ययाची) प्रतीतीही स्पष्ट असते, विभक्तिप्रधान भाषात शब्दांची निर्मिती, प्रकृती आणि प्रत्यय यांचा योग झाल्यामुळे होते. दोन्हींचा योग इतका घनिष्ठ असतो की, त्यांना अलग करणे कठीण असते. वेद, इतिहास, भूगोल, राजनीती, नीती इत्यादी शब्दांपासून वैदिक, ऐतिहासिक, भौगोलिक, राजनैतिक इत्यादी शब्द बनतात. इथे शब्दांना 'इक' प्रत्यय जोडलेला आहे. परंतु प्रत्यय जोडल्यामुळे शब्दामध्ये विकार आलेला आहे. याच प्रकारे अरबी भाषेत 'क - त् - ल' (मारणे) धातूपासून 'कतल' (खून) कातिल (मारणारा) कित्ल (शत्रू) इ. रूपे बनतात, या प्रकारच्या भाषा सामी भारोपीय (इंडोयुरोपिअन) होत.

विभक्तिप्रधान भाषांना दोन प्रकारात विभाजित करता येते.

१) अन्तर्मुखी श्लिष्ट (विभक्तिप्रधान) भाषा

२) बहिर्मुखी श्लिष्ट (विभक्तिप्रधान) भाषा

१) अन्तर्मुखी श्लिष्ट भाषा

सामी' आणि 'हामी' भाषा परिवारात मोडतात. अरबीभाषा या प्रकारची आहे. या प्रकारच्या भाषात शब्दांना जोडलेले भाग (प्रकृति + प्रत्यय) संमिश्रित होतात. उदा. अरबी भाषेतील 'क-त-ब धातूचा अर्थ 'लिहिणे' असा आहे. त्यापासून असे शब्द बनतात.

कातिब = लिहिणारा

किताब = लिहिला गेलेला (लिहिलेली)

कुतुब = पुष्कळ पुस्तके

याचप्रकारे स ल म (कुशल असणे) धातूपासून 'सलाम, सलीम, इसलाम, मुसलिम, सुलेमान इत्यादी शब्द बनतात. 'स ज द' धातूचा अर्थ झुकणे, प्रणाम करणे असा आहे. त्यापासून सिज्दा, मसजिद इत्यादी रूपे बनतात. संस्कृतमध्ये पर्वत पासून पार्वती, कुरुपासून कौरव, विष्णू पासून 'वैष्णव' अशी रूपे होतात. इंग्रजीत सिंग (sing) सँग (sang) ही या प्रकारची उदाहरणे आहेत.

अंतर्मुखी श्लिष्ट भाषांचे पुन्हा दोन उपविभाग केले गेले आहेत अ) संयोगात्मक ब) वियोगात्मक

अ) संयोगात्मक भाषा : सामी भाषा प्राचीन काळी संयोगात्मक होती, आता या भाषेची प्रकृती वियोगात्मक झाली आहे. या प्रकारच्या प्राचीन भाषा म्हणजे संस्कृत, ग्रीक, लॅटिन, अवेस्ता (प्राचीन पार्शियन) या आहेत.

ब) वियोगात्मक भाषा : यात हिब्रू भाषेचे आधुनिक रूप आणि अन्य आधुनिक सामी भाषा वियोगात्मक प्रवृत्तीच्या होत आहेत. या प्रकारच्या भाषांच्या प्राचीन रूपात शब्दाच्या प्रकृतीशी सहायक संबंधतत्त्वाचा योग होत नसे, पण आधुनिक भाषेत अशा प्रकारचा योग घडू लागला आहे.

२) बहिर्मुखी श्लिष्ट (विभक्ति प्रधान भाषा)

भारोपीय (इंडोयुरोपिअन) भाषा परिवारातील आधुनिक भाषा या बहिर्मुखी श्लिष्ट भाषा आहेत. हिंदी, बंगाली, इंग्रजी या प्रकारच्या भाषा होत. ग्रीक, संस्कृत, लॅटिन, अवेस्ती (प्राचीन पार्शियन) या प्राचीन भाषा संयोगात्मक होत्या, आणि त्या भाषांच्या शब्दरूपांना सहायक क्रिया, उपसर्ग यांची आवश्यकता नव्हती. पण आता अधिकांश भाषा वियोगात्मक होत आहेत. या भाषांमध्ये प्रत्यय (विभक्ती) बाहेरून जोडले जाऊन अर्थपरिवर्तन - रूप बदलून टाकतात. संस्कृतमधील 'गम्' धातूला प्रत्ययाचा योग झाल्यावर याचे रूप 'गच्छ' होते. 'अव' उपसर्ग लागल्यावर याचे रूप 'अवगच्छति' (तृ. पु. ए. व.) असे होते. हिंदी, इंग्रजी भाषांत आता विभक्तीच्या

स्थानी सहायक शब्द जोडण्याची आवश्यकता असते.

३) प्रश्लिष्ट योगात्मक (समासप्रधान) भाषा :

प्रश्लिष्ट योगात्मक भाषांमध्ये अर्थतत्त्व आणि संबंधतत्त्व (प्रकृति आणि प्रत्यय) यांचा एवढा एकजीव झालेला असतो की त्यांना अलग अलग करून जाणणे हे अशक्यसे असते. अशा तऱ्हेच्या भाषांत अनेक शब्दखंड परस्परांशी संमिश्रित होऊन जसे काही एखादे वाक्यच बनते. अशा प्रकारच्या भाषा ग्रीनलँड आणि दक्षिण अमेरिका खंडात आढळतात. संस्कृत भाषेतही या प्रकारची काही उदाहरणे मिळतात. परंतु संस्कृत प्रश्लिष्ट योगात्मक भाषा नाही. तर ती श्लिष्ट योगात्मक आहे. संस्कृतमधील 'शिशु' पासून बनलेला 'शैशव' आणि 'ऋजु' पासून बनलेला 'आर्जव' शब्दांमध्ये अर्थतत्त्व आणि संबंधतत्त्व पूर्णतया सरमिसळून गेले आहेत. एकाहून अधिक अर्थतत्त्वे समासप्रक्रियेच्या साह्याने जोडली जातात. उदा. 'राजपुत्रगणविजय:' अशी काही उदाहरणे देता येतील.

संबंधतत्त्वाच्या योगाने प्रश्लिष्ट योगात्मक भाषांचे दोन उपविभाग होतात.

क्ष) पूर्ण प्रश्लिष्ट योगात्मक भाषा

ज्ञ) आंशिक प्रश्लिष्ट योगात्मक भाषा.

क्ष) पूर्ण प्रश्लिष्ट योगात्मक भाषा.

या प्रकारच्या भाषात अर्थतत्त्व आणि संबंधतत्त्व (प्रकृति-प्रत्यय) यांचा योग इतका घनिष्ठ पूर्ण असतो की अनेक शब्दांनी बनलेले वाक्य म्हणजे जणू एक शब्दच बनतो. त्या वाक्यातून मूळ शब्द स्वतंत्र्य करणे कठीण होते. दक्षिण अमेरिका, ग्रीनलँडची भाषा याप्रकारची आहे. द. अमेरिकेतील 'चेरोकी' भाषेतील उदाहरण खाली दिलेले आहे.

'निन' = आम्ही

'नातेन' = आण

'अमोखोल' = नाव = नौका

या शब्दांना जोडून शब्द खंड मिसळून एकच मोठा शब्द = वाक्य असे बनते. 'नाधोलिनिन' ज्याचा अर्थ 'आमच्याजवळ नौका आण' असा होतो.

ग्रीनलँडच्या एस्किमो भाषेतही अशी उदाहरणे आहेत.

अउलिसर = मासे मारणे.

पेअतोर = एखाद्या कामाला लागणे.

पिन्नेसुअर्पोक = तो घाई करीत आहे.

ह्या तीन शब्दांना संमिश्रित करून मोठा शब्द बनतो.

अउलिसरिअर्तोरसुअर्पोक = तो मासे मारण्यासाठी घाईने जातो आहे.

ज्ञ) आंशिक प्रश्लिष्ट योगात्मक भाषा

या प्रकारच्या भाषात सर्वनाम आणि क्रियापद यांचा संयोग अशा तऱ्हेने होतो की क्रियेचे अस्तित्व समाप्त होते आणि सर्वनाम पूरक होते. लक्षणीय बाब अशी की, सर्वनाम आणि क्रियापद ह्या व्यतिरिक्त संज्ञा, विशेषण, अव्यय इत्यादींचा मात्र संयोग होत नाही. फ्रान्स आणि पिरॅनीज (स्पेन) पर्वतक्षेत्राच्या समीपवर्ती भागात बोलली जाणारी 'बास्क' भाषा या प्रकारची आहे. याचे उदाहरण असे.

'इकार किओत = मी त्याच्याजवळ घेऊन जातो.

नकारसु = तू मला घेऊन जास.

हकारत = मी तुला घेऊन जातो.

आकृतिमूलक वर्गीकरणाची व्यावहारिक उपयोगिता फारशी लाभदायक नाही. या वर्गीकरणात जगातील हजारो भाषांचे विभाजन चारच वर्गात केलेले आहे. भाषेची रचना शैली उमजण्यासाठी आवश्यक असते. विभक्तिप्रधान वर्गाच्या भाषांमध्ये थोडी समानता आहे, परंतु अन्य वर्गातील भाषांमध्ये काहीही संबद्धता नाही. उदा. अयोगात्मक वर्गाची चिनी भाषा आणि सुदानी भाषा परस्परांहून खूप दूरदूर आहेत. याच प्रकारे प्रत्ययप्रधान भाषासुद्धा एकमेकापासून दूर आहेत. उदा. तुर्की भाषा आशिया खंडात, फिनी भाषा युरोपात, काफिर भाषा आफ्रिकेत, टगलॉग (फिलिपाइन्स), मफोर (न्यूगिनी) आणि द्रविड भाषा (भारत). यामुळे या प्रकारचे वर्गीकरण अवैज्ञानिक आहे.

जगातील कोणतीच भाषा पूर्णपणे एकदुसरीसारखी - मिळतीजुळती नाही. भिन्न भिन्न वर्गाच्या भाषांमध्ये आपल्या वर्गाची एकही प्रातिनिधिक भाषा नाही. वाक्याच्या आधारावर भाषा वैज्ञानिकांनी जे चार प्रकारचे वर्गीकरण केले आहे, त्यामुळे धड भाषा विकासाचे ज्ञान होत नाही, की प्रकृती प्रत्ययाचे स्पष्टीकरण मिळत नाही. सामान्यपणे एवढेच सांगता येईल की भाषेच्या मूळ रूपात मात्र धातूंचाच प्रयोग होत असे. त्याचबरोबर असेही आढळून येते की पुष्कळशा प्राचीन भाषा प्रथम 'संयोगात्मक' होत्या, आणि त्या अवस्थेपासून आधुनिक काळात त्या 'वियोगात्मक' स्वरूपाने विकास पावत आहेत.

जगातील सर्वच भाषांचा अद्यापही म्हणावा तसा वैज्ञानिक दृष्टिकोनातून अभ्यास झालेला नाही. भारोपीय (इंडोयुरोपियन) भाषांच्या तुलनेने चिनी, ब्रह्मी भाषांचे अध्ययन फारसे झालेले नाही. भाषांच्या अध्ययनासंबंधी आज जे सिद्धांत आहेत ते, नवनव्या अभ्यासाने - निष्कर्षाने रद्द होतील. वा बदलतील, आकृतिमूलक वर्गीकरणाचे ह्यामुळे आज महत्त्व कमी झालेले आहे, आणि 'भाषांचे पारिवारिक वर्गीकरण' या सिद्धांताला अधिक महत्त्वपूर्ण मानले जाऊ लागले आहे.

रूपात्मक (आकृतिमूलक) वर्गीकरण
अयोगात्मक (निरवयव) व्यासप्रधान
चिनी भाषा
स्थानप्रधान
निपातप्रधान
स्वरप्रधान
योगात्मक
(सावयव)
अश्लिष्ट योगात्मक
(प्रत्ययप्रधान)
श्लिष्ट योगात्मक
(विभक्तिप्रधान)
प्रश्लिष्ट योगात्मक
(समासप्रधान)
पुर:प्रत्ययप्रधान
बांटू परिवार
(झुढुभाषा)
मध्यप्रत्यय प्रधान
तुर्की, संथाळी
भाषा
अन्त:प्रत्ययप्रधान
तुर्की, द्रविड
परिवारांची भाषा
सर्वप्रत्ययप्रधान
न्यू गिनीची
मफोर भाषा
पूर्णप्रश्लिष्ट
चारोळी आणि
ग्रीनलँडची भाषा
आंशिक प्रश्लिष्ट
वास्क भाषा
बहिर्मुखी
अन्तर्मुखी
संयोगात्मक
संस्कृत
वियोगात्मक
हिंदी
संयोगात्मक
अरबी
वियोगात्मक
हिब्रू

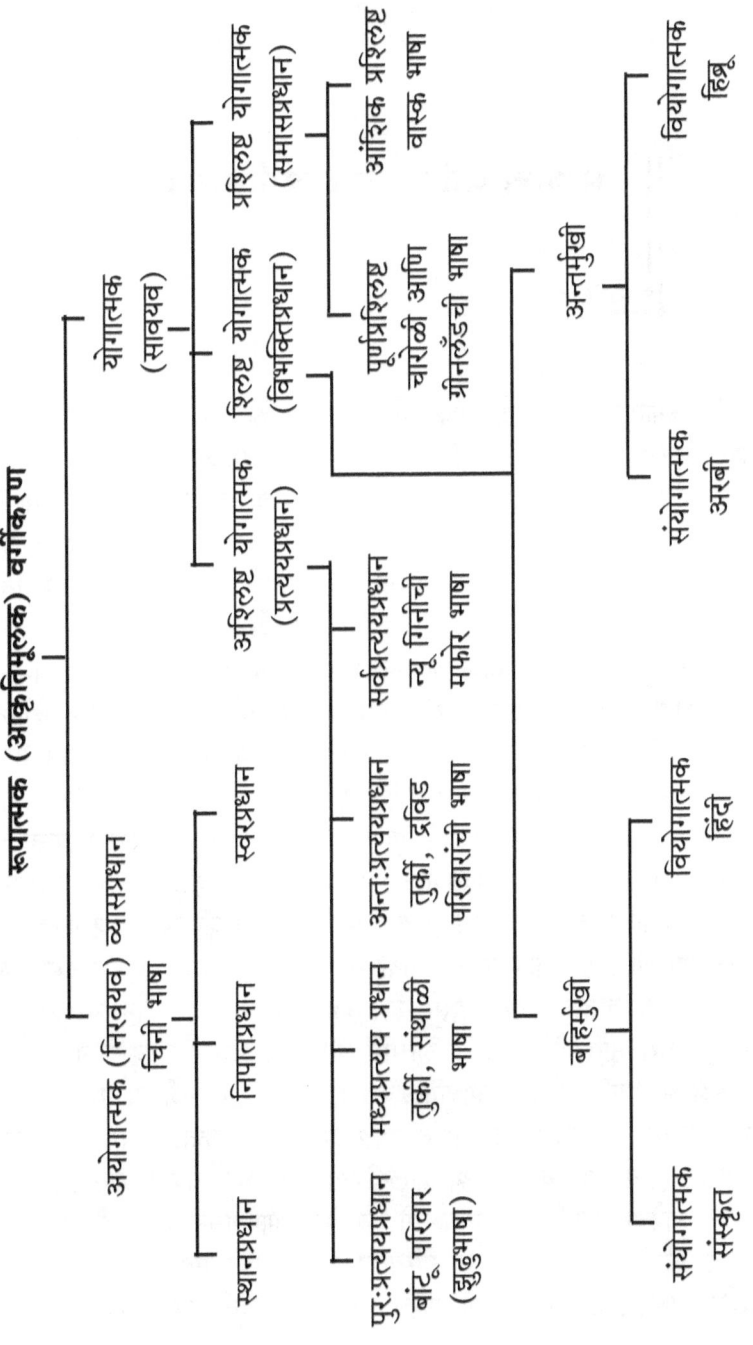

५ भाषांचे पारिवारिक वर्गीकरण

जगातील भाषांचे दोन प्रकारांनी वर्गीकरण केले जाते. १) रूपात्मक किंवा आकृतिमूलक २) पारिवारिक किंवा वंशानुक्रमिक वर्गीकरण. पहिल्या प्रकारच्या वर्गीकरणात ऐतिहासिक तथ्ये विचारात घेतली जात नाहीत, पण केवळ भाषांची आकृती रचना वा रूप यावरच लक्ष केंद्रीत केलेले असते. भाषेचे पद, शब्द किंवा वाक्य कसे निर्माण होते. ह्याचा विचार केला जातो. संबंधतत्त्वाच्या समानतेवर अधिक लक्ष दिले जाते.

परंतु, पारिवारिक किंवा वंशानुक्रमिक वर्गीकरणात संबंधतत्त्वाची समानता आणि अर्थतत्त्वाची समानता या दोन्हीवरही ध्यान दिले जाते. म्हणजेच, वेगळ्या भाषेत भाषांची रचना आणि समानता, व्युत्पत्ती, ध्वनिसमूह, शब्दभांडार आणि ऐतिहासिक तथ्याचा आधार घेऊन वर्गीकरण केले जाते. याप्रकारे तौलनिक आणि ऐतिहासिक क्रम ह्यांच्याही साह्याने भाषेची उत्पत्ती आणि मूलकारण यांचा वेध घेतला जातो. पारिवारिक वर्गीकरणात भाषांना 'कुल, उपकुल, शाखा, उपशाखा' ह्यांच्यामध्ये विभाजित केले जाते. भाषाविज्ञानी मानतात की भिन्न भिन्न परिवारांच्या अनेक भाषांची उत्पत्ती कोणत्यातरी एका मूळ भाषेपासून झाली. एक मूलभाषा खूप काळानंतर परिवर्तित होऊन, दुसरे रूप ग्रहण करते. वेदकालीन संस्कृत-जिला 'छंदस्' असे नाव होते, ती कालांतराने परिवर्तित होऊन संस्कृत प्राकृत पाली अपभ्रंश अशी परिवर्तने होत आधुनिक काळातील हिंदी, बंगाली, गुजराथी, पंजाबी, मराठी इत्यादी भारतीय आर्यभाषांत स्पष्ट-अस्पष्ट आढळते. भाषेचे रूप निरंतर बदलते. एकच भाषा वेगवेगळ्या कालखंडात भिन्न भिन्न नावाने ओळखली जाते. म्हणून 'भाषेची उत्पत्ती' या विषयामागे एका मूळ भाषेपासून क्रमाने विकास होऊन दुसऱ्या रूपात - दुसऱ्या भाषेत परिवर्तन होणे, अशी संकल्पना आहे. भाषांचा सखोल अभ्यास केल्यानंतरच पारिवारिक - भाषाकुलासंबंधी निष्कर्ष काढणे आवश्यक

असते. केवळ बाह्य रूपातील साम्य पाहून कोणत्याही भाषासमूहाला एका परिवारामध्ये समाविष्ट करता येत नाही.

पारिवारिक वर्गीकरणाचा आधार-

जगातील भाषांचे वर्गीकरण करताना भाषांची आकृती अथवा रचनेची समानता पाहिली जाते, अथवा उत्पत्ती संबंधातील निकटता-एकता-पाहिली जाते. भाषांची भौगोलिक समीपता असेल तर त्यांच्यात परस्परसंबंध आढळात येतो. अशा प्रकारच्या सर्व भाषा एका परिवारातील, कुलातील मानल्या जातात. परंतु ह्याच्या विपरीतही स्थिती असते. भौगोलिक सामीप्य असूनही भाषांमध्ये वैविध्य आढळते. आणि त्या एका परिवाराच्या भाषा असत नाहीत. उदा. मराठी, हिंदी क्षेत्राच्या अगदीच समीप द्रविड परिवाराच्या तेलगु, तमीळ इत्यादी भाषा आहेत. इथे भौगालिक सामीप्य असूनही भाषापरिवार एक नाही. पारिवारिक संबंधाचे ज्ञान प्रामुख्याने तीन आधारावर होत असते. १) शब्दांची समानता २) व्याकरणाची समानता ३) ध्वनींची समानता.

१) शब्दांची समानता - प्रत्येक भाषेत विशिष्ट प्रकारचे शब्दसमूह आढळतात. काही शब्दसमूह असे असतात की ते त्या विशिष्ट भाषेचे स्वतःचे - मालकीचे असतात. या व्यतिरिक्त, अन्य जातिसमूहाच्या संपर्कामुळे एखाद्या भाषेत नवेनवे शब्द येऊन रूढ होतात. काही शब्द जसेच्या तसे मूळ रूपातच दुसऱ्या भाषेत प्रवेश करतात, तर काही शब्द आपल्या रूपात परिवर्तन करून दुसऱ्या भाषेत समाविष्ट होतात. तद्भव शब्दाच्या रूपात मूळ शब्द भाषेत राहतात. एखाद्या भाषेच्या शब्दसमूहाचे विभाजन खालीलप्रकारे करता येते.

अ) सार्वजनिक प्रयोगातील शब्द :- कोणतीही भाषा बोलणाऱ्या साऱ्याच व्यक्ती अशा प्रकारच्या शब्दांचा प्रयोग करतात. उदा. माता, पिता इत्यादी संबंधी - नातेवाईकांचे वाचक शब्द, सर्वनामे (मी, तू, तो) संख्यावाचक विशेषणे (एक दोन इ.) शरीराच्या अवयवांची नावे (हातपाय, तोंड, डोळे इत्यादी) दैनंदिन सामान्य व्यवहारातील प्रयुक्त शब्द (खाणे, पिणे, झोपणे इत्यादी) विशिष्ट घरगुती शब्द (चूल, आग, लाकूड इत्यादी)

ब) सुशिक्षित व्यक्तींच्या बोलण्यात व्यवहारात वापरल्या जाणाऱ्या वस्तूंची नावे उदा. रेडिओ, टेलिव्हिजन, फोन, खुर्ची, टेबल, कागद, पेन, इत्यादी.

क) सर्व व्यक्तींना परिचित असलेली शब्दसंपदा. काही वस्तू त्या लोक वापरतात, तर काही वापरत नाहीत. उदा. अंगावर धारण केले जाणारे कपडे, धोतर, साडी, बनियन, शर्टकोट, स्वेटर, मोजे, मफलर इत्यादी, झोपण्याच्या

संदर्भातील वस्तू- अंथरूण, चादर, रजई, गादी, घोंगडे इत्यादी.

भोजनाच्या वेळच्या वस्तू, ताट, वाटी, कटोरा, ग्लास, कढई, तवा, लाटणे, चिमटा इत्यादी.

ड) विशेष कला आणि विद्यांची नावे : संगीत, चित्रकला, विज्ञान, गणित इत्यादी.

शब्दांचे वरील वर्गीकरण सामान्यरूपाने केले आहे. पहिल्या (अ) वर्गातील शब्दांवर विदेशी अथवा परक्या भाषेचा प्रभाव पडत नाही, फार तर अत्यल्पच पडतो.

दुसऱ्या (ब) वर्गातील भाषेतील शब्दावर अन्य-विदेशी, परक्या भाषेचा अधिक प्रभाव पडतो. कारण ह्या वर्गातील शब्द वापरणारे सुशिक्षित लोक नव्या भाषेतील शब्दांचा अधिक प्रयोग करतात.

अंतिम (ड) वर्गीय शब्दावरही दुसऱ्या भाषांचा प्रभाव स्पष्टच पडतो. सर्वनाम, क्रियापदांची मूळ रूपे यांच्यावर दुसऱ्या भाषांचा फारच कमी प्रभाव पडतो. संबंधवाचक शब्द आणि संख्यावाचक विशेषण शब्दसुद्धा परकीय भाषेने फारसे बदलत नाहीत. म्हणून भाषेच्या मूळ रूपांतील शब्दांची स्थिती वरील चार गटातील शब्दसंपत्तीवरून ओळखता येते. ह्या विशिष्ट शब्दसमूहांमध्ये सहजासहजी बदल होत नसतात. भारोपीय (इंडोयुरोपियन) भाषा परिवारातील भिन्न भाषांमध्ये शब्दांची समानता खालीलप्रमाणे आढळेल.

१	२	३	४	५	६	७
संस्कृत	**अवेस्ती**	**फारसी**	**ग्रीक**	**लॅटिन**	**इटालियन**	**स्पॅनिश**
पितृ	पितर	पिदर	Peter	Pater	Padre	Padro
मातृ	मातर	मादर	Mater	Mater	Madre	Madre
भ्रातृ	--	विरादर	Frater	Frater	--	--

८	९	१०	११	१२	१३
फ्रेंच	**डॅनिश**	**स्वीडीश**	**जर्मन**	**जुनी इंग्रजी**	**आधुनिक इंग्रजी**
Pere	Fader	Fader	Vater	Faeder	Father
Mere	Moder	Moder	Mutter	Modor	Mother
--	--	--	Braider	--	Brother

याचप्रमाणे उपरोक्त भाषांत संख्यावाचक विशेषणामध्येही पुष्कळ समानता आढळते. साहजिकच या सर्व भाषांमध्ये परस्पर संबंधाची ती सूचक आहे.

संस्कृत	फारसी	ग्रीक		लॅटिन	फ्रेंच	स्पॅनिश
सप्त	हप्त	हप्त		Hhepta	Septim	Siete
गॉथिक	**जर्मन**	**आधुनिक इंग्रजी**	**हिंदी**	**पंजाबी**		
Sibum	Sieben	Seven	सात	सत्त		

संस्कृत	कारली	ग्रीक	लॅटिन	जर्मन	इंग्रजी	स्पॅनिश
त्रि	सिंह	Tries	Tres	Drei	Three	Troi
फ्रेंच	**पंजाबी**					
Tri	तिरव					

कधी कधी भाषेत अशाही प्रकारचे शब्द आढळतात की, ज्यांच्यामध्ये परस्परांशी समानता तर आढळते, मात्र एक दुसऱ्याचा मूलरूपाने काहीही संबंध नसतो. या प्रकारचे उदाहरण संस्कृतमधील 'काम' शब्दात आढळेल. हिंदी मराठीतही 'काम' शब्द आहे. बाह्यरूपाने दोन्ही शब्द समान आहेत. परंतु मूळ रूप पाहिल्यावर ज्ञात होते की संस्कृत 'काम' शब्दाचा अर्थ 'कामना - इच्छा' आहे. तर हिंदी - मराठीतील 'काम' शब्द संस्कृतमधील 'कर्मन्' या शब्दाचे बिघडलेले रूप आहे. ध्वनीनियमांच्या आधारावरच शब्दांच्या समानतेबाबत निश्चय करता येतो. वर्णविकारासंबंधातील नियमांनी बनलेल्या शब्दांची संबद्धता ज्ञात होते. वर्णविकारांमुळे परस्परसंबंधित शब्दांचे रूप बदलून जाते, आणि ही बदललेली रूपे ओळखणे कठीणसे होते. उदाहरणार्थ,

संस्कृत	ग्रीक	लॅटिन	जुनी इंग्रजी	आधु. इंग्रजी	जर्मन	फ्रेंच
गौ:	Boys	Bos	CY	COW	Kuh	Vache
पाङ्च	Pente	Quinqe	---	Five	Funf	---
श्वा	Kuon	Cains	---	Hund	Hund	---

संस्कृत भाषेतील 'प' ध्वनी इंग्रजी इत्यादी भाषांत बदलून 'फ' ध्वनी होतो. ह्याच प्रकारे संस्कृतातील कित्येक ध्वनी अवेस्ती (प्राचीन पर्शियन) मध्ये बदलतात. 'स' ध्वनी 'ह' मध्ये बदलतो.

संस्कृत	जिप्सी भाषा	संस्कृत	अवेस्ता
घृत	ख्रिल्	सप्त	हप्त
भ्रातु	फ्रल्	सिंधु	हिंदु

कधी कधी एका भाषेचे शब्द दुसऱ्या भाषेतील शब्दांशी बाह्यरूपाने हुबेहूब जुळतात. पण वास्तवात त्यांचा परस्परांशी काहीही संबंध नसतो.

हिंदी	मराठी	इंग्रजी
काम (कार्य)	काम (कार्य)	काम (Clam) शंम
मेल (मीलन)	मेल (ळ) मीलन	मेल (Mail) टपाल
माल (वस्तू)	माल (वस्तू)	माल (Mall) छाया

शब्द जर ध्वनी आणि अर्थ ह्या दोन्हीरीतीने समान असेल, तर 'समानते'ची आवश्यकता पूर्ण होते. संस्कृतमधील 'अश्व' शब्द, अवेस्त्यामध्ये अस्प आणि लॅटिनमध्ये 'एकुऊस' होतो. ह्या शब्दांत समानता आहे. संस्कृतातील 'नीड' (घरटे) शब्द, लॅटिनमध्ये 'निदुस' (Nidus) आणि इंग्रजीत नेस्ट (Nest) होतो. हे शब्दही परस्परसंबंधित आहेत. असेच अन्य शब्द पहा. संस्कृत 'धूम:' आणि ग्रीक 'थुमांस'; संस्कृत 'आत्मा', ग्रीक शब्द 'आत्मास्' हे सर्व शब्द ध्वनींशी एकनिष्ठ आहेत समान आहेत. पण इथे अर्थविपयय झाला आहे. 'आत्मा'साठी ग्रीक भाषेत 'थुमांस', आणि 'धूम:' साठी 'आत्मांस' शब्द वापरला जातो. अर्थविपर्ययाची अन्य उदाहरणे प्राचीन ऋग्वेदीय संस्कृत आणि प्राचीन पर्शियन (अवेस्त्याची भाषा) यामध्ये आढळतात. संस्कृत भाषेतील असुर (राक्षस) देव (देवता) क्रमश: अवेस्ता ग्रंथात 'अहुर' आणि 'दअेव' असे येतात. परंतु तेथे 'अहुर' चा अर्थ देवता तर देव (संस्कृत) चा अर्थ राक्षस असा झाला आहे. या अर्थविपर्ययाचे कारण भारतीय आर्य आणि इराणी आर्य यांचा संघर्ष हे आहे. अशा अर्थविपर्ययास ऐतिहासिक आणि सांस्कृतिक शत्रुत्वाची पार्श्वभूमी आहे. कधी कधी ध्वनीसंबंधीची समानता आणि अर्थासंबंधीची समानता दूर दूर स्थित भाषांत आढळते. उदा. मांजर अर्थाचा द्योतक 'म्यांऊ' शब्द, हिंदी व्यतिरिक्त चिनी आणि इजिप्शियन भाषेत आढळतो. परंतु या भाषांचा पारिवारिक संबंध काहीही नाही. लॅटिन भाषेतील 'दोमिना' (Domina) शब्द इटालियन भाषेत दोना (Donna) आणि जपानी भाषेत 'ऑना' (onna) असा सापडतो. विशेष म्हणजे इटालियन आणि जपानी Donna आणि onna या दोन्हींचा अर्थ 'स्त्री' असा होतो. या दोन्ही भाषांचा तर दूरान्वयानेही संबंध नाही.

विभिन्न भाषांत काही शब्द असे असतात की, ते अन्य कोणत्या तरी भाषेतून ग्रहण केलेले असतात. नंतर ते भाषेत मिसळून एकरूप होऊन जातात. उत्तर चीनच्या (पेकिंग) भागातील भाषेत 'चा' (cha) चा अर्थ 'चहा' असा होतो. अन्य भाषातही हा शब्द याच अर्थाने आढळतो. उदा. तुर्की भाषेत 'chay' चाय, पोर्तुगाली भाषेत 'चा' (cha), 'फारसी' मध्ये 'चा' (cha) रशियनमध्ये (chai) हिंदीत चाय, मराठीत 'चहा' शब्द समानार्थी आहे. याचप्रकारे इंग्रजी 'टी' (Tea), जर्मन (Tee) डच शब्द टी (Thee), फ्रेंचमध्ये 'टे' (The) इटालियन 'टे' (Te) मलायन भाषेत 'ते' 'किंवा 'तेह' (Te or Teh) असे शब्द चहाच्या अर्थाचे आहेत. दक्षिण चीनमधील 'अमोय' नामक बोलीभाषेत 'चहा'ला 'टे' म्हणतात. त्यापासून हे सारे शब्द बनले. याचप्रकारे भिन्न भिन्न भाषांत तंबाकू शब्द सापडतो. हा शब्द पश्चिम द्वीपसमूहाच्या भाषेतून आलेला असून ह्या 'तंबाकू' ...शब्दात समानता आढळते. 'हिंदी - तंबाकू, बंगाली - तामाक, जर्मन - टाबाक, इंग्रजी - टोबॅको, फ्रेंच - ताबा, अशा प्रकारचे हे शब्द आहेत. भिन्न भिन्न भाषांतील थोडीशी समानता दिसून आली तरी त्यावरून निश्चित काही निष्कर्ष काढणे उचित नाही. अशा प्रकारच्या शब्दांकडे दुर्लक्ष करून भाषांची तुलना करणे आवश्यक असते. कधी कधी विजेत्या जातिसमूहाच्या भाषेतील शब्द जित लोकांच्या भाषेत मिसळून जातात. अरबी, फार्सी, तुर्की, इंग्रजी, फ्रेंच, पुर्तुगाली शब्द भारतीय भाषांत मिसळलेले आहेत. अशाप्रकारे परस्पर संपर्कामुळे एका भाषेतील शब्द दुसऱ्या भाषेत मिसळतात. पण दोन भाषांची समानता निश्चित करण्याचा जेव्हा प्रसंग येतो तेव्हा अशा प्रकारच्या शब्दांना काही महत्त्व नसते. शब्दांच्या अशा समानतेवरून भाषापरिवाराची कल्पना केली जाऊ शकत नाही. उदा. भारतीय भाषात इंग्रजीचे बरेच शब्द मिसळले, म्हणून इंग्रजी आणि भारतीय भाषा एकाच परिवारातील होत, असे म्हणणे पूर्ण चूक आहे.

२) व्याकरणाची समानता :-

समान भाषांत म्हणजे एका परिवाराच्या भाषांचे व्याकरण आणि रचनातत्त्वे यांच्यामध्ये पारस्परिक संबंध असल्यामुळे समानता आढळून येते. म्हणून शब्दाच्या बाह्य रूपाच्या समानतेनंतर व्याकरणाच्या समानतेवर विचार करणे आवश्यक असते. व्याकरणाची समानता अतिशय महत्त्वाची असते, कारण दीर्घकाळपर्यंत व्याकरणामध्ये अन्य भाषेचा प्रभाव पडून परिवर्तन घडत नाही. 'व्याकरणाच्या समानतेवर' विचार करताना खालील गोष्टीवर विचार करणे उपयुक्त असते.

१) धातूपासून शब्दनिर्मितीमधील समानता.

२) मूळ शब्दाच्या आधी, मध्ये आणि अंती प्रत्यय जोडून दुसरा शब्द निर्माण

करण्यातील समानता.

३) वाक्य-रचना पद्धतीची समानता.

जर शब्दाच्या रूपात समानता असेल, आणि व्याकरणाच्यासंबंधीसुद्धा समानता असेल, तर भाषा एकाच परिवाराच्या असतात, असे म्हणता येते.

३) ध्वनींची समानता :-

एका भाषेतील शब्द जेव्हा दुसऱ्या भाषेत प्रवेश करतो, तेव्हा त्या शब्दाचे उच्चारण दुसऱ्या भाषेतील ध्वनींना अनुरूप असते. अनेक फार्सी ध्वनी हिंदीत प्रवेश होताच हिंदी भाषेच्या ध्वनीशी अनुरूप झाल्या. कागज चा कागज किंवा कागद, गरीबचा 'गरीब'च होतो. इंग्रजीतील लँटर्नला लालटेन, रिपोर्टला रपट, रिसीटला रशीद -रसीद, कार्डला कारड, कारीट म्हणतात. शेकडो वर्षांपूर्वी भारतातून प्रवास करीत करीत युरोपात गेलेल्या जिप्सींच्या भाषेत अद्यापही ध्वनींचे उच्चारण बहुतेक भारतीय पद्धतीनेच केले जाते. भाषांच्यामध्ये, ध्वनिनियमांच्या आधारावर, ध्वनीतील समानता जर उचित रूपाने घडून आली तर भाषांच्यामध्ये एक परिवारासारखा आगळा संबंध निर्माण होऊ शकतो.

भाषांच्या पारिवारिक संबंधासाठी बहुधा स्थानिक समीपतेपणामुळे प्रारंभ होतो. शब्दांच्या समानतेमुळे या प्रारंभिक विचारास पुष्टी मिळते. व्याकरण साम्यही असेल तर ही विचार प्रक्रिया बळावली जाते आणि जर ध्वनींचेही साम्य आढळत असेल तर भाषापरिवारासंबंधीचा प्रश्न निश्चितपणे सुटतो.

अशा प्रकारे 'भाषांचा परिवार' ही वर्गीकरणाची संकल्पना अस्तित्वात यायची असेल तर, शब्दसमूहाची समानता, व्याकरणाची समानता आणि ध्वनींची समानता ह्यांच्यावर लक्ष केंद्रीत केले पाहिजे. ह्या तीनही बाबींमध्ये जर समानता आढळली, तर भाषांना 'एकाच परिवाराच्या', असे समजावे.

पारिवारिक वर्गीकरणाची उपयोगिता :-

भाषांचे पारिवारिक वर्गीकरण अधिक वैज्ञानिक आणि उपयुक्त आहे. भाषा परिवारातील 'संबंधतत्त्व' आणि 'अर्थतत्त्व' यांच्या समानतेवर विचार करूनच भाषा परिवारासंबंधी निर्णय होतो. जेव्हा शब्दात रूपात्मक समानता, व्याकरणाची समानता (वाक्यरचना इत्यादी) आणि ध्वनींची समानता निश्चयपूर्वक आढळून येते, तेव्हा एखाद्या भाषेला विशिष्ट परिवारात समाविष्ट केले जाते. याउलट रूपात्मक-आकृतिमूलक वर्गीकरणात केवळ संबंधतत्त्वाचीच समानता पाहिली जाते. ती अपुरी आहे. पारिवारिक वर्गीकरणाच्या आधारेच आजपर्यंतच्या, असंबद्ध वाटणाऱ्या आणि दूर दूरच्या

अंतरावर बोलल्या जाणाऱ्या भाषांतील संबंध निश्चित करता आला आहे. युरोपियन आणि ३० भारतीय भाषा एकाच परिवाराच्या मानल्या जाऊन त्यांच्या मूळारंभी प्राचीन काळी त्यांची जननीभाषा एकच होती, हे भाषाविज्ञानाने सिद्ध केले आहे. ह्याच विज्ञानाच्या अध्ययनाने द्रविड भाषा आणि बलुचीस्थानातील 'ब्राहुई' भाषांत पारिवारिक संबंध असल्याचे दाखवून दिले आहे. पारिवारिक वर्गीकरणाचा लाभ असा की एकाच परिवारातील कित्येक भाषांत लपलेली-दडलेली सुरक्षित मूलभाषेची वैशिष्ट्ये आपणास समजू शकतात. या वर्गीकरणामुळे अनेक मानवजातींच्या उत्पत्तीसंबंधीच्या एकात्मतेबाबत ज्ञान होते, कारण एकाच जातिसमूहाच्या भाषेत एकरूपता आढळत असते. आणि अशी एकरूपता, एकात्मता यांच्यामध्ये परिवर्तन होण्यास फार दीर्घ काळ लागतो. पारिवारिक वर्गीकरणामुळे ज्ञात, अज्ञात, जीवित अथवा मृत भाषांचा विकास, त्यांचा ऐतिहासिक क्रम कळू शकतो. या 'परिवार' कल्पनेमुळे आजवर ठाऊक नसलेल्या अनेक लुप्त भाषांचा पत्ता लागतो. आजच्या घडीला युरोपियन भाषातज्ज्ञांनी आपल्या अथक प्रयासांनी सिद्ध केले आहे की भारतीय भाषा, संस्कृत आणि लॅटिन, ग्रीक, हिब्रू इत्यादी प्राचीन युरोपियन भाषांत पारस्परिक संबंध निश्चितपणे आहे, आणि ह्या सर्व प्राचीन भाषा मुळात प्रागैतिहासिक काळातील एकाच भाषेतून जन्मल्या. ह्याप्रकारे रूपात्मक वर्गीकरणाच्या तुलनेने पारिवारिक-भाषाकुल-वर्गीकरण अधिक वैज्ञानिक आहे. या पद्धतीत दोन भाषांची तुलना फार सखोलपणे केली जाते. आजवर भाषांच्या संदर्भात जी रहस्ये होती, ती सोडवली गेली आहेत, अनेक अज्ञात माहिती, वास्तव नव्याने प्रकाशात आले आहे. त्याबरोबर प्राचीन दुर्लभ साहित्याचे विवेचनात्मक अध्ययन प्रकाशात आले आहे. प्राचीन पूर्वजांनी जीवनाच्या भिन्न भिन्न क्षेत्रात स्वत:ची जी उन्नती घडवून आणली होती, त्यावर प्राचीन साहित्याने प्रकाशझोत टाकला आहे.

पारिवारिक वर्गीकरण :-

जगात अजूनही कित्येक भाषा अशा आहेत, की ज्यांचे नीटसे भाषा वैज्ञानिक अध्ययन झालेले नाही. पारिवारिक अभ्यासात परिपूर्णता येण्यासाठी जगातील सर्वच भाषांचे पूर्ण अध्ययन होण्याची गरज आहे, त्यायोगे जगातील सर्व भाषांना त्यांच्या त्यांच्या उचित परिवारात विभाजित करून योग्य स्थान देता येईल. आजवर ज्या भाषांचे वैज्ञानिकांनी अध्ययन केले आहे, त्याच्या आधाराने भाषा वैज्ञानिकांनी जगातील भाषांना भौगोलिक तत्त्वावर चार प्रमुख भाग केलेले आहेत.

१) आफ्रिका खंड २) युरेशिया खंड ३) प्रशांत महासागरीय खंड आणि ४) अमेरिका खंड.

विद्वानांनी ह्या मुख्य खंडांना पुन्हा अनेक भाषापरिवारात विभागले आहे, तशी भाषापरिवारांची संख्या निश्चित नाही, भिन्न भिन्न विद्वानांच्या मते भाषा परिवार कमी वा जास्त आहेत. साधारणपणे प्रमुख भाषापरिवार खालीलप्रमाणे मानले जातात.

१) भारोपीय (इंडोयुरोपियन) परिवार

२) सेमेटिक परिवार

३) हॅमेटिक परिवार

४) उरल-अल्ताई परिवार

५) चिनी-तिबेटी भाषापरिवार

६) द्राविड भाषापरिवार

७) कॉकेशिअस भाषापरिवार

८) प्रशांत महासागरीय भाषापरिवार

९) आफ्रिकी नीग्रो भाषापरिवार

१०) रेड इंडियन भाषापरिवार

११) एस्किमो भाषापरिवार

१२) अवर्गीकृत भाषा

वस्तुत: भाषांचे पारिवारिक वर्गीकरण वेगवेगळ्या भाषाविदांनी आपापल्या दृष्टिकोनातून मांडले आहे. खाली भाषापरिवारांचे वर्गीकरण भौगोलिक खंडांच्या आधारावर मांडले आहे.

१) आफ्रिका खंड - या भाषाखंडात मुख्यत: पाच भाषा परिवार संमिलित आहेत.

अ) बुशमन ब) बाण्टू क) सुदान ड) हॅमेटिक इ) सेमेटिक.

२) युरेशिया खंड - या खंडात खालील भाषापरिवार आहेत.

अ) सेमेटिक, ब) कॉकेशस, क) युराल - अल्ताई, ड) चिनी एकाक्षर, इ) द्रविड, प) ऑस्ट्रेलियन फ) भारोपीय म) अनिश्चित भाषापरिवार.

३) प्रशांत महासागरीय खंड - या खंडातील भाषा प्रशांत महासागर आणि हिंदी महासागरातील द्वीपावर बोलली जाते. या भाषा परिवाराला 'पॉलिनेशियाई' भाषापरिवार असेही म्हणतात. यामध्ये मलाया, जावा, सुमात्रा, बोर्निओ, न्यूगिनी, फिलिपाईन्स, फार्मोसा आणि न्यूझीलंडमध्ये बोलल्या जाणाऱ्या भाषा संमिलीत आहेत.

अ) मलायन परिवार ब) मलेनेशियाई परिवार क) पॉलिनेशियाई ड) पपुअन परिवार इ) ऑस्ट्रेलियाई परिवार.

४) अमेरिका खंड - उत्तर अमेरिका आणि दक्षिण अमेरिका खंडातील भाषा या वर्गात मोडतात. या खंडात जवळ जवळ ४०० भाषा आहेत, आणि

त्यांना ३० वर्गात विभागले आहे.

उत्तर अमेरिकेत **१)** अल्गोन्किन आणि **२)** अथवस्कन, मेक्सिको आणि मध्य अमेरिकेत **३)** ॲजटेक (Aztec) आणि **४)** मय (Maya) द. अमेरिकेत **५)** अरवक (Arawak) **६)** कुइचुआ (Quichua) हे प्रमुख भाषावर्ग आहेत.

१) आफ्रिका खंड :-

अ) बुशमन भाषा परिवार :-

बुशमन लोकांची भाषा आफ्रिका खंडातील प्राचीनतम भाषा आहे. ह्या लोकांचा जातिसमूह दक्षिण आफ्रिकेत ऑरेंज नदीपासून नगाची सरोवरापर्यंत केंद्रीत झालेला आहे. हे लोक स्वत:ला 'खोईम' (Khoim) म्हणजे 'मनुष्य' म्हणतात. यांच्या भाषेतील व्याकरणातील लिंग सजीव आणि निर्जीव वस्तूच्या आधारावर निश्चित केले जाते. पुरुषलिंग, स्त्रीलिंग याआधारे नाही. या परिवारात बुशमन जातिसमूहाच्या टोळ्या अलग अलग राहत असल्यामुळे कित्येक बोलीभाषा विकसित झाल्या आहेत. या भाषा आता 'संयोगात्मकते' पासून 'अयोगात्मक' होत आहेत. बुशमन भाषांत नामा, खीरा इत्यादी होन्टटॉट भाषाही संमिलित आहेत. या भाषा सुदान भाषापरिवार आणि बाण्टू भाषापरिवाराशी अनेक दृष्टीने समान आहेत. या भाषापरिवारात बहुवचन बनवण्यासाठी असा काही विशेष नियम नाही. कधी कधी 'संज्ञावाचक शब्द' दोन वेळा उच्चारल्यानंतर बहुवचन बनवले जाते. या परिवाराच्या भाषांची काही ठळक वैशिष्ट्ये अशी आहेत.

अ) या भाषा 'परप्रत्यय-संयोगी' आहेत, पण अयोगात्मकतेकडे झुकण्याची त्यांची प्रवृती आहे.

ब) या परिवाराच्या भाषांतील ध्वनी विचित्र आहेत. त्यांना 'क्लिक' किंवा 'अन्त:स्फोटात्मक' म्हणतात.

क) लिंगविधान सजीव-निर्जीव वस्तूंच्या आधारावर होते. पुरुषत्व, स्त्रीत्वावर नाही.

ड) बहुवचन बनवण्यासाठी अनेक नियम आहेत. कधी कधी संज्ञावाचक शब्दाची पुनरुक्ती करुन बहुवचन बनवले जाते.

इ) 'होन्टार' ही या परिवाराची मुख्य भाषा आहे.

आ) बाण्टू परिवार

या भाषा आफ्रिकेतील भूमध्यरेषेच्या दक्षिणेस बोलल्या जातात. म्हणजे, मध्य आफ्रिका आणि दक्षिण आफ्रिकेच्या पूर्वेपासून पश्चिमेपर्यंतच्या क्षेत्रात या बाण्टू

परिवाराच्या भाषा पसरल्या आहेत. या परिवारातील भाषा अधिकांश पुर:प्रत्ययसंयोगी आहेत. उपरोक्त तीन प्रदेशात (मध्य, दक्षिणपूर्व-दक्षिणपश्चिम) १५० भाषा विभाजित करता येतात. या परिवारातील सर्वात प्रमुख भाषा म्हणजे 'स्वाहिली' असून ती झांजीबार क्षेत्रात मुख्यत: आढळते. शाळातून ही भाषा शिकवली जाते, आणि या भाषेत लिहिलेले साहित्यही विद्यमान आहे. याशिवाय अन्य भाषा म्हणजे 'कांगो'तील भाषा 'काफिर' Kafir किंवा Xosa आणि 'झुलु' (Zullu) या होत. या भाषापरिवारातील काही साहित्य रोमन लिपीत प्रकाशित झालेले आहे. या भाषांत व्याकरणासंबंधी लिंगभेद आढळत नाही. कारक चिन्हांचाही प्रयोग केला जात नाही. शब्द निर्मितीसाठी उपसर्गाचा वापर केला जातो. भाषांत संगीतात्मकता, माधुर्य, कोमलता हे प्रासादिक गुण आहेत. स्वरात बदल घडला, की अर्थही बदलत असतो. या भाषांची वैशिष्ट्ये अशी :-

१) या परिवाराच्या भाषा पुर:प्रत्ययसंयोगी आहेत.

२) लिंगभेद आढळत नाही.

३) स्वरात फरक पडला की अर्थही बदलतो. उदा. 'हो, फिनेल्ला' चा अर्थ 'बांधणे' असा होतो. पण 'हो फिनोल्ला' चा अर्थ नेमका उलटा म्हणजे 'मुक्त करणे' असा होतो.

४) या भाषांत माधुर्य, कोमलता गुण आहेत.

५) या परिवारातील भाषांतील शब्द स्वरान्त असतात. संयुक्त व्यंजने या भाषांत नाहीत.

६) विभक्तिप्रत्ययाचा प्रयोग जवळजवळ होत नाही.

७) उपसर्ग जोडून या भाषांत शब्द निर्माण करतात.

८) वाक्यांच्या रचनेत कवितेप्रमाणे ध्वनींचे सामंजस्य असते.

९) स्वाहिली भाषा सोडली, तर अधिकांश भाषांमध्ये स्वत:चे साहित्य नाही.

१०) दक्षिणपूर्व क्षेत्रातील काही भाषांत 'क्लिक' ध्वनींचा प्रयोग केला जातो.

इ) सुदानी भाषापरिवार :-

या परिवाराच्या भाषा आफ्रिकेच्या भूमध्य रेषेच्या उत्तरेला, पूर्वेपासून पश्चिमेपर्यंत बोलल्या जातात. प्रथम याला एकच भाषापरिवार मानले जाई, पण पाटर श्मिट (Pater Schmidt) नामक भाषा वैज्ञानिकाने या क्षेत्रात सात भाषापरिवार संमिलित असल्याचे अभ्यासांती म्हटले आहे. सुदानी भाषा परिवारातील सर्वात प्रमुख भाषा 'हाऊसा' (Hausa) ही होय. ही नायजेरिया देशाची भाषा आहे. आणि हिचा प्रसार मध्य आफ्रिकेच्या अधिकांश क्षेत्रात आहे. ही व्यापारिक संपर्काची प्रमुख भाषा आहे.

या परिवारातील भाषा चिनी भाषाप्रमाणे एकाक्षरी धातूंची आणि अयोगात्मक

आहे. सूर (Tone) परिवर्तनही होते. शब्दात विभक्तीचे प्रत्यय वापरले जात नाहीत. या भाषा ध्वनात्मक आहेत. ह्या भाषापरिवाराच्या उत्तरेला हॅमेटिक परिवाराच्या भाषा बोलल्या जातात. आणि दक्षिणेला बाण्टू भाषापरिवारातील बोली उपयोगात आणल्या जातात. या परिवारातील भाषांची काही वैशिष्ट्ये बाण्टू परिवाराशी मिळतीजुळती आहेत. काही भाषांच्या स्वतःच्या लिपी आहेत. अशा साधारण सहा लिपी आहेत. या सुदानी परिवारात साधारणपणे ४०० हून अधिक भाषा आहेत. यातील प्रमुख भाषा म्हणजे 'ईव' 'मोम' 'नूबी हादसा' आणि 'प्यूल' या होत. या भाषापरिवाराची काही वैशिष्ट्ये खालीलप्रमाणे आहेत.

१) या भाषा एकाक्षरी आणि अयोगात्मक आहेत.

२) या भाषांत विभक्तींचा प्रयोग केला जात नाही.

३) प्रत्ययांचा अभाव असल्यामुळे सूरभेदाने (Tone) अर्थामध्ये फरक येतो.

४) लिंग बनवण्यासाठी निश्चित असा नियम नाही.

५) बहुवचन बनवण्यासाठी निश्चित नियम नाही.

६) वाक्ये छोटी छोटी असतात.

७) या भाषांना व्याकरण नसते.

८) या भाषा - ध्वन्यात्मक असतात. शब्दाच्या ध्वनीमुळेच रंग, रूप, गती अवस्था यांचा बोध होऊ शकतो.

९) या परिवारातील 'नूबी' भाषेच्या 'काण्टी लिपी' मधील प्राचीन लेख सापडले आहेत.

१०) ह्या परिवाराच्या भाषा सरस असतात.

११) या भाषांचा परिवार ४ वर्गात विभागला आहे.

अ) सेनेगल भाषागट यात 'बोलोफ' भाषा प्रधान आहे.

ब) 'ईव' भाषागट-यात ईव, अशानी, यरुबा भाषा इत्यादी आहेत.

क) मध्यवर्ती भाषागट हादसा, सोंघटाई इत्यादी.

ड) नाईल नदीच्या उत्तर भागातील भाषागट. यात वारी, डेंका इत्यादी चा समावेश आहे.

इ) हॅमेटिक भाषा परिवार (हामी भाषा परिवार) या परिवारातील भाषा संपूर्ण उत्तर आफ्रिकेत प्रचलित आहेत. ह्या भाषा मध्य आणि दक्षिण आफ्रिकेतही काही जातिसमूह बोलतात.

'इंजील'च्या कथेप्रमाणे 'नोहा'चा दुसरा पुत्र 'हॅम' उत्तर आफ्रिकेच्या अधिकांश भागात इजिप्त, फोनेशिया, इथिओपिया इत्यादी देशात 'आदिपुरूष' मानला जातो. ह्याच्याच नावावरून ह्या परिवाराच्या भाषांचे नाव 'हॅमेटिक भाषा परिवार' असे

पडले. या परिवारातील भाषांमध्ये प्राचीन शिलालेख आणि धार्मिक साहित्य उपलब्ध आहे. या कुळातील अनेक भाषा आता नष्ट झाल्या आहेत, किंवा सेमेटिक भाषा परिवारांच्या भाषांच्या प्रभावाखाली त्या आल्या आहेत. सुदानी भाषा परिवारातील 'हादसा' ही भाषा, याच परिवाराची आहे, असे काहींचे मत आहे. या परिवाराच्या भाषा श्लिष्ट योगात्मक आहेत. शब्द निर्माण करताना उपसर्ग आणि प्रत्यय दोन्ही जोडले जातात. मोठमोठ्या वस्तूंना पुल्लिंगी आणि छोट्या दुर्बळ वस्तूंना स्त्रीलिंग मानले जाते. लिंगभेदाचे निश्चित नियम नाहीत. स्वर परिवर्तनाबरोबर अर्थ परिवर्तनसुद्धा होते. उदा. 'गल'चा अर्थ 'आत प्रवेश करणे' पण 'गेलि' चा अर्थ 'आत ठेवणे', असा होतो. एखाद्या शब्दावर बल जोर द्यायचा असेल तर त्याचा दोनदा उच्चार करतात. या परिवाराच्या भाषा आणखी काही वर्गात समाविष्ट केल्या आहेत. उदा.

(१) इजिप्शियन शाखा : याच्या अंतर्गत प्राचीन काळातील इजिप्शियन आणि काप्टिक भाषा संमिलित आहेत.

(२) इथियोपिक शाखा :- या अंतर्गत खामीर, सोमाली, गल्ला, साह, वेदीय, वेजा इत्यादी संमिलित आहेत.

(३) लिबियन शाखा :- या अंतर्गत 'शिल्हा, नूमिदियन, तामाशेक इत्यादी भाषा मानल्या गेल्या आहेत.

(४) मिश्रित शाखा : यामध्ये मसाई, नामा, समाविष्ट आहेत. या भाषापरिवाराची वैशिष्ट्ये खालीलप्रमाणे आहेत.

१) या परिवारातील भाषा श्लिष्टयोगात्मक आहेत.

२) या परिवारातील भाषा अन्य भाषापरिवारांच्या प्रभावाखाली आहेत. या प्रभावी भाषा सेमेटिक परिवाराच्या आहेत.

३) या परिवारातील भाषांचे प्राचीन शिलालेख आणि धार्मिक साहित्य उपलब्ध आहे.

४) पदरचनेसाठी संज्ञेबरोबर प्रत्यय आणि उपसर्ग दोन्ही जोडले जातात.

५) बल-जोर देण्यासाठी पुनरूक्तीचा प्रयोग करतात.

६) या भाषांत स्वर परिवर्तनाने अर्थ-परिवर्तन होते.

७) बहुवचन बनवण्यासाठी कोणताही निश्चित नियम नाही.

८) लिंगभेद निश्चित नाही. बलवान वस्तू पुंल्लिंगी, कमजोर वस्तू स्त्रीलिंगी मानतात.

९) संज्ञा, वचनात परिवर्तन झाल्यावर लिंगातही परिवर्तन होते. एकवचनी पुंल्लिंग संज्ञेला बहुवचन बनवले जाते, तेव्हा तो शब्द स्त्रीलिंगी होतो. उदा. एक सिंह (पुंल्लिंग) अनेक सिंह (स्त्रीलिंग).

१०) या भाषांमध्ये क्रियाद्वारे कालाचे ज्ञान होत नाही. पण काळाचे ज्ञान करवण्यासाठी सहायक शब्दांना प्रयुक्त करतात.

११) या भाषा संयोगात्मक अवस्थेपासून वियोगात्मक अवस्थेकडे परिणत होत आहेत.

१२) पदरचनेसाठी क्रियेबरोबर प्रत्यय आणि उपसर्ग दोन्ही जोडले जातात.

सेमेटिक भाषा परिवार :-

सेमेटिक अथवा 'सामी' भाषापरिवारातील सर्वभाषा मोरोक्कोपासून सुवेज कालव्याच्या क्षेत्राच्या दरम्यान बोलल्या जातात. या परिवाराच्या प्रमुख भाषांत अरबी, असून मोरोक्को आणि अल्जेरियामध्ये अरबी हीच राजभाषा आहे. हिब्रू (ज्यू-यहुदी लोकांची) भाषा आणि आर्मोनियन भाषासुद्धा याच परिवाराच्या भाषा आहेत. या परिवारातील भाषांचे स्थान आशिया खंडच होय. म्हणून या भाषापरिवारास युरेशिया खंडातही समाविष्ट करतात. या भाषापरिवाराचे नाव 'सामी' पडण्यामागची दंतकथा अशी : नोहाचा पुत्र 'सॅम'. त्याच्या नावावरून 'सामी', सॅमचा धाकटा भाऊ 'हॅम' त्याच्या नावावरून 'हामी' नावाचा अन्य भाषापरिवार आहे, हे मागे आलेले आहे. या भाषा परिवाराची प्रमुख वैशिष्ट्ये खालीलप्रमाणे :-

१) धातू तीन व्यंजनांचे असतात. उदा. क त ब (लिहिणे).

२) स्वरपरिवर्तन झाले की अर्थपरिवर्तन होते.

३) बहुवचन बनवण्यासाठी प्रत्ययांचा उपयोग करून घेतला जातो.

४) क्रियेवरून काळाचा बोध होत नाही. संदर्भावरून तो जाणावा लागतो.

५) या परिवाराच्या भाषा श्लिष्टयोगात्मक विभक्तिप्रधान आहेत.

२) युरेशिया खंड :-

या खंडातील भाषा अत्यंत महत्त्वपूर्ण आहेत. कारण हा भाग जगातील प्रसिद्ध संस्कृतींचे केंद्रस्थान होता. जगातील प्राचीनतम साहित्य याच युरेशिया खंडातील भाषेत विद्यमान आहे. भाषावैज्ञानिकाने या खंडातील भाषांचा अभ्यास, विश्लेषण अधिक लक्षपूर्वक आणि विस्ताराने केला आहे, या परिवाराच्या भाषा बहुतांश सर्व युरोप, दक्षिण-पश्चिम आशिया, इराण, अफगाणिस्तान आणि उत्तर भारतात पसरल्या आहेत. या व्यतिरिक्त या खंडातील भाषा आता उत्तर अमेरिका खंड (कॅनडा, संयुक्त संस्थाने (यू.एस.ए.) मेक्सिको इत्यादी दक्षिण अमेरिकेतील देश तसेच आफ्रिका खंडातील काही क्षेत्रात बोलल्या जातात. ऑस्ट्रेलिया आणि न्यूझीलंड या महाद्वीपातही युरेशिया खंडातील भाषा परिवारातील प्रमुख भाषा जी

इंग्रजी ती प्रचलित आहे. या युरेशिया खंडाची भाषा बोलणाऱ्यांची संख्या अन्य कोणत्याही भाषा बोलणारांहून अधिक आहे. प्रथमत: या भाषा विभक्तिप्रधान आणि संयोगात्मक होत्या. पण सध्या या भाषांची प्रवृत्ती वियोगात्मक स्वरूप धारण करीत आहे. या खंडात सात भाषापरिवार आहेत. या परिवाराच्या अतिरिक्तही काही अशा प्रकारच्या भाषा आहेत, की त्यांचा समावेश कोणत्याच भाषापरिवारात होत नाही. त्यामुळे त्यांना अनिश्चित भाषावर्गात ठेवलेले आहे. या भाषाखंडातील प्रमुख भाषापरिवार असे आहेत -

१) सेमेटिक भाषापरिवार

२) कॉकेशस भाषापरिवार

३) उरल - अल्ताईक भाषापरिवार

४) एकाक्षर भाषा परिवार (चिनी भाषापरिवार)

५) आग्नेय भाषापरिवार (ऑस्ट्रेलियाई भाषापरिवार)

६) द्रविड भाषापरिवार

७) भारोपीय (इंडोयुरोपियन) भाषापरिवार

८) विविध भाषापरिवार (अनिश्चित भाषासमुदाय)

१) सेमेटिक भाषापरिवार :-

या परिवाराचे नामकरण नोहाचा पुत्र सॅम याच्या नावाने झाले आहे. 'सॅम' हा दक्षिण पश्चिम आशियाचा 'आदिपुरुष' मानला जातो. बॅबिलोनी आणि असीरी भाषा या (अक्कडियन) या परिवाराच्या अंतर्गत मानल्या जातात. बॅबिलोनमध्ये 'प्रथम सरसीन' याचे इ.स.पू. २००० काळातील शिलालेख मिळाले आहेत.

याच प्रकारे असीरियन भाषेतील इसवी सनापूर्वीच्या ११ व्या शतकातील 'तिगलग पिलेजर पहिला' (Tiglagpila Sar I) याच्या शासनकालातील शिलालेखही उपलब्ध झाले आहेत. 'सामी' भाषापरिवारातील पश्चिमी उपशाखेच्या अंतर्गत उत्तरी वर्गाची 'कनानी' अरामी (Cananite) (Armaic) आणि फोनेशियन (Phoenician) या नावाच्या अत्यंत प्राचीन भाषा होत्या. त्या आज लुप्त झाल्या आहेत. येशू ख्रिस्ताची भाषा अरामी (armaic) होती असे सांगतात. दक्षिणी वर्गात अरबी भाषा आणि अबिसिनियाच्या भाषा आहेत. 'सामी' परिवाराची सर्वात प्रमुख भाषा अरबी आहे. ही भाषा दक्षिण प. आशियातील देशात आणि उत्तर आफ्रिकेतील इजिप्तपासून मोरोक्कोपर्यंत आणि सहाराच्या अधिकांश भागात बोलली जाते. या सेमेटिक भाषा परिवाराची वैशिष्ट्ये अशी आहेत.

१) लिपिज्ञानाचे अधिकांश श्रेय या भाषापरिवारास आहे.

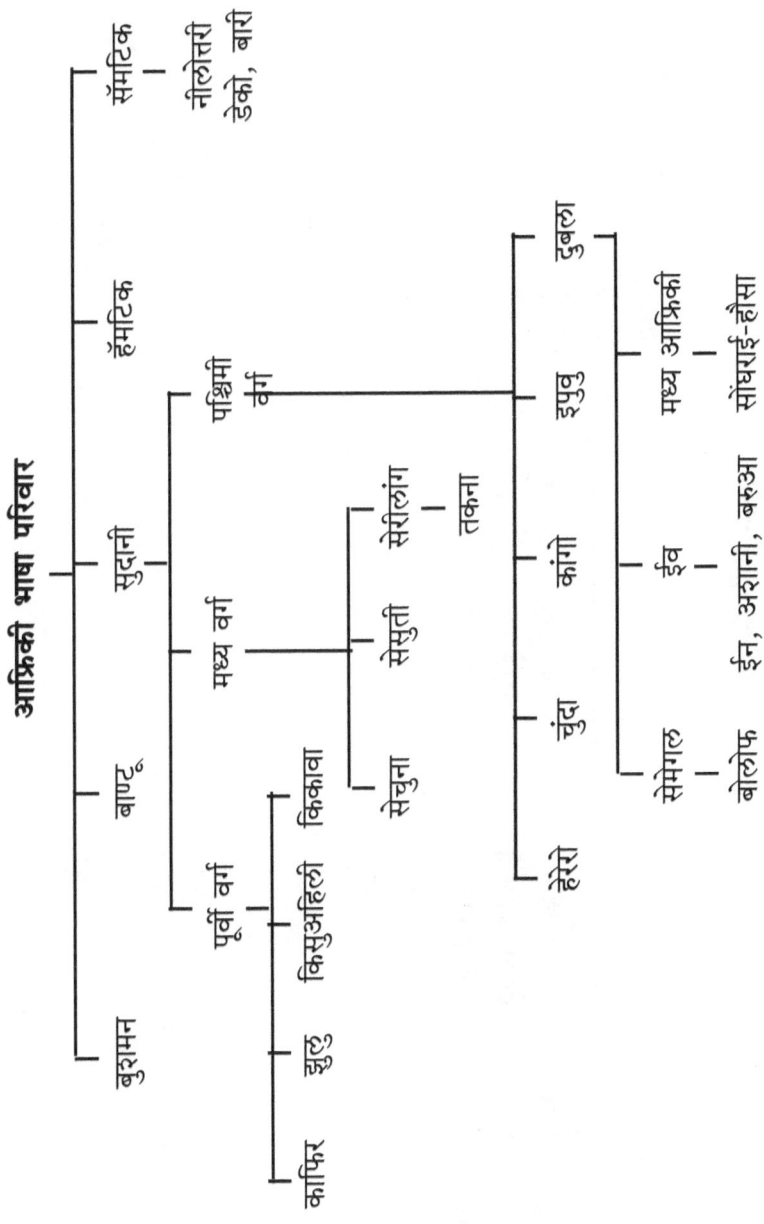

आफ्रिकी भाषा परिवार

- सेमिटिक
  - निलोतरी
  - डिको, बारि
- हॅमिटिक
- सुदानी
  - पश्चिमी वर्ग
    - पूर्व वर्ग
      - किकावा
      - किस्तुआहिली
      - डूहु
      - कफिर
    - मध्य वर्ग
      - सेशिलोग
      - तकना
      - संस्ती
      - सेचुना
    - पूर्व वर्ग
      - जुवला
      - इपुव
        - मध्य आफ्रिकी
          - सोंघराई-हौसा
        - इव
          - इन, अरुगानी, बरुआ
        - सेमगाऊ
          - वालेफ
      - कांगी
      - चुंदा
      - हेरे
- वाएटू
- बुशमन

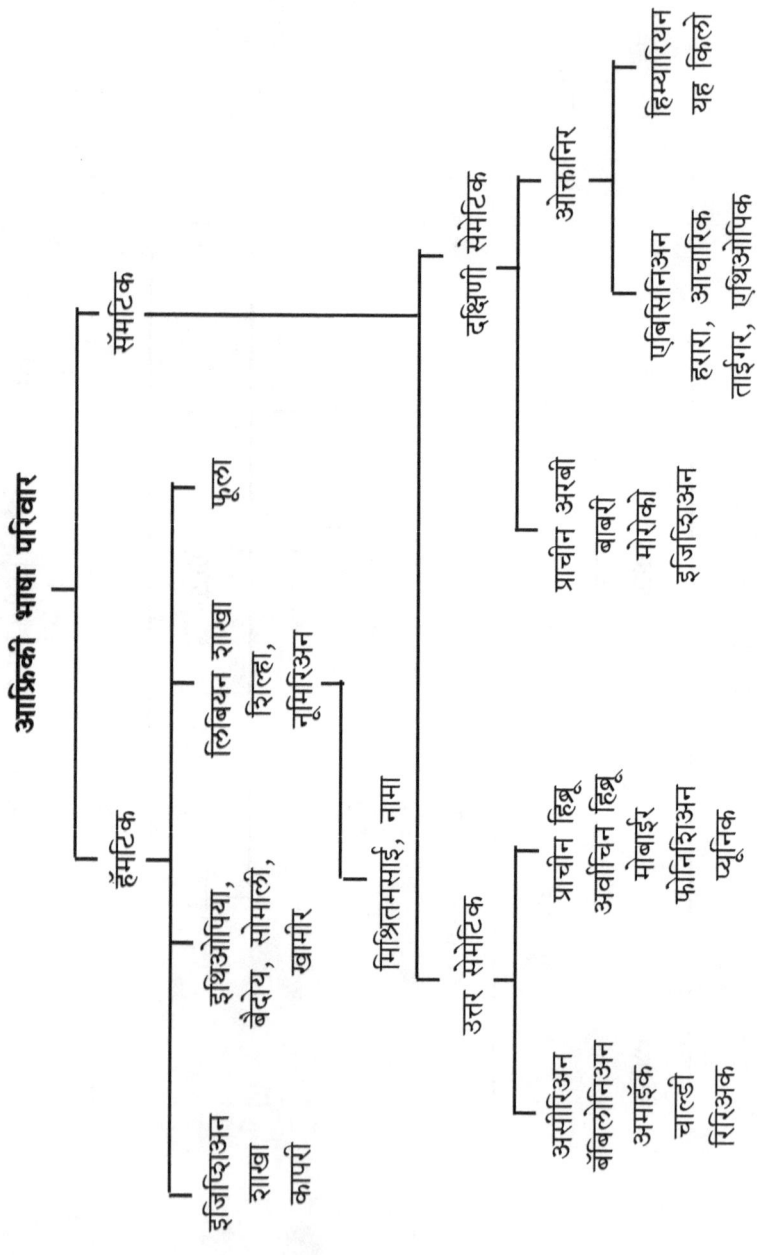

आफ्रिकी भाषा परिवार
हॅमटिक
सॅमटिक
इजिप्शिअन शाखा कापरी
इथिओपिया, बैदोय, सोमाली, खामीर
लिबियन शाखा शिल्हा, नूमिरिअन
फूला
मिश्रितमसाई, नामा
उत्तर सेमेटिक
दक्षिणी सेमेटिक
असीरिअन बॅबिलोनिअन अमाईक चाल्डी रिरिअक
प्राचीन हिब्रू अर्वाचिन हिब्रू मोबाईर फोनिशिअन प्यूनिक
प्राचीन अरबी बाबरी मोरोको इजिप्शिअन
ओक्तानिर
एबिसिनिअन हरारा, आचारिक ताईगर, एथिओपिक
हिम्यारियन यह किलो

२) या भाषापरिवारातील भाषांचे धातू तीन व्यंजनांनी मिळून बनतात.

३) सर्वनामे क्रियांच्यानंतर जोडली जातात. उदा. दरबनो-त्याने मला मारले. 'कतब ई', 'पुस्तक माझे.'

४) धातूतील व्यंजनामध्ये स्वर मिसळून, संयुक्त करून, कातिब 'किताब, कुतुब' इत्यादी शब्द बनतात.

५) व्यक्तिवाचक संज्ञामध्ये समास आढळतात. समास दोन शब्दांचे बनतात. उदा. 'वीर-शेवा'. हा समासक्रम भारोपीय (इंडोयुरोपियन) भाषांहून विपरित आहे. उदा. 'फारसशाह' स्थानी 'शाहेफारस.'

६) या परिवारातील भाषांत कर्ता, कर्म आणि संबंध ह्या तीन कारकांचा प्रयोग केला जातो.

७) स्वरपरिवर्तन झाले की अर्थपरिवर्तन होते.

८) उपसर्ग आणि प्रत्ययांचा प्रयोग केला जातो. उदा. 'क् त् ल्' मध्ये 'हि' उपसर्ग जोडून 'हि क्तिल' बनतो.

९) या भाषा श्लिष्टयोगात्मक विभक्तिप्रधान आहेत. पण आधुनिक भाषांची प्रवृत्ती वियोगात्मक आहे.

१०) विभक्ती अंतर्मुखी आहेत.

११) या परिवाराच्या भाषात लिंगभेदसुद्धा आढळतो. सेमेटिक भाषांमध्ये 'त' किंवा 'त'च्या जागी 'थ' किंवा 'ह' स्त्रीलिंग बोधक चिन्ह आहे. अरबीमध्ये 'मलक' (राजा) चे स्त्रीलिंग 'मलकह' (राणी) होईल. पण हॅमेटिक भाषांतील असीरियनमध्ये स्त्रीलिंग 'मलकत' बनेल.

१२) या परिवाराच्या मुख्य भाषा अरबी, हिब्रू, आर्मेनियन या आहेत. अरबी भाषा या सर्व भाषांमध्ये अधिक संपन्न भाषा आहे.

२) कॉकेशस भाषापरिवार :-

या भाषापरिवारातील भाषा काळा सागर (Black Sea) आणि कॅस्पियन सागराच्या दरम्यान कॉकेशस पर्वतक्षेत्रात बोलल्या जातात. या भाषापरिवारास दोन भागात विकसित केलेले आहे. १) उत्तरी कॉकेशस क्षेत्र २) दक्षिणी कॉकेशस क्षेत्र, उत्तरी कॉकेशस भाषा बोलणारे जवळजवळ पाच लाख, दक्षिणी कॉकेशस बोलणारे जवळ जवळ १५ लाख लोक आहेत. कॉकेशस पर्वताच्या उत्तरेकडच्या उतारावर उत्तरी कॉकेशस बोलली जाते. तर दक्षिणी पठारावर दक्षिणी कॉकेशस या दोन भाषात परस्पर भिन्नता आढळते. प्रथम विद्वानांची समजूत होती की या परिवाराच्या भाषा विभक्तिप्रधान आहेत, पण आता यांना निश्चितपणे प्रत्यय संयोगी भाषा

मानतात. दक्षिणी भाषांच्या अंतर्गत 'जॉर्जियन' (Georgian) प्रमुख भाषा आहे, आणि ह्या भाषेत साहित्य रचना झाली आहे. या परिवाराची वैशिष्ट्ये अशी :-

१) या परिवाराच्या भाषा विभक्तिप्रधान नसून अश्लिष्ट योगात्मक आहेत.

२) प्रत्यय आणि उपसर्ग या दोहोंचा प्रयोग केला जातो.

३) उत्तर कॉकेशियन भाषात व्यंजनांची अधिकता असते, पण स्वर कमी आढळतात.

४) या परिवाराच्या भाषांची पदरचना अतिशय जटिल असते.

५) या परिवाराच्या काही बोलीमध्ये संज्ञेच्या तीसापर्यंत विभक्ती आहेत.

६) या परिवारातील काही बोलीत, उदा. 'येचेन' भाषेत सहा लिंगप्रकार आहेत.

७) जेव्हा या परिवारातील भाषात सर्वनाम आणि क्रिया यांचा योग होतो, तेव्हा भाषा 'आंशिक-अश्लिष्ट-योगात्मक' रूप धारण करते.

८) क्रियापदांची रूपे अत्यंत जटिल असतात. मूळ धातू ओळखणे फार कठीण असते. 'खसी कुमुक' नामक ह्या परिवाराच्या एका बोलीत 'आर' 'उ' अइसर, उन्द, अन्द आणि 'अ' या शब्दरूपांचा धातू 'अइ' (बनवणे) हा आहे. धातूपासून अमुक रूप कसे बनते, हे सांगणे दुष्कर असते.

९) या परिवारात 'जॉर्जियन' ही मुख्य भाषा आहे. ह्या भाषेची स्वतंत्र लिपी आहे. परंतु अन्य कोणत्याही भाषेला लिपी नाही, की त्यात साहित्यरचना नाही.

३) उरल-अल्ताईक भाषापरिवार :-

या भाषापरिवारातील भाषा युराल आणि अल्ताई पर्वतांच्या मध्यभागात म्हणजे तुर्कस्तान, हंगेरी, फिनलँडपासून पूर्वेकडे ओखस्टक सागरापर्यंत आणि भूमध्यसागराच्या उत्तरेला उत्तर सागरापर्यंत बोलल्या जातात. क्षेत्रीय दृष्टिकोनातून एक भारोपीय परिवार सोडला तर युराल-अल्ताईक भाषापरिवार अन्य परिवाराहून विशाल आहे. हा भाषापरिवार दोन भागात विभक्त करता येतो. १) उरल परिवार २) अल्ताई परिवार. यातील पहिल्या उरल परिवाराच्या अंतर्गत 'फिनी-उग्री' आणि समोयेदी आणि अल्ताई परिवाराच्या अंतर्गत तुर्की, मंगोली आणि तुंगुजी भाषा येतात. या भाषांत काही साम्य आढळत नाही. ध्वनी, धातू, आणि शब्दसमूहाच्या आधारावर उरल आणि अल्ताई भाषापरिवार भिन्न परिवार वाटतात. व्याकरणाच्या दृष्टीनेच थोडी समानता दिसते.

या भाषापरिवाराचे मुख्य विशेष असे -

१) या उरल-अल्ताई भाषा 'अश्लिष्ट-अंत-योगात्मक' आहेत. धातूमध्ये

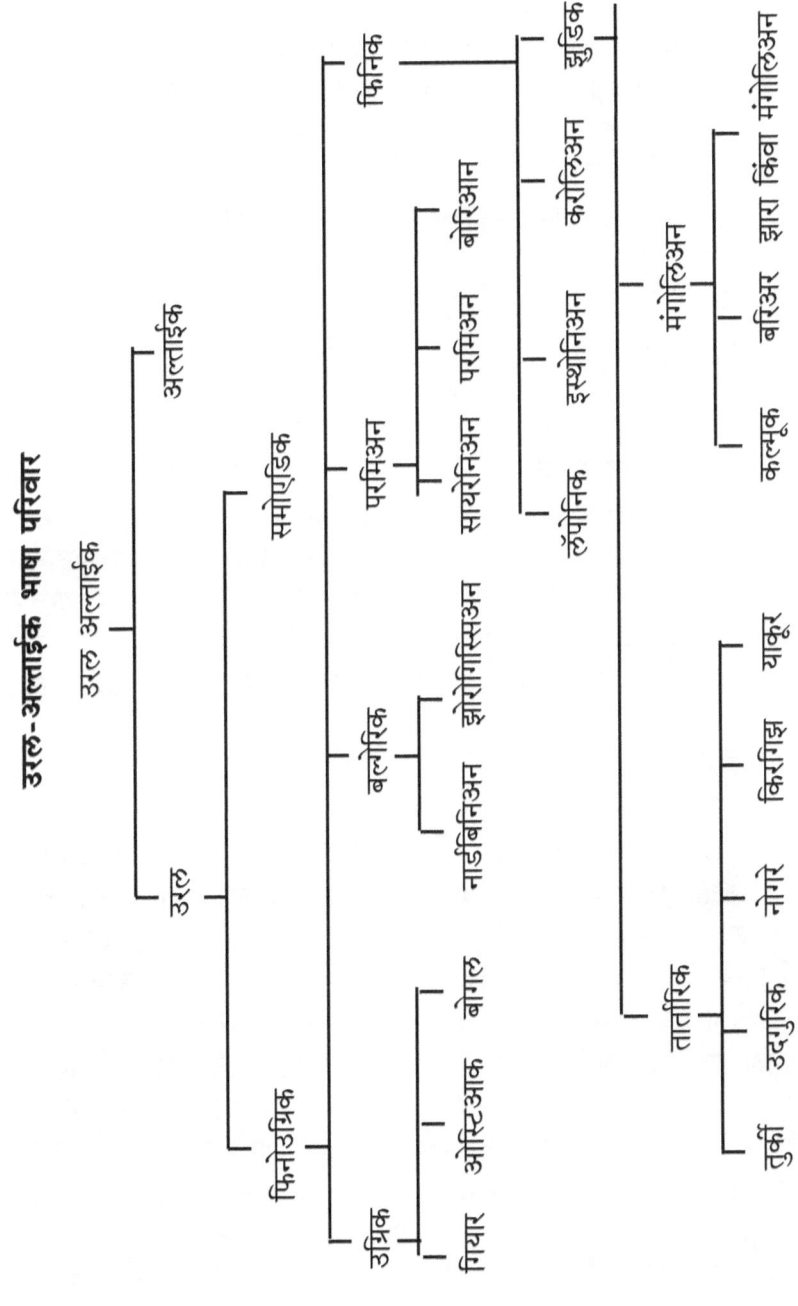

उरल-अल्ताईक भाषा परिवार

प्रत्यय जोडून शब्द बनवले जातात.

२) धातू विकाररहित म्हणजे अव्ययाप्रमाणे असतात.

३) शब्दांबरोबर संबंधवाचक प्रत्यय जोडला जातो.

४) उरल आणि अल्ताई या दोन्ही वर्गाच्या भाषांत स्वरांची अनुरूपता आढळते.

५) 'फिनीश' भाषा या परिवाराची प्राचीन भाषा आहे. या भाषेतील प्राचीन साहित्य उपलब्ध आहे.

६) फिनीश, भगियार (हंगेरीची भाषा) आणि तुर्की भाषा या प्रगत भाषा आहेत.

७) या परिवारातील भाषांची संख्या अधिक असल्याने विद्वान लोक ह्यास एक भाषापरिवार म्हणण्याऐवजी भाषासमुदाय म्हणणे पसंत करतात.

४) एकाक्षर (चिनी) भाषापरिवार :-

या परिवारातील भाषा पूर्व, दक्षिण-पूर्व आशियाच्या फार मोठ्या भूखंडावर बोलल्या जातात. चीन, थायलंड, तिबेट, ब्रह्मदेश, (म्यानमार) इत्यादी देशांत या भाषा बोलल्या जातात. या परिवारातील मुख्य भाषा चिनी ही आहे. म्हणून ह्यास 'चिनी भाषापरिवार' असेही म्हणतात. भारोपीय (इंडोयुरोपियन) भाषापरिवारानंतर सर्वात अधिक बोलणारे लोक म्हणजे चिनी भाषापरिवाराचे लोक होत. या परिवाराच्या भाषा एकाक्षरात्मक किंवा अयोगात्मक आहेत. या भाषापरिवाराचे विभाग केलेले आहेत. **(१)** चिनी परिवार **(२)** चिनी-थाई परिवार आणि **(३)** तिबेटी-ब्रह्मी परिवार.

(१) चिनी परिवार :-

चिनी भाषा संपूर्ण चीनमध्ये लोकव्यवहारात आहे. अर्थात स्थानभेदामुळे या भाषेच्या अनेक बोली आहेत. उत्तर चीन आणि दक्षिण चीनमधील भाषेत मात्र थोडे अंतर आहे. उत्तरेकडची चिनी भाषा पेकिंगच्या आसपासच्या क्षेत्रात बोलली जाते. ह्या भाषेला चीनच्या राजभाषेचा मँडरिन (mandarin) दर्जा प्राप्त आहे. दक्षिण चीनमध्ये कॅरनची बोली प्रमुख आहे. चिनी भाषेत जगातील अत्यंत प्राचीन साहित्य लिहिले गेले आहे. सूक्ष्मातिसूक्ष्म विचारही अतिशय सोप्या रीतीने प्रकट करण्याची क्षमता ह्या भाषेत आहे. संस्कृत भाषेतील बौद्ध साहित्य चिनी भाषेत अनुवादित होऊन आजही सुरक्षित रूपात आहे. ह्या भाषेत इतिहासलेखनाची प्रथा पूर्वीपासून असून तिला 'शुकिंग' म्हणतात. सध्याच्या चिनी भाषेचे स्वरूप प्राचीन चिनी भाषेपेक्षा अधिक भिन्न नाही. लिपीविकास मात्र दुसऱ्या अवस्थेच्या पुढे गेलेला नाही. त्यामुळे प्रत्येक शब्दासाठी अलग अलग संकेत आहेत. तिबेटी आणि ब्रह्मी लिपींचा विकास भारतीय लिपींपासून झाला आहे. सूर (Tone) भेदामुळे अर्थपरिवर्तन होते. उदा.

'येन' शब्द सूरभेद झाला की, धूर, मीठ, डोळे आणि हंस अशा चार अर्थात बदलतो. याचप्रकारे 'तओ' शब्दाचे अनेक अर्थ आहेत, उदा. धान्य, मार्ग, ध्वज इत्यादी.

चिनी भाषेत दोन प्रकारचे शब्द आहेत **१)** अर्थयुक्त आणि **२)** अर्थहीन. अर्थहीन शब्दांचा प्रयोग संबंधतत्त्वाच्या स्थानावर केला जातो. कधी कधी यांचा विशेष अर्थही होतो. कर्मकारक जे, स, ला त्यासाठी यु, करण (तृतीया विभक्ती) साठी 'य', अपादान (पंचमी विभक्ती) 'पासून' हूनच्या अर्थात 'त्सुंग', 'संबंधकारका - चा, ची, चे (षष्ठी विभक्ती) साठी 'त्सि' आणि अधिकरण (सप्तमी विभक्ती) इत-आत 'यासाठी' 'लि' तसेच पुष्कळ, भरपूर या अर्थी 'ती' आणि संख्यार्थासाठी 'शु' चा प्रयोग होतो. चिनी भाषेतील एकच शब्द संदर्भाप्रमाणे संज्ञा, विशेषण, क्रियापद इत्यादी रूपात वापरला जाऊ शकतो. उदा. 'त'चा अर्थ मोठा, मोठेपण, मोठे होणे इत्यादी होतो. चिनी भाषेतील कोणताही शब्द सघोष व्यंजनाने आरंभ पावत नाही, सर्व शब्दाचा शेवट अनुनासिक व्यंजनाने (न, ङ्, ञ) होतो. तसेच या भाषेत अनुनासिक ध्वनी अधिक आहेत.

(२) थायी चिनी परिवार :-

या प्रकारच्या भाषा आसामच्या पूर्वोत्तर भागात, उत्तर ब्रह्मदेश (म्यानमार) आणि थायलंडमध्ये आढळतात. थायी भाषा थायलंडची मोठी संपन्न भाषा आहे. याचे प्राचीन रूप १३ व्या शतकापासून आढळते. याची 'शान' ही शाखा उत्तर ब्रह्मदेश, 'अहोम' आसामात बोलली जाते. पण आज ती लुप्त झालेली आहे. 'खामती' भाषा आसामच्या पूर्वेकडे बोलली जाते.

(३) तिबेटी - ब्रह्मी भाषा

याच्या अंतर्गत ब्रह्मी, तिबेटी, गारो, नागा, बोडो मेइथेइ (Miethei) लुशाई (Lushei) भाषा येतात. पहिल्या दोन भाषा सोडल्या तर बाकीच्या आसामात बोलल्या जातात.

एकाक्षर चिनी भाषेची ठळक वैशिष्ट्ये खालीलप्रमाणे आहेत.

१) या परिवाराच्या भाषा अयोगात्मक (स्थानप्रधान) आहेत. शब्दस्थानाच्या आधारे संबंधाचे ज्ञान होते. उदा. 'हुआ पथोमीन' चा अर्थ राजा प्रजेचे रक्षण करतो. परंतु ह्याच शब्दाचा क्रम बदलला की-उदा. 'मीन पथो हुआ' चा अर्थ 'प्रजा राजाचे रक्षण करते.' असा अर्थबदल होतो.

२) प्रत्येक शब्द एकाक्षरी असतो. त्यात काही विकार येत नाही. म्हणून त्याचे रूप अव्ययासारखे असते.

३) सूर (Tone) भिन्नतेमुळे अर्थ बदलतो. 'फूकिन' बोलीत आठ तऱ्हेचे सूरभेद आहेत. आणि राजभाषा मॅडारिनमध्ये सहा प्रकारचे सूर आहेत. अन्य बोलीतही अनेक स्वर आहेत.

४) अर्थनिश्चय आणि सूर स्पष्ट करण्यासाठी द्वित्वाचा प्रयोग केला जातो. उदा. 'ताओ' म्हणजे 'सडक' गल्ला, ध्वज असा होतो. आणि 'ल' शब्दाचा अर्थ रत्न, सडक इत्यादी होतात. अशा प्रकारे ताओ 'लू' म्हणण्याने 'सडक' अर्थ निश्चित होतो. कारण दोन्ही शब्द 'सडक' या अर्थाने प्रयुक्त झाले आहेत.

५) अनुनासिक ध्वनी अधिक आढळतात.

६) चिनी भाषेचे व्याकरण नाही.

७) चिनी भाषेत अर्थयुक्त आणि अर्थहीन असे दोन प्रकारचे शब्द असून अर्थहीन शब्दांचा प्रयोग संबंधतत्त्वा (षष्ठी प्रत्यय) साठी केला जातो.

८) अर्थयुक्त शब्द दोन प्रकारचे असतात. १) जीवित शब्द २) मृत शब्द. अधिकांश जीवित शब्द क्रिया दर्शवतात, तर 'मृत' शब्द कर्माचा निर्देश करतात.

९) शब्दाच्या स्थानभेदाबरोबर अर्थभेदही होतात.

१०) या प्रकारची तिबेटी, मेईथेई, ब्रह्मी इत्यादी भाषा संपन्न आहेत. या भाषांत प्राचीन आणि धार्मिक साहित्य लिहिले गेले आहे.

५) द्रवीड भाषापरिवार :-

या भाषापरिवाराच्या भाषा भारतातील नर्मदा आणि गोदावरी नदीपासून दक्षिणेस कन्याकुमारीपर्यंत पसरल्या आहेत. या परिवाराच्या भाषा उत्तर श्रीलंका, बलुचिस्तान, मध्यप्रदेश, बिहार इत्यादी क्षेत्रात बोलल्या जातात. या परिवाराच्या सर्वभाषा आणि बोलींची संख्या चौदा मानल्या जातात. त्यांना चार उपवर्गात विभक्त केले आहे. **१)** द्रवीड वर्ग **२)** आंध्र वर्ग **३)** मध्यवर्ती वर्ग आणि **४)** ब्राहुई वर्ग. या परिवाराच्या भाषा अशा, कन्नड, तमिळ, तेलगू, मल्याळम्, तुळु, कोडगु, टुडा, गोड, ओरॉब, कोड, कुई, कोलामी, कुरुख, माल्टो आणि ब्राहुई.

या भाषांत सर्वात प्राचीन आणि संपन्न भाषा 'तमिळ' ही होय. ही तामिळनाडू आणि उत्तर श्रीलंकेत बोलली जाते. आंध्रात, तेलगू, कर्नाटकात कन्नड, केरळात मल्याळी भाषा बोलल्या जातात. 'तमिळ' भाषेच्या श्रेष्ठतेमुळे या परिवाराला 'तमिळ भाषापरिवार' असेही नाव दिले जाते.

हा भाषापरिवार वाक्य आणि स्वर यांच्यामुळे उरल अल्ताई भाषापरिवाराच्या निकटचा आहे. हा भाषापरिवार बोलणारे जवळजवळ १० कोटी लोक आहेत. या परिवाराच्या भाषा 'अश्लिष्ट योगात्मक' आहेत. या भाषामध्ये मूर्धन्य ध्वनीचे (जसे 'ट'

वर्ग) आधिक्य आहे. या भाषांत तीन प्रकारचे लिंग विधान असून वचन दोन प्रकारचे (एकवचन आणि बहुवचन) आहे. द्रविड भाषांचा प्रभाव भारतीय आर्यभाषांवरही पडलेला आहे. विशेषत: मूर्धन्य ध्वनींच्या संदर्भात या भाषापरिवारात शब्दनिर्माण करताना प्रत्यय आदि, मध्य, आणि अंतिम स्थानी जोडले जातात. या परिवाराचे धातू दोन अक्षरी असतात.

द्रविड भाषापरिवाराची वैशिष्ट्ये अशी

१) या परिवाराच्या भाषा 'अश्लिष्ट-अंत-योगात्मक' आहेत.

२) मूळ शब्दाबरोबर प्रत्यय जोडल्यानंतरही शब्दात परिवर्तन होत नाही.

३) या भाषापरिवारात मूर्धन्य ध्वनींची (ट वर्ग) अधिकता आहे.

४) कधी कधी संज्ञाशब्द क्रियाबोधकही असतो.

५) या भाषांत ३ लिंगे, २ वचने आहेत.

६) या भाषांत शब्दान्तीच्या व्यंजनाबरोबर 'उ'कार ध्वनीचा अधिक प्रयोग होतो.

७) शब्दाच्या प्रारंभी घोष व्यंजनाचा अभाव असतो.

८) या भाषांतील साहित्य अन्य आधुनिक भारतीय भाषांच्या तुलनेत अधिक प्राचीन आणि संपन्न आहे.

९) या भाषांत स्वर-अनुरूपता अधिक आढळते.

१०) सोळाच्या संख्येच्या आधारे मापनपद्धती या भाषांत निर्धारित केलेल्या आहेत. जसे रुपये-आणे (सोळा आण्यांचा रुपया), मण-शेर, (१६ शेरांचा एक मण) या पद्धतींचा प्रभाव आर्यभाषांवरही पडला आहे.

११) या भाषापरिवारात कर्मवाच्य आढळत नाही. सहाय्यक क्रियापदाद्वारे कर्मवाच्य प्रकट केले जाते.

१२) या भाषापरिवारात निर्जीव वस्तू नपुंसकलिंगी असतात आणि अन्य शब्दांच्याबरोबर आवश्यकतेनुसार स्त्रीलिंग तसेच पुलिंग शब्द जोडले जातात.

६) आग्नेय भाषापरिवार (ऑस्ट्रेलियाई भाषापरिवार) :-

आग्नेय भाषापरिवाराचे दोन भाग मानले जातात. १) प्रशांत (Pacific) महासागरातील द्वीपांची क्षेत्रे. यांना 'आग्नेय द्वीप' असेही म्हटले जाते. २) आग्नेय देशी. या प्रदेशातील भाषा भारतात मध्य प्रदेश (गोंड क्षेत्र) तमिळनाडू (गंजाम जिल्हा), आसामाचे पहाडी प्रदेश, निकोबार द्वीप, ब्रह्मदेश (म्यानमार) आणि थायलंडच्या काही क्षेत्रात बोलल्या जातात. भारतात बोलल्या जाणाऱ्या मुंडा भाषात (कनावरी, खेरबारी, कुर्कुडिया, जुआंग, शाबर, गादबा) या प्रमुख भाषा आहेत.

साधारणपणे हा भाषापरिवार प्रशांत महासागर आणि हिंदी महासागर यातील द्वीपात पसरलेला आहे. या परिवारात 'आग्नेय देशी'चे अध्ययन केले जाते. प्रशांत महासागरीय द्वीपातील क्षेत्रास 'प्रशांत भाषाखंडात' समाविष्ट केले जाते. युरेशिया भाषाखंडामध्ये 'आग्नेय देशी' ला संमिलित केले जाते.

या भाषापरिवाराची प्रमुख वैशिष्ट्ये अशी :-

१) या परिवाराच्या भाषा अश्लिष्ट योगात्मक आहेत, परंतु सध्या त्या वियोगात्मक बनत आहेत.

२) धातू अधिकांश दोन अक्षरांचे असतात.

३) या भाषांत घोष, अघोष, महाप्राण, अल्पप्राण ध्वनी आढळतात.

४) या भाषात पुलिंग आणि स्त्रीलिंग अशी दोन लिंगे आहेत. सजीव वस्तू पुलिंग, निर्जीव स्त्रीलिंग समजली जाते.

५) या भाषांत तीन वचने आढळतात. संज्ञा शब्दास प्रत्यय जोडून द्विवचन आणि बहुवचनाची रूपे बनवली जातात.

६) संबंधतत्त्वास (षष्ठी विभक्ती) शब्दाच्या शेवटी किंवा मध्ये प्रयुक्त केले जाते.

७) शब्दांना उपसर्ग जोडले जातात.

८) क्रियेसाठी वेगळे शब्द नसतात. संज्ञा शब्दाच्या साह्यानेच क्रियापदाचे कार्य होत असते.

९) चिनी भाषेप्रमाणे एकच शब्द संज्ञा, क्रिया, तसेच विशेषण यांचे स्थान घेतो.

१०) क्रियेच्या रूपावरूनच भिन्न भिन्न काळांचा बोध होतो.

११) शब्दावर जोर देण्यासाठी त्याची पुनरावृत्ती केली जाते.

१२) दहा पर्यंतच संख्या आहेत. आणि 'कौडी' (वीस) हा शब्दही मुंडा भाषेतून आला आहे.

१३) पद बनवण्यासाठी प्रत्यय हे शब्दाच्या प्रारंभी, मध्ये आणि शेवटी, तिन्ही स्थानावर जोडले जातात.

७) भारोपीय (इंडोयुरोपियन) भाषा परिवार

हा भाषापरिवार, क्षेत्र, विस्तार आणि साहित्यसंपन्नता, तसेच जनसंख्या या सर्वच दृष्टिकोनातून अन्य कोणत्याही भाषापरिवाराहून श्रेष्ठ आहे. ह्या भाषापरिवारात जगातील अत्यंत प्राचीन साहित्य विद्यमान आहे. ह्या परिवाराच्या भाषा फार मोठ्या भूभागात प्रचलित असून त्यामध्ये आर्मेनिया, इराण, भारत, युरोपियन देश, अमेरिकन देश, दक्षिण-पश्चिम आफ्रिका आणि ऑस्ट्रेलिया इत्यादींचा समावेश आहे. ह्या परिवाराच्या भाषा बोलणारांची संख्या दीड ते दोन अब्ज इतकी आहे. ह्या भाषापरिवारास नेमके

कोणते उचित नाव द्यावे, ह्याविषयी भिन्न भिन्न मते आहेत. म्हणून या भाषा परिवारास अनेक नावांनी ओळखले जाते. या परिवाराला प्रथम 'इंडो-जर्मनिक' असे नाव दिले गेले, नंतर याला 'इंडो-केल्टिक' म्हणू लागले. या व्यतिरिक्त 'आर्य परिवार', संस्कृत परिवार, 'कॉकेशियन परिवार, वीरोस परिवार' अशा नावांनी हा भाषापरिवार संबोधला जातो. सध्या भारोपीय (इंडो-युरोपियन) भाषापरिवार हे नाव अधिक सयुक्तिक वाटते. म्हणून या परिवारासाठी हेच नाव अधिक प्रचलित झाले आहे. या परिवाराच्या भाषा विभक्तिप्रधान, आणि संश्लिष्ट होत्या, परंतु आज यांची प्रवृत्ती वियोगात्मक बनली आहे.

या परिवाराच्या प्रमुख शाखा अशा आहेत.

१) केल्ट्रिक शाखा

२) जर्मेनिक शाखा

३) इटॅलिक शाखा

४) ग्रीक शाखा

५) अल्बेनियन शाखा

६) तोखारी शाखा

७) बाल्तो-स्लाविक शाखा

८) आर्मेनियन शाखा

९) आर्यशाखा (भारत-इराणी शाखा)

भारोपीय भाषा परिवाराची मुख्य वैशिष्ट्ये अशी आहेत.

अ) या परिवाराच्या भाषा श्लिष्ट-योगात्मक आहेत.

ब) या भाषांमध्ये संबंधतत्त्वाचा अर्थतत्त्वाशी होणारा योग बहिर्मुखी असतो.

क) या परिवाराच्या भाषांची प्रवृत्ती वियोगात्मक झाली आहे.

ड) या भाषातील धातू एकाक्षर आहेत. धातूंना प्रत्यय जोडून शब्द निर्माण केला जातो.

इ) दोन प्रकारचे-कृत् आणि तद्धित प्रत्यय या भाषांत आहेत.

प) या परिवारातील भाषांमध्ये उपसर्गाचा प्रयोग करून शब्दांचा अर्थ परिवर्तित केला जाऊ शकतो.

फ) या परिवारातील भाषांमध्ये समासरचना होऊ शकते. समास बनवताना विभक्तींचा लोप होतो.

ब) या भाषात स्वरपरिवर्तनामुळे संबंधतत्त्वात परिवर्तन होते.

भ) या परिवाराच्या भाषात प्रत्ययाचा अधिक प्रयोग केला जातो.

म) या परिवारातील भाषेमधील प्रत्यय पूर्वी स्वतंत्र शब्द होते, पण नंतर त्यांच्या स्वतंत्र अर्थाचा लोप झाला.

८) विविध भाषापरिवार (अनिश्चित भाषासमुदाय)

ज्या भाषांचा कोणत्याही भाषापरिवारात निश्चितपणे समावेश करणे अशक्य असल्यामुळे, त्यांना या विविध-अनिश्चित भाषा परिवारात समाविष्ट केली आहे. यातील काही भाषा लुप्त झाल्या आहेत, आणि काही नवीन भाषा प्रचलित आहेत, त्या खालीलप्रमाणे,

१) प्राचीन भाषा :-

१) क्रीटी :- क्रीट द्वीपातील प्राचीन भाषा. यामध्ये साहित्यिक रचना आढळतात. आता ही लोप पावली आहे.

२) सिंधू खोऱ्यातील भाषा :- सिंधू नदीच्या खोऱ्यात मोहेंजोदडो इत्यादी प्राचीन संस्कृती सापडल्या आहेत. त्या संस्कृतीच्या काळची लिपी आजही निश्चयपूर्वक उलगडून दाखवता आलेली नाही. जी भाषा होती, तीही पूर्वीच लुप्त पावली आहे.

३) सुमेरी भाषा : या भाषेचे क्षेत्र दक्षिण मेसापोटेमिया हे होते (सध्याचा इराक देश) या लोप पावलेल्या भाषेतील शिलालेख इसवी सनाच्या चार हजार वर्षांपूर्वीचे असून ते आजही विद्यमान आहेत.

४) सुसियन किंवा एलमी भाषा :- ही भाषा प्राचीन काळात इराणच्या 'सुसा' प्रदेशात बोलली जात असे. या भाषेतील शिलालेख इ.स.पू. २००० च्या दरम्यानचे आहेत.

५) खत्ती भाषा : ही तुर्की (आशिया मायनरचा प्रदेश) लोकांची प्राचीन भाषा पुर:प्रत्ययप्रधान स्वरूपाची होती. या भाषेतलही इ.स.पू. २००० वर्षांपूर्वीचे शिलालेख सापडले आहेत.

६) मिरानी भाषा : ही भाषा मेसापोटेमियाच्या (इराक देशाच्या) उत्तर भागात प्रचलित होती. या भाषेतील लेख इ.स.पू. १४०० चे मिळाले आहेत.

७) कासाईट किंवा कोसाईन (Kassite or Cossaen) भाषा : जॅग्रीसच्या पर्वतीय क्षेत्रामधील ही भाषा होती. पण या विलुप्त भाषेच्या स्वरूपाविषयी फारशी माहिती कळत नाही.

८) वन्नी (Vannie) भाषा : ही भाषा पश्चिम आशियाच्या अरारात क्षेत्रात बोलली जाई. हिची लिपी कीलाक्षर होती. या भाषेत इ.स.पू. ९०० पर्यंतचे लेख आढळले आहेत.

९) लीसीयन भाषा : (Lykian or Lycian) या भाषेचे क्षेत्र आशियामायनरचा

(तुर्कस्तान) दक्षिण पश्चिम भाग होता. या भाषेचे इ.स.पू. ५०० पर्यंतचे लेख मिळतात.

१०) कॅपडोसीयन (Capoadecian) भाषा : काळ्यासमुद्रापासून दक्षिण कॅपडोशिया दरम्यानच्या क्षेत्रात ही भाषा प्रचलित होती.

११) एत्रुस्कन Etruscan भाषा : इटालीचे मध्य व उत्तरेकडील क्षेत्रामध्ये ही भाषा प्राचीन काळी प्रचलित होती. इ.स.पू. ६०० पर्यंतचे लेख या भाषेतील आढळतात.

या व्यतिरिक्त अशा प्राचीन लुप्त झालेल्या 'अवर्गीकृत' भाषांमध्ये लीडीयन (Lidian) पश्चिम आशियामायनरची भाषा, लूवियन (Luvian) भाषाही समाविष्ट आहेत.

२) नवीन भाषा :

नवीन अवर्गीकृत भाषांमध्ये खालील भाषांची गणना केलेली आहे.

१) जपानी २) कोरियन ३) एनू ४) हायपरबोरी ५) लली ६) अंदमानी ७) करेनी ८) बास्क ९) मानी १०) बुरुशास्की.

१) जपानी भाषा : या भाषेत उच्च दर्जाचे साहित्य असले, तरी लिखित आणि बोलचालीचे रूप अलग अलग आहे. या भाषेची लिपी चिनी लिपीशी बरीच मिळती जुळती आहे. या भाषेची प्रवृत्ती परप्रत्ययसंयोग आहे. पण अजूनही या जपानी भाषेला नेमक्या कोणत्या भाषापरिवारात समाविष्ट करायचे हे निश्चित झालेले नाही. ही भाषा बोलणारे लोक १२ कोटी आहेत.

२) कोरियन भाषा : ही भाषा चीनच्या उत्तर-पूर्व भागात असलेल्या कोरिया देशात बोलली जाते. यावर मांयू आणि मंगोल भाषांचा अधिक प्रभाव आहे. या भाषेची प्रवृत्ती प्रत्ययसंयोगी आहे. ही भाषा बोलणारे लोक काही कोटी तरी निश्चित आहेत.

३) एनू (Ainu) जपानचे आदिवासी लोक ही भाषा बोलतात. 'होकेडो द्वीप' हे या भाषेचे क्षेत्र आहे. या भाषेच्या दोन बोली असल्या तरी ह्या भाषेत साहित्यनिर्मिती मात्र झालेली नाही.

४) हायपरबोरीयन (Hyperborean) भाषा : ही भाषा बोलणारे लोक सायबेरियाच्या उत्तरपूर्व क्षेत्रात राहतात. पन्नास हजाराहून अधिक लोक ही भाषा बोलतात.

५) लती (Lati or Latchi) भाषा : चीनच्या युन्नान आणि टोंगकिंग प्रदेशांच्या सीमावर्ती प्रदेशात ही भाषा बोलली जाते. लतीभाषा बोलणारे एक हजाराच्या आसपास आहेत.

६) अंदमानी भाषा : बंगालच्या खाडीतील अंदमान द्वीपसमूहावर तेथील

मूलनिवासी ही भाषा बोलतात.

७) करेनी (Kareni) भाषा : या भाषेचे क्षेत्र ब्रह्मदेश (म्यानमार) च्या इरावती नदीचे खोरे होय. साधारणत: १० लाख लोक करेनी भाषा बोलतात.

८) बास्क भाषा : या भाषेचे क्षेत्र युरोपमधील पिरनीज पर्वताच्या पश्चिमभागात, फ्रान्स आणि स्पेनच्या सीमावर्ती प्रदेशात दोन्ही देशात आहे. १६ व्या शतकानंतरचे साहित्य या भाषेत उपलब्ध आहे. ही भाषा बोलणारे १० लाखाहून अधिक लोक आहेत.

९) मानी भाषी :- ब्रह्मदेशाचा उत्तरभाग दक्षिण-पश्चिम चीन आणि इंडोचायना या प्रदेशात ही भाषा बोलली जाते.

१०) बुरुशास्की अथवा खजूना (Burushaski or Khajuna) भाषा : ही भाषा बोलणारे लोक उत्तर पश्चिम काश्मिरमध्ये आढळतात. या भाषेला कोणत्याच भाषा परिवारात सामील करता येत नाही.

३) प्रशांत महासागरीय खंड

या भाषाखंडातील भाषा प्रशांत (Pacific) महासागरातील आणि हिंदी महासागरातील द्वीपांवर बोलली जाते. या भाषाखंडात कित्येक भाषासमूह विद्यमान आहेत. या भाषा मादागास्करपासून चिली देशाच्या पश्चिमेच्या ईस्टर द्वीपापर्यंत आणि हिंदी महासागरातील सुमात्रा, जावा, मलाया, न्यूझीलंड, टास्मानिया, फिजी बेटे, तैवान तसेच फिलिपाईन्समध्ये बोलल्या जातात. या प्रशांत महासागरीय भाषाखंडाची खालीलप्रमाणे विभागणी केली गेली आहे.

क) आग्नेय किंवा ऑस्ट्रिक शाखा (Austric Group)

ख) पापुआई शाखा (Papuan Group)

ग) ऑस्ट्रेलियाई शाखा (Australian Group)

घ) टास्मानीयन शाखा (Tasmanian Group)

क) आग्नेय वर्ग पुन्हा दोन विभागात वाटला आहे.

अ) आग्नेय आशियाई उपवर्ग
२) आग्नेय द्वीपीय किंवा मलय पॉलिनेशियाई उपवर्ग

क (१) : आग्नेय आशियाई उपवर्ग : या उपवर्गात बोलल्या जाणाऱ्या भाषा भारत, ब्रह्मदेश, थायलंडमध्ये प्रचलित आहेत. यात 'मुंडा' भाषाप्रमुख आहेत. 'मुंडा' भाषा 'मध्यप्रदेशाच्या गोंड क्षेत्रात, तामिळनाडूच्या गंजाम जिल्ह्यात, आसामच्या खासी पर्वतीय क्षेत्रात, बिहारच्या संथाळ विभागात आणि छोटा नागपूर आणि पश्चिम बंगालात

प्रशांत महासागरीय भाषा परिवार

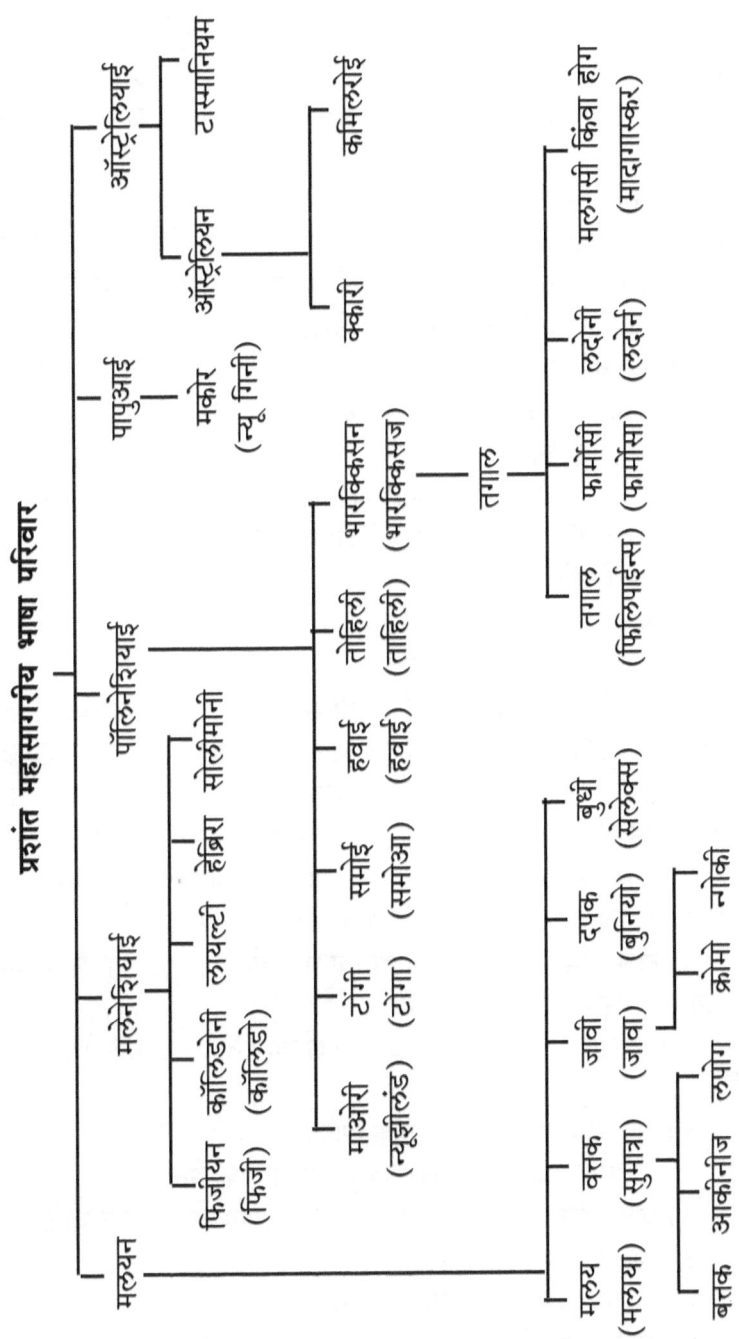

बोलल्या जातात. यात संथाळी भाषा प्रमुख आहे. या अतिरिक्त भूमिज, खडिया, शबर, कनाबी, मुंडारी सुद्धा बोलली जाते. भारताच्या बाहेर ब्रह्मदेशात मोन ब्रह्मदेश, थायलंड सीमाक्षेत्रातील २०मेर भाषा प्रधान आहेत. मोन भाषेत ११ व्या शतकापासूनचे साहित्य मिळते.

क (२) : आग्नेय द्वीपीय : दोन उपवर्गात मलय भाषेचे स्थान प्रमुख आहे. आग्नेय द्वीपीय भाषात मालागासी (मादागास्करची भाषा) फार्मोसी (पूर्व आणि मध्य फार्मोसाची भाषा) टगलॉग (Taglog) (फिलिपाईन्सची भाषा) मलय (मलायाची भाषा) सुमात्राची भाषा आणि 'जावाची कावि' (Kawi) भाषा, फिजी (Fiji) द्वीपातील भाषा, न्यूझीलंडची माओरी भाषा आणि ताहिली आणि हवाई द्वीपांची भाषा या संमिलित आहेत. या सर्व भाषांत अत्याधिक साधर्म्य आढळते.

ख) पापुआई वर्ग : न्यूगिनी आणि अन्य छोट्या छोट्या द्वीपात या प्रकारच्या भाषा बोलतात. न्यूगिनीची मफोर (Mafor) भाषा यामध्ये प्रमुख आहे. पुन: प्रत्ययसंयोग अथवा 'पर प्रत्यय संयोग' हे या भाषांचे विशेष आहेत. उदा.

म्नफ - ऐकणे

जम्नफ - मी ऐकत आहे.

जम्नफरू - मी तुझे बोलणे ऐकतो आहे.

ग) ऑस्ट्रेलियाई शाखा : (ऑस्ट्रेलियन परिवार) या परिवारातील भाषा ऑस्ट्रेलिया महाद्वीपातील आदिवासींकडून बोलल्या जातात. या 'भाषा' अश्लिष्ट योगात्मक आहेत. शब्दरचना प्रत्यय जोडून केली जाते. या परिवाराची मुख्य भाषा 'मॅक्वारी' आहे. 'मॅक्वारी' सरोवराच्या आसपास ही बोलली जाते. दुसरी प्रमुख भाषा 'कमिलरोई' ही होय. या परिवाराच्या भाषा बोलणाऱ्यांचा युरोपियनांकडून विनाश झाल्यामुळे आता फक्त त्यांची संख्या काही हजार मात्र आहे.

घ) टास्मानियन शाखा : या परिवाराची भाषा बोलणारे १८ व्या शतकापर्यंत होते. आता ही भाषा लुप्त झाली आहे.

उपरोक्त भाषापरिवारांच्या भाषांत अत्याधिक साम्य आढळते. यामधील वैशिष्ट्ये अशी :-

१) सर्व भाषा अश्लिष्ट योगात्मक आहेत.

२) या भाषाखंडातील भाषांची प्रवृत्ती वियोगात्मक होत आहे.

३) शब्दरचना आधी, मध्ये, आणि शेवटी प्रत्यय जोडून केली जाते.

४) धातू दोन प्रकारचे असतात.

५) शब्दावर जोर देण्यासाठी पुनरावृत्ती केली जाते.

६) संज्ञा शब्दच क्रिया आणि क्रियाविशेषणाचे कार्य करतो.

७) काही काही भाषांत तीन वचने आढळतात.

४) अमेरिकन भाषाखंड :-

अमेरिकन भाषाखंडात उत्तर अमेरिका आणि दक्षिण अमेरिका येथील भाषा समाविष्ट आहेत. या संख्येने ४०० च्या आसपास आहेत. पण सर्वच भाषांचे भाषावैज्ञानिक अध्ययन होऊ शकलेले नाही. या भाषा प्रश्लिष्ट योगात्मक आणि समासप्रधान आहेत. या खंडातील भाषा ३० वर्गात विभाजित केल्या आहेत. मेक्सिकोची 'माया' भाषा आणि 'नद्रुअल्ल' भाषांच्या लिपी आहेत. अन्य भाषा अविकसित आहेत. काही शब्द मिळवून एक शब्द वाक्याची रचना केली जाते. उदा. 'चेरोकी' 'भाषेत नतोन - म्हणजे 'आण' आमोखल' म्हणजे नौका, 'निन' म्हणजे आम्हाला. ह्या शब्दांच्याद्वारे 'नाथोलिनिन' असे वाक्य बनते. याचा अर्थ 'आमच्यासाठी नौका आण.' 'वुश्चुआ' आणि 'गुअर्न्नी' याही अन्य प्रमुख भाषा आहेत.

उत्तर अमेरिकेत प्रमुख भाषावर्ग म्हणजे

१) एस्किमो

२) अथवस्कन

३) अल्गोनकिन

४) मेक्सिकन आणि

५) मय. मध्य अमेरिकेतील भाषांत वर्गीकरण झालेले नाही. येथे प्रमुख भाषावर्ग 'क्यूबा' भाषांचा आहे.

दक्षिण अमेरिकेतील प्रमुख भाषावर्ग असे

१) करीब

२) पेरूविअन

३) अरौकनियन

४) तुपीब -गुअर्नी

५) तेराडेलफ्यूगो इत्यादी.

❑

६ भारोपीय भाषा परिवार

भारोपीय (इंडोयुरोपियन) भाषापरिवार जगातील अन्य भाषापरिवारांच्या तुलनेत फार महत्त्वाचा आहे. सर्वात प्राचीन साहित्यकृती, आणि संस्कृतींचे हा भाषापरिवार माहेरघर आहे. याचा विस्तारही फार मोठ्या क्षेत्रात आहे. युरोपापासून ते भारतवर्षापर्यंत इतका हा विस्तार होय. ह्या भाषापरिवाराच्या भाषांचे अध्ययन आणि विवेचन अन्य भाषापरिवारांच्या तुलनेने अधिक झालेले आहे.

नामकरण :- युरेशिया खंडातील सर्वात महत्त्वपूर्ण अशा या भाषापरिवाराच्या नामकरणाची अजून समस्या सुटलेली नाही. अनेक विद्वानांनी या परिवारास अलग अलग नावे दिली आहेत.

१) या भाषापरिवारास प्रथम इंडो-जर्मनिक नाव दिले गेले. कारण युरोपातील जर्मन भाषेपासून आशियात भारतातील भाषांपर्यंत हा परिवार पसरला आहे. परंतु युरोपात जर्मन भाषेच्या पश्चिमेला केल्टिक भाषासुद्धा याच परिवाराची आहे. म्हणून जर्मनीव्यतिरिक्त बाहेरच्या देशाच्या विद्वानांनी हे नाव स्वीकृत केले नाही.

२) यास 'इंडो केल्टिक भाषापरिवार' असेही दुसरे नाव दिले गेले. पण ते प्रचलित झाले नाही.

३) संस्कृत भाषेचा परिचय जेव्हा युरोपियन विद्वानांना उत्तम झाला तेव्हा काही भाषावैज्ञानिकांनी यास 'संस्कृत भाषापरिवार' असे नाव दिले. कारण 'संस्कृतपासूनच या परिवाराच्या सर्व भाषा उत्पन्न झाल्या' असे त्यांचे मत होते. हेही नाव फार काळ चालले नाही.

४) भारोपीय परिवारास 'आर्य परिवार' असेही नाव दिले गेले, कारण ह्या परिवारातील भाषा बोलणारे लोक 'आर्य वंशाचे आहेत' असे काहींना वाटले. पण सर्वच व्यक्ती आर्य नाहीत, असे आढळल्यावर हेही नाव मागे पडले.

५) काही विद्वानांनी यास 'कॉकेशियन भाषापरिवार' अशी संज्ञा दिली, पण ती

ग्राह्य झाली नाही.

६) या परिवारास हजरतचा तिसरा मुलगा 'जेफ' या नावावरून 'जॅफाईट' किंवा जफेटिक भाषापरिवार असे नाव देण्यात आले. हे नाव पुष्कळसे सॅमेटिक आणि हॅमेटिक नावाशी मिळते जुळते असल्यामुळे दिले होते. पण हेही नाव प्रचलित होऊ शकले नाही.

७) यास नंतर 'इंडो-हिटाईट' (Indo-Hitite) असे नाव मिळाले. आणि भारोपीय भाषासमूहाला याचा एक भाग मानले गेले आहे.

८) मूल भारोपीय भाषा बोलणाऱ्या लोकांना (Viros) वीरोस नाव दिले गेले आहे. म्हणून ह्या भाषापरिवारास 'वीरोस भाषापरिवार' असे ही नाव आहे. विरोस शब्द, संस्कृत इत्यादी भाषांत 'वीर' शब्दाचे मूळ मानले जाते. (उदा. संस्कृतमध्ये 'वीर' लॅटिनमध्ये (Wir) किंवा (Vir), प्राचीन आईरी भाषेत (Fer) आणि जर्मन भाषेत (Wer) शब्द आढळतो.

इ.स.पू. २४०० च्या दरम्यान 'इंडो-हिटाईट' भाषेच्या दोन शाखा झाल्या. पहिली 'ॲनाटोलिअन' आणि दुसरी 'भारोपीय'. म्हणून या दोन भाषांच्या नावावरून या भाषापरिवारास 'भारोपीय ॲनाटोलियन' नाव दिले जाऊ शकते.

९) या परिवाराचे सर्वात अधिक प्रचलित नाव 'भारोपीय भाषापरिवार' (इंडो युरोपियन ग्रुप) असे आहे. या नामकरणाचा आधार जरी भौगोलिक आहे (युरोपपासून भारतापर्यंत), तरी या भाषेच्या क्षेत्राबाहेर म्हणजे अमेरिका, ऑस्ट्रेलिया, आफ्रिका येथेही बोलल्या जातात. बहुतेक विद्वानांनी भारोपीय (इंडो-युरोपियन) भाषा परिवार हे जवळ जवळ, स्वीकारलेले आहे. यानंतर या परिवाराचे 'इंडो-हिटाईट' असे नाव ठेवावे, असे मत असणारा विद्वानांचा समर्थक वर्ग येतो.

भारोपीय भाषेचे महत्त्व :-

या भाषापरिवाराचे महत्त्व अतिविशिष्ट आहे. भाषाविज्ञानाची आधारशिला याच भाषापरिवाराद्वारा उभारली आहे. या भाषापरिवाराचे जितके संशोधन, विवेचन अभ्यास झाले, तसे अन्य भाषापरिवाराचे झाले नाहीत, असे म्हटले तरी चालेल. या भाषापरिवारात जगातील सर्वात प्राचीनतम भाषांचा समावेश असून ह्यात जगातील प्राचीनतम साहित्याचे भांडार सुरक्षित आहे. जगातील सर्वात प्राचीन साहित्य संस्कृत भाषेत ऋग्वेदाच्या रूपात सुरक्षित आहे. संस्कृत, ग्रीक, लॅटिन अशा प्राचीन आणि महत्त्वपूर्ण भाषा याच भाषापरिवारातील आहेत. जगातील फार मोठ्या भूखंडावर ह्या भाषांचा व्यवहार आहे. भाषांचा क्रमिक- कालक्रमानुसार विकास दर्शविणारे साहित्य या भाषापरिवारात उपलब्ध आहे. या परिवाराच्या प्राचीन भाषांचा अभ्यास करून

'प्रागैतिहासिक' काळात मानव जातिसमूहाचे मूलस्थान मध्य आशियात होते, आणि भाषा परस्परांशी संबंधित होत्या. हे सिद्ध करता येते. ग्रीक, लॅटिन आणि संस्कृत भाषांच्या अध्ययनाने, तिन्ही भाषांची जननी आणि मूलभाषा एकच होती, ही गोष्ट स्पष्ट होते. याप्रकारे, जगाची प्राचीन संस्कृती, साहित्यिक विकास, भाषाविकास, मानवाची आदिभूमी, भाषांतर्गत ध्वनींची एकतेबाबतची तथ्ये, भाषांचे तुलनात्मक अध्ययन इत्यादी अनेक दृष्टिकोनातून भारोपीय परिवाराचा आपला स्वतःचा असा विशिष्ट इतिहास आहे. आजही या भाषापरिवारातील भाषा बोलणारे जगात संख्येने सर्वाधिक आहेत, आणि जगाच्या राजनैतिक कार्यात ह्या भाषिकांचे महत्त्वाचे स्थान आहे. जगाला ज्ञानविज्ञान संपन्न करण्याचे श्रेय याच भाषापरिवाराचे आहे. अशाप्रकारे भारोपीय भाषापरिवाराचे अतिशय महत्त्व आहे.

भारोपीय भाषापरिवाराची प्रमुख वैशिष्ट्ये :-

खालीलप्रमाणे या भारोपीय भाषापरिवाराची वैशिष्ट्ये आहेत.

१) या परिवाराच्या भाषा श्लिष्ट योगात्मक आहेत.

२) या भाषापरिवारातील भाषांमध्ये अर्थतत्त्वाचा संबंधतत्त्वाशी संयोग बहिर्मुखी असतो.

३) या भाषेची प्रवृत्ती आता वियोगात्मक अवस्थेत परिणत होत आहे.

४) धातू एकाक्षर असतात.

५) धातूंना 'कृत' आणि 'तद्धित' प्रत्यय लावून शब्द निर्माण करता येतात.

६) उपसर्ग इत्यादींचा प्रयोग केल्यानंतर धातूंचा अर्थ बदलतो.

७) या भाषावर्गात समासरचना केली जाते. समास बनवताना विभक्ती प्रत्ययांचा लोप होतो.

८) या भाषांमध्ये स्वरपरिवर्तनामुळे संबंधतत्त्वाचेही परिवर्तन होते.

९) या भाषात पूर्वी प्रत्यय स्वतंत्र अर्थप्रकट करीत. पण नंतर त्यांची स्वतंत्रता समाप्त झाली.

१०) या भाषा बोलणाऱ्यांची संख्या जगात सर्वाधिक आहे.

११) हा भाषापरिवार जगाच्या फार मोठ्या भूखंडावर पसरला आहे.

१२) या भाषापरिवारात जगातील प्राचीनतम आणि श्रेष्ठ दर्जाचे साहित्य उपलब्ध आहे.

१३) या परिवारापासून जगातील संपन्न संस्कृतीचा विकास झाला.

१४) या भाषापरिवारात अत्यंत विकसित वैज्ञानिक साहित्य आढळते.

१५) या परिवाराच्या भाषा बोलणारे जगाच्या राजकारणी क्षेत्रात अग्रेसर आहेत.

१६) या भाषापरिवारातील भाषांचे अध्ययन इतर भाषापरिवारांपेक्षा अधिक झाले आहे.

१७) या भाषापरिवाराच्या अनुशीलनाने, अध्ययनानेच 'भाषाविज्ञान' या शास्त्राचा प्रारंभ, उदय झाला.

मूळ भारोपीय ध्वनी :-

मूळ भारोपीय (इंडोयुरोपियन) भाषापरिवारांचा अभ्यास करणाऱ्या विद्वानांमध्ये या भाषांतील ध्वनींच्या विषयात एकमत नाही. इ.स. १८७० मध्ये अस्कोली या विद्वानाने 'ध्वनी' ह्या विषयांकडे प्रथम सर्वांचे ध्यान आकर्षित केले. ध्वनींचे खालीलप्रमाणे वर्गीकरण केलेले आहे.

मूळ (ऱ्हस्व) स्वर : अ ऍ ओ

मूळ स्वर (दीर्घ) : आ ए ओ

(मिश्र ऱ्हस्व) : अइ, अऋ, अऌ, अरू, अन, अम, एइ, ऍऋ, एऌ, एऊ, ऍन, ऍम, ओई, ओऋ, ओऌ, ओउ, ओन, ओम.

स्वर

स्वर (मिश्र दीर्घ) : आइ, आऋ, आऌ, आउ, आन, आम, एइ, एऋ, एऌ, एउ, एन, एम, ओइ, ओऋ, ओऌ, ओउ, ओन, ओम,

अंतत्थ (स्वर) : इ, ऋ, ऌ,

अंतस्थ (व्यंजन) : य्, र्, ल्, व्, न्, म्

व्यंजन

क वर्ग :- १) क्, ख्, ग्, घ् २) क़, ख़, ग़, घ़

३) क्व्, ख्व्, ग्व्, घ्व्

त वर्ग :- त्, थ्, द्, ध्

प वर्ग :- प्, फ्, ब्, भ्

उष्ण : स् (ज्)

मूळ भारोपीय ध्वनींच्या वर्गीकरणाच्या विषयात विद्वानांचे मतैक्य नसल्यामुळे उपरोक्त ध्वनींच्या वर्गीकरणात भिन्नता आढळते. या ध्वनींमध्ये कण्ठ्य-तालव्य क वर्ग (क् ख् ग् घ्) ध्वनी पुढे अन्य भाषांत कण्ठ्य क वर्ग (क़्, ख़्, .ग्, घ़्) बनले किंवा काही भाषांत ते उष्ण (श्, स्) झाले. याप्रकारे 'क' मूलतः जसाच्या तसा राहिला, त्या भाषांना 'केन्तुम्' वर्गाच्या भाषा असे नाव देण्यात आले आणि ज्या

भाषांत 'क' बदलून' श् किंवा 'स' (उष्म) झाला, त्या भाषांना 'शतम् वर्ग' असे नाव देण्यात आले. ही गोष्ट सुकरपणाने - सहजपणे ध्यानात यावी, समजण्यास योग्य व्हावी म्हणून भिन्न भिन्न भारोपीय भाषांतील शंभर-शत-च्या प्रतीक शब्दांचा उपयोग खाली करून घेतला आहे. विद्वानांचे अनुमान आहे की 'शतम्'साठी मूळ भारोपीय भाषेमध्ये 'कम्तोम्' (Kmtom) शब्द होता. तोच पुढे 'शतम्' आणि 'केन्तुम्' भाषामध्ये खालीलप्रमाणे परिणत झाला.

'शतम् वर्ग'	**'कन्तुम् वर्ग'**
संस्कृत = शतम्	लॅटिन = केन्तुम
अवेस्ती = सतम्	ग्रीक = हेक्टोन (Hekton)
फारसी = सद	इटालिअन = केन्तो
प्राकृत = सदं, सअ	फ्रेंच = केन्त
हिंदी = सौ	स्पॅनिश = क्लेलो (Cletno)
लिथुआनी = शिम्तस (Szimtas)	प्राचीन आयरिश = केट
प्राचीन बुल्गारी = सुतो	वर्तमान आयरिश = क्यूड
रशियन = स्तो	गेलिक = क्यूड (ceud)
	ब्रीटन = कॅन्ट
	वेल्श = कॅन्ट (cant)
	तुखारियन = कन्ध (kandh)

वरील उदाहरणांवरून स्पष्ट होते की, मूळ भारोपियन भाषेतील 'क' ध्वनी केन्तुम् वर्गातील भाषात 'क्' या मूळ रूपातच राहिली. परंतु 'शतम्' वर्गातील भाषात 'क्' मध्ये परिवर्तन होऊन त्याचे 'श्' किंवा 'स्' झाले. केन्टुम् वर्गात लॅटिन, ग्रीक, इटालियन, कॅल्टिक, ट्युटानिक, तोखारी, भारतीय (संस्कृत), हिट्टाइट इत्यादी भाषांचा समावेश होतो. आणि 'शतम्' वर्गात भारतीय भाषा, इराणी, आर्मेनियन, बाल्टिक-स्लोवोनिक, अल्बानियन इत्यादी भाषा संमिलित आहेत. या प्रकारच्या 'केन्तुम' 'शतम' अशा विभाजनाला काही विद्वान क्रमशः पश्चिम वर्ग (केन्तुम्) आणि पूर्वीवर्ग (शतम्) म्हणतात.

परंतु ह्या प्रकारचे वर्गीकरण उचित मानले गेले नाही. कारण मूळ भारोपीय भाषेतील 'न्' अथवा 'म्' ध्वनींसह 'शतम्' वर्गात फक्त एकच स्वर येतो, परंतु ध्वनी (न आणि म) लुप्त होतात. आणि केन्तुम् वर्गात एका अतिरिक्त स्वराचा अधिक समावेश होतो. उदा.

मूळ भारोपीय भाषा : (Dekom) (देव+म्)
लॅटिन - देकेम (Decem)
गॉथिक - तैखुम (Tai Khum)
संस्कृत - दश
याचप्रकारे
मूळ भारोपीय भाषा - क्म्तोम (Kmtom)
लॅटिन - सेंटम (Centum)
संस्कृत - शतम्
मूळ भारोपीय भाषा - स्प्त्न (Septon)
लॅटिन - सेप्तम (Septum)
संस्कृत - सप्त

मूळ भारोपीय भाषातील कण्ठ्योष्ठ 'क' वर्ण ध्वनी 'केन्तुम्' वर्गाच्या भाषात मूळ स्वरूपात आढळतात. परंतु 'शतम्' वर्गातील भाषात ध्वनीचे कण्ठ्यत्व शिल्लक राहते; आणि ओष्ठ्यत्वाचा लोप होतो. म्हणजे मूळ भारोपीय भाषांतील 'क्व' ध्वनी लॅटिन भाषेत 'क्व' असाच राहिला. परंतु संस्कृत इत्यादी भाषांत ध्वनी 'क्' राहिला आणि 'व्' ह्या ओष्ठ्य ध्वनीचा अभाव झाला.

भारतीय भाषांना 'केन्तुम्' आणि 'शतम्' वर्गात विभाजित केले आहे. या वर्गाची विभागणी खालीलप्रमाणे झाली आहे.

केन्तुम् वर्गाच्या भाषा

१) केल्टिक
२) ट्युटानिक (जर्मन)
३) लॅटिन (इटालियन)
४) हेलेनिक (ग्रीक)
५) हिट्टाइट (हिट्टी)
६) तोखारी (तुखारी)

शतम् वर्गाच्या भाषा

१) अल्बानी (अल्बेनियन) किंवा इलिरियन
२) बाल्टिक
३) स्लावोनिक
४) बार्मीनी (आर्मेनियन)
५) आर्य - (हिंदी-इराणी)

केन्तुम् वर्ग :-

१) केल्टिक :-

ही भाषाशाखा बोलणारे जातिसमूह प्राचीन काळी समस्त पश्चिम आणि मध्य युरोप, तसेच आशिया मायनर (तुर्क प्रदेश) या भागात राहत असत. सध्या ही भाषा बोलणारे युरेशियाच्या पश्चिम भागातील काही क्षेत्रात राहतात. आयर्लंड, वेल्स, स्कॉटलंड, मानद्वीप तसेच ब्रिटनी आणि कार्नवालमध्ये या भाषिकांची वस्ती आहे. या केल्टिक शाखेच्या भाषा म्हणजे स्कॉटलंडची स्कॉच, किंवा स्कॉटिश भाषा, आयर्लंडची आयरिश, वेल्सची वेल्श भाषा, फ्रान्सच्या उत्तर पश्चिम भागातील ब्रिटनी प्रांताची भाषा ब्रेटन अशा आहेत. केल्टिक भाषा लॅटिन भाषेशी बरीच मिळती आहे.

लॅटिन आणि केल्टिक भाषात पुंलिंग आणि नपुंसकलिंग ओकारान्त संज्ञामध्ये संबंधकारकासाठी 'ई' प्रत्ययाचा प्रयोग केला जातो. ह्या दोन्ही भाषामध्ये क्रियार्थक संज्ञा बनवताना 'शन' (Tion) प्रत्यय लागतो. दोन्ही भाषात कर्मवाच्य शब्दाची रचनापद्धतीही समान आहे. केल्टिक आणि लॅटिन भाषात दोन प्रकारचे उच्चारण भेद आहेत. पहिला 'क वर्ग' आणि दुसरा 'प वर्ग' क वर्गाला 'गायलिक' म्हणतात. या गायलिकमध्ये आयरिश, स्कॉटिश, आणि मॅक्स भाषा येतात. 'प' वर्ग ब्रिटानिक नावाने ओळखला जातो, यामध्ये वेल्स, कार्निश (कार्नवालची भाषा) आणि ब्रेटन भाषांचा समावेश आहे.

२) ट्युटानिक (जर्मन) :-

ही शाखा भारोपीय परिवाराची अत्यंत महत्त्वाची आणि श्रेष्ठ शाखा आहे. जगात अतिशय महत्त्व पावलेली इंग्रजी भाषा ह्या ट्युटानिक शाखेतूनच जन्मली. या भाषा संयोगात्मक अवस्थेपासून वियोगात्मकतेकडे वाटचाल करीत आहेत. या भाषात ध्वनिपरिवर्तन प्राधान्यतेने दिसून येते. या भाषांत बलात्मक स्वराघात विकसित झाला आहे. या भाषात दोनदा ध्वनिपरिवर्तन झाले. पहिले वर्णपरिवर्तन प्रागैतिहासिक काळात घडले होते. यामुळेच या भाषा इतर युरोपीय भाषाहून थोड्या फार दूरच्याच वाटतात. सातव्या शतकात दुसरे ध्वनिपरिवर्तन झाले. हे दुसरे परिवर्तन तीन भागात विभागले गेले आहे. या शाखेचे तीन उपविभाग केले आहेत, (१) पूर्व शाखा (२) उत्तरेची उपशाखा (३) आणि पश्चिमी उपशाखा.

(१) पूर्व उपशाखा : या अंतर्गत येणारी 'गॉथिक' भाषा आता लुप्त झाली आहे. गॉथिक भाषा संस्कृत भाषेशी बरीच समान होती.

(२) उत्तर उपशाखा : प्राचीन आयर्लंडची भाषा 'नॉर्स' (Norse) या अंतर्गत येते. यामध्ये सातव्या शतकापासूनचे साहित्य आढळते. अकराव्या शतकात

ह्या भाषाक्षेत्राच्या पश्चिमेकडची बोली नॉर्वेजियन (नॉर्वेची भाषा) आणि पूर्वेकडची बोली 'स्वीडी' (स्वीडनची भाषा) आणि 'डॅनिश' (डेन्मार्कची भाषा) बनली.

(३) पश्चिम उपशाखा : उच्च जर्मन आणि निम्म जर्मन असे ह्याचे दोन भाग आहेत. उच्च जर्मन भाषाक्षेत्र दक्षिण जर्मनीचा पर्वतमय प्रदेश आणि निम्मे जर्मन उत्तर भागात आढळते, आणि याच भाषेपासून डच भाषा (हॉलंड) फ्लेमी (बेल्जियमची भाषा) आणि इंग्रजीचा विकास झाला.

३) लॅटिन (इटालिक) :-

या भाषेचे प्रधानक्षेत्र इटली देश होता. या भाषेच्या दोन प्राचीन शाखाही होत्या. १) ओस्कम (Uscam) आणि २) ऑम्ब्रियन (Umbrain). या दोन्ही भाषांचा लोप जवळपास इ.स.पू. ५०० च्या दरम्यान झाला. नंतर या क्षेत्रात लॅटिन भाषा विकसित पावू लागली. प्राचीन रोमन साम्राज्याची ही राजभाषा होती. रोम नगरच्या आसपासच्या क्षेत्रातील भाषा लॅटिन होती. या भाषेची दोन रूपे आहेत. १) साहित्यिक वा लिखित २) कथनात्मक.

लॅटिन भाषेत लिहिलेले रोमन कॅथॉलिक संप्रदायाचे धार्मिक साहित्य सुरक्षित आहे. लॅटिन भाषेपासूनच (जी बोलीरूपाने होती) सध्याच्या फ्रेंच, इटालिक, स्पॅनिश, पुर्तुगाली आणि रुमानियन भाषांचा विकास झाला. फ्रेंच भाषा जगातील उन्नत, श्रेष्ठ, आणि समृद्ध भाषामधील एक अशी गणली जाते. रोमसमीपच्या क्षेत्रातील लॅटिनला सध्याही 'रोमान्स' नावसुद्धा अद्याप आहे. भारतीय आर्य भाषेवर जसा संस्कृतचा प्रभाव आहे, अगदी तसाच प्रभाव युरोपियन भाषावर लॅटिन भाषेचा आहे, ही लॅटिन भाषा वियोगात्मक आहे. कॉस्टिक आणि इटालियन भाषांमध्ये अत्यंत साम्य दिसून येते.

४) ग्रीक अथवा हेलेनिक :-

ग्रीक शाखेत प्राचीन काळापासूनच अनेक बोलीभाषा होत्या. ग्रीक ही भारोपीय परिवाराची प्राचीनतम शाखेपैकी एक आहे. या भाषेत लिहिलेल्या 'होमर' महाकवीच्या इलिअड आणि ओडेसी ह्या महाकाव्यांमध्ये प्राचीन ग्रीक भाषेचे रूप दिसते. ही महाकाव्ये इ.स.पू. १००० च्या दरम्यानची आहेत. सॉक्रेटिस आणि ॲरिस्टॉटल यांनी लिहिलेली ग्रंथसंपदा तर ग्रीक भाषेचे वैभव आहे. ग्रीकांच्या अनेक बोलीमध्येच दोन प्रमुख होत्या. १) एटिक (Atic) आणि २) डोरिक (Doric) इ.स.पू. ४०० च्या दरम्यान एटिक भाषा प्रामुख्याने प्रचिलत झाली. आणि एटिकपासूनच आधुनिक ग्रीक भाषेचा विकास झाला आहे. ग्रीक भाषा आणि

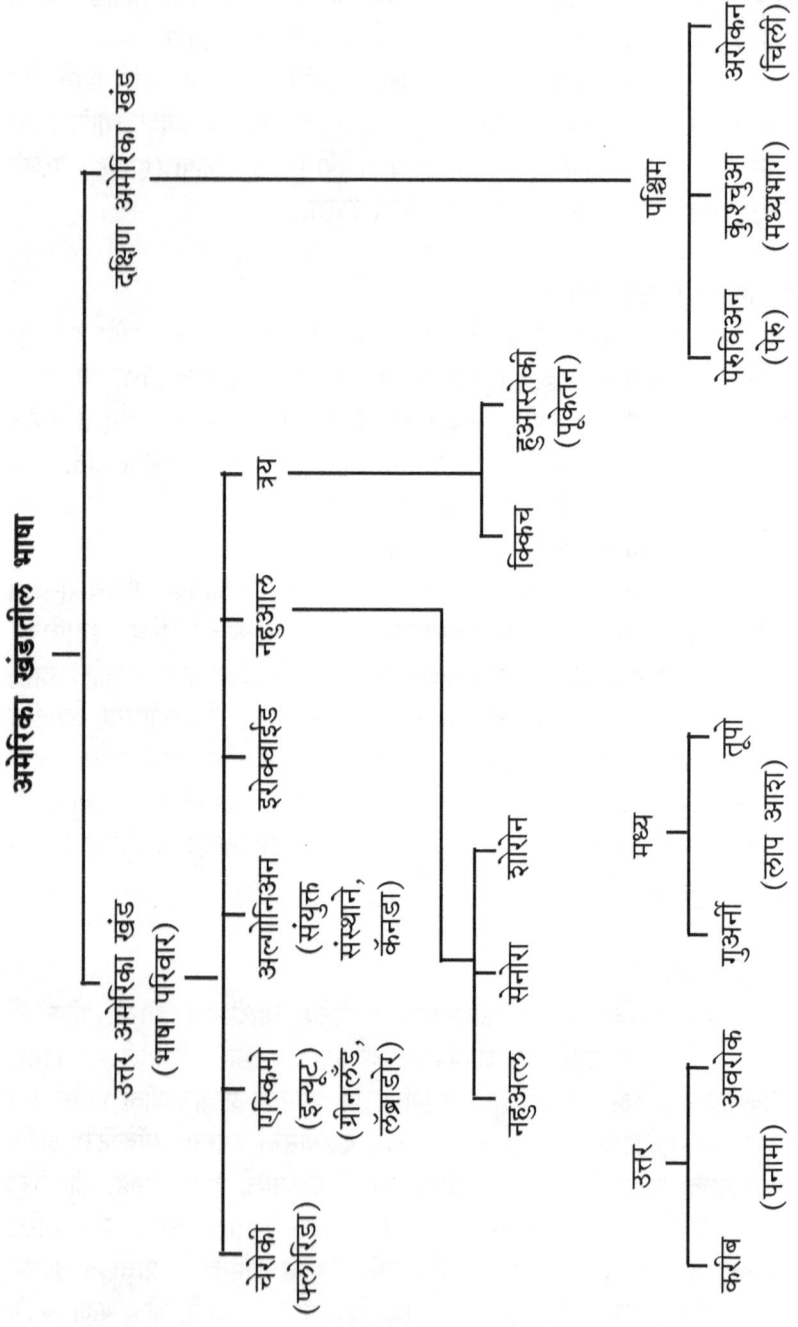

अमेरिका खंडातील भाषा

उत्तर अमेरिका खंड
(भाषा परिवार)

चेरोकी (फ्लोरिडा)

एस्किमो (इन्यूट्) (ग्रीनलँड, लॅब्राडोर)

अल्गॉनिक्अन (संयुक्त संस्थान, कॅनडा)

इरोक्वाइड

नहुआल्
नहुआल्ट
सेनेका
शोशोन

इय
विक्न
हुआस्तेकी (यूकतन)

दक्षिण अमेरिका खंड

पश्चिम
चेशिवअन (पेरू)
कुश्चुआ (मध्यभाग)
अरोकन (चिली)

उत्तर
करीब
अवरोक (पनामा)

मध्य
गुअर्नी
तुपी
(लाप आग्रा)

संस्कृत भाषा अगदी जवळच्या आहेत. **१)** ग्रीक आणि संस्कृत भाषांत संगीतात्मक स्वराघातांची अधिकता आहे. **२)** दोन्ही भाषा संयोगात्मक आहेत. **३)** दोन्हीमध्ये शब्दांची पुष्कळ प्रकारची रूपे आहेत. **४)** संस्कृतात परस्मैपद आणि आत्मनेपद असतात त्याचप्रमाणे ग्रीक भाषेत 'अ‍ॅक्टीव' आणि 'मिडल व्हॉइस' असतात. **५)** संस्कृत भाषेत संज्ञा आणि सर्वनामाच्या रूपांचे अधिक्य आहे, तर ग्रीक भाषेत क्रिया आणि अव्ययाचे. **६)** संस्कृतात व्यंजने अधिक, तर ग्रीक भाषेत स्वर. **७)** संस्कृत आणि ग्रीक भाषांमध्ये द्विवचन, समास, निपात इत्यादीबाबतीत पुष्कळ समानता आढळतात.

ग्रीक भाषेचे क्षेत्र आता संकोच पावले आहे. रोमन साम्राज्य अस्तित्वात असताना भूमध्यसागराच्या चारही बाजूंच्या क्षेत्रामध्ये ग्रीक भाषेचा प्रसार होता. ग्रीक भाषा शाखेच्या, 'लोकानियन, मेस्सेनिअन, कारिथियन, मेगारन, क्रीटन, फोक्सिन, लोक्रिमन, एलिसन, थेसालेनियन, एओलिमन, बोईओरिअन, इओनिक, अ‍ॅट्रिक' इत्यादी भाषा आहेत.

५) हिट्टाईट (हित्ती):

१९०६-७ मध्ये आशियामायनर (तुर्की क्षेत्र) च्या उत्तरेला 'बोगाजकोई' या ठिकाणी उत्खननात कीलाक्षर लेख मिळाले, तेव्हा प्रथमच ह्या प्राचीन भाषेचे ज्ञान जगाला झाले. ही भाषा आशिया मायनरमध्ये इ.स.पू. १९०० ते १३०० पर्यंत बोलली जात होती. प्राप्त झालेल्या लेखावरून प्रथम हिट्टाइट (हित्ती) साम्राज्य (इ.स.पू. १९०० ते १६५०) आणि दुसरे हित्ती साम्राज्य यांच्याविषयी ज्ञान होते. तसेच तत्कालीत भाषा आणि इतिहासावर प्रकाश पडतो. काही भाषाविज्ञानी हित्ती भाषेला अनिश्चित वर्गाची भाषा मानतात. पण ही निश्चितपणे भारोपीय परिवाराचीच भाषा आहे, यात शंका नाही. हित्ती (हिट्टाईट) भाषेची प्रमुख वैशिष्ट्ये अशी -

(१) हित्ती भाषेतील विभक्ती आणि सर्वनामे ही संस्कृत आणि लॅटिन भाषांशी फार जुळती आहेत.

(२) कारक आणि क्रियारचना भारोपीय भाषेशी समानच आहेत.

(३) संस्कृत सर्वनाम 'तद्' (तो) चा समानार्थी 'तद्' हित्ती भाषेत आहे. पण संस्कृत 'क:' (कोण) साठी हित्ती भाषेत 'कुईस' रूप प्राप्त झाले आहे.

(४) हित्ती भाषेमध्ये सेमेटिक भाषेचीही काही लक्षणे आढळतात.

६) तोखारी (तुखारी) भाषा :

ही मध्यआशियातील तुर्फान क्षेत्रातील भाषा होय. इ. स. १९०४ मध्ये

आशियातील चिनी तुर्कस्तानात (सिक्यांग प्रांत) उत्खनन झाले, तेव्हा तोखारी ह्या प्राचीन भाषेतील लेख सापडले. ही शकांची भाषा आहे. इ.स. ७०० च्या सुमारास ही शकांची तोखारी भाषा लुप्त झाली. तोखारी भाषा 'युराल-अल्ताई' भाषा परिवाराने प्रभावित दिसते. या तोखारी भाषेची प्रमुख वैशिष्ट्ये अशी -

(१) या भाषेत स्वरासंबंधी जटिलता अल्प आहे.

(२) संख्या, शब्द आणि सर्वनामे भारोपीय परिवाराप्रमाणे आहेत.

(३) तोखारी भाषेचे शब्दभांडार संस्कृतशी फार मिळते जुळते आहे.

(४) तोखारी भाषेत संस्कृत भाषेप्रमाणे आठ विभक्ती आहेत.

(५) क्रियारचनेची प्रक्रिया सोपी आहे.

(६) 'शतम्' शब्दासाठी तोखारी भाषेत 'कंध' शब्द आढळतो. यामुळेच याची 'केन्तुम्' वर्गात गणना केली आहे.

(७) या भाषेत संस्कृत भाषेत असतात त्याचप्रमाणे संधि नियम आहेत.

संस्कृत भाषा आणि तोखारी भाषा यांचे साम्य खालील उदाहरणांवरून चांगले स्पष्ट होते.

संस्कृत	**तोखारी**
पितृ	पाचर
मातृ	माचर
भ्रातृ	प्राचर
वीर	वीर

शतम् वर्ग :-

ह्या वर्गाच्या पाच शाखा आहेत. त्या अशा -

१) अल्बेनियन किंवा इलिरियन :

या भाषेचे क्षेत्र ऑर्डयाटिक सागराच्या तटीय क्षेत्रात, कारिथिअन खाडीपासून दक्षिणपूर्व इटलीपर्यंत होते. या भाषेच्या अन्य बोली लुप्त झाल्या असून फक्त अल्बानी भाषा अस्तित्वात आहे. ही अल्बानियाच्या पहाडी क्षेत्रात बोलली जाते आणि ही भाषा बोलणारे १५ लाखाहून अधिक लोक आहेत. अल्बानीच्या दोन मुख्य बोली आहेत. **१)** घेघ आणि **२)** टोस्क 'घेघ' उत्तर क्षेत्रात आणि टोस्क दक्षिण क्षेत्रात व्यवहारात वापरली जाते. अल्बानी भाषेतील लेख इ.स. १५ व्या शतकाच्या पुढच्या काळातील आहेत. या भाषेत ग्रीक, लॅटिन, तुर्की, स्लावोनिक भाषांचे शब्द अधिक प्रमाणात मिश्रित झाले आहेत.

२) बाल्टिक :

बाल्टिक शाखांतर्गत तीन भाषा आहेत. **१)** प्राचीन प्रशन (प्रशियन), **२)** लिथुआनियन **३)** लेटी (Lettie). यातील प्राचीन प्रशन भाषा जर्मनी देशाच्या प्रशिया प्रदेशाची भाषा होती. पण आता ती लुप्त आहे. इ.स. १६ व्या शतकापर्यंत या भाषेतील साहित्य उपलब्ध आहे. प्रशिया क्षेत्राच्या उत्तरपूर्व भागात लिथुआनिअन भाषाक्षेत्र आहे. हा 'लिथुआनिआ' देश होय. या भाषेतील साहित्य इ.स. १६ व्या शतकापासून पुढचे साहित्य प्राप्त होते. या भाषेचा विकास अत्यंत मंद गतीने झाला, त्यामुळे भाषासंबंधी परिवर्तन खूपच कमी झाले आहे. भाषाविज्ञानाच्या दृष्टीने लिथुआनियन भाषा फार फार महत्त्वाची आहे, कारण ही भाषा संस्कृत आणि ग्रीक भाषांच्या अगदी समीप आहे. या भाषेत संस्कृत ग्रीक भाषेप्रमाणे संगीतात्मक स्वराघात आणि द्विवचनही अद्याप टिकून आहे. लेटी किंवा लेटिक (Lettic) भाषा 'लॅटविया' (Latuia) देशाची भाषा आहे. यामधील साहित्य इ.स. १६ व्या शतकानंतरचे आहे.

३) स्लॅवोनिक (स्लावी) :

ही भाषा काळ्या सागराच्या (Black Sea) उत्तरेला युरोपच्या फार मोठ्या क्षेत्रात प्रचलित आहे. यात रशिया, पोलंड, गलसिया, ऑस्ट्रिया बोहेमिया, सर्बिया, मोराविया, बल्गेरिया आणि स्लावोनिया इतके देश समाविष्ट आहेत. इ.स. ९०० पासून या भाषातील साहित्य उपलब्ध आहे. स्लावी भाषेचे तीन उपविभाग आहेत.

१) दक्षिणी **२)** पश्चिमी **३)** पूर्वी.

दक्षिणी स्लावी भाषांमध्ये सर्वात महत्त्वपूर्ण आणि प्राचीन भाषा बल्गेरियन ही होय. यामध्ये इ.स. ९०० च्या दरम्यान केला गेलेला बायबलचा अनुवाद प्राप्त झालेला आहे. संस्कृत आणि ग्रीक भाषांना ही भाषा जवळची आहे. संस्कृताप्रमाणे ह्या भाषेत तीन वचन आहेत. सध्याची बल्गेरियन भाषा पूर्णपणे वियोगात्मक झाली आहे. आणि भाषेत भरपूर विदेशी शब्द समाविष्ट झाले आहेत. दक्षिणी स्लावी भाषांमध्ये दुसरी प्रमुख भाषा 'सर्बो-क्रोटी' (सर्बिया-क्रोएशियातील) ही आहे. पश्चिमी स्लावी भाषांत 'चेक' (zeek) आणि 'पोलिश' (Polish) या भाषा प्रमुख आहेत. पोलिश भाषा पोलंडमध्ये बोलली जाते. १३ व्या शतकापासून पोलिश भाषेत साहित्यरचना झालेली आढळते. सध्या ही भाषा अतिशय विकसित रूपात आहे. पूर्वी स्लावी भाषांचे साहित्य इ.स. १९०० पासूनचे आहे. यामध्ये 'महारशियन, श्वेतरशियन, आणि लघुरशियन भाषा प्रमुख आहेत. यात महारशियन सर्वात प्रमुख आहे. ही महारशियन मॉस्कोच्या परिसर क्षेत्रात बोलली जाते. १८ व्या शतकापासून

छापील, आणि राजभाषा या स्वरूपात स्थापित झालेली आहे. ही भाषा बोलणारे लोक १० कोटीहूनही अधिक आहेत. शिवाय ही भाषा जगातील महत्त्वपूर्ण भाषांपैकी एक बनलेली आहे.

श्वेतरशियन रशियाच्या दक्षिणेला बोलली जाते. लघुरशियन युक्रेन प्रांताची भाषा आहे. या भाषाबोलीस 'रुथेनियन (Ruthenian) असेही दुसरे नाव आहे. ही लघुरशियन रुथेनियन भाषा बोलणारे लोक ऑस्ट्रियाच्या गलिसिया प्रांतातही असून, ही भाषा बोलणारे तीन कोटीहून अधिक आहेत.

४) आर्मेनियन :

आर्मेनियन भाषा आर्मेनियात बोलली जाते. इ.स. १०० पासून ही भाषा तेथे प्रचलित आहे. या भाषेत इराणी शब्द अधिक संख्येने आहेत. या शाखेच्या सद्य:कालीन भाषा आपल्या प्राचीन स्वरूपाहून अगदीच परिवर्तित झाल्या आहेत. या भाषेत कॉकेशियन आणि 'सामी' भाषातीलही शब्द उतरले आहेत. प्राचीन आर्मेनियन भाषेमधील साहित्य इ.स. ४०० पासून इ.स. ११०० पर्यंत उपलब्ध आहे. आणि ते अधिकांश धार्मिक आहे. संस्कृत-लॅटिन भाषांत ज्याप्रमाणे धर्मविधींबाबत मार्गदर्शनपर ग्रंथ आहेत, तेच प्राचीन आर्मेनियन ग्रंथांचे आहे. या शाखेच्या भाषा बाल्टिक, स्लावोनिक (स्लावी) आणि इंडोइराणी भाषांनी प्रभावित आहेत. या शाखा काळा सागर (Black Sea) आणि कॉकेशस पर्वताच्या दक्षिणेला बोलल्या जातात. युरोप आणि आशिया यांच्या सीमेवर बोलली जाणारी 'फ्रीजियन' भाषा याच शाखेत मोडते. आधुनिक आर्मेनियन भाषेची दोन रूपे असून एक युरोपियन भागात प्रचलित आहे. आणि दुसरी आशियाच्या भागात बोलली जाते. या आशियन आर्मेनियनला, 'अरारात' म्हणतात. युरोपीय आर्मेनियनला 'स्तबुल' म्हणतात. स्वरांच्या दृष्टीने ही आर्मेनियन शाखा युरोपीय भाषेच्या समीप असून व्यंजनांच्या दृष्टीने ही भारत-इराणी (इंडो इराणी) भाषांजवळची आहे.

५) आर्य (भारत इराणी, इंडोइराणी) :

ही भारोपीय (Indo European) परिवाराची अत्यंत महत्त्वपूर्ण शाखा आहे. या भाषेत जगातील अत्यंत प्राचीन आणि श्रेष्ठतम साहित्य आहे. 'ऋग्वेद' ग्रंथ या शाखेचे प्राचीनतम शुद्ध रूप दर्शवतो. पारशी लोकांचा धार्मिक ग्रंथ 'झेंद अवेस्ता' हाही अतिप्राचीन आहे. (इ.स.पू. ७००) भाषाविज्ञानाच्या अध्ययनासाठी या शाखेची ही ग्रंथसामग्री फारच महत्त्वपूर्ण आहे. वस्तुतः भाषाविज्ञानशास्त्राचा प्रारंभच मुळात या शाखेशी परिचयाने झाला. या शाखेचे प्राचीन आर्य काही इराणात

राहिले, तर काहींनी भारतात स्थलांतर करून कायमची वस्ती केली. याच आधारावर आर्यशाखेचे दोन भाग झाले. **१)** भारतीय शाखा आणि **२)** इराणी शाखा. या आर्य शाखांना 'भारत-इराणी भाषाकुल' म्हणतात. या कुळाच्या आणखी तीन उपशाखा आहेत. **१)** इराणी **२)** दरद **३)** भारतीय.

(१) इराणी :-

या भाषेत अतिप्राचीन काळापासूनच साहित्य रचनेस प्रारंभ झाला होता. परंतु त्याचा अधिकांश भाग ग्रीक आणि अरब आक्रमकांनी नष्ट केला. आधुनिक काळात ह्या प्राचीन भाषेच्या स्वरूपाचे ज्ञान 'अवेस्ता' ग्रंथ, आणि काही शिलालेखातच पाहायला मिळते. या इराणी भाषेच्या दोन शाखा प्राचीन काळापासूनच आहेत. **१)** फारसी आणि **२)** अवेस्ती. फार्सी भाषा इराणच्या पश्चिमेला बोलली जाते, आणि अवेस्ती भाषेचे क्षेत्र इराणच्या पूर्वेला आहे.

(१) फारसी : प्रथम दारियस (इ.स.पू. ५२१-४८५) आणि अन्य एकेमेनिअन राजांनी उत्कीर्ण केलेल्या घडवलेल्या शिलालेखातून फार्सीचे प्राचीन रूप कळते. 'सासानीयन' (Sassanian) राजांचा काल इ. स. २२६ पासून इ.स. ६५१ हा होता. यांच्या काळात फार्सीचे दुसरे रूप प्रचलित झाले. ह्या नव्या बदलास 'पहलवी' भाषा म्हणतात. मध्यकालीन फार्सी अथवा पहलवी भाषेचे दोन पोटभाग आहेत.

अ) हुज्वारेश : याची लिपी आणि शब्द सेमेटिक परिवाराच्या भाषांच्या प्रभावाखाली असून ह्या भाषेत पारशी लोकांचे धार्मिक साहित्य उपलब्ध आहे.

आ) 'पारसी' किंवा 'पाजंद' या भाषेवर मात्र सेमेटिक प्रभाव नाही. ही भारतीय पारशी लोकांची भाषा होती. आधुनिक फार्सी मुसलमान धर्माच्या - भाषेच्या प्रभावाने अरबी भाषेने बोजड झाली आहे. 'शाहनामा' (फिरदौसकृत) ही या भाषेतील प्रमुख साहित्यरचना आहे. आता अरबी शब्दांच्याऐवजी फार्सी शब्दांच्या प्रयोगाला प्राधान्य दिले जाते. आधुनिक फार्सीच्या 'ओसेटिक, कुर्दिश, बिलोदी, पश्तो, पामीरी इत्यादी बोली भाषा आहेत.

(२) अवेस्ती : ही इराणच्या पूर्व भागातील भाषा होती. 'झेंद अवेस्ता' या पारशी लोकांच्या प्राचीनतम ग्रंथात या भाषेचे स्वरूप पाहायला मिळते. पूर्व इराणमधील अवेस्ती भाषेचे मध्यकाळाचे भाषारूप 'सोग्दी' नामक आहे. या सोग्दी भाषेत ख्रिश्चन आणि बौद्ध ग्रंथ लिहिले गेले आहेत. साधारणपणे इ.स. आरंभापासून इ.स. ८०० पर्यंतचे हे ग्रंथ होत. 'अफगाणी' (पश्तो) बिलोची आणि पामीरी भाषा आधुनिक इराणी भाषेतून विकसित झाल्या.

(२) दरद :

दरद भाषांचा विस्तार पामीर आणि पश्चिमोत्तर पंजाब ह्यांच्यामध्ये झाला आहे. व्याकरण-गणनांच्या दृष्टीने दरद भाषेचे स्थान इराणी आणि भारतीय भाषांच्या मध्ये येते. भारतीय भाषांचा प्रभाव दरद भाषेवर अधिक आहे.

भारतात या भाषेला 'पैशाची प्राकृत' असे नाव आहे. या भाषेचा प्रभाव मराठी, सिंधी, पंजाबी भाषांवरही पडला आहे. दरद भाषाशाखेच्या आणखी तीन पोटशाखा आहेत. १) दरद २) काफिर आणि ३) खोवार. काफिर भाषा, खोवार भाषेच्या पश्चिमेला प्रचलित आहे. खोवार भाषा दर्दिस्तान आणि इराणमध्ये बोलली जाते. यांची प्रधान बोली 'चित्रली' आहे. या भाषात साहित्यरचना मात्र नाही. दरद शाखेच्या भाषा आणि बोली अशा आहेत. शीना, (गिलगिरी, ब्रोक्या) काश्मिरी (कष्टवारी), कोहिस्तानी मैया, तोखारी, गार्वी इत्यादी.

(३) भारतीय आर्यभाषा :

भारतीय आर्यभाषांचा अभ्यास करण्यासाठी तीन विभाग, भाषांच्या अभ्यासाच्या सोयीसाठी केले आहेत.

अ) प्राचीन भारतीय आर्यभाषा काल (२००० इ.स.पू. ते ५०० इ.स.पू.)

ब) मध्यकालीन भारतीय आर्यभाषा काल (५०० इ.स.पू. १००० इ.स.पू.)

क) आधुनिक भारतीय आर्यभाषाकाल (१००० इ.स.पू. ते आधुनिक काल)

अ) प्राचीन भारतीय आर्यभाषाकाल :- (सुमारे २००० इ.स.पू. पासून ५०० इ.स.पू.पर्यंत) -

प्राचीन भारतीय आर्यभाषेचे रूप वैदिक साहित्यात पूर्णपणे सुरक्षित असलेले आढळते. 'ऋग्वेद' हा ग्रंथ या भाषेतील आदिम होय. चार वेदांच्या अतिरिक्त ब्राह्मणे, आरण्यके, उपनिषदे इत्यादींची भाषाही वैदिक-जिला छंदस् आहे. संस्कृताची दोन रूपे आहेत. पहिले वैदिक संस्कृताचे, दुसरे लौकिक संस्कृताचे. लौकिक संस्कृतात रामायण, महाभारत आणि संस्कृतातील अन्य ग्रंथ आणि शिलालेख हे समाविष्ट आहेत. पुढच्या काळातही संस्कृत भाषेत साहित्य रचना होत गेल्या तरी सर्वसामान्यांच्यामध्ये पाली आणि प्राकृत भाषा चांगलीच रूढ होऊन तिचाही ग्रंथरूपाने विकास झाला होता.

ब) मध्यकालीन आर्यभाषाकाल (५०० इ.स.पू. ते १००० इ.स.पू.) -

या काळातील साहित्यरचनांची भाषा सर्वसामान्यांच्या व्यवहारातील बोलीमधून आली

होती. पाली आणि अन्य प्राकृत भाषात लिहिलेले प्रचंड वाङ्मय या काळात निर्माण झाले. या काळातील भाषांचे उच्चारण आणि व्याकरणाच्या दृष्टीने मोठे अंतर पडले होते. १) पाली भाषेत बौद्ध धर्माचे साहित्य आणि सम्राट अशोकाचे शिलालेख अस्तित्वात आहेत. पाली भाषेला 'प्राचीन प्राकृत' असे म्हटले जाते. २) दुसऱ्या भेदाला 'मध्य प्राकृत' असे म्हणतात. याचा काळ इ.स.पू. ५०० ते इ.स. ५०० पर्यंत आहे. मध्य प्राकृतात जैन प्राकृत आणि अन्य प्राकृत भाषा मागधी, अर्धमागधी, शौरसेनी, पैशाची आणि महाराष्ट्री यांचा समावेश आहे.

इ) प्राकृताचा तिसरा भेद 'अन्त्य प्राकृत' किंवा 'अपभ्रंश' हा होय. अपभ्रंशापासूनच आधुनिक आर्यभाषांचा विकास झाला.

३) आधुनिक आर्यभाषाकाल (इ.स.१००० पासून आजपर्यंत) -

अपभ्रंश किंवा 'अवहट्ट' भाषांच्या विभिन्न रूपांपासून इ.स. १००० पासून आधुनिक भारतीय आर्यभाषांचा विकास झाला. आधुनिक भारतीय आर्यभाषांमध्ये हिंदी, पंजाबी, गुजराथी, सिंधी, बंगाली, आसामी, उडिया आणि मराठी या समाविष्ट आहेत. राजस्थानी आणि बिहारी भाषा या हिंदीच्या उपभाषा आहेत. उत्पत्तीच्या दृष्टिकोनातून या भाषांचे खालीलप्रमाणे वर्गीकरण करता येते.

य) शौरसेनी अपभ्रंश :- या अपभ्रंशापासून हिंदी, राजस्थानी, पंजाबी, गुजराथी आणि पहाडी भाषा आहेत.

र) मागधी अपभ्रंश :- यापासून बिहारी, उडिया, बंगाली आणि आसामी ह्या भाषा होत.

ल) अर्धमागधी :- यामधून पूर्वेकडील हिंदीचा उद्‌गम आहे.

व) महाराष्ट्री :- यामधून मराठीचा विकास झाला.

श) ब्राचड अपभ्रंश :- यातून सिंधी विकसित झाली.

ष) केकय अपभ्रंश :- यापासून लहेदा भाषाविकास झाला.

या आधुनिक आर्यभाषांचे वर्गीकरण वेगळ्या प्रकारेही मांडता येईल.

१) उदीच्य (उत्तरी) वर्ग १) सिंधी २) लहेदा ३) पंजाबी.

२) प्रतीच्य (पश्चिमी) वर्ग ४) गुजराथी ५) राजस्थानी

३) मध्यदेशीय वर्ग :- ६) पश्चिमी हिंदी

४) प्राच्य (पूर्वी) वर्ग :- ७) पूर्वेकडील हिंदी ८) बिहारी ९) उडिया १०) बंगाली ११) आसामी.

५) दाक्षिणात्य :- (दक्षिणी) वर्ग : १२) मराठी.

तर अशाप्रकारे आपल्या दृष्टिपथात येईल की भारोपीय परिवार (इंडो-

युरोपियन) अत्यंत विस्तृत आणि समृद्ध आहे. भारोपीय परिवाराच्या आर्यशाखेचे - भारत, इराणी शाखेचेही अत्यंत महत्त्व आहे. जगातील अतिप्राचीन काव्यग्रंथ ह्याच शाखेने निर्माण केलेले आहेत.

प्राचीन भारतीय आर्यशाखा

भारतीयांच्या अतिप्राचीन संस्कृतीचे ज्ञान आपणास भारतीय संस्कृत साहित्याच्या द्वारे होते. भारतीयांचे म्हणजेच आर्यांचे प्राचीन साहित्य आर्यभाषा संस्कृतात सुरक्षित आहे. वेद आपले अमूल्य धनच होय. ह्या भाषेत ऋग्वेद इत्यादी वेदरचना-साहित्य-सृजनाचा काळ नेमका कोणता, हे अद्यापही, कोणत्याही विद्वानास निश्चितरूपाने सांगता येणे कठीण वाटते. विदेशी पाश्चिमात्य विद्वानांनी वेदवाङ्मयाचे सूक्ष्म अनुशीलन करून त्यांनी वेदांचा काळ इ.स.पू. १००० पर्यंतचा मानला आहे. पण मॅक्समुलर वगैरे विद्वान वेदकाळ इ.स.पूर्वी कित्येक हजार वर्षे मानतात. पण त्याबरोबरच ते हेही कबूल करतात की विश्वातील कोणतीही शक्ती वेदरचनाकालाबद्दल निर्णयात्मकरीत्या विधान करू शकत नाही.

या भाषेची **१)** वैदिक संस्कृत आणि **२)** लौकिक संस्कृत ही दोन रूपे आपण मागे उल्लेखलेली आहेत. तथापि दोन्हींना मिळून ‘संस्कृत’ भाषा हे एकच नाव आहे.

१) वैदिक संस्कृत :-

या अतिप्राचीन संस्कृत भाषारूपास ‘छंदस्’ असेही म्हणतात. ‘छंदस्’ भाषेत वैदिक (हिंदू) आर्यांच्या मूलाधार वेदांची रचना झाली आहे. ऋग्वेद, यजुर्वेद, सामवेद, अथर्ववेद, ब्राह्मणे, आरण्यके, उपनिषदे यांची निर्मिती वैदिक छंद्स भाषेतच झाली आहे. वैदिक वाड्.मय काही विशिष्ट कालखंडात निर्माण झालेले नसून त्यासाठी खंडाखंडाने शेकडो वर्षे लागली. तथापि ऋग्वेदाचे दुसरे मंडल ते नववे मंडल हा भाग भाषेच्या दृष्टीने अत्यंत प्राचीन मानला जातो. वैदिक साहित्याचे सुव्यवस्थित अध्ययन केल्यावर ध्यानात येते की या भाषेचा क्रमाक्रमाने विकास होत गेला आहे. जेव्हा आर्य लोकांची वसतिस्थाने ‘सप्तसिंधू’ च्या परिसरात (पंजाबच्या आसपास) होती, त्या काळच्या वैदिक भाषेचे स्वरूप अतिप्राचीन ‘वैदिक संस्कृत भाषेमध्ये’ दिसते.

मध्यप्रदेशात कालांतराने झालेल्या वैदिक संस्कृताच्या रचनावरून प्राचीन संस्कृतापेक्षा थोडे अधिक परिष्कृत रूप वैदिक भाषेला प्राप्त झाल्याचे दिसते. त्यानंतर आर्यांचा विस्तार जसजसा पूर्वेला होत गेला, त्या वेळची संस्कृत भाषा वैदिक भाषा अधिकच विकसित आणि प्रगल्भ होत चाललेली आढळते. यामुळेच

वैदिक संस्कृतात काही काही ठिकाणी भाषेमध्ये अंतर आढळते. अत्यंत प्राचीन संस्कृत भाषेत 'रेफ' चा प्रयोग अधिक केला जाई, पण नंतरच्या वैदिक रचनेत रेफचा प्रयोग बराच कमी झाला, आणि 'ल' काराच्या प्रयोगाचा वापर अधिकतेने केलेला आढळतो. ऋग्वेदाच्या अंतर्गत वापर प्राचीनतम वैदिक संस्कृत भाषेत 'पुंल्लिंग आकारान्त' शब्दाचा प्रथमा द्विवचनात 'आ' चा प्रयोग अधिक केला जात असे. पण कालांतराने वैदिक भाषेत रूपांतर होत गेले, तेव्हा या 'आ'च्या ऐवजी 'ओ' प्रचलित झाला. उदा. द्वा सुपर्णा सयुजा सखाया' येथे असलेला 'आ' काराचा निर्देश अतिप्राचीन संस्कृत वैदिक भाषेतील आहे. पण कालांतराने 'मा मामेतो मा परैतो रिषाम्' या ऋग्वेदाच्या दहाव्या मंडलातील अवतरणात 'ओ' आलेला दिसतो. उत्तरकालीन वैदिक संस्कृतात नंतर 'ओ' अधिक प्रचलित झाला. प्राचीन वैदिक संस्कृतात 'तुमन्' प्रत्ययाचा अधिक उपयोग करण्यात आलेला दिसतो. एकंदरीत वैदिक भाषेमध्येच कालांतराने घडलेले हे बदल, खूप नंतरच्या लौकिक संस्कृताच्या तुलनेने अधिक होते.

वैदिक भाषातील ध्वनी :-

वैदिक भाषेत मूलतः बावन्न ध्वनी आहेत. ते खालीलप्रमाणे

१) मूलस्वर :- अ, इ, उ, ऋ, ऌ (ऱ्हस्व) आ, ई, ऊ, ॠ (दीर्घ)

२) संयुक्त स्वर :- ए (अ, इ) ओ (अ, उ) औ (आ, उ)

३) स्पर्श व्यंजन :- कण्ठय - क्, ख्, ग्, घ्, ङ्.
तालव्य - च्, छ्, ज्, झ्, ञ्
मूर्धन्य - ट्, ठ्, ड्, ढ्, ळ, ळ्ह, ण्
दंत्य - त्, थ्, द्, ध्, न्
ओष्ठ्य - प्, फ्, ब्, भ्, म्

४) अंतःस्थ - य्, र्, ल्, व्

५) उष्म - श् (तालव्य) ष् (मूर्धन्य) स् (दंत)

६) महाप्राण - ह, ह

७) शुद्ध अनुनासिक अनुस्वार :- ं

८) अघोष संघर्षी :- : (विसर्ग) विसर्जनीय
जिव्हामूलीय
उपध्मानीय

उपरोक्त ध्वनींबाबत काही विषयात साऱ्याच विद्वानांचे एकमत नाही. काही विद्वान 'ए' आणि 'ओ' यांना मूलस्वर मानून त्याचे संयुक्त रूप 'ऐ' आणि 'औ' मानतात. काही विद्वानांच्या मते संस्कृत भाषेतील मूर्धन्यध्वनी (ट वर्ग) द्रविड भाषातून

संस्कृतमध्ये आल्याचे मत मांडतात. घोष 'ह' चे अघोष रूप 'ह' विसर्ग (:) मानले जाते. जिव्हामूलीयाचे उच्चारण ख सारखे होत असे. आणि उपध्मानी याचे उच्चारण (फ) सारखे होई. ऋक् प्रातिशाख्याच्या अनुसार 'ऋ' ध्वनीचे उच्चारण 'बर्स्व्य', (ल् वर्ग) मानले गेले होते. 'ऌ' ध्वनीचा उपयोग तर फारच अल्प होतो. वैदिक भाषेत 'ड' आणि 'ढ' हे ध्वनी जेव्हा दोन स्वरांच्यामध्ये येतात, तेव्हा त्यांचे रूप 'ढ' आणि 'ल्ह्' सारखे होते. वैदिक भाषेत कुठे कुठे 'स्' आणि 'म'च्या आधी येणाऱ्या 'स्' च्या जागी 'त' आणि 'द' होतात.

वैदिक भाषेतील पाच अनुनासिक स्पर्श ध्वनींमध्ये 'न्' आणि 'म्' ध्वनी स्वतंत्र रूपाने शब्दामध्ये कशाहीप्रकारे प्रयुक्त केले जाऊ शकतात. (म्हणजे प्रारंभी, मध्ये, आणि अन्ती) ङ्, त्र, न हे अनुनासिक स्पर्श ध्वनी शब्दाच्या आरंभी प्रयोगात येत नाहीत. 'ङ' चा प्रयोग कण्ठ्य ध्वनींच्या आधी, 'ञ' च्या तालव्य ध्वनींच्या आधी, आणि 'न' चा प्रयोग मूर्धन्य ध्वनींच्या आधी केले जातात. संस्कृत ध्वनी 'श' (तालव्य) चा विकास 'इंडो-इराणी' शाखेत झाला. दंत्य 'स' मूळ भारोपीय भाषेतील ध्वनी आहे. मूर्धन्य ... 'ष' संस्कृत भाषेतील (भारतीय) ध्वनी आहे. (:) विसर्ग किंवा विसर्जनीय ध्वनीचा विकास 'स' किंवा 'र' ध्वनींपासून झाला आहे. जेव्हा क वर्ग ध्वनींच्या आधी विसर्ग येतो, तेव्हा उच्चारण 'जिव्हामूलीय' होते, आणि विसर्ग 'प वर्ग' ध्वनींच्या आधी येईल तर उच्चारण उपध्मानीय होते.

या संदर्भात वैदिक संस्कृतातील स्वर आणि व्यंजनांच्या म्हणजेच ध्वनींच्याविषयी अधिक जाणणे आवश्यक आहे.

स्वर :

स्वर तीन प्रकारचे. ऱ्हस्व, दीर्घ आणि प्लुत. स्वराच्या उच्चारणात जर एक 'मात्रा'चा समय लागत असेल तर त्यास 'ऱ्हस्व' (उदा. 'अ'), जर दोन मात्रांचा समय लागत असेल तर त्यास 'दीर्घ' (उदा. 'आ') म्हणतात. जर स्वर उच्चारण्यासाठी तीन मात्रांचा अवधी लागत असेल, तर त्यास 'लुप्त' म्हणतात. अशा प्रकारचा स्वर मुख्यत्वेकरून संबोधनाच्या वेळी - बोलावताना होतो (उदा. राम ३) या तीन स्वरांचे प्रकार पुन्हा 'उदात्त, अनुदात्त आणि स्वरित' या नावानी भेद पावतात. अंती या सर्व प्रकारच्या स्वरांचे आणखी दोन विभाग होतात.

१) अनुनासिक आणि **२)** अननुनासिक. ज्या स्वराच्या उच्चाराच्या वेळी नासिकेचे साह्य घेतले जाते, ते अनुनासिक स्वर होत उदा. एँ, आँ, इत्यादी. आणि ज्या स्वरांच्या उच्चारणावेळी नासिकेचे साह्य घेतले जात नाही, त्यांना साधे स्वर म्हणतात.

उदा. ए, आ, इत्यादी. या सर्व भेदांचे स्पष्टीकरण खालील स्वरबोधक

चक्रावरून होते.

स्वरबोधक चक्र

अ, इ, उ, ऋ, लृ	**अ, इ, उ, ऋ, ए, ओ, ऐ, औ**
१) ऱ्हस्व - उदात्त अनुनासिक	७) दीर्घ - उदात्त - अनुनासिक
२) ऱ्हस्व - उदात्त अननुनासिक	८) दीर्घ - उदात्त - अननुनासिक
३) ऱ्हस्व - अनुदात्त अनुनासिक	९) दीर्घ - अनुदात्त - अनुनासिक
४) ऱ्हस्व - अनुदत्त - अननुनासिक	१०) दीर्घ - अनुदत्त - अननुनासिक
५) ऱ्हस्व - स्वरित - अनुनासिक	११) दीर्घ - स्वरित - अनुनासिक
६) ऱ्हस्व - स्वरित - अननुनासिक	१२) दीर्घ - स्वरित - अननुनासिक

अ इ उ ऋ लृ ए ओ ऐ औ

१३) प्लुत - उदात्त - अनुनासिक
१४) प्लुत - उदात्त - अननुनासिक
१५) प्लुत - अनुदात्त - अनुनासिक
१६) प्लुत - अनुदात्त - अननुनासिक
१७) प्लुत - स्वरित - अनुनासिक
१८) प्लुत - स्वरित - अननुनासिक

व्यंजनांचेही कित्येक भेद आहेत. 'क्' पासून 'म्' पर्यंत (म्हणजे क वर्ग, च वर्ग, ट वर्ग, त वर्ग, प वर्ग) वर्णांना 'स्पर्श' म्हणतात. 'य, र, ल, व' या चार वर्णांना 'अन्त:स्थ', आणि श, ष, स, ह, यांना 'उष्म' म्हणतात.

वर्णांचे स्थान :-

वर्ण-ध्वनीचे उच्चारण करताना 'आतून बाहेर आलेला श्वास' मुखातील विशिष्ट अवयवातून (आणि कधी कधी नासिकेतूनही) विकृत करून बाहेर सोडला जातो. ज्या ज्या, मुखातील अवयवांच्याद्वारे विकार उत्पन्न होतो, त्यांना नादांचे 'स्थान' म्हणतात. संस्कृत वर्णांची स्थाने खालीलप्रमाणे-

वर्ण (ध्वनी)	**स्थान**
अ क ख ग घ ङ ह, विसर्ग	कण्ठ
इ च छ ज झ ञ य श	तालु
उ प फ ब भ म प फ	ओष्ठ

ऋ ट ठ ड ढ ण र ष	मूर्धा
ऌ त थ द ध न ल स	दन्त

ञ, म, ङ, ण आणि न ध्वनींच्या उच्चारणावेळी नासिकेचा उपयोग करावा लागतो.

ए ऐ	कण्ठतालु
ओ औ	कण्ठोष्ठ
व	दन्तोष्ठ
क ≍ ख	जिव्हामूल
अनुस्वार	नासिका

वर्णांचा 'यत्नः' - वर्णोच्चारासाठी जो 'प्रयत्न - कृती' करावी लागते त्यास 'यत्न' म्हणतात. यत्न दोन प्रकारचा.

१) आभ्यंतर (प्रयत्न) आणि २) बाह्य

वर्ण-ध्वनी मुखातून बाहेर पडण्यापूर्वी मुखामध्ये जो 'यत्न' होतो, त्यास आभ्यंतर यत्न म्हणतात. वर्ण-ध्वनी मुखातून बाहेर येतेवेळी त्यास 'बाह्य यत्न' म्हणतात.

आभ्यंतर यत्न पाच प्रकारचा असतो. १) स्पृष्ट २) इषत्स्पृष्ट ३) इषद्विवृत ४) विवृत ५) संवृत.

बाह्य यत्न अकरा प्रकारांचा असतो. १) विवार २) संवार ३) श्वास ४) नाद ५) घोष, ६) अघोष ७) अल्पप्राण ८) महाप्राण ९) उदात्त १०) अनुदात्त ११) स्वरित.

वर्ण-ध्वनींचे आभ्यंतर आणि बाह्य प्रयत्न खालीलप्रमाणे आहेत.

आभ्यंतरबोधक चक्र

स्पृष्ट	**ईषत्स्पृष्ट**	**विवृत**	**ईषद्विवृत**	**संवृत**
क ख ग घ ङ.	य	अ, ए	श	'अ' चा
च छ ज झ ञ	र	इ, ओ	ष	ऱ्हस्व प्रयोग
ट ठ ड ढ ण	ल	उ, ऐ	स	
त थ द ध न	व	ऋ, औ,	ह	
प फ ब भ म		ऌ		

बाह्यप्रयत्न बोधक चक्र

विवार,	**संवार,**	**अल्पप्राण**	**महाप्राण**	**उदात्त**
श्वास,	**नाद,**			**अनुदात्त,**
अघोष	**घोष**			**स्वरित**

	ग, ध, ञ, य	क, ग, ङ, य	ख, घ, श	अ, ए
क, ख, श	ज, झ, ङ, र	च, ज, ञ, र	छ, झ, ष,	इ, ओ
च, छ, ष	ड, ढ, ण, ल	ट, ड, ण, ल	ठ, ढ, स	उ, ऐ
ट, ठ, स	द, ध, न, व	त, द, न, व	थ, ध, ह	ऋ, औ
त, थ	ब, भ, म, ह	प, ब, म	फ, भ,	ऌ
प, फ,				

लौकिक संस्कृत :-

वेदकालीन संस्कृत भाषा विकास पावत पावत लौकिक संस्कृत भाषेमध्ये परिणती होऊन मोठी प्रतिष्ठित झाली. पण लौकिक संस्कृत भाषारूप धारण करताना अतिप्राचीन वैदिक संस्कृत भाषेत खूप बदल घडला होता. या भिन्नतेमुळेच या लौकिक संस्कृत भाषेस देववाणी, देवभाषा म्हटले जाते. इसवीसनापूर्वी ८ व्या शतकापासून या लौकिक संस्कृतातील साहित्याचा प्रारंभ होतो. इ.स.पू. ५०० च्या आसपासपर्यंत संस्कृत ही जनसंपर्काची, बोली भाषा स्वरूपात होती. परंतु हळूहळू संस्कृत भाषेच्या स्वरूपात पुन्हा बदल होऊ लागल्याने पाणिनि आणि अन्य वैयाकरणांनी संस्कृत भाषेचे साहित्यिक रूप शुद्ध राखण्यासाठी व्याकरणरचना केली. पाणिनीची 'अष्टाध्यायी' या सर्व व्याकरण ग्रंथात अत्यंत प्रभावशाली आणि मान्यताप्राप्त झाली. संस्कृत भाषेचे साहित्यिक रूप तर वैयाकरणांनी घालून दिलेल्या नियमांच्या बंधनातच असल्यामुळे संस्कृत भाषा आजही जशीच्या तशीच आहे. परंतु समाजात मात्र बोलीभाषांचा वेगळा विकास होत जाऊन नंतर संस्कृत भाषा, प्राकृत, अपभ्रंश इत्यादी रूपात परिवर्तित झाली. संस्कृत साहित्य अतिशय विपुल आहे. महाभारत, रामायण या महाकाव्यापासून ते आजपर्यंत संस्कृत साहित्यात रचना केल्या जात आहेत. संस्कृताचा प्रभाव सर्व भारतीय भाषांवर पडला आहे. भारताच्या बाहेरसुद्धा चीन, तिबेट, दक्षिण पूर्व आशियातील देशांच्या भाषांवरही संस्कृताचा प्रभाव दिसून येतो. वैदिक संस्कृत आणि लौकिक संस्कृत भाषांचे ध्वनी खूपच मिळते जुळते आहेत. हे आपण वर पाहिले. वैदिक संस्कृतमधील काही ध्वनी उदा. ढ, ळ्ह हे जिव्हामूलीय आणि उपध्मानीय ध्वनी मात्र लौकिक संस्कृतात नाहीत. वैदिक संस्कृतातील १) उदात्त २) अनुदात्त आणि ३) स्वरित या स्वरांच्या उच्चारणासंबंधी अत्यंत दक्षता बाळगली जात असे. कारण स्वरपरिवर्तनामुळे अर्थपरिवर्तनही त्यामुळे होत असे. वैदिक स्वरांचे आत्यंतिक महत्त्व सांगणारा महाभाष्यकार पतंजलीचा खालील श्लोक प्रसिद्ध आहे.

मंत्रो हीन: स्वरतो वर्णतो वा मिथ्याप्रयुक्तो न तदर्थमाह ।

स वाग्वज्रो यजमानं हिनस्ति यथेन्द्रशत्रुः स्वरतोऽपराधात् ॥

संस्कृतभाषेची रूपरचना

संस्कृत भाषेत पदे दोन प्रकारची असतात. १) संज्ञा आणि २) क्रिया संज्ञा 'अजन्त, आणि हलन्त' अशा दोन प्रकारांची असते. पाणिनीच्या परिभाषेप्रमाणे 'अच' म्हणजे स्वर. म्हणून, स्वर 'अच्' ज्याच्या अंती आहे, त्यास 'अजन्त' म्हणतात. 'हलन्त' म्हणजे 'व्यंजन'. पाणिनीच्या परिभाषेत 'हल्' प्रत्याहारात सर्व व्यंजने समाविष्ट आहेत. व्यंजन ज्याच्या अंती आहे, ते हलन्त होत.

संस्कृतभाषेत लिंग तीन प्रकारचे - १) पुंल्लिंग २) स्त्रीलिंग आणि नपुंसकलिंग. ह्या व्यतिरिक्त आठ विभक्ती आहेत. यांना कारक असेही म्हणतात. १) प्रथमा (कर्ता) द्वितीया (कर्म), तृतीया (करण), चतुर्थी (संप्रदान), पंचमी (अपादान), षष्ठी (संबंध) सप्तमी (अधिकरण), आणि संबोधन. रूपे बनवताना 'संज्ञा' शब्दाला 'सुप' प्रत्यय लावला जातो. विशेष्याच्या अनुकूल विभक्ती, वचन आणि लिंग बदलते. विशेषण आणि संख्यावाचक शब्दांच्या विभक्ती संज्ञेच्या विभक्तीप्रमाणेच असतात. ज्यांची 'सर्वनामात' गणना झाली आहे, त्या सर्वनामांना सातच विभक्ती असतात. सर्वनामांना संबोधन नसते.

संस्कृत भाषेत क्रियापदाच्या रूपांना अनेक अर्थात विभाजित केले जाते. १) कर्तृवाच्य २) कर्मवाच्य ३) भाववाच्य ४) परस्मैपद ५) आत्मनेपद ६) प्रेरणात्मक णिजन्त.

प्रत्येक धातु (क्रिया) चे रूप दहा 'ल' कारात असते. हे दहा 'लकार' असे. १) लट् २) लिट् ३) लुट् ४) लोट ५) लेट ६) लङ् ७) लिङ् ८) लृङ ९) लुङ १०) लृट.

लिङ लकाराचे 'आशीर्लिङ्' आणि 'विधिलिङ्' असे दोन भेद आहेत. प्रत्येक 'लकारा'मध्ये तीन वचन (एकवचन, द्विवचन आणि बहुवचन) असते. आणि तीन पुरुष (प्रथम पुरुष, द्वितीय पुरुष, तृतीयपुरुष) आहेत (उत्तम-मध्यम-अंत्य असेही अन्य नाव)

संस्कृत भाषेतील धातू काही गणात विभक्त आहेत. ह्या गणांची नावे अशी- १) भ्वादि गण, २) अदादि गण, ३) जुहोत्यादि गण, ४) दिवादि गण, ५) स्वादि गण, ६) तुदादि गण, ७) रुधादिगण, ८) तनादि गण, ९) क्र्यादिगण, १०) चुरादिगण.

क्रियांचे सकर्मक आणि अकर्मक असे प्रकार आहेत. या व्यतिरिक्त 'सन्नन्त' आणि यङन्त, नामधातू इत्यादी क्रियापदाची रूपे असतात. काही धातू उभयपदीही असतात. लौकिक संस्कृतात तीन काल आहेत. १) वर्तमान काळ २) भविष्यकाळ

३) भूतकाळ. परंतु वैदिक संस्कृतात चार काळ आढळतात. लौकिक संस्कृतात भूतकाळाचे **१)** परोक्ष **२)** सामान्य आणि **३)** अनद्यतन असे प्रकार आहेत.

संस्कृतात विभक्तिप्रत्यय अधिक आहेत. 'समास' हे संस्कृत भाषेचे वैशिष्ट्य आहे. उपसर्ग लावून अथवा अव्यय जोडून अर्थांतर करता येते. वाक्यरचनेत प्रथम कर्ता, नंतर कर्म, त्यानंतर क्रिया येते. पण संस्कृत भाषेत हा नियम बंधनकारक - अनिवार्य नाही. यांचा क्रम मागेपुढे होऊ शकतो. संस्कृत भाषेत कृदन्त आणि तध्दितांचाही प्रयोग केला जातो.

वैदिक संस्कृत आणि लौकिक संस्कृत या भाषेच्या दोन अंगांमध्ये भाषांतर्गत भेद झालेले होते. या दोन रूपातील बदलाचे स्वरूप खालीलप्रमाणे आहे.

१) वैदिक संस्कृतभाषेत अकारान्त पुल्लिंग शब्दाची प्रथमा बहुवचनाची 'अस' आणि 'असस्' प्रत्यय लागून तयार होतात.

उदा. 'मर्त्याः मर्त्यासः, ब्राह्मणाः ब्राह्मणासः इत्यादी. परंतु लौकिक संस्कृत भाषेत मर्त्याः ब्राह्मणाः अशी रूपे होतात.

२) वैदिक संस्कृतात 'देवेभिः, देवैः' असे अकारान्त तृतीया बहुवचनाचे प्रयोग आहेत. म्हणजे 'भिस्' ऐस्' प्रत्ययांचा उपयोग झालेला आहे. परंतु लौकिक संस्कृतात 'देवैः' अशी एकाच प्रकारची रूपे आढळतात.

३) वैदिक संस्कृतात रूपामध्ये प्रथमा द्विवचनात 'आ' आणि 'इकारान्त' स्त्रीलिंगी शब्दाच्या तृतीया एकवचनात 'ई' प्रत्ययाचा प्रयोग आढळतो. उदा. 'आश्विना एव सुष्टुती' परंतु लौकिक संस्कृतामध्ये या स्थानावर अनुक्रमे 'औ' आणि 'आ' प्रत्ययाचा प्रयोग होतो. उदा. 'आश्विनौ' आणि सुष्टुत्या

४) वैदिक संस्कृतात काही काही ठिकाणी सप्तमी एकवचनाचे रूप आढळत नाही. परंतु लौकिक संस्कृतमध्ये हे रूप मिळते.

उदा. 'परमे व्योमन्' परंतु लौकिक संस्कृतमध्ये 'व्योम्नि' किंवा व्योमनि

५) वैदिक संस्कृतच्या नपुसक लिंगाच्या अकारान्त रूपाच्या एक वचनात 'आ' आणि 'आनि' या प्रत्ययांनी युक्त 'अद्‌भुता' आणि 'विश्वानि' अशी रूपे आढळतात. परंतु लौकिक संस्कृतात केवळ 'आनि' प्रत्ययाचाच उपयोग होऊन 'विश्वानि' आणि 'अदभुतानि' अशी एकसारखी रूपे बनतात.

६) वैदिक संस्कृतात 'र' चा अधिक प्रयोग होत होता. परंतु नंतर लौकिक संस्कृतात 'ल'चा प्रयोग अधिक वाढला. वैदिक शब्द 'रोहित, रोम, रभ' यांच्याजागी लौकिक संस्कृतात लोहित, लोम, लभ' असे शब्द बनले.

७) वैदिक संस्कृतात शब्दांच्यामध्ये आणि अंती येणाऱ्या 'अम्, तु, त्य, ति', इत्यादी लौकिक संस्कृतात आढळत नाहीत.

८) वैदिक संस्कृतात उदात्त, अनुदात्त आणि स्वरित हे स्वर आहेत. पण लौकिक संस्कृतात यांचा अभाव आहे.

९) वैदिक संस्कृतामधील कित्येक स्वर लौकिक संस्कृतात नाहीत.

१०) वैदिक संस्कृतामधील 'धि' प्रत्यय लौकिक संस्कृतात 'हि' झाला, उदा. 'एधि' चा 'एहि' आणि 'जधि' चा 'जहि' झाला.

११) वैदिक संस्कृतात 'मसि' आणि 'म:' प्रत्यय क्रियापदांना लागत असे. उदा. 'स्मसि, म: मिनीमसि, मिनीमसिचा' इत्यादी. परंतु लौकिक संस्कृतात यांचा अभाव आहे.

१२) वैदिक संस्कृतामध्ये 'लोट' लकाराच्या द्वितीय पुरुषातील बहुवचनी शब्दामध्ये 'त, तन, थन आणि तात' प्रत्ययांचा प्रयोग केला जातो. परंतु लौकिक संस्कृतात हे प्रयोग नाहीत.

१३) वैदिक संस्कृतातील 'लेट' लकार लौकिक संस्कृतात नाही.

१४) अनेक वैदिक शब्द 'अवस्तु, उक्थ, ऊति, ईम् इत्यादी लौकिक संस्कृतात नाहीत.

१५) वैदिक संस्कृतातील काही शब्दांचा अर्थ लौकिक संस्कृत भाषेत भिन्न झाला. 'न' चा अर्थ 'प्रमाणे' (यासारखे) असा वेदभाषेत होता. तो संस्कृत भाषेत 'नकारार्थी' झाला. 'मृळीक अराति, अरि' हे या प्रकाराचे शब्द आहेत. वैदिक संस्कृताने त्यांचा अर्थ अनुक्रमे 'कृपा, शत्रुता, ईश्वर' या अर्थाचे बोधक होते. लौकिक संस्कृतीमध्ये ते 'शिव आणि शत्रू' या अर्थाचे प्रतीक झाले.

१६) वैदिक आणि लौकिक संस्कृतात छंद आणि अलंकार यामध्ये भिन्नता आहे.

१७) वैदिक संस्कृतातील चार समास लौकिक संस्कृतमध्ये वाढून सहा झाले. 'द्विगु' आणि 'अव्ययीभाव' समास वैदिक संस्कृतात आढळत नाहीत.

१८) वैदिक संस्कृतात उपसर्गांचा प्रयोग धातुशब्दांपासून अलग स्थानी होतो. पण लौकिक संस्कृतात उपसर्ग धातूला जोडलेले असतात.

१९) वैदिक संस्कृत भाषेतील विशिष्ट 'स्वरभक्ति'चा प्रयोग लौकिक संस्कृतात आढळत नाही.

कधीकाळी संस्कृत सामान्य लोकांची भाषा होती काय ?

सर्वसामान्य मनुष्यांच्या जीवनात इतरांशी संपर्क - सूत्र ठेवण्याच्या हेतूने बोलचालीचा प्रयोग म्हणजे भाषा. कधीतरी अज्ञात अतिप्राचीन इतिहासाच्या कालखंडात संस्कृत भाषा निश्चितपणे सर्वसाधारण लोकभाषा होती, ह्यात शंका नाही. वैदिक साहित्य अथवा लौकिक संस्कृत साहित्याची भाषा सर्वसामान्यांच्या दृष्टीने 'साहित्यिक

दर्जाची' झाली होती. परंतु कोणतीही भाषा कृत्रिमपणे विकास पावू शकतच नाही. जेव्हा भाषा अगदी सर्वसामान्यांमध्ये बोली - पोटबोलीच्या स्वरूपात बोलली जाते, तेव्हाच भाषेच्या विकासाची प्रक्रिया सुरू होते. काही पाश्चात्य विद्वानांच्या मते 'संस्कृत कधीच लोकभाषा नव्हती.' असेच मत ह्योर्नले वेबर, ग्रियर्सन इत्यादी पाश्चिमात्य विद्वानांचे आहे. पण भारतीय विद्वानांना हे मत मान्य नाही. भाषा वैज्ञानिकांनी सुद्धा कबुली दिलेली आहे, की - समर्थन केलेले आहे, की कोणतीही भाषा कृत्रिमरीत्या अचानक रचणे हे शक्य नाही. संस्कृत भाषा ही कृत्रिम भाषा नाही. ह्या मताच्या पुष्टी दाखल खालीलप्रमाणे युक्तिवाद आहेत.

१) अनेक पाश्चात्य विद्वान म्हणतात, की नाटके मूलत: पाली भाषेत लिहिली गेली. नंतर त्यांचा संस्कृतमध्ये अनुवाद झाला. परंतु आता अशी अनेक तथ्ये आकलनात आली आहेत. की त्या आधारे भास-लिखित प्राचीनतम नाटके मूलत: संस्कृत भाषेतच लिहिली गेली होती, हे सिद्ध होते.

२) शास्त्रग्रंथांची भाषा प्रथमपासूनच संस्कृत होती.

३) पाणिनीच्या जन्मापूर्वीपासूनच संस्कृत लोकभाषा म्हणून व्यवहारात होती.

४) पाणिनीने आपल्या 'अष्टाध्यायी' या रचनेत संस्कृतला 'भाषा' म्हणूनच संबोधले आहे. लोक जेव्हा नित्य बोलचालीत उपयोग करतात, तिलाच भाषा म्हणतात. 'भाषायाम् छंदसि बहुलम्' इत्यादी अनेक पाणिनीय सूत्रे 'संस्कृत भाषा' सिद्धीस प्रमाण आहेत.

५) वैदिक काळानंतर संस्कृत भाषेचे स्वरूप लोकव्यवहारात प्रादेशिकतेच्या बोलीच्या दृष्टीने थोडे परिवर्तित झाले होते. त्यामुळे संस्कृत भाषेत भिन्नता आली होती. याचीच निरूक्तकार यास्काने प्राच्य, आणि उदीच्य संस्कृत अशा रूपाने नोंद करून ठेवली आहे.

६) सर्वसाधारण लोक जादू-टोण्यावर विश्वास ठेवीत, आणि जादू टोण्याच्या मंत्राची भाषा संस्कृत होती. सामान्य लोकांना ती समजत असे.

७) प्रसिद्ध चिनी प्रवासी ह्यू-एनत्संग याने आपल्या भारत प्रवासात (इ.स. सातवे शतक - सम्राट हर्षाला समकालीन) अनेक पंडितांच्या शास्त्र चर्चा, वादविवाद पाहिले. त्यांचे माध्यम संस्कृतच होते.

८) वात्स्यायनाने 'शिष्ट पुरुषांना संस्कृत भाषेचे ज्ञान आवश्यक आहे' असे 'कामसूत्र' ग्रंथात लिहिले आहे.

९) प्राचीन काळी वेगवेगळ्या विद्यांचे शिक्षण संस्कृत भाषा माध्यमातूनच दिले जाई.

१०) पाणिनीच्या व्याकरणानुसार 'पुत्र' शब्दातील 'रेफ' चे द्वित्व होत असे.

तसे त्याने सूत्रात स्पष्ट केले आहे. पण लौकिक भाषेत हा 'रेफ' नाही. म्हणजेच लौकिक भाषा बोलचालीची-संस्कृतच होती. ग्रंथातील भाषा मात्र 'प्रौढ, साहित्यिक होती.'

११) व्याकरणमहाभाष्यकार पतंजली म्हणतो, की 'व्याकरणाच्या साह्यानेच शब्दांच्या अचूक उच्चारांचे ज्ञान होते.' म्हणजेच संस्कृत भाषा प्रचलित होती, व्याकरणकार मार्गदर्शक म्हणून होते.

१२) पंचतंत्राच्या अध्ययनाने तर संस्कृत लोकभाषा असल्याचे अनेक उल्लेखावरून सिद्ध होते.

१३) संस्कृत साहित्यात स्पष्ट केले आहे की 'शिष्ट' लोकांची भाषा संस्कृतच होती, आणि स्त्री शूद्र प्राकृत भाषा बोलत.

या सर्व युक्तिवादावरून असे स्पष्ट होते, की संस्कृत भाषा समाजाच्या कोणत्या ना कोणत्यातरी वर्गाची भाषा अवश्यच होती. नंतर संस्कृत भाषेचा जसजसा विकास झाला, तेव्हा पाली, प्राकृत इत्यादी भाषारूपे बनत गेली. संस्कृत समाजाची सर्वमान्य सामान्य बोलभाषा होती. याच कारणामुळे भारतीयांचे प्राचीनतम धार्मिक आणि अन्य साहित्य संस्कृतातच विद्यमान आहे.

प्राचीन भारतीय आर्यभाषेची रचनात्मक वैशिष्ट्ये :-

१) प्राचीन भारतीय आर्यभाषा श्लिष्ट योगात्मक होती.

२) वैदिक संस्कृतापेक्षा लौकिक संस्कृतातील रूपे संख्येच्या दृष्टीने कमी झाली, आणि भाषा व्याकरण - नियमांनी बांधली - जखडली गेली.

३) वैदिक संस्कृतच्या तुलनेने लौकिक संस्कृतातील वैदिक स्वरांच्या योगे येणारी संगीतमयता कमी झाली, आणि स्वराघातांचा विकास झाला.

४) वैदिक संस्कृतातील धातूंचा अर्थ निश्चित होता, पण लौकिक संस्कृतात तो थोडा परिवर्तित झाला.

५) वाक्यात संस्कृतचा क्रम निर्धारित होता. कर्ता, क्रिया आणि कर्म वाक्यात कोणत्याही स्थानी प्रयुक्त होत असे.

६) वैदिक संस्कृतमध्ये उपसर्ग अगदी पृथक्‌पणे उपयुक्त होत, पण लौकिक संस्कृतात ते पदांशी जोडले गेले.

७) संस्कृतमध्ये पुंल्लिंग, स्त्रीलिंग, नपुंसकलिंग अशी तीन लिंगे आहेत.

८) संस्कृतमध्ये एकवचन, द्विवचन आणि बहुवचन अशी तीन वचने आहेत.

९) संस्कृतात अधिकांश शब्द तत्सम आहेत. थोडे तद्‌भव आणि बाह्य भाषातून घेतलेले शब्द आढळतात.

मध्यकालीन भारतीय आर्यशाखा :-

लौकिक संस्कृत लोकभाषेच्या रूपात विकसित होत गेली. हळूहळू ही लौकिक संस्कृतही परिवर्तित होत 'प्राकृत' भाषांच्या रूपात परिणत पावली. प्राकृत भाषांचा काळ इ.स.पूर्व ५०० पासून इ.स. १००० पर्यंत आढळात येतो. 'प्राकृताची' उत्पती नि:संशय संस्कृतापासून झाली आहे. हे तथ्य प्राकृत भाषांच्या व्याकरणकारांनी स्वीकारले मान्य केले आहे. हेमचंद्र, मार्कंडेय प्रभृतींनी हे तथ्य असे व्यक्त केले आहे, 'प्रकृतिः संस्कृतः । तत्र भव प्राकृतमुच्यते' वस्तुतः संस्कृत भाषा जेव्हा सामान्यजनांची भाषा असतानाच बोलीभाषांतील भेदांतून विकसित होत जाऊन प्राकृत बनली.

मध्यकालीन भारतीय आर्यभाषाकाल तीन काळात विभागला आहे.

१) प्रथम प्राकृतकाल: (इ.स.पू. ५०० ते इसवीसनाच्या प्रारंभापर्यंत)

२) द्वितीय प्राकृत काल: (इसवीसनारंभापासून ५०० इसवीसनापर्यंत)

३) तृतीय प्राकृत काल: (इसवीसन ५०० पासून इसवीसन १००० पर्यंत)

१) प्रथम प्राकृत काळ (इ. स. पू. ५०० ते इसवीसनापर्यंत) - या काळाचे पुन्हा दोन उपविभाग केले आहेत. अ) पाली आणि ब) अशोकीय प्राकृत.

(अ) पाली : 'पाली' नावाबद्दल अनेक मतांतरे आहेत. या 'पाली' शब्दाचा अगदी प्रथम उल्लेख चौथ्या शताब्दीतील 'दीपवंश' ग्रंथात झाला आहे आणि या शब्दाचा अर्थ तेथे 'बुद्ध-वचन' असा होतो. ज्या भाषेत गौतम बुद्धाने आपले विचार लोकांच्यासमोर व्यक्त केले, आणि त्या विचारांना धार्मिक साहित्याच्या रूपात सुरक्षित ठेवले गेले, त्याला 'पाली' असेच नाव पडले. वस्तुतः या भाषेला स्थाननामावरून 'मागधी, अर्धमागधी' असेही म्हटले आहे. पण पाश्चात्य विद्वानांनी 'पाली' नावाचा प्रयोग अधिकांशाने केला.

'पाली' शब्दाच्या उत्पत्तीच्या विषयासंबंधी खालील मते आहेत.

१) 'अभिधानधम्मदीपिका' नामक ग्रंथात 'पाली' शब्दाचा प्रयोग 'पंक्ती' अर्थाने केला आहे, 'पंक्ति वीथ्यावलिस्सेन पालि रेखा च राजिच' आणि 'पाली' शब्दाची व्युत्पत्ती सांगताना संस्कृत धातू 'पाल रक्षणे' पासूनही मानली गेली आहे. पाल्येन रक्खतीति पालि ।

२) आचार्य बुद्ध घोषाने 'अट्ठकथा' मध्ये 'पाली'चा प्रयोग 'बुद्धवचन' या अर्थाने, आणि मूल त्रिपिटकाचे पाठ याही अर्थाने केला आहे. 'ईमानि ताव पालिये अट्ठकथायं पन....इति पि पालि, नेव पालियं न अट्ठकथा दिस्सति' अशा प्रकारची कथने अनेकदा उल्लेखली आहेत.

३) 'दीपवंस' नामक ग्रंथात 'बुद्धवचन' या अर्थाने 'पाली'शब्दप्रयोग झाला आहे.

४) 'परमत्थदीपिनी' ग्रंथात आचार्य धम्मपालाने 'अयाचितो ततागच्छतीति आगतीति पि पालि' अशा कथनाने 'मूळ त्रिपिटकातील पाण'च्या अर्थाने पाली शब्द प्रयुक्त केला आहे.

५) भिक्षु जगदीश काश्यप याने 'परियाय' शब्दापासून 'पाली' शब्दाची उत्पत्ती मानली आहे. परियाय < पलियाय < पालि । पालीचा अर्थ 'बुद्धवचन' असा त्यानेही केला आहे.

६) वैदिक संस्कृत आणि लौकिक संस्कृतामध्ये 'पाल्लि' ही ग्रामीण भाषा सांगितली आहे. 'पल्लि' पासून 'पालि' शब्द बनला.

७) भांडारकर आणि वाकेरनागेल यांच्या मतानुसार प्राचीन 'प्राकृत' पासूनच 'पालि' शब्द बनला आहे. 'प्राकृत < पाकर < पाउअ - पाअल < पालि.'

८) काही विद्वानांच्या मते 'प्रालेय अथवा प्रालेयक' (शेजारी) पासून 'पालि' शब्दाची उत्पत्ती झाली.

९) भिक्षु सिद्धार्थ 'पाठ' शब्दापासून 'पालि'ची उत्पत्ती मानतो. 'पाठ < पालि > पाडि.

१०) डॉ. मॅक्सवेलरने 'पाटलि' स्थाननामापासून 'पालि' शब्द बनला असे मत व्यक्त केले आहे.

११) राजवाडे यांच्यामते 'प्रकट' शब्दापासून 'पालि' शब्द बनला.

१२) श्री. विधुशेखर भट्टाचार्य यांनी 'पालि' शब्द 'पंक्ति' पासूनच बनतो, असे निश्चयाने म्हटले आहे. कारण 'पंक्ति' ला 'पालि' असेही म्हणतात (तन्ति बुद्धवचनं पत्ति पालि)

पंक्ति > पत्ति > पट्टि > पल्लि > पालि .

अशाप्रकारे पालीभाषेला 'बुद्धाच्या उपदेशाची भाषा' मानले जाते. बुद्धाची भाषा 'मागधी' होती. म्हणून पालीचा तिच्याशी संबंध असला पाहिजे. पण अभ्यासावरून असे दिसून येते की पालीचा विकास मागधीपासून किंवा त्या क्षेत्रातील कोणत्याही भाषेपासून झालेला नाही. ही पाली भाषा बुद्धकालीन नसून त्याच्यानंतरची ३००-४०० वर्षानंतरची आहे. (इ.स.पू. ३ रे शतक). परंतु काही विद्वान या मताचे समर्थक नाहीत. ते म्हणतात की बुद्धाने लोकभाषेत आपले उपदेश दिले होते, कारण अधिकातल्या अधिक लोकांना ते सहजपणे त्यांच्या भाषेत समजावेत आणि त्यांचे तसे आचरण व्हावे. म्हणून बुद्धकालीन भाषा पाली हीच होती. 'चुलवग्ग' या ग्रंथातील एका कथेवरून कळते की जास्तीत जास्त लोकांना त्यांचा उपदेश त्यांच्या त्यांच्या - वेगवेगळ्या भाषेत समजावा, अशी बुद्धाची इच्छा होती.

पालीभाषेचे साहित्य बुद्धाशी संबद्ध आहे. पालीसाहित्याची 'पिटक' आणि 'अनुपिटक' अशा दोन भागात विभागणी झाली आहे. या साहित्यात 'जातक, धम्मकथा, मिलिंदपञ्हो, बुद्धघोषाची 'अट्ठकथा आणि महावंश, तसेच व्याकरण, कोश, दर्शन इत्यादींच्या संदर्भात ग्रंथ लिहिले गेले आहेत. बौद्ध धर्म मानणाऱ्या (श्रीलंका, ब्रह्मदेश, म्यानमार, थायलंड, चीन, जपान) देशांच्या भाषांवरही पालीभाषेचा काही ना काही प्रभाव पडलेला आहे.

पाली भाषेचे क्षेत्र

'पालीभाषा' नेमक्या कोणत्या क्षेत्राची भाषा होती, ह्याबाबत निश्चियात्मक रूपाने काही सांगता येत नाही. मगध राज्य (पाटलिपुत्र) हे बौद्ध भाषेचे केंद्र होते. तिथली भाषा 'मागधी' होती. श्रीलंकेचे लोक पालीला 'मागधी' असेच म्हणतात. ग्रियर्सन, विंडिश, चाईल्डर्स, गायगर इत्यादी विद्वानदेखील पालीला मगध राज्याची भाषा मानतात.

पाली आणि मागधी भाषांत काही विभिन्नता आढळतात. मागधी भाषा पूर्वेकडच्या भाषांच्या वैशिष्ट्यांनी युक्त आहे. श, ष, स च्या जागी मागधीत 'श' च वापरला जातो. परंतु पाली भाषेत 'स' येतो. मागधी भाषेत 'र' आणि 'ल'च्या जागी केवळ 'ल' प्रयुक्त होतो, 'र' भाषेत आढळत नाही. पालीमध्ये 'र' आणि 'ल' दोन्ही वापरले जातात. मागधी भाषेत पुंल्लिंग आणि नपुंसकलिंग अकारान्त शब्दाचा कर्त्यासाठी एकवचनात 'ए' प्रत्यय लावला जातो. तर पाली भाषेत 'ओ' प्रत्यय प्रयुक्त होतो. केवळ 'ल' चा वापर (र चा अभाव) हा विशिष्ट गुण मागधी भाषा प्राच्य (पूर्व) भाषांशी संबंधित असल्याचे दर्शवते, 'र' आणि 'ल' या दोन्हींचा पालीतील प्रयोग, पालीचा संबंध मध्यदेशातील भाषांशी असल्याचे दर्शवतो, अशाप्रकारे दोन्ही भाषांत बऱ्याच बाबतीत अंतर आहे. पण ही थोडी भिन्नता सोडली तर दोन्ही भाषांत कमालीची समानता दिसून येते. व्हिस डेव्हिडस्, ग्रियर्सन इत्यादी विद्वान पालीभाषेला मागधीच मानतात.

पालीभाषेच्या क्षेत्राच्या विषयाबाबत अनेक विद्वानांची भिन्न भिन्न मते आहेत. व्हिस डेव्हिडस्च्या मते बुद्ध हा कोसल देशाचा क्षत्रिय होता. म्हणून कोसलातील भाषा पाली हीच होती.

ल्यूडर्स याच्या मते बुद्धाने आपले उपदेश अर्धमागधी भाषेत दिले होते आणि कालांतराने त्यांचा पाली भाषेत अनुवाद झाला. आर. ओ. फ्रँकने पाली ही विंध्यप्रदेशाची भाषा असल्याचे मत व्यक्त केले आहे. स्टेन कोनो (Stein Kono) ह्या भाषाविदाचे हेच मत होते. तर इ. कुट्टन (E. Kuttan) आणि वेस्टरगार्ड (Westergard) पाली ही

उज्जयिनी (माळवा) क्षेत्राची भाषा असल्याचे मानतात. ओल्डेनबर्ग कलिंगक्षेत्राची भाषा पाली असल्याचे प्रतिपादतात. मॅक्सवेलेसरच्या दृष्टीने पाटलिपुत्राची ही भाषा होती. आर. सी. चाईल्डर्स पालीला मगधक्षेत्राची भाषा मानतात. तर गायगर पालीला मागधीमिश्रित लोकभाषा समजतात. याप्रमाणे वरील मते पाहिली असता, पाली भाषेचे नेमके क्षेत्र कोणते ह्या बाबतीत विद्वानांचे एकमत नसल्याचे दिसून येते. बुद्धाने आपले उपदेश आपल्या मागधी भाषेत दिले असावेत, परंतु कालांतराने, बुद्धोपदेशाचे माहात्म्य वाढल्यावर त्यांचा उपदेश तत्कालीन हे 'पाली' या लोकभाषेत, किंवा तत्कालीन 'राष्ट्रीय' भाषेत केला गेला. त्या काळी त्या लोकभाषेचे नाव पाली असे होते.

पालीभाषेतील ध्वनी :-

वैदिक संस्कृतापासून लौकिक संस्कृताचा विकास झाला. संस्कृत काळात काही वैयाकरणांनी व्याकरणे बनवून संस्कृत भाषा नियमांनी बांधून टाकली. त्यामुळे संस्कृत साहित्यिक रचनांची भाषाच मात्र राहिली. परंतु त्या काळच्या लोकभाषा मात्र विकास - प्रगतीच्या मार्गाने अग्रेसर होत गेल्या. लोकभाषा 'पाली' नावाने ओळखली जाऊ लागली. वैदिक संस्कृताचे ध्वनी अधिकांशतः, बहुतेक सर्वच लौकिक संस्कृतात सुरक्षित राहिले. केवळ 'ढ, ळ्ह', जिव्हामूलीय आणि उपध्मानीय ध्वनींचा अभाव झाला. पाली भाषेमध्ये संस्कृतमधीलच बहुतेक सारे ध्वनी ग्रहीत झाले असले तरी काही ध्वनी मात्र पालीत आढळत नाहीत. १) पालीभाषेत जिव्हामूलीय आणि उपध्मानीय ध्वनी नाहीत. २) पालीमध्ये 'ऋ' ॠ, ऌ, ऐ, औ हे ध्वनी लुप्त झाले आहेत. ३) पालीमध्ये ऍ आणि ओ हे नवीन स्वर (ए, ओ, चे प्रतीक) आढळतात. ४) पालीत विसर्गाचाही लोप झाला आहे. ५) पालीभाषेत केवळ 'स' राहिला. श, ष ध्वनींचा लोप झाला आहे. ६) वैदिक ध्वनी 'ळ' आणि ळ्ह' ध्वनींचा पालीत उपयोग केला जातो. ७) दोन स्वरांच्या मध्ये 'ड' आणि 'द' च्या स्थानावर 'ड' 'डह' चा प्रयोग केला जातो. ८) 'ह' ध्वनी जेव्हा य, र, ल, व अथवा अनुनासिकाच्या बरोबर जोडला जातो, तेव्हा त्याचे विशिष्ट रूपाचे उच्चारण होते. पाली भाषेचे ध्वनी खालीलप्रमाणे आहेत.

स्वर : अ, आ, इ, ई, उ, ऊ, ऍ, ओ
व्यंजन कण्ठ्य : क, ख्, ग्, घ्, ङ्
तालव्य : च्, छ्, ज्, झ्, ञ्
मूर्धन्य : ट्, ठ्, ड्, ढ्, ण्, ल्, ळ्ह
दन्त्य : त्, थ्, द्, ध्, न्
ओष्ठय : प्, फ्, ब्, भ्, म्

अन्तस्थ : य्, र्, ल्, व्

उष्म : स्

प्राणध्वनी : ह

पाली भाषेची वैशिष्ट्ये

पाली भाषेची काही वैशिष्ट्ये खालीलप्रमाणे आहेत.

१) वैदिक संस्कृतातील काही ध्वनींचा लोप झाला, त्यासंबंधी वर उल्लेख केला आहे. काही वैदिक अघोष (ध्वनी) व्यंजने पालीमध्ये 'सघोष' झाले आहेत. क > ग, च > ज, थ > घ तसेच पालीमध्ये विपर्यय, विषमीकरण, समीकरण आणि स्वरभक्ती ही वैशिष्ट्ये आहेत. **२)** पाली भाषेवर तिच्या अगोदरच्या आणि समकालीन भाषांचा रूपगत आणि ध्वनिगत प्रभाव आढळतो.

३) लौकिक संस्कृताप्रमाणे पाली भाषासुद्धा (रूप आणि ध्वनींच्या दृष्टीने) वैदिक संस्कृताला फार जवळची आहे. पालीच्या रूपात सतत परिवर्तन होत आले आहे. प्राचीन पाली वैदिक संस्कृताशी, आणि उत्तरकालीन पाली लौकिक संस्कृताशी समान आहे, म्हणजेच पाली भाषेत लक्षणीय परिवर्तन झाले आहे.

४) पालीमध्ये वैदिक आणि संस्कृतापेक्षा रूपांची संख्या अधिक आढळते.

५) पालीमध्ये द्विवचनाचा प्रयोग होत नाही. परंतु लिंग तीन आहेत.

६) आत्मनेपदाचा प्रयोग फारच कमी झालेला पालीत आढळतो.

७) व्यंजनान्त प्रातिपदिकांची संख्या फार कमी आहे.

८) पालीमध्ये बलात्मक आणि संगीतात्मक स्वराघात आहेत, ते अगदी वैदिक संस्कृताशी समान आहेत.

९) पालीमध्ये विदेशी शब्द फार कमी आहेत. सर्वात अधिक शब्द तद्भव प्रकारचे आहेत. तत्सम आणि देशी शब्दही आढळतात.

ब) अशोकीय (शिलालेखी) प्राकृत :-

प्रथम प्राकृत काळाच्या अंतर्गत **१)** पाली **२)** अशोकीय शिलालेखीय प्राकृत असे दोन भाग होते. येथे शिलालेखातील प्राकृताच्या विषयासंबंधी विचार करायचा आहे. सम्राट अशोकाने शिला खंडावर ज्या भाषेत आज्ञा, उपदेश उत्कीर्ण करविले होते, त्यालाच 'शिलालेखी प्राकृत' म्हटले जाते. याला 'लाट-प्राकृत' असेही म्हटले जाते. अशोकाचे हे लेख कोण्या एका विशिष्ट क्षेत्राच्या भाषेतील नाहीत, ज्या ज्या क्षेत्रात (अशोकाच्या साम्राज्यातील प्रांतात) अशोकाने धर्म आणि शासनासंबंधी आदेश, निर्देश उत्कीर्ण करविले, त्यामध्ये त्या त्या क्षेत्राच्या (प्रांताचा) भाषेचा प्रयोग केला

भारोपीय भाषा परिवार ● १६१

आहे. ह्या लेखांची लिपी ब्राह्मी, खरोष्ठी आहे. या लेखांच्या अभ्यासावरून त्या काळच्या विशिष्ट क्षेत्रातील काही बोलींचे ज्ञान होते. या लेखांच्या भाषेचे अशी पाच रूपे आढळतात १) उत्तर-पश्चिमी २) दक्षिण-पश्चिमी ३) पूर्वी ४) मध्यदेशी आणि ५) दक्षिणी या लेखाच्या भाषेत ध्वनिगत आणि रूपगत भेद आढळतात.

- शिलालेखी प्राकृताची वैशिष्ट्ये -

१) शिलालेखी प्राकृतात श, ष, स हे तिन्ही ध्वनी आढळतात. पण पालीमध्ये केवळ 'स' आहे.

२) वचने दोन आढळतात. एकवचन, बहुवचन. अशोकीय शिलालेखात द्विवचनाचा प्रयोग झालेला नाही.

३) रूपे फारच कमी आढळतात.

४) आत्मनेपदाचा प्रयोग कुठेच आढळत नाही.

५) स्त्रीलिंग, पुंल्लिंग, नपुंसक अशी तिन्ही लिंगे आढळतात.

६) स्वरांत प्रातिपदिकांची संख्या अधिक आहे.

७) आगम, लोप, विपर्यय, समीकरण, विषमीकरण, ऱ्हस्वीकरण, दीर्घीकरण, घोषीकरण, तालव्यीकरण आणि मूर्धन्यीकरणाच्या रूपात विकास झालेला आढळतो.

८) पाली भाषेशी अशोकीय शिलालेखांची भाषा अत्याधिक मिळतीजुळती आहे.

द्वितीय प्राकृत काळ (इ.स.चा प्रारंभ ते इ.स. ५०० पर्यंत) -

या काळाला केवळ 'प्राकृत काळ' म्हणूनच संबोधले जाते. 'प्राकृत' शब्दांचे विद्वानांनी विभिन्न अर्थ केले आहेत. काही विद्वान प्राकृत ही संस्कृतापासून उत्पन्न झाली, अशा मताचे आहेत, तर काही विद्वान मानतात की प्राकृत ही संस्कृताच्याही पूर्वीपासून प्रचलित होती. अथवा संस्कृत भाषेचीच समकालीन लोक भाषा होती.

काही विद्वानांच्या अनुसार पालीचा काळ इ.स.पू. ६०० पासून इ.स.पू. २०० पर्यंत आणि प्राकृताचा काळ इ. स. पू. २०० पासून इ. स. २०० पर्यंत अर्थात ४०० वर्षांचा संधिकाल होता. या संधिकाळातच अ) अश्वघोषाच्या नाटकात प्रयुक्त केलेली प्राकृत (इ.स.१००) ब) धम्मपदाची प्राकृत (इ.स. २००) आणि ३) निय प्राकृत (इ.स. ३००), इथे हे तिन्ही, प्राकृताच्या द्वितीय काळाच्या अंतर्गत येतात.

प्राकृताच्या संदर्भातील-प्राकृताच्या उत्पत्तीविषयासंबंधी एक दोन मते आपण पूर्वीच पाहिली. अधिकांश विद्वान, 'संस्कृतापासून प्राकृत झाली' या मताचे आहेत. 'प्राकृतसर्वस्वम्' ग्रंथात प्राकृताच्या उत्पत्तीसंदर्भात उल्लेख आहे. 'प्रकृतिः संस्कृतं तत्र भवं प्राकृतमुच्यते ।' हेमचंद्राचेही असेच मत आहे. 'प्रकृतिः संभवं तत्र भव प्राकृतमुच्यते ।' हेमचंद्राचेही असेच मत आहे. 'प्रकृतिः संभवं भवं तत्र आगतं वा प्राकृतम् ।'

नमिसाधुने 'काव्यालंकार टीकेत' व्याकरण नियमांनी रहित लोकभाषेला प्राकृत म्हटले आहे. 'सकलजगज्जन्तूनां व्याकरणादिभिरनाहितसंस्कार: सहजो वचनव्यापार: प्रकृति: । तत्र भवं सैव वा प्राकृतम् ।' या वचनावरून स्पष्ट होते की संस्कृत आणि प्राकृत ह्या एककालीन-समकालीन आहेत. एकाच काळात दोन्ही भाषा विद्यमान होत्या. भाषेचा नियमबद्ध, संस्कार केलेला, साहित्यिक आविष्कार संस्कृत नावाने ओळखला जाऊ लागला. पण सर्वसामान्य जनतेत व्याकरण नियमरहित प्रयुक्त असलेल्या बोलीभाषेच्या सहजरूपाला 'प्राकृत' असे नाव पडले. सिंह देवमणी याने 'वाग्भटालंकार' टीकेत प्राकृताची परिभाषा अशी केली आहे. 'प्रकृते: संस्कृतात् आगतं प्राकृतम् । प्रेमचंद तर्कवागीश याने 'काव्यादर्श' टीकेत प्राकृत भाषा संस्कृतापासून निर्माण झाल्याचे स्पष्टपणे म्हटले आहे. 'संस्कृतरूपाया: प्रकृते: उत्पन्नत्वात् प्राकृतम् ।' 'प्राकृतसंजीवनी' ने हेच तथ्य सांगितले आहे. 'प्राकृतस्य तु सर्वमेव संस्कृतं योनि: ।' 'प्राकृतचन्द्रिका' मध्येही हेच मत मांडले आहे. 'प्रकृति: संस्कृतं तत्र भवत्वात् प्राकृतं स्मृतम् ।' धनिकाच्या दशरुपकात हीच वस्तुस्थिती अशी सांगितली आहे. 'प्राकृतेरागतं प्राकृतं प्रकृति: संस्कृतम ।' या प्रकारे 'संस्कृतपासून प्राकृत बनली आणि तिचा विकास झाला' या मतांची उद्धरणे वर सांगितली.

पण ह्याहून वेगळे मत अनेकांनी खालीलप्रमाणे मांडले आहे. काही विद्वान 'प्राकृत'ची उत्पत्ती 'प्राक्-कृत' म्हणजे सर्व प्रथम बनलेली अशी देतात. संस्कृत भाषेच्या आधीच प्राकृताचा विकास झाला होता. पिशेलचेही असेच मत आहे. भाषेचे अध्ययन सम्यक् रीतीने केल्यावर 'प्राकृत' संस्कृतापासून विकसित झालेली भाषा असावी असा निष्कर्ष निघतो. जर प्राकृताचा विकास संस्कृतपासून झालेला नसेल, तर असे तरी निश्चितपणे सांगता येते की संस्कृताशी समकालीन 'प्राकृत' सर्वसामान्य लोकांची बोलीभाषा होती. आणि संस्कृत शिष्ट पुरुषांच्या द्वारे व्यवहृत होणारी, संस्कार केलेली साहित्यिक भाषा होती. उदा. 'संस्कृत' या नावावरूनच संस्कार केलेली भाषा(व्याकरण नियमांत बंदिस्त, परिमार्जित रूपाची भाषा) आणि प्राकृत (प्रकृतीनां जनानां भाषा), भाषा-प्राकृत साधारण लोकांची भाषा होय. प्राचीन प्राकृत विभिन्न शिलालेखात उत्कीर्ण असलेली आढळते. मागे सांगितले आहे की, पाली आणि प्राकृत यांच्यामध्ये काही शतकांचा संधिकाल होता. त्या काळातील साहित्यिक रचनांमध्ये प्राचीन प्राकृताचे रूप आढळते. त्यास तीन भागात विभक्त करता येते.

क) अश्वघोषाच्या नाटकांत प्रयुक्त : ही नाटके मध्य आशिया खंडात प्राप्त झाली होती. भारतात नव्हे. या नाटकात प्राकृतभाषा इ.स.च्या पहिल्या शतकातील प्रचलित प्राकृत रूप पाहायला मिळते. संस्कृत भाषेने प्रभावित असलेल्या ह्या नाटकात प्राचीन मागधी, अर्धमागधी आणि प्राचीन शौरसेनी या प्राकृत भाषांचे प्रयोग आहेत.

साहित्यरचनेमध्ये प्राकृत भाषेतील ह्या नाटकाच्या रूपाने प्रथमच मोठे यश संपादून भारतात आणि भारताबाहेरही मोठी कीर्ती संपादली होती.

ख) 'धम्मपदा'ची प्राकृत : खोतान येथे खरोष्ठी लिपीतील, बौद्धधार्मिक ग्रंथ 'धम्मपद' हे इ.स. २०० च्या आसपासचे आहे. अर्थात त्याच काळाचे प्रचलित प्राकृत भाषेचे प्रातिनिधिक रूप या ग्रंथात आहे. धम्मपदातील भाषा पश्चिमोत्तर भारतामध्ये बोलली जाई.

ग) निय प्राकृत : चिनी तुर्कस्तानातील 'निय' क्षेत्रात खरोष्ठी लिपीत लिहिलेले काही लेख १९१४ च्यासुमारास मिळाले. 'निय' नावावरून या लेखातील प्राकृत भाषेस ' निय' हे नाव देण्यात आले. या लिखितातील प्राकृत भाषा इ.स. ३०० च्या दरम्यानची आहे.

उपरोक्त प्राकृताची रूपे सध्याच्या भारताबाहेर सापडलेल्या ग्रंथातील आहेत.

अन्य प्राकृत भाषा

'प्राकृत' ही आपल्या काळातील लोकभाषा होती. कालांतराने या भाषांना व्यवस्थित रूप देण्यासाठी कित्येक व्याकरणे रचली गेली. त्या व्याकरण ग्रंथात प्राकृत भाषांतील भेद वर्णन केले आहेत. धार्मिक दृष्टिकोनातून प्राकृत ग्रंथांचे विभाजन चार विभागात होते. १) महाराष्ट्री २) शौरसेनी ३) मागधी आणि ४) पैशाची. वस्तुत: प्राकृत सामान्य जनांची भाषा होती. वैयाकरणांनी व्याकरणाच्या दृष्टीने प्राकृताला काही भागात विभक्त करून स्थाननामे दिली.

प्राकृत भाषांचा सर्वप्रथम व्याकरणकार 'वररूची' हा होय. यानेच आपल्या 'प्राकृतप्रकाश' ग्रंथात उपरोक्त चार भेदात प्राकृत विभागली. जैन आचार्य हेमचंद्राने आपल्या 'प्राकृत व्याकरणात' हे प्रकार वाढवून सात केले. ते असे. त्याने वाढवलेले जास्तीचे तीन प्रकार असे. १) आर्ष प्राकृत २) चूलिका ३) पैशाची.

दंडीनेही आपल्या मताप्रमाणे प्राकृताचे भाग पाडले :- १) महाराष्ट्री २) शौरसेनी ३) गौडी ४) लाटी आणि ५) मागधी.

प्राकृताच्या ह्या भेदांखेरीज भिन्न भिन्न व्याकरणकारांनी प्राकृताचे काही अन्य भेदही सांगितले आहेत. त्यांची नावे अशी.

१) बाह्लीकी २) शाकारी ३) ढक्की ४) चंडाली ५) शाबरी ६) आमीरिका ७) अवन्ती ८) भूतभाषा ९) दाक्षिणात्य १०) गौडी इत्यादी. याशिवाय केकय प्राकृत, माद्री प्राकृत, नगरप्राकृत आणि पांचाली प्राकृत इत्यादींचाही उल्लेख साहित्यात येतो. याप्रकारे जरी प्राकृताचे अनेकानेक भेद मानलेले असले तरी विद्वानांनी सम्यक्

आलोचन करून प्राकृताचे पाचच भेद मानले आहेत.

१) शौरसेनी **२)** पैशाची **३)** महाराष्ट्री **४)** अर्धमागधी **५)** मागधी.

१) शौरसेनी -

या प्राकृत भाषेचे क्षेत्र शूरसेन (मथुरेच्या आसपासचे क्षेत्र) हे होते. हे क्षेत्र संस्कृतचेही केंद्र असल्यामुळे येथील प्राकृत संस्कृत भाषेने प्रभावित आहे. संस्कृत नाटकात स्त्रीपात्रांसाठी शौरसेनी प्राकृताचा प्रयोग केला जात असे. 'कर्पूरमंजरी' नाटिकेत या प्राकृताचा प्रयोग आढळतो. जैन ग्रंथातही याचा उपयोग केला गेला आहे. अवन्ती, आभीरी प्राकृतभाषा शौरसेनीशी संबंधित रूपे आहेत. शौरसेनी प्राकृत मध्यदेशाची महत्त्वपूर्ण प्राकृत भाषा होती. या शौरसेनीची वैशिष्ट्ये अशी.

१) दोन स्वरांच्या मध्ये येणाऱ्या 'त्' आणि 'थ्' ध्वनींचे रूप अनुक्रमे 'द्' आणि 'ध्' होत असे. उदा. संस्कृत-गच्छति, शौरसेनी-गच्छदि, संस्कृत-कथय, शौरसेनी-'कधेहि'

२) 'क्ष'च्या स्थानी 'क्ख' होत असे. इक्षु-इक्खु, कुक्षि-कुक्खी.

३) शौरसेनीत आत्मनेपदाचा प्रयोग होत नाही.

२) पैशाची -

पैशाची प्राकृतातील साहित्य उपलब्ध नाही. केवळ गुणाढ्याच्या 'बहूकहो' (बृहत्कथा) चा उल्लेख मिळतो. पण पैशाची भाषेतील 'बहूकहा' उपलब्ध नाही. 'पिशाच' जातीचे वर्णन महाभारतात येते. हे लोक उत्तर पश्चिम काश्मिरचे निवासी होते. पैशाची प्राकृताला काही अन्य नावांनीही संबोधित केलेले आढळते. पैशाचिका, पैशाचिकी ग्राम्य भाषा, भूतभाषा, भूतभाषित इत्यादी. वररुचीच्या मते 'संस्कृत पासून पैशाची विकसित झाली. ग्रियर्सनच्या माताप्रमाणे ह्या पैशाची प्राकृतावर 'दरद' भाषेचा प्रभाव आहे', हम्मीरमर्दन' नाटकात पात्रांनी पैशाची प्राकृताचा प्रयोग केलेला आहे. या भाषेला काही पोटभागात विभक्त केले आहे. मार्कंडेयाच्या मते याचे तीन भेद आहेत. केकय, पांचाल आणि शौरसेन. लेसेन यानेही याचे तीन भेद मानले आहेत.

१) मागध **२)** ब्राचड **३)** पैशाचिक

पैशाची भाषेची वैशिष्ट्ये अशी -

१) कुठे कुठे 'र'च्या जागी 'ल' तर 'ल'च्या जागी 'र' आढळतो.
कुमार-कुमाल, लुद्दं - रुद्रं

२) 'ष'चा प्रयोग आढळत नाही, या जागी 'श' किंवा 'स' येतो.

३) दोन स्वरांच्या मध्ये येणारे घोष व्यंजन (स्पर्श व्यंजनाची तृतीय आणि चतुर्थ) अघोष व्यंजन म्हणजे प्रथम अथवा द्वितीय) होते.

४) दोन स्वरांच्यामध्ये स्पर्श व्यंजनांचा लोप होत नाही.

५) आत्मनेपद आणि परस्मैपदाचे प्रत्यय प्रथम पुरुषी एकवचनात दिसून येतात.

३) महाराष्ट्री -

महाराष्ट्र क्षेत्रात महाराष्ट्री प्राकृत बोलली जात असे. काही विद्वानांच्या मते महाराष्ट्री प्राकृत ही शौरसेनी प्राकृत आणि शौरसेनी अपभ्रंश यांच्यामधील भाषा मानली जाऊ शकते. महाराष्ट्री प्राकृताचा काव्यसाहित्यात अधिक प्रयोग केला गेला आहे. हिला 'महत्त्वपूर्ण' मानले गेले आहे. असे म्हटले गेले आहे. 'महाराष्ट्री तु भाषायां प्रकृष्टं प्राकृतं विदुः ।' संस्कृत नाटकामध्ये ह्या प्राकृताचा पुष्कळ प्रयोग झाला आहे. गीतिकाव्य, काव्य, नाटके या महाराष्ट्रीत रचले गेले, '(हालरचित) 'गाथा सत्तसई' (प्रवरसेन विरचित) रावणवहो (जयवल्लभरचित) 'वज्जा लग्ग', आणि जैन धर्माच्या साहित्यात महाराष्ट्री प्राकृताचा खूपच प्रयोग करण्यात आला आहे. महाराष्ट्री प्राकृतात गद्य साहित्यही रचले गेले आहे. 'जैन महाराष्ट्री' असेही ह्या प्राकृताला नाव आहे. तर काही विद्वान महाराष्ट्रीला संपूर्ण भारताची भाषा मानतात.

महाराष्ट्री प्राकृताची वैशिष्ट्ये अशी -

१) महाराष्ट्री प्राकृतात दोन स्वरांच्यामध्ये अल्पप्राण स्पर्श व्यंजनांचा, क, त, प, द, ग इत्यादींचा लोप होतो. उदा. गच्छति-गच्छइ ।

२) 'स' आणि 'श'च्या स्थानी 'ह' होतो. (तस्य 'च्या स्थानी' ताह) अनुदिवसं-(अणुदिअहं)

३) अपादान (पंचमी) एकवचनात 'अहि' प्रत्यय लागतो. उदा. दूरात-दूराहि ।

४) अधिकरण एकवचनात 'ए' किंवा 'म्मि' प्रत्यय लावतात. उदा. 'लोए !' लोकेस्मिन-'लोअम्मि ।'

५) पूर्वकालिक क्रियेसाठी 'उण' प्रत्ययाचा प्रयोग केला जातो. पृष्ठ्वा-पुच्छिऊण ।

६) कर्मवाच्यात 'य' च्या स्थानी 'इज्ज'चा प्रयोग होतो. उदा. गम्यते-गमिज्जइ ।

७) दोन स्वरांच्यामध्ये येणाऱ्या महाप्राण स्पर्शाच्या स्थानी 'ह' होतो. म्हणजे ख,थ,फ,ध,घ,च्या जागी केवळ 'ह' होतो. उदा. मुख-मुह, गाथा-गाहा, वधः-वहो, क्रोधः-कोहो, कविः-कई ।

४) अर्धमागधी -

या प्राकृताचे क्षेत्र कोशल देश होता. या प्राकृताची, मागधी आणि शौरसेनी यांच्याशी थोडी थोडी समानता आहे. मागधीचा प्रभाव अधिक झाल्यानंतर ह्या प्राकृतास 'अर्धमागधी' म्हणू लागले. जैन लोक यास 'आर्बी' म्हणतात. श्वेतांबर जैनांचे ११ अंश आणि १२ उपांगे. याच भाषेत रचले गेले. साहित्यिक नाटकात याचा प्रयोग झाला आहे. अर्धमागधीचा प्रयोग 'प्रबोध' चंद्रोदय, आणि 'मुद्राराक्षस' यामध्येही झाला आहे. या भाषेला राजपुत्र, धनिक आणि गुप्तचरांची भाषा, असेही मानण्यात येते. या भाषेला 'जैनप्राकृत' असे अन्य नाव आहे.

अर्धमागधीची प्रमुख वैशिष्ट्ये -

१) या प्राकृतात 'ज' आणि 'श' ऐवजी केवळ 'स' आहे.

२) दन्त्य व्यंजनाच्या स्थानी मूर्धन्य होतो.

३) दोन स्वरांच्यामध्ये 'व्यंजन' 'य' ध्वनीत परिवर्तित होतो. उदा. सागर-सायर'

४) प्रथमा एकवचनाचे रूप 'एकारान्त' आणि 'ओकारान्त' असे दोन्ही प्रकारचे आढळते.

५) काही काही ठिकाणी 'च' वर्गासाठी 'त' वर्गाचा प्रयोग केला जातो. उदा. चिकित्सा-तेइच्छा।

६) गद्य आणि पद्याच्या भाषेत अंतर आढळते.

७) या भाषेत 'र' आणि 'ल' या दोन्ही ध्वनींचा प्रयोग झालेला दिसून येतो.

५) मागधी -

ही प्राकृत मगध देशात बोलली जात असे. त्यामुळेच हिचे नाव 'मागधी' झाले. हिला वैदिक संस्कृतची प्राच्यविभाषे (वैदिक संस्कृतकालीन पोटभाषा वा बोलीभाषा) पासून उत्पन्न झाल्याचे मानले जाते. वररूचीच्या मते मागधीचा विकास शौरसेनीपासून झाला आहे. संस्कृत नाटकातील खालच्या दर्जाच्या पात्रांची भाषा मागधी असल्याचे दाखवले जाते. मागधी भाषेचे प्राचीनतम रूप अश्वघोषाच्या रचनात पाहायला मिळते. या भाषेत साहित्य मात्र विशेष नाही. ह्या भाषेचेच अन्य नाम 'गौडी' आहे.

मागधी भाषेची वैशिष्ट्ये -

१) ह्या मागधी भाषेत 'र' ध्वनी नाही. त्याऐवजी 'ल' चा प्रयोग होतो. जसे, राजा-लाजा.

२) ह्यात केवळ 'श' आढळतो. 'स,ष' चा अभाव आहे. उदा. समर-शमल, पुरुष-पुलिश.

३) 'ज'च्या जागी 'य' होतो. आणि 'झ' च्या जागी 'म्ह' होतो.

उदा. जानाति = याणादि, झरिति = म्हति

४) स्थ आणि 'र्थ' च्या जागी 'स्त'चा प्रयोग होतो. उदा. उपस्थित-उवस्तिद, अर्थवती-अस्तवती ।

५) संयुक्त व्यंजने, द्य र्ज, र्य यांच्या जागी 'य्य' होतो.

उदा. अद्य-अय्य, कार्य-कय्य, दुर्जन-दुय्यन ।

६) कधी कधी 'र्ज'च्या जागी 'ञ्ञ' होतो. उदा. 'वर्जति' चे 'वञ्ञति'

७) संस्कृत भाषेतील प्रथमा एकवचनाच्या विसर्गाच्या स्थानी 'ए' होतो. उदा. देव :-देवे !

८) मागधीचीच अन्य रूपे चांडाली, ढक्की, शाबरी, बाह्लिकी, शकारी इत्यादी होत. या बोलीभाषेत मात्र साहित्यनिर्मिती झाली नाही.

प्राकृत भाषांची वैशिष्ट्ये -

पाली आणि प्राकृत भाषात साम्य आहे, तरीही त्यांच्यात जे भेद आढळतात, ते असे आहेत.

१) पालीमध्ये एक 'स' आहे. पण प्राकृताच्या 'निय' प्राकृतात श, ष, स हे तिन्ही ध्वनी आहेत. मागधीमध्ये केवळ 'श' आणि पैशाचीमध्ये 'श, ष' आणि कुठे कुठे स आढळतो.

२) मागधी प्राकृतात 'र' चा अभाव आहे आणि त्याच्या जागी 'ल' आढळतो. कधी कधी 'र' चा 'ल', आणि 'ल' चा 'र' होतो.

३) शब्दाच्या प्रारंभी आलेल्या 'य' च्या स्थानी 'ज'चा प्रयोग आढळतो.

४) 'न' च्या जागी 'ण' आधिक्याने येतो.

५) प्राकृतात व्यंजनान्त शब्दांचा अभाव आहे.

६) आत्मनेपदाचा प्रयोग अत्यंत कमी झाला आहे.

७) वैदिक संस्कृत आणि पाली यांच्या तुलनेत प्राकृतात शब्दांची रूपे अगदी कमी आढळतात.

८) प्राकृत भाषा वियोगात्मक होत आहेत.

९) शब्दांच्या अर्थात परिवर्तन झालेले आहे.

१०) प्राकृत भाषात 'तद्भव' शब्दांची अधिकता आहे. देशज शब्दही आढळतात.

११) द्विवचनाचा अभाव आहे.

१२) प्राकृत भाषांत ध्वनिपरिवर्तन (समीकरण, लोप, स्वरभक्ती) अधिक झाले आहे.

१३) कारक संख्या घटली आहे. चतुर्थी आणि षष्ठी विभक्तींची रूपे एकप्रकारचीच आहेत.

१४) दहा गणांच्या विभाजनात शिथिलता आलेली आहे.

ग) अपभ्रंश -

मध्य आर्यभाषेचे तिसरे रूप 'अपभ्रंश' नावाने ओळखले जाते. ही प्राकृत आणि सध्याच्या आर्यभाषांच्या मधली भाषा होय. प्राकृत भाषासुद्धा, संस्कृतप्रमाणे व्याकरणाच्या साखळदंडात जखडल्या गेल्या, तेव्हा त्यांचे साहित्यिक रूप स्थिर झाले, पण सामान्यांची भाषा विकसित होत व्यवहारात आपल्या गतीने पुढे जात राहिली. आणि साहित्यिक प्राकृत आणि लोकांमधील प्रचलित प्राकृत यांच्यामध्ये अंतर आले त्या काळात, लोकभाषेमध्ये प्रयुक्त होत असलेले, पण व्याकरणाच्या नियमाविरुद्ध होत असलेले भाषारूप अपभ्रंश नावाने ओळखले जाऊ लागले. अपभ्रंशाचा अर्थ भ्रष्ट, बिघडलेला अशुद्ध, हळूहळू लोकांच्या व्यवहारातील भाषांमध्ये अपभ्रंशाचे आधिक्य झाले. शेवटी या लोक भाषेला 'अपभ्रंश' म्हणूनच लोकमान्यता मिळाली. ह्या अपभ्रंश भाषेला अपभ्रंष्ट, अवहंस, अवरूत्थ, अवहट्ठ, आभीरोक्त, देशभाषा, देशी ग्रामीण इत्यादी अनेक नावे पडली.

अपभ्रंश भाषेचा काळ इ.स. ५०० ते इ.स. १००० किंवा इ.स. ६०० ते १२०० पर्यंत मानला जातो. अपभ्रंश शब्दाचा पहिला उल्लेख व्याकरण महाभाष्यकार पतंजलीने केलेला होता. कारण त्याच्या काळात (इ.स.पू. १ले शतक) एका 'गौ' शब्दाचे गावी, गौणी, गोता, गोपोतलिका इत्यादी अनेक अपभ्रंश प्रचलित होते. अशुद्ध किंवा भ्रष्ट शब्दांसाठी भरत, दंडी, भर्तृहरी सारखे विद्वान व्याकरणकार 'अपाणिनीय प्रयोग' या अर्थाने 'अपभ्रंश' नावाचा वापर करीत. इ.स. ६०० पासून भाषांच्या अर्थामध्ये 'अपभ्रंश'चा प्रयोग भामहाच्या 'काव्यालंकार' आणि वैयाकरण चंड याच्या 'प्राकृत-लक्षणम्'मध्ये मिळतो. तथापि इसवीसनानंतर रचल्या गेलेल्या नाट्यशास्त्रातही अपभ्रंशाची उदाहरणे आढळतात. इ.स. ६०० मध्ये वल्लभीपती धरसेन ह्याने आपल्या पित्यास संस्कृत, प्राकृत आणि अपभ्रंश या तिन्ही भाषात रचना करण्याच्या कलांत चतुर म्हणून उल्लेख केला आहे, 'संस्कृतप्राकृतापभ्रंश- भाषात्रय-प्रतिबद्ध-रचना-निपुणान्त:करण: ।' इ.स.९०० च्या दरम्यान आचार्य रुद्रटाने आपल्या साहित्यात अपभ्रंशाचा उपयोग केला होता. इ.स. १२०० च्या आसपास हेमचंद्राने 'शब्दानुशासन' नामक अपभ्रंश भाषेचे व्याकरण रचले. अपभ्रंश भाषेत ६०० इ.स. ते

इ.स. १५०१ पर्यंत काव्यरचना होत होत्या. अपभ्रंश भाषेत रचले गेलेले प्रमुख ग्रंथ म्हणजे रइघूचे 'करंडक चरित्र', पुष्पदंतरचित 'आदि पुराण', धर्मसूरिरचित 'जंबूस्वामी राजा, सरहरचित 'दोहाकोश', स्वयंभूचे 'पउमचरिउ' रामसिंह रचित 'पाहुडदोहा' इत्यादी होत.

अपभ्रंश भाषा कोणत्या क्षेत्रात बोलली जात असे ह्याविषयी निश्चयपूर्वक सांगता येत नाही. अधिकांश विद्वानांचे मत आहे की अपभ्रंशाचा विकास सर्वप्रथम पश्चिमोत्तर भारतात झाला. डॉ. बाबूराम सक्सेना मानतात की मध्यदेशीय शौरसेनी अपभ्रंश ही भाषा त्या काळातील सर्वाधिक परिष्कृत, परिमार्जित भाषा होती. राजशेखराने म्हटले आहे, की 'अपभ्रंश' मरुभूमी, टक्क आणि माया देशचे निवासी बोलत.

अपभ्रंश भाषेचे अनेक भेद मानले गेले आहेत. विष्णुधर्मोत्तर पुराणात अपभ्रंशाचे अनन्त भेद असल्याचे सांगितले आहे.

काव्यालंकार टीकेत नमिसाधु याने अपभ्रंशाचे तीन भेद नमूद केले आहेत. **१)** उपनागर **२)** आभीर **३)** ग्राम्य. 'प्राकृत-सर्वस्व' ग्रंथात मार्कंडेयाने अपभ्रंशाचे तीन प्रकार **१)** नागर **२)** उपनागर **३)** ब्राचड असे वर्णिले आहेत. अपभ्रंशाच्या २७ भेदांचा उल्लेख मिळतो. कर्णाटकांच्या गुर्जर, द्राविड, आभीर, मध्यदेशीय, वैताल, गौड, ओढ, वैवपश्चात्य, कोन्तल, पाण्ड्य, कलिंग्य, सैंहल, प्राच्य, केकय, मालव, टक्क, पांचाल, अवनय, नागर, बार्बर, उपनागर, वैदर्भ, लाट, ब्राचड इत्यादी. डॉ. जी. व्ही. तगारे यांनी अपभ्रंशाचे तीन भेद मानले आहेत. **१)** दक्षिणी **२)** पश्चिमी आणि **३)** पूर्वी. अशीच अन्य भिन्न मते आहेत. एकंदरीत अपभ्रंशाच्या संबंधात, भेदांबाबत अनेक मते आहेत. अपभ्रंशाच्या बाबतीत एवढे मात्र निश्चयाने म्हणता येते की, ह्या अपभ्रंशापासूनच आधुनिक आर्यभाषांचा विकास झाला आहे. ह्या भाषांची संख्या १३-१४ आहे. अपभ्रंशाच्या केवळ दोन तीन उपप्रकारचा असून इतक्या संख्येने भाषांचा विकास होणे असंभवसे वाटते, म्हणून अपभ्रंशाची अनेक रूपे असावीत, असे वाटते.

अपभ्रंशाची वैशिष्ट्ये -

१) ध्वनीसंबंधी - **क)** प्राकृतात जे ध्वनी आढळत, तेच बहुश: ध्वनी अपभ्रंश भाषेत होते. 'ऋ' चे लिखित रूप होते. परंतु त्याचा उच्चार स्वराप्रमाणे होणे बंद झाले होते. श,ष,स च्या जागी केवळ 'स' चा प्रयोग मिळतो. (पण मागधी अपभ्रंशात तिन्ही स्थानी 'श' आहे.)

ख) दीर्घ अंतिम स्वर ऱ्हस्व होतो किंवा लोप पावतो. (संध्या-संझं, प्रिया-प्रिय, गर्भिणी-गब्भिणी)

ग) अंतिम स्वराच्या अगोदरच्या स्वराची मात्रा जशीच्या तशी राहते.

घ) द्वित्व व्यंजनाचा प्रयोग होत नाही. तसेच पहिल्या अक्षरास दीर्घ केले जाते. उदा. कृष्ण-कान्ह

ङ) प्रारंभी येणारी स्पर्श व्यंजने महाप्राणात परिवर्तित होतात, उदा. कीलका-खिल्लीयदू

च) अपभ्रंशात 'उकारांचे' आधिक्य आहे. उदा. 'पियासु मूलु, कारणु, जगु इत्यादी.

छ) अपभ्रंशात व्यंजनाचा विपर्यय आढळतो. उदा. दीर्घ-दीहर.

ज) अपभ्रंश भाषेत 'म'चे 'व', क्ष चे 'क्ख', च्छ 'स्म' चे म्ह होते. उदा. कमल. कवल, पक्षी-पक्खी, पच्छी, अस्मै-'अम्ह'.

झ) प्रारंभी येणाऱ्या 'य' चा 'ज' होतो. उदा. 'युगल-जुगल, याति-जाति.

ञ) 'व'च्या जागी 'ब' होतो. उदा. वचन-बअन, 'ष्ण'च्या जागी 'न्ह' होतो उदा. कृष्ण-कान्ह.

ट) अपभ्रंशात ड, द, न, र च्या जागी 'ल' होतो. उदा. नवनीत - लोणी, प्रदीप्त - पलित्त.

ठ) र किंवा ऋच्या जवळ असलेला दन्त्य मूर्धन्य (ट वर्ग) होतो.

ड) 'र' चा आगम आढळतो. उदा. पश्यति-पस्सदि.

ढ) दोन व्यंजने मिळाल्यावर (जोडाक्षर) एक व्यंजन शेष राहाते. आणि पूर्ववर्ती स्वर दीर्घ होतो. कस्य-कस्स-कासु (इथे) 'स-य' मिळाल्यावर 'स' शेष राहिला आणि 'क' चा 'का' झाला. तस्य-तासु.

ण) स्वरभक्ती, अपिनिहितचा प्रयोग अपभ्रंशात सापडतो.

पदरचनेसंबंधी वैशिष्ट्ये -

त) अपभ्रंशाचा संस्कृतशी संबंध फारच कमी राहिला आहे.

थ) वियोगात्मकता अधिक झाली आहे.

द) अपभ्रंशात धातू आणि नामरूपांची संख्या फार कमी आहे.

ध) नपुंसक लिंगाचा फारच कमी प्रयोग झाला आहे.

न) अपभ्रंश भाषांत कारकांची नवीनच चिन्हे आढळतात. उदा. करण (तृतीया)साठी 'सहुं' 'तण', संप्रदान (चतुर्थी) साठी 'केहि' 'रेसि', अपादानासाठी (पंचमी) 'थिउ' 'होन्त' संबंध (षष्ठी) साठी 'केर', 'कर', 'का' आणि अधिकरण (सप्तमी) साठी 'महे, मज्झ' चा प्रयोग आढळतो.

प) अपभ्रंश भाषांत अकारांत पुलिंग, प्रातिपदिकांची संख्या वाढली आहे.

फ) कारके केवळ सहाच राहिली आहेत. कारक तीन वर्गात विभाजित झाले आहेत. **१)** कर्ता, कर्म, संबोधन **२)** करण, अधिकरण **३)** संप्रदान अपादान, आणि संबंध.

ब) वाक्यरचनेत शब्दाचे स्थान निश्चित झाले.

भ) 'ड' चा प्रयोग अधिक वाढला.

म) प्रथमा आणि द्वितीया विभक्तीत शब्दांना विभक्ती प्रत्ययांच्या प्रयोगाची आवश्यकता राहिली नाही.

य) तृतीया आणि सप्तमी एकवचनात 'एँ' आणि 'इँ' आणि बहुवचनात 'हिं' हि चा प्रयोग अधिक होऊ लागला. एकवचनात 'ए, इ, अहि, एँहि, एहि' इण, एल' चाही प्रयोग होत असे.

र) चतुर्थी पंचमी षष्ठी एकवचनासाठी 'ह' हे 'हु हो' आणि बहुवचनासाठी 'हि हिं' चा प्रयोग होऊ लागला.

ल) धातुरूपात लट्, लोट्, लृट्ची रूपेच शिल्लक राहिली.

व) अपभ्रंश भाषांत 'लट्' लकार लुप्त झाला.

श) लृट मध्ये 'स' आणि 'ह' युक्त शब्द आढळतात, तथापि 'ह'चा प्रयोग अधिक झाला आहे.

ष) लङ् लकारात 'ज्ज'ची अधिकता आहे. उदा. 'करिज्जइ'.

स) भूतकाळासाठी 'क्त' प्रत्यय अधिक प्रयुक्त होऊ लागला.

ह) पूर्वकालिक क्रियेमध्ये 'एवि, अवि, हवि, इड, 'ई' एषि इत्यादींचा प्रयोग होत असे. पण कालांतराने 'इ' चा प्रयोग अधिक झाला.

ळ) क्रियार्थक संज्ञेसाठी 'अण्' प्रत्यय अधिक प्रयुक्त होऊ लागला.

अवहट्ट -

अवहट्ट भाषेचा काळ अपभ्रंश आणि आधुनिक भाषांच्या मधला मानला जातो. साधारणपणे अपभ्रंश भाषांचा काळ इ.स. १०००-११०० मानला जातो. आधुनिक भाषांचा विकास १४ व्या शतकात झाला होता. इ.स. ११०० ते इ.स.१४०० च्या मधल्या काळाच्या प्रारंभी अपभ्रंश भाषांचा प्रभाव अधिक होता, पण तो हळूहळू कमी झाला, आणि आधुनिक भाषांचे रूप विकसित होऊ लागले. आधुनिक भाषांचा हा संधिकाल मानला जातो. 'अपभ्रंश' शब्दापासूनच 'अवहट्ट' नावाचा विकास झाला. 'अवहट्ट' ला देशी, जुनी हिंदी किंवा 'परवर्ती अपभ्रंश' अशीही नावे दिली गेली आहेत. या काळच्या भाषांत कित्येक रचना झाल्या. **१)** संनेहरासक **२)** प्राकृतपैंगलम् **३)** वर्णरत्नाकर **४)** उक्ति-व्यक्तिप्रकरण **५)** कीर्तिलता आणि **६)** ज्ञानेश्वरी इत्यादी.

३) आधुनिक भारतीय आर्यभाषा :-

आधुनिक भारतीय आर्यभाषांचा विकास अपभ्रंश भाषांच्या भिन्न भिन्न रूपांपासून झाला. 'अवहट्ट'च्या उत्तरार्धात आधुनिक आर्यभाषांच्या प्रवृत्ती प्रमुख, स्पष्ट झाल्या; आणि हळूहळू आधुनिक भाषांचा विकास झाला. कोणत्या अपभ्रंशापासून कोणत्या आधुनिक भाषांचा विकास झाला. हे मागे 'भारतीय आर्य भाषांचे विभाजन' या विषयाचे विवरण करताना सांगितले आहे. आधुनिक भारतीय भाषा अशा -

१) सिंधी : या भाषेचा विकास ब्राचड अपभ्रंशापासून झाला. या भाषेची मुख्य विशेषता 'त'चे 'ट' आणि 'द' चा 'ड' होणे, ही होय. सध्या सिंधी भाषा पाकिस्तानातील सिंध प्रांतात बोलली जाते. भारतात ही भाषा बोलणारे कच्छ, मुंबई, अजमेर, दिल्लीमध्ये अधिक आहेत. तसेच थोड्या संख्येने भारताच्या अन्य क्षेत्रातही सिंधी बोलली जाते. या भाषेचा प्रसिद्ध ग्रंथ 'शाहजो रिशालो' हा आहे. प्रमुख कवी अब्दुल करीम, शाहलतीफ, सचल आणि सामी आहेत. सिंधीची लिपी 'लंडा' (अरबी लिपीने प्रभावित) असून ती नागरी आहे. सिंधी भाषेच्या प्रमुख बोली कच्छी, थलेरी, लारी, सिरैकी, बिचौली या आहेत. यातील 'बिचौली' भाषेचे साहित्यिक रूप विकसित झाले आहे.

२) लहंदा (दी) - ही भाषा पश्चिम पंजाब (पाकिस्तान) आणि पश्चिमोत्तर क्षेत्रात बोलली जाते. या भाषेचा विकास पैशाची आणि केकय अपभ्रंशापासून झाला. लहंदा भाषेस जटकी, हिंदकी, डिलाही, उच्ची इत्यादी नावे आहेत. याच्या चार प्रमुख बोली, पीठवारी, बन्नी, मुल्तानी आणि लहंदा अशा आहेत. या भाषेत साहित्य रचना जवळ जवळ नाहीच. ही भाषा फार्सी लिपीत लिहिली जाते.

३) पूर्वी पंजाबी - आधुनिक पंजाब क्षेत्रातील ही भाषा केकय पैशाची अपभ्रंशापासून बनली. शौरसेनी आणि टक्क अपभ्रंशाचाही या भाषेवर प्रभाव आहे. पूर्वीही 'लंडा' लिपीत लिहिली जात असे. आता यासाठी 'गुरुमुखी' लिपीचा प्रयोग केला जातो. या भाषेची सर्वात प्रसिद्ध बोली 'डोगरी' ही होय. अलीकडे या लिपीत भाषेत साहित्य रचना होत आहे. ही पंजाबच्या राजकालातील भाषा होती.

४) पहाडी - पहाडी भाषांचा विकास खश अपभ्रंशापासून मानला जातो. याचे तीन भाग आहेत. **१)** पूर्वी पहाडी **२)** मध्य पहाडी **३)** पश्चिमी पहाडी. पूर्वी पहाडीच्या अंतर्गत नेपाळी ही मुख्य बोली आहे. नेपाळी भाषेची 'गुरखाली, खसखुरा' अशीही अन्य नावे आहेत. आता ह्या भाषेत साहित्यरचना होते. ही नेपाळची राजभाषा आहे. मध्यपहाडी क्षेत्रात गढवाली आणि कुमायुंनी या मुख्य बोली आहेत. आधुनिक काळात ह्या भाषात साहित्यरचना होत आहे. पश्चिमी पहाडी भाषेवर राजस्थानी भाषेचा प्रभाव आहे. जौरसारी, सिरमौरी, चंबाली इ. वीस बोलीभाषा या क्षेत्रात दिसून येतात. सर्व

पहाडी भाषा नागरी लिपीत लिहिल्या जातात.

५) गुजराथी - गुजराथी भाषेचे क्षेत्र गुजराथ प्रांत होय. या भाषेचा विकास नागर अपभ्रंशापासून प्रारंभ पावला. ह्याची लिपी प्राचीन नागरीपासून उत्पन्न झालेली आहे. गुजराथी भाषेत प्राचीन साहित्य आढळते. नरसी मेहता हे गुजराथचे प्रसिद्ध कवी होते.

६) भीली - राजस्थानी गुजराथीच्या प्रभावाखाली असलेली ही आणि ह्याचे क्षेत्रही राजस्थान-गुजराथ हे आहे. साहित्याच्या नावे या भाषेत लोकगीते आहेत.

७) पश्चिमी हिंदी - यामध्ये पाच प्रमुख बोली सामील केल्या जातात. १) व्रजभाषा २) खडी बोली ३) बुंदेली ४) बांगरू आणि ५) कनोजी ह्या त्या बोली होत. ह्यात पहिल्या दोन बोली अत्यंत महत्त्वाच्या आहेत. व्रजभाषेत हिंदीचे प्राचीन साहित्य उपलब्ध आहे. खडी बोली सध्याच्या भारत देशाची राष्ट्रभाषा आहे. यात आधुनिक आणि समृद्ध साहित्य आहे. पांच बोलींच्या अतिरिक्त हिंदी आणि अरबी-फार्सी शब्दांनी निश्चित 'उर्दू' बोली प्रसिद्ध आहे. उर्दू लिहिण्यासाठी अरबी लिपीचा वापर केला जातो. 'निमाडी' बोलीसुद्धा पश्चिमी हिंदीत आता समाविष्ट करण्यात आली आहे.

८) पूर्वी हिंदी - पूर्वी हिंदीचा विकास अर्धमागधीपासून झाला. याच्या अंतर्गत अवधी, बघेली, छत्तीसगढी बोली येतात. यात अवधी बोलीला अधिक महत्त्व आहे. यात लिहिलेले साहित्य हिंदी भाषेचा अमूल्य ठेवा आहे.

९) राजस्थानी - नागर अपभ्रंशापासून या भाषेचा विकास झाला. या अंतर्गत मारवाडी, जयपुरी, मेवाडी, मालवी इत्यादी बोली येतात. राजस्थानीची लिपी नागरी आहे.

१०) बिहारी - या भाषेचा विकास मागधी अपभ्रंशापासून झाला आहे. मैथिली, मगही, भोजपुरी ह्या मुख्य बोली मानल्या जातात. मैथिली बोलीतील साहित्य समृद्ध आहे. याचे प्रमुख कवी विद्यापती आहेत. नागरी, मैथिली आणि महाजनी लिपीत ही भाषा लिहिली जाते.

११) बंगाली - या भाषेचाही विकास पूर्वी मागधी अपभ्रंशापासून झाला. या भाषेत समृद्ध साहित्य आहे. ही भाषा भारतात बंगाल प्रांत आणि बांगला देशात बोलली जाते. ही भाषा ऐकायला गोड वाटते. रवींद्रनाथ टागोर ह्या भाषेचे महान कवी होत.

१२) उडिया - या भाषेवर बंगाली भाषेचा प्रभाव आहे. ४०० वर्षांपूर्वीचे उडिया साहित्य उपलब्ध आहे. या भाषेत मराठी आणि तेलगू शब्दही अधिक सापडतात. हिचे क्षेत्र ओरिसा प्रांत होय.

१३) असमिया - याही भाषेवर बंगाली भाषेचा प्रभाव आहे. ४०० वर्षापूर्वीपासूनचे साहित्य या भाषेत आहे. या भाषेचा मूळ विकास पूर्वोत्तरी मागधी अपभ्रंशापासून झाला.

१४) मराठी - या भाषेचा विकास महाराष्ट्री अपभ्रंशापासून झाला. या भाषेची लिपी नागरी आहे. या भाषेचे प्राचीन आणि अर्वाचीन साहित्य सर्वदृष्ट्या समृद्ध आहे.

१५) सिंघली आणि मालदिवी - सौराष्ट्राच्या समीपच्या भाषेचा ह्या भाषांवर प्रभाव आहे. सिंहलीचे जुने रूप 'एलू' असे आहे. ही एलू मराठी भाषेच्या प्रभावाखाली येते. ही भाषा मालदीवमध्ये बोलली जाते.

१६) जिप्सी - उपरोक्त भाषांमध्ये जिप्सी भाषेचाही समावेश काही विद्वान करतात. पहिल्या आणि दुसऱ्या शतकात काही भटके जातिसमूह भारतातून पश्चिमोत्तर दिशेने विदेशात गेले होते. आता ह्यांच्या भाषेवर विदेशी भाषांचा मोठा प्रभाव आहे. यांना रोमानी किंवा 'हबुडी' म्हटले जाते. हे भारतीय मूलवंशी भटके लोक युरोप, आफ्रिका, अमेरिका आणि आशियाई देशांत आढळतात.

भारतीय आर्यभाषांचे वर्गीकरण -

भाषावैज्ञानिकांनी आधुनिक भारतीय भाषांचे पद्धतशीर विभाजन केलेले आहे. या विवेचन वर्गीकरणाचा अभ्यास, निष्कर्ष काढण्याचे कार्य पाश्चात्य विद्वान हार्नले, वेबर, ग्रियर्सन इत्यादी आणि भारतीय विद्वानांमधील डॉ. सुनीतिकुमार चटर्जी आणि धीरेंद्रकुमार वर्मा यांनी केले.

हार्नले यांनी भारतीय भाषांचा सूक्ष्म अभ्यास करून १८८० साली 'गौडीय भाषांचे तुलनात्मक व्याकरण' (Comparative grammar of the Goudian Language) हा ग्रंथ लिहिला. या पुस्तकात हार्नले यांनी आपले मत मांडले आहे. आर्य लोक भारतात दोन समूहांनी दोनदा प्रवेशले. प्रथम आलेला आर्यजातिसमूह पंजाबच्या परिसरात वसला होता. जेव्हा दुसऱ्यांदा आर्यजातिसमूहांचाच नवा लोंढा आला, तेव्हा पहिल्यापासून वस्त्या केलेल्या आर्यांशी त्यांचा संघर्ष झाला. नव्या आर्यांनी पहिल्यापासून वस्त्या केलेल्या आर्यांना त्यांच्या निवासस्थानातून उखडून पांगवले. तेव्हा ते आर्य पूर्व, पश्चिम आणि दक्षिण दिशेला दूर गेले, आणि त्यांच्या नव्या वसाहती निर्माण झाल्या. प्रथम येऊन पंजाबात स्थायिक झालेल्या आर्यजातिसमूहाची भाषा आणि नवागत आर्यांची भाषा ह्या कालांतर, स्थानांतर वगैरे कारणांमुळे भिन्न होत्या. प्रथम आलेले आर्य नव्या आर्यांच्या आक्रमणांनी पराजित होऊन भिन्न दिशांना जाऊन नव्याने निवासस्थाने - वसाहती स्थापल्यामुळे त्यांना 'बाह्य-बाहेरचे आर्य 'अशी संज्ञा मिळाली, तर नवागत आर्यजातिसमूह पंजाब किंवा मध्यप्रदेशात कालांतराने स्थायिक झाला, त्यांना 'आंतरिक (अंतर्गत-भीतरी) आर्य' म्हटले जाऊ लागले. अशा प्रकारे आर्यांचा आगमनकाल, आणि त्यांचा विस्तार यांच्या आधारे हार्नले ह्यांनी भारतीय भाषांचे वर्गीकरण आपल्या ग्रंथाद्वारे प्रस्तुत केले, ते खालीलप्रमाणे आहे.

१) पूर्वी गोंडियन :- पूर्वी हिंदी, बंगाली, आसामी, उडिया

२) पश्चिमी गोंडियन :- पश्चिमी हिंदी (राजस्थानी सहित) गुजराथी सिंधी, पंजाबी)

३) उत्तरी गोंडियन :- गढवाली, नेपाळी इत्यादी पहाडी भाषा.

४) दक्षिणी गोंडियन :- मराठी.

डॉ. ग्रियर्सन यांनी हॉर्नलेच्या वर्गीकरणाने प्रभावित होऊन आपले वेगळेच वर्गीकरण प्रस्तुत केले. आर्य एकामागोमाग एक, अशा वेगवेगळ्या कालखंडात आले, त्यांच्या भाषा भिन्न होत्या. हे ग्रियर्सन मानतात. पण त्यांच्यामते आर्यांचा एक समूह-दल मध्यदेश किंवा पंजाबच्या आसपास वसाहत करून राहू लागला. कालांतराने आलेला आर्यांचा दुसरा समूह-दल मध्यदेशाच्या चारी बाजूला विस्तारून, विखरून राहू लागला. ग्रियर्सनने मध्य देशामध्ये राहणाऱ्या आर्यांना 'अंत-रंग किंवा 'आंतर' क्षेत्रातील मानले आहे, आणि मध्यदेशाच्या चारही बाजूंना राहणाऱ्या आर्यांना त्यांनी 'बहिरंग' वा बाह्य क्षेत्रातील मानले आहे. याप्रकारे विचार करून त्यांनी भाषांचे दोन भेद मानले. १) अंतरंग-आंतर-आंतरिक आणि २) बहिरंग-बाह्य क्षेत्र. अंतरंग भाषांमध्ये त्यांनी पश्चिमी हिंदी, पंजाबी, गुजराथी, भीली, खानदेशी, राजस्थानी आणि पहाडी (पूर्वी, मध्य, आणि पश्चिमी) या भाषांची गणना केली आहे. बहिरंग बाह्य क्षेत्रातील भाषांमध्ये त्यांनी लहंदा, सिंधी, मराठी, उडिया, बिहारी, बंगाली, आसामी भाषांचा समावेश केला आहे.

त्यांचे वर्गीकरण असे आहे.

क) बहिरंग -बाह्य उपशाखा

प्रथम-उत्तर-पश्चिमी समुदाय : १) लहंदा २) सिंधी

द्वितीय-दक्षिणी समुदाय : ३) मराठी

तृतीय-पूर्वी समुदाय : ४) उडिया ५) बिहारी ६) बंगाली ७) आसामी

ख) मध्य उपशाखा

चतुर्थ दोहोमधील समुदाय : ८) पूर्वी हिंदी

ग) अंतरंग उपशाखा

पंचम केंद्रीय किंवा आंतर आंतरिक समुदाय : ९) पश्चिमी हिंदी (व्रजभाषा, खडी बोली) १०) पंजाबी (पूर्व पंजाबची भाषा) ११) गुजराथी १२) भीली १३) खानदेशी १४) राजस्थानी

षष्ठ-पहाडी समुदाय

१५) पूर्वी पहाडी किंवा नेपाळी (गोरखाली किंवा खसखुरा)

१६) मध्य किंवा केंद्रीय पहाडी (कुमायूनी, गढवाली)

१७) पश्चिमी पहाडी (जौनसारी, सिरमौरी, क्योंणली, कुल्लई, चंबाली) काही काळानंतर ग्रियर्सनने आपल्या वर्गीकरणाचे संशोधित रूप प्रस्तुत केले. ते अशाप्रकारचे.

क) मध्यदेशी - (पश्चिमी हिंदी)

ख) अन्तवर्ती **१)** पश्चिमी हिंदीशी विशेष संबंध येणाऱ्या भाषा. (पंजाबी, राजस्थानी, गुजराथी, पहाडी, पूर्वी, पश्चिमी, मध्य)

२) बहिरंगाशी संबंधित : (पूर्वी हिंदी)

ग) बहिरंग भाषा : **१)** पश्चिमोत्तरी-लहंदा, सिंधी

२) दक्षिणी (मराठी)

३) पूर्वी (बिहारी, उडिया, बंगाली, आसामी)

डॉ. ग्रियर्सननी काश्मिरी भाषेला 'दरद' शाखेच्या अंतर्गत मानले आहे. ग्रियर्सन यांनी आपले वर्गीकरण ध्वनितत्त्व, रूपतत्त्व आणि शब्दसमूहाच्या आधारावर आपले वर्गीकरण प्रस्तुत केले आहे. अंतरंग आणि बहिरंग भाषांमध्ये तौलनिक अभ्यास करून त्यांनी दाखवून दिले, की बहिरंग भाषांमध्ये परस्पर समानता आढळते. आणि बहिरंग भाषा, अंतर्गत भाषेपेक्षा ध्वनिरूप आणि शब्दसमूहाच्या दृष्टीने भिन्न आहे.

डॉ. ग्रियर्सन यांनी आधुनिक भाषा गुजराथी, मराठी, बंगाली, इत्यादींची तुलना करून आपले मत मांडले आहे. त्यांनी वैदिक संस्कृत, संस्कृत अशा प्राचीन भाषांना आपल्या विभाजनासाठी आधार म्हणून स्वीकारले नाही. पुष्कळशी भाषागत वैशिष्ट्ये प्राथमिक भाषांत नव्हती, ती नंतरच्या विकसित भाषांत उत्पन्न झाली असावीत. डॉ. सुनीतीकुमार चटर्जी ग्रियर्सनाच्या द्वारे प्रस्तुत केलेल्या वर्गीकरणाशी पूर्णतया सहमत नाहीत. श्री. चटर्जीनी आपला ग्रंथ 'बंगाली भाषांचा उद्‌भव आणि विकास' च्या प्रथम खंडात (परिशिष्ट 'अ') ग्रियर्सन कृत अंतरंग आणि बहिरंग भाषांच्या मधील अंतर येण्याच्या कारणाचे खंडन करून त्याची समीक्षा केली आहे.

भारतवर्षाचा भाषापरिवार -

भारतीय संस्कृती अत्यंत प्राचीन आहे. अतिशय प्राचीन कालापासून भारतात विदेशी जातिसमूह आले आणि येथेच वसले. बाहेरून येणाऱ्या या जातींच्या भाषा आणि संस्कृती भिन्न भिन्न होती. सर्व भारतीय जातिसमूह एकमेकात चांगले सरमिसळले. विदेशी लोकांच्या आगमनामुळे भारतात भाषांची विविधता उत्पन्न झाली. वर्तमान काळात भारतात अनेक भाषापरिवारांच्या भाषा आहेत. भारतात असणारे प्रमुख भाषापरिवार या प्रकारचे आहेत.

१) आग्नेय परिवार

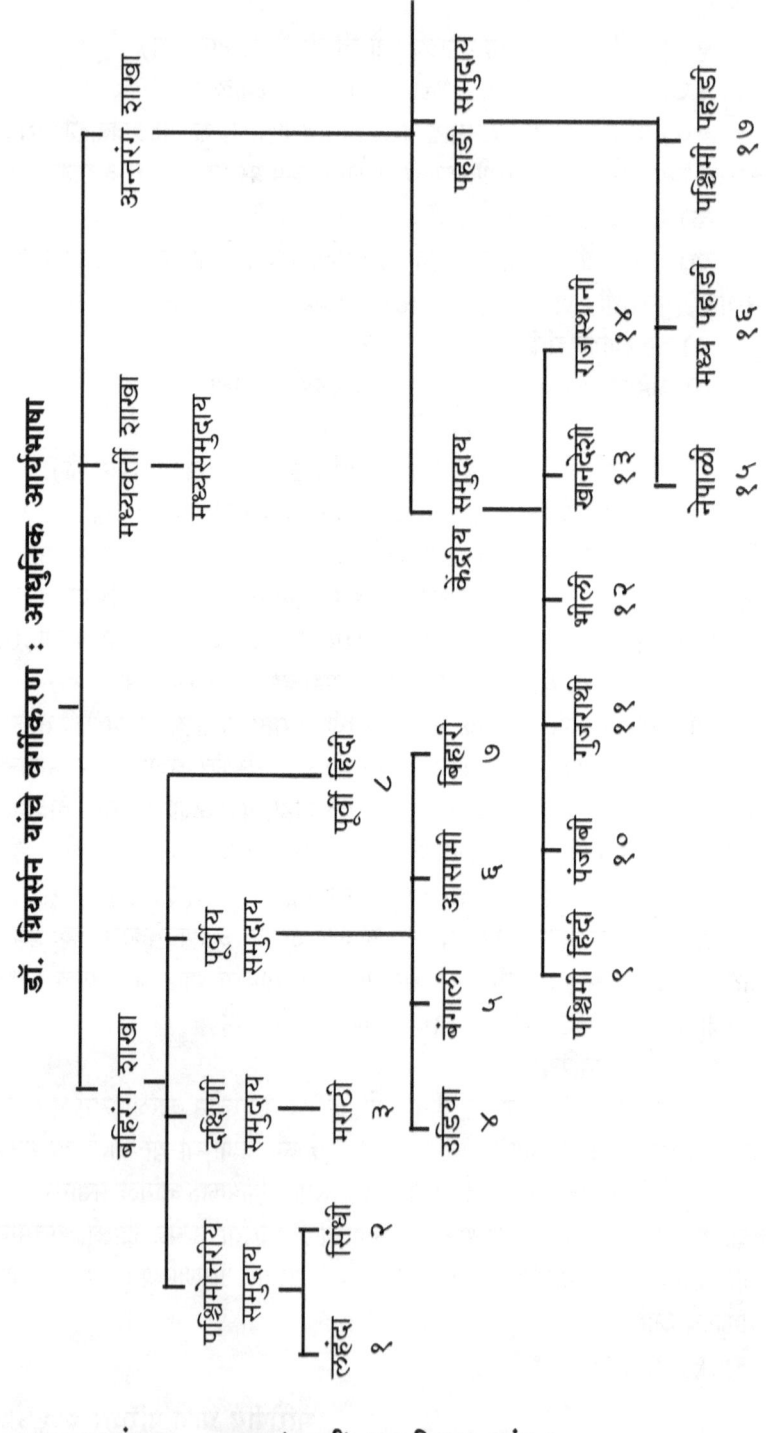

डॉ. ग्रियर्सन यांचे वर्गीकरण : आधुनिक आर्यभाषा

डॉ. ग्रियर्सन यांचे संशोधित वर्गीकरण – आधुनिक आर्यभाषा

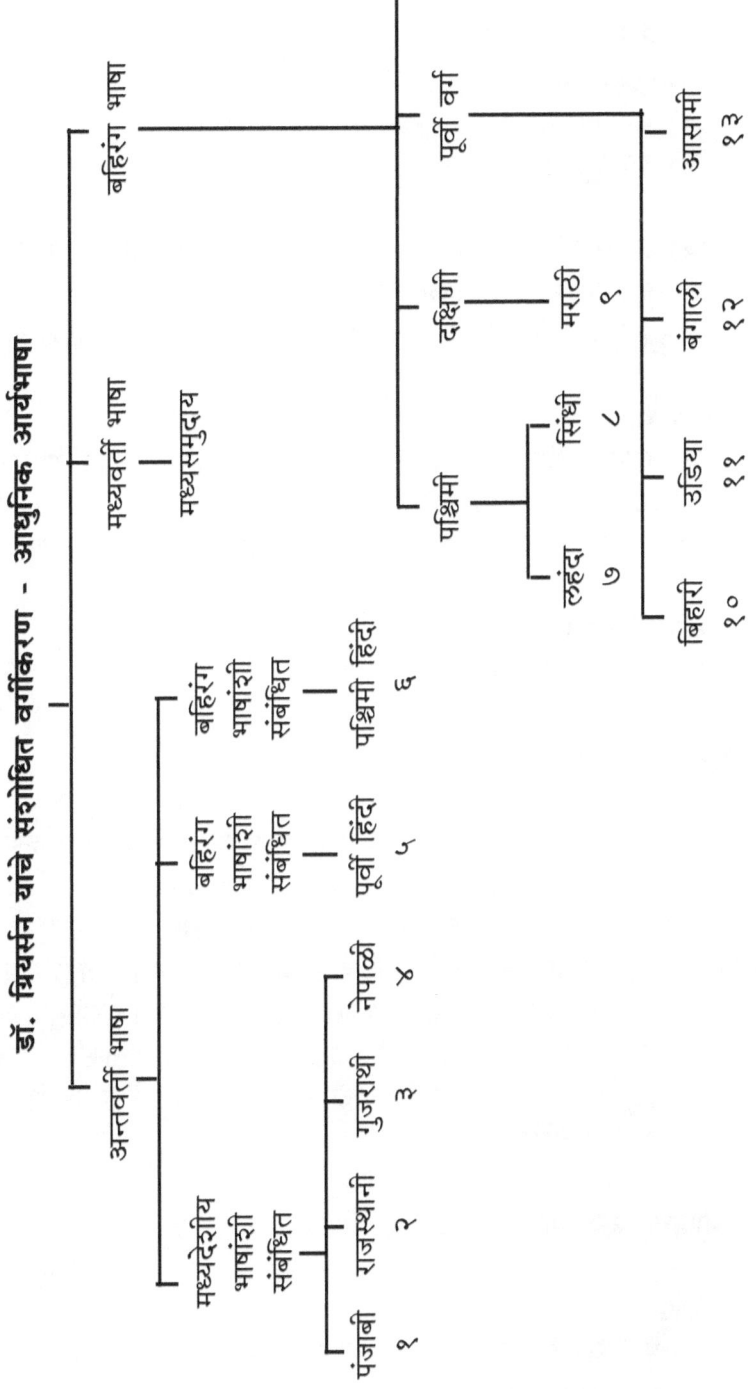

२) तिबेट-चिनी परिवार

३) द्रविड परिवार

४) भारोपीय परिवार

५) अवर्गीकृत भाषापरिवार

१) आग्नेय परिवार (Austric) आग्नेय या ऑस्ट्रिक भाषापरिवारात संबंधित भाषा भारताच्या भिन्न भिन्न क्षेत्रात बोलल्या जातात. भारतात बोलली जाणारी भाषा तीन शाखात विभक्त केली जाते. १) खासी भाषा २) निकोबारी भाषा ३) मुंडा किंवा बोल भाषा.

१) खासी भाषा :

या शाखेच्या भाषा मोन-ख्मेर लोकांच्या भाषेच्या प्रभावात आहेत. या भाषा थायलंड, ब्रह्मदेश, (म्यानमार) आणि पूर्व भारतात आसामच्या आदिवासींद्वारा बोलल्या जातात. भारतात खासी बोली, खासी, जयन्ति या पहाडी क्षेत्रात बोलल्या जातात.

२) निकोबारी भाषा :

ही भारताच्या निकोबार बेटाची भाषा होय.

३) मुंडा किंवा कोल भाषा :

या भाषा पश्चिम बंगाल, बिहार, मध्यप्रदेश उडिसा, तामिळनाडू राज्यांच्या क्षेत्रात बोलली जाते. मुंडा भाषा प्रामुख्याने मध्यप्रदेशातील आदिवासी लोकच बोलतात. हिमालयाच्या पर्वतीय क्षेत्रात नेपाळ सीमेजवळ मुंडा बोलली जाते.

मुंडा भाषा उत्तर भारतात आर्य भाषांनी घेतली आहे. 'मुंडारी' बोलीपासून 'मुंडा' शब्द घेतला आहे. याचा अर्थ गावचा प्रमुख होतो. मुंडा भाषा दोन भागात विकसित आहे. १) पूर्वी शाखा आणि २) पश्चिमी शाखा. पूर्वी शाखेच्या प्रमुख बोली संथाळी, मुंडारी, हो, कोडा, भूमिक, कोखा ह्या आहेत. आणि पश्चिमी शाखेच्या भाषांच्या बोली खडिया, जुआडू, शबर, कुकुं, कनावरी इत्यादी आहेत. या बोलीत संथाळी, मुंडारी, शबर आणि कनावरी आहेत.

मुंडा भाषांचा अन्य भाषावरील प्रभाव -

१) मुंडा भाषातील क्रियापदांचा प्रभाव भोजपुरी, मैथिली, मगही या बोलींवर पडला आहे.

२) पूर्वी भाषा (भोजपुरी, बंगाली) यांच्या क्रियांचे रूप दोन्ही (स्त्री, पुरुष)

लिंगात समान राहणे हा मुंडा भाषांचा प्रभाव आहे.

३) वस्तू 'कोडी' किंवा 'वीस वीस'च्या संख्येने मोजणे, हे मुंडा भाषेच्या प्रभावाचे द्योतक आहे.

४) गंगा शब्दाचा अर्थ मुंडा भाषात 'नदी' असा होतो. बंगाली, काश्मिरी, सिंहली भाषांत नदीसाठी 'गंगा' शब्द प्रयुक्त होतो. फार नंतर आर्य भाषेत गंगा म्हणजे 'विशिष्ट नदी' असा अर्थ झाला.

५) आग्नेय भाषातील अनेक शब्द संस्कृत आणि हिंदीत आले आहेत. संस्कृतातील तांबुल, लवंग, मातंग, कुलिंग इत्यादी, हिंदीतील 'हांडी' शब्द मुंडा भाषेतून घेतला आहे.

६) मुंडा भाषांचा प्रभाव भारताच्या तिबेटी-चिनी शाखेवरही आढळती, वीस-वीस च्या संख्येने मोजमाप करणे, सर्वनामाचे (प्रथम पुरुष) द्विवचन आणि बहुवचन यांचा दोनदोन रूपांचा प्रयोग, सजीव आणि निर्जीव प्राणी बोधक शब्दात अंतर इत्यादीद्वारे या भाषांवर मुंडा भाषांचा प्रभाव स्पष्ट होता.

२) तिबेटी-चिनी परिवार -

तिबेटी चिनी भाषा परिवाराने प्रभावित भारताच्या उत्तरी आणि पूर्वी क्षेत्रांची भाषा-बोली या भाषा परिवाराशी संमिलित केली जाते. ही भाषा बोलणारे आसाम, काश्मिर आणि हिमालयाच्या क्षेत्रात आढळतात. या परिवाराच्या दोन शाखा असून, त्या बोलणारे लोक भारतात आहेत. १) थायी-चिनी शाखा २) तिबेटी-ब्रह्मी

१) थायी-चिनी शाखा -

या शाखेच्या बोली, शान, खाम्ती आणि 'अहोम' आहे. शान बोली थायलंड आणि उत्तर ब्रह्मदेशात बोलली जाते. ही बोली बोलणारे आसामातही आढळतात. पण ह्यांची संख्या १० हजाराच्या दरम्यान आहे. 'अहोम' बोलीही 'शान'शी संबंधित आहे. 'अहोम' जातिसमूह ब्रह्मदेशातून १२२० इ.स.मध्ये आसामच्या ब्रह्मपुत्रेच्या क्षेत्रात आले होते आणि ते तेथेच वसले. 'आसाम किंवा आशान्त 'पासून' अहोम बनला. आणि 'अहोम' पासून आसाम नाव विकसित झाले. पूर्वी भाषांप्रमाणे आसामीमध्ये 'स'च्या स्थानी पर 'ह' ध्वनी प्रयुक्त होतो. म्हणून 'आहाम' शब्द 'आसाम' चा प्रतीक आहे. यांची भाषा कालांतराने आर्यभाषा आसामीने प्रभावित केली.

२) तिबेटी-ब्रह्मी शाखा :

या अंतर्गत तीन भेद केले जातात. १) तिबेटी २) हिमालयी ३) उत्तर आसामी.

१) तिबेटी हिमालयी या शाखेची मुख्य बोली तिबेटी आहे. भारतात तिबेटीच्या दोन बोली - लडाखी आणि बाल्ती या अनुक्रमे लडाख आणि बाल्तिस्तानच्या बोली आहेत. या भाषांत साहित्य नाही. तिबेटीच्या अन्य बोली : 'लिंबू, सुन्वार, गुरुंग, मूर्ति मंगरी आणि नेवारी ह्या होत. ह्या बोली मध्य हिमालय क्षेत्रात बोलल्या जातात. नेवार लोक नेपाळचे मूलवासी आहेत. यांच्यामुळेच 'नेपाळ' नाम विकसित झाले. नेवारी बोलीत बौद्धधर्माचे साहित्य आढळते. तिबेटी हिमालयी, उपशाखांच्या अन्य बोली रोग (लेपचा) घिमाल कनावरी, कनाशी, मंचारी, चंब-लाहुली, रंगोली, बुजन इत्यादी आहेत. आसामी-ब्रह्मी-उपशाखा ह्याच्या अंतर्गत बोडो (कछारी) गारो, त्रिपुरी आणि नामा भाषा, मेइथेई, लुशेइ आणि ब्रह्मी बोली बोलल्या जातात.

तिबेटी चिनी भाषा परिवाराचा अन्य भारतीय भाषांवर प्रभाव -

१) अहोम भाषेचा प्रभाव आसामी आर्यभाषेवर पडलेला आहे. अहोम भाषेतील अनेक शब्द आसामीत रूळले आहेत.

२) हिंदी भाषेतील 'लुंगी' शब्द तिबेटी-ब्रह्मी भाषेतून आला आहे.

३) तिबेटी चिनी परिवाराच्या प्रभावाने असामी आणि पूर्वी बंगालीतील 'च्' ध्वनी 'स' (त्स) आणि 'ज्' 'ध्वनी ज (द्ज्) मध्ये बदलतो.

४) तिबेटी-ब्रह्मी भाषा परिवाराच्या भाषा आर्यभाषांकडूनही प्रभावित झाल्या आहेत. हे खालील तथ्यावरून दिसून येते.

१) नेवारी भाषेवर आर्यभाषेचा अत्याधिक प्रभाव आहे. ही भाषा 'मैथिली' भाषेच्या प्रभावाखाली आहे.

२) तिबेटी-चिनी बोली मेइथेई बंगाली लिपीत लिहिली जाते.

३) तिबेटी - आणि ब्रह्मी भाषांच्या लिपी भारतीय लिपींच्याद्वारे विकसित झाल्या आहेत.

४) तिबेटी व्याकरणावर संस्कृत व्याकरणाचा अधिक प्रभाव आहे.

५) तिबेटी आणि ब्रह्मी भाषांचे साहित्य पालीभाषेतील साहित्याने प्रभावित आहे.

६) चिनी भाषा अयोगात्मक आहे. पण तिबेटी आणि ब्रह्मी भाषा खूपच अधिक योगात्मक झाल्या आहेत. हे आर्यभाषांच्या प्रभावाच्या कारणाने झाले आहे.

३) द्रविड परिवार -

द्रविड परिवाराच्या भाषा दक्षिण भारतात बोलल्या जातात. या परिवाराच्या काही भाषा मध्यप्रदेश, बिहार, ओरिसा या क्षेत्रातही बोलल्या जातात. ह्या भाषांचा संबंध मोहेंजोदरो, हरप्पा स्थानाशी सिंधुसंस्कृतीशी जोडला जातो. या भाषा परप्रत्यय

संयोगी आहेत. द्रविड परिवाराच्या मुख्य भाषा तमिळ, तेलगु, कन्नड, मल्याळम् या आहेत. या भाषांना चार वर्गात विभाजित केले जाऊ शकते. **१)** द्रविड वर्ग **२)** आंध्र वर्ग **३)** मध्यवर्ती वर्ग **४)** बहिरंग वर्ग. द्रविड वर्गात तमिळ भाषा अत्यंत प्राचीन आहे, आणि ह्या भाषेतील साहित्य सुसमृद्ध आहे. ही भाषा तामिळनाडूमध्ये बोलली जाते. उत्तर श्रीलंकेतही ही भाषा बोलणाऱ्यांची मोठी संख्या आहे. यामध्ये आठव्या शतकापासून ते आजवरचे साहित्य या भाषेत उपलब्ध आहे. तथापि तमिळ भाषेचा 'तोल्कालिपयम्' नावाचा व्याकरण ग्रंथ इ.स.पू. २०० वर्षाच्या आसपास लिहिला गेलेला आढळतो. तमिळ भाषेची लिपी 'वट्टलित्तु' आहे. ही लिपी सम्राट अशोककालीन लिपीपासून विकसित झाल्याचे मानले जाते. तामिळ लिहिण्याच्या शैलीस 'शन्तमिड' आणि बोलचालीच्या भाषेस पाडुन्तमिड म्हणतात.

तेलगु आंध्रवर्गाची भाषा आहे, आणि ती आंध्रप्रांतात बोलली जाते. द्रविड भाषापरिवारात ही भाषा बोलणारे संख्येने अधिक आहेत. इ.स. ११०० पासून ह्या भाषेत प्राचीन साहित्य विद्यमान आहे. तेलगुभाषेवर संस्कृताचा अत्यंत प्रभाव आहे. सर्व शब्द स्वरांत असल्याने तेलगु ऐकण्यात एक मधुर भाषा आहे. त्यागराज ह्या भाषेतील सुप्रसिद्ध कवी आहेत. कर्नाटकाच्या काही क्षेत्रातही या भाषेचे प्रचलन आहे.

कन्नड भाषा कर्नाटक राज्यात - क्षेत्रात बोलली जाते. हीसुद्धा अत्यंत प्राचीन भाषा आहे. या भाषेचे सर्वाधिक प्राचीन रूप इ.स. ४५० च्या 'हल्मिदी' शिलालेखात दिसून येते. या भाषेची लिपी तेलगूशी मिळती जुळती आहे. तमिळ भाषेचाही प्रभाव या भाषेवर आहे. या भाषेतील प्राचीन आणि प्रसिद्ध ग्रंथ नृपतुंगरचित 'कविराजमार्ग' असून इ.स. ८५० च्या दरम्यान हा रचला गेला. या भाषेतील साहित्य श्रेष्ठ दर्जाचे आहे.

मल्याळम् आधुनिक केरळ प्रांताची भाषा आहे. हा 'मल्याळम्' शब्द 'मेलै-पर्वत'+आलम (प्रदेश) या शब्दांनी बनला आहे. 'पहाडी प्रदेश' हा याचा अर्थ. नवव्या शतकापासून तमिळभाषेपासून ही भाषा विकसित झाली. त्यामुळे हिला 'तमिळची कन्या' म्हटले जाते. या भाषेत १३ व्या शताब्दीपासून साहित्य उपलब्ध आहे. मल्याळम् लिपी तमिळ भाषेच्या लिपीशी मिळतीजुळती आहे. श्रीलंकेतसुद्धा ही भाषा बोलली जाते. सध्याच्या काळात या भाषेत श्रेष्ठ साहित्यनिर्मिती होत आहे.

द्रविड भाषेचीच 'तुळू' नावाची बोली असून ती कन्नड क्षेत्राच्या दक्षिण-पश्चिमेस बोलली जाते. हिची लिपी कन्नड आहे. कांडगु (कुर्गी) कुर्गमध्ये ही भाषा प्रचलित आहे. नीलगिरीचे आदिवासी 'कोर, तोडा आणि वडगु' बोलींचा प्रयोग करतात. 'गोंडी' बोली मध्यप्रदेश, ओरिसा, बरार, आंध्राच्या गोंड लोकांकडून बोलल्या जातात. 'मल्तो' बोली राजमहल पहाडी क्षेत्राच्या आसपास आणि कुरुख किंवा ओरोन, बिहार आणि ओरिसा क्षेत्रात प्रचलित आहे.

कंधी बोली (कुई) ओरिसाच्या वनप्रांतात आणि कोलामी वरार प्रदेशाच्या पश्चिम भागात बोलली जाते. या बोली तेलगु भाषेला समीप आहेत. या परिवाराची 'ब्राहुई' बोली वर्तमान पाकिस्तानच्या बलुचीस्तान क्षेत्रात बोलली जाते. चारही बाजूंनी आर्यभाषांनी वेढलेली असूनही ही भाषा जीवित आहे.

द्रविड भाषांचा अन्य भारतीय भाषांवर प्रभाव -

१) भारतीय आर्यभाषात ट, ठ, ड, ढ, ण हे मूर्धन्य ध्वनी द्रविड भाषा परिवारातून घेतले गेले.

२) भारतीय आर्यभाषात केवळ मराठी भाषेत तीन लिंगे (पुरुष, स्त्री, नपुंसकलिंग) आहेत. द्रविड भाषांच्या प्रभावाचेच हे द्योतक आहे.

३) आर्यभाषामध्ये '१६' अंकावर आधारित मापन पद्धती (१६ आणे, शेर-छटाक) द्रविड प्रभावाने आली.

४) या भाषेच्या प्रभावामुळे 'र' च्या स्थानी 'ल' 'ल'च्या जागी 'र' आढळतो. उदा. संस्कृत हरिद्रा हळदी आणि गला > गर.

५) द्रविड भाषांतून संस्कृतमध्ये कित्येक शब्द आहेत. मयूर, माला, मुकुट, मीन, शठ, पट्टन, वल्लरी, वलय, नीर, बिल, बिडाल, चंदन, कुंडल, कुरी, कटु, अर्क, अनल इत्यादी.

अशाप्रकारे द्रविड भाषापरिवाराचा भारतीय आर्यभाषावरील प्रभाव स्पष्ट आहे. तर या विपरीत द्रविडपरिवारांच्या भाषांवर संस्कृत भाषापरिवाराचा प्रभाव तर अधिक गहिरा आहे. अनेक संस्कृत शब्द द्रविड भाषेचेच होऊन गेले आहेत. द्रविड भाषांचा विकासही ब्राह्मी लिपीपासून मानला जातो.

भारोपीय भाषापरिवार -

भारोपीय परिवाराच्या आर्यशाखेच्या (इंडो-इराणी) भाषा भारतात बोलल्या जातात. या शाखांना तीन भागात विभक्त करता येते. **१)** इराणी **२)** दरदी **३)** भारतीय आर्यभाषा. इराणी भाषेचेही दोन भाग आहेत.

१) पश्चिमी इराणी आणि **२)** पूर्वी इराणी, पश्चिमी इराणी आणि फार्सी भारतात कुठेही प्रचारात नाहीत. पूर्वी इराणीच्या बलुच, अफगाणी किंवा पश्तो या मिरची गाल्वा इत्यादी अफगाणिस्तान आणि पाकिस्तानात बोलल्या जातात. सध्या ह्या भाषा वर्तमान भारतदेशाच्या बाहेर आहेत. पण जुन्या काळी अफगाणिस्तान, पाकिस्तान हे भारताचेच प्रांत होते, तेव्हा या भाषांची गणना भारतीय भाषामध्ये केली जात असे. अफगाणी भाषा

आणि साहित्य सिंधी, लहंदा, ह्या भारतीय भाषांनी समृद्ध केले आहे.

दरदी शाखेची 'शीना' बोली गिलगिरच्या खोऱ्यात बोलली जाते. ह्या दरदीचीच 'काश्मिरी' ही एक बोली आहे. ही शारदा आणि फार्सी लिपीत लिहिली जाते. चित्रकी, काफिरी, ब्रोक्यामध्ये आ, गार्वी, कोहिस्तानी इत्यादी दरदीच्या अन्य बोली आहेत.

भारतीय आर्यभाषा -

भारतीय आर्यभाषांचे क्षेत्र भारत आहे. या भाषा तीन भागात विभाजित आहेत. १) प्राचीन आर्यभाषा २) मध्यकालीन आर्यभाषा ३) आधुनिक आर्यभाषा.

१) प्राचीन आर्यभाषांतून वैदिक संस्कृत आणि लौकिक संस्कृत आणि अन्य भाषा येतात. या भाषात वैदिक साहित्य, रामायण महाभारत आणि अन्य संस्कृत काव्यग्रंथ संमिलित आहेत. यांचा काळ इ.स.पू. २००० पासून इ.स.वी. पूर्व ५०० च्या दरम्यानचा मानला जातो.

मध्यकालीन आर्यभाषात पालीभाषा आणि त्यातील साहित्य, विविध प्राकृत भाषा आणि अपभ्रंश संमिलित आहेत. या भाषांचा काळ इ.स.पू. ५०० ते इ.स. १०० पर्यंत मानला जातो.

आधुनिक भारतीय आर्यभाषा उत्तर भारतात पश्चिमेपासून पूर्वेकडे दिसून येतात. यात लहंदा (पश्चिम पंजाब) काश्मिरी, पंजाबी (पूर्व पंजाब) सिंधी, गुजराथी, भीली, खानदेशी, पश्चिमी हिंदी (व्रजभाषा आणि खडी बोली), पूर्वी हिंदी (अवधी), पहाडी (पूर्वी पहाडी-नेवारी, गोरखाली किंवा खसकुरा, मध्यपहाडी कुमांयुनी गढकली, पश्चिमी पहाडी-चंबाली, जौनसारी, कुल्लुई, क्योठाली, (सिरमौरी) बिहारी (भोजपुरी, मैथिली, मगही) बंगाली, आसामी उडिया, मराठी इत्यादी भाषा समाविष्ट आहेत. या व्यतिरिक्त सिंहली आणि हबुडी किंवा जिप्सी बोलीही भारतीय आर्यभाषांमध्ये येतात. सिंहली भाषा इ.स.पू. ५०० गुजराथी (काही विद्वानांच्या मते महाराष्ट्र) पासून अलग होऊन श्रीलंकेत गेली. परंतु ह्या भाषेवर नंतर विदेशी भाषांचा पगडा अधिक झाला. सर्व आर्यभाषांचे साहित्य अतिशय समृद्ध आहे. या भाषांमध्ये जगातील प्राचीनतम साहित्य आहे. या भाषांचे अध्ययन केल्यावरच तुलनात्मक भाषाविज्ञानाच्या संशोधनास प्रारंभ झाला. भारतात आधुनिक आर्यभाषा हिंदीचे महत्त्व अधिक वाढले. ही भारताच्यामध्ये स्थित असून, वर्तमानकळी राष्ट्रभाषा बनलेली आहे.

अवर्गीकृत भाषा -

उपरोक्त भाषापरिवाराच्या अतिरिक्त भारतात काही क्षेत्रात प्रचलित अरण्यवासी आदिवासी लोकांच्या महत्त्व नसलेल्या भाषाही विद्यमान आहेत. या भाषांना कोणत्याही

भाषापरिवारात समाविष्ट करता येत नाही. या प्रकारच्या भाषामध्ये 'करेन' आणि 'मान' ह्या भारताबाहेर ब्रह्मदेशात (म्यानमार) प्रचलित आहेत. उत्तर पूर्व काश्मिरची 'बुरूशास्की' किंवा 'खजुना' बोली या प्रकारच्या आहेत. अंदमानी बोलीसुद्धा अवर्गीकृत भाषा आहे, मोहेंजोदडो, हडप्पाच्या अज्ञात भाषासुद्धा कोणत्याही भाषापरिवारात समाविष्ट करता येत नाहीत. अशाप्रकारच्या भाषांचा ह्या 'अवर्गीकृत भाषात समावेश केलेला आहे.

❑

७ संस्कृत ध्वनी आणि स्वर

कोणत्याही भाषांच्या ध्वनीचे दोन प्रकार असतात. **१)** स्वर आणि **२)** व्यंजन. स्वरांचे उच्चारण करताना शरीरातील वायू मुखाद्वारे अशाप्रकारे बाहेर येतो, की त्याचा अवरोध होत नाही. जिव्हा, ओठ यांच्या विभिन्न स्थितींच्या अनुसार हे ध्वनी विभिन्न रूपाने उच्चारित होतात. जिव्हा वर खाली केली जाऊ शकते, पुढे केली जाऊ शकते. मागे ढकलली जाऊ शकते. ओठ गोलाकार बनवता येतात, मागे नेले जाऊ शकतात, किंवा सामान्य स्थितीत राहू शकतात. कधी कधी स्वराचे उच्चारण करताना नासिकाविवर उघडे राहू शकते. या स्थितीत सानुनासिक स्वराचे उच्चारण होते. उदा. 'ताँश्चक्रे' मध्ये, द्वितीय ध्वनी 'आ' चे उच्चारण सानुनासिक (सानुस्वार) होते. जिव्हेच्या विभिन्न स्थितीनुसार या स्वर ध्वनींना आपण **१)** पश्च **२)** अग्र आणि **३)** केंद्रीय अशा तीन प्रकारात विभक्त करू शकतो. यापूर्वीच्या प्रकरणात भाषेतील स्वर कोणते हे पाहिले. ह्या प्रकरणात त्याचे शास्त्रीय विवेचन येईल.

स्वर शब्दाचा अर्थ - शिक्षा शास्त्र, भरत नाट्यशास्त्र, प्रातिशाख्य ऋक्तंत्र आणि कातंत्र इत्यादी ग्रंथांत स्वरांची व्याख्या सर्वसाधारण अशी दिली आहे. 'ज्याचे उच्चारण वर्णान्तराच्या साह्याशिवाय स्वतंत्ररूपाने होते, अशा अकारादि वर्णांना स्वर म्हणतात. जसे -

'विवृतकरणाः स्वराः ।' आपिशलि (३/७), पाणिनीय शिक्षा (३/८)
'एते स्वराः ।' (ऋक्प्रातिशाख्य १/३)
'एते स्वराः प्रथमम् ।' (वाजसनेय संहिता ८/२।।)
'षोडशादितः स्वराः ।' (तैत्तिरीय प्रातिशाख्य १/५।)
'अ इति, आ इति...स्वरा... ।' (ऋक्तंत्र १/२)
'तत्र चतुर्दशादौ स्वराः।' (कातंत्र १/१/२)

पाणिनीय वैयाकरण या 'अ'कारादी स्वरांचा 'अच्' प्रत्याहाराने आणि 'फिट-सूत्रकार' 'अप्प' प्रत्याहाराने निर्देश करतात. याबाबतीत संदेह टाळण्यासाठी पाणिनीय परंपरेतील 'अच्' या प्रत्याहाराचा निर्देश करणे सोयीचे होईल.

पाणिनीच्या अष्टाध्यायीच्या प्रारंभी १४ शिवसूत्रे (माहेश्वरसूत्रे) यांची गणना केली आहे. या १४ सूत्रांपैकी अइउण्। ऋऌक्। एओङ्। ऐऔच्।'...इत्यादी सूत्रात स्वरांची गणना झाली आहे. प्रथमचा अ, अन्त्य च् मिळून 'अच्' प्रत्याहार होतो. या 'अच्' प्रत्याहारामध्ये मूळ स्वर वर्ण (ध्वनी) येतात, असे मानले जाते. 'अ' या स्वराच्या 'अ, आ, इ, ई, उ, ऊ, ए, ऐ, ओ, औ' इत्यादी विकृती असून त्यांचा प्रातिनिधिक 'अ' हा मूळ स्वरवर्ण होय. सारांश 'अच्' या प्रत्याहाराने सर्व स्वर गृहीत आहेत असे मानले पाहिजे.

स्वर शब्दाचे पर्यायही अनेक आहेत. उदा. **१)** षड्जादि सप्तक, संगीत शास्त्रात, षड्ज, ऋषभ, गांधार, मध्यम, पंचम, धैवत आणि निषादनामक ध्वनिविशेषांना स्वर म्हटले आहे.

'ऋक्प्रातिशाख्य' (१३/४४) मध्ये उव्वटाच्या व्याख्येत वरील संगीत स्वरांना 'यम' म्हटले आहे.

२) क्रुष्टादि सप्तक :- उपरोक्त षड्जादी स्वर जेव्हा सामगानात प्रयुक्त होतात, तेव्हा त्यांना क्रुष्ट, प्रथम, द्वितीय, तृतीय, मंद्र, आणि अतिस्वार्य' अशी नावे तैत्ति. प्रातिशाख्यात दिलेली आहेत. (२३/१२)

३) 'एष ह वै सूर्योभूत्वाऽमुष्मिन् लोके स्वरति। तद्यत् स्वरति तस्मात् स्वरः। तत् स्वरस्य स्वरत्वम्। (गोपथ ब्राह्मण पूर्वभाग ५/१४.)

४) उदात्तादी ध्वनिविशेष : वैदिक वाङ्यात स्वर, उदात्त, अनुदात्त आणि स्वरित या नावांनी उच्चारणासाठी अधिक प्रसिद्ध आहे. नारदीय, आपिशलि, पाणिनीय इत्यादी शिक्षा ग्रंथात आणि चांद्र व्याकरणात उदात्तादींना 'स्वर' म्हटले आहे.

स्वरांचे भेद आणि त्यांचे उच्चारण -

वैदिक वाङ्मयात उदात्त इत्यादी स्वरांचे अनेक भेद उल्लेखित आहेत. काही ठिकाणी सात, काही ठिकाणी पाच, तीन, कुठे दोन तर कुठे एकच स्वराचा उल्लेख मिळतो. या भेदांचा क्रमशः निर्देश असा.

महाभाष्य १/२/३३ मध्ये सात स्वरांचा निर्देश आहे.

'सप्त स्वराः भवन्ति। उदात्तः उदात्ततरः अनुदात्तः, अनुदात्ततरः स्वरितः, स्वरिते य उदात्तः सोऽन्येन विशिष्टः एकश्रुतिः सप्तमः।

२) पाच स्वर 'नारदशिक्षा ७/१९ मध्ये उदात्त, अनुदात्त, स्वरित, प्रचित (प्रचय) आणि निघात नामक स्वरांचा उल्लेख आहे.

उदात्तश्चानुदात्तश्च स्वरितप्रचिते तथा ।

निघातश्चेति विज्ञेय: स्वरभेदस्तु पञ्चम: ।

येथे उल्लेखित प्रचित अथवा प्रचय एकश्रुतीचेच अन्य नाव आहे. 'निघात' शब्द साधारणतया 'अनुदात्त' अर्थाने प्रसिद्ध आहे. परंतु नारदशिक्षेत 'निघात' शब्द वेगळ्या अर्थाने वापरला आहे. जो उदात्त अथवा स्वरित पुढे असताना 'एकश्रुति' न राहता, अनुदात्तच राहतो, अशा विशेषप्रकारच्या अनुदात्ताला 'निघात' म्हणतात.

चार स्वर -

काही आचार्य उदात्त, अनुदात्त, स्वरित आणि प्रचय असे चार स्वर मानतात. प्रचय म्हणजे एकश्रुति.

तीन स्वर -

काही संहितात उदात्त, अनुदात्त आणि स्वरित अशा तीनच स्वरांचे उच्चारण होते. उदा. शाकल, माध्यंदिन, काण्व, कौथुम आणि शौनक.

दोन स्वर -

वाजसनेय प्रातिशाख्यामध्ये (१/२९) मध्ये दोन स्वरांचा उल्लेख आहे. या ग्रंथाचा व्याख्याकार उव्वट याच्यामते हे दोन स्वर म्हणजे उदात्त आणि अनुदात्त होत. शतपथ ब्राह्मणातही दोन स्वर प्रयुक्त आहेत. यांना 'भाषिक स्वर' असेही म्हणतात. 'ब्राह्मणे तुदात्तानुदात्तौ भाषिक स्वरौ ।' (प्रतिज्ञापरिशिष्ट १/८) नारदशिक्षेचा व्याख्याकार शोभाकरमिश्र याने ह्या स्वराला 'गाथास्वर' असेही म्हटले आहे.

एक स्वर -

कित्येक वैदिक ग्रंथात एकच स्वर मानला आहे. हा एकच स्वर दोन प्रकारचा होतो. १) तान स्वर आणि २) प्रावचन स्वर.

१) तान स्वर : कात्यायनीय भाषिक सूत्रात लिहिले आहे.

'तानोऽन्येषां ब्राह्मणस्वर: । ३/२७

तान एवाङ्गोपाङ्गान् ३/२८

'अन्य ब्राह्मणात आणि अंग तसेच उपांगात एक तान स्वरच असतो.'

भाषिकसूत्राचा टीकाकार अनंतदेवानुसार आश्वलायन आणि बाष्कल ब्राह्मणात

तान स्वरच होता.

वाजसनेय प्रातिशाख्य १/१३१ मध्ये साम, जप आणि न्यूङ्ख यांच्या व्यतिरिक्त मंत्रातही तानस्वर असल्याचे सांगितले आहे. व्याख्याकारांच्या मतानुसार हा तान स्वर यज्ञकर्मातच असे.

हा तान स्वर म्हणजे 'एकश्रुती' नामकच स्वर होय. अनंतदेवाने भाषिकसूत्रावरील टीकेमध्येही (३/२७) हाच अर्थ केला आहे.

'एकश्रुती' स्वराची व्याख्या अशी

'स्वराणामुदात्तादीनामविभागोऽभेदस्तिरोधानमेकश्रुतिः ।

(काशिका १/२/३३)

'उदात्तादी स्वरांच्या अविभाग अथवा अभेद अथवा भेदाचे नितिरोधान होणे म्हणजे एकश्रुती.

आश्वलायन श्रौतः १/२ मध्ये एकश्रुतीची अशी व्याख्या आहे - 'उदात्तानुदात्तस्वरितानां परः संनिकर्ष एकश्रुत्यम् ।'

'उदात्त, अनुदात्त आणि स्वरित स्वरांची अत्यंत संनिकर्षता-सामीप्यता म्हणजे एकश्रुती होय.'

एकंदरीत तान, प्रचय, एकश्रुती एकच होत. पाणिनीय वैयाकरण प्रचयालाच एकश्रुती मानतात.

२) प्रावचन स्वरः कात्यायनाने वाजसनेय प्रातिशाख्यात (१/१३२) 'यजुः' मध्ये प्रावचन स्वराचे विकल्पाने विधान केले आहे.

'प्रावचनो वा यजुषि ।'

हा प्रावचन स्वर तान स्वराहून निश्चितच भिन्न आहे. हे सूत्रातील पठित शब्दांवरून दिसून येते. उव्वट आपल्या व्याख्येत लिहितो.

'प्रवचनशब्देन आर्षपाठ उच्यते। तत्र भवः शब्दः प्रावचनः.... स च त्रैस्वर्यविलक्षण एव भवति ।'

म्हणजे 'प्रवचनशब्दाने आर्षपाठ म्हटले जाते. आर्षपाठात होणारा स्वर म्हणजे प्रावचन स्वर. हा प्रावचन स्वर त्रैस्वर्याहून भिन्न आहे. नारदशिक्षेतही प्रावचन स्वराचा उल्लेख आहे (१/१/८) भट्ट शोभाकराने याचा 'प्रवचने अध्ययने भवो विधिः ।' असा अर्थ केला आहे. या अनेक विध स्वरांमध्ये त्रैस्वर्य (उदात्तानुदात्तस्वरित) हेच प्रधान आहेत. यांचा साक्षात पद-अर्थाशी संबंध असतो. अर्थाच्या दृष्टीने ह्या तीन स्वरांमध्ये उदात्त स्वर सर्वप्रथम आहे.

स्वर आणि व्यंजने ह्यांना पाणिनी अनुक्रमे 'अच्' आणि 'हल्' म्हणतो. स्वरशास्त्रानुसार उदात्तादी समस्त स्वर, स्वर म्हणजेच 'अच्' संज्ञक वर्णांचेच धर्म

असतात. व्यंजनाचे नाही. कारण स्वर - (अच्) मात्र असे वर्ण आहेत की ज्यांचे उच्चारण कोणत्याही अन्य वर्णाच्या सहाय्याशिवाय होते. म्हणून उदात्त इ. स्वर 'अच्' यांचेच होऊ शकतात. व्यंजनाचे नाहीत.

उदात्तादी स्वरांची लक्षणे आणि उच्चारणविधी

उदात्त, अनुदात्त, आणि स्वरित या तीन स्वरांची लक्षणे आणि त्यांच्या उच्चारणासंबंधींचे उल्लेख अनेक ग्रंथांत मिळतात. इथे त्याचा थोडक्यात निर्देश करणे आवश्यक आहे.

उदात्त :- 'उच्चैरुदात्त : ।' (पा. अष्टा. १.२.२९, वाजस. प्राति १/१०८, तैत्तिरीय प्राति १/३८)

अनुदात्त :- 'नीचैरनुदात्तः । (अष्टा. १/२/३०, वाजस. प्राति. १/१०९, तैत्ति. प्राति १/३९)

स्वरित :- 'समाहारः स्वरितः । (अष्टा. १/२/३१, तैत्ति. प्राति. १/४०, 'उभयवान् स्वरितः ।' (वाजस. प्राति. १/११०) या सूत्रांचा अभिप्राय आणि उच्चारण विधीचे स्वरूप असे.

उदात्तादी स्वर म्हणजे वर्णधर्म होत. यांचा उच्चारण - भेद स्पष्ट असला पाहिजे. परंतु स्वरांचे सूक्ष्म उच्चारणप्रकार प्राचीन काळापासून लुप्त आहेत. महाराष्ट्रातील कुलपरंपरागत वृद्ध ऋग्वेदीय श्रोत्रिय ब्राह्मणांमधील काहीजण उदात्तादी स्वरांचे सूक्ष्म उच्चारण करण्यात अजूनही समर्थ आहेत, असे आढळते. परंतु अधिकतर श्रोत्रिय हात इ. अवयवांच्या चालनाच्याद्वारे उदात्तादी स्वराचे द्योतन करतात. कारण मुखातून वरील स्वरांचे उच्चारण करण्यात ते बहुतेक असमर्थच असतात. म्हणून प्राचीन काळच्या शास्त्रातील, ह्या उच्चारणविधींच्या संदर्भातील उल्लेख पाहणे आवश्यक आहे.

१) कित्येक विद्वान वैयाकरण पाणिनीच्या वरील सूत्रांचा अभिप्राय गृहीत धरतात की उदात्त उच्च स्वराने, अनुदात्त निम्न (नीच) स्तराने आणि स्वरित मध्यम स्वराने उच्चारला जातो.

२) महाभाष्यकार पतंजलीने लिहिले आहे की 'अकारादि वर्णांचे उच्चारणाचे,जी कण्ठ इत्यादी स्थाने आहेत, त्या स्थानांना उच्च-नीच आणि मध्य, असे तिन्हीत विभागून उच्च भागातून उदात्ताचे, निम्नभागातून अनुदात्ताचे आणि मध्यस्थानातून स्वरिताचे उच्चारण केले पाहिजे.

(समाने प्रक्रम इति वक्तव्यम्/ कः पुनः प्रक्रमः ? उरः कण्ठः शिरः इति/ (१.२/२९-३०) आणि तैत्ति. प्राति. १/३८-४० सूत्रावरील गार्ग्यगोपालयज्वाची व्याख्या)

३) वाजसनेय प्रातिशाख्याचा व्याख्याकार उव्वट आणि अनंतभट्टाचे कथन असे. 'गात्रांच्या (अंगे) उर्ध्वगमनाने (वेग, आवेश) जो स्वर उत्पन्न होतो, त्यास उदात्त म्हणतात. याचप्रकारे गात्रांचे अधोगमनाने (अंगे ढिली पडणे) अनुदात्त, आणि दोन्ही प्रयत्नांच्या संमिश्रणाने स्वरितस्वराचे उच्चारण होते (वाजस, प्राति १/१०८-११० वरील व्याख्या)

४) ऋक्प्रातिशाख्य ३/१ मध्ये आयाम, विश्रम्म आणि आक्षेप यांना अनुक्रमे उदात्त, अनुदात्त आणि स्वरित उच्चारणाचे विधान, म्हटले आहे. (उदात्तश्चानुदात्तश्च स्वरितश्च त्रयः स्वराः/आयामविश्रम्भाक्षेपैस्त उच्यते ।)

ह्या सूत्रावरील व्याख्येत उव्वट लिहितो, 'आयाम, म्हणजे वायूच्या कारणाने विश्रम्भ आणि आक्षेपामुळे क्रमशः उदात्त अनुदात्त आणि स्वरित होतो. आयाम-वायूच्या कारणाने शरीराचे ऊर्ध्वगमन होताना, त्यामुळे जो ध्वनी उच्चारित होतो, त्यास उदात्त म्हणतात. याचप्रकारे विश्रम्भ म्हणजे वायूच्या कारणाने गात्रांचे अधोगमन झाल्यामुळे जो स्वर निर्माण होतो तो अनुदात्त होय. आक्षेप, म्हणजे वायूच्या कारणाने गात्रांच्या तिर्यक् गमनामुळे स्वरिताचे उच्चारण होते.

(आयामो नाम वायुनिमित्तमूर्ध्वगमनं गात्राणां तेन य उच्यते स उदात्तः... आक्षेपो नाम तिर्यग्गमनं गात्राणां वायुनिमित्तम् ।)

५) 'आपिशलि शिक्षे'मध्ये वरील तिन्ही स्वरांच्या उच्चारणाचा विधी असा आहे.

'जेव्हा शरीराच्या सर्व गात्रांचा, अंगांचा प्रयत्न तीव्र होतो, तेव्हा शरीराच्या अंगांचा निग्रह, कंठाच्या छिद्रांचा संकोच, आणि वायूचे तीव्र होणे, यापासून ध्वनीचे रुक्षत्व (चाणुत्व) होते, त्यास उदात्त म्हणतात. जेव्हा हा (शरीरगात्रांचा प्रयत्न) प्रयत्न मंद होतो, तेव्हा अवयवाच्या सैलपणामुळे कंठाच्या छिद्रांचा विकास आणि वायूची मंदगती, ह्यामुळे ध्वनीची स्निग्धता (मृदुता) होते, त्यास अनुदात्त म्हणतात. उदात्त आणि अनुदात्त ह्यांच्या संनिपातास (मेळ) स्वरित म्हणतात.'

'यदा तु मंदः प्रयत्नो भवति, तदा गात्रस्य स्रंसनं, कण्ठबिलस्य महत्त्वं, स्वरस्य च वायोर्मन्दगतित्वात् स्निग्धता भवति, तमनुदात्तं प्रचक्षते । ९/२१

यदा तु सर्वांगानुसारी प्रयत्नस्तीव्रो भवति, तदा गात्रस्य निग्रहः कण्ठबिलस्य चाणुत्वं, स्वरस्यच वायोस्तीव्रगतित्वात् रौक्ष्य भवति, तमुदात्तमाचक्षते । (८/२०)

उदात्तानुदात्तस्वरसंनिपातात् स्वरितः ।' (८/२२)

स्वरित आणि एकश्रुति :-

स्वरितात उदात्त आणि अनुदात्तांच्या धर्माचा समाहार होतो. हा समाहार-

म्हणजेच, ऐक्य ‘दुग्धजलवत्’ किंवा ‘काष्ठजतु’वत (लाख) असते. परंतु काही स्वरशास्त्राच्या तज्ज्ञांचे मत आहे की स्वरितात उदात्तानुदात्तांच्या धर्माचा समाहार दुग्धजलाप्रमाणे अविभाज्य नसतो. पाणिनीने म्हटले आहे.

तस्यादित उदात्तमर्धह्रस्वम् । १/२/३२

म्हणजे स्वरिताच्या आधीची अर्ध ऱ्हस्वमात्रा (अर्धी मात्रा) उदात्त असते. शेष अनुदात्त असते.

या सूत्रानुसार ऱ्हस्व स्वरिताची पूर्व अर्धी मात्रा उदात्त आणि उत्तर अर्धी मात्रा अनुदात्त आहे. ह्याचप्रमाणे दीर्घ स्वरिताची पूर्व अर्धी मात्रा उदात्त आणि शेष दीड मात्रा अनुदात्त असते. प्लुताची अर्धी मात्रा उदात्त आणि शेष अडीच मात्रा+अनुदात्त असते. तैत्तिरीय प्रातिशाख्यात स्वरिताची व्यवस्था अशी सांगितली आहे.

‘तस्यादिरुच्चैस्तरामुदात्तादन्तरे यावदर्धं सस्रस्य १/४१

उदात्तसमः शेषः १/४२

अनन्तरो वा नीचैस्तराम् १/४३

म्हणजे उदात्तानंतचा जो स्वरित आहे, त्याची आधीची अर्धी मात्रा उदात्ततर होते. शेषमात्रा उदात्तसम, अथवा शेषमात्रा अनुदात्ततर असते.

‘उदात्तादन्तरे’ या सूत्रावरून उदात्तानंतरच्या अनुदात्त स्वरिताचा निर्देश आहे. म्हणून जात्य इत्यादी स्वरांच्यामध्ये अशी व्यवस्था असू शकणार नाही. पण तैत्तिरीय संहितेत जात्यस्वरिताची हीच व्यवस्था दृष्टोत्पत्तीस येते.

सारांश स्वरितामध्ये उदात्त, अनुदात्त धर्मांचा संयोग कसा होतो, ह्याचा दृष्टांत द्यायचा झाला तर ‘काष्ठ-जतु (लाख)’ हा देता येईल. ‘दुग्ध-जलाचा दृष्टांत अचूक नाही. जसे लाखेचे तुकडे, आणि काष्ठाचे तुकडे यांचा संयोग झाल्यावर एका भागात जतु (लाख) आणि दुसऱ्या भागात काष्ठ राहते, त्याचप्रकारे स्वरिताच्या एका भागात उदात्त आणि दुसऱ्या भागात अनुदात्त विद्यमान असतो.’

तान, प्रचय, एकश्रुती हे पर्यायी शब्द आहेत, हे मागे सांगितले आहे. पण एकश्रुतीच्या बाबतीत उच्चारणासंबंधी आचार्यांत मतभेद आहेत. एकश्रुति पदाच्या व्याख्येत काशिकाकार लिहितो ‘स्वराणामुदात्तादीन्तमविभागीऽभेदस्तिरोधनमेकश्रुतिः ।’

म्हणजे ‘उदात्तादी स्वरांचा अविभाग अथवा अभेद अथवा भेदाचे तिरोहित होणे म्हणजे एकश्रुती होय.’

तर आश्वलायनाचे मत असे की,

‘उदात्तानामनुदात्तानां परःसंनिकर्षः ऐकश्रुत्यम् ।’ (आश्व, श्रौत १/२)

म्हणजे उदात्त, अनुदात्त आणि स्वरित ह्यांची अत्यंत संनिकर्षता सामीप्यता म्हणजे एकश्रुती होय.

तैत्तिरीय प्रातिशाख्याचा व्याख्याकार गार्ग्यगोपाल यज्वा २३/१९ च्या व्याख्येत म्हणतो. 'प्रचय (एकश्रुती) स्वर उदात्त आणि अनुदात्त धर्मांनी रहित असतो.' 'उभयकरणरहित: प्रचय: ।'

आचार्य शौनकाच्या मते प्रचय-एकश्रुतीचे उच्चारण उदात्ताप्रमाणे असते. ऋक्प्रातिशाख्यात स्पष्ट म्हटले आहे.

'स्वरितादनुदात्तानां परेषां प्रचय: स्वर: ।

उदात्तश्रुतितां यान्त्येकं द्वे वा बहूनि वा ।।'

म्हणजे स्वरितापुढे, एक, दोन अथवा यथासंभव पुष्कळ प्रचय असतो. आणि तो उदात्त असतो.

नारदीय शिक्षा १/८/२१ प्रमाणे प्रचय अथवा एकश्रुती उदात्तरूप मानली जाते.

'य एवोदात्त इत्युक्त: स एव स्वरितात्पर: ।

प्रचय: प्रोच्यते तज्ज्ञै: .... ।।'

महाभाष्य १/२/३३ वरून ध्यानात येते की कित्येक आचार्य एकश्रुतीला उदात्तश्रुती मानत असत.

तसेच महाभाष्य १/२/३३ वरूनच कळते की काही आचार्य एकश्रुतीला अनुदात्तश्रुती मानत असत.

'उदात्त (एकश्रुति:) कथं ज्ञायते । यदयं उच्चैस्तरां वा वषट्कार इत्याह...उच्चैर्दृष्ट्वा उच्चैस्तरामित्येतेद् भवति । अनुदात्ता च (एकश्रुति:) कथं ज्ञायते । यदयं उदात्त स्वरितपरस्य सन्नतर इत्याह...सन्नं दृष्ट्वा सन्नतर इत्येतद् भवति ।'

'याज्ञवल्क्य शिक्षे'मध्ये प्रचयाला स्वरित मानून त्याच्यात काही वैलक्षण्य असते, असे म्हटले आहे.

'उदात्तानुदात्तयोगे स्वरित: स्वर उच्यते ।

ऐक्यं तत्प्रचय: प्रोक्त: संधिरेषा मिथोऽद्भुत: ।।'

म्हणजे उदात्त आणि अनुदात्ताच्या योगाला प्रचय म्हणतात आणि उदात्त अनुदात्ताचा एकीभाव होणे म्हणजे प्रचय होय.

महाभाष्यकार पतंजलीनेही एकश्रुतीला उदात्त अनुदात्त ह्यांच्या मध्यवर्ती मानली आहे. तो म्हणतो,

'सैषा ज्ञापकाभ्यामुदात्तानुदात्तयोर्मध्यमेकश्रुतिरन्तरालं क्रियते ।'

(व्या. म. भा. १/२/३३)

म्हणजे पूर्वोक्त दोन ज्ञापकांनी एकश्रुती ही उदात्त अनुदात्ताच्या मध्यवर्ती श्रुती सिद्ध होते.

स्वरिताचे विविध भेद

स्वरांच्या विविध भेदामध्ये स्वरिताचा निर्देश झाला आहे पाणिनीय अष्टाध्यायी वगळता अनेक अन्य प्राचीन स्वरशास्त्रामध्ये स्वरिताचे अनेक भेद सांगितले आहेत. वैदिक ग्रंथात त्यातील कित्येक विशिष्ट स्वरिताच्या अंकनासाठी विभिन्न चिन्हांची व्यवस्था आहे. त्या विशिष्ट स्वरित चिन्हांच्या ज्ञानासाठी स्वरिताच्या विविध भेदाचे ज्ञान आवश्यक असते. ह्यासाठी ऋक्प्रातिशाख्य, शुक्ल यजु:प्रातिशाख्य आणि तैत्तिरीय प्रातिशाख्य या ग्रंथाच्या अनुरोधाने वैदिक स्वरिताचे, त्याच्या प्रकाराचे ज्ञान करून घेणे आवश्यक आहे. वेदकाळात, पूर्व वेदकाळातील स्वरांना भाषाशास्त्रीय दृष्टीने किती अपार महत्त्व होते ह्याचा ह्यावरून बोध होईल.

स्वरिताचे नऊ प्रकार -

प्रातिशाख्यादी ग्रंथात स्वरिताचे नऊ प्रकार सांगितले आहेत. त्यांची नावे, लक्षणे आणि उदाहरणे खालीलप्रमाणे आहेत.

१) संहितज : एका पदात अथवा अनेक पदात, संहितेत उदात्ताच्या पुढे स्वरित होणाऱ्या अनुदात्ताला 'संहितज स्वरित' अथवा सामान्य स्वरित म्हणतात. उदा.

एका पदात - पुरोहिंतं, यज्ञस्य (ऋग्वेद १/१/१)

अनेक पदांत

अग्निम् ईळे - अग्निमीळे (ऋग्वेद १/१/१)

पाणिनीने ह्या संहितज स्वराचे विधान 'उदात्तानुदात्तस्य स्वरित: ।' (अष्टा. ८/४/५६ या सूत्राने केले आहे.)

२) जात्य स्वरित : जो स्वरित आपल्या जाति-जन्म-स्वभावानेच स्वरित असतो, म्हणजे जो कोणत्याही उदात्तवर्णसंयोगापासून अनुदात्तस्वरितभावाला प्राप्त होत नाही. त्याला 'जात्यस्वरित' म्हणतात. (हा जात्य स्वरित पदपाठातही स्वरित बनूनच राहतो.) तैत्तिरीय प्रातिशाख्यात यास 'नित्यस्वरित' म्हटले आहे. उदा.

क न्यो, धान्येम, क्व, स्व

३) अभिनिहित : एकार अथवा ओकाराच्या पुढे जेव्हा ऱ्हस्व अकाराचा लोप होतो, अथवा तो पूर्वरूप होतो, त्या संधीला प्रातिशाख्यात 'अभिनिहित संधि' म्हणतात. या संधीमुळे उदात्त एकार अथवा उदात्त ओकार यांच्यापुढे अनुदात्त अकाराचा लोप अथवा पूर्वरूपास प्राप्त झाल्यावर जो स्वरित होतो, त्यास 'अभिनिहित संधी'मुळे 'अभिनिहित स्वरित' म्हणतात. उदा.

ते + अवन्तु-ते ऽवन्तु । (माध्यं. सं. १९/५७,५८)

वेद: + असि - वेदोऽसि । (माध्यं-२/२१)

पाणिनीय लक्षणानुसार इथे 'एङः पदान्तादति।' अष्टा ६/१/१०८ या सूत्राने पूर्वरूप एकादेश आणि 'स्वरितो वाऽनुदात्ते पदादौ' (अष्टा ८/२/६/१) या सूत्राने स्वरित होतो.

४) क्षैप्र : इ उ ऋ ऌ यांच्यापुढे अच् स्वर - आल्यानंतर य, व, र, ल (यण्) हा आदेशरूप संधी होतो, त्यास प्रातिशाख्यात 'क्षैप्र संधी' म्हणतात. या क्षैप्र संधीच्या अनुसार जिथे उदात्त इकार किंवा उकाराच्या स्थानी य,व आदेश झाल्यावर पुढच्या अनुदात्त स्वराचा स्वरित होतो. त्यास क्षैप्रस्वरित म्हणतात. उदा.

वाजी + अर्वन - वाज्यर्वन (माध्यंदिन संहिता ११/४४)

नु + इंद्र - न्विन्द्र (ऋग्वेद १/८२/१)

पाणिनीय व्याकरणानुसार इथे उदात्त स्थानीय 'यण्' (यवरल) च्यानंतर अनुदात्त स्वराला 'उदात्तस्वरितयोर्यणः स्वरितोऽनुदात्तस्य' (अष्टा. ८/२/४/) या सूत्राने स्वरित होतो.

५) प्रश्लिष्ट : दोन स्वर (अच्) मिळाल्याने जो संधी होतो त्याला प्रश्लिष्ट संधी म्हणतात. प्रश्लिष्ट संधीमुळे होणारा स्वरित 'प्रश्लिष्ट स्वरित' म्हणून ओळखला जातो. प्रातिशाख्यानुसार प्रश्लिष्ट संधी पाच प्रकारचा असतो.

क) अआइइऋऌ यांचा परस्पर सवर्ण एकादेश (अचः सवर्णे दीर्घः अष्टा. ६/१/१००)

ख) अ+इ यांचा एकाररूप एकादेश (आद् गुणः (अष्टा. ६/१/८७)

ग) अ+उ यांचा ओकाररूप एकादेश (आद्. गुणः (अष्टा ६/१/८८)

घ) अ+ए यांचा ऐकाररूप एकादेश (वृद्धिरेचि (अष्टा ६/१/८८)

ङ्) अ+ओ यांचा औकाररूप एकादेश (वृद्धिरेचि/(अष्टा ८६/८८)

या सर्व प्रश्लिष्ट संधीमध्ये, सर्व संहितात एकसारखा स्वर उपलब्ध होत नाही. म्हणून ज्या संहितेत स्वर जसा आढळतो. तसा तो खाली दर्शविला आहे.

१) शाकल, शुक्लयजुः (माध्यं-काण्व) आणि मैत्रायणी संहितेत, अनुदात्त ऱ्हस्व इकार पुढे असताना उदात्त ऱ्हस्व इकाराला जो दीर्घरूप प्रश्लिष्ट संधी होतो, तेथे स्वरित आढळतो. म्हणून या संहितांच्या दृष्टीने हा स्वरित प्रश्लिष्ट स्वरित होय. उदा.

स्रुचि + इव - स्रुचीव। (ऋग्वेद १०/९१/१५)

अभि + इन्धन्ताम् - अभीन्धताम्। (माध्यं. सं. ११/६१)

२) तैत्तिरीय प्रातिशाख्यानुसार अनुदात्त ऱ्हस्व उकार पुढे आला तर उदात्त ऱ्हस्व उकार दीर्घरूप प्रश्लिष्ट संधी पावतो. त्या स्थानी स्वरितत्व असते. म्हणून तै. सं. मध्ये यास 'त्वरित प्रश्लिष्ट स्वरित' म्हटले जाते. उदा.

सु + उद्गाता = सूद्गाता (तै.स.७/१/८)

३) ऋग्वेदाच्या मांडूकेय संहितेत ऋक्प्रातिशाख्य ३/१४ मध्ये उल्लेख आहे की, मांडूकेय संहितेत सर्व प्रश्लिष्ट संधीमध्ये एकादेश स्वरित होतो; आणि त्यास 'प्रश्लिष्ट स्वरित' म्हणतात. (ऋग्वेदाची मांडूकेय संहिता आज उपलब्ध नाही.)

६) तैरोव्यंजन : एका पदात (अथवा अनेक पदात) उदात्त स्वरापुढे व्यंजनाने व्यवहित जो स्वरित होतो, त्यास तैरोव्यंजन म्हणतात.

उदा. इडे, रन्ते, हव्ये, काम्ये (माध्यं. पदपाठ ८/४३)

देवो ऋ वः (माध्यं. सं १/१)

७) वैवृत अथवा पादवृत्त : संहितेत जेव्हा पदान्त आणि पदादी दोन स्वरांचा (अचाची) संधी होत नाही, त्याला 'विवृति' म्हणतात. अशा स्थानी पदान्त उदात्त स्वराच्यापुढे जिथे पदादी अनुदात्तास स्वरित होतो त्यास विवृति (सन्ध्यभाव) मध्ये असल्यामुळे 'वैवृत्त स्वरित' म्हणतात. ऋक्प्रातिशाख्य २/२३ मध्ये पदान्त आणि पदादीच्या सन्ध्यभावास पदवृत्ती अशी संज्ञा आहे. यामुळे 'पदवृत्ती' नामक संध्यभावामध्ये होणारा स्वरित 'पादवृत्त' नामक होतो. वैवृत्त अथवा पादवृत्त स्वरिताची उदाहरणे.

मध्ये सत्यानृते अव पश्यन् (ऋ. ७/४९/३)

ध्रुवा असदन्नृतस्थे (माध्यं. सं. २/६)

८) तैरोविराम : संहितेत एका पदाचा पदपाठात जेव्हा अवांतर पदविराम दर्शविला जातो, तेव्हा त्या अवांतर पदविभागाच्या उच्चारणाच्या मध्ये एक मात्रा (अथवा अर्धमात्रा) काळाचे व्यवधान ठेवले जाते. ह्यास प्रातिशाख्यात 'अवग्रह' म्हणतात. उदा.

गोपताविति गो पतौ । यज्ञपतिरिति यज्ञ पतिः

(माध्यं. सं. पदपाठ)

अवग्रहात मात्रा (अर्धमात्रा) काळाचे व्यवधान विरामवत् स्वीकृत झाल्यामुळे म्हणजे 'परः संनिकर्षस्संपसंहिता) (अष्टा.१/४/११०) धर्माचा व्याघात झाल्यामुळे उदात्तापुढे विद्यमान अनुदात्ताला स्वरितत्व प्राप्त होत नाही. म्हणून त्या विरामास (संहिताभाव) तिरोहित मानून केलेल्या स्वरिताला 'तैरोविराम स्वरित' म्हणतात.

तैरोविराम स्वरिताचा उल्लेख केवळ शुक्ल यजुःप्रातिशाख्यात (१/१/१८) मध्येच आहे.

९) प्रातिहित : दोन स्वतंत्र पदात पूर्वपदाच्या अंती असलेल्या उदात्ताच्या पुढे उत्तरपदस्थ आदि अनुदात्तास संहिता पाठात जो स्वरित होतो, त्यास तैत्तिरीय प्रातिशाख्यात 'प्रातिहित स्वरित' म्हटले आहे. उदा.

इषे+त्वा+उर्जे+त्वा-इषे त्वोर्जे त्वा (तै.सं १/१/१)

हा भेद अन्य प्रातिशाख्यात उपलब्ध नाही. वस्तुतः हा संहितज स्वरिताच्या अंतर्गतच येतो.

या ९ प्रकारच्या स्वरितात अर्थाच्या दृष्टीने केवळ जात्य स्वरितच महत्त्वपूर्ण आहे. स्वरांकन प्रकाराच्या दृष्टीने जात्य, अभिनिहित, क्षैप्र, आणि प्रश्लिष्ट हे चार स्वरित मुख्य होत.

जगातील प्राचीन भाषातील स्वरांचे अस्तित्व आणि त्यांचा लोप -

उदात्तादी स्वरांचे भेद, त्यांचे उच्चारणप्रकार आणि जगातील प्राचीन भाषांत त्यांचे अस्तित्व याविषयी सारांश रूपाने माहिती असणे आवश्यक असते.

पूर्वी सांगितले, की उदात्त, अनुदात्त आणि स्वरित हे 'अकारादी' स्वरांचे (अचाचे) विशिष्ट उच्चारणधर्म आहेत.

शिक्षा आणि व्याकरणशास्त्राच्या अनुसार 'अ इ उ ऋ' या चार स्वरांचे ऱ्हस्व, दीर्घ आणि प्लुत असे तीन प्रकार होतात. प्रत्येक भेदाचा शुद्ध (निरनुनासिक-अननुनासिक) आणि सानुनासिक असे आणखी भेद होऊन, दोन दोन प्रकारचे उच्चारण झाल्यामुळे प्रत्येक स्वराचे ३ गुणिले २ असे सहा भेद होतात. ह्यातील प्रत्येक भेदाचे पुनः उदात्त, अनुदात्त आणि स्वरित स्वरांचे उच्चारण होत असल्यामुळे पुनः तीन भेद होतात. आणि सर्व भेद ६ गुणिले ३ असे एकूण अठरा होतात. काही आचार्यांच्या मते 'ऌ' चा दीर्घ होत नसल्यामुळे त्याचे १२ भेद होतात. तर काही आचार्य ऌचा दीर्घ मानून त्याचे १८ भेद मानतात. (चांद्रशिक्षासूत्र-३८-४० आपि. शिक्षा ६/४/५, पाणिनि शिक्षा ६/३, चांद्रशिक्षा ४१ पाणिनिशिक्षा ६/५)

ए, ऐ, ओ, औ ह्या संध्याक्षरांचा ऱ्हस्व भेद होत नाही. म्हणून ह्या स्वरांचे प्रत्येकी १२ भेद होतात. 'सन्ध्यक्षराणां ऱ्हस्वा न सन्ति। तान्यपि द्वादशप्रभेदानि।' (पा. शिक्षा. ६/६, आपि. शिक्षा ६/७८/चांद्रशिक्षा ४२)

परंतु, काही पाश्चिमात्य भाषावैज्ञानिकाच्या मते 'ए, ऐ, ओ, औ ह्या स्वरांचे', अतिप्राचीन भारोपीय भाषांत (इंडो-युरोपियन) ऱ्हस्व ध्वनी होते. ग्रीक, लॅटिन भाषांनी ते 'ऱ्हस्व स्वर' टिकवून ठेवले, पण संस्कृतमध्ये त्यांच्या स्थानी 'अ' आला.

परंतु हे मत भारतीय भाषाविज्ञानी पंडित भगवद्दत्त यांना अमान्य आहे. 'भाषा का इतिहास' या आपल्या ग्रंथात त्यांनी म्हटले आहे. 'ग्रीकांनी कोणत्याही प्राचीन भाषेतील विद्यमान 'ए,ओ' च्या ऱ्हस्व ध्वनींचे संरक्षण केलेले नसून त्या लोकांचे स्वाभाविक उच्चारणच असे दूषित होते, की कण्ठ्य अ अर्ध (ऱ्हस्व) ए ओ च्या ध्वनिरूपात परिवर्तित होत असे.' भारतीय बंगाली लोक अद्यापही संस्कृतातील

कण्ठ्य अ चा अर्ध (ऱ्हस्व) 'ओ'च्या रूपात उच्चारण करतात.

ऱ्हस्व (अर्ध) ए ओ :- संस्कृतच्या प्राचीनतम रूपात केवळ 'ए, ओ' ह्या ध्वनींचेच नव्हे तर चारही संध्यक्षरांचे ऱ्हस्व विद्यमान होते. उदा. 'वासिष्ठी शिक्षा' ग्रंथात म्हटले आहे.

१) लृवर्णदीर्घं परिहाप्य स्वराः षड्विंशतिः प्रोक्ताः । (हे उद्धरण गार्ग्यगोपाळयज्वाने तै. प्राति. च्या व्याख्येत उल्लेखले आहे.) म्हणजे 'लृवर्णाचा दीर्घ भेद सोडला तर स्वर २६ असतात. असे मानले जाते.

ही २६ संख्या अशी उत्पन्न होते. 'अ इ ड ऋ ए ऐ ओ औ या' आठ अक्षरांच्या ऱ्हस्व, दीर्घ लुप्त भेदांनी ८ × ३ = २४ भेद झाले. यात लृकाराच्या दीर्घ भेदांना सोडून, 'ऱ्हस्व आणि लुप्त', हे दोन्ही भेद एकत्र केले तर २६ संख्या होते. यावरून स्पष्ट होते की 'वासिष्ठी शिक्षा' च्या काळात संस्कृत भाषेत 'ए ऐ ओ औ' या ध्वनींचे ऱ्हस्व उच्चारण विद्यमान होते.

२) वर्णोच्चारण विद्येतील असाधारण विद्वान् आचार्य आपिशलि याने आपल्या शिक्षाग्रंथात म्हटले आहे.

'छंदोगानां सात्यमुग्रिराणायनीया ऱ्हस्वानि पठन्ति । तेषामपि अष्टादशप्रभेदानि । (६/९/१०)

म्हणजे सामवेदींच्यामध्ये राणायनीयांच्या अंतर्गत असलेली 'सात्यमुग्र' शाखेचे अध्ययन करणारे संध्यक्षरांचे ऱ्हस्वभेद जाणतात. त्यांच्यामते संध्यक्षरांचेही १८-१८ भेद होतात.

या विवेचनावरून स्पष्ट होते की प्राचीनतम काळात संस्कृतमधील 'ए ऐ ओ औ' यांचे ऱ्हस्व उच्चारण विद्यमान होते. भाषेत जर संध्यक्षरांच्या ऱ्हस्व उच्चारणाचे अस्तित्व होते, तर अन्य वर्णाच्याप्रमाणे, या ऱ्हस्वादी चिन्हांसाठीही स्वतंत्र लिपिसंकेतचिन्हेसुद्धा अवश्य असली पाहिजेत. उत्तरकालीन भारतीय भाषांतील संध्यक्षरांचे ऱ्हस्व ध्वनी उत्तरकालीन संस्कृतभाषेतून संध्यक्षरांचे ऱ्हस्वध्वनी नष्ट झाले. तरी, प्राचीनतम संस्कृत भाषेमधून उत्तरोत्तर विकसित पावलेल्या प्राकृत भाषांत मात्र संध्यक्षरांचे ऱ्हस्व ध्वनी विद्यमान आहेत, असे आढळते.

तमिळ आणि कन्नड भाषांमध्ये आणि लिपींमध्ये ऱ्हस्व ए ओ ध्वनी आहेत. ('अनार्य म्हटल्या गेलेल्या तमिळ इत्यादी दाक्षिणात्य भाषांतसुद्धा प्राचीन संस्कृत भाषेचे विकार आहेत.' तमिळ शब्द हा संस्कृत 'द्रामिळ' शब्दाचे रूपांतर आहे. ('भाषा का इतिहास संस्करण २ रे, पान २ (९-(३))

शौरसेनी आणि अर्धमागधी ह्या प्राकृत भाषांत ए, ओ च्या ऱ्हस्व ध्वनींचा प्रयोग होतो. (भाषा का इतिहास पान १५९) अवधी भाषेत

अवधेश के द्वारे सकारे सुतगोद कै भूषति लै निकसे।

ह्यातील रेखांकित ए, ऐ, चे ऱ्हस्व (एकमात्रिक) उच्चारण होते, वरील विवेचनावरून स्पष्ट होते की उदात्त, अनुदात्त आणि स्वरित स्वरांचा अकारादी प्रत्येक स्वराशी (अच्) संबंध आहे. यामुळे उदात्तादी स्वरांचा प्रत्येक शब्दाबरोबर अविभाज्य संबंध असल्यामुळे या उदात्तादिकांचे क्षेत्र अत्यंत विस्तृत आहे.

प्राचीन भाषांत उदात्तादी स्वर -

जगातील अनेक प्राचीन भाषांत उदात्तादी स्वर असल्याची प्रमाणे उपलब्ध आहेत.

भारतीय ऐतिहासिक मतानुसार वेद (ऋग्वेद) संपूर्ण प्राचीन वाङ्मयातील आदिम ग्रंथ आहे. 'ते वेद संपूर्ण भाषांची जननी, प्राचीनतम आदिभाषा संस्कृताचे प्रभवस्थान आहे.' असे मनुस्मृतीने म्हटले आहे.

''सर्वेषां तु नामानि कर्माणि च पृथक् पृथक्।

वेदशब्देभ्य: एवादौ पृथक् संस्थाश्च निर्ममे ।। (मनु १/२१) पाश्चिमात्य विद्वानांचे वेदग्रंथाच्या प्राचीनतेबद्दल दुमत नाही. ह्या वेदग्रंथातील अमूल्य ज्ञाननिधी आजपर्यंत उदात्त अनुदात्त आणि स्वरित यांनी युक्त, असा विद्यमान आहे. इतकेच नव्हे तर, वेदांशी संबंध असणाऱ्या अनेक ग्रंथामध्ये आजही उदात्तादी स्वर सुरक्षित आहेत. भारतीय परंपरेप्रमाणे लोकांमध्ये भाषेची प्रवृत्ती वेद शब्दावरच आधारलेली होती (मनु १/२१) म्हणून वैदिक शब्दांचे स्वर लौकिक भाषांत स्वभावत:च प्रवेशले. म्हणून प्राचीन काळात लौकिक संस्कृत भाषेतसुद्धा उदात्तादी स्वरांचे यथावत् उच्चारण होत असे. आता हे उच्चारण लौकिक संस्कृत भाषेत किती काळपर्यंत राहिले, ही बाब विचार करण्यायोग्य आहे. परंतु असा एक प्राचीन काळ होता, की त्या काळात लौकिक संस्कृतभाषेत लिहिलेल्या ग्रंथात वेदांप्रमाणेच उदात्तादी स्वरांचा निर्देश होत असे. याची कितीतरी उदाहरणे देता येतील. उदा.

१) 'विभाषा भाषायाम्।' (पाणिनि अष्टा. ६/१/१८१) अर्थ : भाषेत झलादी, विभकत्यन्त 'षट् संज्ञक (षष्,पञ्चम, सप्तन् इ.) त्रि आणि चतुर शब्दामध्ये अन्ताच्या पूर्वी अचाला विकल्पाने उदात्त होतो. म्हणजे विभक्तीला उदात्त होतो. 'उदा. पञ्चेभि: । पञ्चभि: ।

२) याप्रकारे 'विपाट्' (व्यास-बिआस) नदीच्या उत्तर आणि दक्षिण भागात निर्मित कूपांसाठी लोक आद्युदात्त आणि अन्तोदात्त स्वरभेदाने 'दात्त गौप्त' इत्यादी शब्दांचा व्यवहार होत असे. यामुळे या शब्दातील विद्यमान सूक्ष्म स्वरभेद दाखवण्यासाठी 'अञ्' आणि 'अण्' अशा दोन प्रत्ययांची कल्पना केली. 'गुप्त' आणि, दत्त, द्वारा निर्मित उत्तरभागातील कूपांसाठी आद्युदात्त 'गौप्त, दात्त' शब्दांचा प्रयोग होई. आणि दक्षिण भागातील कूपांसाठी अन्तोदात्त 'गौप्तदात्त शब्दांचा. ('उदक् च विपाश:'

(पा. अष्टा. ४/२/७३) पाणिनीने लोकांच्या भाषाव्यवहारातही प्रयुक्त होणाऱ्या स्वरांचा अशा रीतीने परिचय करून दिला आहे. त्याच्या सूक्ष्म लोकव्यवहारज्ञानाचा निर्देश काशिकाकारांनी कौतुकाने केले आहे. 'महती सूक्ष्मेक्षिका वर्तते सूत्रकारस्य।' (काशिका ४/२/७३) प्राचीन हस्तलिखित ग्रंथ पाहिल्यावर स्पष्टपणे समजते की पुरातन काळात मनुस्मृती, निरुक्त इत्यादी ग्रंथामध्ये स्वरचिन्हे अंकित होती. उदा. निरुक्त (३/१) मध्ये स्वायंभुव मनूचा 'अविशेषेण पुत्राणां...' हा श्लोक उद्‌धृत आहे. त्यावर आजही स्वरचिन्हे आहेत. म्हणून हा श्लोक 'अङ्गादङ्गात' या मंत्राबरोबर निर्दिष्ट आहे. म्हणून मंत्रसाहचर्यामुळे या श्लोकाच्या स्वरचिन्हाचे रक्षण झाले आहे. निरुक्तामध्ये (१४/६) 'मृतश्चाहं' इत्यादी तीन श्लोक उद्‌धृत आहेत. या श्लोकांवरही स्वरचिन्हे उपलब्ध आहेत. यातील 'आहाराविविधा भुक्ता:' श्लोक महाभारत अश्वमेध पर्वा (१६/३२) मध्ये उपलब्ध होतो.

महाराष्ट्रातील ऋग्वेदी ब्राह्मण, गुरुपरंपरेने प्राप्त झालेले 'शिक्षा' इत्यादी ग्रंथ-षडंगे सस्वरग्रंथाप्रमाणे विशिष्ट पद्धतीने पठन करतात. यावरून पुरातन काळात या षडंगावरही स्वरचिन्हे होती, असे अनुमान करता येते.

प्राचीन ग्रीक भाषेमध्ये संस्कृताप्रमाणेच उदात्तादी स्वरांचा प्रयोग होत असे, असे मॅक्डोनेल इत्यादी पाश्चिमात्य विद्वानांचे मत आहे. (मॅक्डोनेलकृत 'History Sanskrit Literature') चा संक्षिप्त अनुवाद वैदिकसाहित्य चरित्रम्। पान ६०/६१ अरबी भाषेत एकवचन द्विवचन बहुवचन इत्यादी अनेक विषयात संस्कृत भाषेशी समानता आढळते. या समानतेमुळे अनुमान होते की, अरबी भाषेतही संस्कृताच्या समान उदात्तादी स्वरांचे प्रचलन असावे. तसेच कुराणाचा पाठ करताना शरीराला मागे पुढे, अशा विशिष्ट लयीत हालचाल केली जाण्याची प्रथा आहे. या शरीरचालनाची क्रिया आणि ऋग्वेदाचा पाठ करणाऱ्याच्या शिर:कंपाची तुलना केली तर, कुराणपाठ करणाऱ्या अरबी पाठकाच्या शरीरचालनामागे स्वर विषयक काही विशेष कारण असले पाहिजे.

स्वरांचा लोप -

वैदिक उदात्तादी स्वरांचा लोप केवळ ग्रीक जर्मन भाषांतच नव्हे तर, लौकिक संस्कृतातूनही स्वरांचा सर्वथा लोप झालेला आहे. इतकेच काय, जे वेदग्रंथ अगोदर सस्वर होते, तेही स्वरचिन्हरहित झाले. (उदा. सध्या ताण्डय ब्राह्मणांवर स्वरचिन्हे नाहीत.) स्वरांचा क्रमिक लोप :- पूर्वी सांगितल्याप्रमाणे उदात्तादी स्वरांची संख्या कोणी ७, कोणी ५, कोणी ४ कोणी २ तर कोणी १ मानतो. संख्यामध्ये दिसून येणारी घट पाहताना ह्या प्रक्रियेत उदात्तादी स्वराच्या ऱ्हासाचा इतिहास

लपला आहे, असे दिसून येते. भट्टोत्पलाच्या बृहत्संहितेच्या टीकेत म्हटले आहे की 'आदिम काळात मनुष्य परम विद्वान् सात्त्विक, कन्दमूळफलभक्षी होता. त्यावेळी त्याची वाणी-इंद्रिये पूर्णपणे विकाररहित होती. त्यांची स्वरयंत्रे सूक्ष्मतम स्वरभेदांचा उच्चार करण्यास पूर्ण समर्थ होती. उत्तरकाळात सत्त्वगुणाचा ऱ्हास, रजो, तमोगुणांची वृद्धी यामुळे मेधाचा ऱ्हास होत गेला. आलस्य, प्रमाद, दर्प इत्यादी दुर्गुणांच्या प्रादुर्भावाने, आणि मद्य, मांस, सदोष आहारामुळे साहजिकच सूक्ष्मतम स्वरभेदांच्या उच्चारणातील त्याची अनवधानता वाढली. स्वरयंत्रात विकार येत गेल्यामुळे उच्चारणशक्तीत शैथिल्य येऊन सूक्ष्म स्वरभेदांचा लोप होण्यास प्रारंभ झाला. स्वरांची उच्चारणे सीमित झाली. अन्ती असलेला उदात्त, अनुदात्त आणि स्वरित या तीन प्रधान स्वरांचाही लोप होऊन एकतान अथवा एकश्रुती स्वरच तेवढा शिल्लक राहिला.

(पुरा खलु अपरिमितशक्तिप्रभाप्रभाववीर्य...धर्मसत्वशुद्धतेजसः पुरुषाः भुकः ।...) त्याचप्रमाणे या अर्थाशी मिळताजुळता उल्लेख अग्निवेशकृत आयुर्वेद संहिता (चरक सं.) विमान अ. ३/२८ मध्ये वर्णन आले आहे. उच्चारणामधून उदात्तादी स्वरांचा लोप केव्हा सुरू झाला, हे निश्चित सांगणे अशक्य आहे. परंतु प्राचीन ग्रंथाच्या अभ्यासावरून आपण ढोबळ मानाने म्हणू शकतो की, वर्तमान वैदिक शाखा, श्रौतसूत्रे, आणि प्रातिशाख्याच्या प्रवचनकाला अगोदर पुष्कळ पूर्वीच उदात्तादी स्वरात शिथिलता आलेली होती. याला काही प्रमाणे अशी,

उपलब्ध प्रातिशाख्याच्या पाठांची तुलना केल्यास कळून चुकते की प्रवचन कालात (प्रातिशाख्यकाल) स्वरोच्चारण शिथिल झाले होते, म्हणून त्यात स्वरभेदाने प्रकट होणाऱ्या अर्थाला सुस्पष्ट करण्यासाठी पाठान्तर देण्यात आले. उदा.

माध्यं. सं १/१७ मध्ये पाठ आहे.

'भ्रातृव्यस्य वधाय ।'

भ्रातृव्य शब्दाचे दोन अर्थ आहेत. **१)** पुतण्या **२)** शत्रू. स्वरशास्त्रानुसार आद्युदात्त 'भ्रातृव्य' शब्द शत्रूचा वाचक आहे. आणि अंत:स्वरित पुतण्या या अर्थाचा बोधक आहे. जर स्वराचे यथार्थ उच्चारण केले, तर आद्युदात्त 'भ्रातृव्य' पदाच्या अर्थासंबंधी संभ्रम झाला नसता. परंतु स्वराच्या यथार्थ उच्चारणाच्या अभावामुळे, अर्थसंदेह उत्पन्न होतो की ह्या वाक्यात शत्रूचा वध की पुतण्याचा वध अपेक्षित आहे. अशी शंका आल्यामुळे, ती निवारण करण्यासाठी काण्वशाखा १/२ येथे 'भ्रातृव्यस्य वधाय' च्या जागी स्पष्टपणे 'द्विव्यतो वधाय' असे पाठांतर केले गेले. जर उच्चारणातील शैथिल्य, स्वरोच्चारणाच्या अचूकतेबद्दल शंका नसती, तर येथे पाठान्तराची काहीही आवश्यकता नव्हती.

शांखायन १/१, आश्वलायन ३/२, कात्यायन १/८/१९ इत्यादी श्रौतसूत्रात

यज्ञकर्मामध्ये मंत्राचे एकश्रुतीने उच्चारण विहित आहे. यावरून प्रतीत होते की, या ग्रंथाच्या प्रवचनकालाच्या फार फार पूर्वीच, मंत्रांचे सस्वर पाठ करणारे ऋत्विक् दुर्लभ होत चालले होते. 'यज्ञात मिथ्या स्वरांच्या उच्चारणाने अनर्थ होतो' ह्यामुळे यज्ञात कित्येक विशिष्ट मंत्रांना टाळून सामान्यतया एकश्रुतीचे विधान केले आहे, की ज्यामुळे स्वरांच्या अन्यथा उच्चारणाने अर्थाचा अनर्थ होऊ नये.

अतिपुरातन काळात यज्ञात समस्त मंत्राचा पाठ सस्वर होत असे. ह्याला अनेक प्रमाणे आहेत. याविषयी दोन उदाहरणे अशी -

श्लोकबद्ध पाणिनीय शिक्षामध्ये एक वचन आहे.

दुष्टो मंत्रः स्वरतो वर्णतो वा मिथ्या प्रयुक्तः न तमर्थमाह। स वाग्वज्रो यजमानं हिनस्ति यथेंद्रशत्रुः स्वरतोऽपराधात् ॥

(व्याकरण महाभाष्यातही हा श्लोक आहे. पण तेथे मंत्र ऐवजी 'शब्द' हा पाठ आहे.)

म्हणजे 'स्वर अथवा वर्णांच्या अशुद्ध उच्चारणामुळे अयोग्य ठिकाणी प्रयुक्त केला, आणि न जाणता केला, तर तो मंत्र यजमानाचा नाश करतो. जसा स्वरोच्चारणाच्या अपराधामुळे इंद्रशत्रूने केला.'

आख्यायिकेअनुसार त्वष्ट्याचा पुत्र वृत्र, त्याने आपल्या शत्रुनाशाकरिता इंद्राच्या वधासाठी यज्ञ केला. पण त्या यज्ञाच्या ऋत्विजांनी 'इंद्रशत्रुर्वर्धस्व' मंत्रात अन्तोदात्त इंद्रशत्रूच्या पदाच्या स्थानी इंद्रशत्रुर्वर्धस्व' असा आद्युदात्त पदाचा प्रयोग केला. त्यामुळे इंद्र वृत्राचा - शत्रु - वृत्रास मारणारा - बनला.

ह्या आख्यायिकेवरून दोन गोष्टी स्पष्ट होतात.

१) त्या काळात यज्ञाचे पाठ सस्वर होत असत. अन्यथा एकश्रुतीच्या बाबतीत या आख्यायिकेची उपपत्ती लागत नाही.

२) यज्ञातील पाठ सस्वर असले, तरी सस्वर पाठाच्या वेळी सावधानता बाळगली जात नव्हती.

नारदीय शिक्षा-जी सर्व शिक्षामध्ये प्राचीन मानली जाते, त्यामध्ये खालील श्लोक आहे.

प्रहीनः स्वरवर्णाभ्यां यो वै मंत्रः प्रयुज्यते।
यज्ञेषु यजमानस्य रूपत्यायुः प्रजां पशून् ॥

म्हणजे 'यज्ञात स्वर आणि वर्णांनी हीन असा जो मंत्र प्रयुक्त होतो, तो यजमानाचे आयुष्य, प्रजा, पशू इत्यादींना नष्ट करतो.'

या दोन प्रमाणांनी स्पष्ट होते की अति पुरातन मंत्र उदात्तादी स्वरांनी युक्त म्हटले जात असत. उत्तरकाळात सस्वर मंत्रपाठात कुशल ऋत्विजांची कमतरता

झाल्यावर एकश्रुतीचे विधान केले गेले.

३) यातील उत्तरवर्ती पाणिनीने यज्ञकर्मात अन्य मंत्रोच्चारणात विकल्पाने एकश्रुतीचे विधान केले आहे. यामुळे पाणिनीच्या काळातही सस्वर उच्चारणात शैथिल्य आल्याचा बोध होतो.

साधारण ह्याच काळाच्या दरम्यान वाजसनेय प्रातिशाख्यात आचार्य कात्यायनाने उदात्तादी स्वरांचा हस्तचालनाने निर्देश करण्याचे विधान केले आहे. उदा.

हस्तेन ते । (१/१२)

म्हणजे, पूर्वोक्त उदात्त स्वरांचा हाताच्या ऊर्ध्वचालनाने निर्देश केला पाहिजे. 'याज्ञवल्क्य शिक्षा' मध्येही स्वरांच्या प्रदर्शनासाठी हस्त चालनाचे विधान आहे. ही प्रक्रिया आजपर्यंत माध्यंदिनी वेदपाठकामध्ये सुरक्षित आहे.

महाभाष्यात सस्वर पाठासंबंधी उल्लेख आहेत. (१/१/१) 'एवं हि दृश्यते लोके य उदात्ते कर्तव्ये अनुदात्तं करोति, खण्डिकोपाध्यायस्तस्मै चपेटां ददाति, अन्यत्वं करोषीति.'

अर्थ :- व्यवहारात दिसते की उदात्ताच्या स्थानी जो शिष्य अनुदात्त करतो, त्याला खंडिकोपाध्याय चापट्या मारतो. (आणि म्हणतो) 'भलतेच स्वरोच्चार करतोस.'

वरील उदाहरणावरून हे नीटसे लक्षात येत नाही की, इथे उदात्तादी स्वराचे अन्यथाकरण उच्चारणामुळे आहे, की हस्तादी चालना द्वारा ? दोन्ही संभव आहेत. परंतु स्वरलोपाच्या विवरणाच्या प्रकाशात हस्तादी चालनाच्यामुळे घडणाऱ्या अन्यथा करणाचीच इथे अधिक संभावना आहे.

स्वरलोपाची प्रक्रिया

भाषेतून उदात्तादी स्वरांचा कशाप्रकारे क्रमाने लोप झाला, हे समजण्यासाठी भाषेत उपयोजिल्या जाणाऱ्या स्वरांच्या स्थितीचा परिचय असणे जरूरीचे असते.

कोणीही वक्ता आपला यथार्थ अभिप्राय व्यक्त करण्यासाठी भाषेचा आश्रय घेतो. भाषेमध्ये वाक्यसमूह असतात. आणि वाक्य पदांनी बनलेले असते. भाषेची संरचना प्रामुख्याने पदांवर अवलंबून असली तरी व्यवहारात वाक्यार्थालाच महत्त्व असल्याने वाक्यच प्रधान मानले जाते. त्याच्या तुलनेने पद गौण असते.

'पदानां रूपमर्थो वा वाक्यादेव जायते ॥' (वाक्यपदीय) यामुळेच निर्वचनशास्त्रातील धुरीण आचार्य म्हणतात की कोणत्याही पदाचे निर्वचन करायचे असेल, तर त्या पदाच्या वाक्यातील नेमक्या स्थितीचे ज्ञान करून घेणे आवश्यक असते. पदाचे निर्वचन स्वतंत्रपणे वा संदर्भ तोडून करता येत नसते.

'व्युत्पत्तौ वाक्यस्थं पदम्।' (वाक्यपदीय विवरण), तसेच 'तथा निर्वचनं

ब्रूयात् वाक्यार्थस्यावधारणम्।' (वायुपुराण ५९/१३४) 'नैकपदानि निर्ब्रूयात्।' (निरुक्त २/२) या प्रक्रियेनुसार पदांचे स्वतंत्र अस्तित्व असले तरीही, वाक्यार्थाच्या प्रधानतेच्या दृष्टिकोनातून पदांच्या स्वतंत्र स्वरांमध्ये काही परिवर्तन घडतेच. म्हणून भाषेत उपयोजिलेला स्वर केवळ पदात्मकही नाही, किंवा वाक्यात्मकही नाही, दोन्हींचा संबंध अविभाज्य आहे.

वैदिक ग्रंथात प्रयुक्त असलेले स्वरसुद्धा अशाप्रकारे पदवाक्य उभयात्मक आहेत.

पदस्वराचा लोप -

उदात्त, अनुदात्त आणि स्वरित ह्या तिन्हीमध्ये उदात्त स्वर प्रधान मानला जातो. प्रत्येक पदात प्राय: उदात्त स्वर असतोच. त्याच्यामुळेच पदाच्या विशिष्ट अर्थाची प्रतीती होत असते. मानवी 'मेधा' बुद्धीचा ऱ्हास झाल्यानंतर, जेव्हा प्रत्येक पदातील सूक्ष्म - अर्थज्ञानाची शक्तीही क्षय पावली; तेव्हा पदस्वरांची उपेक्षा होत गेल्यामुळे त्या पदस्वराचा लोप झाला.

वाक्यस्वरांचा लोप -

प्रत्येक पदातील सूक्ष्मार्थ - दर्शवणारा पदस्वर लोप पावल्यानंतर वाक्यस्वर प्रतिष्ठित झाला. संपूर्ण वाक्यात विशिष्ट अर्थ जो सांगितला जाणे आवश्यक होते, त्याला प्रकट करण्यासाठी वाक्यातील, विशिष्ट अर्थ प्रतिपादन करणाऱ्या पदाचे उदात्त उदात्त स्वरात उच्चारण केले जात असे. ह्या वाक्यातील उदात्त स्वराला 'काकुस्वर' असे संस्कृतमध्ये नाव आहे. ह्यालाच पाश्चिमात्य विद्वान 'बलाघात' म्हणतात. सध्या हा काकुस्वरसुद्धा प्रत्येक वाक्यात प्रयुक्त होत नाही. कधी कधी, कुठे कुठेच ह्याचा प्रयोग होतो. उत्तर कालात संस्कृतमध्ये प्रत्येक वाक्यात प्रयुक्त होणाऱ्या काकुस्वराचाही बहुतेक लोप झाला. संस्कृतमध्ये ह्याचा प्रयोग आता तुरळकच दिसतो.

संदर्भ स्वर -

काकुस्वराचा (बलाघाताचा) लोप झाल्यानंतर स्वर संदर्भस्वराच्या रूपाने उद्‌भवला, भरतमुनीने आपल्या नाट्यशास्त्रात संदर्भस्वराचा उल्लेख खालीलप्रमाणे केला आहे.

'तत्र हास्यशृंगारयो: स्वरितोदात्तवर्णै: पाठ्यमुपपाद्यम्, वीररौद्राद्‌भुतेषूदात्तकंपितै: करुणबीभत्सभयानकेष्वनुदात्तस्वरकंपितै:' १७/११०

अर्थ : 'हास्य आणि शृंगार रसामध्ये स्वरितोदात्त वर्णांनी पाठ करावा. वीर, रौद्र आणि अद्‌भुत रसामध्ये उदात्तकंपानी युक्त वर्णांनी आणि करुण, बीभत्स, आणि

भयानक रसामध्ये अनुदात्त, स्वरित कंपानी युक्त वर्णांनी पाठ करावा.'

भरतमुनीच्या वरील वचनानुसार स्पष्ट होते की इथे भिन्न भिन्न रसामध्ये पाठ्यसंदर्भाचे भिन्न भिन्न स्वरात उच्चारण करण्याचे जे विधान केले आहे, ते संदर्भस्वराच्या स्थितीतच उपपन्न होऊ शकते. पण उत्तरकालात भरतमुनीने सांगितलेल्या संदर्भस्वराचा सुद्धा लोप झाला.

उदात्तादी स्वरांच्या लोपाच्या विषयात अर्वाचीन साहित्यशास्त्राचासुद्धा मोठा हातभार लागला आहे. साहित्यशास्त्रकारांनी आपल्या बुद्धीचे वैभव दाखवण्यासाठी अर्थ नियामक स्वराची - जो वर्णांचा उच्चारण धर्म होता-केवळ उपेक्षाच केली नाही, तर स्वराला काव्यमार्गातील मोठी बाधा मानून त्याचा स्पष्ट विरोध केला. काव्यप्रकाशकार मम्मट लिहितो.

'काव्यमार्गे स्वरो न गण्यते' ९/८४ म्हणजे 'काव्यसंप्रदायात स्वरभेद मानले जात नाहीत.'

हाच अर्थ अधिक स्पष्ट करीत विश्वनाथाने 'साहित्यदर्पणा'त म्हटले.

'यदि अत्र कश्चिद् अनेकार्थशब्दानां प्रकरणादिनियमाभावादनियंत्रित योरप्यर्थयोरनुरुप स्वरवशेनैकत्र नियमनं वाच्यम् तथाविधस्थले श्लेषानङ्गीकारप्रसंग:' (सा.द. २/१४)

अर्थ : 'जर काही स्थानी अनेकार्थक शब्दामध्ये, प्रकरणादींनी, अनियंत्रित अर्थामध्ये स्वराच्या अनुसार अर्थविशेषाचे नियमन मानले, तर उक्त प्रकारच्या स्थानी श्लेष अलंकाराची हानी होईल.'

स्वराचा पदार्थ आणि वाक्यार्थावरील प्रभाव

यापूर्वी 'इंद्रशत्रु' या पदातील स्वरांबाबतची आख्यायिका संक्षेपाने सांगितली होती. त्यावरून स्पष्ट होते की आद्युदात्त आणि अंतोदात्त 'इंद्रशत्रु' शब्दाच्या अर्थात किती बदल घडतो. याचप्रमाणे पाणिनीय अष्टाध्यायीत 'क्षयो' निवासे। (६/१/२०१) आणि 'जय: करणम्।' (६/१/२०२) सूत्रावरूनही स्पष्ट होते की आद्युदात्त 'क्षय' शब्द 'गृह' शब्दाचा वाचक आहे, आणि अन्तोदात्त 'नाश, हानी' चा. त्याच प्रकारे आद्युदात्त 'जय' शब्दाचा अर्थ 'विजयाचे साधन अश्व' इत्यादी आणि अन्तोदात्ताचा अर्थ 'जिंकणे.'

पदस्वर -

संस्कृत भाषेत जी जी नामे आणि आख्यात (क्रियापदे) आहेत ते सर्व धातू आणि प्रत्ययाचा योग होऊन बनले आहेत. (प्राचीन वैयाकरणांच्या मते अव्यय,

निपात आणि उपसर्गही धातूपासून निष्पन्न मानले गेले आहेत. तसेच कित्येक आधुनिक वैयाकरण रूढ शब्दांना धातूपासून निष्पन्न झाल्याचे मानत नाहीत. परंतु प्राचीन वैयाकरणांच्या मते कोणताही शब्द रूढ नाही. यदृच्छा शब्द संस्कृत भाषेचे अंग नाही. म्हणून वैयाकरणामध्ये एक पक्ष आहे 'न सन्ति यदृच्छाशब्दा: ।' (महाभाष्य, ऋऌकसूत्रे) म्हणजे यदृच्छा शब्द नाहीत. बहुधा एका पदात एकच वर्ण उदात्त असून शेष वर्ण अनुदात्त असतात. (अनुदात्तं पदमेकवर्जम् ।) (अष्टा ६/१/१५८) उदात्त, अनुदात्त यांच्यामध्ये उदात्त स्वर प्रभावी असतो. पदाच्या प्रकृती आणि प्रत्ययरूपी ज्या भागात उदात्त स्वर असतो, त्या भागाचा अर्थ मुख्य असतो. म्हणूनच निरुक्तकार यास्काने लिहिले आहे.

'तीव्रार्थतरमुदात्तम् अल्पोमयोऽर्थतरमनुदात्तम् ।' (निरूक्त ४/२५) अर्थ : उदात्ताचा अर्थ तीव्र असतो. अनुदात्ताचा गौण-अल्प, ह्याच भावाने पाणिनीने 'उच्चैरुदात्त:, नीचैरनुदात्त:, समाहार: स्वरित: ।' (अष्टा. १/२/२९-३१) ही सूत्रे रचली.

समासस्वर -

ज्याप्रकारे एका पदात उदात्त स्वर असलेल्या प्रकृती आणि प्रत्ययाच्या भागाची अर्थविषयक प्रधानता असते, त्याचप्रकारे समासातसुद्धा ज्या पदात उदात्तत्व असतो, समासात त्याचाच अर्थ प्रधान असतो. वेंकटमाधव लिहितो.

'तत्रोत्तरपदार्थस्य प्राधान्यं यत्र वर्तते ।
उदात्तस्तत्र भवति.... ॥
यदि स्वर: पूर्वपदे तदर्थ: स्फुटो भवेत् ।
सर्वेष्वेव समासेषु यत्र यत्र स्वरो भवेत् ।
काशं कुशं वावलम्ब्य स्वरं तं स्थापयेत् ॥
(स्वरानुक्रमणी १/३/२, ३/२२)

अर्थ : 'उत्तरपदाच्या अर्थाची जेथे प्रधानता असते, तेथे उत्तरपदात उदात्तस्वर असतो. जर उदात्त स्वर पूर्वपदात असेल, तर त्याचा अर्थ विस्पष्ट प्रधान असतो. सर्व समासात जिथे जिथे उदात्तस्वर असेल, त्याच्या अर्थाची प्रधानता कोणत्या ना कोणत्या प्रकारे (काशकुशावलंबन न्यायाने) स्पष्ट केली पाहिजे.'

वाक्यस्वर -

याप्रकारे वाक्यात ज्या क्रियादी पदांचे उदात्तत्व अथवा अनुदात्तत्व आढळते, तिथे त्यांच्या अर्थांची प्रधानता अथवा गौणता असते, या विषयाचे उपपादन करून वेंकटमाधव लिहितो -

'एवं पदे समासे च यत्रोदात्तो व्यवस्थित: ।

वर्णे पदे तत्रापि काकुरस्तीति निश्चय: ॥ (स्वरा. १/१/२०)

अर्थ : 'वाक्याच्या अथवा समासाच्या ज्या पदात अथवा पदाच्या वर्णात उदात्त स्वर असेल, त्यामध्येच 'काकु' (विशेषार्थबोधक ध्वनिविशेष) मानली पाहिजे. हे निश्चित आहे.'

समासस्वर आणि वाक्यस्वर स्पष्ट करण्यासाठी खाली एक उदाहरण दिले आहे.

ब्रा ह्म ण ग्रामं गच्छ । - हे ब्राह्मण, गावाला जा.

ब्राह्मणग्रामं गच्छ । - ब्राह्मणांचा जो गाव आहे, तिकडे जा.

ब्राह्मणग्रामं गच्छ । - ब्राह्मण ज्या गावी राहतात, तिकडे जा.

पहिल्या वाक्यात ब्राह्मण आणि ग्राम दोन्ही पदात उदात्तत्व असल्यामुळेही दोन्ही पदे स्वतंत्र आहेत. ब्राह्मणपदात येथे जे आद्युदात्तत्व दिसते, ते संबोधनाचे कारण आहे. म्हणून ह्याचा अर्थ 'हे ब्राह्मण, गावाला जा' असा होतो. दुसऱ्या व तिसऱ्या वाक्यात 'ब्राह्मणग्राम' समुदायात एक उदात्त आहे. म्हणून ही दोन्ही पदे समस्त आहेत. 'समासाचे फल अनेक पदांचे एक पद आणि अनेक स्वरांचा एकच स्वर होणे हे आहे.' (समर्थ:पदविधि: २/१/१ सूत्रावरील भाष्य)

दुसऱ्या वाक्यात अन्तोदात्त स्वर असल्यामुळे तिथे षष्ठी तत्पुरुष समास समजला जातो. (समासस्वर । अष्टा ६/१/२२३) म्हणून ह्याचा अर्थ, 'ब्राह्मणांचा जो गाव आहे, तिकडे जा.' तिसऱ्या वाक्यात पूर्वपद 'ब्राह्मण'मध्ये उदात्तत्व आहे. ह्यामुळे बहुव्रीही समासाची प्रतीती येते. ह्यामुळे ह्याचा अर्थ 'ब्राह्मण ज्या गावात राहतात, तिथे जा.'

समासस्वर -

समासभेदाने स्वरभेद अथवा स्वरभेदाने अर्थभेद होतो. उदा.

'लम्बकर्णम् आनय', 'लम्बकर्णम्, आनय ।'

या दोन्ही वाक्यात 'लम्बकर्ण' पदात दोन प्रकारचा स्वर आहे. एकात पूर्वपदात, 'लम्ब' मध्ये उदात्तस्वर आहे, दुसऱ्यामध्ये उत्तरपदात 'कर्णमध्ये'. म्हणून उदात्तस्वराच्या महत्त्वामुळे दोन्हींचा अर्थ वेगळा होतो.

पहिल्या लम्बकर्ण पदात उदात्तत्व असल्यामुळे 'लांब कान असलेल्यास आण.' यात 'लम्ब' आणि 'कर्ण' या दोन्ही पदांची प्रधानता नसल्यामुळे अन्यपदार्थ - 'लांब कान असलेल्या' प्राण्याची प्रधानता आहे. 'लम्ब आणि कर्ण' दोन्ही पदांची प्रधानता नसल्यामुळे अन्य पदार्थ - 'लांब कान असलेल्या' प्राण्याची प्रधानता आहे. 'लम्ब आणि कर्ण' या दोन्ही अप्रधान आणि गौण. सर्वच प्राण्यांना कान

असतात, मग कुणाला आणावे, हे स्पष्ट करण्यासाठी कर्ण 'चे' 'लम्ब' हे विशेषण दिले. ह्या विशेषणाच्या विशिष्टत्वामुळे साऱ्या कान असणाऱ्या प्राण्यात भेद केला जाऊन 'लम्बकर्ण' चा अर्थ गाढव झाला. ही दोन्ही पदे गौण असूनही 'कर्णा'पेक्षा 'लंबची' प्रधानता आहे. ह्या प्रधानतेला व्यक्त करण्यासाठी उदात्त स्वर 'कर्ण'वर न होता. 'लम्ब' पदावर उच्चारित झाला. ह्या सूक्ष्म तत्वास व्यक्त करण्यासाठी पाणिनीने उत्सर्गसूत्र लिहिले.

'प्रकृत्या पूर्वपदम् (६/२/१ अष्टा.) म्हणजे बहुव्रीहीमध्ये पूर्वपदाचा जो स्वर आहे, तोच समासात असतो.'

दुसऱ्या लम्बकर्ण पदात उदात्त आहे. म्हणून 'लांब कान आण' ह्यातील दोन्ही पदापैकी 'कर्ण' पदाची प्रधानता आहे. कारण वक्त्यास 'कानाची' अपेक्षा आहे, आणि सेवकही 'कानास' आणतो. लम्बत्व धर्म कानाचा आश्रित होऊनच अर्थास व्यक्त करतो. वक्त्याला मुख्य रूपाने 'लम्बत्व धर्म' असलेल्या वस्तूस आणणे अभिप्रेत असेल तर लम्बत्व-धर्म-विशिष्ट कोणतीही काठी इत्यादी पदार्थाने वक्त्याचा अभिप्राय सिद्ध होऊ शकतो. ज्याअर्थी वक्ता (छाटले) लांबकान मागवू इच्छितो, आणि तो विशिष्ट धर्माचा कर्ण उपलब्ध झाला नाही, तर त्याच्या प्रातिनिधिक रूपात केवळ कानाने त्याचे कार्य चालू शकते, म्हणून उदात्त स्वर 'कर्ण' मध्येच उच्चारित होतो. 'लम्ब' मध्ये नाही,

वैदिक भाषेत स्वरभेदाने अर्थभेद

ऋग्वेदात एक मंत्र आहे. 'ह नो वृ॑त्रं ज या॑ अपः ।' (१/८०/३) यातील जयाः पद आद्युदात्त आहे.

अथर्ववेदात दुसरा मंत्र आहे. - 'जयो मे॑ सव्य आहितः ।' (७/५२(५०)/८) यात जयः अन्तोदात्त आहे. या दोन्ही मंत्रात प्रयुक्त 'जय' पदात स्वरभेद असल्यामुळे ह्या दोन्हींचा अर्थ निश्चितपणे भिन्न आहे.

आद्युदात्त 'जयाः' पद दोन प्रकारांनी उपपन्न होते. एक 'जयः करणम्।' (अष्टा ६/१/२०२) सूत्राने 'करण' या अर्थाने दुसरे, 'लेट् लकारच्या द्वितीय पुरुषी एकवचन या अर्थाने. करणवाची अकारान्त जय शब्दाचा बहुवचनाचा अर्थ या मंत्रामध्ये संबद्ध होऊ शकत नाही. म्हणून यास लेट् लकाराचे रूप मानले पाहिजे. म्हणून याचा अर्थ होईल; '(हे इंद्रा, तू) (अपांना (जलांना) जिंक.'

दुसऱ्या मंत्रात प्रयुक्त अन्तोदात्त जयः पद भावार्थक अच् प्रत्ययान्त आहे. म्हणून ह्याचा अर्थ आहे. 'माझ्या डाव्या हातात विजय ठेवलेला आहे.'

अशा प्रकारे वेदवाङ्मयात स्वरभेदामुळे अर्थभेद होत असतो. ह्यामुळे वेंकटमाधव

लिहितो.

'अर्थाभेदे तु शब्दस्य सर्वत्र सदृशः स्वरः ।
यदा न तं स्वरं पश्येत् अन्ययार्थं तदानयेत् ।।

अर्थः 'अर्थ समान असल्यावर शब्दाचा स्वर सर्वत्र समान असतो. जर तो समान स्वर नसेल, तर शब्दाचा अर्थ भिन्न करावा.'

वेंकटमाधवाने आपल्या ऋग्वेदभाष्यात, विशेषतः बृहद्भाष्यात (हा ग्रंथ 'माधव' नावाने अड्यार-मद्रासमध्ये छापलेला आहे.) ह्या नियमाचे सर्वत्र पालन केले आहे. त्यातील काही वैदिक शब्दांचे स्वरभेदामुळे घडलेले अर्थभेद दर्शविणारी सूची खालीलप्रमाणे आहे.

शब्द	**अर्थ**	**पान**
जठरः	अग्निः	
जठरः	उदरवचनः	४२६, ७३५
यमः	येन गच्छति	
यमः	वैवस्वतः	५०१
सत्यम्	ऋतार्थे	
सत्यम्	दारिद्र्ये	५२७
ज्येष्ठः	प्रशस्यः	
ज्येष्ठः	वयसा ज्येष्ठः	५६९
सुस्कृतम्	निष्ठान्तम्	
सुकृतम्	क्विबन्तम	५६९
सुकृतम्	भावे निष्ठान्तबहुव्रीहौ	

अशाप्रकारे अनेक प्रकारांनी स्वरभेदातून निष्पन्न होणाऱ्या अर्थभेदाची उदाहरणे देता येतील.

ऋग्वेद आणि झेंद अवेस्ता यामधील स्वरात स्वरूपभेद

ऋग्वेदीय स्वरांच्या विषयात आपण सारांशरूपाने पाहिल्यावर 'इंडो-इराणी' भाषातील स्वरांकडे वळणे आवश्यक आहे. भारतात आलेल्या, इराणातील आर्यसमूहापासून वेगळ्या झालेल्या भारतीय आर्यांच्या वेदभाषेत जे स्वर होते, त्या स्वरांचे अतिप्राचीन रूप इराणी 'झेंद अवेस्ता' ग्रंथात आढळते. स्थानभेद, अन्य

अनार्यभाषिकांशी संपर्कामुळे आलेले भेद, इत्यादी महत्त्वाच्या कारणांनी ऋग्वेदीय स्वरपद्धती प्रभावित झाली असण्याची खूप शक्यता आहे, पण आर्यांचे जे मूळ वसतिस्थान इराण, तेथील आर्यभाषांत बदल घडण्याचे काही कारण नव्हते. त्यामुळे तेथील स्वर हे ऋग्वेदीय स्वरांपेक्षा पूर्वीचे आणि जास्त प्रमाण मानले पाहिजेत.

इंडो इराणी मुळातच एक भाषा असल्यामुळे जी काही स्वर भिन्नता दिसते, ती खालीलप्रमाणे तुलनात्मक रीतीने मांडली आहे.

अवेस्ता ग्रंथातीतील अॅ, अ, एॅ ए ऑ ओ आ - संस्कृत - अ, आ, चे प्रतिनिधी आहेत.

अवेस्तामधील - अॅ - हा संस्कृत - अ आहे.

उदा. संस्कृत - अविन्दन् (त्यांनी प्राप्त केले.) अवेस्ता - विदॅन

संस्कृत - सन्त (असणाऱ्यांचे) - अवेस्ता - हंतॅम् ।

संस्कृत - उपमम् (सर्वात उंच) - अवेस्ता - उपॅमॅम्

संस्कृत - शविष्ठ (महाबली) - अवेस्ता - सॅविश्त

संस्कृत 'अ' पासून निष्पन्न झालेला अवेस्तामधील 'अॅ, य्, च्, ज्, ज़् च्या पूर्वी कधी कधी 'इ' होतो. उदा.

संस्कृत - यम, अवेस्ता - यिम्

संस्कृत - वाचम् - अवेस्ता - वाचिम्

संस्कृत - भाजन (भांडे) अवेस्ता-बजिन

अवेस्तामधील 'अ' हा 'अॅ' चे दीर्घरूप आहे. तो अवेस्तामध्ये, अॅ, अ आणि कधी कधी 'ओ, ऑ' च्या स्थानी प्रयुक्त होतो.

अवेस्ता - यजम् - अज़ॅम् (संस्कृत - अहम्)

अवेस्ता - अमवंतॅम् अमवन्तॅम (संस्कृत-अमवत्तम-बलशाली व्यक्तीला)

अवेस्ता - अहना अहना संस्कृत - अस्माकम्

अवेस्ता य । यो। (संस्कृत - यः - जो)

अवेस्ता - हम । हॅम् (संस्कृत - सम)

अवेस्ता हर । हर (संस्कृत - स्वर)

संस्कृत 'य'च्या पुढे येणाऱ्या अ, आ स्वरांच्या जागी साधारणपणे अवेस्तामध्ये 'एॅ' होतो.

संस्कृत - रोचयति (चमकतो) अवेस्ता - र ओ`येइॅति

संस्कृत - क्षयसि (तू शासन करतोस) अवेस्ता - रव्ययेही

संस्कृत - अयानि (मी जावे) अवेस्ता - अयेनि

संस्कृत - यज्ञे अवेस्ता - येस्ने

संस्कृत - यस्याः (जिचा) अवेस्ता - येङ् हा

संस्कृत - यस्य (ज्याचा) अवेस्ता - येहचा

संस्कृत पदांत ए च्या स्थानी ऍं होतो.

संस्कृत - अवसे (रक्षणासाठी) - अवेस्ता - अवङ्हे

संस्कृत - यजसे (यजन करतो आहे.) अवेस्ता - यज़इते

संस्कृत 'य' चा अवेस्तामध्ये ऍं होताना ऱ्हास होतो.

संस्कृत - कस्य (कुणाचा) - अवेस्ता - कहचा - कहे

संस्कृत एकाक्षर 'ए' च्या जागी अवेस्तामध्ये संध्यक्षर 'अए' होतो. अवेस्ता मधील 'ए' ध्वनी ए ओ अॅ चा दीर्घरूप आहे.

संस्कृत देव अवेस्ता दअेव ।

संस्कृत हे अरमते-अवेस्ता अरमइते संस्कृतमधील अ, आ ध्वनींच्या स्थानी अवेस्तामध्ये बहुधा 'ओ होतो.

संस्कृत - धामसु (लोकांत) - अवेस्ता. दामोहु

संस्कृत - घोषध्वम् (ऐका) - अवेस्ता गषोदम्

संस्कृत - भक्षस्व (भागीबन) अवेस्ता - वख्र्याहा

संस्कृत - विधातुस् (वाटणी करणाऱ्याचा) अवेस्ता - वीद्रोतुश्

संस्कृत - वातयतु अवेस्ता - वातोयोतु

इथे 'त'च्या प्रभावाने य-यो, आणि यो च्या प्रभावाने त - तो झाला आहे.

संस्कृत अन्त्य 'अस्' च्या जागी अवेस्तामध्ये 'ओ' होतो.

संस्कृत - नस (नः) - (आमचा) - अवेस्ता - नो

संस्कृत - वस् (वः - तुमचा) अवेस्ता - वो

संस्कृत 'आस्' किंवा 'आ' अवेस्तामध्ये 'आ' होतो.

संस्कृत - सेनाया अवेस्ता - हअेनया

संस्कृत - भूयाः अवेस्ता - बुया

'न्त'च्या पूर्वी येणारा 'आ' अवेस्तात आ होतो.

सं. महान्तम् अवेस्ता-मजांन्तॅम्

संस्कृत ऋ हा अवेस्तामध्ये 'अॅरॅ' आहे. दोन्हींचे उच्चारण सारखेच आहे. वैदिक ऋ दोन स्वरभक्तीच्यामध्ये 'र' होतो. अवेस्तामध्ये अगदी त्याचप्रमाणे. त्या स्थानी 'अॅरॅ' दोन स्वरभक्तींच्या 'अॅअॅ' च्यामध्ये 'र' बनतो.

संस्कृत - कृणोति (सो करतो) अवेस्ता-कृनओइति

संस्कृत - मृत्युस् अवेस्ता - मृत्युश्

संस्कृत - सकृत (एकाचवेळी) अवेस्ता - हकृत्

वैदिक संस्कृतशी अवेस्ता या अतिप्राचीन इराणी भाषेशी किती साम्य आहे, हे काही स्वरांच्या साह्याने सारांशरूपाने दर्शवले.

अवेस्ताच्या काळच्या प्राचीन इराणी भाषेत ३६ वर्ण आढळतात. त्यात १४ स्वर ३१ व्यंजन आणि १ संयुक्त आहे. प्राचीन इराणी भाषा उजवीकडून डावीकडे लिहिली जाई. अवेस्तामधील स्वर आपल्या पूर्णरूपात स्वतंत्र रूपातच लिहिले जातात. भाषारूपात नाही. अवेस्ता पाठात स्वर (आघात accents) लिहिले जात नाहीत. अवेस्तामधील वर्णमाला नागरी लिपीत अशी आहे.

स्वर

ऱ्हस्व ६ - अ इ उ अॅ एॅ ओ

दीर्घ ८ - आ ई ऊ अ ए ओ आ ऑ

कण्ठय ४ - क, ख, ग़, ग्

तालव्य २ - च्, ज्

दनय ५ - त, थ़, द, द़्, त्

ओष्ठ्य ४ - प्, फ़्, ब्, ब़्

नासिक्य ५ - ङ्, ङ्, न्, ं , म्

अर्धस्वर ३ - य (य़) र व

उष्माण ६ - स श् श, ज, ज़्, ज

प्राण २ - ह, हं

संयुक्त १ - ह

वेदकालीन इराणी भाषेतील स्वरात संस्कृतप्रमाणेच स्वरयोग, किंवा अव्यवहित स्वरयोग, प्रवृत्तिस्वरयोग, गुणवृद्धी, निवृत्ति, स्वरयोग, भक्तिस्वर योग इत्यादी स्वर विषयक प्रक्रिया संस्कृत प्रमाणेच होत्या. प्राचीन इराणी वर्णलिपीशी तुलना करता यावी म्हणून पुन्हा एकवार वैदिक भाषांतील ५२ ध्वनीवर्ण लिपीत आहेत.

१) मूलस्वर ऱ्हस्व - अ इ उ ऋ ऌ

दीर्घ - आ, ई, ऊ, ॠ

२) संयुक्त स्वर : ए (अ+ई), ओ (अ+उ) औ (आ+उ)

३) स्पर्श व्यंजन - कण्ठ्य - क्, ख्, ग्, घ्, ङ्.

तालव्य - च्, छ्, ज्, झ्, ञ्

मूर्धन्य - ट्, ठ्, ड्, ळ्, ढ्, ण्

दन्त्य - त्, थ्, द्, ध्, न्

ओष्ठ्य - प्, फ्, ब्, भ्, म्

४) अन्तस्थ : य्, र्, ल्, व्,

५) उष्म - श् (तालव्य) ष् (मूर्धन्य) स् (दन्त्य)

६) महाप्राण - ह

७) शुद्ध अनुनासिक - ं अनुस्वार

८) अघोष, संघोष - : विसर्ग (विसर्जनीय:)

ᳵ जिह्वामूलीय:

ᳶ उपध्मानीय

अतिप्राचीन दोन जुळ्या भाषाभगिनींच्या वर्णध्वनींची - की ज्या कधीकाळी एक भाषा होत्या, त्यांची लिपी तपासली तर इराणातून भारतात स्थिरावलेल्या वैदिक आर्यांच्या उच्चारणात किती वैविध्य आले होते, हे दिसून येईल. त्याचबरोबर मूळ इराणी स्वरव्यंजनांच्या विकारांचेही त्यांना विस्मरण होऊन वेदकालीन भाषातून हे लुप्त झाल्याचे आढळेल. इराणी भाषेत अस्तित्वात नसलेला मूर्धन्य ट वर्ग वैदिक ध्वनीत चांगलाच स्थिरावलेला आहे.

स्वर - व्यंजनसंख्येत, उच्चारातही बदल झाले आहेत. या सर्वांची मीमांसा या पूर्वी थोडक्यात केलेली होती. पण भारतात स्थायिक आर्यजातिसमूहास नवनव्या जातिसमूहाशी संपर्क येत गेल्याने त्याच्या भाषेत कसकशी उत्क्रांती होत गेली, ह्यावर ह्या ध्वनी तुलनेने उत्तम प्रकाश पडतो.

❑

८ पदविचार

संज्ञा विशेषण आणि सर्वनाम

'सुब-तिङ्न्तं पदम् । ही पाणिनीने केलेली पदाची व्याख्या आहे. अष्टाध्यायी (१/४/१४) या सूत्राने 'सुबन्तं तिङ्न्तं च पदसंज्ञस्स्यात ।' अशी वृत्ती आहे. याचा अर्थ सारांशाने असा 'राम' या प्रातिपदिक (मूलशब्द) 'सुप्' प्रत्यय लागून 'रामः' पद बनते. याचप्रमाणे क्रियावाचक तिङ-तिप् प्रत्यय लागून 'भू' धातूचे 'भवति' हे रूप पदसंज्ञक होईल.

भारोपीय (इंडो-युरोपियन) पदांची रचना याच व्याख्येच्या अंतर्गत असून अशा पदांना तीन भागात विभक्त करता येते. यातील प्रथम अंश मुख्य भावाचा द्योतक असून त्याला मूल रूप (धातू किंवा शब्द) म्हणता येईल. दुसरे दोन अंश प्रत्यय आणि विभक्ती चिन्हे आहेत. या चिन्हांमध्ये कित्येक प्रकारच्या तत्त्विक प्रक्रिया असतात. आणि त्यात स्वरपरिवर्तनही आढळते. प्रत्ययाचे अस्तित्व आणि अभाव ह्या दोन्ही गोष्टी पदामध्ये असू शकतात. या परिवर्तनामधील काही मुख्य उदाहरणे.

१) अनुनासिकाचा नतिभाव (Retroflexion) उदा. यान, परंतु प्रयाण.

२) स्पर्शध्वनींचे संयोजन : उदा. ददाति, दत्त, देहि, विशः

३) प्राचीन भारोपीय कण्ठोष्ठ्य ध्वनींचा संस्कृत पदरचनेत दोन प्रकारचा ध्वन्यात्मक विकास, उदा, 'हन्ति, जिघ्नते, भजति, भागः भारतातील प्राचीन भाषाविज्ञानी निरुक्तकार यास्क याने वैदिक शब्द 'शेव' पदाला 'शिष्यते' या पदापासून उत्पन्न झाल्याचे मानले आहे. ह्या उत्पत्तीत त्याने 'व' हा प्रत्यय मानून 'ष'च्या स्थानी आल्याचे मानले आहे, या उदाहरणात दुसरी विशेषता मूलरूप 'शिष्' च्या स्वराचा गुणीभाव ही आहे. याप्रकारे 'शे' आणि 'शि' दोन्हीही एक मूलधातूजनित दोन रूपे आहेत. अन्य स्थानावर त्याने स्वर ध्वनीच्या लोपाचाही

उल्लेख केला आहे. 'दा' धातूपासून 'प्रत्ता', 'अस्' धातुपासून 'सतः', 'गम्' धातूपासून 'जग्मुः' या उदाहरणावरून हा स्वरलोप स्पष्ट होतो, किंवा मूळ स्वरध्वनी परिवर्तित झाल्याचे येथे दिसते.

यास्काने चार प्रकारचे ध्वनिपरिवर्तन मानले आहेत. १) वर्णागम २) वर्णविपर्यय ३) वर्णविकार आणि ४) वर्णनाश. वर्णागमाचे एक उदाहरण 'सुंदर' हा शब्द आहे. हा शब्द 'सुनर' पासून बनला आहे. येथे 'द' ध्वनीचा आगम झाला आहे. वर्णविपर्ययाचे उदाहरण 'सिंह' आहे. (हिनस्तीति सिंहः) 'हिंस्' धातूचा वर्णविपर्यय होऊन 'सिंह' बनला. वर्णविकाराचे उदा. 'भज्' धातूपासून 'भागः' 'षट्+दश' पासून षोडषः आणि वर्णनाशाचे उदा. प्रत्तः, जग्मुः, गतम् इत्यादी मध्ये आढळेल किंवा 'पृषत्+उदर-पृषोदर' यामध्ये दिसून येते. संस्कृत पृथुः आणि 'उतिः' ला त्याने प्रथ् आणि अव् धातूपासून उत्पन्न मानून तेथील मूल स्वरध्वनी परिवर्तित होऊन 'पृथ्वी' 'शब्द' बनला. स्वरध्वनीच्या या प्रकाराची परिवर्तने भारोपीय (इंडोयुरोपियन) भाषा समूहात अनेक आढळतात. भारतीय वैयाकरण या या स्वरपरिवर्तनास 'गुण' आणि 'वृद्धी' म्हणतात.

व्याकरणात्मक दृष्टीने संस्कृत शब्दांना संज्ञा (नाम), क्रिया (आख्यात), अव्यय, संख्यावाचक शब्द, आणि सर्वनाम ह्यात विभक्त करता येते. संस्कृतातील संज्ञारूपे अधिकतर 'इंडो-इराणी' भाषांतूनच विकसित झाली. इराणी आणि अन्य भारोपीय नामशब्दात जी नियम वा तत्वे आढळतात. तीच संस्कृत शब्दातही आढळतात.

अ) प्रातिपादिक किंवा मूलशब्द -

पदांच्या या मूलरूपांना दोन प्रकारात विभक्त करता येईल १) ज्यांच्या पदनिर्मितीमध्ये कोणताही प्रत्यय वा विकरण लागत नाही. २) ज्यांच्या पदनिर्मितीत अन्य प्रकारचे सुप् प्रत्यय, आणि कृत् प्रत्यय, वा तद्धित यापैकी कोणता ना कोणता तरी प्रत्यय अथवा विकरण लागतो. धातुरूपांना लागणाऱ्या प्रत्ययांच्या बाबतीत पुढे स्वतंत्र विवरण येईलच. येथे केवळ नामशब्दांचा विचार करू.

विकरणविहीन मूलरूपे, संस्कृत आणि अन्य भारोपीय भाषांत अधिकांशाने मिळतात. अन्य युरोपियन भाषातून ही रूपे लुप्त झाली आहेत. उदा. द्यौ, क्ष्मा, गौ (गो), भू या मूलरूपांची प्रथमा विभक्ती एकवचनात द्यौः, क्ष्माः, गौः, भूः अशी रूपे बनतात. येथे मूलरूप आणि 'सुप्' प्रत्यय (सु = विसर्ग) यांच्यामध्ये अन्य कोणताही विकरणाचा प्रयोग झालेला नाही. याप्रकारे 'राज्' आणि 'विश्' यांच्यात 'राट्-ड्', 'विट्-ड्' (प्रथमा एकवचन) रूपांतही विकरण विहीनता दिसून येते. ज्यांच्यामध्ये द्वित्व आहे, अशीही विकरणविहीन रूपे मूलरूपापासून बनताना दिसतात. उदा. 'ह' पासून 'जुह्' आणि 'दृह्' पासून 'दधृक' याप्रकारच्या रूपामध्ये एक विशेषता

आढळते. ती ही की, इ,उ,ऋ अन्तक मूलरूपामध्ये या हे मूलरूप 'त' ने युक्त असते. उदा. मित्, स्तुत्, कृत् आणि विद्युत् 'मध्ये जे क्रमशः 'मि, स्तु, कृ, आणि द्यु' या मूलरूपांनी बनलेले आहेत. याप्रकारच्या 'त्'च्या प्रयोगाची उत्पत्ती कशी झाली, हे कळत नाही.

सविकरणात्मक मूलरूपात 'अ' विकरण आधिक्याने आढळते. या प्रकारच्या 'अ' विकरणाची प्राचीन भारोपीय उदाहरणे देता येतील.

भृ-(भारोपीय - भर्), संस्कृत 'भरति'- (भर्+अ+ति)-प्रा. इराणी-भर्+ओ+ति ।

वृ-संस्कृत वर (वृ+अ)

'अ' विकरण भारोपीय भाषांच्या द्वित्व होणाऱ्या मूलरूपांनाही प्रयुक्त होत असे. उदा. संस्कृत-चक्र-ग्रीक-कुक्लोस (Kuklos) या 'अ'शी संबंधित एक 'अस्' असाही विकरणाचा प्रत्यय आहे. प्राचीन ग्रीक भाषेत तो 'आस् किंवा 'ओस्' असा बनतो.

संस्कृत-नभस्-ग्रीक-नेफोस् (Nephos)

संस्कृत-श्रवस्-ग्रीक-केवोस् (Kewos)

या विकरणाची विशेषता फार महत्त्वाची आहे. हे विकरण उदात्तादी स्वरांशी संबंधित आहेत. जर मूलरूपावर उदात्त स्वर असेल, तर भिन्न शब्द उत्पन्न होतो, आणि जर उदात्त स्वर विकरणावर असेल, तर शब्दार्थ सर्वस्वी भिन्न होतो. उदा.

वृ (धातूचे मूलरूप) ला 'अ' विकरण जोडल्यास 'वर' रूप होते. जर हे रूप 'वरः' होईल, तर त्याचा अर्थ 'इच्छा' आहे, परंतु 'वर' चा अर्थ 'वरण करणारा' असा होईल. व्युत्पत्तीच्या दृष्टीने एकाचा अर्थ 'व्रियते अनेन' मानला जाईल. तर दुसऱ्याचा अर्थ 'वृणुत इति' असा होईल.

भारोपीय भाषांतच मूलरूपाचे विकरणयुक्त आणि विकरण विहीन दोन्ही प्रकारची वैकल्पिक रूपे आढळतात. संस्कृतामध्ये बऱ्याच नामरूपात ह्या प्रकारची वैकल्पिक रूपांची चिन्हे सुरक्षित आहेत. उदा. 'आपः, अपाम्, पदः, भ्रूः, भ्रुवः, गौः, गाम्, गवाम्, श्वा, श्वानम्, शुनः' इत्यादी काही रूपातून ही चिन्हे नष्ट झाली आहेत उदा. वाक्, वाचम्, वाचा.

संस्कृत भाषेत नामांचे आधिक्य आहे. त्यांच्यामध्ये मूळरूपात विकरण प्रत्यय 'अन्तस्थ' असतोच. हे प्रत्यय अन्य प्रकारचे भाव निर्माण करतात. परंतु हे करताना ते न्यूनभाव, आधिक्य भाव यांचाही बोध घडवतात. उदाहरण निष्ठा प्रत्यय आणि तुलनाबोधक (तरप्, तमम् इ.) प्रत्यय, कधी कधी नामरूपांनी पुन्हा नामरूपांची उत्पत्ती होते. अशा प्रकारच्या काही रूपात प्रथम अक्षराची वृद्धी दिसून येते. उदा. सौमनसम् (सुमनस्-पासून), साप्तम् (सप्तपासून) पार्थव, (पृथुपासून) भार्गव (भृगुपासून)

अशा प्रकारची उत्पत्ती ही संस्कृत भाषेची एक विशेषता आहे.

प्रत्यय -

संस्कृत भाषेतील अधिकतर प्रत्यय हे रूप आणि प्रयोग या दोन्ही दृष्टींनी 'इंडो-युरोपियन भाषांतर्गत 'इंडो-इराणी' भाषेतील प्रत्ययांशी मिळते जुळते आहेत. याठिकाणी भाषावैज्ञानिक दृष्टीने, संस्कृतातील कृदन्त आणि तद्धित प्रत्ययांवर विचार केला आहे.

संस्कृतचा 'शतृ' प्रत्यय, -'अत्' (अन्त्) भारोपीय 'कृत्' प्रत्यय, 'एन्त, 'ओन्त'पासून विकसित झाला. या प्रत्ययाचा प्रयोग 'वर्तमानकालवाची' होतो. भरन्, पश्यन्, भवन् ही याची उदाहरणे होत. याच 'अन्त्' चे दुर्बल रूप 'अत्' असेही आढळते. हे रूप संस्कृत आणि ग्रीक दोन्ही भाषांत विद्यमान आहे. हे दुर्बल रूप 'सत्' (सन्त) हत् (हन्त्), भरत् (भरन्त्) या प्रयोगामध्ये दिसते. याच 'एन्त्' कृदन्त प्रत्ययापासून 'अन्त्' या तद्धित प्रत्ययाचा विकास झाला आहे. ग्रीक भाषेत हा (वन्त) रूपात आहे. हा, 'वैन्त्' (वेत्) कधी कधी 'उस्'च्या रूपातही आढळतो. हे 'उ' 'व' चेच दुर्बल रूप आहे. संस्कृत 'पर्वन्, परः (परुष्) संस्कृत-धन्वन् धनुः (धनुष्) ही उदाहरणे हे तथ्य स्पष्ट करतात. याच प्रत्ययाशी संबंधित 'वांस' आहे. (वैयाकरणांच्या भाषेत (क्वसु' प्रत्यय) पूर्ण याच्या दुर्बल रूपात 'वस्' आणि 'उस्' मध्ये अनुनासिक तत्त्वाचा पूर्ण अभाव आहे. ग्रीक भाषेतही हा प्रत्यय अनुस्वारहीनच आहे.

संस्कृत-विद्वान्, विद्वांसौ, विदुषः, विद्वत्सु - ग्रीक - 'वे रे द् वो ओ स्' (Weidwos)

संस्कृताचा (कृदन्त) प्रत्यय 'ईयस्' तथा 'इष्ठ'शी समानान्तर प्रत्यय ओ (-योस्) आणि 'इसो' ग्रीक भाषेत आहेत. संस्कृतामधील हे प्रत्यय भारोपीय 'यास्' (संस्कृत-यस्) पासून विकसित झाले, असे मानले जाते. संस्कृतमध्ये याचे सबल रूप 'इयस्' आणि दुर्बलरूप 'इष्ठ' दोन्ही मिळतात. 'इष्ठ' वस्तुतः 'इस्' ('यस'चे दुर्बल रूप) आणि +त च्या संयोगाने बनले असावे. इ या 'इष्ठ'ला भारोपीय 'इस्तो'पासून विकसित असे मानणे अधिक उचित होय. संस्कृतातील 'स्वादीयस्' आणि 'स्वादिष्ठ'मध्ये हाच प्रत्यय आहे. संस्कृतामधील 'क्वसु'प्रमाणे याच्या सबलरूपातही अनुस्वाराचा समावेश झाला आहे. उदा. 'स्वादीयांसौ !'

या प्रत्ययाचे दुर्बलरूप 'इस्'मध्ये 'ओन्स' जोडून इंडो-युरोपियन-भारोपीय भाषांत एका नवीन प्रत्ययाचा विकास झाला. या 'इसोन्स'पासून विकसित 'ष्ण' रूप संस्कृतमध्ये आहे. उदा. संस्कृत-तेजीयस् (तीक्+इयस्, तेजस्+इयस्) तीक्+ष्ण (तीक्ष्ण)

हे प्रत्यय संस्कृतमधील ‘तरप्’ आणि ‘तमप्’ यांच्याप्रमाणेच तुलनाबोधक आहेत. कधी कधी ‘ईयस्’ची ही विभिन्न रूपे एकत्र जोडली जातात. उदा. ‘तेक्ष्णिष्ठ’ (तैत्ति. आरण्यक २-१३-१) या रूपात ‘ष्ण’ आणि ‘इष्ठ’ या दोन्ही प्रत्ययांचा योग झाला आहे.

संस्कृतमधील ‘अन्’ आणि ‘मन्’ हे प्रत्यय ‘ऐन् आणि मन्’पासून विकसित झाले, असे मानले जाते. हे दोन्ही प्रत्यय ग्रीक भाषेत ‘ओन्’ आणि ‘म’च्या रूपात विद्यमान आहेत. उदा. संस्कृत = तक्षन् - ग्रीक - तेक्तोन, तसेच, संस्कृत-होम, ग्रीक - खेउम संस्कृतमध्ये ‘मन्’ चे ‘म’ रूपही आहे. हे ‘धर्मन्’ आणि ‘धर्म’ या दोन रूपावरून दिसून येईल. या प्रत्ययांनी बनलेली रूपे बहुधा नपुंसकलिंगी असतात, आणि ह्यांच्या मूलरूपावर उदात्तस्वर असतो. परंतु ह्यांच्यापैकी काहीत प्रत्ययावरही उदात्त स्वर असतो. अशी रूपे पुंलिंगी असतात. उदा. ब्रह्मन् पुंलिंगी, परंतु ब्रह्मन् नपुंसकलिंगी.

संस्कृताचे ‘निष्ठा’ प्रत्यय त्, तवत् (क्त, क्तवत्) वस्तुत: भाषा वैज्ञानिक दृष्टीने दोन प्रत्यय नसून एकच आहेत. किंवा एका प्रत्ययाची दोन रूपे आहेत. हे भूतकालिक विशेषणाच्या रूपात प्रयुक्त होतात. हा ‘तो’ ग्रीक भाषेतही आहे. संस्कृतमध्ये ‘क्त’ प्रत्यययुक्त भूतकालिक विशेषण कर्मवाच्य (भाववाच्यामध्येही) प्रयुक्त होतो. परंतु भाषा वैज्ञानिक दृष्टीने विचार केल्यास प्राचीन भारोपीय भाषांत हा केवळ कर्तृवाच्यासाठी प्रयुक्त होत असावा. ह्यात उदात्त स्वर नेहमी प्रत्ययांशावरच दिसतो. हळूहळू हा प्रत्यय प्रथम नपुंसकलिंगी झाला. मग नंतर कर्मवाच्या (आणि भाववाच्य) मध्ये प्रयुक्त होऊ लागला. ‘त’ची ही तिन्ही रूपे क्रमश: ‘सूत:’ (कर्तरीप्रयोग) ‘द्यूतं’ (नपुंसकलिंग) आणि ‘हत:’ (कर्मवाच्य प्रयोग) यांच्यामध्ये दिसतात. भारोपीय ‘तो’चाही कार्य करणारा आणखी एक प्रत्यय होता; ‘नो’ हाही ‘कन्’प्रमाणे संस्कृतमध्ये येऊन कर्मवाच्याशी संबंध झाला. (Block J. Indo-Aryan P. 110) पुढे हा ‘न’ वस्तुत: ‘त’चेच रूप मानले जाऊ लागले. पाणिनीने ‘रमाभ्यां निष्ठातो न पूर्वस्यच द: ।’ या सूत्रात या ‘न’ (भारो. ‘नो’) ला ‘त’ (भारो. ‘तो’) चाच आदेश मानला आहे. हा प्रत्यय ‘पूर्ण’ सम्पन्न यामध्ये स्पष्ट आहे परंतु यांचे वास्तविक रूप ‘स्वप्नं’ (स्वप्+न), दानं या ठिकाणीही पाहायला मिळते. येथे मात्र हा प्रयोग कर्मवाच्यामध्ये नाही. कर्मणि प्रयोगात उदात्त स्वर प्रत्ययावर असतो. तथापि नामशब्दात हा उदात्तस्वर मूलरूप (धातू) वर असतो. याच्याशी संबंधित दुसरा एक प्रत्यय ‘ति’ असा आहे. ग्रीक भाषेत तो ‘सि’ च्या रूपात आढळतो. संस्कृतचा हा ‘क्तिन’ प्रत्यय गति, मति, प्रीति, ज्ञाति इत्यादी स्त्रीलिंग रूपामध्ये विद्यमान आहे. वस्तुत: हा ‘ति’ ‘त’चेच स्त्रीलिंग रूप होते असे वाटते. यावरून हे सर्व ‘त’ (तो-भारी) प्रत्ययाचीच भिन्न रूपे असली पाहिजेत. दुसरा एक ‘तु’ प्रत्यय याला जोडला

जाऊ शकतो. परंतु जिथे ‘क्त, क्तवत्, क्तिन्’ यांच्यासह धातू (मूलरूप) चे दुर्बलरूप (Week form) आढळते, तिथे याच्याबरोबर त्याचा सबलरूप (Strong form) ही असतो.

संस्कृतमधील ततः, मतः, ततवत्, मतवत्, ततिः, मतिः मध्ये तन् (तनु विस्तारे), आणि मन् चे दुर्बलरूप ‘त’ आणि ‘म’ दिसून येतात. तथापि ‘तन्तु’ ‘मन्तु’मध्ये ह्याच धातूंची सबळ रूपे दिसतात. याच प्रत्ययापासून संस्कृतमधील ‘तुं’ (तुमुन्) तवै, तवे चा विकास झाला आहे. वैदिक संस्कृतात ही सर्व रूपे आहेत. परंतु लौकिक संस्कृतात केवळ ‘तुमुन’ मिळतो. याची उदाहरणे गन्तुं-गन्तवे (वैदिकरूप) गन्तवै (वैदिकरूप) अशी आहेत.

संस्कृतचा तर (तृल्) हा भारोपीय तेरो (Tero) पासून विकसित मानला जातो. हा प्रत्यय संबंधिजनांच्या नावांमध्ये पुष्कळ सापडतो. ‘माता, पिता, भ्राता, दुहिता, जामाता’ इत्यादी शब्दांत ‘तृल’(तर) प्रत्यय आहे. ग्रीक भाषेतही याचा विकास ‘तेर’ (Ter) च्या रूपात झाला आहे. हे आपण ‘पतेर’ मातेर इत्यादी शब्दांत पाहू शकतो. या शब्दात उदात्तस्वर प्रायः प्रत्ययावर असतो. याच ‘तेर’चे ‘त्रा’ रूप ही असावे. कारण ते प्रत्ययरूप पुढे स्वतंत्रपणे विकसित झाले. या प्रकारे जिथे संस्कृतमध्ये ‘तृल’ (तेर) प्रत्यय क्रियेच्या कर्त्याच्या अर्थात प्रयुक्त होऊ लागला. हा ‘त्र’ (त्रा) जो वास्तविक ‘तेर’चे दुर्बलरूप आहे, ते क्रियेच्या करणाच्या अर्थाने प्रयुक्त होऊ लागले. संस्कृत नेता (-तृ) आणि ‘नेत्रः’, खनिता (तृ) आणि खनित्र मन्ता (-तृ) आणि ‘मंत्र’ यामध्ये दोन्ही प्रत्यय दिसून येतात.

तद्धित प्रत्ययात तुलनाबोधक ‘तरप्’ आणि ‘तमप्’शी समानान्तर प्रत्यय (Tero) तेरो आणि तुमुस् (Tumus) हे अनुक्रमे ग्रीक आणि लॅटिनमध्ये आढळतात. संस्कृतमध्ये ह्या ‘तरप्, आणि तमप् यांना ‘ईयस्’ आणि ‘इष्ठ’ या कृदन्त प्रत्ययापासून अर्थाच्या दृष्टीने भिन्न मानले जात नाही. परंतु प्राचीनकाळी या दोहोंच्यामध्ये भेद विद्यमान होता, असे वाटते. प्रथम तर हे गौण प्रत्यय (तद्धित) आहेत. आणि ते प्रमुख प्रत्यय (कृदन्त), दुसरे, ‘ईयस आणि इष्ठ’ कोणा कर्त्याच्या आंतरिक गुणांचा उत्कर्ष व्यक्त करतात. पण ‘तरप्’ (तरभाव) दोन वस्तूमधील एकाचा, तर ‘तमप् (तमभाव) अनेक वस्तूमध्ये एकाचा उत्कर्ष दाखवतो. तात्त्विक दृष्टीने ‘तर’ आणि ‘तम’ अलग प्रत्यय नसून ‘त’ प्रत्यया (याविषयी वर विवेचन केले आहे) बरोबर, दुसरे ‘र’ आणि ‘म’ जोडून बनवले गेले आहेत. हे ‘र’ आणि ‘म’ प्रत्यय स्वतंत्र प्रत्ययांच्या रूपातही ‘अपर, प्रथम’ इत्यादी शब्दांत दिसून येतात.

संस्कृतचा दुसरा प्रत्यय ‘मन्त’ आहे. याचेच ‘वन्त’ असेही रूप आहे. ह्या प्रत्ययास ‘मतुप्’ म्हणतात. प्राचीन भारोपीय भाषांत हा केवळ ‘वेन्त’ अशाच रूपात

होता. परंतु 'इंडो-इराणी' भाषात ह्याचे 'मन्त' रूपही होऊ लागले. 'मान' (शानच) च्या सादृश्याने हे रूप बनले असावे. या तद्धित प्रत्ययाचा प्रयोग संबंधबोधक विशेषणाच्या रूपात आढळतो. संस्कृत 'मघवन् अवेस्ता' मगवन्: संस्कृत-पुत्रवन्त (पुत्रवन्तौ) अवेस्ता-पुथ्रवन्त, संस्कृत-मधुमन्त (मधुमन्तौ), अवेस्ता-मदुमन्त यात हाच प्रत्यय आहे.

संस्कृतचा भावबोधक प्रत्यय 'त्व' आणि 'ता' हे भारोपीय भाषांपासून विकसित मानले जातात. यांचे 'तात्, ताति (तापासून बनलेले). 'त्वन' (त्वपासून बनलेला) ही रूपेही संस्कृतमध्ये आहेत. याप्रकारे वैदिक संस्कृतमध्ये 'देवत्व, देवता, देवतात्, देवताति, देवत्वन' अशी कित्येक उदाहरणे आहेत. संस्कृतातील 'त्व' आणि 'त्वन्' शी समानान्तर सुनो (Suno) प्रत्यय ग्रीकभाषेत आहे. वस्तुत: हे दोन्ही तु (अ-न) पासून विकसित झाले आहेत. अशीही मोठी शक्यता आहे, की संस्कृतचे 'ता, तात्, ताति', हे कृदन्त प्रत्यय 'त' पासून विकसित झाले असावेत.

समास-प्रक्रिया

संस्कृत पदरचनेमध्ये समास-प्रक्रिया मोठी वैशिष्ट्यपूर्ण आहे. भारोपीय भाषांपासूनच या प्रक्रियेचा विकास झाला. समास ग्रीक, लॅटिन, अवेस्ता (प्राचीन पर्शियन) इत्यादी सर्व भारोपीय भाषांत आढळतात. या ठिकाणी 'समास प्रक्रिया' वर विचार करताना, संस्कृतच्या बोलचालीची भाषा, वैदिक संस्कृत, आणि नंतरची लौकिक संस्कृतातील साहित्यरचनामधील समस्त सामासिक पदांचा परिघ विचारात घेतलेला आहे. प्रस्तुत विषयाच्या संदर्भात जगातील सर्व भाषांना दोन प्रकारची मानू; **१)** सावयव आणि **२)** निरवयव किंवा व्यासप्रधान.

निरवयव किंवा व्यासप्रधान भाषांत प्रत्येक शब्द स्वतंत्र असतो. आणि तो शब्द निश्चित भावाचा बोध करून देतो. चिनी इत्यादी एकाक्षर परिवाराच्या भाषा ह्या प्रकारात येतात.

सावयव भाषांचे पुन्हा तीन पोटभाग पडतात. **१)** समासप्रधान **२)** प्रत्ययप्रधान आणि **३)** विभक्तिप्रधान.

१) समासप्रधान भाषांत सारेच शब्द 'समस्त' होऊन प्रयुक्त होतात. कधी कधी संपूर्ण वाक्यच समासरूप होते. अमेरिकेच्या आदिवासींची भाषा या प्रकारात मोडते.

२) प्रत्ययप्रधान भाषेत कोणत्याही शब्दाचा दुसऱ्या शब्दाशी असलेला संबंध दर्शवण्यासाठी प्रत्ययांचा प्रयोग केला जातो. तुर्की, तमिळ, तेलगू इत्यादी द्रविड भाषापरिवार या प्रकरचा आहे.

३) विभक्तिप्रधान भाषांत कोणत्याही दोन शब्दांचा संबंध विभक्तींच्याद्वारे व्यक्त केला जातो. उदा. संस्कृतमध्ये जसा 'सुप्' आणि 'तिङ्' विभक्तींचा प्रयोग होतो. तेव्हा,

सर्व भारोपीय-इंडोयुरोपियन भाषा या विभक्तिप्रधान कोटीमध्ये येतात. या भाषांत प्रत्यय आणि समासप्रक्रियाही असते. पण ह्या भाषेत फार महत्त्वाच्या नाहीत. उदा. 'राजपुत्रः' असेच संस्कृतमध्ये म्हटले पाहिजे, असे नाही. 'राज्ञः पुत्रः' या प्रत्यय प्रक्रियेनेही कार्यभाग साधतो. वैदिक संस्कृतमध्ये ही समासप्रक्रिया भारोपीय आणि ग्रीक भाषेप्रमाणे संकुचित आणि सीमित, स्वाभाविक स्वरूपाची आहे. परवर्ती लौकिक साहित्यात ही समासप्रक्रिया वेगळीच बनते. दण्डी, बाण, माघ, श्रीहर्ष ह्या महाकवींनी प्रचुर समस्त पदावलींचा प्रयोग केला आहे. परंतु ह्या कवींचे प्रयोग संस्कृतचे वास्तविक समासरूप नसून कृत्रिम आहे. तिथेही संस्कृत विभक्तिप्रधानच आहे, कारण समस्त पदांच्या अंती तर विभक्तीचा प्रयोग होतोच. शुद्ध समासप्रधान भाषांत (उदा. अमेरिकन आदिवासींच्या भाषा) अशा कोणत्याही विभक्ती प्रयुक्त होत नाहीत.

तर, वर पाहिल्याप्रमाणे दोन किंवा अधिक शब्दांचे सामासिक (समस्त) असे एकच पदरूप बनवण्याची प्रक्रिया ही भारोपीय भाषांपासून विकसित झालेली आहे. हे समस्त पद, विभक्ती, स्वर आणि पदरचनेच्या दृष्टीने एका पदाच्याच रूपाने व्यवहृत होते. वेदकालीन समास ग्रीक भाषेतील समासाप्रमाणे दीर्घ नसत. ऋग्वेद आणि अथर्ववेदात तीन शब्दांपेक्षा जास्त शब्दांचे सामासिक (समस्त) रूप नाही. अशी समस्त रूपेही अगदी कमी आहेत. उदा. तीन शब्दांचा वैदिक समास 'पूर्वकामकृत्वन्' असा आहे. लिंगाच्या दृष्टीने पाहिले तर, उत्तरपदाचे जे लिंग, ते सर्व पूर्वपदांचे लिंग असते. ह्या समासाचे तीन प्रकार असे-

१) उभयपदार्थप्रधान - ह्या प्रकारच्या समासात प्रत्येक पद स्वतंत्र असते. उदाहरणासाठी द्वंद्व समास.

२) उत्तर पदार्थप्रधान - ह्या प्रकारात उत्तरपद, प्रथम (पूर्व) पदापेक्षा विशेष महत्त्वाचे असते. उदा. तत्पुरुष आणि कर्मधारय.

३) अन्यपदार्थप्रधान - ह्या प्रकारच्या समासातील पदे कोणत्या तरी अन्य पदार्थाचा बोध करून देतात. जसे बहुव्रीही.

भाषाशास्त्रीय दृष्टीने द्विगु आणि अव्ययीभाव या दोन समासांचा विकास उत्तरकालीन आहे. द्विगु वस्तुतः कर्मधारयचेच एक रूप आहे. येथे प्रथम पद संख्यावाचक असते. (उदा. नवग्रह, सप्तर्षि) (Wackernagel : Altindische Grammatic Vol. II p.305) आणि अव्ययीभाव कर्मधारय किंवा बहुव्रीहीपासून उत्पन्न झाला. अव्ययीभावात पूर्वपद अव्यय असते. उदा. 'यथाशक्ति, उपकूलम्, उपकुम्भम्' या प्रकारचे समास ग्रीक भाषेतही आहेत. उदा. ऐपअरोउरोस (eparouros) (ज्याची भूमी शेती मिळाली, असा) 'अंखि-अलोस' (ankhialos) समुद्रतरानजिक-संस्कृत-उपकूलम्.

संस्कृतमध्ये दोन प्रकारचे द्वंद्व समास मिळतात. ह्यातील पहिल्या प्रकारात दोन्ही पदे विशेषण असतात. उदा. नीललोहित, ताम्रधूम्र, अरुणपिशङ्. या प्रकारचे समास वैदिक संस्कृतात आढळतात. परंतु त्यांचा प्रयोग कमीच आढळतो. दुसऱ्या प्रकारच्या समासात दोन्ही पदे संज्ञा असतात. ह्यांचे पुन्हा दोन उपप्रकार मानता येतील. **१) देवताद्वंद २)** साधारण द्वंद्व देवताद्वंद्वात प्राय: दोन्ही पदे द्विवचनात प्रयुक्त होतात आणि दोन्ही पदात स्वतंत्र रूपाने उदात्तस्वर आढळतो. उदा. 'मित्रा-वरुणा, 'सूर्या-चन्द्रमसा.' या समासात युग्म असल्यामुळे, दोहोंमिळून द्विवचन मानले गेल्याचे येथे दिसते. कधी कधी, पदांचा समास न होताही, जिथे ते द्विवचनात येतात, असेही प्रयोग आढळतात.

'इंद्रा नु पूषणा (ऋ. ६/५/७१)' इंद्रान्वग्नी (६/५९/३)

विष्णूं अत्रन् वरुणा (तै. आ. २-६-४-५)

अशाप्रकारे समासात देवता द्वंद्वपद बहुधा सविभक्तिक रूपात आढळते. ऋग्वेदात 'मित्रयोर्त्वरुणयो: (ऋ.७/६६/१) अशी समासपदे आढळतात. यामध्ये दोन्ही पदे षष्ठी द्विवचनात आहेत. (Ibid.p.151) अशीच प्रवृत्ती अवेस्तामध्ये (प्राचीन पर्शियन) दिसते. उदा 'अहुरएब्य-मिथ्रएब्य' ('असुरेभ्यो-मित्रेभ्य: 'असे ह्याचे संस्कृत भाषांतर आहे) कालांतराने, ऋग्वेदात ह्या द्वंद्व समासाचा विकास होत असताना दिसतो. तो विकास लौकिक संस्कृत साहित्यात कालांतराने सुस्पष्ट झालेला आहे. ऋग्वेदात काही स्थानी 'सूर्या-चन्द्रमसा मधील प्रथम पद 'सूर्या' च्या 'र्या' अक्षरावरील (Syllable) उदात्त स्वर लुप्त झाला आहे. आणि त्यानंतरच्या ऋचात 'इन्द्र-वायू' (प्राचीन रूप 'इंद्रा-वायू') अशी रूपे बनू लागली. उदा. अहोरात्राणि (अघमर्षण सूक्त) अजावय: (पुरुषसूक्त). काही द्वंद्व समाहृत होऊन नपुंसक रूपातही प्रयुक्त झाले, उदा. 'इष्टापूर्तम्' कृताकृतम् । केशश्मश्रू । लौकिक संस्कृतात जिथे द्वंद्व समासात द्विवचन असते, ते सर्व वेदकालीन द्वंद्वसमासाचे अवशेष होत. नंतरच्या संस्कृत भाषेत ह्यांचा पूर्ण लोप झाला. उदा. 'राम-लक्ष्मणौ' या पदात ही वेदकालीन द्वंद्वे कधी कधी एकाच पदाच्या द्विवचनाच्या रूपात प्रयुक्त होतात. आणि ह्यांचे काही अवशेष संस्कृतमध्येही अजून आहेत. वेदात द्यावा, मित्रा' चा प्रयोग द्यावापृथिवी, मित्रावरूणाच्या अर्थाने येतो. लौकिक संस्कृतातही 'पितरौ' चा प्रयोग माता-पितरौ च्या अर्थाने होतो. (जगत: पितरौ वन्दे = कालिदास)

तत्पुरुष समासांमध्ये प्रथमपद कोणत्या ना कोणत्या तरी कारकाचा (विभक्तीचा ?) बोध करवते. यामध्ये जर प्रथमपद कर्म, करण, अपादान अथवा अधिकरणाचा बोध करवीत असेल, तर द्वितीयपद बहुधा धातुज (Verbal) संज्ञा असते. परंतु प्रथम पद संप्रदान अथवा संबंधाचा बोध करवीत असेल तर, द्वितीयपद केवळ संज्ञा असते.

उदाहरणासाठी अनुक्रमे 'गोघ्न, देवदत्त, पङ्कज, (गो - ज), अहर्जात, विश्वशम्भू (विश्वाय) विश्पति, देव-किल्विष' ही पदे आहेत.

कधीकधी प्रथमपदातील विभक्तीचा लोप होत नाही. या प्रकारच्या समासांना 'अलुक्' म्हणतात. 'धनंजय, वाचास्तेन, दस्यवेवृक, दिवोज ब्रह्मणस्पतिः, शुनःशेप, रथेष्टा, सरसिज' या समासामध्ये 'अलुक् प्रवृत्ती आढळते. हीच प्रवृत्ती 'अवेस्ता', प्राचीन पर्शियनमध्येही दिसून येते. उदा. 'वीरअम-जन्' (संस्कृत-वीरंहन्). तत्पुरुष समास तसे ऋग्वेदात कमी आहेत, तसेच ते प्राचीन ग्रीक भाषेतही कमी आहेत. अधिकांशाने हे समास 'पद' आणि 'पति' च्या संयोगाने बनलेले दिसतात. उदा. ग्रीक भाषेत 'द-पेदोन, देस-पोतेस, (प्राचीनरूप-देम्पोतेस) (संस्कृत-दम्पतिः (दमस्पतिः)

वैदिक संस्कृतमध्ये कर्मधारय (ज्याचे पूर्वपद विशेषण असते) ही कमी संख्येने आढळतो. प्राचीनतम उदाहरणे म्हणजे 'एकवीरः, चन्द्र-माः, महा-धनः' अशी आहेत. काही उपसर्गात प्रथमपदात उपसर्गही असतो. उदा. 'प्रणपात' काही उदाहरणात प्रथमपद धातुज अंश असतो. उदा. 'त्रसदस्यु, शिक्षा-नर, रदा-वसु, ज्यात वस्तुतः प्रथम पद 'लोट्'च्या द्वितीय पुरुष एकवचनाचे रूप आहे. (शिक्षा आणि रदामध्ये पूर्वपदाचा अंतिम स्वर 'अ' दीर्घ झाला आहे.) (Wackernagel-Ibid.290) लौकिक संस्कृतमध्ये हे कर्मधारय विपुल संख्येने आढळू लागतात.

बहुव्रीही समास अन्यपदप्रधान असतात. प्राचीन भाषांत हे कर्मधारयापेक्षा विशेष अधिक आढळतात. ही वस्तुस्थिती ध्यानी घेतली तर हे समास वस्तुतः विशेषणीभूत कर्मधारयच आहेत. यात शुद्ध कर्मधारयाहून हाच फरक आहे की उदात्त स्वर प्रथम अक्षरावर असतो. तुलनात्मक भाषाविज्ञानात या बहुव्रीही समासांचा उद्‌भव एकप्रकारे समस्याच आहे. वाकेरनागेलच्या मताप्रमाणे बहुव्रीही समास वस्तुतः व्यस्त रूपांपासून विकसित झालेला आहे. 'इंद्रो ज्येष्ठ...देवाः' पेक्षा 'इंद्रज्येष्ठा देवाः' हे अधिक विकसित मानले पाहिजे. हा समास लॅटिन आणि प्राचीन पर्शियन भाषांतही आढळतो. वाकरनागेलने या विषयी दोन्ही भाषांतील खालील उदाहरणे दिली आहेत.

'उर्ब्ज़ अंतीका फुईत, तीरी तेन्युएरे कोलोनी कार्थागो'

(कार्थेग एक प्राचीन नगर होते. (जिथे) तीरीन लोक निवासी होते.) संस्कृतमध्ये ह्याचा अनुवाद असाः

'आसीत् कार्थागो (इति) पुरातना पुरी, तीरिणः (तीरीनः) निवासिनो बभूवुः इथे 'तीरीन लोक राहत होते.' ह्याजागी 'जेथे तीरीन लोक राहत होते अशा रूपात बहुव्रीही समासपद बनवून 'तीरिनिवासिनी' (तीरिणः निवासिनः यस्यां सा) असाही प्रयोग केला जाऊ शकतो. अशाप्रकारे बहुव्रीहीचा विकास मानला जाऊ शकतो.

वाकरनागेल ने प्राचीन पर्शियन भाषेतील उदाहरण दिले आहे,

'मर्तिया फ्राद नाम'

(एक मनुष्य, फ्राद (त्याचे नाव होते). याला संस्कृत 'फ्रादनामा'च्या रूपात बहुव्रीही बनवता येते. सारांश हा बहुव्रीहीसमास व्यस्त वाक्यांनीच विकसित झाला आहे. बहुव्रीहीच्या उदाहरणासाठी अश्वपृष्ठ, यमश्रेष्ठ, प्रयतदक्षिण, उग्रबाहु, हतमातृ, राजपुत्र, हिरण्यनेमि, दुषद, सुपर्ण, अपत् (अपात्) ही रूपे घेऊ शकतो.

संज्ञा विशेषण आणि सर्वनामांच्या रूपांचे विवेचन करण्यापूर्वी, एकच शब्द विभिन्न रूपात जो आढळतो. त्यातील परिवर्तनाकडे आणखी लक्ष दिले पाहिजे. पूर्वी पाहिले की प्रत्ययसहित किंवा 'अ' विकरणयुक्त नामरुपामध्ये बहुधा एक अपरिवर्तनशील अन्तः प्रत्यय 'अ' आढळतो. पण प्राचीन काळापासून प्रत्ययहीन रूपांची संख्या फार मोठी आहे. त्याच्या अंतर्गत अन्तःप्रत्यय (विकरण) स्वराची मात्रा आणि उदात्तादिस्वराच्या दृष्टीने मोठा भेद आढळून येतो.

पुरुषवाचक सर्वनाम आणि कित्येक निर्देशात्मक सर्वनामांमध्ये (Demonstrative Pronouns) बहुधा एकाच प्रकारचा अन्तःप्रत्यय आढळतो. 'अहम्, माम्, मम, स, सा, तत्, तस्य, ते' इत्यादिकांत हा अन्तःप्रत्यय आढळतो. ज्याच्या मूलरूपात 'रेफ,'ई', 'उष्मध्वनी' किंवा 'उ' आढळतो, त्यांच्या कित्येक रूपात बहुधा 'नः' (अन्तःप्रत्यय)चा प्रयोग होतो. अधिकतर हा प्रयोग नपुंसकलिंगाबाबतच होतो.

पुलिंग, स्त्रीलिंगात हा फार कमी आढळतो.

अहर्, अहनः, अह्नाम् । (अवेस्ता-अश्नम्)

असृक्, अस्नः (हिटाईट - एश्हर, एइनश्)

अक्षि, अक्ष्णः

दधि, दध्नः

शिर्ष-शीर्ष्णः

यूष् (यूः) यूष्णः(ऋग्वेद)

दीष् (दोः) दोष्णः

दारु (द्रुणः) वैदिकरूप, दारुणः (लौकिक संस्कृत)

स्वरांचे परिवर्तनही काही रूपात दिसते. उदाहरणासाठी 'उ' कारान्ताचे दोन प्रकारचे परिवर्तन गुरोः (गुरु) आणि 'दिवः (द्यु) मध्ये दिसते. भारोपीय भाषांत 'ओ, ऐ आणि शून्य चे परिवर्तन आढळते. भारत-इराणी वर्गात 'आ, अ आणि शून्य' आढळतो. उदाहरणार्थ 'वृत्रहा, वृत्रहणम्, वृत्रघ्नः ह्या रूपात 'आ' अ आणि शून्य आढळते. अगदी असेच रूप 'पिता, पितरं पित्रे' मध्ये क्रमशः आढळते.

संस्कृत शब्दरूप

संस्कृत शब्दरूपात तीन लिंग, तीन वचन आणि आठ विभक्ती आहेत. संस्कृतातील लिंग विधानाच्या विषयात म्हटले जाते, की हा विषय अंशत: व्याकरणात्मक आहे. ह्या कारणामुळेच 'दार' या स्त्रीवाचक शब्दात पुंलिंग मिळते. तर 'कलत्र, मित्र' अशा अनपुंसकवाची शब्दात नपुंसकलिंग आढळते. संस्कृत वैयाकरणांनी व्याकरणात्मक लिंगविधानाच्या नियमांची अवमानता केलेली आहे. प्राचीन भारोपीय भाषावैज्ञानिकांचे स्पष्ट मत आहे की त्याकाळी मूलत: दोनच लिंगे होती. एक सामान्यलिंग (यामध्ये स्त्रीलिंग पुलिंग समाविष्ट) आणि दोन नपुंसकलिंग. हिटाइट भाषेत याच प्रकारचे लिंगविधान होते. तेथे स्त्रीलिंगाचा अभाव आढळतो. भारोपीय भाषांच्या विकासकाळात उत्तरकाळी स्त्रीलिंगाचा विकास झाला.

परंतु द्विवचनाच्या विषयी मात्र असे नाही. हित्ताईत या अतिप्राचीन भाषेतही द्विवचन आढळते. संस्कृत, ग्रीक आणि लिथुआनियन भाषाभ्यासाच्या आधाराने मेये आणि अन्य भाषावैज्ञानिकांनी अतिप्राचीन भारोपीय इंडोयुरोपियन भाषांत द्विवचन असल्याचे मान्य केले असून हिटाईट भाषेच्या पुराव्यावरून त्यास पुष्टी मिळाली.

संस्कृत शब्दांच्या आठ विभक्तींना जोडली जाणारी विभक्ति चिन्हे

	एकवचन		द्विवचन		बहुवचन	
	पं. स्त्री.	नपुं	पुं. स्त्री.	नपुं	पुं. स्त्री.	नपुं.
प्रथमा	स्	--	औ, आ	ई	अस्	इ
द्वितीया	अम्	--				
तृतीया	आ (एन)	आ, एन			भिस्	भिस्
चतुर्थी	ए	ए	भ्याम्	भ्याम्	भ्यस्	भ्यस्
पंचमी	अस्	अस्				
षष्ठी					आम्	आम्
सप्तमी	इ	इ	ओस्	ओस्	सु	सु
संबोधन	-	–	ओ	ई	अस्	इ

संस्कृतच्या संज्ञारूपांना अदन्त आणि हलन्ताच्या दृष्टीने पुन: विभाजित करता येते. अदन्त शब्दांना खालीलप्रकारे विभक्त केले जाऊ शकते.

१) अकारान्त आणि आकारान्त शब्द

२) इकारान्त आणि उकारान्त शब्द

३) ईकारान्त आणि ऊकारान्त शब्द

४) ऋकारान्त शब्द

५) ध्वनियुज्मान्त (Dipthong-ending) शब्द

हलन्त शब्दाचे या दृष्टीने दोन पोटभाग आहेत.

१) अपरिवर्तनशील अन्त असलेले शब्द: ह्या प्रकारच्या शब्दरूपात परिवर्तन होत नाही. उदा. जगत्, वाक्, पात्

२) परिवर्तनशील अन्त असलेले हलन्त शब्द: त्, न्, स् अथवा च् अन्त असलेल्या प्रत्ययांनी हे शब्द बनतात. उदा. महत्, कत्तीयस्, हस्तिन्, वृत्रहन्, प्रत्यञ्च् इत्यादी.

खालीलप्रमाणे केवळ संस्कृत विभक्तिचिन्हांचा भाषावैज्ञानिक विकास स्पष्ट केलेला आहे.

एकवचन रूप

संस्कृतच्या पुंलिंग आणि स्त्रीलिंगाच्या प्रथमा एकवचनात दोन प्रकारची रूपे आढळतात. काही रूपात (बहुधा अदन्तामध्ये) 'स्' (सुप्) विभक्तिचिन्ह जोडले जाते. हे विभक्तिचिन्ह अकारान्त, इकारान्त, उकारान्त आणि ऊकारान्त शब्दामध्ये आणि ध्वनियुग्मान्त शब्दां (Diphthong-ending) मध्ये नियतरूपाने जोडले जाते. आकारान्त आणि ईकारान्त शब्दात या 'स्' (सुप) चा प्रयोग कमी आढळतो. ह्याची उदाहरणे 'विश्वपा:' (पु) 'सुधी:' (पु) श्री:, ह्री: (स्त्री) अशी देता येतील. हलन्त शब्दांना हा 'स्' जोडला जात नाही. परंतु प्राचीन भारोपीय भाषांचा अभ्यास करून असे अनुमान निघते की काही हलन्तांना 'स्' (संस्कृत-स् (सुप्) जोडला जात असे. उदाहरणासाठी संस्कृत- वाक्, विट्, विद्वान, यांच्या समानान्तर रूपांच्यासाठी अवेस्ता (प्राचीन पर्शियन) मधील वाख्श (Waxs) विश्, आणि ग्रीक-ऐइदोस (eidos) (अर्थ-पंडित, ज्ञानी) ही रूपे पाहावीत. यावरून स्पष्ट होते की ह्या रूपातील जे 'क्, ट्, न् आहेत. ते बहुतेक इंडो-इराणी प्रथमा विभक्ति चिन्ह 'स' चेच अन्य विकसित रूप आहे. तसे, 'पिता, सखा, हस्ती, श्वा' इत्यादी रूपात या 'स्'चा संपूर्ण अभाव आहे. अवेस्तामध्येसुद्धा ही रूपे-पिता, हर्वा, स्पा' अशी आहेत. प्रथमा एकवचनाच्या 'स्' च्या प्रयोगासाठी भारोपीय रूपापासून विकसित रूपांची खालील उदाहरणे अशी आहेत.

संस्कृत -	ग्रीक	अवेस्ता
वृक:	लुकोस (Lukos)	
गिरि:	गइरिश् (gairis)	
क्रतु:	ख़तुश्	

द्यौः   झउस-दजेउस् (Zeus=dzeus)

या शब्दांच्या द्वितीया एकवचनात 'म्' विभक्तिचिन्ह जोडले जाते. हा 'म्' हलन्त शब्दांच्या रूपात 'अम्' होतो. उदा. दधत् - दधतम् (या विभक्तिचिन्हाचा विकास प्राचीन भारतीय स्वरीभूत 'म'पासून मानला जातो. ग्रीक भाषेत हा 'न' आणि 'अ' च्या रूपात विकसित झाला आहे.

संस्कृत - अश्वम्   अवेस्ता   अस्पअम्   ग्रीक   हेप्पोन्
संस्कृत - पादम्   अवेस्ता   पादअम्   ग्रीक   पोद्

यावरून, जिथे संस्कृतात अदन्तामध्ये 'म' जोडला जातो, तिथे ग्रीक भाषेत 'न' आढळतो, आणि संस्कृत हलन्तात 'अम्' जोडला जातो, तर ग्रीक भाषेत केवळ 'अ' आढळतो, असा निष्कर्ष काढणे अनुचित होणार नाही.

संस्कृतमध्ये नपुंसकलिंगाचे प्रथमा आणि द्वितीया यांचे एकवचन दोन्ही एकसमान असतात. यातही दोन गट पडतात. अकारान्त शब्दात 'म' विभक्ती चिन्हाचा प्रयोग होतो, परंतु अन्य स्वरान्त आणि हलन्त शब्दात 'शून्य (Zero) विभक्ती चिन्हाचा प्रयोग होतो. पदरचनाशास्त्रात याविषयी थोडे महत्त्वाचे तथ्य जाणणे ठीक होईल. वस्तुतः हे शून्य (०) ही, एखाद्या विभक्ती चिन्हाप्रमाणे अथवा प्रत्ययाप्रमाणे कार्य करते. उदाहरणार्थ संस्कृतमधील 'क्विप्' प्रत्यय. हा 'क्विप्' प्रत्यय वर्तमानकाला (लट्) च्या प्रथमपुरुष एकवचनाच्या रूपाला स्वरहीन बनवतो. 'पठत्, भवत्, कुर्वत्, परंतु याच्याबरोबर अन्य कोणताही ध्वनी जोडला जात नाही. अर्थात, ध्वन्यात्मकतेच्या दृष्टीने 'क्विप' चे महत्त्व नसेलही, परंतु पदरचनेच्या दृष्टीने याचे महत्त्व मानले पाहिजे. भाषावैज्ञानिक दृष्टीने 'क्विप्' प्रक्रिया अशी आहे.

करोति - (कुर्वति) + क्विप् (०) - कुर्वत् + ० - कुर्वत्
पठति + क्विप् (०) - पठत् + ० - पठत्
भवति + क्विप् (०) - भवत् + ० - भवत्

इथे काही ना काही प्रत्यय मानावाच लागतो. भाषावैज्ञानिक यास 'शून्य' (Zero) म्हणेल, पाणिनीने यास 'क्विप्' ही संज्ञा दिली आहे. हजारो वर्षांपूर्वी पाणिनीने ह्या 'शून्याचे' पदरचनेतील महत्त्व फार चांगले जाणले होते. तेव्हाच तर त्याने 'अदर्शनं लोप: । (अष्टा १/१/६०) ह्या सूत्रात लोपाची परिभाषा मांडली. त्याचे ह्या सूत्रावरून हेच तात्पर्य असावे, की जरी तो ध्वनी, प्रत्यय विभक्तिचिन्ह अदृश्य असले, तरी 'मूलप्रकृतीमध्ये विकार उत्पन्न करण्यास तो पूर्ण शक्त असतो. 'जगत्' शब्दाच्या प्रथमा द्वितीया एकवचनाच्या रूपात 'जगत्' मध्ये भाषावैज्ञानिक स्पष्टपणे शून्य (O) विभक्तिचिन्ह मानेल.

शब्द	**विभक्तिचिन्ह**	**(प्रथमा, द्वितीया एकवचन) पद**
जगत्	+ ०	जगत्
भवत्	+ ०	भवत्
गच्छत्	+ ०	गच्छत्

अशा शून्य विभक्तीचे-चिन्हाचे अस्तित्व मानले नाही तर, ही पदे प्रथमा किंवा द्वितीया एकवचनाच्या रूपाचा बोध करू शकणार नाहीत. नपुंसक लिंगाची संस्कृत आणि प्राचीन पर्शियन (अवेस्ता) उदाहरणे अशी -

संस्कृत	अवेस्ता
क्षत्रम्	ख़थ्र् अम्
मधु	मदु
स्वर्	ह्वर्अ
मन:	मनो
महत्	मजत्

भाषाशास्त्रीय दृष्टीने नपुंसकलिंगाच्या प्रथमा द्वितीया एकवचनात 'इ' सुप् विभक्तिचिन्हही आढळते. या 'इ' सुप् विभक्तिचिन्हास 'अक्षि, सक्थि, अस्थि, दधि' मध्ये पाहता येईल.

संस्कृतमधील ह्या तथाकथित 'इ-कारान्त' नपुंसकलिंग शब्दामध्ये वस्तुत: 'शून्य' विभक्तिचिन्ह नाही. (जसे, मधु, मनस् किंवा महत्मध्ये दिसते) तात्त्विक दृष्टीने या प्रथमा, द्वितीया एकवचन रूपांना अक्ष् (-न्), सक्थ (-न्), अस्थ् (-न्) दध् (-न्) 'इ' विभक्तिचिन्ह जोडून बनवलेले आहे, असे मानता येईल. या प्रकाराचा 'इ' (सुप्) प्रत्यय 'वारि'मध्येही पाहिला जातो. (वार+इ) 'वार्' शब्द संस्कृतमध्ये स्वतंत्ररूपाने ही आहे. षष्ठन्त्य रूप 'वारां निधि:'मध्ये हा 'वार्' दिसून येतो. याच कारणामुळे या शब्दामध्ये अन्य विभक्तींच्या रूपात 'इ'चा सर्वथा अभाव दिसतो. (उदा. दध्न:, अक्ष्णा, अक्ष्णे या रूपांत) जर 'इ' शब्दाचा ध्वनिभूत अंश (ध्वन्यंश) असता, तर 'दधिन:, दधिनाम्, अक्षिणा, अक्षिणे, रूपे बनलेली दिसली असती. (अशी रूपे 'उ'कारान्त रूपात मात्र आहेत. उदा. 'मधु'च्या रूपामध्ये 'मधुन:, मधूनाम्)

तृतीया एकवचनात अनेक प्रकारची (सुप्) चिन्हे आढळतात. पाणिनीने या सर्व तृतीया एकवचन विभक्तिचिन्हांना 'टा' प्रत्ययाच्या अंतर्गत समाविष्ट केले आहे. कारण ह्याच्यापैकी बहुतेक सर्व 'आ'पासून विकसित झाले आहेत. संस्कृत-वाचा, (लौकिक संस्कृत-वचसा) पदा, मनसा, ज्मा, क्ष्मा, वृत्रघ्ना, पित्रा अशा वैदिक आणि लौकिक संस्कृत तृतीया एकवचनान्त हेच 'आ' विभक्तिचिन्ह आहे. संस्कृतच्या

अकारान्त शब्दांच्या रूपात तृतीया एकवचनाचे विभक्तिचिन्ह 'एन' (संस्कृत-देवेन) आहे. ऋग्वेदातसुद्धा ही प्रवृत्ती दिसते. पण तेथेही 'आ' चे रूपही आढळते. या प्रकारे तेथे तृतीया एकवचनात 'देवा' देवेन अशी दोन्ही रूपे तृतीया एकवचनात सापडतात. हा 'एन' वस्तुत: सर्वनाम शब्दांच्या 'तेन येन' या तृतीया एकवचनाच्या रूपाच्या सादृश्यावर आधारित असावा. वाकेरनागेलने अन्य प्रकारच्या तृतीया एकवचनान्त 'सुप्' विभक्तिचिन्हांचे या प्रकारे विभाजन केले आहे.

आकारान्त रूपात 'अया आणि आ' ही विभक्तिचिन्हाची रूपे आढळतात. इकारान्त आणि उकारान्त रूपात (इ) या (उ) वा, इना, उना, आणि 'ई, ऊ' या प्रकारच्या तीन तीन प्रकारचे विभक्तिचिन्ह आढळते. (Ibid.34-35) उदाहरणासाठी वैदिक संस्कृतमधील आकारान्त शब्दांचे तृतीया एकवचनाची विकल्प रूपे' स्वधा-स्वधया, जिह्वा जिह्वया पाहू शकतो. इकारान्त आणि उकारान्त शब्दांच्या तृतीया एकवचनी रूपात प्राचीनतम रूप निश्चितपणे 'ई' आणि 'ऊ' हे आहेत. उदा. वैदिक संस्कृत-चित्ती (लौकिक संस्कृत) 'चित्या', वैदिक संस्कृत क्रतु (लौ. संस्कृत-क्रतुना) वस्तुत: प्राचीन भारोपीय तृतीया एकवचनाच्या 'सुप्' विभक्तीची कल्पना 'अ' च्या रूपात केली जाऊ शकते. या रूपात ऱ्हस्व 'इ' 'उ' दीर्घ होऊन तृतीया एकवचनान्त रूप बनेल 'या' आणि 'वा' चे रूप ईकारान्त 'देवी शब्दाच्या देव्या' (तृ. ए.)च्या सादृश्यावर आढळू लागले. याचप्रकारे तृतीया एकवचनाचा 'ना' विभक्तिचिन्ह 'इन्नन्त' शब्दाच्या तृतीया एकवचनान्त रूपांच्या सादृश्यावर बनला. उदा.

करि (न्) ना, हरि-हरिणा, भानु-भानुना

चतुर्थी एकवचनात 'ए' विभक्तिचिन्हाचा प्रयोग होतो. ही विभक्ती भारोपीय 'अइ' आणि 'एई'चे विकसित रूप होय. ग्रीक भाषेत चतुर्थीच्या एकवचनात 'ओइ'चा प्रयोग होतो. उदा. 'लोगोइ (logoi) अर्थ-'शब्दासाठी'. अकारान्त शब्दांच्या रूपात हा 'ए' 'आय'चे रूप धारण करतो. 'उदा. देवाय'. ईकारान्त स्त्रीलिंगी रूपात हा 'ऐ'च्या रूपात विकसित झालेला दिसतो. उदा. देव्यै. (देवीचे च. ए.) आकारान्त स्त्रीलिंगी शब्दाच्या चतुर्थी एकवचन रूपात मूलशब्द आणि 'सुप्' प्रत्ययाच्यामधील 'आय' अंश जोडला जातो. उदा.

सूर्यायै. (सूर्याचे च. एक)

पंचमी एकवचन आणि षष्ठी एकवचनांच्या दोन्ही रूपांना विभक्तिचिन्ह 'अस्' आहे. याला अपवाद अकारान्त शब्दांच्या रूपात आढळतो. तिथे पंचमीमध्ये 'आत्' आणि षष्ठीमध्ये 'स्य' विभक्तिचिन्हे आढळतात. पंचमीच्या या 'आत्'ची प्राचीन भारोपीय 'ओद्' आणि एद्शी तुलना करता येते. हा 'ओद्', 'आद'च्या रूपाने

लॅटिनमध्येही विद्यमान आहे. ग्रीक भाषेत वस्तुतः पंचमी (Ablative)चा अभाव आहे. लॅटिनमध्ये तर हा स्त्रीलिंगी शब्दातही आढळतो. लॅटिनच्या 'मेन्साद' (çensad) अर्थ टेबलावरून 'अन्नोद' (annod) अर्थ-वर्षापासून. या उदाहरणावरून स्पष्ट होते की संस्कृतमधील 'देवात् । द' चे सदृश्य विभक्तिचिन्ह त्या भाषांत अस्तित्वात आहे. षष्ठीच्या एकवचनात भारोपीय भाषांत 'ऐस्' आणि 'आस् विभक्तिचिन्हे आहेत. हे पंचमीचेही विभक्तिचिन्ह होते. संस्कृतमधील 'अस्' विभक्तिचिन्ह याच्यापासूनच विकसित झाले आहे. ते 'हरेः (हरि+अस्), विष्णोः (विष्णु+अस्) ह्या उदाहरणात स्पष्ट दिसते. येथे हे रूप पंचमी आणि षष्ठी दोन्हीच्या एकवचनात सापडते. संस्कृत अकारान्त शब्दाच्या षष्ठी एकवचनाचा 'स्य' विभक्तिचिन्ह वस्तुतः सर्वनामशब्दाच्या षष्ठी एकवचनाचे विभक्तिचिन्ह होते. हळूहळू 'तस्य, यस्यला सदृश' 'देवस्य' इत्यादी रूपांचा विकास झाला. षष्ठीचे विभक्तिचिन्ह 'स'च्या रूपात ग्रीक आणि लॅटिनमध्येही विकसित झाले आहे. ग्रीक खोरास (Khoras) अर्थ देशाचा, 'पोलिओस (Polios) अर्थ - पुरीचा संस्कृत - पुरः - पुर्याः), लॅटिन - मेन्सास (çensas) अर्थ - टेबलाचा 'सिउइस' (Ciuis) अर्थ-नागरिकाचा. हे संस्कृत पंचमी षष्ठी विभक्तिचिन्ह 'अस्' इकारान्त आणि उकारान्त शब्दांमध्ये 'एः आणि ओः' रूप धारण करते. ऋकारान्त शब्दांत हा 'उः' (संस्कृत-पितुः) आढळतो.

सप्तमी एकवचनाचे चिन्ह 'इ' आहे. हे 'इ' विभक्तिचिन्ह 'मनसि, नरि, विशि, तन्वि यामध्ये, आणि दूरे, हस्ते, देवे (अ+इ) मध्ये स्पष्ट आहे. हलन्त शब्दाच्या सप्तमी एकवचन रूपातसुद्धा हे 'इ' विभक्तिचिन्ह आढळते. या 'इ'चा विकास ग्रीक भाषेतही कुठे कुठे मिळतो. उदा. ग्रीक-पोलि (Poli) संस्कृत-पुरी ज्यात काही विभक्तिचिन्हे नाहीत, अशी सप्तमी एकवचनाची रूपे वैदिक संस्कृतमध्ये आढळतात. वस्तुतः या रूपात 'शून्य-विभक्तिचिन्ह' (Zero-inflexion) असते. वैदिक भाषेत इकारान्त उकारान्त, ईकारान्त आणि अन्नन्त शब्दांच्या सप्तमी एकवचनाच्या रुपामध्ये कोणताही ध्वन्यात्मक विभक्तिचिन्ह (Phonetic inflexion) आढळून येत नाही. 'परमे व्योमन्' याठिकाणी 'व्योमन्' वस्तुतः सप्तमी एकवचनान्त रूप आहे. लौकिक संस्कृतामध्ये ते 'व्योम्नि' बनते. काही असेही हलन्त शब्दांची सप्तमी एकवचनी रूपे आहेत, की जी शून्यरूपाने प्रत्ययरूपाने (Diphthong Ending) लागतात. उदा. अहर्. या 'अर्' अन्ती असलेल्या रूपांना सप्तम्यंत मानावे, की 'स्वर'प्रमाणे केवळ क्रियाविशेषण ? वस्तुतः हे सर्व शून्य रूपाचे अथवा शून्य विभक्तिचिन्हरूप प्रारंभी क्रियाविशेषणेच होती. कालान्तराने यांनाही 'सुप्' प्रत्यय 'इ'चा प्रयोग होऊ लागला असावा. परंतु 'अन्' अन्तक (अन्नन्त) शब्दामध्ये 'इंडो-इराणी' वर्गापर्यंत या 'इ'चा प्रयोग आढळत नाही. वेदामध्ये ही प्रवृत्ती आढळते. उदा. 'अहन'

'अज्मन' - ही सप्तम्यन्त रूपे आहेत. वैदिक भाषेत ईकारान्त आणि ऊकारान्त (स्त्रीलिंगी) शब्दांच्या सप्तमी एकवचनाच्या रूपात शून्य (Diphthong-ending) विभक्तिचिन्ह आढळते. उदा. 'नदी', 'तनू', 'चमू'. या रूपांना अकारान्त शब्दांच्या सादृश्यावर उत्पन्न मानले जाते. उदा. संस्कृत 'दम' शब्दाच्या सप्तमी एकवचनाचे 'दमे' आणि बहुवचनाचे 'दमेषु' रूप होते. याच आधारावर ही रूपे बनली असे दिसते.

दमे दमेषु, नदी नदीषु, चमू चमूषु, तनूः तनूषु संस्कृत इकारान्त आणि उकारान्त शब्दांच्या रूपात आढळत. 'औ' (हरौ, भानौ) प्राचीन भारोपीय न राहता इंडो-इराणी वर्गाचे वैशिष्ट्य झाले. हा 'औ' अवेस्तामध्ये 'ओ' आणि 'अव'च्या रूपात दिसून येतो. हे 'औ' विभक्तिचिन्ह आरंभी केवळ उकारान्त शब्दांचीच विशेषता होती आणि इकारान्त शब्दांचे विभक्तिचिन्ह 'आह' असे होते. हळूहळू सादृश्याच्या आधारावर 'अग्नौ, गिरौ, इष्टौ'मध्येही हे चिन्ह दिसू लागले. या 'आई'चा संकेत वैदिक संस्कृतमधील काही सप्तमी एकवचनी रूपात, उदा. 'श्रुता', अग्ना मध्ये दिसतो. इथेही चिन्हे ध्वनिपरिवर्तनामुळे केवळ 'आ' राहिली. यांचे प्राचीन रूप 'श्रुताइ, अग्नाइ' असे असले पाहिजे. (Block : L. Indo-Aryan P.11a)

सप्तमी विभक्तीच्या एकवचनात स्त्रीलिंगरूपात आणखी एक विभक्तिचिन्ह दिसून येते. 'आम्' हे 'आम' आकारान्त, त्याचबरोबर ऱ्हस्व आणि दीर्घ ईकारान्त आणि उकारान्त स्त्रीलिंगी शब्दाच्या रूपात आढळते. हे 'आइ' विभक्तिचिन्ह इंडो-इराणी वर्गात येऊन 'आया'च्या रूपात विकसित झाले. अवेस्तामध्ये हेच 'अय'च्या रूपात दिसते. (वाकेरनागेल. Vol III P. 43). संस्कृतमध्ये येऊन यात 'अम्'ची जोड मिळाली. आणि याच तऱ्हेने हे विभक्तिचिन्ह अगदी त्याचप्रकारे-'आयां (आया+अम्) बनले आहे. ज्याप्रमाणे अवेस्तामधील तृतीया-चतुर्थी-पंचमी द्विवचनाचे चिन्ह 'ब्य' (Bya) संस्कृतामध्ये 'भ्याम्' झालेले आहे. सप्तमी एकवचनाची ही दोन रूपे, दोन भाषांतील या सम्नान्तर उदाहरणात विद्यमान आहेत.

संस्कृत-ग्रीवायाम्, अवेस्ता-ग्रीवय (Griwaya)

संबोधन एकवचनात बहुधा शून्य विभक्तिरूपच आढळते. संस्कृत अकारान्त शब्दांच्या या रूपातही शून्य विभक्तिचिन्ह आहे. परंतु ग्रीक भाषेत याच्या समानान्तर ओकारांत शब्दांच्या संबोधनाचे एकवचनी रूप 'ए' या विभक्तिचिन्हाने दर्शवतात. उदा. 'लोगे' (अर्थ हे शब्द) परंतु अन्य अंताच्या ग्रीक शब्दांचे या विभक्तीचे एकवचन रूपात कोणतेच चिन्ह नसते. तथापि संस्कृतच्या आकारान्त शब्दांच्या रूपात 'ए' अन्त असणारे (संस्कृत-रमे, रमा+इ), इकारान्त आणि उकारान्तमध्ये 'ए' आणि 'ओ' अन्त असणारी रूपे (हरे = हरि+आ = हरा+इ) (येथे वर्णविपर्यय झाला आहे.) (भानौ =

भानु+आ = भाना+ई) (वाकेरनागेल Vol III P. 43) तसेच ईकारान्त रूपात दीर्घ ईकारान्त रूपामध्ये दीर्घ ईकाराचा ऱ्हस्व 'इ' आढळतो. (देवि, नदि) हलन्तामध्ये ही रूपे किंवा शून्य विभक्तिचिन्हानीयुक्त मूलरूपे आढळतात. लॅटिन भाषेच्या संबोधन एकवचन रूपात केवळ काही अल्प शब्दांच्याबरोबर 'ए' विभक्तिचिन्ह दिसते. या संबंधात '-वन्त' शब्दात संबोधन एकवचन रूपांमध्ये बहुधा 'स्' आढळतो. उदा. या रूपात 'चिकित्वः, ऋतत्वः, ओजीयः ही रूपे पाहावीत.

द्विवचन रूप

भाषाशास्त्रीय दृष्टिकोनातून पाहिले तर, संस्कृतची द्विवचनाची रूपे, आठ विभक्तींमध्ये केवळ तीन प्रकारची आहेत. प्रथमा, द्वितीया आणि संबोधनात 'औ' विभक्तिचिन्ह (उदा. 'देवौ') तृतीया, चतुर्थी आणि पंचमीमध्ये 'भ्याम्' विभक्तिचिन्ह (उदा. देवाभ्याम्) षष्ठी आणि सप्तमीत 'योः' विभक्तिचिन्ह (उदा. देवयोः) अशी आढळतात. यावरून एक गोष्ट स्पष्ट होते, जरी संस्कृतमध्ये एका भिन्न वचनाच्या रूपात विद्यमान आहे, तरीही **१)** रूपे कमी असणे **२)** सर्वविभक्तीत रूपे अलग अलग नसणे, ह्या दोन लक्षणीय बाबी, भविष्य काळात द्विवचनाच्या लुप्त होण्याचे पूर्वचिन्ह मानावे लागते. लॅटिन भाषेत द्विवचन तर सर्वथा लुप्त झाले आहे. लिथुआनिअन, गॉथिक आणि प्राचीन ग्रीक भाषेत ह्या द्विवचनाचे अवशेष सापडतात. ग्रीक भाषेतही संस्कृतप्रमाणे द्विवचनाची रूपे संकुचितच आहेत. साऱ्या सहा विभक्तीत केवळ दोनच द्विवचन रूपे आढळतात. उदा. 'लोगोस' (Logos) शब्दाच्या प्रथमा (Nominative) द्वितीया (Accusative) आणि संबोधन (Vocative) द्विवचनाच्या रूपात 'लोगो' (logo), आणि उरलेल्या विभक्तींच्या रूपात 'लोगोइन (logoin) रूपे दिसून येतात. वस्तुतः मुळातच प्राचीन भारोपीय (Indo-European) भाषांत द्विवचनाची रूपे फारच कमी असावीत. युग्मरूपात - जोडीच्या स्वरूपात असणाऱ्या दोनच वस्तूंकरता ह्या द्विवचनाचा प्रयोग होत असे. दोन हात, दोन पाय, दोन कान, दोन डोळे, अशा युग्मांच्या आधारावर द्विवचनाचा जन्म झाला (Otto Jesperson : The philosophy of Grammar P. 205) हळूहळू वैदिक संस्कृतात हे द्विवचन 'मित्रावरूणा, नासत्या, अश्विना, इन्द्राग्नी, द्यावा - पृथिवी' या यज्ञीय देवतांना आवाहन करण्याच्या निमित्ताने प्रयुक्त होऊ लागले. पुढे, माता-पिता, पति-पत्नी इत्यादींच्या युग्मासाठीही 'पितरौ दम्पत्ती' इत्यादी द्विवचनान्त रूपांचा प्रयोग होऊ लागला. यानंतर द्विवचनाचा प्रयोग कोणत्याही दोन वस्तूंच्या भाव-बोधनासाठी होऊ लागला.

संस्कृतच्या अकारान्त आणि हलन्त शब्दात 'आ' (औ) विभक्तिचिन्हांचा प्रयोग प्रथमा, द्वितीया आणि संबोधनात दिसून येतो. हा 'आ', प्राचीन भारोपीय 'ओ' (O)

पासून विकसित झाला आहे. ग्रीक भाषेत ओ (O) आणि इंडो-इराणी भाषांमध्ये 'आ' असा आढळतो. उदाहरणासाठी द्विवचनाची वैदिक रूपे अशी आहेत. 'नासा, नरा, श्वाना, पादा (पादौ), पितरा (पितरौ), बृहन्ता, हस्ता (हस्तौ). अवेस्तामध्ये जेथे आकारान्त शब्दांच्या या द्विवचनी विभक्तींच्या रूपात 'ओ' आढळतो, तेथे हलन्त शब्दांच्या या रूपात 'आ' दिसून येतो. उदा.

अवेस्ता	वैदिक संस्कृत
जस्तो (Zasto)	हस्ता (हस्तौ)
स्पान (Spana) स्पाना	श्वाना
नर (Nara) नरा	नरा

इकारान्त आणि उकारान्त शब्दांच्या या विभक्तींच्या द्विवचनरूपामध्ये 'ई' आणि 'ऊ' अन्ती असलेली रूपे दिसतात. ह्यांना प्राचीन भारोपीय 'श्वा' '-' 'अ'पासून विकसित मानले जाते. 'पती, अग्नी, बाहू, भानू'मध्ये हे दीर्घत्व दिसून येते. आकारान्त शब्दात 'ए' अन्ती असलेली रूपे मिळतात. आणि ती भारोपीय 'अई'चे विकसित रूप आहे. अशी रूपे, संस्कृतमधील 'यमे, उर्वरि, उभे'मध्ये आढळतात. (अकारान्त सोडून) नपुंसकलिंगी शब्दात 'ई'चा प्रयोग दिसतो. उदा. 'वच:'पासून 'वचसी' इकारान्त, उकारान्त आणि ऋकारान्त नपुंसक शब्दांच्या या रूपांच्यामध्ये 'न्' अन्त: प्रत्ययाचा प्रयोग होतो. उदा. अक्षिणी, मधुनी, जानुनी, कर्तृणी.

तृतीया, चतुर्थी आणि पंचमीचे विभक्तिचिन्ह 'भ्याम्' आहे. अवेस्तात याची 'ब्यम्' आणि 'ब्यां' अशी रूपे आहेत. उत्तरकालीन प्राचीन पर्शियन (फार्सी) मध्ये हे रूप 'बिया' झाले. यासंबंधात अवेस्ता आणि संस्कृतची रूपे विशेष समीप आहेत. उदा. संस्कृत - 'पितृभ्याम्' अवेस्ता - नरब्य (Narabya) (संस्कृत - नराभ्यां, नृभ्यां) 'ब्रवत्ब्यम्' (Brawatbyam) (संस्कृत-ब्रुवद्भ्याम्). अवेस्तामध्ये, बहुधा अकारान्त शब्दांच्या या रूपामध्ये स्वर दीर्घ करण्याच्या स्थानावर ध्वनियुग्म (Diphthong) चा प्रयोग आढळतो. तथापि संस्कृतमध्ये मूल शब्दाचा अंतिम स्वर दीर्घ होतो. संस्कृत 'हस्ताभ्याम्' अवेस्ता - 'जस्तएब्य' (Zastaebya), प्राचीन पर्शियनमध्ये 'दस्तइबिय' (Dastaibiya)

संस्कृतमध्ये षष्ठी आणि सप्तमी द्विवचनाचे विभक्तिचिन्ह 'ओस्' (अयो:) प्राचीन भारोपीय विभक्तिचिन्हाचे संमिलित रूप मानले जाते. 'इंडो-इराणी' 'अउ', अवेस्ता-ओ, आणि भारोपीय 'आस्', अवेस्ता-'अस' हे अनुक्रमे सप्तमी आणि षष्ठीचे विभक्तिचिन्ह आहे, आणि प्राचीन संस्कृतमध्ये 'अयो:' च्या रूपात ते विकसित झाले होते. म्हणून ह्याची उत्पत्ती प्राचीन भारोपीय 'ओय' 'ओऊस्' पासून

मानली जाते. (वाकेरनागेल Altindische Grammatick Vol III P. 57) हे विभक्तिचिन्ह ग्रीकांच्या विभाषांमध्ये 'ओइओइस' (Oiois) च्या रूपात विकसित झाले आहे.

उत्तर काळात भारतीय आर्यभाषात प्राकृतकालात द्विवचन सर्वथा लुप्त झाले. लौकिक संस्कृतमध्ये द्विवचन व्याकरणाचे बंधन म्हणून अवश्य पाळले जाते.

परंतु लौकिक संस्कृत कितीही व्याकरणात बंदिस्त असले, द्विवचनादी नियम कितीही बंधनकारक असले, तरी वेदकाळात, आणि त्याही पूर्वीच्या इंडो-इराणी, आणि इंडो-युरोपियन-भारोपीय भाषांच्या प्राचीन काळात द्विवचन अत्यंत ढिल्या स्वरूपात, तेही युग्म-जोडीच्या संदर्भातच - वापरले जाईच असे निश्चितपणे सांगता येत नाही. एकंदरीत भारोपीय काळातील भाषांतील द्विवचनाचा वापर एकप्रकारचा असा योगायोग होता, की, पुढे भारतीय लौकिक संस्कृतात तो बंधनकारक बनला. वेदवाङ्मयातही तो वापर नियमबद्ध नव्हता.

बहुवचनरूप

लौकिक संस्कृतच्या प्रथमा बहुवचनात 'अ:' (अस्) विभक्तिचिन्हाचा प्रयोग होतो. वैदिक संस्कृतात अकारान्त शब्दांच्या प्रथमा बहुवचनात 'अस:' असेही विभक्तिचिन्ह दिसून येते. उदा. 'देवास:' (देव+अस:) संस्कृत भाषेतील 'अस्' हा भारोपीय भाषातील 'आस्'चे विकसित रूप म्हणता येईल. ग्रीक भाषेच्या प्रथमा बहुवचनात 'इ' आणि 'ऐस्' अशी दोन तऱ्हेची विभक्तिचिन्हे असणारी रूपे आढळतात. संस्कृतमधील 'असस्' रूपाचाही संबंध या 'ऐस'बरोबर जोडला जाऊ शकतो. सोस्यूर, आणि ब्रुगमानच्या मतानुसार संस्कृतची ही दोन्हीचिन्हे प्राचीन भारोपीय (इंडो-युरोपियन) 'ओस्' 'ऐस्ची' विकसित रूपे आहेत. (वाकेरनागेल. Vol III p. 57) वैदिक संस्कृतामध्ये 'अस्' आणि 'असस्' प्रत्ययाची दोन्ही रूपे एकाच वेळी आढळतात.

'ते अज्येष्ठा अकनिष्ठास: ।' (ऋग्वेद ५.५९.६)
'अज्येष्ठासो अकनिष्ठास एते ।' (ऋग्वेद ५.६०.५)
'हर्षमाणास: धृषिता मरुत्व: ।' (ऋग्वेद १०.९४.१)
'हर्षमाणा हृषितासो मरुत्वन् ।' (अथर्ववेद ४.३१.१)

हलन्त शब्दरूपात केवळ 'अस्' विभक्तिचिन्हच दिसून येते. तेही त्याच भारोपीय चिन्हाचे रूप आहे. उदा. 'आप:, धीमन्त:'। हा 'अस्' अकारान्त आणि 'आकारान्त' शब्दांच्या अतिरिक्त अन्य अदन्तातही आढळतो.

उदा. गिरय:, भानव:, गाव:, नाव: ।

प्रथमा बहुवचनाच्या दृष्टीने नपुंसकलिंगाच्या रूपांचे भाषावैज्ञानिक दृष्टीने विशेष

महत्त्व आहे. लौकिक संस्कृतात यात 'इ' विभक्तिचिन्ह दिसून येते. त्याच्यापूर्वी एक अनुनासिक (न) अन्त:प्रत्ययाचा समावेश झाला आहे. याप्रकारे अदन्तात---'आनि' 'इनि' 'कुनि' ॠणि अन्ती असलेली रूपे आढळतात. या प्रथम कोटीच्या नपंसुक प्रथमा बहुवचनाची रूपे मानतात. दुसऱ्या कोटीत हलन्त शब्द येतात. यांचे प्रथमा, द्वितीया बहुवचनाचे चिन्ह ही 'इ' आहे, आणि त्यातही अनुनासिक तत्त्व असते. -'आनि' (उदा. 'नामानि'), 'आञ्चि' (उदा. प्रत्यञ्चि), 'अन्ति' (उदा. जगन्ति) [अदन्तात 'आनि' (ज्ञानानि) 'इति' (उदा. वारीणि), 'उनि' (उदा. मधूनि), 'तद्वाॠणि' (उदा. कतृणि)]

ज्या नपुंसक हलन्त शब्दात पदान्त व्यंजनाच्या पूर्वी अनुनासिक तत्त्वाचा समावेश केला जातो, त्यात 'आंसि' (उदा. पयस् - पयांसि) 'ईषि' (उदा. हविष् - हवीषि), 'उंषि' (धनूंषि), ही तिसरी कोटी होय. चौथ्या कोटीत 'शक, युज्' असे हलन्त शब्द येतात, ज्यांची 'शङ्क्, युञ्जि' अशी रूपे बनतात.

वैदिक संस्कृतचा नपुंसक लिंगाचे प्रथमा आणि द्वितीया बहुवचन सर्वथा भिन्न आढळते. प्रथम कोटीच्या रूपात 'नि' च्या प्रयोगाच्या बरोबरीने केवळ 'आ, ई, ऊ' अन्ती असणारी रूपे दिसून येतात. त्यामध्ये 'नि' विभक्तिचिन्ह आढळत नाही. उदा. 'नामानि गुहचा ।'' (९.४१.५), 'अप्रती वृतानि' (१.१६५.७) 'उरु वरांसि' (१०.८९.२). दुसऱ्या कोटीच्या शब्दात वेदात 'आ' आणि 'आनि' अशी अन्त असणारी रूपे दिसतात. उदा. 'नामा... नामानि ।' म्हणून वैदिक संस्कृतच्या रूपांना दोन कोटीत विभक्त करता येते.

१) हलन्त शब्दांच्या रूपात 'इ' विभक्ति चिन्हाचा प्रयोग होतो. उदा. 'चत्वारि'

२) अदन्त शब्दामध्ये प्राय: अन्तिम स्वर-ध्वनीला दीर्घ केले जाते. परंतु कधी कधी 'इ, उ' अशी रूपेही आढळतात. उदा. 'भूरि, वृतानि' ('भूरीणि, वृतानि' च्या स्थानी) ह्या व्यतिरिक्त नि (न् + इ) अशीही रूपे आहेत. अशी रूपे बहुधा हलन्त शब्दाच्या सादृश्यावर बनली असावीत, कारण अन्य भारोपीय भाषामध्ये यांचे कोणतेही चिन्ह आढळत नाही. 'हा' 'इ' अवेस्तामध्ये दिसतो. संस्कृत = नामानि, अवेस्ता = नाम्अनि (Namoni), युरोपिअन आर्यभाषात हा 'इ' नाही त्याच्या ठिकाणी 'अ' आढळतो. उदा ग्रीक 'ओनोमत' (Onomata) लॅटिन नोमिना (Nomina), गॉथिक नम्न (Namna), ह्या तथ्यावरून एक गोष्ट लक्षात येते की, प्राचीन भारोपीय भाषांत नपुंसक लिंग, प्रथमा, द्वितीया बहुवचनाचे चिन् 'इवा' (अ) असावे. संस्कृतात ह्या विभक्ति चिन्हात जो 'न (+ इ)' आढळतो, ज्यातील मूळ रूपात अनुनासिक ध्वनी अन्ती होतो तो त्या शब्दांच्या रूपांच्या आधारावर जोडला जाऊ लागला. उदा. 'नाम + न् - नामानि' फल = फलानि अशाप्रकारे 'नामानि'च्या सादृश्यावर 'फलानि' रूप बनले.

हळूहळू हा 'न्' मध्ये मध्ये मिसळून 'नि'च्या रूपात एक विभक्ति चिन्ह बनला. आरंभी 'आ, ई, ऊ' रूपे याच 'इवा' मुळे दिसतात. पुढे पुढे त्यांच्यामध्ये 'नि' जोडला गेला.

संस्कृत अदन्त पुलिंग शब्दाच्या द्वितीया बहुवचनाच्या रूपामध्ये 'आन्' हे विभक्ति चिन्ह आढळते. हलन्तात हे विभक्ति चिन्ह नाही, तर त्या ठिकाणी द्वितीया बहुवचनाचे विभक्ति चिन्ह 'अस्' आहे. हे प्रथमा बहुवचनी रूपातही आढळते. स्त्रीलिंगी शब्दाच्या रूपात सुद्धा हे विभक्ति चिन्ह 'अस्' (स्) च्या रूपात मिळते. या प्रकारे संस्कृतमधील 'आन्' विभक्ति चिन्ह केवळ अदन्त पुंलिंग शब्दाचीच विशेषता आहे. परंतु भाषावैज्ञानिक दृष्टीने पाहिले तर हे चिन्ह प्राचीन भारोपीय भाषांत स्त्रीलिंग शब्दांच्या रूपात सुद्धा प्रयुक्त होत असावे. या विभक्ति चिन्हाचा विकास भारोपीय 'म्स्' किंवा 'न्स्' (Ms. Ns.) पासून झाला. ग्रीक भाषेत द्वितीया बहुवचनाचे हे विभक्ति चिन्ह 'अस्' च्या रूपात विकसित झाले. उदा. ग्रीक = पतेरस् (Pater-as), संस्कृत = 'पितृन्'.

संस्कृतमध्ये अदन्त स्त्रीलिंग शब्दांच्या द्वितीया बहुवचनात एक वैशिष्ट्य आढळते. ह्याचे बीज भारोपीय भाषांत आहे, आणि संस्कृतमध्ये ते कालांतराने उद्भवले. संस्कृतच्या या स्त्रीलिंगी शब्दात, द्वितीया बहुवचनी शब्दात 'न्-अन्ती असणारी रूपे आढळत नाहीत. तिथे' आः, ईः, ऊः, ॠः (उदा. रमाः रुचीः, उरूः, मततृः) अन्ती असणारी रूपे दिसतात. अन्य भारोपीय भाषांच्या आधाराने, 'ईन्, उन्, ॠन्' चा प्रयोग स्त्रीलिंग शब्द रूपात होत असावा, असे दिसते. प्राचीन भारोपीय 'आ' 'ओ' - कारान्त शब्दात द्वितीया बहुवचनाच्या रूपात परस्पर भेद होता. या 'आ' 'ओ' पासूनच संस्कृतमध्ये पुंलिंग अकारांत आणि स्त्रीलिंगी आकारान्त शब्दांचा विकास झालेला आहे. पुंलिंग शब्दाच्या रूपात 'न्स्' विभक्ति चिन्हाचा प्रयोग होत असावा. तथापि स्त्रीलिंग आकारान्त शब्दांच्या द्वितीया बहुवचनाच्या रूपात अनुनासिक तत्त्वाचा अभाव असावा, आणि शुद्ध 'स्' विभक्ति चिन्ह प्रयुक्त होत असावे. हेच विभक्ति चिन्ह ग्रीक भाषेत 'आस्' आणि गॉथिकमध्ये 'ओस्' च्या रूपात विकसित झाले. परंतु इकारान्त, उकारान्त, ॠकारान्त शब्दांच्या रूपात असे विभक्ति चिन्ह प्रयुक्त होत नसे आणि त्यात 'न्' प्रकारची रूपे प्रचलित होती. नंतर संस्कृतमध्ये प्रवेश झाल्यावर 'आकारान्त' रूपांच्या सादृश्यावर या स्त्रीलिंगी शब्दातूनही 'न्' रूपे हरवली गेली.

तृतीया बहुवचनाचे विभक्ति चिन्ह 'भिस्' आहे. अकारांत शब्दात हे विभक्ति चिन्ह 'ऐः' सुद्धा आढळते. हे वैशिष्ट्य अवेस्तामध्ये आढळते. तिथे तृतीया बहुवचनात 'बिश' (bis) आणि 'अइश्' (ais) दोन्ही विभक्ति चिन्हे आढळतात. उदा. संस्कृत 'मर्त्यैः, मार्त्येभिः, अवेस्ता = मश्यइश् (Masyais) प्राचीन पर्शियन 'मर्तियइविश्'

बिश् (Martyabis), महाकवी होमरच्या ग्रीक भाषेत या 'भिस्' च्या समांतर 'फि' रूप मिळते. नंतरच्या ग्रीक भाषेतून तृतीया विभक्ती लोप पावली. होमरच्या ग्रीक भाषेत 'नऊफि' (Nauphi) रूप आढळते. हेच रूप संस्कृतमध्ये 'नौभि:' असे आहे. 'भिस्' च्या संदर्भात ध्यानी ठेवण्याची ही गोष्ट की, अकारान्त शब्दात ह्याचे रूप 'एभिस्' (देवेभि:) असे आढळते. हा 'ए' सर्वनामांत प्रथमा बहुवचनात आढळतो. (सर्व: सर्वे) हा 'ए' बहुवचनाचाच बोधक समजला जाऊन 'एभि:, एभ्य:' च्या रूपात तृतीया, चतुर्थी, पंचमीच्या बहुवचनाच्या रूपात जोडला जाऊ लागला. याप्रकारे द्विवचनाच्या रूपात 'भ्याम्' मध्येही 'आ' जोडून 'आभ्याम्' विभक्ती चिन्ह बनवले गेले. जिथे 'आ' (देव: देवा:), द्विवचनाचा असे बोधक मानला गेला आहे. जसा 'ए' बहुवचनाचा. परंतु हे वैकल्पिक प्रयोग केवळ अकारान्त शब्द रूपातच वैदिक संस्कृतात आढळतात. अन्य शब्दात केवळ 'भ्याम्, भिस्, भ्यस्' (विष्णुभ्यां, विष्णुभि:, विष्णुभ्य:) चाच प्रयोग होतो. मागे सांगितल्याप्रमाणे वेदात अकारान्त शब्दात 'देवै:' आणि 'देवेभि:' अशी दोन रूपे आहेत. ऋग्वेदात दोन रूपांचा समान प्रयोग झाला आहे, परंतु अर्थ वेदात येऊन 'एभि:' ची रूपे कमी झाली. यजुर्वेदीय तैत्तिरीय संहितेच्या गद्य भागात 'एभि:' च्या रूपांचा पूर्ण अभाव आहे. लौकिक संस्कृतात येऊन ही रूपे सर्वथा लुप्त झाली आहेत. वेदातून या वैकल्पिक रूपांची ही उदाहरणे दिली आहेत.

वातं अश्वेभिरश्विना । (ऋ. ३/५/७)

आदित्यै यतिमश्विना । (ऋ. ३/३५/१३)

अंगिरोभिरा गहि यज्ञियेभि: । (ऋ. १०. १४. ५)

अङ्गिरोभिर्सहियैश गहीह (अथर्ववेद. २६. १. ५६) चतुर्थी पंचमीचे बहुवचन विभक्तिचिन्ह 'भ्यस्' आहे, आणि तो अकारान्त शब्दांच्या पूर्व 'एभ्य:' असा आढळतो. हे वर स्पष्ट केले आहे. ग्रीक भाषेत ही रूपे मिळत नाहीत, कारण त्या भाषेत पंचमी विभक्ती आढळत नाही. चतुर्थी बहुवचनाचे चिन्ह तिथे 'अई' 'एई' असे दोन तऱ्हेचे आहे. लॅटिनमध्ये ह्याचे रूप 'बुस्' असे मिळते. उदा. 'पत्रि-बुस' (Patri-bus) संस्कृत = पितृभ्य: । बाल्टो - स्लाविक भाषात 'भ' चे स्थानांतर 'म - (मुस्) रूप सापडते. याचे प्राचीन भारोपीय रूप 'भास्' मानले जाते. या संबंधात तृतीया, चतुर्थी आणि पंचमीच्या द्विवचन आणि बहुवचनाच्या 'सुप्' चिन्हात वास्तविक विभक्त्यंश 'भि' आहे. हाच 'भि', भ्याम् (भि-आम्, भ्य: (भि + अस्) च्या रूपात आढळून येतो. षष्ठी बहुवचनाचे विभक्ति चिन्ह 'आम्' आहे. जे प्राचीन भारोपीय 'ओम्' पासून विकसित झाले. अवेस्तात 'अम्', ग्रीकमध्ये 'ओन' (On) आणि लॅटिनमध्ये 'उम्' (Um) च्या रूपात दिसून येतो संस्कृतच्या अदन्त शब्दात हा 'आम्' अनुनासिक अन्त:प्रत्ययाने युक्त होऊन 'नाम्' च्या रूपात मिळतो. ह्या शब्दांच्या षष्ठी बहुवचन

रूपात मूल स्वराच्या अंतिम स्वराचा ध्वनी दीर्घ होतो. 'देवानाम्, हरीणाम्, भानूनाम्, पितॄणाम्। अवेस्तामध्येही अदन्त शब्दाच्या रूपात हा 'नम्' दिसून येतो. तथापि हलन्त शब्दांच्या रूपात केवळ 'अम्' हाच मिळतो.

संस्कृत	अवेस्ता
गिरीणाम्	गइरिनम् (gairinam)
अपाम्	अपम् (apam)
बृहताम्	बअरअज़तम (barazatam)

सप्तमीचे बहुवचन विभक्ति चिन्ह 'सु' आहे. हे विभक्ति चिन्ह अवेस्ता आणि प्राचीन पर्शियनमध्ये 'सु, शु आणि हु' च्या रूपात आढळून येते. ग्रीक भाषेत हे विभक्ति चिन्ह 'सि' (Si) असे आहे. हा बहुधा चतुर्थी बहुवचन (Dative plural) च्या अर्थात प्रयुक्त होतो, वस्तुतः हे सप्तमीचेच रूप आहे, आणि ते चतुर्थीमध्ये सरमिसळून गेले आहे. प्राचीन चर्च स्लाविक (सतम् वर्गाची भाषा) मध्ये हे विभक्ति चिन्ह 'शु' च्या रूपात मिळते. या तुलनात्मक अध्ययनाने स्पष्ट आहे की सप्तमी बहुवचनाचे प्राचीन भारोपीय चिन्ह 'स्' होते. या 'स' मध्ये कालांतराने ग्रीक भाषेत इ (स + इ = सि) आणि सतम् वर्गाच्या भाषांमध्ये 'उ' (स् + उ = सु) जोडले गेले. थुर्नेसन नामक पाश्चिमात्य विद्वानाच्या मतानुसार हे 'इ', 'उ' वस्तुतः सामीप्य आणि दूरता दर्शवणारी अव्यये होती आणि त्यांचा प्रयोग सप्तम्यन्त रूपांच्या बरोबरीने केला जात होता. हळूहळू हे सप्तम्यन्ताचे अंग बनून एक बाजूला 'सि' आणि दुसऱ्या बाजूला 'सु' च्या रूपात विकसित झाले. (वॉकेरनागेल Vol III 72-73) संस्कृतात हा 'सु' इ, उ, ए, कण्ठय ध्वनी, आणि रेफच्या पुढे असल्यावर हा 'सु' असाच राहतो. उदा. देवेषु, हरिषु, भानुषु, पितृषु, पयःसु, रमासु।

संबोधन बहुवचनाची रूपे संस्कृतमध्ये प्रथमा बहुवचनाच्या अगदी समान आहेत.

विशेषण

संस्कृतमध्ये विशेषणाची रूपे संज्ञा शब्दांच्या प्रमाणे चालतात. विशेषण नेहमीच आपल्या विशेष्याच्या लिंग-वचनाच्या दृष्टीने समान असते. उदा. 'कृष्णः सर्पः, कृष्णा सर्पिणी, रक्तो घटः, रक्तः पटः, नीलं, नभः नीलं वस्त्रम्। तुलनाबोधक रूपात या शब्दांच्या बरोबर तरप्, तमप्, ईयस्, इष्ठ प्रत्यय जोडले जातात. संस्कृत शब्दरचनांची ओळख करून देताना या दोन्ही तऱ्हेच्या प्रत्ययांबाबत मात्र माहिती दिलेलीच आहे. इथे त्यांचे सोदाहरण विवेचन केले आहे.

१) (अ) तर-तम (तरप्-तमप्), हे दोन्ही तुलनाबोधक तद्धित प्रत्यय आहेत.

यातील पहिला 'तरप्' प्रत्यय दोन वस्तूंची तुलना करून कोणा एकाची उत्कर्षता द्योतित करतो. ग्रीक भाषेत याचे 'तेरो' (tero), रूप आढळते. उदा. 'पिस्तोतेरोस' (pistoterus), 'अलेथेस्तेरोस' (alethesteros), लॅटिनमध्ये ह्याचे 'तेर' रूप दिसते. उदा. 'नोस्तेर' (Noster), 'देक्स्तेर' (dexter), इथे 'तरप्' प्रत्यय सार्वनामिक रूप 'कतर:' शी मिळते. 'थुंब' या भाषा वैज्ञानिकाने संस्कृत = अन्तर, लॅटिन 'इन्तेर' (इन्तेरिओर), इंग्रजी = इंटर, इंटिरिअर (inter, interior) ग्रीक = एन्टेरा (entera) संस्कृत = इतर, लॅटिन = इतेरुम् (iterum) आणि संस्कृत क्रिया विशेषण 'नितराम्' पर्यंतचा संबंध याचा तर् (प) शी जोडला आहे. (Thumb : Handbuch des Sanskrit : 388 Footnote P. 268) ह्याची उदाहरणे अशी :

'दूरतर, प्रियतर, विलोलतर, शुचितर, धनितर (धनिन्-) धर्मभृत्तर (धर्मबन्धु-) प्रत्यक्तर (प्रत्यञ्च), सुमनस्तर (सुमनस्-) उदर्चिष्टर (उदर्चिष्-), सत्तर, (सन्त्-) भगवत्तर (भगवन्त-), विद्वत्तर (विद्वांस-)

१) (आ) तमप् (तम) ची उत्पत्ती प्राचीन भारोपीय 'तेमो' (temo) पासून झाली, असे म्हणता येईल. मागे सूचित केल्याप्रमाणे, 'तरप्, तमप्' (तर-तम) मध्ये वस्तुत: दोन प्रत्ययांचा मेळ आहे. : त + र = तर, त + म = तम. 'त' प्रत्ययाचा संबंध संस्कृत 'त' (क्त) प्राचीन भारोपीय 'ता' (स्) शी जोडला जातो. 'र' आणि 'म' सुद्धा दोन स्वतंत्र प्रत्ययाच्या रूपात सापडतात. यांचा विकास संस्कृत आणि युरोपिअन क्लासिकल भाषा या दोन्हीमध्ये पाहायला मिळतो. संस्कृत = अधर (खालचा) लॅटिन = इन्फेरि (inferi), गॉथिक = उन्दर (undar) इंग्रजी = अंडर = (under) संस्कृत = अधमम, लॅटिन (इन्फिमुस्), संस्कृत = अपर, गॉथिक = अफ़र (afar), संस्कृत = अपम, संस्कृत = अवर, अवम = ग्रीक = हुपेरोस (huperos), लॅटिन = सुपेरि (superi) इंग्रजी = सुपर (super), लॅटिन = सुम्मुस (summus) इंग्रजी = समिट (summit) गॉथिक = उफ़रो (ufaro), संस्कृत = परम, मध्यम, चरम मध्ये हे दोन्ही प्रत्यय आढळतात. (Thumb : I bid, 388 Footnote P. 268) तम-(तमप्) प्रत्यय, लॅटिनमध्ये = 'तिमुस्' आणि गॉथिकमध्ये 'तुम्' असा दिसून येतो. संस्कृत = अन्तम्, लॅटिन = इन्ति-मुस् (intimus), उल्तिमुस् (ultimus) मिश्र इंग्रजी = अल्टिमेटम् (ultimatum), गॉथिक 'अफ्तुम्' (aftum) (अन्तिम) = इफ्तुम् (iftum) (अन्तिम).

'तम' ची उदाहरणे खालीलप्रमाणे आहेत.

'दूरतम, प्रियतम, विलोलतम, शुचितम, धनितम, धनितम (धनिन्) धर्मभुत्तम (धर्मबन्धु-) प्रत्यक्तम (प्रत्यञ्च, सुमनस्तम (सुमनस्-) उदर्चिष्टम (उदर्चिष्ट्), सत्तम (सन्त-) भगवत्तम (भगवन्त) विद्वत्तम (विद्वांस-)

तर - तम पासून बनलेल्या कित्येक संज्ञाशब्द, आणि क्रियाविशेषणे सुद्धा पाहावयास मिळतात.

उदा. गजतम, उत्तर, उत्तम (संज्ञाशब्द) अतितराम्, प्रतराम्, प्रतमाम्, उच्चैस्तराम्, सुतराम्, सुतमाम्, पचतितमाम्, (क्रियाविशेषण) ही क्रियाविशेषणे बहुधा उपसर्ग, द्रव्य आणि क्रिया रूपांनी बनतात.

२) (अ) 'इयस्' आणि 'इष्ठ' प्रत्ययांचाही संकेत शब्दरचनेच्या संदर्भात केला गेलेला आहे. 'ईयस्' चा विकास प्राचीन भारोपीय - 'यस्' किंवा 'यास्' पासून मानला गेला आहे. याची समानान्तर रूपे ग्रीक आणि लॅटिनमध्येही आहेत. लॉर्टनमध्ये याची 'इआर्, इउस्' रूपे मिळतात. सेनिओर (सेन्योर) (senior), [इंग्रजी = सिनिअर = Senior] मेलिओर (मेल्योर) (çelior), मेलिउस (मेल्युस) (çelius), (नपुंसक रूप) ग्रीक भाषेत याचे 'इओस्, योस्' रूपे आहेत. उदा. हेदिओ (hedio), हेदिओडस (hedious) < हेदी (य) ओ (स्) — अ — ऐस्, (hedi - (y) o (s) a' - es) = (संस्कृत = स्वादीयेस्), ब्रादियो (bradio), (संस्कृत = म्रदियस)

याची उदाहरणे खालीलप्रमाणे—

अल्पीयस्, वरीयस् (उऊ =) क्षेपीयस् (क्षिप्र -), गरीयस् (गुरु -), द्रढीयस् (दृढ -), द्राघीयस् (दीर्घ -), पटीयस् (पटु-), पापीयस् (पाप -), प्रथीयस् (पृथु-), प्रेयस् (प्रिय-), बलीयस् (बलिन्-),महीयस् (महान्त-), मद्रीयस् (मृदू-) यवीयस (युवन् -) स्थेयस् (स्थिर)

२ (आ) - 'इष्ठ'चे ग्रीक रूप 'इस्तो' (-Isto) मिळते. 'क्रतिस्तोस्' (Kratistos), ओलिगिस्तोस् (oligistos)

याची उदाहरणे अशी -

अल्पिष्ठ, वरिष्ठ (उरू-) क्षेपिष्ठ (क्षिप्र-) गरिष्ठ (गुरू-), द्रढिष्ठ (दृढ-), द्रघिष्ठ (दीर्घ-), पटिष्ठ (पटु-) पापिष्ठ (पाप-), प्रतिष्ठ (मृथु -) प्रेष्ठ (प्रिय -), बलिष्ठ (बलिन् -) महिष्ठ (महान्त -) म्रदिष्ठ (मृदु -), वसिष्ठ (वसुमन्त -) यविष्ठ (युवन् -), स्थेष्ठ (स्थिर -).

याच्या व्यतिरिक्त काही अपवादात्मक रूपेही आहेत. ज्यांना 'थुम्ब' या भाषा वैज्ञानिकाने 'इरेग्युलर' किंवा 'डिफेक्टिव' (अनियमित किंवा सदोष) मानले आहे.

(अन्तिक) नेदीयस्, नेदिष्ठ

(अल्प) कनीयस्, कनिष्ठ.

प्रशस्य, श्रेयस्, श्रेष्ठ, ज्यायस्, ज्येष्ठ.

बहु, भूयस्, भूयिष्ठ.

वृद्ध, वर्धीयस्, वर्धिष्ठ.

संस्कृतात कित्येक रूपे अशीही आहेत, की ज्यामध्ये एकाच वेळी दोन दोन तुलनाबोधक प्रत्यय आढळून येतात. उदा. 'पापीयस्-तर (पापीयस्तर), पापिष्ठतर, पापिष्ठतम, श्रेष्ठ, श्रेष्ठतर, श्रेष्ठतम.

सर्वनाम शब्दांचे रूप

सर्वनाम शब्दांना दोन वर्गात घालता येते **१)** वैयक्तिक सर्वनाम (अस्मत्, युष्मत्,) **२)** विशेषणीभूत सर्वनाम (यत्, तत्, इदम्, एतत्, इत्यादी) यांच्यातील वैयक्तिक सर्वनामात लिंगभेद नसतो, तथापि विशेषणीभूत शब्दांना तीन लिंगे असतात. सर्वच सर्वनामांना संबोधन विभक्ति नसते. संस्कृतमधील 'अहम्' आणि 'त्वम्' वैयक्तिक सर्वनाम शब्दांचे प्रथमा विभक्तिमधील एकवचनांचे रूप आहे; हे जे ते अवेस्तामध्ये 'अज़, अम्' (Az, am) आणि 'तुवम्' (tuwam) च्या रूपात मिळतात. ग्रीक भाषेत यांची ही रूपे 'एगो' (ego) आणि 'सु' (प्राचीन रूप 'तु') SV > TU अशी आढळतात. या तुलनेमुळे यामध्ये प्रयुक्त 'अम्' वस्तुतः सर्वनामांचे विभक्तिचिन्ह आहे; हे स्पष्ट होते, हे चिन्ह इंडो-इराणी भाषांतही दिसते. संस्कृतमध्ये 'त्वं' च्या जागी केवळ 'तु' असेही सापडते. वैदिक संस्कृतमध्ये हा प्रयोग मिळतो. 'आ तू गहि प्र तु द्रव' (ऋ. ९. १३. १४) द्वितीया एकवचनाच्या रूपात 'मां, त्वां आणि मा, त्वा' अशा प्रकारची वैकल्पिक रूपे आढळतात. अवेस्तामध्येही अशी वैकल्पिक रूपे आहेत. 'मम, मा (Mam, Ma), ध्वम्, ध्वा (dhwam, dhwa). तृतीया विभक्तीच्या एकवचनात ह्यांची रूपे 'मया आणि त्वया (तुवया) अशी होतात. चतुर्थीत 'भ्य' (अवेस्ता = ब्य) विभक्ति चिन्हांचा प्रयोग होतो. हा संस्कृतमध्ये 'तुभ्यं' मध्ये आहे. 'अस्मत्' शब्दात हा 'ह्य' होतो. ऋग्वेदात कधी कधी 'तुह्य, मह्य' च्या जागी 'तह्य, मह्य' अशी ही रूपे पाहायला मिळतात. अवेस्तामध्ये दोहोंना 'ब्य' लागलेला दिसतो. उदा. 'तइब्य' (Taibya), 'मइब्य' (Maibya). परंतु लॅटिनमध्ये 'मत्' च्या बरोबरीने 'ह' आणि 'त्वत्' च्या बरोबर 'ब' विभक्ति चिन्ह मिळते. उदा. मिहि (Mihi), तिबि (Tibi) (संस्कृत = तुभ्यं), यावरून असे स्पष्ट अनुमान होते की भारोपीय भाषांत प्रथम पुरुष एकवचनाची चतुर्थी विभक्ती 'ह' असावी, आणि द्वितीया पुरुषाची 'भ' पंचमी विभक्ती यांच्यामध्ये 'अत्' आढळतो. प्राचीन भारोपीय भाषांत ह्याचे रूप 'ऐत' (et) होते. म्हणून संस्कृतच्या 'मत्, त्वत्' रूपांना 'मात्, त्वात्' अशा कल्पित रूपापासून विकसित झालेली रूपे मानली पाहिजेत. 'तव' 'माम्' अशी षष्ठी एकवचनाची रूप 'इंडो-इराणी' भाषावर्गाची विशेषता आहे. ग्रीक भाषेत ह्यांच्या रूपामध्ये 'ओस्' विभक्तिचिन्हांचा प्रयोग होतो. हेच चिन्ह लॅटिनमध्ये 'उस्' च्या रूपात येते. उदा. ग्रीक - ते ओस (teos), एमोस (emos), लॅटिन 'तूस' (Tus)

संस्कृतच्या चतुर्थी षष्ठीच्या 'मे', 'ते' अशी वैकल्पिक रूपे अन्य भारोपीय भाषातही दिसतात. अशीच वैकल्पिक रूपे ग्रीक आणि लिथुआनियनमध्येही उपलब्ध होतात. उदा. ग्रीक 'मोइ' (Moi), तोइ (Toi) आणि 'लिथआनियन' मि (Mi) आणि ति (ti). संस्कृतमध्ये सप्तमी एकवचनात 'मयि' रूप आहे.

परंतु 'युष्मत्' (त्वत्) शब्दाचे 'त्वयि' असे रूप प्राचीन नसून कालांतराने 'मयि' च्या सादृश्यावर विकसित झाले. याचा प्रयोग सर्वप्रथम अथर्ववेदात मिळतो. ऋग्वेदात याचे प्राचीन रूप 'त्वे' असे आढळते.

संज्ञाच्या रूपांच्या प्रमाणेच इथेही द्विवचनांची रूपे मर्यादित दिसून येतात. संस्कृतमध्ये यांचे प्रथमा-द्वितीया द्विवचनरूप 'आवाम्' आणि 'युवाम्' अशी आढळतात. वस्तुत: ही रूपे केवळ द्वितीया विभक्तीचीच होती. प्रथमा विभक्तीत यांची रूपे 'आवं' आणि 'युवं' अशी होती. अशी रूपे प्राचीन वैदिक मंत्रात उपलब्ध होतात. परंतु कालांतराने वैदिक मंत्रात 'आवां' आणि 'युवा' दोन्हीही विभक्ति मध्ये प्रयुक्त झाले आहेत. अगदी याच प्रकारे तृतीया, चतुर्थी आणि पंचमीची प्राचीन रूपे 'आवाभ्यां' आणि 'युवभ्यां' आहेत. परंतु सादृश्याच्या आधारावर ही रूपे सुद्धा नंतर 'आवाभ्यां' आणि 'युवाभ्यां' झाली. या शब्दांच्या द्विवचन रूपात मूलरूप 'आव' आणि 'युव' हेच होते. ह्याची पुष्टी होण्यासाठी षष्ठी सप्तमीची द्विवचन रूपे 'आवयो:, युवयो:' ह्यांच्यापासूनही होते. या विभक्तींची वैकल्पिक रूपे 'नौ' आणि 'वाम्' अशी आहेत. ही रूपे अवेस्तात 'ना (Na) आणि 'वा (Wa) च्या रूपात मिळतात. संस्कृतमधील 'वां' चे अनुनासिक तत्त्व संस्कृतचे स्वत:चे वैशिष्ट्य आहे. संस्कृत 'नौ' च्या समानांतर रूपात ग्रीक भाषेत नो (no) आढळते. तिथे प्रथमा (Nominative) आणि द्वितीया (accusative) च्या द्विवचनात हे 'नो' रूप प्रयुक्त होते.

ह्या शब्दांच्या बहुवचन रूपात प्रथमा विभक्तीत 'अम्' विभक्ति चिन्ह आढळते. उदा. 'वयम्', 'यूयम्' अवेस्तात द्वितीयपुरुष सर्वनाम शब्दाचे बहुवचन रूप 'यूज्अम्' (yuzam) आहे. अन्य सर्व विभक्ति रूपात ह्यांच्यामध्ये 'स्म' विभक्ति चिन्हाचा प्रयोग दिसतो— 'अस्मान्, युष्मान्, अस्मत्, युष्मत्' इत्यादी. हाच 'स्म', अवेस्ता आणि ग्रीक भाषेत अनुक्रमे 'ह्म' आणि 'म्म' च्या रूपात विद्यमान आहे. अवेस्ता - अह्म (ahma) ग्रीक अम्मे (amme). हे विभक्ति चिन्ह अन्य सर्वनामांच्या एकवचन रूपात सुद्धा आढळत आहे. 'तस्मै, तस्मिन्' परंतु षष्ठी बहुवचनाच्या रूपात ह्या प्रथम आणि द्वितीय पुरुषांच्या रूपात 'स्म' च्या सहित 'आकम्' सुद्धा जोडले जाते. 'अस्माकं, युष्माकं:' अवेस्तातील 'अह्माक् अम्' (ahmak, am) 'युष्माक अम्' (yushmak, am) शब्दांच्या आधारावर हे 'स्मा आकं' विभक्ति

चिन्ह इंडो-इराणी वर्गाची विशेषता होती, हे आपण निश्चितपणे सांगू शकतो.

भारोपीय भाषांत तृतीय पुरुषा (प्रथम पुरुष) च्या शब्दांच्या व्यक्तिवाचक किंवा पुरुषवाचक सर्वनामांच्याप्रमाणे (personal pronouns) न मानता पदरचनेच्या दृष्टीने निर्देशात्मक सर्वनामांच्याप्रमाणे मानले जाते. (Demonstrative pronouns) संस्कृतात सुद्धा यासाठी 'तत्' शब्दाच्या रूपात तीन लिंगे विद्यमान आहेत. 'तत्' शब्दाच्या रूपावर पुढे विवेचन होईल.

संस्कृतमध्ये 'स्व' चा आत्मने प्रयोग मिळतो. हा प्रयोग सर्वनामाच्या रूपात आढळतो. असा प्रयोग ग्रीक, लॅटिन आणि अवेस्तातही दिसतो. ग्रीक 'होस' (hos), हेओस (heos), लॅटिन = सूस (sous), अवेस्ता 'ह्व' (hwa). याचा प्रयोग बहुधा आत्मने (Reflexive) च्या अर्थात मिळतो. संस्कृतमध्ये ह्याचे 'स्वयं, स्वत:' इत्यादी रूपे आहेत. आधुनिक युरोपिअन भाषांत याच्या समानांतर लॅटिन 'सूस' पासून विकसित रूप 'से' (se) चा फ्रेंच भाषात पुष्कळ प्रयोग होतो. फ्रेंच भाषेतील कित्येक क्रियापदे अशी आहेत, की ज्यांच्यासह या 'से' चा प्रयोग अवश्य होतो. या क्रियांना Reflexive verbs म्हणतात. हा प्रयोग बहुधा संस्कृतमधील आत्मनेपदीसारखा आहे. उदा. 'आँ से मी ताँ ताष्ल' (प्रत्येक व्यक्ती स्वत: टेबलावर बसली.) यातील 'से' संस्कृतच्या 'स्व' चा समानान्तर आहे.

संस्कृतचा द्वितीयपुरुष 'त्वं' च्या साठी 'आदरणीय' अर्थात 'भवान्' चा प्रयोग होतो. (भवान् गच्छति ।) हा 'भवान्' संस्कृतशब्द 'भगवान्' चा वैकल्पिक संक्षिप्त रूप आहे, असे वाकेर नागेलचे मत आहे. ह्या मताच्या पुष्टीसाठी - वैकल्पिक रूपत्व सिद्ध करण्यासाठी त्याने फ्रेंच भाषेतील असेच उदाहरण दिले आहे. अगदी याच 'आदरणीय' अर्थामध्ये फ्रेंच भाषात 'माँसेनो' (Monseigneur) आणि 'माँइयो' (Monsieur) अशी दोन्ही प्रकारची रूपे आहेत. इथे दुसरे रूप (माँश्यो) हे पहिल्या रूपाचे 'माँसेनो' चे वैकल्पिक संक्षिप्त रूप आहे.

निर्देशात्मक आणि विशेषणीभूत सर्वनामामध्ये (Demonstra tive pronouns and articles) 'स, सा, तत्' चा संबंध ग्रीक भाषेतील 'हो' (ho) 'हे' (he) [प्राचीन रूप - 'हा' (ha)] आणि 'तो' (to) शी जोडला जाऊ शकतो. ही रूपे क्रमश: पुलिंग, स्त्रीलिंग आणि नपुंसक लिंग शब्दांच्या मूलरूपांच्या बरोबर - (इंग्रजीतील 'ए', ॲन 'दि' यांच्याप्रमाणे) — 'आर्टिकल्स' म्हणूनच प्रयोगात येतात. यांचा विकास प्राचीन भारोपीय भाषांतील 'सो-सा' (So-Sa), तो-ता (To-Ta) पासून झाला आहे.

यांच्या अतिरिक्त काही प्रश्नवाचक सर्वनामे सुद्धा संस्कृतमध्ये प्रयुक्त होतात. संस्कृतच्या 'क:', 'का', 'किं', 'चित्' चा संबंध, ग्रीक भाषेतील पो (Po), तिस्, ति

(तिद्) (tis, ti (tid), लॅटिन = 'क्वोद्' (quo-d), क्विद् (qui-d), क्वि (qui), क्वोस् = (quos), आयरिश = 'किआ' (cia), वेल्श = प्वि (pwy), तसेच इंग्रजी 'हू' (Who), यांच्याशी जोडला जाऊ शकतो. या सर्वांचा विकास प्राचीन भारोपीय भाषातील 'क्वोस्' (k'os) पासून झाला आहे. संबंधवाचक सर्वनाम यः, या, यत् चा संबंध प्राचीन भारोपीय यो (yo), (ya) यांच्याशी आहे. ह्या शब्दांची विभक्तिचिन्हे संज्ञांच्या विभक्तिचिन्हांपासूनच विकसित झाली आहेत.

संख्यावाचक शब्द

प्राचीन भारोपीय भाषांत गणना 'दहा' पासून होत असे. त्यामध्ये एकपासून चारपर्यंतची संख्यावाचक शब्दरूपे सर्वलिंगामध्ये विभक्तीसह चालत. तर पाच ते दहापर्यंतचे शब्द अपरिवर्तित रूपांची अव्यये होती. १० ते १९ पर्यंतचे शब्द, बनवताना एक, दोन, तीन, चार... इत्यादी वाचक शब्द जोडून बनवले जात. उदा. एकादश, त्रयोदश इ. भारोपीय भाषांच्या विकसित भाषांत १० वरील संख्यावाचक शब्द बनवण्याच्या अन्य रीती होत्या काही ठिकाणी हे 'समस्त'—समासरूप शब्द असत. (एकादश, द्वादश इ.) किंवा इंग्रजी = थर्टीन (Thirteen), किंवा वेल्श = पिमथेग (Pymtheg), कधी कधी मध्ये समुच्चयबोधक अव्ययाचा प्रयोग करून संख्येचा बोध घडवला जाई. उदा. संख्या 'द्वाविंशत्' (द्वे विंशति च पुरुषाः) ग्रीक = एईकोसि-दुओ (eikosiduo), अथवा 'दुओ कइ एइकोसि' (duo-kai-eikosi), जरी भारोपीय भाषात 'दहा' ने गणना होत असे, परंतु अशीही गणना आढळते की जी 'नऊ' पर्यंत असे. केल्टिक आणि अन्य दुसऱ्या भाषांत हे संकेत मिळतात. वेल्श भाषेत १८ संख्येसाठी द्युनव (deunaw) शब्दाचा प्रयोग होतो. 'दोन नऊ' असा ह्याचा अर्थ ग्रीक भाषेत १९, २९, ३९ इत्यादीसाठी 'एक कमी वीस' अर्थबोधक प्रयोग आढळतात. उदा. 'हनोस-देओन्तेस-एइकोसिन' (hnos - deontes - eikosin) (संस्कृत = एक - उन - विंशत्, एकोनविंशत्) काहीजण ह्यात नऊ संख्या प्रमाण मानतील, पण वस्तुतः संस्कृत गणना 'दहा'चीच आहे, तसे संस्कृतमध्ये ९च्या गणनेचे संकेत आढळतातही. उदा. 'नवद्वयद्वीपपृथञ्जयश्रियाम् ।' (नैषध महाकाव्य, प्रथमसर्ग) इथे 'अठरा'साठी 'नवद्वय' चा प्रयोग केला आहे, आणि ही रीत वेल्श भाषेतील 'द्योनव'शी समानान्तर आहे.

संस्कृताचे एक ते दहा पर्यंतचे संख्यावाचक शब्द आणि 'शंभराचा' संख्यावाचक शब्द प्राचीन भारोपीय शब्दांपासून विकसित झाला आहे. बाकीचे संख्यावाचक शब्द एकत्र मिळवून बनवलेले शब्द आहेत. या संख्यावाचक शब्दाची तालिका खालीलप्रमाणे—

	संस्कृत	भारोपीय	लॅटिन	ग्रीक
१	एक	ओइनोस्	उनो (Uno)	ओइओस् (Oios)
२	द्वि	दुबोउ	दुए (d})	दुओ (duo)
३	त्रि	त्रेयेस्	त्रे (tre)	त्रेइस् (treis)
४	चतुर	क्वेत्योरेस्	क्वात्र (quatra)	तेतोरेस (tetores)
५	पञ्च	पेन्क्वे	क्विंक्व (quinq})	पेन्ते (pente)
६	षट्	स्पेक्स्	सेई (Sei)	जेस् (Zes)
७	सप्त	सप्तम्	सेप्त (Sept)	हेप्त (Xhepta)
८	अष्ट	ओक्तोउ	ओक्तो (Octo)	ओक्तो (Octo)
९	नव	नेयून	नोवेम् (Novem)	ऐन-नेअ (en-nea)
१०	दश	दक्म	देकेम (Decem)	देक (deka)
१००	शतम्	कवमतोम्	सेन्तुम्-केन्टुम (centum)	हेकतोन (Hekaton)

१००० सहस्र फारसी - हजार खीलिओई

वर सांगितल्याप्रमाणे प्राचीन भारोपीय भाषांत एक ते = (Khilioi) चारपर्यंतचे संख्यावाचक शब्द, लिंग आणि विभक्तीच्या अनुसार बदलत असत. उदा. एकः, एका, एकं, द्वौ, द्वे, द्वे, त्रयः, तिस्रः त्रीणि, चत्वारः, चतस्रः, चत्वारि अशा तऱ्हेने विभक्तीत सुद्धा 'एकः, एकं, एकेन... इत्यादी द्वौ, द्वौ, द्वाभ्यां, द्वयोः, त्रयः, त्रीन्, त्रिभिः इत्यादी चत्वारः, चतुरः, चतुर्भिः, चतुर्भ्यः, चतुर्ण्णाम्, चतुर्षु अशी रूपे चालतात. अशाच तऱ्हेने स्त्रीलिंग, नपुंसकलिंगी रूपांचीही विभक्ति रूपे आहेत. पञ्च आणि अन्य संख्यावाचक शब्दामध्ये लिंग नसते. उदा. पञ्च पुरुषाः, पञ्च नार्यः, पञ्च फलानि, दश घटाः, दश लताः दश पुस्तकानि। परंतु यांच्यामध्ये विभक्ति रूपे आढळतात, उदा. पञ्च पञ्च, पञ्चभिः, षट्, षड्भिः, षडभ्यः, षण्णाम्, षट्सु। म्हणून इथे यांना अव्यय मानता येणार नाही, जरी या शब्दामध्ये लिंगाचा अभाव पाहून स्पष्ट कळते की अति प्राचीन काळात हे संख्यावाचक शब्द मूलरूपात असताना अव्यय होते. तरीही, संस्कृतमध्ये प्रविष्ट झाल्यावर हे शब्द एक, द्वि, त्रि, चतुर यांच्या सादृश्याच्या आधारावर सविभक्तिक बनले. या ठिकाणी ध्यानी ठेवण्यासारखी गोष्ट म्हणजे 'एक' च्या रूपात एकवचनात 'द्वौ' चे द्विवचनात आणि 'त्रि' इत्यादी शेष संख्यावाचक शब्दांची रूपे केवळ बहुवचनात मिळतात.

वीस ते नव्वदपर्यंत संख्यावाचक स्त्रीलिंग नामशब्द आहेत, आणि त्यांची रूपे केवळ एकवचनातच चालतात. ह्यांच्याबरोबर ज्या वस्तूची संख्या बनवायची असते तिला षष्ठी बहुवचनात ठेवली जाते. उदा. 'नवति नाव्यानाम्' नावांची नौकांची

नवति (नव्वद नौका) कधी कधी यांचा प्रयोग असा होतो. **१)** संख्यावाचक शब्द वस्तू विशेष्यच्या विभक्तीत तर आहे, पण वचनात नाही. उदा. 'विंशत्या हरिभिः ।' अर्थः वीस घोड्यांबरोबर. अथवा **२)** कधी कधी संख्यावाचक शब्द विशेषणाप्रमाणे विशेष्याची विभक्ती आणि वचन धारण करतो. उदा. 'पञ्चाशाद्भिर्वाणैः ।' पन्नास बाणांबरोबर यांची समानान्तर रूपे अशी आहेत.

	संस्कृत	**अवेस्ता**	**लॅटिन**	**ग्रीक**
२० + ५	विशति	वीसइति	वीगिंती	ऐईकोसि (eikosi)
	त्रिशत्	थ्रिसँस (thrisas) (कर्म, ए.व.)	त्रीगिंता (Triginta)	थ्रिसतअम् (Thrisatam)
	चत्वारिंशत्	चत्वर् असत् अम् (Chatwarasatam)	क्वद्रागिंत (quadraginta)	तेत्तर-कोन्ता (Tettar Konta)
	पंचाशत्	पन्शासत (Pansasat)	क्विंक्वागिंत (quinquagint)	पेन्ते कोन्ता (Pente-Konta)

या संख्यावाचक रूपामध्ये '-शत' तत्त्व आहे. याची उत्पत्ती प्राचीन भारोपीय भाषांतील 'क्यम्त' (Kmt) पासून झाल्याचे मानले गेले आहे. हा वास्तविक 'दक्मत्' चे ऱ्हस्व रूप आहे. याचा प्रयोग भारोपीय भाषांमध्ये 'दहा' या अर्थी होता.

६०-९० षष्ठि, सप्तति, अशीति, नवति — या शब्दांची रचना पूर्ववर्ती संख्यावाचक शब्दांपेक्षा सर्वस्वी भिन्न आहे. ह्यात भाववाचक - 'ति' प्रत्ययाचा प्रयोग झालेला आहे. हे वैशिष्ट्य केवळ इंडो-इराणी भाषांतच आढळते. प्राचीन स्लावोनिकमध्ये सुद्धा 'शोश्ति' मध्ये ह्या वैशिष्ट्याचे पूर्वचिन्ह दिसते. हा शोश्ति-संस्कृत, षष्ठीचा समानान्तर आहे. अवेस्तामध्ये यांची रूपे अशी आहेत. 'ख्शश्ति' (Ksvasti), हप्ताइति (Haptaiti), अशाइति (Asaiti), नवइति (Navaiti).

१०० चा संख्यावाचक शब्द 'शतम्' प्राचीन भारोपीय 'क्यम्तोम्' (Kmtom) पासून विकसित झाला आहे. १००० चा संख्या वाचक 'सहस्र' आहे. ज्याचा अवेस्तामध्ये 'हजंग्र' (Hazanrd) आणि नंतरच्या फार्सीमध्ये हजार (Hazar) रूपात उल्लेख आहे. ग्रीक भाषेत ह्यासाठी खीलिओइ (Khilioli) रूप आहे. यावरून हे स्पष्ट आहे की ह्याचा आरंभीचा ध्वनी 'स्' प्राचीन भारोपीय 'स्म' (sm) पासून विकसित झाला. हा 'स्म', 'एक' चा वाचक आहे. 'एक' च्या भारोपीय रूपाच्या अतिरिक्त याच्यासाठी अन्य शब्द मूलरूप 'सेम' (sem) असे होते. ह्याचा विकास ग्रीक भाषेतील 'हेइस्' (heis) आणि 'मिआ' (mia) मध्ये दिसतो. संस्कृतमध्येही ह्याचे चिन्ह 'सकृत्' = 'एकदाच' = (अवेस्ता) हकर्अत (hakarat) मध्ये दिसते. 'सहस्र' चा संबंधही याच 'सेम-स्म' शी आहे.

क्रमात्मक संख्यावाचक विशेषणाची (Ordinals) रूपे संस्कृतमध्ये अशी आहेत.

	संस्कृत	अवेस्ता	ग्रीक	लॅटिन	लिथुआनिअन
१)	प्रथम	फ्रतअम (Fratama)			
२)	द्वितीय	दइवित्य (प्राचीन पर्शियन दुवितिय)			
३)	तृतीय	थ्रित्य (Thritya)	तेर्तिऊस (Tertius)	तेतर्होस (Tetartos)	
४)	चतुर्थ			केत्विरर्तस (Ketwirtus)	
५)	तुरीय, तुर्य	तुइर्य (Tuirya)			
६)	पक्थ (ऋग्वेद) १०/६१/१	पुसद, पम्सास (Puxda), (pampsas)			
७)	पञ्चथ		-प्राचीन वेल्श = 'पिम्फेत' (Pimphet)		
८)	पञ्चम	(पहलवी मध्यफार्सी	पंजुम (Panjum)		
९)	षष्ठ		ग्रीक हेक्तोस (Hektos)	लॅटिन सेक्स्तुस (Sextus)	
१०)	सप्तथ (ऋग्वेद,		हप्तय (haptaya)		
११)	सप्तम	फार्सी हफ्तुम्	हेब्दोमास (hebdomos)	सेप्तिमुम्	
१२)	अष्टम	अश्तअम्	(Astama)		
१३)	नवम	नओमा (Naoma)	प्राचीन फार्सी नवम		

१४) दशम	दसअम् (Dasama)	देकिमुस (Dekimus)

यावरून स्पष्ट होते की, क्रमात्मक संख्यावाचक शब्द बनवताना मूलतः भारोपीय भाषात 'अ' प्रत्ययाचा प्रयोग होतो. उदा. सप्तम् + अ = सप्तम, दशम् + अ = दशम. ह्यानंतर 'म' हाच प्रत्यय बनतो आणि तो शब्दांशी जोडला जाऊ लागला. ज्यांच्यात मूलतः 'म्' अंश नव्हता अशा अष्ट, नव, मध्येही 'म' प्रवेशला, याच्या अतिरिक्त संस्कृतमध्ये 'थ्' प्रत्ययही आहे. त्याचा विकास बरो याने 'तह् + अ' पासून मानला आहे. (Prof. Burrow : Sanskrit Language p. 262)

❑

९ संस्कृत पदरचना (क्रिया आणि क्रियाविशेषण)

संस्कृत भाषेतील क्रियापदे अन्य भारोपीय भाषांप्रमाणे वाच्य, लकार, काल पुरुष आणि वचन यांनी युक्त आहेत. ही वाच्यता तीन प्रकारची आहे. १) कर्तृवाच्य २) कर्मवाच्य आणि स्ववाच्य (आत्मनेपदी). भाषावैज्ञानिक दृष्टीने ह्या तीन अलग कोटी आहेत. संस्कृतमध्ये दहा लकार, तीन काल, तीन पुरुष, आणि तीन वचन आहेत. प्राचीन भारोपीय भाषेतील क्रियांचे विभिन्न लकार वस्तुत: क्रियेच्या विशेष प्रकारांचे बोध करून देतात. त्याचबरोबर ह्या क्रिया केवळ क्रियेचाच नव्हे, तर क्रियापदाच्या द्वारे कर्त्याचाही निर्देश करीत असत. त्यामुळे पुन्हा कर्त्याच्या उल्लेखाची आवश्यकता नसे, जर त्याची आवश्यकता भासलीच, तर तो कर्ता प्रथम पुरुषात असे. उदा. 'भवसि' किंवा 'भवामि' मध्ये कर्ता स्वत: अनुस्तुत आहे. म्हणून 'त्वं' किंवा 'अहं' चा उल्लेख केला गेला नाही, तरी त्याची भावप्रतीती होत असते. आरंभीच्या भारोपीय भाषाभाषिकांच्या सामाजिक अवस्थेमध्ये त्यांना क्रिया करणारा कर्ता आणि क्रिया यांच्यामध्ये व्याकरणदृष्ट्या स्पष्ट भेद परिचित नव्हता; हे अतिप्राचीन काळातील मनोवैज्ञानिक सत्य-तथ्य आहे. सांस्कृतिक विकासाबरोबर मानसिक विकास झाल्यानंतरच हा भेद ज्ञात झाला.

आगम, धातू आणि विकरणांच्याविषयी माहिती घेतल्यानंतर मग क्रियारूपाकडे वळणे येथे श्रेयस्कर आहे. 'धातू' म्हणजे क्रियारूपाचा मेरुदंडच असतो. याच मूल धातूरूपांना तिङ् प्रत्यय जोडून विभिन्न क्रियारूपांची निर्मिती होते. भूतकाळ (लङ् आणि लुङ् दोन्हीतही) मध्ये क्रियापदाचे मूलरूप जे 'धातू' त्याच्यापूर्वी 'अ' चा आगम होतो. हे 'अ' आगमपूर्वक धातूरूप संस्कृतमध्ये भूतकालाचे द्योतक मानले जाते. हा 'अ' प्राचीन भारोपीय भाषांतील 'ऐ' पासून विकसित झाला आहे, आणि हा लङ् (imperfect) आणि लुङ् (aorist) हे दोन्ही ग्रीक भाषेत प्रयुक्त होतात. उदा. संस्कृत = अभरम्, अभर:, अभार्षम्, ग्रीक = एफेरोन (epheron),

'एफेरेस' (e-pheres), 'ए-फ्रॉन' (ephron). संस्कृतमधील 'अन्त:प्रत्ययासाठी प्रयुक्त पारिभाषिक शब्दास 'विकरण' म्हणतात. हा कित्येक गणात, कित्येक लकारात, आणि काही अन्य प्रकारच्या रूपात धातू आणि तिङ् प्रत्ययांच्या मध्ये जोडला जातो. उदा. 'भू' धातू पहावा. याच्याबरोबर वर्तमाने लट् च्या प्रथमपुरुषी एकवचनाचा 'तिङ्' प्रत्यय 'ति' जोडल्यावर 'भू + ति' रूप बनेल. या गणाच्या (भ्वादिगण) धातूंच्या मध्ये 'अ' विकल्पाचा प्रयोग होतो. यामुळे हे 'भू + अ = ति' भवति रूप झाले. इथे धातूचा अंतिम स्वर 'उ' मध्ये 'गुण' होऊन 'अव' रूप झाले. हे 'विकरण' प्राचीन भारोपीय भाषांच्या आरंभापासून मोठे 'विशिष्ट' होते, आणि हे ग्रीक इत्यादी अन्य भारोपीय भाषातही आढळते. यांच्या आधारावर ग्रीक भाषेतील क्रियारूपांना 'सविकरण' (Thematic) आणि 'अविकरण' (athematic) अशा दोन श्रेणीत विभक्त केले जाते. या शब्दांची रचना 'थेमोस' (Themos) पासून झाली. त्याचा अर्थ, आणि संस्कृत वैयाकरणाचा अर्थ एकच 'विकरण' असा होता. संस्कृतमध्ये हे विकरण संख्येने जवळजवळ २० च्या आसपास आहेत. या विकरणांच्या आधारावर संस्कृत व्याकरणातील धातूंना 'भ्वादि' १० गणात विभक्त केले आहे. संस्कृतच्या दहा लकारांचा 'सार्वधातुक' आणि 'आर्धधातुक' श्रेणीत विभाजन झाले आहे. संस्कृत धातूंमध्ये काही असेही धातू आहेत, की ज्यांच्याबरोबर कोणत्याही विकरणाचा प्रयोग आढळत नाही. संस्कृतातील अदादिगणातील धातू या अविकरणात्मक श्रेणीत येतील. उदाहरणासाठी ह्या गणातील 'अस्' धातू पहा. याच्या प्रथम पुरुषी एकवचनात 'अस् + ति = अस्ति' रूप आहे. याच विकरण प्रक्रियेच्या आधारावर संस्कृतमध्ये एक आणखी विभाजन मिळते. जे 'अनिट्' आणि 'सेट्' नावाने प्रसिद्ध आहे. ज्या धातूंमध्ये काही रूपात 'इ' (इट्) विकरणाचा प्रयोग मिळतो, ते धातू 'सेट्' आणि बाकीचे 'अनिट्' आहेत. उदाहरणासाठी 'भू' आणि 'दा' हे दोन धातू पहा. 'भू' पासून 'भविता', 'भवितुं, भविष्यति', इत्यादी सेट् रूप बनतात. परंतु 'दा' धातूपासून 'दाता, दातुं, दास्यति' रूपे बनतात. म्हणून पहिले 'सेट्' आहेत, दुसरे 'अनिट्' या 'इ' विकरणाचे प्राचीन भारोपीय भाषांत मूलरूप काय असेल, ह्या विषयावर पुढे चर्चा येईल.

प्रथम क्रियारूपाचे मेरुदंड जे धातू, त्याकडे बारकाईने पाहिल्यास सर्व धातू एकाक्षर' (Monosyllabic) आढळतात. अर्थात ह्या धातूमध्ये एकच स्वर आढळतो. हा स्वर व्यंजनहीन असू शकतो. अथवा ह्याच्या आधी आणि नंतर एक वा दोन व्यंजनध्वनी ही आढळून येतो. याप्रकारे स्वरध्वनीसाठी (V) आणि व्यंजनध्वनीसाठी (C) चिन्हाचा प्रयोग करीत, या संस्कृत मूलधातूरूपांना या श्रेणीत विभक्त करू शकतो.

१) V [उदा. 'इ' (इण् गतौ)], २) VC [आस्-आप] ३) VCC [उच्]

४) CV [कृ] ५) CCV [क्री] ६) CCVC [क्षर्] ७) CCVCC [स्पन्द्]
८) CVCC [मन्द्]

भाषाशास्त्रीय दृष्टिकोनातून संस्कृत धातूंना खालील वर्गात विभक्त करता येते.

— अर्- ऋ अंती असणारे धातू : - √धृ [-धर्] √स्वर्

— अन् अन्ताचे धातू :- √क्षन् √स्वन् √खन्

— असे - स अन्ताचे धातू :- √त्रस् √अस् √ध्वस् √श्रुष्
('श्रृ' वैकल्पिक रूप) √अच् √नच् √उच् √निच् √वच् √हास्

— 'अम्' अंताचे धातू :- √इम् √गम् √क्षम् √भ्रम्

'इ' अन्ताचे धातू :- √क्षि √श्रि √सि √सा' सुद्धा आहे.

√शि.

— 'उ' अन्ताचे धातू :- √श्रु √स्रु (वाहणे) √द्रु (धावणे)

— 'आ' अन्ताचे धातू, जे प्राचीन भारोपीय भाषात अ + कण्ठनालिक स्पर्श (laringeal) [aH/H] शी संबंधित आहेत. √गा √या √प्सा (गिळून टाकणे) √द्रा (धावणे) √ज्या (जि) जिंकणे, √त्रा (रक्षण करणे).

— 'त्' अन्ताचे धातू :- √कृत् (करणे), √चित् (विचार करणे), √म्रित् (तुकडे होणे), √श्वित् (चमकणे), √द्युत् - (चमकणे)

— 'थ' अन्ताचे धातू :- √प्रथ् (वाढणे), √व्यथ् (कापणे), √स्तथ् (घुसणे), √श्रथ् (सल होणे), √ग्रथ् - (गुंफणे)

— 'द' अन्ताचे धातू :- √क्षद् (वाटणे) √धिद् (तोडणे) √रुद् = रडणे √मृद् (चिरडणे) √पीड् (दाबणे), √स्यन्द् = (वाहणे) √क्रन्द् - क्लन्द् (रडणे-ओरडणे)

— 'ध' अंताचे धातू :- √मृध् (ध्यान न देणे) √एध् (वाढणे), √स्पृध् - (स्पर्धा करणे) √क्षुध् (भुकेले असणे)

— 'प' अन्ताचे धातू :- √दीप् (चमकणे), √म्लुप् (सूर्यास्त होणे)

रिप् - लिप् (लेपणे) √रूप् - √लृप = (तोडणे, समाप्त करणे) √विप् - (कापणे) √स्वप् (झोपणे)

— 'भ्' अन्ताचे धातू :- √शुभ् (चमकणे) √स्तुभ् (स्तुती करणे)

— 'च्' अन्ताचे धातू :- √ग्लुच् (अस्त होणे म्लुप-ही समानार्थी) याच् (मागणे) √सिच् (सिंचन करणे)

— 'ज' अन्ताचे धातू :- √तर्ज् - (भिवविणे) √युज् (जोडणे) √रुज् (तोडणे) विज् (कापणे)

— 'ह' अन्ताचे धातू :- √स्पृह् (इच्छा करणे) √द्रुह् (नुकसान करणे)

द्रोह करणे.

व्यंजन-ध्वनींच्या प्रश्नाबाबत डॉ. ॲलनने आपल्या लेखात प्राचीन भारोपीय भाषातील धातूंच्या मूलरूपाविषयी प्रकाश टाकला आहे. त्याच्या मताप्रमाणे या धातूंमध्ये साधारणपणे दोन व्यंजने (C_1C_2) आढळत. ज्याच्यामध्ये कधी कधी तिसऱ्या व्यंजनाचा (C_3) ही समावेश होत असे. ह्या धातूसंगठने अंतर्गत सदा एक स्वर (V) विद्यमान असतोच, आणि ह्यामध्ये सन्ध्यात्मक (prosodic) आणि गुणात्मक (quaultative) परिवर्तन विभिन्न रूपात आढळून येतात. म्हणून भारोपीय भाषातील व्यंजनयुक्त धातूंना डॉ. ॲलनने मौलिक दृष्टीने दोन प्रकारात ठेवले. १) $C_1\ VC_2$ (आणि २) $C_1C_2VC_3$ प्राचीन भारोपीय धातूंमध्ये, विशेषत: स् (S) आणि न् (N) ध्वनींबाबत, डॉ. ॲलन त्यांना ध्वनितत्त्व (Phonetic element) न मानता, सन्ध्यात्मक तत्त्व (prosodic element) मानतो. या धातूंमध्ये जिथे कुठे कण्ठनालिक (लेरिंजियल) ध्वनीचा प्रयोग आढळतो. तिथे त्यास ध्वनितत्त्वच मानले पाहिजे. अशा प्रकारे ते भारोपीय धातूतील व्यंजनतत्त्व C_1C_2 हेच मानतात. याचप्रमाणे डॉ. ॲलन भारोपीय धातूंच्या मूलरूपांना सेमेटिक धातूंच्या मूळ रूपांच्या प्रमाणे मानतात असे दिसून येते. जिथे केवळ तीन व्यंजनेच प्रमुख तत्त्व आहेत, आणि त्यात 'स्वर' तत्त्व जोडल्यावर विभिन्न पदांची सृष्टी होते, उदाहरणार्थ, प्रमुख सेमेटिक भाषा अरबीतील 'क्‌त्‌ब्‌' (वाचणे), क्‌त्‌ल्‌ (मारणे) हे दोन धातू पहावेत. ह्यांच्यापासूनच किताब, कुतुब, मकतब, कातिब, युक्तुबु (मी वाचले) तसेच 'कत्ल, कातिल, युक्तुलु (मी मारले)' इत्यादी रूपे बनतात. (Dr. Allen : Indo european primary affix B (H) P. S. - Transaction of philogical society of G. B. 1950)

प्राचीन भारोपीय धातूंच्या मूलरूपांचा विचार केल्यानंतर संस्कृतातील क्रियारूपात आढळणारी प्रमुख वैशिष्ट्ये जाणून घेणे आवश्यक आहे.

या प्रमुख वैशिष्ट्यापैकी एक असे की, क्रियारूपांचे द्वित्वरूप या भाषासमूहामध्ये आढळून येते. हे द्वित्व तसे, परोक्षभूत, सन्नन्त, जसे यङ्, लुङन्तमध्ये जवळ जवळ सर्व धातूत आढळते. परंतु काही धातूंच्या लट् आणि लुङ् इत्यादी मध्येही हे धातूचे द्वित्व दिसून येते. उदाहरणार्थ - संस्कृतातील 'अभात्' [√भा] आणि 'अस्थात्' [√स्था] ही दोन 'लुङ्' ची रूपे आहेत. इथेही दोन्ही द्वित्वविहीन रूपे आहेत. परंतु 'वर्तमाने लट्' मध्ये 'स्था'ला 'तिष्ठ' आदेश होऊन 'तिष्ठति' रूप बनते. याचे काल्पनिक पूर्वरूप 'स्थिष्ठति' असे मानता येईल. इथे स्पष्टपणे धातूचे 'द्वित्व' आढळते. 'गा, दा, धा, पा (पिबति) (पा - रक्षणे - धातूत द्वित्व होत नाही. तिथे 'लट्' रूपात 'पाति' अशी रूपे बनतात. परंतु 'पिणे' ह्या अर्थाच्या धातूत द्वित्व

होते) स्था, इत्यादी धातूंच्या काही लकाराच्या रूपात द्वित्व दिसून येते. अगदी अशीच स्थिती ग्रीक भाषेतील धातूत आढळते. (King and Cockson : Comparative Grammar of Greek and Latin P. 136) उदाहरणासाठी संस्कृत दा आणि स्था धातूंच्या समानांतर ग्रीक धातूंची काही रूपे अशी आहेत. 'दिदोमि' (didomi) (संस्कृत = ददामि) 'हिस्तेमि' (Histemi) (संस्कृत = तिष्ठामि) इथे धातूचे द्वित्वरूप स्पष्ट आहे. हे द्वित्व दोन्ही भाषांच्या 'परोक्षभूते लिट्' (perfect) मध्ये नियमित आढळते. उदा.

संस्कृत	**ग्रीक**
जजान	गेगोन (gegona)
दिदेश	देदेइख (dedeikha)
रिरेच	लेलोइप (leloipa)
बुभोन	पेफेउग (pepeuga)

संस्कृतच्या सन्नन्त आणि यङ्, लुङन्त रूपांमध्येही धातूचे द्वित्व आढळते. उदा. पिपठिषति, बुभुक्षते, जिगमिषति, चिकीर्षति, वैविज्यते (√विज् पासून यङ्, लुङन्त) नेनीयते, मर्मृज्यते, चोक्षूयते, या रूपावरून हे स्पष्ट आहे. याविषयी संस्कृत धातूच्या द्वित्वाचे काही साधारण नियम सांगणे येथे आवश्यक आहे.

१) धातूच्या केवळ प्रथम अक्षराचे द्वित्व होते. उदा. √बुध् = बुबोध, √पठ् = पपाठ ।

२) धातूचा प्रथम ध्वनी जर महाप्राण असेल तर द्वित्व झाल्यावर प्रथम ध्वनीची प्राणता (महाप्राणता-aspiration) लुप्त होते. म्हणजेच तो ध्वनी अल्पप्राण होतो. भी - बिभीते, धा - दधाति ।

३) धातूचा प्रथम ध्वनी जर कण्ठय (Velar) असेल, तर द्वित्व रूपात प्रथम ध्वनी तालव्य होतो. उदा. √गम् - जगाम, √हन् - जघान, √खन् - चखान √कृ - चकार.

या ध्वनिपरिवर्तनाचे कारण असे की भारोपीय भाषांत या द्वित्व रूपात पहिल्या अक्षरात 'ऐ' (अग्रस्वर) होता. ग्रीक भाषेत तो अद्यापही आहे. हा स्वर परवर्ती असेल तर कण्ठ्य आणि कण्ठौष्ठ्य ध्वनी संस्कृतमध्ये आल्यानंतर तालव्य रूपात विकसित झाले. उदाहरणात दिलेला 'ह' ध्वनी भाषावैज्ञानिक दृष्टीने 'घ' आहे.

४) जर धातूंच्या आरंभी दोन व्यंजनध्वनी असतील, तर प्रथम ध्वनीचे द्वित्व होतो. उदा. √क्रम - चक्राम

५) जर धातूच्या आरंभाच्या दोन व्यंजनध्वनींच्या प्रथम 'स' असेल आणि

दुसरा ध्वनी स्पर्श (अनुनासिक - भिन्न स्पर्श ध्वनी) असेल, तर त्या स्पर्शध्वनीलाच द्वित्व होईल. उदा. √स्था - तस्थौ, √स्कंद् - चस्कंद. परंतु दुसरा ध्वनी अनुनासिक (न, म) किंवा अन्त:स्थ असेल, तर 'स्' चेच द्वित्व होईल. उदा. √स्वज् - सस्वजे, √स्मि - सिस्मिये ।

६) धातूचा मूळ स्वर द्वित्व झाल्यावर द्वित्व रूपात (प्रथमाक्षरात) ऱ्हस्व होतो. उदा. √दा - ददाति - ददौ, √राध - रराध.

संस्कृतमध्ये काही असेही धातू आहेत, ज्यात नियतरूपाने द्वित्व आढळते. संस्कृत वैयाकरणांनी यांना तिसऱ्या गणात (जुहोत्यादिगण) स्थान दिले. परंतु काही नियत द्वित्व होणारे धातू अन्य गणातही आढळतात. उदा. स्था - [तिष्ठति] , हा स्था भ्वादिगणातील धातू आहे. जुहोत्यादिगणातील नाही.

डॉ. अल्बर्ट थुंब याने आपल्या सुप्रसिद्ध 'हेन्दबुख देस संस्कृत' मध्ये प्राचीन भारोपीय धातूंना १४ वर्गात विभक्त केले आहे. या १४ गटांना आपण संस्कृतच्या १० गणात पाहू शकतो. हे चौदा गट असे.

१) प्रथम गट :- ह्या गटात शुद्ध धातूच्या बरोबर तिङ् प्रत्यय जोडला जातो. हा संस्कृतमधील 'अदादि गण' आहे. 'अस्ति', 'स्म:' ग्रीक भाषेत 'ऐस्ति', लॅटिन 'ऐस्त' सु -मुस्, प्राचीन भारोपीय भाषांत 'ऐस्ति, स्मस्' संस्कृत = स्तौमि, स्तुम:.

२) द्वितीय गट :- या गटात शुद्ध धातूच्या बरोबर 'अ' (विकरण) (प्रा. भारोपीय 'ऐ') चा प्रयोग आढळतो, आणि धातूचे अपश्रुति जनित रूप आढळते. ग्रीक भाषेत हा कधी 'ऐ' आणि कधी 'ओ' असे मिळते. भरामि, भरति, भरन्ति, ग्रीक = फेरो, फेरोउसि, लॅटिन = फेरो, फेरुंत प्राचीन भारोपीय भाषात 'भेरो, भेरेति, भेरोन्ति,' संस्कृत = बोधति (√बुध), अजति (√अज्)

३) तिसरा गट :- या गटात धातूचे द्वित्व होते. हा संस्कृतमधील 'जुहोत्यादि' गण आहे. पिपर्मि, पमृम: ग्रीक = पिप्लमन् (आम्ही भरत आहोत) भारोपीय भाषांत 'पिपेल्मि, पिप्लमोस्' - संस्कृत = जुहोमि, जुहुम: ददमि दद्म:, ग्रीक = दिदोमि, दिदोमेन्, भारोपीय = दिदोमि, (देदोमि) दिद्मोस (देदमोस्)

४) चौथा गट :- या गटात धातूचे द्वित्व आणि 'अ' (विकरण) (प्राचीन भारोपीय 'ऐ') आढळते. - उदा. तिष्ठामि, अवेस्ता = हिस्तइति, लॅटिन = सिस्तिम्, संस्कृत = शश्चति (प्राचीन भारोपीय - सेस्क्वेति)

५) पाचवा गट :- ह्या गटात भारोपीय भाषांतील क्रियात १. ना-नत्र-न विकरण अथवा २. नो-ने विकरण आढळते. प्रथम कोटीत अश्नामि, अश्नीम:, क्रीणामि, क्रीणीम:, क्रीणन्ति अशा रूपांचा समावेश होतो. दुसऱ्या कोटीत संस्कृतचे धातू आढळत नाहीत. कारण ते इथे येऊन हे सर्व प्रथम कोटीत मिसळून गेले आहेत.

ग्रीक भाषेत अशा रूपांचे अस्तित्त्व आहे. अल्बर्ट थुंबने दोन तीन संस्कृत क्रियामध्ये यांचे अवशेष स्पष्ट केले आहेत. 'मिनति' (वैदिक रूप) घूर्णते, कृपणते परंतु यातील अंतिम रूप नामधातूचे आहे. जे 'कृपणवत् आचरति' पासून बनले आहे.

६) सहावा गट :- यातही दोन कोटी मानल्या गेल्या आहेत. १. पहिल्या कोटीत 'नेव - (नु) विकरण मानले गेले आहे. या अपश्रुति जनित 'त्व' आणि 'नुव' अशीही रूपे होतात. —उदा. स्तृणोमि, स्तृणुमः — ग्रीक = स्तोर्नुमिन, प्राचीन भारोपीय 'स्तृनेव्मि', 'स्तृनुमोस्' २. दुसऱ्या कोटीत 'नु' विकरणाच्या बरोबर 'अ' विकरणाचाही प्रयोग आढळतो. उदा. 'चिन्वति, ग्रीक = (होमर) तीनो (तिन्वो) प्राचीन भारोपीय क्विन्वेति ।'

७) सातवा गट :- यातही दोन कोटी आहेत. पहिल्या कोटीत 'ने', न् (संस्कृत = न) विकरणाचा प्रयोग आढळतो. 'छिनद्मि, छिंद्मः, भुनज्मि भुञ्मः' (२) दुसऱ्या कोटीत 'न' विकरण 'धातूच्या' मध्ये असते, आणि 'अ' विकरणही जोडले जाते. उदा. विंदामि, लुम्पति

८) आठवा गट :- ह्या गटात धातूच्या बरोबर 'स्' अथवा 'अस्' (as) किंवा 'इस्' विकरण आणि 'अ' विकरणही असतो. उदा. पिपासति, जिजीविषामि ।

९) नववा गट :- या गटात प्राचीन भारोपीय धातूच्या बरोबर 'स्को' विकरण असते. हे संस्कृत = च्छ (छ), ग्रीक - स्का, आणि लॅटिन स्क-च्या रूपात विकसित झाले आहे. उदा. गच्छामि, (ग्वमस्को - स्खो) पृच्छामि (पृक्यस्को) ।

१०) दहावा गट :- या गटाचे भारोपीय भाषांतील विकरण 'तो' असे होते. संस्कृत = स्फुटति, प्राचीन भारोपीय √स्पृल् (स्फल्) + तो + ति = (स्फल्तोति) हे विकरण लॅटिनच्या आधारे मानले गेले आहे. लॅटिन प्ले-क्तो जे ग्रीकमध्ये 'को' रूपात विकसित झाले. ग्रीक = 'प्ले को'

११) अकरावा गट :- या गटाचे विकरण धो-दो आहे. संस्कृतमध्ये याचे रूप ध-द असे मिळते. संस्कृत = बोधति, कूर्दति, क्रीडति (क्रिज्-द-ति)

१२) बारावा गट - या वर्गाचे विकरण 'इओ-ये' (संस्कृत-य) आहे. उदा. संस्कृत = पश्यति, अवेस्ता = स्पसयेइति, लॅटिन = स्पेकियो, ग्रीक = पेस्सो, प्राचीन भारोपीय = पेक्वो = संस्कृत = कुप्यामि, मन्यते, दाम्यति ।

१३) तेरावा गट - या वर्गात धातूचे द्वित्व आणि बरोबरच 'यो' -ये' विकरण दिसून येते. संस्कृतमध्ये या गटाचे कोणतेही क्रियारूप मिळत नाही. प्राकृत ग्रीक (व्हल्गर ग्रीक) मध्ये याचे एक रूप मिळते. ग्रीक तितइनो (Titaino), प्राचीन भारोपीय भाषांत 'ति-त्न-यो ।' थुंबने तळटीपेत संस्कृत 'पृच्छयते, वंद्यते अशा कर्मवाच्यांच्या 'य' विकरणाचा संबंध याच्याशी जोडला आहे.

१४) चौदावा गट :- या गटात 'एयो' 'गेये' (संस्कृत = अय-) विकरण विद्यमान आहे. याचा संबंध संस्कृतच्या णिजन्त रूपांचे 'य' विकरण आणि चुरादिगणाचेही विकरणाशी जोडले जाऊ शकते. संस्कृत = तर्पयामि, लॅटिन = तोरे-यो (Torreo) प्राचीन भारोपीय 'तोसेयो' ।

संस्कृत :- खोकयामि, लॅटिन = लुकेओ (luceo) प्राचीन भारोपीय 'लोवक्येयो' संस्कृत = स्पृहयार्मि प्राकृत ग्रीक (व्हल्गर ग्रीक) स्पेर्खोमइ (Sperkomai)

संस्कृतमध्ये उपरोक्त १४ ही गट दहा गणात समाहित होतात. आता संस्कृतमधील विभिन्न अशा १० गणांवर टीकाटिपणी केली पाहिजे. विकरणाच्या आधारावर संस्कृत वैयाकरणांनी धातूंचे दहा गणात विभाजन केले आहे. **१.** भ्वादिगण **२.** अदादिगण **३.** जुहोत्यादिगण **४.** दिवादिगण **५.** स्वादिगण **६.** तुदादिगण **७.** रुधादिगण **८.** तनादिगण **९.** क्र्यादिगण **१०.** चुरादिगण

तसे असेही काही धातू आहेत, की ज्यांच्यात अतिरिक्त स्वतंत्र विकरणांचा प्रयोग आढळतो. परंतु त्यांचा समावेश ह्यांच्यापैकी एकात केला गेला आहे.

पहिला गण- भ्वादिगण

प्रथम गणाच्या धातूंचे विकरण 'अ' आहे. या धातूंमध्ये, धात्वंशामध्ये उदात्त स्वर असतो, आणि त्याच्या स्वर ध्वनीमध्ये 'गुण' होतो. हे √जि, √भू, √बुध् च्या जयति, भवति, बोधति अशा रूपात दिसतात. इथे वस्तुत: जि + अ + ति, भू + अ + ति, बुध् + अ + ति चा विकास आहे. हे विकरण ग्रीक भाषेतही आहे. परंतु तिथे हे विकरण कधी 'ऐ' होते, कधी 'ओ' होते. उदा. ग्रीक = 'फेरेते' (Pherete) संस्कृत = भरत, ग्रीक = फेरोमेन (Pheromen), संस्कृत = भराम: । हे तथ्य ध्यानी घेतले तर प्राचीन भारोपीय भाषांत हे विकरण कधी 'ऐ' तर कधी 'ओ' असे होते, असे स्पष्ट दिसते. संस्कृतमध्ये येऊन हे दोन्ही 'अ' च्या रूपात विकसित झाले. याच संबंधी भ्वादिगणाचे दोन धातू √यम् आणि √गम् चा उल्लेख केला पाहिजे. याच्या वर्तमाने लट् प्रयोगात यच्छति आणि गच्छति रूपे आढळतात. याच्याच आधारे भारोपीय भाषात 'स्ख' नामक एक विकरण होते, ह्याचे अनुमान होते. या धातूंच्या लुङ् (aorist) आणि 'लुङ्तिङ्' चिन्हांच्या आधारावर बनलेल्या लकारामध्ये हे विकरण नसते. उदा. 'अगमत्, गम्यात्, जगाम. संस्कृतात हा 'स्स्व' विकसित होऊन 'छ' (च्छ) बनला आहे, आणि हाच √यम् √गम् √प्रश् च्या 'यच्छति, गच्छति, पृच्छति' अशा रूपामध्ये आढळतो. हे विकरण संस्कृतमध्ये फारच थोड्या धातूत आढळते. म्हणून ह्याच्या आधारावर स्वतंत्रपणे कोणताही गण मानला जात नाही. त्यामुळे यांना प्रथम किंवा षष्ठ गणांतर्गत समाविष्ट केले जाते. √गम् √यम भ्वादिगणाचे धातू आहेत, तर √प्रश् तुदादिगणातील ग्रीक इत्यादी भाषातसुद्धा 'स्ख' विकरणाची चिन्हे मिळतात. ग्रीक

भाषेत हे 'स्क' च्या रूपाने विकसित झाले आहे. (Atkinson : Greek Language P. 47). संस्कृत 'गच्छामि'चे समानान्तर रूप 'बस्को' (basko) मध्ये हे विकरण स्पष्टत: परिलक्षित होते.

संस्कृतमध्ये सर्वाधिक धातू भ्वादिगणातील आहेत. बहुतेक अर्धे धातू भ्वादिगणी आहेत. प्राकृत आणि अपभ्रंश भाषांच्या काळातही हाच गण धातूंच्या मध्ये प्रधान राहिला, आणि त्याकाळात शेष गण लुप्त झाले आहेत. प्राचीन भारोपीय भाषांत 'अ' (विकरण) चा प्रयोग आढळतो. हा प्रातिपदिका - (nominal stems) मध्येही आढळतो. याला समानांतर कित्येक उदाहरणे आहेत.

संस्कृत	**अवेस्ता**	**लॅटिन**	**ग्रीक**	**प्राचीन स्लावोनिक**
१) प्लवते, प्रवते (पोहतो.)			प्लेवो (Plewo) मी पोहतो.	
२) स्रवति (वाहतो.)			२) हृेऐई (Rheei)	
३) स्नवति (शब्द करतो.)		सोनित (Sonit)		
४) स्तनति (गरजतो)			४) स्तेनेइ (Stenei)	
५) बोधति (समजतो)			५) पेउफोमइ (Peuphomai)	
६) सर्पति (सरपटतो)		सेर्पित (serpit)	हेपेई (hepeil)	
७) त्रसति (कापतो, घाबरतो)			त्रेओ (Treo) मी घाबरतो.	
८) पतति (पडतो)			पेतोमई (Petomai)	
९) हवते (हवन करतो.)		जवइति (zavaiti)		जोवेतु (zovetu)

मागे पाहिले, की ह्या धात्वंशावर उदात्तस्वर आणि धात्वंशाच्या स्वराचा गुण

आढळतो. परंतु कधी कधी धातूत वृद्धीही होते. उदा. बाधते, भ्राजते, धावति, क्रामति (याचे आत्मनेपदी रूप 'क्रमते' असे आहे) आचामति या गणाच्या धातूंना पुन्हा चार वर्गात विभक्त केले आहे :-

१) अनुनासिक तत्त्वाचे धातू :- उदा. निन्दति √(निन्द्)

२) 'व' प्रत्ययाचे धातू :- उदा. जीवति, तूर्वति.

३) 'च्छ' विकरणाचे धातू :- गच्छति, यच्छति.

४) धातूच्या द्वित्व रूपाचे :- तिष्ठति √(स्था), पिबति √(पा), जिघ्नति √(घ्ना)

भ्वादिगणी धातूच्या निदर्शनासाठी √भू (होणे) धातूच्या परस्मैपदी आणि आत्मनेपदीच्या मुख्य आणि गौण तिङ् चिन्हाची रूपे अशी आहेत.

परस्मैपदी, कर्तृवाच्य, वर्तमाने लट् √भू

प्रथम पुरुष	भवामि	भवावः	भवामः
द्वितीय पुरुष	भवसि	भवथः	भवथ
तृतीय पुरुष	भवति	भवतः	भवन्ति

आत्मनेपदी	ए. व.	द्वि. व.	ब. व
प्रथम पुरुष	भवे	भवावहे	भवामहे
द्वितीय पुरुष	भवसे	भवेथे	भवध्वे
तृतीय पुरुष	भवते	भवेते	भवन्ते

परस्मैपदी, कर्तृत्वाच्य, अनद्यतनभूते लङ् (Imperfect)

प्र. पु.	अभवम्	अभवाव	अभवाम
द्वि. पु.	अभवः	अभवतम्	अभवत
तृ. पु.	अभवत्	अभवताम्	अभवन्

आत्मनेपदी,

प्र. पु.	अभवे	अभवावहि	अभवामहि
द्वि. पु.	अभवथाः	अभवेथाम्	अभवध्वम्
तृ. पु.	अभवत	अभवेताम्	अभवन्त

दुसरा गण- अदादिगण

या गणाच्या धातूत कोणतेही विकरण आढळत नाही; धातूच्या बरोबरच तिङ् चिन्हांचा प्रयोग होतो. संस्कृतातील जवळ जवळ १३० धातू या गणात समाविष्ट

आहेत. अन्य भारोपीय भाषामधून हे अविकरण धातू बहुधा लुप्तच झाले आहेत, आणि यांच्या स्थानावर सविकरण रूपे आढळतात. तसे अविकरण धातूंचे काही अवशेष अन्य भारोपीय भाषांमध्ये बारीकसारीक स्वरूपात अवश्य मिळतात. उदा. संस्कृत = अस्ति, ग्रीक = ऐस्ति, लॅटिन इस्त्, संस्कृत एमि इमः, ग्रीक = ऐइमि (मी जातो), इमेन् (आम्ही जातो) लिथुआनिअन = ऐइमि संस्कृत = अत्ति, लॅटिन = इस्त, रशियन जेस्त्य (jest) (तो खातो) संस्कृत आसते, ग्रीक = हेस्तइ (Hestai) (तो बसतो.) संस्कृत = शेते, ग्रीक केइतइ (तो झोपतो) या प्रकारच्या अविकरण धातूंची स्थिती हिटाइट भाषेत स्पष्टपणे पाहायला मिळते. उदा संस्कृत = दन्ति ध्नान्ति, हिटाइट = कुऐञ्चि (K}nzi) (तो मारतो.) कुनञ्चि (kunanzi) (ते मारतात), संस्कृत = वष्टि (√वश, हिटाईट = वेक्जि (Wekzi) (त्याची इच्छा आहे.) संस्कृत = शास्ति (√शास्) हिटाइट = शेश्जि (तो झोपतो.)

या गणांच्या धातूंच्या परस्मैपदी रूपात धातूवर उदात्तस्वर असतो आणि स्वराचा गुणही होतो. आत्मनेपदी रूपात हे होत नाही. तिथे धातूंचे दुर्बल किंवा मूलरूपच (weak form) आढळते, आणि उदात्त स्वर तिङ् चिन्हावर असतो. हन्ति, घ्नन्ति, वश्मि, अस्मि (स्म परंतु) आस्ते, द्विष्टे, शेते, आसते, द्विषते, शेरते

ह्या गणात, ज्या धातूच्या आरंभी व्यंजनध्वनी आणि नंतर 'उ' स्वर येतो, त्या धातूमध्ये 'गुणवृद्धी' होते. स्तौति √(स्तु), यौति √(यु) अशा काही अन्य धातूतसुद्धा वृद्धी होते. उदा. 'मार्ष्टि' (मृज्) तृ. पु. ब. व. = मृजान्ति ।

या गणात विकरणाचा प्रयोग होत नसल्याने तिङ् चिन्हाच्या बरोबर धात्वंशाचा संधी होत असल्यामुळे नव्या ढंगाची रूपे पाहायला मिळतात. ही रूपे ध्वनीच्या दृष्टीने महत्त्वपूर्ण आहेत. याची काही उदाहरणे अशी— √दुह् = दुह् + सि = धोक्षि, दोह् + ति = दोग्धि, √लिह् = लेह + ति = लेढि, शास् = शास् + धि = शाढि ।

या गणातील कित्येक धातू असेही आहेत की ते मूलतः अधिकरण धातू नव्हते. उदा. √त्रा (रक्षण करणे), √शास् (शासन करणे), √वस् (वस्त्र धारण करणे) हे धातू स्वरप्रक्रियेच्या दृष्टीने अपवादरूप (इर्रेग्युलर) आहेत. काही द्वित्व रूपाचे धातू सुद्धा या गणात संगृहित झालेले आहेत उदा. √घस् (खाणे) (घस्ति, घसति, घस्त) (जो एक वस्तुतः विकृत (defective) धातू आहे.) √जक्ष् (गिळणे, खाणे (जक्षिति, जक्षित, जग्ध) (हाही विकृत धातू आहे.) या गणात कित्येक धातू असे आहे की, ज्यात धातूंच्या बरोबर 'इ' अन्तःप्रत्यय् किंवा विकरणाचा प्रयोग दिसून येतो. उदा. √रुद् (रोदिति), √स्वप् (स्वपिति), √अन् (श्वास घेणे), (अनिति), (श्वसिति) √जक्ष् (जक्षिति) काही असेही धातू आहेत, की ज्यात वैदिक रूप 'इ'

अन्तः प्रत्ययाचे दिसतात; परंतु लौकिक रूपात 'इ'चा प्रयोग मात्र मिळत नाही. उदा. वमिति (लौ. संस्कृत = वमति), जनिष्व (लौ. संस्कृत जनस्व) वशिष्व, स्तनिहि, स्तर्थिहि; महाभारतात 'शोचिमि' रूप आढळते. 'इ'च्या अतिरिक्त या गणात 'ई' विकरण सुद्धा आढळते. हे केवळ √ब्रू धातूत आढळते. पण इथेही हे केवळ सबळ रूपातच असते. दुर्बल रूपात याचे 'ब्रव्' रूपच मिळते. उदा. ब्रवीति, अब्रवीत (सबळ रूप), अब्रवम्, ब्रुवन्ति (दुर्बल रूप) या धातूच्या समानान्तर अवेस्ता 'म्रओइते' (Mraoite) (तो बोलतो), म्रओत् (Mraot) (ते बोलोत) (आज्ञा रूप) तसे ह्या अन्तः प्रत्ययाचे चिन्ह अन्य युरोपिअन भाषात मिळते. :- लॅटिन-'अउदिरे' (audire), प्राचीन स्लावोनिक 'सुपितु' (Supitu) (तो झोपतो.) म्लुवितु (Mluvitu) (बडबडतो आहे.) ह्रस्व 'इ' अन्तः प्रत्ययाच्या प्रमाणे हा प्रत्ययही लौकिक संस्कृतातून प्रायः लुप्त झाला आहे. — केवळ ब्रू धातूमध्येच याचा प्रयोग आढळतो. वैदिक संस्कृतमध्ये काही यत्रतत्र उदाहरणे आढळतात- उदा. 'अमीति।' (√अम् - हानी पोहोचवणे), तवीति (√त् = बलवान होणे), शमीष्व (√शम् = परिश्रम करणे)

अदादि गणाच्या रूपांच्यासाठी खालीलप्रमाणे, निर्देश पर्याप्त आहेत-

धातू द्विष् - द्वेष करणे

कर्तृवाच्य, परस्मैपदी वर्तमाने लट्

	ए. व.	**द्वि. व.**	**ब. ब.**
प्र. पु.	द्वेष्मि	द्विक्ष्वः	द्विक्ष्मः
द्वि. पु.	द्वेक्षि	द्विष्टः	द्विष्ट
तृ. पु.	द्वेष्टि	द्विष्टः	द्विषन्ति

आत्मनेपदी, वर्तमाने लट्

	ए. व.	**द्वि. व.**	**ब. व.**
प्र. पु.	द्विषे	द्विष्वहे	द्विष्महे
द्वि. पु.	द्विक्षे	द्विषाथे	द्विड्ढवे
तृ. पु.	द्विष्टे	द्विषाते	द्विषते

परस्मैपदी, अनद्यतने भूते लङ्

प्र. पु.	अद्वेषम्	अद्विष्व	अद्विष्म
द्वि. पु.	अद्वेट्	अद्विष्टम्	अद्विष्ट
तृ. पु.	अद्वेट्	अद्विष्टाम	अद्विषन्

आत्मनेपदी, अनद्यतनभूते लङ्

प्र. पु.	अद्विषि	अद्विष्वहि	अद्विष्महि
द्वि. पु.	अद्विष्ठाः	अद्विषाथाम्	अद्विड्ढवम्

तृ. पु.   अद्विष्ट   अद्विषाताम्   अद्विषत

तिसरा गण- जुहोत्यादिगण

या गणात जवळ जवळ ५० धातू आढळतात. लौकिक संस्कृतात यातील केवळ सोळा धातू उपयोगात आणले जातात या गणाचे सर्वात मोठे वैशिष्ट्य असे की, इथे धातूचे द्वित्व होते. ग्रीक भाषेतही असे द्वित्व रूप होणारे धातू आढळतात. उदा. ग्रीक - 'पि (म्)' प्लेमि (मी पूर्ण करतो, मी भरतो) (संस्कृत- पिपर्मि-पिपृमः), ग्रीक = दिदोमि (मी देतो) (संस्कृत = ददामि), ग्रीक-एइस्पिफनइ - (धारण करणे, परिचय देणे) (संस्कृत बिभर्ति, बिभृमः) ग्रीक = तिथेमि (मी धारण करतो) (संस्कृत = दधामि), ग्रीक = हिस्तेमि (मी थांबतो.) (संस्कृत तिष्ठामि) (संस्कृतमध्ये स्था धातू भ्वादिगणी आहे.) अन्य भारोपीय भाषांमधून ही रूपे जवळ जवळ लोप पावली आहेत.

धातूच्या द्वित्वरूपात, ज्या धातूत मूलतः 'इ' किंवा 'उ' स्वरध्वनी आहे. अगदी तिथेच तो स्वरधनी राहातो. उदा. चिकोति (√कि) जिह्वोती (√ह्री), विवेष्टि (√विश्), बिभेति (√भी), युयोक्ति, (√युज) अन्य धातूंमध्ये द्विस्वरूपाचा प्रथमस्वरध्वनी किंवा 'इ' किंवा 'अ' दिसून येतो. उदा. १) जिघ्रति (√घ्रा), पिपर्ति (√पृ), बिभर्ति (√भृ), जिगाति (गा - जाणे), मिमाति (मा. बैलाप्रमाणे शब्द करणे), शिशाति (शा = शस्त्रास धार लावणे), सिषक्ति (√सक्) २) ददाति (√दा), दधाति (√धा), जहाति (√हा), बभस्ति (√भस् खाणे), ववर्ति (√वृ), ससस्ति (√सस्)

या गणाच्या धातूरूपात उदात्त स्वराचे कोणतेही निश्चित स्थान नाही. हा कधी धातूच्या सबल रूपातील धात्वंशावर आढळतो, (उदा. जुहोति) (हा धातूला 'गुण' झाल्यावर अपश्रुति जनित रूपात दिसून येतो.) अथवा हा उदात्त स्वर धातूमधील द्वित्वरूपावरही दिसून येतो. अशा वेळी तो नेहमीच प्रथमाक्षरावर दिसून येतो. (उदा. दधोति) वैदिक संस्कृतमध्ये उदात्तस्वर बहुधा यांच्या प्रथमाक्षरावरच असतो. तथापि परवर्ती संस्कृतमध्ये हा वास्तविक धात्वंशावर दिसून येतो. बिभर्ति (वैदिक रूप) बिभर्ति (लौकिक रूप). ग्रीक भाषेत उदात्तस्वर द्वित्वरूप प्रथमाक्षरावरच होतो. दिदोमि (didomi)

धातूच्या द्वित्वरूपात, जिथे 'य' किंवा 'व' ध्वनी आढळतो, त्या धातूत यांचे संप्रसारण होते. — √व्यच् (विविक्तः) √ह्वर् (जुहूर्याः) आणि √सच् (सश्चति), तसेच भस् (बप्सति) धातूतील एका अक्षराचा लोप होतो. 'आ' स्वरध्वनीच्या धातूंचे रूप अनेक प्रकारांनी चालते. यात साधारण कोटीचे धातू √दा आणि √धा असे आहेत. यांच्या दुर्बलरूपात स्वरध्वनी लुप्त होतो. 'दद्वः, दद्मः, दध्वः, दध्मः।'

अन्य प्रकारच्या 'आ' स्वरध्वनीच्या धातूमध्ये धातू आणि तिङ् चिन्हांच्या मध्ये 'इ' किंवा 'ई' जोडला जातो. जहिमः, जहिहि (√हा), शिशीहि (√शा), मिमीते (√या), ररीथाः (√रा = देणे)

या गणाच्या रूपांचा संकेत √धा (धारण करणे) धातूच्या खालील रूपांनी केला जाऊ शकतो.

परस्मैपदी कर्तृवाच्य वर्तमाने लट्

	ए. व.	द्वि. व.	ब. व.
प्र. पु.	दधामि	दध्वः	दध्मः
द्वि. पु.	दधासि	धत्थः	धत्थ
तृ. पु.	दधाति	धत्तः	दधति

आत्मनेपदी लट्

प्र. पु.	दधे	दध्वहे	दध्महे
द्वि. पु.	धत्से	दधाथे	धदध्वे
तृ. पु.	धत्ते	दधाते	दधते

परस्मैपदी कर्तृवाच्य अनद्यतनभूते लङ्

प्र. पु.	अदधाम्	अदध्व	अदध्म
द्वि. पु.	अदधाः	अदधत्तम्	अधदत
तृ. पु.	अदधात्	अधताम्	अदधुः

आत्मनेपदी अनद्यतनभूते लङ्

प्र. पु.	अदधि	अदध्वहि	अदध्महि
द्वि. पु.	अधत्थाः	अदधाथाम्	अदध्वम्
तृ. पु.	अधत्थ	अदधाताम्	अदधत

चवथा गण- दिवादिगण

संस्कृतातील चतुर्थ किंवा दिवादिगणातील धातूंची संख्या जवळपास १३० आहे. या गणाच्या धातूत 'य' विकरणाचा प्रयोग होतो. हे 'य' विकरण नामधातूंमध्ये सुद्धा प्रयुक्त होते. कर्मवाच्य रूपातही विकरणाचा प्रयोग होत असतो. परंतु दिवादिगणाच्या आत्मनेपदी रूपात आणि कर्मवाच्य क्रिया रूपात भेद मात्र असा आहे की इथे उदात्तस्व धात्वंशावर असतो. पण कर्तृवाच्य रूपामध्ये उदात्तस्वर विकरणावर येतो. उदा. तप्यते (आत्मनेपदी दिवादिगण), पठ्यते (भ्वादिगणी पठ् धातूचे कर्मवाच्य रूप) दिवादिगणी धातूंच्या रूपाची उदाहरणे अशी :- कुप्यति, नृत्यति, दीव्यति, तुष्यति, क्रुध्यति, युध्यति, विध्यति, दृष्यति, पश्यति, नह्यति, तष्यते ।

'य' विकरणाच्या धातूरूपाचे समानान्तर रूप हिटाईट आणि ग्रीक भाषेतही आढळते. उदा. 'हिटाइट = वेमिएज़्जि (Wemiezzi), (शोधत आहे) (संस्कृत = विन्दति), ज़हिएज्जि (Zahiezzi), (युद्ध करतो) (संस्कृत: युध्यति), ग्रीक: 'मइनेतइ' (वेडा होतो) (संस्कृत: मन्यते.) लॅटिनमध्ये 'य' विकरण असणाऱ्या रूपांच्या स्थानावर 'इ' विकरण येते. उदा. कुपिओ, कुपित (मी रागावतो. तो रागावतो.) (संस्कृत: कुप्यति)

या गणाच्या कित्येक धातूत धातूच्या मूलस्वराची वृद्धी झालेली आढळते. उदा. माद्यति (√मद्) श्राम्यति (√श्रम) काही असेच 'आ' ध्वनीचे धातू आहेत. त्यांना वैयाकरण चुकीने भ्वादिगणी मानतात. उदा. गायति, (√गा) ग्लायति (√ग्ला), त्रायति (√त्रा), ध्यायति (√ध्या) भाषाशास्त्रीय दृष्टीने हे धातू वस्तुत: दिवादिगणाचेच मानले जातात. कारण इथे 'य' विकरण आहे. (T. Burrow : Sanskrit Grammar P. 330) परंतु संस्कृत वैयाकरणांनी यांच्यामध्ये 'आ' स्वरध्वनी न मानता 'ऐ' स्वरध्वनी मानली आहे, आणि ह्यांची धातुरूपे क्रमश: √गै, √म्लै,√ त्रै, √ध्यै (सिद्धांतकौमुदी ७.२.७३ (सूत्रभाष्य) गेयात्, व्यै चिन्तायाम्, त्रैङ् पालने, त्रायते सिद्धांतकौमुदीमध्ये हे सर्व धातू भ्वादिगणात समाविष्ट आहेत.)

या गणात कित्येक 'आ' ध्वनीचे धातू आहेत. ज्यामध्ये उदात्तस्वर विकरणांवर आढळतो, आणि धात्वंशाच्या स्वरध्वनीचा लोप होतो. यति (√दा), (√बांधतो.), छयति (√छा) तोडतो. स्यति (√सा) (बांधतो), श्यति (√शा) (शस्त्र धारदार करतो) इथेही वैयाकरणांनी या धातूंचा मूलस्वर 'आ' न मानता 'ओ' मानला आहे. या दो = अव (√खण्डने) छो (√छेदने) इतो तनूकरणे शो (√सो) (√समापने) तसेच, वैचकरणांनी हे धातू दिवादिगणातीलच मानले आहेत. (सिद्धांतकौमुदी - दिवादिप्रकरण) याच्या रूपांची उदाहरणे खालीलप्रमाणे :-

परस्मैपदी वर्तमाने लट् √ दीव् = जुगार खेळणे

	ए. व.	द्वि. व.	ब. व.
प्र. पु.	दीव्यामि	दीव्याव:	दीव्याम:
द्वि. पु.	दीव्यसि	दीव्यथ:	दीव्यथ
तृ. पु.	दीव्यति	दीव्यत:	दीव्यन्ति

आत्मनेपदी वर्तमाने लट् √दीप् = चमकणे

प्र. पु.	दीप्ये	दीप्यावहे	दीप्यामहे
द्वि. पु.	दीप्यसे	दीप्येथे	दीप्यध्वे
तृ. पु.	दीप्यते	दीप्येते	दीप्यन्ते

परस्मैपदी अनद्यतनभूते लङ् √दीव् = जुगार खेळणे

प्र. पु.	अदीव्यम्	अदीव्याव	अदीव्याम
द्वि. पु.	अदीव्यः	अदीव्यतम्	अदीव्यत
तृ. पु.	अदीव्यत्	अदीव्यताम्	अदीव्यन्

आत्मनेपदी अनद्यनतभूते लङ् √दीप् = चमकणे

प्र. पु.	अदीप्ये	अदीप्यावहि	अदीप्यामहि
द्वि. पु.	अदाप्यथाः	अदीप्येथाम्	अदीप्यध्वम्
तृ. पु.	अदीप्यत्	अदीप्येताम्	अदीप्यन्त

सुविधेच्या दृष्टिकोनातून सहावा आणि दहावा गण यापुढे पाहणे उचित ठरेल. कारण हे गण भाषाविज्ञानाच्या दृष्टीने फारसे जटिल नाहीत.

सहावा गण - तुदादिगण

या गणाची धातूरूपे जवळपास भ्वादिगणाच्या धातूरूपाप्रमाणेच चालतात. संस्कृतमध्ये ह्या गणाचे धातू संख्येने भरपूर म्हणजे जवळजवळ १५० आहेत. यांची उदाहरणे अशी 'रुजति, विशति, तुदति, किरति, सृजति, लिखति, सुबति, स्पृशति, मृषति, पृच्छति, दिशति ।' अन्य भारोपीय भाषांमध्ये या ढंगाचे धातू बहुधा नाहीत. या गणातील कित्येक धातूंच्या धात्वंशामध्ये अनुनासिक तत्त्व आढळते. उदा. सिञ्चति (√सिच), मुञ्चति (√मुच), विन्दति (√विद्), कृन्तति (√कृत), लुम्पति (√लुप), लिम्पति (√लिप्) । या गणाच्या कित्येक धातूमध्ये 'च्छ' (भारोपीय 'स्ख' - स्क) विकरणही आढळतो. या विषयी पूर्वीच माहिती दिली आहे) इच्छति (√इष), उच्छति (वश् - चमकणे), ऋच्छति (ऋ = जाणे), पृच्छति (√प्रश्) यामध्ये हे विकरण धातूचाच अंश बनले आहे. हा 'लिट्' च्या रूपात 'पप्रच्छ' होतो, आणि वैयाकरणांनी ह्या धातूचे मूळ रूपच 'प्रच्छ' मानलेले आहे. भाषावैज्ञानिक दृष्टीने हा सहाव्या तुदादिगणाचा प्रश्, या धातूपासून बनलेल्या 'प्रश्न' - प्रच्छ् पासून भिन्न आहे. मागे सांगितले आहेच की, भ्वादिगणाच्या धातूंच्या रूपाहून ही रूपे वेगळी आहेत. ह्या रूपात हा फरक आहे की भ्वादिगणातील धात्वंशावर उदात्तस्वर असतो. परंतु हा उदात्तस्वर तुदादिगणातील धातूरूपांच्या विकरणावर असतो. भवति, पठति, गच्छति (भ्वादिगणी रूपे) पण तुदादि रूपावर — लिखति, तुदति, दिशति - याप्रकारे विकरणांशावर उदात्त स्वर आलेला दिसेल, ह्यांची रूपे भ्वादिगणी रूपाप्रमाणेच असतात, त्यामुळे त्यांचा निर्देश अनावश्यक आहे.

दहावा गण- चुरादिगण

या गणाचे धातूही भ्वादिगणाच्या रूपासारखे दिसतात. पण या गणाचे

विकरण 'अय' आहे, आणि याच्या विकरणांशाच्या प्रथम अक्षरावर उदात्त स्वर येतो. संस्कृतमध्ये हे 'अय' विकरण 'णिजन्त' (Causative) आणि नामधातू (Denominative) क्रियारूपातही आढळतो. (हे विकरण 'यो' च्या रूपात लॅटिनमध्येसुद्धा णिजन्त आणि नामधातूच्या बरोबरीने दिसून येते. या धातू वर्गाला 'yod-class' म्हटले जाते. (King and Cockson - p. 149) वैदिक संस्कृतमध्ये या गणाच्या मूळ धातूरूपांना गौण क्रियारूपापासून अलग ठेवण्याची शैली आढळते. धातूरूपात तिथे धातूच्या स्वराचा गुण होत नाही. तथापि नामधातू किंवा णिजन्त असणाऱ्या गौण क्रियारूपात धातूच्या स्वराचा गुणीभाव दिसून येतो. 'चितयति, इषयति, तुरयति, द्येतयति, रुचयति, पतयति, स्पृहयति, मृडयति, शुभयति ।' चुरादिगणातील मानलेले आहे.

ह्वयति (√ह्वे), इवयति (√इव), धयति (√धै) या धातूंना १० व्या चुरादि गणातील धातू न मानता - अनुक्रमे ह्वे - स्पर्धा - या शब्दाचेच व (गतिवृद्धयो:) √धे (धेट् पाने) अशी भ्वादिगणी रूपे मानली आहेत.

संस्कृतातील णिजन्त आणि नामधातूंची रूपेही या गणाच्या अंतर्गत येतात. कामयते, चोरयति, छादयति, अवलोकयति, दृष्यति, भूषयति, ताडयति, गमयति, तर्पयति, तोषयति, शाययति, चूर्णयामि, वर्णयामि, विघ्नयामि इत्यादी.

पाश्चिमात्य भाषावैज्ञानिकांनी संस्कृत धातूंना ग्रीक धातूंप्रमाणे दोन भागात विभाजिले आहे. **१)** थेमेटिक (themetic) वर्ग ज्यात 'अ' विकरण (ह्यास ग्रीक भाषेत 'थेमा' (thema) म्हणतात.) आढळते. ह्या वर्गात प्रथमगण (भ्वादि) चतुर्थगण (दिवादि), षष्ठ गण (तुदादि) आणि दशमगण (चुरादि) येतात. चौथ्या आणि दहाव्या गणातही 'अ' विकरणरूपांश आढळतो. हे आपण मागे पाहिले आहे. 'य् + अ = य' (चौथ्या गणाचे विकरण) अय् + अ = 'अय' (दहाव्या गणाचे विकरण) **२)** दुसऱ्या वर्गातील धातूंमध्ये हे 'अ' विकरण 'थेमा' आढळत नाही. म्हणून ग्रीक भाषेत ह्यास अथेमेटिक (athametic) म्हटले जाते. ह्याच्या अंतर्गत द्वितीयगण, तृतीयगण, पंचम, सप्तम, अष्टम आणि नवम गण येतात.

या ठिकाणी पाश्चिमात्य भाषावैज्ञानिकांच्या प्रमाणे या दोन वर्गाचा एकत्रित विचार न करता सुविधेसाठी द्वितीय (अदादि) आणि तृतीय (जुहोत्यादि) गणांचे अगोदरच वर्णन केले. आता चार गणांचा विचार करावयाचा आहे. ज्यांना ग्रीक रीतीप्रमाणे 'अथेमेटिक' म्हणता येईल. या उरलेल्या गणांचे अनुक्रमे विकरण असे आहेत. 'नु' (पंचमगण - स्वादि) 'न्' (सप्तमगण - रुधादि) 'उ' (अष्टमगण तनादि) 'ना' (नवमगणक्यादि) या चारही गणांचे विकरण जरी परस्पराहून भिन्न आहेत, तरी भाषाशास्त्रीय दृष्टीने ते परस्परसंबंधित आहेत, पंचम आणि अष्टम गण दोहोमध्ये 'उ' विकरण समान आहे. पंचममध्ये त्याच्याबरोबर 'न' ही आहे. (नु = न + उ = नु) अशा

रीतीने पंचम सप्तम आणि नवम ह्या तीन गणात सर्वांमध्ये — अनुनासिक तत्त्व 'न' विकरणांशाने आढळून येते. 'नु' (न + उ), न्, ना (न् + आ) या विकरणांच्या भाषाशास्त्रीय व्युत्पत्तीवर थोडे चिंतन करून त्यानंतर उर्वरित गणांचा विचार करणे योग्य होईल.

प्रथम, पंचम, सप्तम आणि नवम या तीन गणांच्या धातूंचे विकरण तपासले, तर भाषावैज्ञानिक दृष्टीने ह्या तिन्हीमध्ये एक समानता आढळते. ह्या तिन्हीतही अनुनासिक ध्वनि 'न्' आहे. पंचमगणाचा 'नु', सप्तमगणाचा 'न' आणि नवमगणाचा 'ना' आहे. हे तिन्ही विकरण प्राचीन भारोपीय भाषातील विकरण ने - (नो) पासून विकसित झाले. 'न्' विकरण ग्रीक आणि लॅटिनमध्येही आढळते. परंतु तेथे, या विकरणांचे संस्कृतप्रमाणे बाहुल्य नाही. उदा. ग्रीक भाषेतील 'तिनो' (ti-n-o) (मी वेचून घेतो.) (संस्कृत = 'चिनोमि') (Atkinson: Greek Language pp. 86-7)

सर्वप्रथम सप्तम गण : या गणाच्या 'युनक्ति, भुनक्ति' आदि रूपांमध्ये जे अनुनासिक तत्त्व आढळते. ते वस्तुत: एक गौण तत्त्व आहे. कारण यांच्याच युयोज, युयुजे, बुभोज, बुभुजे अशा रूपात याचा सर्वथा अभाव आहे. परंतु पंचम गणाच्या रूपात, उदा. 'शृणोति' मध्ये हे अनुनासिक तत्त्व वस्तुत: धात्वंशाचे अभिन्नसे अंग बनले आहे. इथे हे 'नु' अक्षर सबलरूपात (वृद्धि - Strong form) 'नो' बनते, आणि दुर्बलरूप (मूलरूप) केवळ 'न' राहते. परंतु येथेही लुङ् (Aorist) च्या रूपात हे अनुनासिक तत्त्व दिसत नाही. हे (श्रुधि) अश्रौत आदिरूपांवरून स्पष्ट होते. वस्तुत: या प्रकारच्या धातूंमध्ये, आरंभी प्राचीन भारोपीय भाषांत 'न' विकरण आढळत नाही. उदाहरणासाठी संस्कृतचा √स्तृ धातू घेतला तर त्याचे प्राचीन रूप 'स्तेर' 'स्तेरेव' होते. याच रूपापासून एका आणखी गॉथिक (Gothic), भाषेमध्ये अनुनासिक विकरणहीन रूप 'स्त्रौज' (Strauz) चा विकास झाला आहे. दुसरीकडे संस्कृतमध्ये 'स्तृणोमि', 'स्तृणोसि' (स्तृण्मः) अशा रूपांचा - जे अनुक्रमे प्राचीन भारोपीय भाषेमधील 'स्तृ-नेव' 'स्तृ-नु' - 'स्तु-न' पासून विकसित पावले. येथील 'नु' विकरणात 'न + उ = नु' या दोन विकरणांचा समावेश आहे. पण गॉथिक भाषेत केवळ 'उ' रूपातच तो विद्यमान आहे. हाच 'न्' जो संस्कृतच्या पंचम गणात 'उ' शी मिळून 'नु' बनला आहे, नवमगणातील 'आ' शी मिसळून 'ना' झाला आहे. हा 'ना' दुर्बल रूपात, व्यंजनाच्या पूर्वी 'नी' आणि स्वराच्या पूर्वी 'न' होतो. उदा. गृभ्णामि, गृभ्णीमः, गृभ्णन्ति, क्रीणाति, क्रीणीतः क्रीणन्ति ।

तात्त्विक दृष्टीने अष्टमगणाच्या धातूमध्ये सुद्धा अनुनासिकतत्त्व दिसून येते; परंतु हे अनुनासिक तत्त्व विकरण नसून धातूचाच अंश आहे. या कोटीच्या अधिकतर धातूत हा 'न्' धात्वंशामध्ये दिसून येतो. √क्षन् √मन् √तन् आदि

धातूवरून हे स्पष्ट आहे. हे धातू लुङ् आणि त्याच्या आधारावर बनलेल्या लकार रूपातही अनुनासिक तत्त्व सोडत नाहीत. क्षनिष्ठा: अमंस्त, अतन् । वस्तुत: संस्कृतच्या 'तनोति'चा तनो - प्राचीन भारोपीय भाषांतून 'तेनेव्' पासून विकसित न होता, 'तन् - ना' पासून विकसित झाला आहे. यावरून हे स्पष्ट होते की मूलत: अष्टमगणाचे हे धातू पंचमगणाचेच अंग आहेत, परंतु हळूहळू सादृश्याच्या आधारावर 'कृणोमि' सारख्या रूपांची वैकल्पिक रूपे 'करोमि' च्या रूपात दिसू लागली आणि त्यांना 'तनोमि' च्या समान मानून या अष्टमगणात ठेवले गेले.

आता येथे हा प्रश्न उपस्थित होतो की हा 'न्' वास्तविक विकरण होता, की हा 'ने' - 'नी' चे दुर्बलरूप (Weak form) होता? या संबंधात रुधादिगणा (सप्तमगण) च्या रूपांवर थोडा दृष्टिपात केला पाहिजे. उदाहरणासाठी 'रुणद्धि' आणि 'मुञ्चति' (जो षष्ठगण - तुदादिगणाचा धातू आहे) ही दोन रूपे पाहिली, तर आरंभी ही दोन्ही रूपे थोडी भिन्न प्रतीत होतील. परंतु यांचे बहुवचन रूप (तृतीय पुरुष ब. व.) 'रुन्धन्ति आणि मुञ्चन्ति' ही गोष्ट स्पष्ट करतात की, रुधादि वस्तुत: 'न' विकरणयुक्त रूप आहे. तथापि मुञ्चति, न (ञ) विकरणयुक्त आहे. अर्थात एकाचे अनुनासिक विकरण 'न' (ण) आहे, आणि दुसऱ्याचे केवळ न् (ञ) या संबंधात आणखी एक महत्त्वपूर्ण ध्यान देण्यासारखी अशीही आहे की 'अ' विकरणाचा प्रयोग मुञ्चतिसारख्या रूपात अधिक मिळतो. याच कारणामुळे इथे उदात्त स्वर 'अ' विकरणावर असतो. मुञ्चति, परंतु रुणद्धि मध्ये उदात्त स्वर 'अ' विकरणावर असतो. आणि अधिक स्पष्टीकरणासाठी असा युक्तिवाद करता येईल की, जर 'रुध्' चे वर्तमान तृ. पु. ए. व. रूप 'अ' विकरणाने युक्त दिसले असते. म्हणजेच हा षष्ठगणाचा धातू असता, तर 'रुन्धति' रूप बनले असते, याच प्रकारे जर √मुच् चे हेच रूप 'अ' विकरण रहित असते, म्हणजे जर तो सप्तमगणाचा धातू असता, तर 'मुनक्ति' रूप बनण्याची संभावना होती. या प्रकारे हे स्पष्ट आहे की, रुधादि धातूंची रूपे वस्तुत: मुचादि धातूंचीच 'अ-विकरणहीन' रूपे आहेत, आणि इथे वास्तविक अनुनासिक तत्त्व 'न' ('ने'/ने) हेच आहे. 'न्' नाही.

पंचमगण - स्वादिगण

संस्कृतमध्ये या गणात जवळपास ५० धातू आहेत. या गणाचे विकरण 'नु' (न् + उ) आहे, हे मागे सांगितलेच आहे. या 'नु' चा सबलरूपात 'नो' होतो. ग्रीक भाषेत याचे 'नु' (न्) रूप आढळते. संस्कृत: - ऋणोमि, ग्रीक = ओर्नूमि (Ornumi), संस्कृत - स्तृणोमि, ग्रीक = स्तोर्नूमि (Stornumi), संस्कृत = क्षिणोमि, ग्रीक = प्थिनो (Phithno), मिनोमि, लॅटिन:- मिनुओ. संस्कृत :-

धूनोमि, ग्रीक = थूनो (Thuno), संस्कृतातील या गणाच्या धातूंची अन्य उदाहरणे अशी — चिनोति, हिनोति, वृणोति, धृषोति, अश्नोति, आप्नोति, राध्नोति । यातील काही धातू असेही आहेत की, ज्यात 'नु' च्या स्थानावर 'ना' (नवमगणाचे विकरण) चा वैकल्पिक प्रयोग मिळतो. वृणोति - वृणाति, स्तृणोति - स्तृणाति, क्षिणोति - क्षिणाति ।

अन्य भारोपीय भाषांत या धातूमधील काही समानांतर रूपात 'नु' च्या स्थानावर केवळ 'उ' चे विकरण मिळते. यातील 'स्तृणोति'ला समानांतर गॉथिक रूप 'स्त्रौज' विषयी मागे उल्लेख आला आहे. अन्य रूपे अशी आहेत — संस्कृत = ऋणोति, ग्रीकरूप = ओराऊवो (Orowo), धृष्णोति, ग्रीकरूप = थ्रासुस (Thrasus) अगदी संस्कृतमध्ये सुद्धा ह्याच्यातून व्युत्पन्न कित्येक नामशब्दात हे 'न्' विकरण आढळत नाही. — वृणोति = वरुत्र, जिनोति = जीव, साध्नोति = साधु । एका धातूत हा 'उ' विकरणांश स्वतः धातूचाच अंग बनला आहे. हा √श्रु धातू होय. भाषाशास्त्रीय दृष्टीने इथे शृ (शर्-) धातू मानला पाहिजे. हे ह्याच्या वर्तमानकाल वाचक रूपावरून स्पष्ट होते. 'शृ-णो-ति' (√शृ - विकरण तू + उ - (तिङ् प्रत्यय) (प्रा. भारोपीय 'क्ल़-न-ऐउ-ति' (Kl - n - eu - ti) । या वर्गाचे काही धातू असेही आहेत, ज्यांच्या बरोबरीने 'अ' विकरण सुद्धा मिळते. — 'पिन्वति' (पिनुते - अवेस्ता - पिनओइति) इन्वति (वैकल्पिक रूप इनोति) हिन्वति (वैकल्पिक रूप - हिनोति) जिन्वति (—जिनोति) रूप — धातू सु (उभयपदी - पिळून काढणे, स्नान करणे, मंथन करणे)

परस्मैपदी वर्तमानकाळ

	ए. व.	द्वि. व.	ब. व.
प्र. पु.	सुनोमि	सुनुवः	सुनुमः - सुन्मः
द्वि. पु.	सुनोषि	सुनुथः	सुनुथ
तृ. पु.	सुनोति	सुनुतः	सुन्वन्ति

आत्मनेपदी वर्तमान

	ए. व.	द्वि. व.	ब.व.
प्र. पु.	सुन्वे	सुनुवहे (सुन्वहे)	सुनुमहे (सुन्महे)
द्वि. पु.	सुनुषे	सुन्वाथे	सुनुष्वे

तृ. पु.	सुनुते	सुन्वाते	सुन्वते

परमैंपदी अनद्यतनभूते लङ्

प्र. पु	असुनवम्	असुनुव-असुन्व	असुनुम-असुन्म
दि. पु.	असुनोः	असुनुतम्	असुनुत
तृ. पु.	असुनोत्	असुनुताम्	असुन्वन्

आत्मनेपदी अनद्यतनभूते लङ्

प्र. पु.	असुन्वि	असुनुवहि (असुन्वहि)	असुनुमहि (असुन्महि)
द्वि. पु.	असुनुयाः	असुन्वाथाम्	असुनुध्वम्
तृ. पु.	असुनुत	असुन्वाताम्	असुन्वत

सप्तम गण - रुधादिगण

या गणाचे जवळ जवळ ३० धातू आहेत. या गणाचे अनुनासिक तत्त्व 'न्' आहे. अन्य भारोपीय भाषांत या गणाच्या धातूमध्ये 'अ' विकरण जोडले आहे, आणि हे 'अथेमेटिक' (Athemetic) वर्गाचे धातू राहिले नाहीत. ही प्रवृत्ती संस्कृतच्या कित्येक धातूत सापडते. संस्कृत - 'विन्दति', अवेस्तामध्ये ह्याचे समानान्तर रूप 'बिनस्ति' आहे. जरी ह्या गणाला पंचम आणि नवम गणापासून सर्वथा भिन्न मानले गेले आहे, तरी मूलतः हा गण त्यांचेच एक अंग आहे. यात केवळ एवढाच भेद आहे की, इथे 'न' विकरण धातूमध्ये सरमिसळून गेले आहे. यामुळेच टी.बरोने या तिन्हींचे विश्लेषण एकसारखेच मानले आहे. पंचमगण 'क्लृ-न-ऐव-ति' (Kl-n-au-ti) (संस्कृत = श्रृणोति) नवम गण 'प्लृ-न-ए-ति' (Pl-n-e-ti) संस्कृत = पृणाति, सप्तम गण 'यु-न-एग-ति' (Yu-n-eg-ti) (संस्कृत = युनक्ति) प्रो. बरो म्हणतात की हे धातू मूलतः व्यंजनांत नसून स्वरान्त होते. संस्कृतमध्ये एकतर यांची वैकल्पिक स्वरान्त रूपे मिळतात, किंवा ह्यांच्यापासून व्युत्पन्न रूपात अंतिम व्यंजनध्वनी मिळत नाही. संस्कृत √युज् च्या बरोबरच संस्कृत √यु (यौक्ति) सुद्धा त्याच अर्थात प्रयुक्त होते. √छिद् पासून वैकल्पिक रूप 'छयाति' (तोडतो) आढळते, आणि ह्याचा 'क्त' प्रत्ययान्त रूप 'छित' ('छित्त' नव्हे तसे ह्याचे वैकल्पिक रूप छिन्न सुद्धा आहे, जो 'छित्त' ऐवजी प्रयुक्त) होतो.

या वर्गाच्या धातूची कित्येक रूपे आहेत. 'छिनद्मि' (√छिद्) (लॅटिन = स्किन्दो), भिनद्मि (√भिद्) (लॅटिन = क्विन्दो), पिनष्टि (√पिष्) (लॅटिन = पिंसो), शिनास्ति (√शिष्), भुनाक्ति (√भुज्), रुणद्धि - रुन्धान्ति (√रुध्), वृणाक्ति

- वृञ्जान्ति (√वृज्)

परस्मैपदी वर्तमाने लट् - √भुज् - पालनकरणे = आत्मनेपदी = खाणे

	ए. व	द्वि. व.	ब. व.
प्र. पु.	भुनज्मि	भुञ्ज्वः	भुञ्ज्मः
द्वि. पु.	भुनक्षि	भुंक्थः	भुंक्थ
तृ. पु.	भुनक्ति	भुंक्थः	भुञ्जन्ति

आत्मनेपदी वर्तमाने

प्र. पु.	भुञ्जे	भुञ्ज्वहे	भुञ्ज्महे
द्वि. पु.	भुङ्क्षे	भुञ्जाथे	भुञ्ग्ध्वे
तृ. पु.	भुङ्क्ते	भुञ्जाते	भुञ्जते

परस्मैपदी अनद्यतनभूते लङ्

प्र. पु.	अभुनजम्	अभुञ्ज्व	अभुञ्ज्म
द्वि. पु.	अभुनक्	अभुङ्क्तम्	अभुङ्क्त
तृ. पु.	अभुनक्	अभुङ्क्ताम्	अभुञ्जन्

आत्मनेपदी अनद्यतनभूते लङ

प्र. पु.	अभुञ्जि	अभुञ्ज्वहि	अभुञ्ज्महि
द्वि. पु.	अभुङ्क्थाः	अभुञ्जाथाम्	अभुङ्ध्वम्
तृ. पु.	अभुङ्क्त	अभुञ्जाताम्	अभुञ्जत

अष्टमगण तनादिगण

या गणाचे विकरण 'नो-नु' च्या स्थानावर 'ओ-उ' मिळते. या गणाच्या काही धातूंच्या धात्वंशात 'न्' आढळतो. उदा. √तन् धातूत 'तनोति' रूप होते. याच प्रकारे अन्य धातूंची उदाहरणे अशी आहेत. सनोति (√सन्), वनोति (√वन्), मनुते (√मन्), क्षणोति (√क्षन्), या व्यतिरिक्त या गणात एक असाही धातू आहे, ज्याच्या धात्वंशात 'न्' नाही. उदा. कृ (करोति, कुरुते). अनुमान होते की हा 'न्' मूलतः धात्वंश नसून विकरणांश होता. याप्रमाणे 'तन-उ-ति' (Tan-neuti) पासून 'तनोति' चा विकास मानला गेला आहे. जेथे प्राचीन भारोपीय धात्वंश 'न्' (तन्) चा संस्कृतमध्ये 'अ' झाला. जिथवर कृ- (करोति) धातूच्या रूपाचा प्रश्न आहे, तिथे 'नो' आढळत नाही. परंतु वेद आणि अवेस्ता दोन्हीतही 'नु नो' विकरण

आढळते. संस्कृत कृणोति-कृणुते-अवेस्ता कृअर्अनओइति (Karanaoiti) प्राचीन फार्सी- अकुनवम्. यावरून अनुमान होते की 'करोति' सारखी रूपे वस्तुत: 'कृष्णोति'चीच वैकल्पिक रूपे होती. ह्यांना आपण प्राकृत मानू शकतो. परंतु वैदिक रूपापासून विकसित झालेले 'कुणइ' रूपसुद्धा आढळते. आता हा लौकिक संस्कृतातील 'कृणोति' सारखी 'नु-नो' विकरणाची रूपे सर्वथा लुप्त झाली आहेत.

रूप :- √कृ - करणे - उभयपदी

परस्मैपदी वर्तमान लट्

	ए. व.	द्वि. व.	ब. व.
प्र. पु.	करोमि	कुर्व:	कुर्म:
द्वि. पु.	करोषि	कुरुथ:	कुरुथ
तृ. पु.	करोति	कुरुत:	कुर्वन्ति

आत्मनेपदी वर्तमाने लट्

प्र. पु.	कुर्वे	कुर्वहे	कुर्महे
द्वि. पु	कुरुषे	कुर्वाथे	कुरुध्वे
तृ. पु.	कुरुते	कुर्वाते	कुर्वते

परस्मैपदी अनद्यतनभूते लङ

प्र. पु.	अकरवम्	अकुर्व:	अकुर्म:
द्वि. पु.	अकरो:	अकुरुतम्	अकुरुत
तृ. पु.	अकरोत्	अकुरुताम्	अकुर्वन्

आत्मनेपदी अनद्यतनभूते लङ

प्र. पु.	अकुर्वि	अकुर्वहि	अकुर्महि
द्वि. पु.	अकुरुथा:	अकुर्वाथाम्	अकुरुध्वम्
तृ. पु.	अकुरुत	अकुर्वाताम्	अकुर्वत

नवम गण क्र्यादिगण

ह्या गणाचे विकरण 'ना' आहे. या गणात जवळपास ५० धातू आहेत. याची उदाहरणे अशी. क्रीणाति (√क्री) (आयरिश = क्रेनइद (Crenaid) लिनाति (√ली श्लेषणे) (आयरिश - 'लेनइद' (Lenaid) = चिकटला आहे. शृणाति (√शृ) नाश करणे (आयरिश = अर्-श्रिनत् (Ar - Chrinal) = ते नष्ट होत आहेत. अश्नामि

(√अश्) जानामि (√ज्ञा) पुनामि (√पू), लुनामि (√लू) प्रीणामि (√प्री) वृणामि (√वृ) बध्नामि (√बन्ध्), मथ्नामि (√मन्थ्) स्तभ्नामि (√स्तम्भ्)

या विकरणात मूलत: दोन विकरणे आहेत. ना = न + आ (प्राचीन भारोपीय भाषातील न् + अ. (N + a) संस्कृतात 'आ' विकरण (अन्त: प्रत्यय) कितीतरी रूपात आढळतात. 'गृभायति, मथायति, स्कभा ही वस्तुत: गृभ्णाति, मथ्नाति, स्कभ्नाति' ची वैकल्पिक रूपे आहेत, आणि ती चुरादिगणातील आहेत. हे 'आ' विकरण कित्येक स्थानावर धातूचेच अंग बनले आहेत. उदा. ज्या (जिनाति) प्रा (पृणाति)

ज्यामध्ये ह्रस्व 'इ' उ 'ऋ' स्वर असतात, अशा या गणातील धातूंमध्ये दुर्बळ प्रत्ययाच्या बरोबरीने दीर्घ-ई, ऊ, ॠ होतात. (T. Burrows Sanskrit Grammar) उदा. पुनाति - पूत, पृणाति - पूर्ण. तिङ रूपातही या धातूमध्ये कित्येक धातूंचे मूळ स्वर दीर्घ होतात. या प्रकारे यांना दोन प्रकारे विभक्त करता येते. १) 'ना' च्या पूर्वी ह्रस्व इ, उ, स्वराचे धातू, जिनाति, पुनाति, लुनाति इत्यादी २) 'ना' च्या पूर्व धातूच्या मूल स्वराला दीर्घ करणारे; प्रीणाति, श्रीणाति इत्यादी. यात दुसऱ्या वर्गात केवळ 'इ' कारान्त धातूच असतात. काहीमध्ये दोन्ही तऱ्हेची रूपे दिसतात. ब्लिनाति, ब्लीनाति (ब्ली) (= दाबतो आहे) या पूर्वीच स्पष्ट केले आहे की - 'ना' - विकरण दुर्बल तिङ् रूपामध्ये - नी - आणि स्वरानी युक्त तिङ् विभक्तीच्या पूर्वी 'न' होतो. हे वैशिष्ट्य केवळ संस्कृत भाषेतच आढळते. अन्य कोणत्याही भारोपीय भाषेत नाही.

रूप :- √क्री = खरेदी करणे, विकत घेणे, (उभयपदी)

परस्मैपदी वर्तमाने लट्

	ए. व.	द्वि. व.	ब. व.
ए. व.	क्रीणामि	क्रीणीव:	क्रीणीम:
द्वि. व.	क्रीणासि	क्रीणीथ:	क्रीणीथ
ब. व.	क्रीणाति	क्रीणीत:	क्रीणन्ति

आत्मनेपदी वर्तमाने लट्

ए. व.	क्रीणे	क्रीणीवहे	क्रीणीमहे
द्वि. व.	क्रीणीषे	क्रीणाथे	क्रीणीध्वे
ब. व.	क्रीणीते	क्रीणीत:	क्रीणन्ति

आत्मनेपदी अनद्यतनभूते लङ्

ए. व.	अक्रीणि	अक्रीणीवहि	अक्रीणीमहि

द्वि. व.	अक्रीणीथाः	अक्रीणीथाम्	अक्रीणीध्वम्
ब. व.	अक्रीणात्	अक्रीणीताम्	अक्रीणन्

परस्मैपदी अनद्यतने लङ्

ए. व.	अक्रीणाम	अक्रीणीव	अक्रीणीम
द्वि. व.	अक्रीणाः	अक्रीणीतम्	अक्रीणीत
ब. व.	अक्रीणाम्	अक्रीणीव	अक्रीणन्

काही विशेष लकारामध्ये प्रयुक्त होणाऱ्या विकरणांसंबंधी माहिती घेणे आवश्यक आहे. 'न' विकरणाची काही रूपे आपण आताच पाहिली त्याच प्रकारे संस्कृत धातूंच्या लुङ् रूपात 'स' विकरणाची काही रूपे आढळतात. या विकरणाची चार रूपे आहेत. **१)** स् **२)** इष् **३)** सिष् **४)** स तसे लुङ् लकारात काही रूपात **५)** विकरणहीन रूपे **६)** द्वित्ववाले रूपे सुद्धा मिळतात.

तिङ् चिन्हांचे भाषावैज्ञानिक दृष्टीने दोन भाग होतात. **१)** मुख्य आणि **२)** गौण, त्यानंतर लुङ् च्या रूपाकडे भाषावैज्ञानिक दृष्टीने पाहता येईल.

प्राचीन भारोपीय भाषांतील क्रियारूपाबाबत दोन प्रकारच्या तिङ् चिन्हांचा उल्लेख मागे केलेला होता. प्रमुख आणि गौण अशा दोन तिङ् चिन्हांचा प्रयोग वर्तमानकाळाच्या रूपामध्ये दिसून येतो. तसेच केवळ लुङ् (Aorist) सह गौण तिङ् चिन्हाचा प्रयोग होतो. या अतिरिक्त ह्या दोन्हीमध्ये काही भेद नाही, वस्तुतः हे 'अ' विकरण असलेले लुङ्रूप वर्तमान रूपच आहे. त्यात गौण चिन्ह प्रयुक्त होत असते. या कारणामुळे या प्रकारची लुङ्रूपे त्याच गणात प्रयुक्त होतात. जे (य) 'अ'— विकरणाने युक्त असतात. 'स्' विकरणाच्या लुङ्रूपांचा संबंध याच प्रकारे 'स्' विकरणाच्या वर्तमान रूपाच्या धातूंशी जोडला जातो. परंतु शुद्ध 'स्' विकरणाचे हा 'स्' वस्तुतः 'य' शी मिळून संस्कृतमध्ये 'स्य' च्या रूपात आढळतो. आणि हा संस्कृतमध्ये भविष्यत्च्या रूपात प्रयुक्त होतो. संस्कृतमध्ये हा 'स्य' 'वक्ष्यामि' आणि 'रेक्ष्याति' मध्ये स्पष्ट आहे. वस्तुतः आरंभिक स्थितीत ही 'स्य'ची रूपे भविष्यत्च्या अर्थात प्रयुक्त न होता (सन्नन्त) वर्तमानाच्या अर्थात प्रयुक्त होत असत. ह्याच्यातूनच 'स्य' विकरणाच्या लुङ्रूपांचा संबंध मानला जातो. कालांतराने हा 'स्थ' भविष्यत्च्या अर्थात प्रयुक्त होऊ लागला. 'स्' चे असे स्पष्टीकरण झाल्यावर 'स' ची समस्या सुटते. तो स् + आणि अ विकरणाच्या योगाने बनला आहे. स विकरण असलेल्या लुङ्रूपाचे एक वैशिष्ट्य असे की, हा केवळ नउ धातूतच दिसून येतो, आणि त्या धातूंच्या अंती ज् श् स् ह् ध्वनी असतात.

उदाहरणासाठी खालील रूपे

√मृज् - √अमृक्षत्, √स्पृश् - अपृक्षत् √रुह् - √अरुक्षत्

संस्कृतात 'स्य' युक्त भविष्यकाळी रूपात 'सेट्' रूपेही आहेत. 'करिष्यति, भविष्यति' इत्यादीमध्ये ती दिसून येतात. अर्थात भविष्यत्च्या या रूपात 'इस्य' (इष्य) विकरण मिळते. ज्याप्रकारे 'स्' (लुङ् चा विकरण) 'स्य' शी संबंधित आहे. त्याच प्रकारे इष् (लुङ् चे विकरण) 'इस्य' (इष्य) शी संबद्ध आहे. ते वस्तुतः 'स्' चेच 'सेट्' रूप आहे. मूलतः हे अलग विकरण नसून 'स्' च्या अंतर्गत आहे. या 'सेट्लुङ्' रूपाचे उदाहरण √स्तर (स्तृ) - अस्तरिषम् असे आहे. संस्कृतमध्ये 'सिष्' विकरणाची लुङ् रूपेही दिसून येतात. परंतु ही रूपे फार कमी आहेत. ह्यांची उत्पत्ती एक समस्या आहे. हे 'सिष्' विकरण 'स' आणि 'इष्' दोन्हींच्या संमिश्रणाने बनले असण्याचा संभव आहे. ह्याचे रूप 'अयासिषम् । अयासिष्टाम्' इत्यादीत पाहावयास मिळतात. 'स्' विकरणयुक्त लुङ् रूप ग्रीक भाषेतही आढळते, ही लक्षणीय गोष्ट आहे. तसेच तिथे काही धातूत, लुङ्मध्ये हा 'स्' प्रत्यय प्रयुक्त होतो. परंतु ज्या ग्रीक धातूंच्या अंतामध्ये ऱ्, ल् किंवा अनुनासिक ध्वनी असतात, तिथे 'स्' लुप्त होतो. 'स्' विकरण असणाऱ्या रूपांना ग्रीक भाषेत दुर्बल लुङ् (Weak aorist) म्हणतात. उदा. ऐ-लु-स्-अ (ऐलुस्) (e-lu-s-a) यांना ग्रीक भाषेत (Sigmatic aorist) म्हणतात. (King and Cockson Comparative Grammar of Greek and Latin P. 140)

दुसऱ्या प्रकारच्या सबळ लुङ्मध्ये हा 'स्' दिसत नाही. ज्याच्या वर्तमानकालीन रूपात विकरण असते, त्या रूपाच्या धातूत हा दिसून येत नाही. जिथे वर्तमानाच्या रूपातील काही विकरण आढळते, तिथे लुङ् रूपे थेट मूलधातूरूपाच्या साह्याने बनवली जातात. वर्तमानकालीन रूपापासून भूतकालाच्या द्योतनासाठी (अनद्यतनभूते) लङ् (imperfect) ची रूपे बनवली जातात. (Atkinson: Greek Language) अगदी अशीच प्रक्रिया संस्कृतमध्ये काही धातूंमध्ये घडते. उदा. गम् धातू याच्या वर्तमानरूपात 'च्छ' (स्ख) विकरणाचा प्रयोग होतो, परंतु लुङ्मध्ये ह्याची रूपे थेट गम् पासूनच बनतात. परंतु लङ्मध्ये वर्तमाने लट्च्या रूपांच्या प्रमाणेच 'स' विकरणाची रूपे आढळतात. उदाहरणासाठी खालील रूपे —

गम् — गच्छामि (लट्), अगच्छम् (लङ्) अगमम् (लुङ्) । ह्या धातूंच्या समानांतर ग्रीक धातूंच्या रूपातही हीच गोष्ट दिसते. 'बोस्को' (Bosko) - (मी जात आहे), बो स्कोन (Bo skon) (imperfect) (मी गेलो - लङ् रूप), बो-ओन (bo-on) (Aorist) (मी गेलो - लुङ् रूप) याच प्रकारे सबल लुङ् (Aorist) प्रायः तीच तिङ् चिन्हे प्रयोगात आणतात, आणि ही (imperfect) लङ्मध्ये असतात. या

संस्कृत पदरचना (क्रिया आणि क्रियाविशेषण) • २७५

दोन्हीतील मुख्य भेद म्हणजे एकात वर्तमानकालाचा विकरण प्रयुक्त होत नाही. दुसऱ्यात तो प्रयुक्त होतो. प्रथमपुरुष एकवचनाचा 'लुङ्' (Aorist) चे तिङ चिन्ह संस्कृतात 'अम्' आहे, ग्रीकमध्ये 'ओन' (On) लङ् रूपात आता जी श्रेणी शेष राहिली, ती द्वित्वाची आहे. उदाहरणासाठी √जन् धातूचे 'अजीजनत्' रूप. सर्वप्रथम हे द्वित्व एक समस्या उभी करते. कारण बहुधा 'लुङ्' रूपाची रचना धातूच्या मूलरूपाच्या आधारावरच बनते. त्याचबरोबर जुहोत्यादिगणातील ज्या धातूंच्या रूपात वर्तमाने लट् - रूपाचे द्वित्व आढळते, तिथे लुङ मध्ये द्वित्वाचा अभाव आहे. तसा पदरचनात्मक दृष्टीने यांचा संबंध गौण तिङ् चिन्हयुक्त वर्तमानाच्या द्वित्वरूपाने जोडला जाऊ शकतो; किंवा द्वित्व असणाऱ्या (परोक्षभूते) लिट् रूपांनी. तरीही ही रूपे एक समस्याच आहेत. यांची समानान्तर रूपे केवळ अवेस्तामध्येच आढळतात. उदा. जीजनत् (Zizanat) (संस्कृत = अजीजनत्) या तऱ्हेची लुङ् रूपे इंडो-इराणी वर्गाची विशेषता आहे. लुङ् च्या या विभिन्न रूपांची उदाहरणे आणखी अशी.

(अ) मूल धातूचे लुङ् — √दा-अदात्, अदाताम्, अदुः,
√भू - अभूत्, अभूताम्, अभूवन् इत्यादी.

(आ) 'अ' विकरणाचे लुङ् — √सिच् (परस्मैपदी) असिचत्, असिचताम्, असिचन्: (आत्मनेपदी) असिचत, असिचेताम्, असिचन्त, इत्यादी.

(इ) द्वित्वाचे लुङ् रूप :- √श्रि - अशिश्रियत्, अशिश्रियताम्, अशिश्रियन् अशिश्रियन्, √मील् - अमिमीलम् (प्र. पु. ए. व.) √द्रु - अदुद्रवम् √जन् - अजीजनत् √भर् - अमीमरम् √दर्श - अदीदृशम् √विश् - अवीविशम्, √युज् - अयूयुजम् ।

(ई) -स्-चे लुङ् रूप :- √रुध् - अरौत्सीत, अरौत्ताम्, अरौत्सुः (परस्मैपदी) अरुत्त, अरुत्साताम्, अरुत्सत (आत्मनेपदी) √नी - अनैषीत्, अनैष्टाम्, अनैषुः (परस्मैपदी) अनेष्ट, अनेषाताम्, अनेषत (आत्मनेपदी).

(उ) 'इष्' - चे लुङ् रूप :- √बुध - अबोधीत, अबोधिष्ठाम्, अबोधिषु (परस्मैपदी) अबोधिष्ट, अबोधिषाताम्, अबोधिषत् (आत्मनेपदी)

(ऊ) 'सिष्' - चे लुङ् रूप :- या - अयासित्, अयासिष्टाम्, अयासिषुः ।

(ए) -स- चे लुङ् रूप :- दिश् - अदिक्षत, अदिक्षताम्, आदिक्षन् । (परस्मैपदी) अदिक्षत, अदिक्षाताम्, अदिक्षन्त (आत्मनेपदी)

(ऐ) - इ- चे लुङ रूप :- कर्मवाच्य — हे विकरण केवळ प्रथम पुरुषाच्या एकवचनातच प्रयुक्त होते, आणि उपरोक्त सर्व विकरणापेक्षा पूर्ण भिन्न आहे. 'अज्ञायि' (√ज्ञा पासून झालेले कर्मवाच्य) अदर्शि (√दृश् पासूनचे कर्मवाच्य) इ, उ किंवा ऋ

स्वरध्वनींच्या धातूंमध्ये या लुङ् रूपामध्ये स्वरध्वनीचा गुणीभाव आढळतो. — 'अचेति' (√चित् पासून कर्मवाच्य) अबोधि (√बुध्), असर्जि (√सृज्) अन्य स्थानावर वृद्धिरूप अधिक आढळते. अगामि √गम्, अकारि (√कृ) अस्तावि √स्तु, अश्रायि (√श्र) गुणरूप कर्म (अजनि - √जन् अवधि √वध्) हे 'इ' इराणी वर्गात आढळते. उदा. अवेस्ता = स्त्रावि (संस्कृत श्रावि), प्राचीन फार्सी - अदारिय् (संस्कृत - अधारि) परंतु अन्य भाषांत आढळत नाही.

दिवादिगणाच्या संबंधात 'य' विकरणाचा मागे उल्लेख झाला आहे. हे विकरण तसे 'पश्यति' मध्येही दिसते. पण हा दिवादिगणाचा धातू नसून भ्वादिगणाचा आहे. 'पश्यति' संस्कृतात √दृश् धातूचे रूप मानले जाते. परंतु भाषावैज्ञानिक दृष्टीने याचे मूलरूप अलग धातू √पश् आहे. हे विकरण 'य' जे ह्या धातूच्या वर्तमान रूपात स्पष्ट आहे, तो प्राचीन भारोपीय भाषांपासून विकसित झाला. अवेस्तातील 'स्पसयेइति' (Spasayeti) आणि लॅटिन 'स्पेकियो' (Specio) वरून स्पष्ट होते, परंतु संस्कृतच्या लुङ् रूपात हा 'य' आढळत नाही. यावरून हा 'य' वस्तुत: 'अ' विकरणाचेच विकसित रूप आहे. म्हणून काही धातूत 'अ' आणि 'य' दोन्ही प्रकारचे वर्तमान रूप आढळते. उदा. राधति, राध्यति, तृषति, तृष्यति । कालांतराने हा 'य' संस्कृतच्या कर्मवाच्य (भाववाच्य) रूपामध्ये प्रयुक्त होऊ लागला. पठ-पठ्यते, भुज-भुज्यते, √दा-दीयते √भू-भूयते । हा य (अ + य) च्या रूपात णिजन्त रूपातही आढळतो. उदा. पाठ्यति, भोजयति, दापयति, भावयति ।

आतापर्यंत वर्तमाने लट् आणि लुङ् चा विचार केला. कारण हेच सार्वधातूक आणि आर्धधातूक रूपांचे निर्णायक आहेत. सार्वधातूक आणि आर्धधातूक हे धातूंचे दोन प्रकार आहेत. हे दोन्ही प्रकार निर्देशात्मक आहेत. 'हेतु हेतुमत्' (Conditional) रूपांचा वेदात बहुधा 'अ' विकरणाचा प्रयोग आढळतो. या संबंधात एक गोष्ट लक्षात ठेवण्यासारखी आहे की हेतु हेतु मत (Conditional) च्या रूपात गौण तिङ् चिन्हांचा प्रयोग होतो. उदाहरणार्थ 'शृण्वद् वचांसि मे ।' मध्ये (शृणु + अ + त) आढळतो. सैद्धान्तिक दृष्टीने वर्तमाने लट् आणि लुङ् दोन्हींचे समान हेतु-हेतुचे मत् रूप संस्कृतात मिळायला पाहिजे होते. परंतु अशी रूपे वेदात फार कमी दिसतात. याचे एक उदाहरण वर दिले आहे. भविष्यत् (लुट्) ने प्रभावित हेतुहेतुमत् (Conditional) (लुङ्) रूप वेदात केवळ एकदाच प्रयुक्त झाले आहे. 'करिष्य:' (लौकिक संस्कृत 'अकरिष्य:' √कृ) हे ते रूप होय. लुङ् च्या आधारे बनवली गेलेली हेतुहेतुमत रूपेही फार कमी आढळतात. उदाहरणार्थ 'नेष्यत्' (√नी) रूप. लौकिक संस्कृतमध्ये आल्यावर हेतुहेतुमतमध्ये केवळ 'भविष्यत्' ने (लुट्) प्रभावित झालेली रूपेच आढळतात. या रूपाच्या आरंभी भूतकाळा (लङ् आणि लुङ्) प्रमाणे 'अ' चा आगम आणि अंती

गौण तिङ् विभक्ती आढळतात.

भविष्यतसाठी संस्कृतात दोन लकार आढळतात. -ऌट् आणि लुट् । ऌटमध्ये धातूच्या गुणीभूत रूपाच्या बरोबर 'स्य' किंवा 'इष्य' जोडला जातो, उदा. 'दास्यति' (√दा), धोक्ष्यति (√दुह्), पठिष्यति (√पठ्), गमिष्यति (√गम्). ऌटची तिङ् चिन्हे जी 'वर्तमाने लट्' मध्ये आढळतात. अगदी त्याचप्रमाणे असतात. 'स्य' आणि 'इष्य' च्या रूपांच्या समानान्तर रूपे केवळ अवेस्ता आणि लिथुआनिअन मध्ये मिळतात. उदा. 'वरग्झ्या' (Vayya) (मी बोलेन) (संस्कृत : वक्ष्यामि), लिथुआनिअन 'दुओसिड' (dnosid) (मी देईन) (संस्कृत = दास्यामि) ग्रीकमध्ये 'सो' किंवा 'से' युक्त रूपे मिळतात. ग्रीक — स्तेसो (steso) (संस्कृत = तिष्ठामि) 'दो-सो' (do-so) (संस्कृत - दास्यामि) 'तेनेसो' (teneso) (संस्कृत = तनिष्यामि) (King and Cockson : Comparative Grammar of Greek and Latin) आरंभिक संस्कृत भाषेमध्ये हा लकार अवेस्ताच्या भाषेप्रमाणे फारच कमी आढळतो, आणि भविष्य काळाच्या बोधासाठी इथे हेतुहेतुमत्‌चा प्रयोग दिसतो. हळूहळू परवर्ती —उत्तर काळातील संस्कृतात याची प्रचुरता झाली.

या व्यतिरिक्त संस्कृतात लुट्‌चा प्रयोगसुद्धा भविष्यत्‌मध्ये आढळतो. याचा विकास संस्कृतच्या — तर (तृ) प्रत्ययाच्या कर्तृबोधक प्रत्ययातून झालेल्या आहे. ज्याच्या बरोबर √अस् धातूच्या रूपांचा प्रयोग सहायक क्रियेच्या रूपात आढळतो. प्रथम पुरुष ए.व., द्वि.व. आणि ब.व. च्या रूपात जी नामे शब्दाच्या प्रथमा विभक्ति रूपात असतात तीच जशीच्या तशी असतात.

कर्ता, कर्तारौ, कर्तारः, दाता, दातारौ, दातारः, गन्ता, गन्तारौ, गन्तारः। शेष रूपात प्र. पु. ए.व. च्या रूपांच्या बरोबर सहायक क्रिया जोडली जाते.

प्रथम पुरुष - कर्तास्मि (कर्ता + अस्मि) कर्तास्वः, कर्तास्यः

द्वितीय पुरुष - कर्तासि (कर्ता-असि) कर्ता-स्थः, कर्ता-स्थ याच्या आत्मनेपदी रूपात तृ. पुरुष अगदी तसाच आहे. फक्त प्रथम पुरुष, द्वितीय पुरुषाची रूपे भिन्न आहेत.

प्रथम पुरुष -	कर्ताहे	कर्तास्वहे	कर्तास्महे
द्वितीय पुरुष -	कर्तासे	कर्ताध्वे	कर्तासामे

डॉ. चाटुर्ज्या यांनी दाखवून दिले आहे की, भविष्यत्‌साठी प्रयुक्त ही यौगिक (भविष्यत्) रूपे म्हणजे संस्कृतावर प्राकृताचा प्रभाव आहे. वैदिक संस्कृतात ही रूपे नाहीत. इतकेच नव्हे तर परवर्ती संस्कृतात लिट् (किंवा संपन्न भूतकाळ) आणि हेतुहेतुमद् किंवा संभाव्य भविष्यत्‌ची रूपे, जी क्रमशः आमंत्रयामास, आमन्त्रयाञ्चकार, कारयामास, कारयाम्बभूव, कारयाञ्चकार आणि अभविष्यत, अकरिष्यत अशा उदाहरणात

आढळतात. ती यौगिक रूपे आहेत. यांना डॉ. चाटुर्ज्या यांनी आदिम प्राकृताचा संस्कृतावरील प्रभाव मानला आहे. (डॉ. चाटुर्ज्या 'आर्यभाषा और हिंदी' पृ. १६) वैदिक भाषेत केवळ 'लिट्' ची यौगिक रूपे मिळतात, त्यातल्या त्यात ती यजुर्वेदात सर्वप्रथम आढळतात. हे इथे सांगितले पाहिजे.

विधिलिङ् (Optative) चा प्रयोग दोन अर्थांनी मिळतो. **१)** हा अशा संभावनाच्या भावांना प्रकट करतो की, जे निर्देशात्मक (Indicative) कोटीच्या द्वारे अभिव्यक्त तथ्याच्या विरुद्ध आहेत **२)** आणि हा कोणत्या तरी इच्छेची अभिव्यंजना करतो. या दोन्ही प्रकारची उदाहरणे अशी आहेत.

१) विश्वे च क्षत्राय च समदं कुर्याम् । (मी समाज आणि क्षत्रांच्या मध्ये परस्पर कलह करावा.)

२) दम्पती अश्नीयाताम् । (पती-पत्नींनी भोजन करावे)

विधिलिंगाचे विकरण 'य' आहे. दुर्बल रूपात ते 'ई' होते. उदा. दद्याम् (दद् (√दा) + य + म) ददीत (दद् + इ + त) हेच विकरण लॅटिनमध्येही आढळते. ग्रीक भाषेत हे विकरण 'ओ' ने युक्त होऊन 'ओइ' च्या स्वरूपात आढळते. हे ग्रीक 'फेरोइ' (pheroi) (संस्कृत-भरेत्) । संस्कृतमध्ये हे ओइ-ए (अ + इ) झाले आहे. हे 'भरेत्' वरून स्पष्ट होईल. वैदिक संस्कृतमध्ये लुङ च्या आधारावर 'स्' विकरणयुक्त विधिलिङ्ची रूपेही आढळतात. ज्यात धातूचा स्वर 'इ' बनवला जातो. उदा. 'दिपीय' (√दा) संस्कृतचा आशिर्लिङ् विधिलिङ्हून केवळ याच बाबतीत भिन्न आहे की याचे रूप सदा लुङ् रूपाच्या आधारावर बनते. तसे ह्या दोन्हीचे लिङ् चिन्ह गौण आहे, आणि बहुधा एकसारखे असतात. उदाहरणार्थ, गच्छाति (लङ्) गच्छेत् (विधिलिङ्), आणि अगमत् (लुङ्) गम्यात् (आशिर्लिङ्) ही रूपे पाहिल्यावर ह्यातील भेद स्पष्ट होईल.

विधिलिङात 'अ' विकरणहीन आणि अविकरणयुक्त रूपात उदात्त स्वराच्या दृष्टीने भिन्नता आढळते. अ-विकरणहीन धातूमध्ये उदात्तस्वर तिङ्वर असतो. तर अ-विकरण युक्त धातूत तो धात्वंशावर असतो.

भवैत, भवैताम्, भवेयुः (परस्मै.)
भवेत, भवेयाताम्, भवेरन् (आत्मने)
द्विष्यात्, द्विष्याताम्, द्विष्युः (परस्मै)
द्विषीत, द्विषीयाताम्, द्विषीरन् (आत्मने)

संस्कृतच्या 'लोट' रूपात वस्तुतः कित्येक रूपांची जणु खिचडी आढळते. याच्या प्रथम पुरुषाच्या तिन्ही वचनाचे रूप हेतुहेतुमत् (Subjective) वैदिक रूप आहे, आणि द्वितीय पुरुष आणि तृतीय पुरुषाची द्विवचन आणि द्वितीय पुरुष एक

वचनाची निषेधात्मक वैदिक रूपे (injunctive forms) द्वितीय पुरुष ए. व., तृ. पु., ए. व. आणि ब. व. ची रूपे विशेष महत्त्वपूर्ण आहेत. द्वि. पु. ए. व. मध्ये थिमेटिक क्रियामध्ये क्रियेचे मूलधातूरूपच प्रयुक्त होते. वस्तुत: इथे 'शून्य' तिङ् चिन्ह आढळते. हे वैशिष्ट्य केवळ इथेच नाही, तर भारोपीय भाषांतही आढळते. संस्कृत = भर, अवेस्ता = बर, ग्रीक = फेरे, आर्मिनिअन = बेर, गॉथिक = बइर, आयरिश = बेइर

संस्कृत = पुच्छ, लॅटिन = पोस्के, संस्कृत = अज, ग्रीक = अग, लॅटिन अगे.

परंतु, अथेमेटिक धातूंच्यामध्ये इथे - हि (-धि) ची रूपे दिसतात. सं-इहि, अवेस्ता = इदि, ग्रीक = इथि, संस्कृत = विद्धि, ग्रीक = इस्थि, या 'धि'ची अन्य उदाहरणे 'जुहुधि' (√हु), शृणुधि (√श्रु), गधि (√गा), वृद्धि (√वृ) अशी आहेत. तृ. पु. ए. व. ब. ब. मध्ये गौण तिङ् चिन्ह, त्-न्त् च्या बरोबर 'उ' जोडला जातो. —'भवत - उ' (भवतु) (भवन्त + उ) = भवन्तु. हे 'उ' तिङ चिन्ह हिटाइट भाषेत आढळते. —'एश्तु' (संस्कृत = अस्तु), कुएन्दु (संस्कृत = हन्तु), कुनन्दु (संस्कृत = घ्नन्तु) आत्मनेपदी रूपात द्वि. पु. ए. व. मध्ये = 'स्व' चिन्ह सापडते. हे तिङ् चिन्ह केवळ अवेस्तामध्ये मिळते. अवेस्ता कअर्अश्वा (संस्कृत = कृणुष्व) बरङ्ह (संस्कृत = भरस्व) तृ. पु. ए. व. ब. व मध्ये 'आम्' तिङ् चिन्ह मिळते. हे अवेस्तामध्ये 'अम्' असे दिसते. 'बॅरॅज्यतम्' ख़ओसॅन्तम ।

संस्कृत लिट् लकाराच्या दोन रूपांची प्रमुख विशेषता अशा आहेत. पहिले, ह्यात धातूचे द्वित्व आढळून येते, दुसरे तिङ् चिन्ह वर्तमानाच्या मुख्य आणि लुङ् च्या गौण तिङ् चिन्हाहून भिन्न असतात. लिट् लकारात द्वित्व अक्षरात (पाणिनीने ह्यास 'अभ्यास' अशी संज्ञा दिली आहे.) प्राय: 'अ' स्वर (भारोपीय भाषेतील 'ऐ') प्रयुक्त होतो. परंतु ज्या क्रियात मूलस्वर 'इ' किंवा 'उ' होतो, तिथे द्वित्व होणाऱ्या अक्षरात 'अ' च्या स्थानावर क्रमश: 'इ' किंवा 'उ' आढळतो.

— पपाठ (√पठ्), अभाज (√भज्), दिद्वेष (√द्विष्), लिलेह (√लिह्), बुबोध (√बुध्), चुक्रोध (√क्रुध्). लिट्च्या द्वित्वीकरणाच्या दृष्टीने या रूपांना खालीलप्रमाणे विभक्त केले जाऊ शकते.

१) वैदिक संस्कृतमध्ये कित्येक लिट् रूपात अक्षरांचे द्वित्व होताना 'अ' 'इ' 'उ' च्या स्थानी 'आ' 'ई' 'ऊ' होते. उदा. दाधार (√धृ), जागार (√गृ), मामृजे (√मृज) पीपाय (√पा) तूताव । वास्तविक पाहता हे पौन:पुन्यार्थक बोधक द्वित्वाची रूपे आहेत.

२) 'ऊ' स्वराच्या दोन धातूत द्वित्वरूपात 'अ' स्वर आढळतो. उदा. बभूव (√भू), ससूव (√सू)

३) आद्यस्थानी 'अ' स्वरध्वनीच्या धातूमध्ये लिट्मध्ये आ (अ + अ)

आढळतो. उदा. आद (८ अअद) (√अद्), आस (अअस) (√अस्). आद्य 'अ' स्वरध्वनीच्या कित्येक धातूत द्वित्व रूपात 'न' ध्वनीसुद्धा आढळते. उदा. 'आनञ्ज, आनजे' (√अञ्ज) आनंश, आनशे (√अश्) याच सादृश्यावर आद्यस्थानी 'ऋ' ध्वनीच्या धातूमध्येही हे 'न' तत्त्व आढळून येत आहे. उदा. आनर्च, आनृचे (√ऋच् अथवा अर्च)

४) आद्यस्थानी 'इ' किंवा 'उ' स्वरध्वनीच्या धातूमध्ये 'इ-उ' चे दित्व होते, द्वितीय अक्षरात इ-उ चा गुणरूप 'ए ओ' आढळतो, आणि प्रथम अक्षर आणि द्वितीय अक्षराच्या स्वरातील संधी रोखण्यासाठी 'य' अथवा 'व' श्रुतीचा प्रयोग केला जातो; दुर्बलरूपात 'इ' आणि 'उ' चा 'ई' आणि 'ऊ' बनतो. उदा. इयेष (इ + य + एष) ईषे (इ + इषे) (√इष्) उवोच (उ + व + ओच्), उचे (√वच्)

५) 'य' आणि कित्येक 'व' युक्त धातूंच्या मध्ये सुद्धा याच प्रकारचे द्वित्व दिसून येते. इथेही दुर्बल रूपात क्रमशः 'ई + ऊ' दिसून येतात. उदा. इयाज, ईजे (√यज्) उवाच—उचे (√वच्)

६) ज्या धातूत 'अ' ध्वनी व्यंजन-मध्यग आहे, तिथे द्वित्वरूपात 'अ' होतो. उदा. पपात, बभार (भृ-भर) बभाज, पपाठ, जगाम। याच्या दुर्बल रूपात तिथे धातूच्या 'अ' स्थानावर 'ए' होतो. उदा. 'तेने, पेचे'

७) संस्कृतमध्ये एक धातू असाही आहे, ज्यात लिट्मध्ये धातूचे 'द्वित्व' होत नाही. संस्कृत: वेद (√विद्). यांचे अन्य भारोपीय भाषांतील समानांतर रूप सुद्धा द्वित्वविहीन आढळतात. उदा. ग्रीक - ओइद (Oida), गॉथिक वईत (Wait), वैदिक संस्कृतात काही द्वित्वहीन लिट् रूपेही मिळतात. तक्षथुः, तक्षुः, स्कम्भथुः, स्कम्भुः। (T. Burrow : Sanskrit Language p. 342)

भारोपीय परिवाराच्या काही भाषांत लिट् (परिपूर्ण भूत) मध्ये ही द्वित्व प्रक्रिया दिसून येत नाही. लॅटिन आणि जर्मनीय वर्गात द्वित्व प्रक्रिया नाही. यावरून असे अनुमान होते की ज्याप्रमाणे लुङ् आणि लङ् च्या रूपात प्राचीन भारोपीय भाषात 'अ' आगमाचा प्रयोग अत्यावश्यक होता, त्याप्रमाणे लिट् च्या रूपात द्वित्व प्रक्रिया आवश्यक मानली जात नव्हती, तसे, ग्रीक आणि संस्कृत भाषांनी लिट् रूपात द्वित्वाचे पालन केले आहे, परंतु तिथेही सं = वेद, ग्रीक = ओइद अशासारखी द्वित्वहीन रूपे दिसतातच. भारोपीय भाषांच्या लिटच्या समानान्तर रूपांची कितीतरी उदाहरणे आहेत. उदा. संस्कृत - जजान - ग्रीक गेगोने, संस्कृत = ददर्श, ग्रीक = देदोके, संस्कृत = चिच्छेद, चिच्छिदे, लॅटिन = स्किकिदी (Scicidi), गॉथिक = स्कइस्कइथ (Skaiskaith), दिदेश, दिदिशे, ग्रीक = देदेइख (Dedeikha), देदेइग्महि (Dedegmai), रिरेच, रिरिचे, ग्रीक = लेलोइप, लॅटिन = लीक्वी (Liqui), गॉथिक = लइह्व (Laihw) संस्कृत = निनेज, निनिजे, आयरिश = नेनइ (nenaig) संस्कृत

= तुतोद, तुतुदुः लॅटिन (tutudi), गॉथिक = स्तइस्तौत (staitstaut), संस्कृत = ववर्त, लॅटिन = वार्ती, वर्ती (Varti, Vorti), गॉथिक वर्थ (Warth) संस्कृत = दधर्ष, गॉथिक = गदर्स (ga-darsa), संस्कृत जघान, आयरिश, प्र. पु. ए. व. = गेगोन (gegon) तृ. पु. ए. व. गेगोइन (१९- goin)

तिङ् चिन्ह

सर्वप्रथम 'तिङ्' प्रत्यय कर्तृवाच्य (परस्मैपदी) आणि स्ववाच्य (आत्मनेपदी) यांच्या आधारावर दोन प्रकारचे असतात. यानंतर प्रत्येक कोटीमध्ये मुख्य 'तिङ्' चिन्ह आणि गौण 'तिङ्' चिन्ह या दोन आणखी श्रेणी मानल्या जाऊ शकतात. ही तिङ् चिन्हे पुरुष आणि वचनाच्या अनुसार भिन्न भिन्न आहेत. प्राचीन भारोपीय भाषांमध्ये सुद्धा थेमेटिक आणि अथेमेटिक रूपांमध्ये ही तिङ् चिन्हे भिन्न भिन्न प्रकारची होती. परंतु संस्कृतमध्ये हा दुसरा भेद दिसत नाही. (परोक्षभूते) लिट्चे, तिङ् चिन्ह संस्कृतमध्ये अगदीच अलग प्रकारचे आहेत. मुख्य चिन्ह आणि गौण चिन्ह यांच्यात जो प्रमुख भेद आहे, तो हा की मुख्य चिन्हात तिङ् चिन्हांचे सबलरूप (Strong form) आढळते. आणि गौण चिन्हात त्याचे दुर्बल रूप (Weak form). उदाहरणासाठी प्रथमपुरुष, द्वितीयपुरुष आणि तृतीय पुरुष एकवचनाचे मुख्य तिङ् चिन्ह क्रमशः 'मि, सि, ति' (भरामि, भरसि, भरति) आहे. परंतु गौण तिङ् चिन्हात याचे दुर्बल (स्वरहीन) रूप, 'म् स् त्' (अभरम्, अभरः, अभरत्) असे आढळते. हे दुर्बल रूप प्राचीन भारोपीय भाषांतच सापडत असे. ग्रीक मध्येही याचे अस्तित्त्व आहे. संस्कृतचे तृ. पु. ब. व. चे चिन्ह पाहिले तर त्याचे तिङ् चिन्ह 'अन्ति' आहे. परंतु गौण रूपात ते 'न्त' आहे. या 'न्त' चा 'त्' अंश लुप्त होऊन जातो, आणि केवळ 'न्' तेवढा रहातो. उदा. 'भरन्ति, अभरन्' (अभरन्त) विकरणहीन धातूंमध्ये हे 'न्ति' बहुधा 'अति' च्या रूपात परिवर्तित होते. उदा. √दा - ददति । वस्तुतः व्यंजनानंतर हे 'न्ति' 'अति' होते. (द द - न्ति) - (देढ - न्ति) (दद् + अति = ददति) प्रथम पुरुष बहुवचनाचे चिन्ह 'मसि' आहे, जे संस्कृतात 'मस्' (मः), (उदा. पठामः) असे आहे. अवेस्तामध्ये हे 'महि' (Mahi) झाले आहे. ग्रीक भाषेत याला समानान्तर 'मेन' (çen) कालांतराने विकसित झाले. ग्रीकची एक विभाषा-पोटभाषा 'दोरिक' (Doric) मध्ये हा 'मेस' (çes) आढळतो. याचेच गौणरूप केवळ 'म' (आम) राहिले आहे. तो अपठाम, अभराम, अगच्छाम इत्यादी रूपात स्पष्ट दिसतो. वर्तमाने लट्चे द्वितीय पुरुष ब.व.चे 'थ' तिङ्चिन्ह संभवतः लिट्चा प्रभाव असावा. 'भरथ, पठथ' यांच्याशी ही रूपे मिळवून पाहावीत. द्विवचनाच्या तिङ् चिन्हांचा विकास प्रत्येक भाषेमध्ये स्वतंत्र रूपाने आढळतो. म्हणून भाषावैज्ञानिक दृष्टीने यांच्या

विकासाबाबत कोणतेही निश्चित मत देता येणे शक्य नाही. तशी ही चिन्हे 'तस्, थस्, वस्' (तः थः वः) आणि ताम्, तम्, व आहेत.

परोक्षभूते लिट्‌ची तिङ्‌ चिन्हे सर्वथा भिन्न आहेत आणि ही चिन्हे प्राचीन भारोपीय लकार चिन्हांपासूनच विकसित झाली आहेत. प्रथम आणि तृतीय पुरुष ए. व. चे चिन्ह 'अ' आहे. जे संस्कृत = वेद, ग्रीक 'वोइदा' (Woida) मध्ये आढळते. संस्कृतमध्ये लिट्‌च्या तृ. पु. ए. व. चे चिन्ह उः (>उरः) आहे, जग्मुः, पेदुः या रूपात ते दिसते. हा 'उर्' अवेस्तामध्ये 'अरअश्' आणि लॅटिनमध्ये 'ऐरे' असे आढळते. लिट्‌ची अन्य चिन्हे बहुधा वर्तमानाच्या चिन्हावरून विकसित झाली आहेत. भारोपीय भाषेत स्ववाच्य (आत्मनेपदी) ए. व. साठी तिङ्‌ चिन्हे 'अइ, सइ, तइ' अशी आहेत. यातूनच संस्कृतमधील 'ए' (भाषे), 'से' (भाषसे), ते (भाषते) विकसित झाले. परंतु, ते ग्रीकमध्ये 'अई, सई, तइ' असेच राहिले. तृ. पु. ब. व. मध्ये प्राचीन भारोपीय तिङ्‌ चिन्ह 'न्तइ' आहे. जे संस्कृतमध्ये 'न्ते' असे सापडते (भाषन्ते) परंतु, जुहोत्यादि धातूमध्ये हे चिन्ह केवळ 'अते' (दद् + अते = ददते) असेच आहे. प्रथम पुरुष ब. व. मध्ये मुख्य तिङ्‌ चिन्ह 'महे' (भाषामहे, भरामहे) आणि गौण चिन्ह 'महि' (अभाषामहि) आहे. द्वि. पु. ब. व. चे मुख्य तिङ्‌ चिन्ह 'ध्वे' (प्राचीन भारोपीय 'ध्वइ') आहे. हेच अवेस्तात 'दुम्' आहे. आत्मनेपदाच्या गौण तिङ्‌ चिन्हात संस्कृतमध्ये लुङ्‌च्या तृ. पु. ए. व. चे चिन्ह 'इ' आहे. 'अ' विकरणाशी मिळून ते 'ए' असेही होते. उदा √कृ — अक्रि, √भृ — अभरे । ही 'इ' वस्तुतः इंडो-इराणी वर्गाची विशेषता आहे.

आज्ञार्थे लेट च्या द्वि. पु. ए. व. मध्ये सविकरण धातू प्रायः शून्य तिङ्‌ चिन्ह असते. उदा. भृ + अ = भर. परंतु अविकरण धातूमध्ये हे तिङ्‌ चिन्ह - द (हि) होते. उदा. 'इहि' - अद्धि. हे चिन्ह प्राचीन भारोपीय 'धि' पासून विकसित झाले आहे. लोट्‌च्या तृ. पु. ए. व आणि द्वि. पु च्या एकवचनात 'तात्' तिङ्‌ चिन्हसुद्धा आढळते. उदा. 'पठतु - पठतात्, पठ, पठतात् ।' हे 'तात्' लॅटिनमधील 'तोत' (tot) च्या रूपात दिसते. म्हणून ह्याचा विकास प्राचीन भारोपीय 'तोत्' (tot) पासून मानला जाऊ शकतो. लॅटिन = वेहितो (Vehito), संस्कृत = वहतात्, लॅटिन = ऐस्तो- (संस्कृत -स्तात्) आत्मनेपदी धातूंच्या कित्येक रूपात तृ. पु. ए. व. मध्ये एक 'र' ध्वनी तिङ्‌ चिन्हाच्या बरोबरीने आढळतो. हा ध्वनी 'दुहाम्, दुहताम्, अससृग्रम्, अदुहन्, अशेरन्' इत्यादीमध्ये दिसतो. हे रेफ् तत्त्व केल्टिक परिवाराच्या आयरिश आणि वेल्श भाषांत विशेषतया आढळते. तसे लॅटिनमध्येही हे 'र' 'मिडल' आणि पॉसिव्ह व्हॉइससाठी प्रयुक्त होते. (King and Cockson : P 148-49) संस्कृतच्या परस्मैपदी आणि आत्मनेपदी रूपात काही स्थानावर 'र' आढळतो. इटालिक आणि

आयरिशच्या 'मिडल' आणि 'पॅसिव्ह व्हॉईस' रूपामध्ये हा 'र' तिङ् चिन्हाच्या बरोबर प्रयुक्त होतो. काही उदाहरणे अशी आहेत.

आयरिश = बेरि-र (beri-r) त्याला नेले गेले आहे.

बेर्ति-र (berti-r) त्यांना नेले गेले आहे.

वेल्श = केनिर (Cenir) संगीत चालले आहे, किंवा चालेल.

दिवेदिर (Dyvdedir) लोक म्हणतात.

वस्तुतः हा 'र्' पुरुषहीन (impersonal) प्रत्यय (अथवा विकरण) होता. त्यापासून केवळ क्रियात्मक बोध केला जात असे. संस्कृतच्या गौण धातूरूपांना पाच वर्गात विभक्त केले जाऊ शकते **१)** कर्मवाच्य रूप **२)** यङन्त आणि युङ्लुङन्तरूप **३)** सन्नन्तरूप **४)** णिजन्त रूप आणि **५)** नामधातू.

कर्मवाच्य रूपात 'य' विकरण आढळते. हे पूर्वी सांगितलेच आहे. या दृष्टीने ही रूपे दिवादिगणी रूपांच्या समान असतात. कर्मवाच्य रूपे सदा आत्मनेपदी असतात. या रूपामध्ये उदात्त स्वर नेहमी 'य' विकरणावर येतो. पण दिवादिगणी रूपात हा स्वर धात्वंशावर असतो. म्रियते', ध्रियते', मुच्यते', क्षीयते'. या ढंगाची कर्मवाच्य रूपे केवळ अवेस्ता मध्येच आढळतात; अन्यत्र नाही. अवेस्ता - क्रियेंइन्ते (Kiryeinte) संस्कृत = क्रियन्ते । कर्मवाच्याची लिट् आणि लूटची रूपे बहुधा तीच होतात, जी आत्मनेपदी क्रियारूपांची असतात. उदा. ददे (दिले गेले) दास्यते (दिले जाईल)

यङ्लुगन्त रूपांचे अस्तित्त्व छांदस भाषेतही मिळते, आणि वेदांत ९० धातूंची अशाच प्रकारची रूपे आढळतात. यात धातूचे द्वित्व होते, 'इ' किंवा 'उ' ध्वनींच्या धातूमध्ये यातील स्वराचा गुणीभाव आढळतो. — ननेक्ति — नेनेक्ते (√ना), वेवेत्ति (√विद्) देदिष्टे (√दिश्), जोहवीति (√हू) क्रियेच्या पौनःपुन्य बोधनासाठी संस्कृतात उक्त यङ् लुगन्त रूपांच्या अतिरिक्त 'यङन्त' रूपेही मिळतात. त्यांच्यामध्ये 'य' (यङ्) विकरणाचा प्रयोग होतो. ह्या रूपात हा 'य' (यङ्) आढळत नाही. म्हणून त्यांना 'यङ् लुगन्त' (यङ्-लुङ्-अन्त) म्हटले जाते. या विकरणाची रूपे अशी आहेत. जाजायते, जन्जन्यते, जेहनीयते, वरीवृत्यते, नरीनृत्यते । णिजन्त रूपात चुरादि गणांच्या धातूंच्या प्रमाणे 'अय' विकरण आढळते. प्राचीन भाषांमध्ये ह्या दोन्हीत भेद असा होता की चुरादि गणाच्या शुद्ध धातूमध्ये गुणीभाव आढळत नसे, परंतु णिजन्त रूपात त्याचा गुणीभाव दिसून येतो. उदा. द्युतयति - द्योतयति, रुचयति - रोचयति, पतयति - पातयति । णिजन्तरूपात धातूंचा सदा गुणीभाव आढळून येतो. उदा. तर्पयति (√तृप), वर्धयति (√वृध), बोधयति (√बुध्), 'आ' अन्ती असणाऱ्या धातूमध्ये णिजन्तात 'प्' विकरणाचा समावेश केला जातो. दापयति (√दा), स्नापयति (√स्ना),

मापयति (√मा) यापयति (√या)

कित्येक धातूत ल् न् ष् त् य् सुद्धा आढळतात. पालयति (√पा = रक्षणे), पाययति (√पा = पिणे), प्रीणयति (√प्री), भीषयते (√भी), घातयति (√हन्)

सन्नन्तरूपात 'स' विकरण आढळते; आणि धातूचे द्वित्व होते. उदा. बिभित्सति, बुभुत्सामि, दिदृक्षामि, विविदिषामि, दित्साभि (√दा), धित्सामि (√धा), शुश्रूषामि (√श्रु), श्रिगीषामि (√श्रि)

नामधातूंचे विकरणही 'य' आहे, आणि यांची रूपेही 'णिजन्ताप्रमाणे' चुरादिगणी आहेत. यात उदात्तस्वर विकरणावरच असतो. उदा. दण्डयामि', 'अर्थयते', चूर्णयति', दोलायते', भिषज्यति', तपस्यति'

काही असेही धातू होते की ते आरंभी भिन्न होते, कालांतराने ते परस्परात मिसळून गेले, असे धातू येथे विचारात घेतले पाहिजेत.

वैदिक संस्कृतात काही अशा धातूंचे अस्तित्त्व आहे की, जे एकाच अर्थात प्रयुक्त होत असत. उदा. √भू - अस्, √प्श्, दृश् - स्पश्, √गम् गा - इण्. भू आणि अस् धातू सत्तार्थक आहेत. आरंभिक स्थितीत दोन्ही धातूंची सर्व रूपे भिन्न भिन्न असली पाहिजेत. हळूहळू √अस् धातू भू मध्ये समाहित झाला, आणि आज ह्याचे 'अस्ति, अस्तु, आसीत्, स्यात्' ही रूपे आढळतात. बाकी रूपात √भू च्या रूपांचा प्रयोग होतो. जर √अस् चा भविष्यात् (लृट) विचारला गेला, तर वैयाकरण 'भविष्यति' असे उत्तर देतील. 'अस्स्याति' नाही. परंतु √भू धातूची सर्व रूपे सुरक्षित आहेत, आणि तेथे भवति, भवतु, भवेत्, अभवत्, भविष्यति, भविता, अभविष्यत्, भूयात्, बभूव, अभूत अशी सर्व रूपे आढळतात.

√पश् - दृश् आणि स्पश् तिन्ही धातूंचा अर्थ 'पाहणे' असा आहे. √स्पश् धातू वेदात दिसतो, पण लौकिक संस्कृतात नाही. पण ह्यापासून बनलेले नाम 'स्पश:' (स्पश् + अच्) संस्कृतमध्ये प्रयुक्त होते. उदा. 'शब्दविद्येव नो भाति राजनीतिरपस्पशा।' (माघ २ रा सर्ग) √पश् आणि दृश् दोन अलग धातू होते. परंतु वेदामध्ये दिसते की, √पश् चे लुङ् रूप आढळत नाही. हळूहळू पश् (√पश्य) वर्तमान आणि त्याच्याशी संबद्ध लकारामध्ये √दृशाच्या स्थांनावर आदेश मानला जाऊ लागला, पश्यति, पश्यतु, पश्यत्, अपश्यत। परंतु लुङ् आणि त्याच्याशी संबध्द लकारात हा 'दृश्' च राहिला. उदा. द्रक्ष्यति, अद्राक्षीण इत्यादी. √गम् √गा आणि √इण् या तिन्ही धातूंचा अर्थ 'जाणे' असा आहे. √गा (गमनार्थक) धातू वेदात दिसतो, आणि हा जुहोत्यादिगणाचा धातू आहे. याची रूपे जिगाति, जिगातु इत्यादी आहेत. √गम् धातू वेदात स्वतंत्र दिसतो परंतु √गा धातू व्याकरणात येऊन √इण् मध्ये येऊन समाहित झाला. संस्कृत व्याकरणानुसार √इण् धातूच्या लुङ्मध्ये √गा आदेश होतो. पाणिनीचे प्रसिद्ध सूत्र 'इणे

गा लुङि' च्या अनुसार √इण् -गतौ धातू लुङ्चे रूप 'अगात' इत्यादी बनते. इथे एक प्रश्न स्वाभाविक उठतो, √गा धातूचा √गम् शी काही संबंध आहे का ? भाषावैज्ञानिकांच्या मताप्रमाणे √गा धातूलाही त्याच प्राचीन भारोपीय 'ग्वम्' धातूपासून विकसित मानणे. सुसंगत ठरेल. ह्या 'ग्वमचे— जो शून्यरूप (Zero-form) आहे; 'ग्वम्' चे गुण आणि वृद्धि रूप मानले जाऊ शकते. हे वृद्धिरूप 'ग्वेम्' संस्कृत मध्ये येऊन ध्वनीशास्त्रीय नियमांनुसार √गा झाला.

असमापिका क्रिया (Infinite verbs)

येथवर समापिका (finite verbs) क्रियांचे विश्लेषण केले. आता संक्षेपात असमापिका क्रियाबाबत सांगितले पाहिजे. ढोबळमानाने यांना तीन वर्गात विभक्त करता येते. **१)** वर्तमानकालिक, भूतकालिक, आणि भविष्यतकालिक रूप **२)** तुमन्तरूप **३)** पूर्वकालिक क्रियारूप.

१) (अ) वर्तमानकालिक कृदन्त प्रत्यय 'न्त' (त) — मान आणि आन आहे यात '-न्त' परस्मैपदी रूपाबरोबर संयुक्त होतो. उर्वरित दोन आत्मनेपदी रूपाबरोबर संस्कृत वैयाकरण ह्यांना क्रमशः 'शतृङ्' आणि 'शानच्' म्हणतात. 'आन' अथेमेटिक (अ-विकरणहीन) आत्मनेपदी धातूमध्ये प्रयुक्त होतो. शयानः, ददानः, दधानः परंतु 'मान' थेमेटिक (अ-विकरणयुक्त) आत्मनेपदी धातूमध्ये प्रयुक्त होतो. उदा. भाषमाणः, भरमाणः, वर्तमानः । ह्यांच्या प्रत्ययाच्या व्युत्पत्ती बद्दल मागे सांगितलेच आहे. लॅटिनमध्ये ह्याचे समानान्तर रूप क्रमशः 'ऐन्त' (-न्त) आणि - 'मिनि-म्नुस' अशी आढळतात. 'रेगेन्तेस' (Reg-ent-es) अलुम्नुस (alumnus). ग्रीक भाषेत कर्तृवाच्य परस्मैपदी क्रियात 'ओन-ओन्त' युक्त कृदन्त रूपे आहेत. उदा. 'फेरोन्त', 'ऐसोन्त' । कर्मवाच्य आणि आत्मनेपदी रूपात ग्रीक भाषेत 'मेनोस' आणि 'म्नो' प्रत्यय दिसून येतात. 'फेरोमेनोस्' (संस्कृत-भरमाणः) बेलेम्नॉन् । संस्कृतमधून ह्या प्रत्ययाची अशी उदाहरणे आहेत.

भवत् (भवन्त—) भवमान, द्विषन्त, द्विषाण, यन्त, इयान, जुह्वत, जुह्वान । **(आ)** भूतकालिक कर्मवाच्य कृदन्तः - 'त' (क्त) आणि 'न' याच्या व्युत्पत्तीबद्दलही मागे सांगितले आहे. ह्याची ग्रीकमध्ये - 'तोस्' आणि लॅटिनमध्ये '-तुस्-' रूपे मिळतात. —ग्रीक 'बतोस' (संस्कृतः गतः) क्लुतोस् (संस्कृत = श्रुतः), लॅटिन (इन्—) क्लुतुस (संस्कृत = श्रुतः). संस्कृतमध्ये ह्या प्रत्ययापासून निष्पन्न रूपात ध्वन्यात्मक आणि सन्ध्यात्मक (Prosodic) परिवर्तन दिसते.

दग्ध (√दह्), नध्दः (√नह्), मत्तः (√मद्), लब्धः (√लभ्), दिष्टः (√दिश्), सिक्तः (√सिच्), श्रुत (√श्रु), मूढ (√मुह्), पृच्छ (√पृच्छ्), जात (√जन्), खात

(√खन्), हित (√धा = धिल), मित (√मा), दत्त (√दा), शयित (√शी), गलित (√गल्), मिलित (√मिल्), गृहीत (√ग्रह)

कित्येक धातूत कर्मवाच्य भूतकालिक कृदन्त रूपामध्ये 'न' प्रत्यय मिळतो. ह्याचे ग्रीकमध्ये 'नोस्' आणि लॅटिनमध्ये 'नुस्' रूप मिळते. ग्रीक = हग्नोस, स्तुग्नोस, लॅटिन = प्लनुस्, दिग्नुस । संस्कृतमध्ये या प्रत्ययाची उदाहरणे अशी आहेत. —खिन्न (√खिद्), भिन्न (√भिद्), विषण्ण (√सद्), आपन्न (√पद्), क्षीण (√क्षी), हीन (√ही), गीर्ण (√गिर्), जीर्ण (√जर्), भग्न (√भञ्ज्), भुग्न (√भुज्) मग्न (√मञ्ज्, लग्न (√लग्)

(इ) कर्तृवाच्य भूतकालिक कृदन्त — यात तवत् (तवन्त) (संस्कृत = कावत्) प्रत्यय आढळतो. हा वस्तुत: उक्त 'त' च्या रूपाबरोबर 'वन्त' (वत्) जोडून बनवला जातो. उक्त - उक्तवन्त (उक्तवान्), चिन्तित - चिन्तितवन्त: (चिन्तितवान्) आदिष्ट-आदिष्टवन्त: (आदिष्टवान्)

(ई) भविष्यकालिक कर्मवाच्य कृदन्त: (Gerunds) — यात संस्कृतचे तीन प्रत्यय दिसून येतात. —'य-तव्य-अनीय' ह्यातील पहिल्याचा संबंध प्राचीन भारोपीय 'यो' (io) शी जोडला जातो. हे ग्रीक 'हग्योस्' वरून स्पष्ट आहे. ह्याची संस्कृत उदाहरणे अशी 'ज्ञेय' (√ज्ञा), ध्येय (√ध्या), विक्रेय (वि + √क्री), नेय (√नी), भाव्य (√भू), पाक्य (√पच्), वाच्य (√वच्), दुसऱ्या प्रत्ययाचा संबंध प्राचीन भारोपीय 'तेवो' (teuo) शी जोडला जातो. हा ग्रीक 'दोतेओस्' (doteos) (संस्कृत = दातव्यम्) शी संयुक्त आहे. याची उदाहरणे अशी—

स्थातव्य (√स्था), कर्तव्य (√कृ), वर्तितव्य (√वृत्) 'अनीयर' ची व्युत्पत्ति संदिग्ध आहे. तशी ह्याची व्युत्पत्ती भारोपीय 'ऐनो' — 'ओनो' शी मानली गेली आहे. ही संस्कृतमध्ये 'अन्' (ल्युट) च्या रूपात दिसते. (पचनम्, मननम्, पठनम्, इत्यादीमध्ये) यांची उदाहरणे: करणीय (√कृ), दर्शनीय (√दृश्), भोजनीय (√भुज्), पठनीय (√पठ), पानीय (√पा)

संस्कृतात भविष्यत्ची कर्तृवाच्य कृदन्त रूपेही मिळतात. ती वस्तुत: वर्तमानकालिक कृदन्तामध्येच 'स्य' जोडून बनवली जातात. 'भविष्यत्' करिष्यमाण:।

(२) तुमन्त कृदन्त प्रत्यय (Infinitives) — वेदात तुमन्त अर्थाने काही प्रत्यय दिसून येतात, हे मागे दाखवले आहे. परंतु लौकिक संस्कृतामध्ये 'तुं' ही शेष आहे. याच्याशी मिळता जुळता तुमन्त कृदन्त केवळ लॅटिन आणि लिथुआनिअनमध्ये दिसून येतो. लॅटिन-दतुम् (√संस्कृत = दातुम्), लिथु = देतुम् (√संस्कृत = (धातुम्) याची रूपे अशी आहेत. जेतुम् (√जि), भेतुम् (√भी), श्रोतुम् (√श्रु), वक्तुम् (√वच), गन्तुम् (√गम्), रोद्धुम् (√रुह), द्रष्टुम् (√दृश), भवितुम् (√भू), शयितुम् (√शी)

वर्तितुम् (√वृत्), चेष्टितुम् (√चेष्ट्)

(३) पूर्वकालिक क्रियारूप (Absolutives) — पूर्वकालिक क्रियार्थामध्ये संस्कृतामध्ये दोन प्रत्यय आहेत - 'त्वां'- आणि 'य' - (ल्यप्). यातील पहिला शुद्ध (अनुपसर्ग) धातूबरोबर जोडला जातो. दुसरा सोपसर्ग धातूबरोबर. दोन्हींची क्रमशः उदाहरणे अशी:

जित्वा (√जी), नीत्वा (√नी), श्रुत्वा (√श्रु), भूत्वा (√भू), मुक्त्वा (√मुच्), लब्ध्वा (√लभ्), त्यक्त्वा (√त्यज्), ज्ञात्वा (√ज्ञा), दत्त्वा (√दा), हित्वा (√धा), पीत्वा (√पा) — उपनीय (√उप + नी), अवतीर्य (अव तृ), निपत्य (√नि + पत्), प्रविश्य (√विश्), आहूय (आ + हू) आज्ञाय (√ज्ञा), आदाय (√दा), आगत्य (√गम्), अनुमत्य (√मन्)

क्रियाविशेषण

संस्कृत क्रियाविशेषणांना दोन वर्गात विभक्त करता येते. **१)** जी मूलतः सविभक्तिक रूपे होती, अशी क्रियाविशेषणे. ही वस्तुतः संज्ञाशब्द, विशेषण किंवा सर्वनामांनी बनलेली सविभक्तिक रूपे आहेत. हीच हळूहळू अव्ययांच्या रूपात प्रयुक्त झाली. **२)** एखादा प्रत्यय लागून बनलेली क्रियाविशेषणे ग्रीक आणि लॅटिनमध्ये दोन्ही प्रकारची क्रियाविशेषणे दिसून येतात. तिथे सुद्धा सविभक्तिक शब्द क्रियाविशेषणांच्या रूपात प्रयुक्त झालेली आहेत. (Atkinson : Greek Language P. 100-101)

१) सविभक्तिक क्रियाविशेषण –

(अ) द्वितीया विभक्तीची क्रियाविशेषणे —

१. संज्ञारूपाने बनलेली क्रियाविशेषणे :- कामम्, समकालम्, अहर्निशम्, सुखम्, रहः

२. विशेषणांनी बनलेली क्रियाविशेषणे :- तत्, यत्, किम्, यावत्, तावत् । ग्रीकमध्ये सुद्धा द्वितीया विभक्तीची क्रियाविशेषणे आढळतात. 'दिकेन, खरिन्' याबरोबरच तुलनात्मक विशेषण रूपांच्या द्वितीया ए. व. ब. ब. रूपेसुद्धा क्रियाविशेषणाच्या रूपात प्रयुक्त होतात. 'मक्रोन' लॅटिनमध्ये सुद्धा संज्ञा, सर्वनाम आणि विशेषणांच्या द्वितीया ए. व. ब. व. ची रूपे क्रियाविशेषणाच्या रूपात प्रयुक्त झाली आहेत— 'क्वोम्, क्वम्' (ए. व.) क्विअ, अलिअस् (ब. व.) ।

(आ) तृतीया विभक्तीची क्रियाविशेषणे —

१. संज्ञारूपे - क्षणेन, दिष्ट्या, सहसा

२. विशेषणांनी बनलेली रूपे - दूरेण, दूरतरेण, तिरश्चा, उच्चैः, प्रोच्चैः, शनैः।

(इ) चतुर्थी विभक्तीचे केवळ एकच क्रियाविशेषण संस्कृतात आहे. अर्थात्-

(ई) पंचमी विभक्तीची क्रियाविशेषणे पुष्कळ आहेत.

१. संज्ञारूपे - बलात्, संक्षेपात् ।

२. विशेषणाची रूपे - तात्, कस्मात्, ग्रीक आणि लॅटिनमध्ये अपादान (Ablative) ची सविभक्तिक विशेषणे प्रचुर आहेत. याची काही उदाहरणे अशी आहेत. ग्रीक होस् (संस्कृत = तात्), होपोस् (संस्कृत = कस्मात्), लॅटिन = रेक्टेड (Rected), फकिलू भेद (Facillumed), मेरितोद् (çeritod)

संस्कृतमध्ये षष्ठी विभक्तीची क्रियाविशेषणे आढळत नाहीत. लॅटिनमध्येही ह्यांचा अभाव आहे. ग्रीकमध्ये कित्येक सर्वनाम शब्दांची संबंधकारकीय (genetive) क्रियाविशेषणे आढळतात. उदा. 'होऊ' (संस्कृत = तस्य), हेपोउ (संस्कृत = कस्य)

(ऊ) सप्तमी विभक्तीची क्रियाविशेषणे — अग्रे, अर्थे, ऋते. ग्रीक आणि लॅटिनमध्ये अधिकरण (locative) कारकाची क्रियाविशेषणे आढळतात. काही उदाहरणे अशी आहेत :- ग्रीक = 'होइ' (संस्कृत = तस्मिन् - अथवा = तत्र) पोइ (कस्मिन् अथवा कुत्र) होथि (संस्कृत = तत्र) पोथि (संस्कृत = क्व = कुत्र) लॅटिन = उबि, उबि (संस्कृत = तत्र, अत्र)

२) सप्रत्यय क्रियाविशेषण –

(अ) —वत् प्रत्यय, सादृश्याच्या अर्थाने प्रयुक्त होतो. 'खगवत्', पुत्रवत्, मूकवत्, चित्रकर्णवत्, यथावत् । या प्रत्ययाचा संबंध पूर्वोक्त तद्धित प्रत्यय 'वत् - वन्त' शी जोडला जाऊ शकतो.

(आ) तः (तसिल्) प्रत्यय : अतः, इतः, ततः, यतः, कुतः, परतः, पुरतः, सर्वतः, दूरतः, आदितः, अर्थतः, दैवतः

ह्यांची व्युत्पत्ती प्राचीन भारोपीय 'तोस्' पासून झाली आहे. ह्याचे रूप लॅटिनमध्ये आणि ग्रीकमध्ये 'तोस' आहे. उदा. ग्रीक-एन्तोस्, ऐख्तोस्, तुस लॅटिन- 'इन्तुस' रादिकितुस् । (Thumb - Handbuck des Sanskrit P. 403)

(इ) — ति प्रत्यय — 'इति'

(ई) — त्र प्रत्यय — अत्र, कुत्र, तत्र, यत्र, अन्यत्र, सर्वत्र ।

या प्रत्ययाचे वैदिक भाषेत 'त्रा' रूपही मिळते. 'यत्रा' अवेस्तामध्ये याचे 'थ्र' रूप आहे. 'अथ्र, यथ्र' याचा विकास गॉथिक भाषेतही झालेला आहे. विथ्र (Vithra), हिद्रे (Hidre) (हुथे इंग्रजी हिदर (Hither) थुंब याने संस्कृत 'अन्तः (अन्तर) (लॅटिन inter) प्रातः (प्रातर्) चे सुद्धा ह्या 'त्र' शी संबंध असल्याचे म्हटले आहे. त्या भाषात ह्याचे 'तर्' रूप मिळते. वस्तुतः हे दोन्ही (त्र आणि तर्) मूलतः प्राचीन भारोपीय 'तेरो,

तेर' शी संबंधित आहेत.

(उ) — था प्रत्यय (प्रकारबोधक) कथा, तथा, यथा, अन्यथा, सर्वथा या प्रत्ययाचे अवेस्तामध्ये 'था-थ' रूप मिळते.

(ऊ) — थम् प्रत्यय (प्रकारबोधक) कथम्, इत्थम् (इद् + थम्)

(ए) — दा प्रत्यय (कालबोधक) तदा, कदा, यदा, एकदा, सदा, (स + दा) — दि - प्रत्यय 'यदि' (प्राचीन फारसी 'यदिय')

ग्रीकमध्ये ह्याच्याशी मिळती जुळती प्रत्ययरूपे आढळतात. —'दोन-देन' — द पण त्या भाषेत हे प्रत्यय प्रकार बोधक आहेत. 'अपोस्त-दोन' (अलगपणे) 'इल-दोन' (झुंडीमध्ये)

(ऐ) शः प्रत्यय :- खण्डशः, गणशः, शतशः, भागशः, नित्यशः प्राकृत ग्रीक (व्हल्गार ग्रीक) मध्ये ह्याचे 'खस्' रूप मिळते. 'अन्द्रोखस्' (androkhas) हेकस (hekas)

(ओ) — व प्रत्यय :- इव, एव ।

— ह प्रत्यय :- इह, कुह ।

वैदिक संस्कृतात या 'ह' प्रत्ययाचे 'ध' रूप मिळते. 'सध' (लौकिक संस्कृत = सह) प्राकृतातही 'ह' च्या स्थानावर 'ध' प्रत्यय मिळतो. 'इध' (महाराष्ट्री) (संस्कृत - इह) यावरून. हे दोन्ही मूलतः एकच प्रत्यय आहेत, असे दिसते. वैभाषिक भेदामुळे वैदिक काळापासून याची दोन्ही रूपे राहिली असावीत. प्राकृत भाषेने 'ध' चे रूप सुरक्षित ठेवले आहे. लौकिक संस्कृत 'ह' चे रूप आपलेसे केले आहे. भाषावैज्ञानिकांनी यांचा संबंध ग्रीकमधील - 'थ' प्रत्यय आणि लॅटिनच्या 'द' प्रत्ययाशी जोडला आहे. हे प्रत्यय ग्रीक = पोथि (Pothi), प्रोस्थ(न) (Prosthan), एन्थ (Entha), लॅटिन = इन्दे (Inde) मध्ये आढळून येतात. (Thumb : Ibid. 407. P.)

उपसर्ग (Prefix)

संस्कृत भाषेतील उपसर्गांचा विकास प्राचीन भारोपीय भाषांतूनच झालेला आहे. वेदात उपसर्ग भरपूर आढळतात. अवेस्तामध्ये ग्रीक, लॅटिन भाषांतही ते असून इंडोयुरोपिअन - भारोपीय भाषांचे उपसर्ग (Prefix) हे मोठे वैशिष्ट्य आहे. लौकिक संस्कृतात उपसर्ग सर्वदा धातू आणि कृदन्तरूपांच्या आधीच लागतात. पण ऋग्वेदात उपसर्गाचे स्थान स्वतंत्र असे. धातूरूपे, कृदन्तरूपे ह्यांच्या आद्यस्थानी उपसर्ग असावा असा नियम नव्हता.

उदा : 'नमस्यन्तो' दिव आ पृष्ठमस्थुः परि, द्यावापृथिवी यन्ति सद्यः ।

देवीमुषसं स्वरावहन्ती प्रति विप्रासो मतिभिर्जरन्ते ।

पण लौकिक संस्कृतात उपसर्गाचे महत्त्व पदाच्या अर्थाबाबत फारच वैशिष्ट्यपूर्ण आहे. उपसर्ग लावल्याने धातूंचा अर्थ बदलतो. याविषयी भट्टोजी दीक्षितांनी म्हटले आहे. (सिद्धांतकौमुदी)

उपसर्गेण धात्वर्थो बलादन्यत्र नीयते ।

प्रहाराहारसंहारविहारपरिहारवत् ।

'हृ' ह्या एकाच धातूला प्र - आ, सं, वि, परि असे उपसर्ग लावले तर मूळच्या हृ = (हरण करणे) ह्या धातूच्या अर्थात संपूर्ण बदल घडतो.

संस्कृतात एकूण २२ उपसर्ग आहेत. ते असे

प्र, परा, अप, सम्, अनु, अव, निस्, निर्, दुस्, दुर्, वि, आङ्, नि, अधि, अपि, अति, सु, उत्, अभि, प्रति, परि, उप.

हे उपसर्ग तीन प्रकारची कार्ये धात्वर्थामध्ये घडवतात. याविषयी म्हटले आहे.

'धात्वर्थं बाधते कश्चिद् कश्चित्तमनुवर्तते ।

तमेव विशिनष्ट्य न्यो उपसर्गगतिस्त्रिधा ॥

१) काही उपसर्ग एखाद्या धातूचा अर्थ संपूर्ण नष्ट करतात.

२) काही उपसर्ग त्याच धातूच्या अर्थाचे अनुसरण करतात.

३) काही उपसर्ग त्याच धातूच्या त्याच अर्थावर विशेष बल देतात. उपसर्गाची काही उदाहरणे अशी.

नी = नेणे आ + नी = घेऊन येणे, अनु + नी = अनुनय करणे, परि + नी = विवाह करणे, अप + नी = दूर करणे, अभि + नी = अभिनय करणे, उप + नी = उपनयन करणे.

√स्मृ - (स्मरण करणे) वि + स्मृ = विसरणे.

√या = जाणे आ + या = येणे

√भू = होणे परि + भू = तिरस्कार करणे, परा + भू = हरवणे, अनु + भू = अनुभव घेणे, प्र + भू = समर्थ होणे.

√स्था = थांबणे, अनु + तिष्ठ = करणे, प्र + तिष्ठ = अनुवाद करणे. अप + वद = निंदा करणे.

√चर् = चालणे अनु-चर = मागे मागे जाणे, उत्-चर = उच्चारण करणे, उप-चर = सेवा करणे, अप-चर = अपराध करणे, अति-चर = मर्यादाभंग करणे.

√तृ = पार करणे, वि + तृ = वाटणे, अव-तृ = उतरणे.

√पत् = पडणे, उत्-पत् = उडणे

नि-पत् = पडणे, अध:-पत = विनाश होणे.

गम = जाणे, आ-गम् = येणे, अव-गम् = जाणणे, निर-गम् = निघणे, प्रति-गम् = परतणे, उद-गम् = निघणे, उत्पन्न होणे, अप-गम् = दूर जाणे

√धा = धारण करणे = अपि + धा = झाकून घेणे, परि + धा = (वस्त्र पेहेरणे) अभि + धा = बोलणे, वि + धा = बोलणे.

सृ = चालणे = अनु + सृ = अनुसरण करणे, प्र + सृ = पसरणे, नि + सृ = निघणे, अप + सृ + मागे हटणे.

नी - नेणे, निव् - नी = निर्णय करणे, वि + नी = फेरे घालणे, -विनम्र होणे सं - नी = जोडणे, अभि-वि-नी = शिक्षण घेणे, प्र + नी = रचणे, उप-नी = भेट देणे.

वृत् = होणे, प्र + वृत् = होणे, उद् - वृत् = उरवडणे, परि-वृत्त् = बदलणे, अनु + वृत् = तोडणे, नि-वृत् = परतणे, अभि-वृत् = परतणे, सं-वृत् = एकत्र येणे.

सद् = बसणे - आ + सद् पोहोचणे, प्र + सद् = प्रसन्न करणे, नि + सद = बसणे, अव + सद् = हिंमत करणे, उद् - सद् = नष्ट करणे, उप-सद् = सेवा करणे.

चीञ् निवडणे, अप + ची = पुष्ट होणे, अव-चि = तोडणे, सम्-चि = वाटणे, उप-चि = वाढवणे, आ-चि = अंथरणे.

√धा = धारण करणे — अव-धा = ध्यान देणे, वि + धा = करणे, सम्-धा = मेळ घडवणे.

√कृ = करणे, अप-कृ = अपकार करणे, उप-कृ = उपकार करणे, वि-कृ = विकार उत्पन्न करणे, प्रति-कृ = प्रतिकार करणे, निरा-कृ = निराकरण करणे.

अशाच प्रकारे आत्मनेपदी धातूंना आद्यस्थानी उपसर्ग जोडला तर अर्थ बदलतो.

√यम् = रोखणे, आ-यम् = फैलावणे, उप-यम् = विवाह करणे - उपयमते = बोलणे अनु-वद्- अनुवदते = नक्कल करणे, अप + वद् = अपवदते रागावणे.

√नी = नेणे, उद् + नी + उन्नीयते = उंच करणे, विन + नी = विनयते = खर्च करणे.

√कृ = करणे - उप + कृ = उपकुर्वते = सेवा करणे, प्र + कृ प्रकुर्वते बलात्कार करणे, अधि + कृ अधिकुरुते क्षमा करणे.

यास्काच्या निरुक्तात उपसर्गाविषयी पहिल्या अध्यायात विवेचन आले आहे. यास्काने त्याच्यापूर्वीच्या शाकटायन आचार्यांचे मत दिले आहे, की 'उपसर्ग जर नाम,

आख्यात (क्रियारूपे) यांच्याशी संयुक्त असतील तरच त्यांना अर्थ आहे, एरवी उपसर्ग निरर्थक आहेत.'

('न निर्बद्धा उपसर्गा अर्थान्निराहुरिति शाकटायनः।')

या मताचे गार्ग्याने खंडन करून म्हटले आहे 'उपसर्गाचे अर्थ अनेक प्रकारांचे असतात. म्हणजेच स्वतंत्र रूपानेही उपसर्ग सार्थक आहेत, निरर्थक नाहीत. म्हणून शाकाटायनाचे उपसर्गाबाबतीतील मत चुकीचे आहे.'

'उच्चावचाः पदार्था भवन्तीति गार्ग्यः । 'यास्क या गार्ग्य मताचा आहे. यानंतर यास्काने उपसर्गाचे अर्थ दिले आहेत.'

'आ इत्यर्वागर्थे ।' ('आ' अर्वाक् 'येथे' या अर्थाने येतो. उदा. 'आ' पर्वतात् 'प्रपरेत्येतस्य प्रातिलोम्यम् ।' 'प्र' आणि 'प्ररा' हे दोन्ही 'आ'च्या उलट अर्थाने येतात. उदा. प्रगतः परागतः - ओलांडून गेला.

'अभीत्याभिमुख्यम् ।' अभिमुख-अभिमुख्य-संमुखतेस उद्देशून म्हणतात. उदा. ''अभिगतः त्वाम् । तुझ्या समोर आलो.''

'प्रतीत्येतस्य प्रातिलोम्यम् ।' प्रति हा अभिच्या प्रतिकूल अर्थाने येतो.

'अति सु इत्यभिपूजितार्थे ।' अति आणि सु हे दोन्ही सत्कृत्य, पूजार्थ बाबत प्रयुक्त होतात. अतिधनः सुब्राह्मणः

'निर्दुरित्येतयौः प्रातिलोम्यम् ।' 'निर् आणि दुर'् हे 'अति' 'सु' ह्यांच्या विरुद्ध अर्थाने येतात. उदा. निर्धन, दुर्बाह्मण

'न्यवति विनिग्रहार्थीयौ ।' नि आणि अव हे दोन्ही नियंत्रण दडपण्याच्या अर्थाने येतात. उदा. 'निगृह्णति, अवगृह्णाति ।'

'उदित्येतयोः प्रातिलोम्यम् ।' उद् हा 'नि' आणि 'अव' यांच्या विरुद्धार्थी आहे. उद्गृह्वाति, उत्थापयति.

'समित्येकीभावम् ।'.'सं हा एकीभाव' एकत्र करण्याचा अर्थाने येतो. व्यपेतस्य प्रातिलोम्यम् । 'वि' आणि 'अप्' 'सं' च्या विरुद्धार्थी आहेत. 'अन्विति सादृश्यापरभावम् ।' अनु हा उपसर्ग सादृश्य, समानता आणि अनुगमन अर्थ सांगतो. 'अनुगच्छति ।'

'अपीति संसर्गम् ।' अपि हा उपसर्ग संसर्गास द्योतित करतो. उदा. मधुनोऽपि आनय, देवदत्तमपि आनय देवदत्तालाही घेऊन ये 'उपेत्युपजनम् ।' 'उप' आधिक्य दर्शवतो. उदा. उपजायते अधिक होतो.

'परीति सर्वतोभावम् ।' परि म्हणजे सर्व बाजूंना असणे उदा. 'परिधावति' सर्वत्र धावतो.

'अधीत्युपरिभावमैश्वर्यं वा ।' 'अधि' उपसर्ग 'वर असणे' किंवा 'ईश्वर' अर्थ व्यक्त करतो.

अव्यय

यास्काने निरुक्तात अव्ययांना निपात ही संज्ञा दिली आहे. 'निपात' ह्या परिभाषेचा अर्थ तो सांगतो - 'उच्चावचेष्वर्थेषु निपतन्ति ।' हे 'निपात' अनेकविध अर्थात पडतात (पत्) म्हणून त्यांना निपात म्हटले आहे. (निरुक्त १ ला अध्याय 'निपाता:')

अव्यय : (Indeclinables) नावावरूनच जे सदा आपल्याच रूपात असतात, (ज्यांना प्रत्यय, उपसर्ग लागत नाहीत) ते अव्यय होत. यांचे रूप कोणतेही लिंग, वचन, विभक्ती किंवा 'काल' यामध्ये परिवर्तित होत नाही. निरुक्त आणि लौकिक संस्कृत भाषेत अव्ययांची गणना अशी झाली आहे—

१. अथ : १) मंगल आणि प्रारंभ करण्याच्या अर्थाने 'अथ' अव्यय येते. अथातो ब्रह्मजिज्ञासा २) पश्चात् अर्थाने ३) प्रश्न विचारण्याच्या अर्थाने ४) जर उत्तम, या अर्थाने (अथ कौतुकमावेदयामि ।) ५) संपूर्णतेच्या अर्थात (अथ धर्म व्याख्यास्थाम:) हा संदेह प्रकट करण्यासाठी - शब्दो नित्योऽथानित्य: ।

२. खलु : १) निश्चय अर्थाने २) अनुनय, विनंती अर्थाने- (न खलु न खलु बाण....) (शाकु) ३) विचारण्याच्या अर्थाने ४) निषेधाच्या अर्थाने.

३. इति: १) पात्रतेच्या अर्थाने २) कथनाचा बोध करण्याच्या अर्थाने ३) कथनाची समाप्ति झाल्यावर ४) कारणनिर्देशाच्या अर्थाने पुराणमित्येव न साधु सर्वम् । (मालविका) ५) 'या प्रकारे' या अर्थाने ६) 'पुढीलप्रमाणे' ह्या अर्थाने ७) उदाहरण देण्याच्या अर्थात गौ: शुक्ल: चलो डित्थ: इत्यादौ

४. किल : १) 'वास्तव' या अर्थाने २) अशी वार्ता आहे 'या अर्थाने' ब भूव योगी किल कार्तवीर्य: । ३) आशा करण्याच्या अर्थाने (पार्थ: किल विजेष्यते ।) ४) 'असत्य' या अर्थाने प्रसह्य सिंह: किल तां चकर्ष

५. हि : १) कारणनिर्देशाच्या अर्थाने २) 'निश्चय' या अर्थाने (न हि कमलिनी... (मालविका) ३) 'केवळ' मात्र या अर्थाने मूढो हि मदनेनायास्ते ।

६. ननु : १) प्रश्न विचारण्याच्या अर्थाने (ननु समासकृत्यो गौतम: (मालविका) २) कृपा करण्याच्या अर्थाने - ननु मां प्रापय पत्युरन्तिकम् । (किरात) ३) अवधारणार्थी - ननु भवाननुगतो मे वर्तते । ४) संबोधनार्थी - 'ननु मूर्खा:, पठितमेव युष्माभिस्तत्कांडे'

७. नूनम् — निश्चय या अर्थाने : (स नूनं तव पाशान् छेत्स्यति ।)

८. नाम — १) नाम ह्या अर्थाने (रावणो नाम लंकेश:) २) निश्चय 'अर्थाने' (मया नाम जितम् (वेणी) ३) 'बहाणा' या निमित्ताने 'कर्तान्तिको नाम भूत्वा' (दशकु) ४) आश्चर्य या अर्थाने - (अन्धो नाम पर्वतमारोहति ।) ५) रोष, निंदा या अर्थाने. (किं नाम विस्फुरन्ति शस्त्राणि (उत्तर) ६) संभावना ह्या अर्थी 'त्वया नाम मुनिर्विमान्य:'

(शाकुंतल)

९. **हन्त** — १) हर्षाच्या अर्थाने (हन्त, प्रवृतं संगीतकम् (वाहना) २) 'विषाद' या अर्थी - हन्त, धिङ्मामधन्यम् । ३) वाक्याच्या आरंभी 'तर ठीक आहे-' हन्त ते कथयिष्यामि (अच्छा तर तुम्हाला सांगतो.)

काही अव्ययांच्या परिचय खाली दिला आहे.

अत्र = येथे	इत्थं = याप्रकारे
यत्र = जेथे	इह = इथे
तत्र = तेथे	इत: = येथून
यत: = कारण की,	इह = यामध्ये
अद्यत्वे = आजकाल	उत्तरेद्यु: = दुसऱ्या दिवशी
ह्य: = होऊन गेलेला काळ	नीचै: = खाली
श्व: = उद्या	उच्चै: = वर, उंची वरून
अलम् = पुरे, बस	नितराम् = अधिक
परश्व: = परवा	बाढम् = ठीक आहे.
अचिरात्, अचिरेण = त्वरित	तूष्णीम् = चूप
अजस्रम् = सतत	जवात, रभसम् = लगेच
अतिशं = एकसारखे	भृशम् = अधिक
संततम्, सततम् = सतत	पौन:पुन्येन = वारंवार
अन्येद्यु: = दुसऱ्या दिवशी	साधु = ठीक उत्तम ।
अन्तर: = मध्येच	सर्वात्मना = हरप्रकारे
एकपदे, युगपद् = एकाचवेळी	यावत् = जोवर
ओम् = असेच होवो.	तावत् = तोवर
कदा कर्हि = केव्हा	सपदि = झटिति
कुत: = कुठून	क्षिप्रम् = त्वरित
क्व, कुत्र = कुठे	दिवा = दिवशी
जोषम् = शान्त	दोषा - नस्तम् - रात्री
यदा = जेव्हा	पुरस्तात् = पुढे
तदा-तदानीं = तेव्हा	यदा-कदा = कधी कधी
सकृत् = एकवेळ	सर्वथा = सर्वप्रकारे
असकृत् = वारंवार	सम्यक् = उत्तमप्रकारे
अन्यथा = नाहीतर	मुधा = व्यर्थ
साम्प्रतम् = उचित	पुरा = प्राचीन काळी

संस्कृत पदरचना (क्रिया आणि क्रियाविशेषण) ●

इदानीं = याप्रसंगी
एतर्हि
अधुना = आता
अच्छा ठीक
आहोस्वित् = अथवा
कश्चित् = काय?
कथंचित् = कशातरी प्रकारे
कर्हिचित् = कशातरी प्रकारे
अथकिम् = अर्थातच्
भवतु = असो
प्रकाशम् = खुशाल
परुत = मागच्या वर्षी
बत = समान
कथं नु = कसा काय ?
कदाचित् = बहुधा
प्रसाच = विवश होऊन
समीचीनम् = उचित
नोचेत् = नाही तर

तदाप्रभृत्येव = तेव्हापासूनच
यदैव = जेव्हापासून
कामं = मानून चालू, समजा.
उताहो = अथवा
ननु = अहो
रहसि = एकांतात
सत्वरम् = शीघ्र
दिष्ट्या = भाग्याने
कस्यचित् = कुणाचा तरी
चेत् = जर
अङ्ग = श्रीमान्
अनुपदम्, अन्वक् = पश्चात्
कथं कथमपि = कसाबसा (वाचणे)
क्वचित् = कुठे
कृच्छ्रात् = अवघडपणे
सद्यः = त्वरित
प्रत्युत = याव्यतिरिक्त,
स्वैरम् = मनमानी

❑

१० वाक्यविज्ञान

प्राचीन भारोपीय भाषावैज्ञानिकांनी अतिप्राचीन भाषांतील वाक्यरचनांच्या बाबतीत काही अनुमाने केलेली नाहीत. तत्कालिन भाषांतील ध्वनी आणि पदरचनांच्या दृष्टीने इंडोयुरोपिअन भारोपीय भाषावैज्ञानिकांनी अत्यंत सविस्तर विश्लेषण केलेले असले तरी 'वाक्यरचना' या विषयावर काही कार्य झालेले नाही. तसे काही विद्वानांनी — ज्यामध्ये श्लायशरचे नाव विशेष प्रसिद्ध आहे, त्याने भारोपीय भाषेतील 'एक बकरा आणि एका घोड्याची गोष्ट' देण्याचा प्रयत्न केला. या अतिप्राचीन भारोपीय वाक्यरचनेतील एक वाक्य इथे एवढ्यासाठी प्रस्तुत केले आहे की, त्या योगे भारोपीय भाषांतील वाक्यरचनेची थोडीशी कल्पना यावी. श्लायशरने ह्या कहाणीत प्राचीन ध्वनीचे रूप दिले आहे. पण इथे ध्वनिशास्त्रीय दृष्टीने शुद्ध अशा नव्या सांकेतिक चिन्हांचा वापर करून भारोपीय वाक्य प्रस्तुत केले आहे.

'ओविस् .... देदोके ऐक्वम्स् तेम् बाधे गेरुम् बेघेन्तेम् तेम् भारे मेघेम् ...ओविस् एक्वभ्यम्स् अ वेवेकेत् ।'

(Owis dedorke ekmas tem baghear gerum weghentem tem, bharem, meghem... Owis ek' mb'yms a weweket)

संस्कृत:- 'अवि: ददर्श अश्वं तं वाहं गुरूं वहन्तं, तं भारं महान्तम्.... अवि: अश्वं अवोचत् ।'

अशा भारोपीय भाषा-वाक्यांचे रूप सूत्रमात्र असते. Formulae म्हणून अशा प्रकारच्या पुनर्निर्मित (reconstructed) वाक्यांची कल्पना वैज्ञानिक मानली जाऊ शकत नाही. जोपर्यंत अशा वाक्य रचनात्मक वैशिष्ट्यांची पुष्टी बाह्य प्रमाणांनी करता येत नाही, तो वर ह्या विषयांत वैज्ञानिक दृष्टीने उपयुक्तता आढळणार नाही. म्हणून अशा भाषारचनांकडे दुर्लक्ष करणे श्रेयस्कर आहे. वस्तुत: भारोपीय भाषांमधील वाक्यरचनेच्या विषयात ठोसपणे काहीही सांगता येणे अशक्य आहे.

संस्कृत भाषेची वाक्यरचना विशेष जटिल नाही. प्रत्येक वाक्यात बहुधा एक क्रिया आणि एक कर्ता असतो. जर क्रिया सकर्मक असेल तर वाक्यात कर्मही असते. संज्ञेबरोबर विशेषणे असतात, आणि क्रियाविशेषणाचाही प्रयोग होतो. प्रत्येक नामशब्द, वचन, लिंग, आणि कारकाने युक्त असतो. प्रत्येक क्रियेत वाक्य, लकार, पुरुष आणि वचन असते. काही अशीही अव्यये संस्कृत वाक्यात असतात की त्यांना संबंधबोधक 'परसर्ग' (Postpositions) म्हणता येईल. परंतु संस्कृत वैयाकरणांच्या परिभाषेत यांना 'कर्मप्रवचनीय' म्हणणे अधिक उपयुक्त होईल. हे 'कर्मप्रवचनीय' वाक्यातील क्रियेबरोबर कोणत्याही कर्तृभिन्न संज्ञा किंवा सर्वनामाशी संबंध व्यक्त करतात. शब्द आणि वाक्य यांना काही अन्य प्रकारच्या अव्ययांशी परस्पर जोडले जाते. उदा. च, परं, तथा, अथवा ।

संस्कृतमध्ये प्रत्येक पदांचा एकमेकांशी असलेला संबंध विभक्तींच्या द्वारे व्यक्त केला जातो ही मोठीच विशेषता आहे. म्हणूनच संस्कृत वाक्यात कोणत्याही पदाचे निश्चित असे स्थान नसते. (आधुनिक भाषांत असे स्थान निश्चित असते) उदाहरणासाठी एक वाक्य:—

'सः पुरुषः तं श्वानमताडयत् ।' हेच वाक्य 'स पुरुषोऽताडयत्तं श्वानम् ।' अथवा 'तं श्वानमताडयत् स पुरुषः ।' अशा रूपातही ठेवता येईल. प्रत्येक अवस्थेत या वाक्याचा अर्थ एकच एक राहील. 'ज्या मनुष्याने त्या कुत्र्याला मारले, अगदी अशीच स्थिती ग्रीक आणि लॅटिन मध्ये आहे. संस्कृतातील या वाक्याला समानांतर वाक्ये अशी आहेत—

'हो अन्थ्रोपोस् तोन् कुन् ऐषताजेन ।'

(Ho anthropos ton kun eptazen)

'त्या मनुष्याने त्या कुत्र्याला मारले.'

हे वाक्य असेही लिहिता येते. 'तोन् कुन ऐपताज़ेन हो अन्थ्रोपोस् ।' अथवा 'हो अन्थ्रोपोस् ऐपताज़ेन तान् कुन् ।'

यावरून स्पष्ट दिसते की, भारोपीय भाषांच्या आरंभीच्या काळात वाक्यातील पदांचे निश्चित असे कोणतेही स्थान नव्हते. पदांचा प्रयोग वाक्यात कुठेही होत असे. त्या पदांच्या संबंधाचा बोध विभक्तीच्या द्वारे करून दिला जाईल.

वाक्यरचनेच्या दृष्टीने प्रथम नामशब्दांचा विचार करणे युक्त ठरेल. आधी नामशब्दाबद्दल थोडे सांगितले पाहिजे. संस्कृतमध्ये 'द्विवचन' आहे. कालांतराने प्राकृतात आल्यावर द्विवचन लुप्त झाले. याचप्रमाणे ग्रीक भाषेच्या 'हेलेनेस्टिक' काळात ग्रीक भाषेतून द्विवचन वापरातूनच गेले. दोनच वस्तूबाबत, युग्माबाबत वर्णन करताना 'द्विवचन' रूढ झाले. हे मागे सांगितले आहे. दुसरे वैशिष्ट्य असे

की, वैदिक संस्कृतात काही काही ठिकाणी नपुंसक लिंगाचे बहुवचनरूप कर्त्याबरोबर एकवचनी क्रियेचा प्रयोग आढळतो. असे एवढ्यासाठी घडते की, नपुंसकलिंग ब. व. च्या 'आकारान्त' वैकल्पिक रूपास 'आकारान्त' स्त्रीलिंगी प्रथमा ए. व. प्रमाणेच समान मानले जाते. मागे पाहिले, नपुंसकलिंगाचे प्रथमा, द्वितीया बहुवचनाचे विभक्तिचिन्ह 'आ' असेही होते. (भुवनानि विश्वा). हे वैशिष्ट्य ग्रीक भाषेत आढळते. होमर कवीच्या भाषेत आणि ग्रीकची एक बोलीभाषा एटिक (Attic) मध्ये असे वैशिष्ट्य आहे. (Atkinson : Greek language : P 104) 'हेलेनिस्टिक' काळात असा प्रयोग फारच कमी झाला संस्कृतमध्येही या तऱ्हेचा प्रयोग हळूहळू लोप पावला, आणि लौकिक संस्कृत भाषेत तर हा प्रयोग नाहीच.

संस्कृत वाक्यात कर्त्यासाठी प्रथमा आणि तृतीया या दोन्ही विभक्तींचा प्रयोग होतो. कर्मवाच्यात कर्ता तृतीया विभक्तीत असतो. कर्तृवाच्यामध्ये प्रथमेत तृतीया विभक्तीचा प्रयोग कर्त्याच्या अतिरिक्त 'करणातही' आढळतो. यासाठीच तर पाणिनीने कर्तृकरणयोस्तृतीया (अष्टा. २।३।१८) असे सूत्र रचले आहे.

कर्तृवाच्य प्रयोगात जिथे सत्तार्थक क्रियेचा (भू किंवा अस्) वर्तमानात प्रयोग होतो, तेव्हा कधीकधी ही क्रिया प्रयुक्त होत नाही. परंतु अशा स्थितीत विधेयाला उद्देश्याच्या आधी किंवा नंतर ठेवतात. त्याचबरोबर अशा स्थितीत विशेषक सर्वनामाचा नेहमीच प्रयोग होतो. उदा. 'स पुरुषः शूरः' किंवा 'शूरः सः पुरुषः' यामध्ये ('अस्ति किंवा भवति') क्रियेचा प्रयोग करण्याची आवश्यकता नसते. क्रियापदाशिवाय कार्यसिद्धी होते. परंतु, जर विधेयाचा प्रयोग विशेषक सर्वनाम आणि कर्ता (उद्देश्य) यांच्यामध्ये केला जाईल, तर क्रियेच्या प्रयोगाशिवाय काम भागणार नाही. 'स शूरः पुरुष' (अस्ति।) मध्ये, (अस्ति) ची आकांक्षा असते. अगदी हीच विशेषता ग्रीक भाषेत आढळते. उदा. 'हो अन्थ्रोप्रोस कलोस्' (Ho anthropos kolos) आणि 'कलोस हो अन्थ्रोपोस' ही पूर्ण वाक्ये आहेत, परंतु 'हो अथ्रौप्रोस कलोस'मध्ये 'ऐस्ति'ची आवश्यकता आहे.' ह्या वाक्याचा अर्थ 'हा पुरुष चांगला आहे. संबोधनाच्या अर्थात कधीकधी संस्कृतमध्ये 'हे'चा प्रयोग आढळतो. 'हे देव, हे हरे, हे विष्णो', ग्रीक भाषेत संबोधनाच्या अर्थाने 'ओ' (O) दिसून येतो. हा शब्दाच्या आधी दिसून येतो. हा शब्दाच्या आधीच प्रयुक्त होतो. आणि 'ओ लेओस' (O leos) (हे सिंह) 'ओ क्रीत (O krita) (हे न्यायाधीश !)'

द्वितीय विभक्तीचा प्रयोग बहुधा सकर्मक क्रियेसाठी असतो. ही अशी वस्तू आहे, की क्रियेच्या कर्त्याचे 'ईप्सिततम कर्म आहे' 'कर्तुरीप्सिततमं कर्म ।' (अष्टा. २-२-१८) ईप्सिततमं पदात 'तमप् ।' चा प्रयोग, प्रमुख कर्म करताना, जी आणखी कर्मे असतात, ते क्रियेचे मुख्य कर्म नसल्यामुळे कारण कर्म मानले जाणार

नाही, आणि तेथे द्वितीया विभक्ती होणार नाही. उदा. 'दध्ना ओदनं भुङ्क्ते ।' या वाक्यात केवळ 'ओदन' हेच कर्म आहे. कारण खाणाऱ्याला 'ईप्सिततम' तेच आहे. दही नाही. कर्मवाच्यात हे कर्म प्रथमा विभक्तीत प्रयुक्त होते. अगदी असाच कर्मवाच्य प्रयोग ग्रीक भाषेतही आढळतो. तिथे कर्म, क्रियेचा कर्ता (Nominative) बनतो. जरी ग्रीकमध्ये कर्मवाच्याच्या कर्माला कर्ता मानले जाते, तिथे संस्कृतात याला कर्ता मानले जात नाही. 'वैयाकरणाच्या मतानुसार इथे प्रथमा विभक्ति असली तरी कर्मत्वच मानले जाईल. उदा. 'रामेण हन्यते वालिः।' यामध्ये वालिः प्रथमेत असले तरी कर्म आहे. 'रामेण' ही तृतीया विभक्ती आहे, पण वाक्याचा कर्ता हाच आहे. याच कारणामुळे संस्कृत व्याकरणात प्रथमा आणि कर्ता, द्वितीया आणि कर्म, तृतीया आणि करणाचे, अन्य भाषांप्रमाणे अविच्छेद्य संबंध नाहीत. वस्तुतः प्राचीन भारोपीय भाषांत प्रथमा, द्वितीया अशा प्रकारची काहीही गणनाच नाही. कर्माचा प्रयोग क्रियेपासून बनलेल्या कित्येक कृदन्ताच्या बरोबर होतो. उदा. 'शतृ' आणि 'शानच्' क्त - क्तवत् इत्यादींच्या बरोबर कर्मकारकांचा प्रयोग दिसून येतो. जर ते सकर्मक क्रियांनी बनलेले असतील-

१) दधानमम्भोरुहकेसरद्युतीर्जटा शरच्चन्द्रमरीचिरोचिषम् ।

२) सुवर्णसूत्राकलिताधराम्बरा विडम्बयन्तश् शितिवाससस्तनुम् ।

अशा रीतीने 'तुमुन्'च्या बरोबरही कर्माचा प्रयोग दिसून येतो. 'वसति प्रियकामिनां प्रियास्त्वदृते प्रार्थयितुं वा ईश्वरः ।' अशा वैदिक संस्कृतात 'तुमन्' आणि त्यांच्या समानांतर 'तवे, तवै' इत्यादींच्यासाठी द्वितीया, चतुर्थी आणि पंचमी, या तिन्हींचा वैकल्पिक प्रयोग आढळतो. असह्य हजवै, परमेतवे, परंतु लौकिक संस्कृतात आल्यावर द्वितीयाच प्रयुक्त होऊ लागली. संस्कृतात काही क्रियांच्याबरोबर दोन कर्मे असतात. या क्रियांना द्विकर्मक म्हणतात. परंतु लौकिक संस्कृतात आल्यावर केवळ द्वितीया विभक्तीच प्रयुक्त होऊ लागली. सकर्मक क्रियापदांची गणती पाणिनीने एका सूत्रात केली आहे. (दुह्याच् पच् दण्ड् रुधि पृच्छि चि ब्रू शास जि मथ् मुषाम् । कर्मयुक्तरस्यादकथितं तथा स्यान्नीहृकृष्वहाम् ।

('अकथितं च ।' (अष्टा. १।४।५१) वरील वृत्तीत निर्दिष्ट १६ धातू)

संस्कृतमध्ये काही क्रियांच्या बरोबर दोन कर्मे आढळतात. या क्रियांना 'द्विकर्मक' म्हणतात. असे द्विकर्मक १६ धातू वर दिले आहेत. या क्रियात प्रमुख (कथित) आणि गौण (अकथित) दोन्ही कर्मे द्वितीया विभक्तीत असतात. हीच गोष्ट पाणिनीने अकथितंच । (अष्टा. १।४।५१) मध्ये संकेतित केली आहे. हे अकथित कर्म प्रायः अन्य कोणत्यातरी कारकाचे रूप असते आणि हे द्विकर्मक क्रियांच्या बरोबर कर्म होते. उदा. गां दोग्धि पयः । (गायीपासून दूध काढतो) माणवकं पंथान

पृच्छति । (मुलाला मार्ग विचारतो) सुधा क्षीरनिधिं मथ्नाति । (समुद्रातून अमृतमंथन केले जाते.) इत्यादी वाक्यात 'गां, माणवकं, क्षीरनिधिं मध्ये अकथित कर्माची द्वितीया विभक्ती आहे. ग्रीक भाषेतही काही क्रियांबरोबर दोन कर्मांचा प्रयोग आढळतो. (Atkinson Greek Language p 106)

संस्कृतमध्ये णिजन्त प्रक्रियेत जिथे द्विकर्मक क्रिया होते, तिथे प्रमुख कर्म द्वितीयेतच राहते, परंतु गौण कर्माचा प्रयोग तृतीया विभक्तीत होतो. उदा. 'अभिकरच्चारु हयेन या भ्रमीर्निजातपत्रस्य तलस्थले नल: ।' (नैषध प्रथम सर्ग) यामध्ये प्रधानकर्म भ्रमी: 'द्वितीयेत आहे, गौण कर्म 'हयेन' तृतीयेत आहे. नी, हृ, कृष्, वह्, ह्यासा धातुरूपांचा जिथे प्रयोग असतो तेव्हा त्यांचे गौण कर्म विकल्पाने द्वितीयेत किंवा तृतीयेत असते. उदा. 'भारं वाहयति भृत्यं - भृत्येन - वा !'

संस्कृत भाषेतील काही अव्यये अशी आहेत की जी भाषा वैज्ञानिक दृष्टीने परसर्ग (Postposition) आहेत, हे मागे सांगितले आहे. त्यांच्या बरोबर, त्यांच्याशी संबद्ध नामशब्दामध्ये द्वितीया विभक्ती होते. उदा. 'द्यामन्तरा वसुमतीमपि गाधिजन्मा, यद्यमन्येव निरमास्यत नाकलोकम् ।' (नैषध ११ वा सर्ग) यात 'अन्तरा' च्या योगामुळे 'द्यां' मध्ये द्वितीया विभक्ती झाली आहे. पाणिनिसूत्र 'अन्तरान्तरेण युक्ते ।' २।३।४ च्या अनुसार इथे द्वितीया विभक्ती होते. या तऱ्हेच्या शब्दांना पारिभाषिक शब्दावलीमध्ये 'कर्मप्रवचनीय' म्हणतात. ग्रीक भाषेतही अशी 'कर्मप्रवचनीय' आहेत. त्यांच्याबरोबर कर्माचा (द्वितीयेचा) प्रयोग होतो. परंतु वाक्यरचनेच्या दृष्टीने ग्रीक भाषेत आणि संस्कृत भाषेत एक भेद आहे. संस्कृतमध्ये ही कर्मप्रवचनीये ज्यांच्याशी यांचा संबंध असतो - नियत रूपाने कर्मानंतर प्रयुक्त होतात. ग्रीकमध्ये ही नेहमीच आद्य स्थानी - पूर्वी प्रयुक्त होतात. म्हणून जिथे ग्रीक भाषेत हे पुर:सर्ग (Preposition) आहेत, तिथे संस्कृतमध्ये हे परसर्ग (Post position) आहेत. म्हणून संस्कृतात 'अन्तरा द्यां' असे प्रयोग व्याकरणाच्या दृष्टीने अशुद्ध आहेत.

परसर्गाच्या (Postposition) उत्पत्तीबाबत विचार केला तर वस्तुत: हे सर्व परसर्ग (काही अपवाद सोडून) उपसर्गापासून विकसित झाले आहेत. वैदिक संस्कृतमध्ये उपसर्ग क्रियेचे अविछेद्य अंग हे अंग नसून ते कर्मानंतर प्रयुक्त होत असते. तसे ते वाक्यात कोणत्याही स्थानात ठेवले जात असते. वैदिक संस्कृतात उपसर्ग नेहमीच क्रियेपासून अलगच प्रयुक्त होत होते. उदा. 'प्र नूनं पूर्ण बन्धुर: स्तुतो याहि। (ऋ १.९२.३) हाच 'प्र' लौकिक संस्कृतमध्ये आल्यावर 'याहि'चे अविच्देद्य अंग बनून 'प्रयाहि' रूप बनले. ह्या उपसर्गातील काही उपसर्ग क्रियेचे अविच्छेद्य अंग न राहता 'परसर्ग' बनले. काहीमध्ये उपसर्गापासून भिन्नता दाखवण्यासाठी अन्य ध्वन्यात्मक अंश जोडले गेले. उदा. 'अभित: परित: ही उदाहरणे वस्तुत: ही 'अभि' आणि

'परि'ची विकसित रूपे आहेत. त्यात तः (भारोपीय 'तास्') जोडून ही नवी रूपे बनवली गेली आहेत. कालांतराने यांची शुद्ध रूपे क्रियेचे अविच्छेद्य अंग - उपसर्ग बनले. ते 'अभिषिञ्चति' 'परिषिञ्चति' वरून स्पष्ट होते. परंतु ही 'तः' अन्ती असलेली रूपे 'कर्मप्रवचनीय' बनली. उपसर्गांचा हा दोन प्रकारांनी झालेला विकास लौकिक संस्कृतात कधी कधी स्पष्ट दिसतो. उदाहरणासाठी जेव्हा 'अनु' उपसर्ग क्रियेच्या अंगाच्या रूपाने प्रयुक्त होतो, तेव्हा क्रियेतील 'स' ध्वनी 'ष' बनतो. 'अनुषिञ्चति । परंतु तो जेव्हा उपसर्गाच्या रूपात प्रयुक्त होत नाही, तेव्हा क्रियेचा 'स'ध्वनी अविकृत राहतो. 'अनु सिञ्चति । ग्रीक भाषेत 'प्रोस (Pros) (संस्कृत - प्र) ऐपि (epi) (संस्कृत-अपि), परा (Para) (संस्कृत-परा), हुपो (hupo) (संस्कृत-उप) अव (awa) (संस्कृत -अव) हुपेर (huper) (संस्कृत - उपरि) पेरि (peri) (संस्कृत-परि), अम्फि (amphi) (संस्कृत - अभि) यांच्या योगात कर्मकारकाचा (accusative case) प्रयोग आढळून येतो. उपसर्गामधील अधिकांश संस्कृतमध्ये 'कर्मप्रवचनीय' रूपात प्रयुक्त होतात. संस्कृत व्याकरणातील प्रसिद्ध वार्तिक 'अभितः परितः समयानिकषा हा प्रतियोगे ऽपि ।'' याच्या आधारावर ही उदाहरणे पाहता येतील.

१) अभितः कृष्णं देवाः ।

२) विलङ्घ्य लङ्कां निकषा हनिष्यति ।

३) हा देवदत्तम् ।

'हा' चा प्रयोग ग्रीक भाषेत 'होस' (Hos) रूपाने आढळतो.

करण, संप्रदान आणि अपादान (तृतीया, चतुर्थी, पंचमी विभक्ती) यांच्यापूर्वी प्रथम संबंध (षष्ठी) विभक्तीचा विचार प्रथम केला पाहिजे. संस्कृत वैयाकरण संबंध (षष्ठीला) कारक - विभक्ती मानत नाहीत याचे कारण कारक विभक्ती त्यालाच म्हणतात, ज्याचा क्रियेशी साक्षात संबंध असतो. षष्ठी विभक्तीचा संबंध कोणतीतरी संज्ञा किंवा नामशब्दामुळे होतो. उदा. दशरथस्य पुत्रः लंकायां बाणेन रावणं जघान !' या ठिकाणी 'दशरथस्य' या पदाचा 'जघान' पदाशी काहीच संबंध नाही. त्याचा संबंध 'पुत्रः' शब्दाशी आहे. वस्तुतः षष्ठयन्त संबंधीचा संबद्ध नामशब्दाशी तोच संबंध असतो, की जो क्रियेचा आपल्या कर्माशी असतो. कोणत्याही संज्ञा किंवा नाम शब्दाने अन्य संज्ञा किंवा नामशब्दाशी साक्षात संबद्ध असताना प्रथम संज्ञा किंवा नामशब्द षष्ठयन्त होतो. परंतु काही क्रिया अशा आहेत. की ज्यामध्ये कर्म षष्ठयन्त दिसून येते. पाणिनीचे प्रसिद्ध सूत्र 'अधिगर्थदयेशां कर्मणि।' (अष्टा २.३.५२) यात या विषयाचा संकेत दिला आहे. 'मातुः स्मरणम्, सर्पिषो दयनम्'मध्ये कर्म षष्ठयन्त आहे. अथवा, उदा. 'अद्यापि तद्गजघटापटलस्य शेते, भीत्या स्मरन् हरि रहोऽतल मंदुरायाम्' यामध्ये 'गजघटापटलस्य' मध्ये 'स्मरन्'च्या कारणानेच षष्ठी

विभक्ती कर्माची द्योतक आहे. ग्रीक भाषेतही काही क्रिया कांहीशा अशाच आहेत. त्यात कर्म (object)त संबंधकारक (Genetive case) आढळून येते. या क्रिया भक्षार्थक, स्पर्शार्थक, इच्छार्थक, शासनार्थक, आणि अनुभवार्थक असतात (Atkinson : Greek language p. 114)

षष्ठी विभक्तीचा प्रयोग काही अव्ययांच्या बरोबरही झालेला दिसतो उदा. 'उपरि' बरोबर उदा. 'दक्षिणस्या भ्रुव उपरि' तसेच 'तस्योपरिष्टात् पवनावधूतः ।' ग्रीक भाषेतही 'हुपेर' (huper) चा प्रयोग 'वर' या अर्थाने होतो. तोसंबंधी नामशब्द संबंध कारकातच असतो. षष्ठी विभक्तीचे अन्य काही स्थानावर प्रयोग होतात. त्यात विशेष महत्त्वपूर्ण प्रयोग निष्ठा प्रत्ययाच्या बरोबर विकल्पाने तृतीया आणि षष्ठीचा आहे. जेथे निष्ठा प्रत्ययाचा प्रयोग समस्त सामासिक शब्दात (बहुधा बहुव्रीहि समासात) झाला आहे, आणि तेथे नामशब्दाचा संबंध निष्ठा प्रत्ययाच्या कर्त्याच्या रूपात आहे, तर तृतीय होईल. परंतु जर, त्याचा संबंध निष्ठा प्रत्ययाने नसेल, आणि समासाच्या अन्य पदांशी असेल, तर षष्ठी विभक्ती होते. उदा.

१) प्रतीहार्या गृहीतः पञ्जरः (तृतीया), **२)** श्रुतदेहविसर्जनः पितुः (षष्ठी) तृतीया विभक्तीचा प्रयोग करण अर्थाने होतो. कर्मवाच्यात क्रियेचा कर्तासुद्धा तृतीयान्त असतो; हे मागे सांगितले आहे. काही असेही परसर्ग आहेत, की ज्यांच्यापूर्वी तृतीया विभक्ती येते. 'सह, समं, सार्धं, विना, नाना' इत्यादी कित्येकांच्या बरोबर तृतीयेचा प्रयोग होतो. यात सह, समं, सार्धं चा प्रयोगही मिळतो, हे लुप्तही होऊ शकतात, 'पित्रा समं गतः पुत्रः' मध्ये 'समं'चा प्रयोग झाला आहे. 'देवो देवेभि रागमत् ।' अशा प्रयोगात हे लुप्त आहेत. ग्रीक भाषेत अगदी असाच प्रयोग 'सुन्' (Sun) चा मिळतो. हे दोन्ही प्राचीन भारोपीय भाषेतील 'सऐम' (Sem) पासून विकसित झाले आहेत, तसे, ग्रीक भाषेत तृतीया (करण - instrumental) आणि सप्तमी (अधिकरण - Locative) दोन्हीही, चतुर्थी (संप्रदान - dative) मध्ये समाहित झाली आहेत. म्हणूनच तेथे 'सुन्' बरोबर 'संप्रदानाचा चतुर्थी विभक्तीचा प्रयोग आढळतो.

चतुर्थीचा प्रयोग संप्रदानाच्या अर्थात होतो. वस्तुतः हे 'दानार्थक' क्रियेचे गौणकर्म असते. उदा. 'ब्राह्मणाय गां ददाति ।' दानार्थक क्रियेच्या व्यतिरिक्त कधी कधी 'कथनार्थक' अर्थानेही याचा प्रयोग होतो. संस्कृतामध्ये √क्रुध, √द्रुह, इर्ष्या, असूया अर्थाच्या क्रियांचे कर्मसुद्धा चतुर्थीत येते. 'क्रुधद्रुहेर्ष्यासूयार्थानां प्रति कोपः। (क्रुधद्रुहोपसृष्ट्योः कर्म ।' (अष्टा. १/४/३८) काही असेही परसर्ग आणि शब्द आहेत, की ज्यांना चतुर्थीचे कर्मप्रवचनीय म्हणणे अनुचित होणार नाही. याचा उल्लेख पाणिनीच्या नमः स्वस्तिस्वाहास्वधालं वषट्योगाच ।' (अष्टा. २/३/१६)

या प्रसिद्ध सूत्रात आलेला आहे. आधुनिक युरोपिअन भाषेत जर्मनमध्ये चतुर्थी विभक्ती किंवा संप्रदानकारक आढळते. काही पुर:सर्गानंतर जर्मन भाषेत संज्ञा किंवा सर्वनाम संप्रदान कारकात येते. 'इख कान निख्त ओह ने इ न गेहेन' (lech kan nicth ohne ihn gehen) (मी त्याच्याशिवाय जाऊ शकत नाही. इथे मी 'इन (ihn) कर्मकारकात (accusative case) आहे, हे 'ओह ने' (ohne) बरोबर प्रयुक्त होते.

पंचमी विभक्तीचा प्रयोग अपादानातही दिसून येतो. उदा. वृक्षात् पर्णं पतति। पंचमी विभक्तीचा प्रयोग दोन वस्तूंची तुलना करून एकाची निकृष्टता आणि दुसऱ्याची उत्कृष्टता सांगण्यासाठीही होते. उदा 'पापीयान् अश्वाद् गर्दभ:।' काही असेही परसर्ग आहेत, की ज्यांच्याबरोबर पंचमीचा प्रयोग होतो. उदा. 'तस्मात् विना' भयार्थक आणि ऋणात्मक धातूमध्ये भय उत्पन्न करणाऱ्या हेतूचा अपादानात प्रयोग होतो. (भीत्यार्थानां अन्ये हेतु:) उदा. 'कृष्णात् बिभेति कंस:। कंसात् त्रायते गोपान् कृष्ण:।'

सप्तमीचा प्रयोग 'अधिकरणाच्या' अर्थी आहे. उदा. 'गृहे तिष्ठति ।' कधीकधी 'उप' च्या बरोबर सप्तमीचा प्रयोग दिसून येतो. उदा. 'उप सूर्ये' ग्रीक भाषेतही 'हुपो' आणि 'प्रोसुस्'च्या बरोबर अधिकरण कारकाचा प्रयोग आढळून येतो. ग्रीकमध्ये अधिकरण कारक, हे संप्रदानात समाहित झालेले आहे, हे मागे सांगितले. वस्तुत: येथे संप्रदान कारक आढळते, जे अधिकरणाचेही काम करते. संस्कृतची सप्तमी विभक्ती कोणत्याही क्रियेच्या देश आणि काळाची बोधक असते.

संज्ञेप्रमाणेच संस्कृतच्या सर्वनाम शब्दांचा वाक्यात प्रयोग दिसून येतो. लौकिक संस्कृतात सर्वनामांच्या प्रयोगात एक वैशिष्ट्य आढळते. 'अस्मद् युष्मद्' शब्दांची वैकल्पिक रूपे 'मा, वा, मे, ते' इत्यादींचा प्रयोग वाक्याच्या आधी होत नाही. उदा. 'आगतस्ते पिता' हे वाक्य शुद्ध आहे. परंतु 'ते पिता आगत:'च्या ऐवजी 'तव पिता आगत:' (त्वत्पिता आगत:।) हे रूप शुद्ध मानले जाईल.

विशेषणांचा प्रयोग संस्कृतात हुबेहूब संज्ञेसारखाच होतो. ही विशेषणे त्या संज्ञेच्याच लिंग, वचन आणि विभक्तीत प्रयुक्त होतात, ज्यात लिंग, वचन आणि विभक्ती विशेष्य नाम शब्दाची होते उदा. 'कृष्ण: पुरुष: कृष्णा स्त्री 'कृष्णं वस्त्रम् ।' इत्यादी.

आता परस्मैपद आणि आत्मनेपदाच्या वाक्यगत प्रयोगाची माहिती करून घेतली पाहिजे. ग्रीक भाषेत ही दोन्ही प्रकारची पदे दिसून येतात. त्यांना त्या ठिकाणी 'ॲक्टिव आणि मिडल व्हॉइस' म्हटले जाते. आरंभी आत्मनेपदाचा उपयोग बहुधा कर्त्याच्या, स्वत:च भोक्ता होण्याच्या अर्थाने होत होता. परंतु हळूहळू परस्मैपद आणि आत्मनेपदातील या प्रकारचा भेद नष्ट झाला. लौकिक संस्कृतात पाहिले तर काही क्रिया (धातू) केवळ परस्मैपदी आहेत, तर काही आत्मनेपदी काही

क्रिया अशाही आहेत, ज्यांची रूपे दोन्ही प्रकारच्या रूपात उभयपदी आढळतात. लौकिक संस्कृतात असेही दिसते की काही उपसर्गाच्या प्रयोगाने धातूचे पदही बदलून जाते. उदाहरणासाठी स्था धातू पहावा. ह्या धातूच्या पूर्वी 'सम्, अव प्र, नी, वि उपसर्गातील कोणताही एक असल्यावर हा धातू आत्मनेपदी होतो. 'समवप्रभविभ्य: स्थ: (पा. अष्टा. १.३.२२) या उदाहरणासाठी 'संतिष्ठते, अवतिष्ठते, वितिष्ठते, प्रतिष्ठते, संतस्थे, अवतस्थे, वितस्थे, प्रतस्थे' अशी दिली जाऊ शकतात. अन्यथा परस्मैपदाचे रूप 'तिष्ठति, तस्थौ अशीच बनतात, याच प्रकारे √जी धातूच्या पूर्वी वि, परा' उपसर्ग असल्यावर आत्मनेपद होते. (विपराभ्या जे: । अष्टा १/३/१९) जयति, विजयते, पराजयते. ह्यामुळे प्राचीन काळी परस्मैपदाचे आत्मनेपदाचे जे मूळरूप होते, ते लौकिक संस्कृतात राहिले नाही. अगदी असेच परिवर्तन ग्रीकमध्ये झाले आहे.

कर्मवाच्य रूपांचा प्रयोग प्राचीन भारोपीय भाषांत होत नव्हता. परंतु जसजशी संस्कृती विकसित झाली तसतशी भावांच्या अभिव्यंजनासाठी ह्याची आवश्यकता निर्माण झाली, ह्याच्या पूर्तीसाठी काही ना काही प्रणालीचा आश्रय घेतला गेला. ग्रीकमध्ये प्राय: अकर्मक आत्मनेपदी क्रियांच्या द्वारे कर्मवाच्याचा बोध घडवून दिला जाऊ लागला. उदा 'तिथेमि' (tithemi) (संस्कृत दधामि) च्या कर्मवाच्याचा बोध 'केई मई' (keimai) (धीये) (मी धारण केला जातो.) च्याद्वारे करविला जाऊ लागला. संस्कृतनेही कर्मवाच्यासाठी आत्मनेपदी रूपांचा आश्रय घेतला. परंतु यात धातूच्या मूळ रूपाच्या मध्ये 'य'चा प्रयोगही जोडणे सुरू झाले. उदा. संस्कृत 'पठति, गच्छति, ददाति' पासून अनुक्रमे पठ्यते, गम्यते, दीयते अशी रूपे बनली. संस्कृतातील कर्मवाच्ये नेहमीच आत्मनेपदी असतात. परस्मैपदी नाही. ह्यांच्याशीच संबद्ध जे धातू, त्यांचे भाववाच्य मिळते. ही भाववाच्य रूपे म्हणजे काय ? ज्या धातूंना सकर्मक श्रेणीत ठेवले जाते, त्यांच्या कर्मवाच्य प्रयोगात कर्ता तृतीया विभक्तीत आणि कर्म प्रथमा विभक्तीत असते. उदा. 'तेन पुस्तकं पठ्यते ।' यामध्ये हा प्रयोग दिसेल. ह्याची क्रियेच्या पुरुष आणि वचन कर्माशी अनुकूल असते. परंतु अकर्मक क्रियांची कर्मवाच्याप्रमाणे आत्मनेपदी रूपे आढळतात. ह्यांना भाव वाक्य रूप म्हणतात. वाक्यरचनेच्या दृष्टीने ह्यांच्यामध्ये आणि कर्मवाच्यामध्ये असा भेद असतो की, ह्यांचा कर्ता तर तृतीयांत असतो. परंतु कर्माच्या अभावाने करण, क्रिया सदैव प्रथम पुरुषी एकवचनात असते. उदा. 'यथा मया स्थीयते, तेन भूषते, रामेण शीयते, तैर्मियते, अस्माभि: क्षीयते' इत्यादी. काल आणि लकाराच्या वाक्यगत प्रयोगाकडे पाहिल्यास संस्कृतमध्ये तीन काल आणि दहा लकार आहेत. इथे वैदिक लेट् लकार अलग मानला नाही. वर्तमानासाठी लट् लकाराचा प्रयोग होतो. परंतु हा

वर्तमान कित्येक भावांचा बोध करवण्यासाठी प्रयुक्त होतो. सर्व प्रथम हा कोणत्यातरी शाश्वत सत्याचा बोध करून देतो. उदा. 'जहे पद्मं उत्पद्यते ।' दुसरे, हे वर्तमानकालिक क्रियेचा बोध घडवते. उदा. 'अहं ओदनं भुञ्जे !' ह्याचा तिसरा प्रयोग ऐतिहासिक रूपातील अतीतालिक घटनांच्या वर्णनासाठी आढळून येतो. उदा. 'अस्ति ब्रह्मस्थलं नाम नगरम् । तत्र काचिद् दीना ब्राह्मणी प्रतिवसति ।' संस्कृतमध्ये 'यावत्' आणि 'पुरा'च्या योगाने वर्तमानकाळाचा प्रयोग मिळतो. (यावत् पुरानिपातयोर्लट् । (अष्टा ३/३/३४) असेच वैशिष्ट्य ग्रीक आणि लॅटिनमध्येसुद्धा आढळते. ग्रीकमध्ये 'परोस (paros) (संस्कृत-पुरा) आणि पलइ (palai) च्या योगाने क्रिया सदा वर्तमानकाळात दिसून येते. वर्तमान फ्रेंच बोलचालीच्या भाषेत अशा प्रकारचा प्रयोग दिसून येतो. तिथे वर्तमानकाळाचा प्रयोग भूतकाळाच्या अर्थाने होतो. तथापि कार्य समाप्त झालेले नाही. उदा 'जे स्विश्चिसी देप्वा लॉ ताँप' (Je suis ici depuis long tempts) (मी येथे बराच वेळपर्यंत आहे.) ह्याच भावाच्या बोधनासाठी प्राचीन भारोपीय भाषांत 'परोक्षभूते लिट्' चा प्रयोग होत असे.

या संदर्भात परोक्षभूते लिट् संबंधी प्राचीन भारोपीय भाषेत 'लिट्' चा प्रयोग शुद्ध भूतकालिक नव्हता. त्याचबरोबर वैदिक साहित्यातही याचा प्रयोग 'वर्तमानकालाच्या' अर्थाने होत असे. लौकिक संस्कृतात आल्यावर हा 'लिट्' लकार अशा भूतकालिक घटनासाठी प्रयुक्त होऊ लागला, की जी आपल्या परोक्ष घडून गेली. परंतु इथे परोक्षाचे तात्पर्य अशा काळाशी आहे, की जेव्हा त्याचा वक्ता त्या प्राचीन काळात उत्पन्नही झाला नव्हता. म्हणून वक्त्याच्या जीवनकाळातील घटना घडलेल्या घटनेसाठी 'लङ्' लकाराचा किंवा लुङ् चा प्रयोग केला जातो. याप्रकारे लौकिक संस्कृतात येऊन लिट् चा प्रयोग अर्थाच्या दृष्टीने खूपच संकुचित झाला आहे. अतीत कालातील प्रत्यक्ष घटनेच्या वर्णनासाठी 'लिट्' चा प्रयोग लौकिक संस्कृतात अशुद्ध मानला जाऊ लागला आहे. 'रामो रावणं जघान' हा लिट् प्रत्ययाचा प्रयोग शुद्ध आहे, पण 'अहं काशी जगाम ।' हा प्रयोग अशुद्ध आहे. परंतु ह्याचा अर्थ असा नाही की लिट् लकाराचा प्रयोग तृतीय पुरुषाच्या बरोबर कधीच प्रयुक्त होत नाही. वैयाकरणांनी सांगितले आहे की जिथे व्यक्ती स्वत: वर्तमानकाळात आपल्याद्वारे केले गेलेले भूतकालिक व्यापारास काही कार्यात अत्याधिक व्यस्त असल्यामुळे जाणू शकत नाही, तिथेही ह्या प्रकारचा प्रयोग होऊ शकतो. अशा रीतीने तृतीयपुरुष आणि अन्य पुरुषाच्या विषयातही जिथे काही कार्य आपल्या संमुख झाले नसेल, आणि त्या क्रियेचे केवळ साधनच आपला प्रत्यक्ष विषय असेल, तेथेही लिट् प्रत्यय होतो. उदा. 'अयं पपाच' (याने शिजवले) त्वं पेचिथ (तू शिजवलेस) (ह्याबाबत 'परोक्षेलिट् ३।२।१५ या अष्टा. सूत्रावरील सिद्धांतकौमुदीतील तत्त्वबोधिनी टीका पहावी) तृतिय

पुरुषाबरोबर लिट्च्या प्रयोगाचे उदाहरण म्हणून माघ महाकवीचा एक प्रसिद्ध श्लोक आहे.

बहु जगद पुरस्ताद् तस्य मत्ता किलाहं चकर च किल चार प्रौढ्योपिद्वयस्यी विदितनिति सखीभ्यो रात्रिवृत्तं विचिन्त्य व्यपगतमदयाऽघ्नि व्रीडितं मुग्ध ववा ॥ (माध - शिशु - ११-३९)

या पद्यात तृतीयपुरुषाबरोबर लिट् (जगद, चकर) यांचा प्रयोग निर्दोष आहे, कारण मुग्धानायिका त्यासमयी मद्याच्या नशेत चूर होती. मग सकाळी सकाळी मैत्रिणींनी थट्टा चालवलेली पाहून तिच्या ध्यानी आले की रात्री तिने आपल्या पतीच्या समक्ष प्रौढाप्रमाणे आचरण केले होते, पण ती तर नशेत होती, तिला अजूनही नीटसे माहीत नाही. म्हणून ती आपल्या आचरणाचे कसे बसे अनुमान करते, कारण मदाने उन्मत्त झाल्यामुळे तिला प्रत्यक्ष ज्ञान नाही.

परिणामत: कवीने येथे लिट्चा प्रयोग केला आहे, आणि तो अशी व्यंजना करीत आहे की, नायिकेने जे काही केले, ते मदामुळे केले. मद्यपान केले नसते तर मुग्धा नायिकेने असे वर्तन केले नसते. त्याचबरोबर मद्य उतरल्यावरही आपण काय करून बसलो हेच तिला ठाऊक नाही. भूतकाळाच्या द्योतनासाठी अनद्यतनभूते लुङ् आणि सामान्यभूते लुङ् अशी दोन रूपे आढळतात. उदा. पारिभाषिक संज्ञेने म्हटले आहे की लङ्चा प्रयोग अशा घटनासाठी होतो की जी आज घटित झालेली नाही आणि लुङ्चा प्रयोग कोणत्याही भूतकालिक घटनेसाठी होऊ शकतो. परंतु लङ् आणि लुङ् यांचे भारोपीय रूप थोडे भिन्न होते. ग्रीक भाषेत ही भिन्नता आहे. इथे लङ् (imperfect) क्रियेच्या अपूर्णावस्थेला व्यक्त करतो. तो लुङ् (Aorist) क्रियेची पूर्णता व्यक्त करतो.

भविष्यात काळाच्या बाबतीत संस्कृतमध्ये दोन 'लकार' आढळतात. लृट आणि लुट. तसा तात्विक दृष्टीने ह्या दोहोमध्ये विशेष भेद नाहीच. संस्कृतातील अधिकतर वाक्यगत प्रयोग लृट्चेच आढळतात. यामुळेच रूपाच्या दृष्टीने मिळता जुळता 'हेतु-हेतुमत्' आहे. जो हेतू वाक्य आणि हेतुमद् वाक्य, दोन्हीमध्ये भूतकालिक स्थितीला दर्शवण्यासाठी केला जातो. या वाक्यात 'यदि तर्हि' (तदा) यांचा प्रयोग समुच्चयबोधक अव्ययाच्या रूपाने होतो. उदा. 'यदि त्वमपठिष्य: तर्हि: परीक्षा-मुदतरिष्य:' पूर्वीच स्पष्ट केले आहे, की लृङ् वस्तुत: लृट आणि लङ् च्या योगाने बनले आहे.

आता आज्ञार्थे लोट्, विधिर्लिङ् आणि आशीर्लिङ् आज्ञाबोधक आणि विध्यात्मक प्रयोग भारोपीय भाषांत होतो. आज्ञार्यक रूपामध्ये त्यावेळी काही तिङ् चिन्ह आढळत नाही. संस्कृतच्या आशीर्लिङ् विधिलिङ् चेच विकसित रूप आहे. संस्कृत

वाक्यरचनेत अधिकतर विधिर्लिङ्चाच प्रयोग दिसून येतो. कधी कधी विधीसाठी आशीर्लिङ्चा आणि आशी: च्या साठी विधिर्लिङ्चा प्रयोग आढळतो. लोट्चा प्रयोग अवश्य स्वतंत्र आहे. वस्तुत: लोट् आज्ञा मिलिटरी कमांडचा भाव धारण करतो. तिङ्मध्ये राहून केवळ तो आपली इच्छा प्रकट करतो. लोट्च्या प्रयोगात, वाक्यरचनेत निषेधात्मक 'मा' (माङ्) चा प्रयोग मिळतो. या आज्ञार्थक रूपात कधी कधी 'मा' सह लुङ्चाही प्रयोग दिसून येतो. परंतु या दशेत माङ्च्या योगात लुङ्च्या 'अ' आगमाचा लोप होतो. उदा. 'वत्से, मा गा विषादम् ।' हे वाक्य इथे क्रियेचे मूळ रूप 'अगा:' आहे. तिथे ते 'मा' मुळे 'अ' लोप पावले आहे. हे 'अगा:' व्याकरणानुसार √इण् (इण् गतौ) चे लुङ् रूप आहे. (इणो गा लुङि । अष्टा २/४/४५) परंतु भाषाशास्त्रीय दृष्टीने याचा संबंध काही ना काही रूपाने √गम् धातूशी अवश्य राहिला असावा. वस्तुत: हा गमनार्थक √गा धातु आहे. जे √गम्चेच सबल रूप आहे, आणि त्याचा प्रयोग लौकिक संस्कृतातून लुप्त झाला आहे. उदा. जुहोत्यादि गणातील धातू किंवा ज्याची रूपे 'जिगाति' अशी होतात.

❑

११ वाक्यविचार

मागील प्रकरणात पाहिले, की ध्वनींच्या मेलनाने पद निर्माण होते, आणि पदांच्या मेलनाने वाक्य निर्माण होते. परंतु केवळ अनेक पदे एकत्र आणली म्हणून वाक्य होत नाही. वाक्याची रचना सार्थक शब्दसमूहाने होत असते. पतंजलीच्या अनुसार 'ज्यामुळे पूर्ण अर्थ प्रकट होतो अशा समर्थ- सार्थक शब्द पदसमूहाला वाक्य म्हणतात. वाक्य भाषेचे महत्त्वाचे अंग आहे. लोक विभिन्न शब्दांद्वारा एकाच वेळी सलग बोलून वाक्य बनवतात, आणि त्याद्वारे आपले अभिमत व्यक्त करतात. 'शब्द -पदं' आपल्यापुरती स्वतंत्र सत्ता बाळगतात, परंतु वाक्यांमध्ये अत्यंत योग्य स्थानावर आरूढ होऊन संपूर्ण वाक्यार्थांचे विशिष्ट अंग बनणे, हे त्यांचे अंतिम उद्दिष्ट असते. पदाची चिकित्सा मागे झाली. मागच्या प्रकरणात वाक्यासंबंधी माहिती घेतली. तरीही काही प्राचीन भारतीय भाषाशास्त्रींच्या दृष्टीने पद महत्त्वाचे, की वाक्य महत्त्वाचे ह्याविषयी मतभेद आहेत. काहींच्या मते वाक्य-वाक्यार्थ हाच प्रमुख असून पद त्याचा खंडित अंश आहे, या मताला भर्तृहरीचा (वाक्यपदीयकार) 'अन्विताभिधानवाद' असे म्हणतात. तर अन्य भाषामनीषींच्या अनुसार वाक्यात पदाचेच महत्त्व अधिक आहे. या मताला 'अभिहितान्वयवाद' असे नाव आहे. अर्थविचार ह्या प्रकरणात ह्या मताचे स्वतंत्र सविस्तर दिग्दर्शन होईलच, आधुनिक काळात मान्यवर पावलेले मत म्हणजे वाक्यच प्रधान असून ते संपूर्ण भाषेचा एक अवयव आहे, अशा अनेक अवयवी वाक्यांनी अर्थज्ञान होते.

सामान्यत: वाक्य पदांचा समूह असतो, आणि तो पूर्ण अर्थ प्रकट करतो. परंतु भाषावैज्ञानिकांचे ह्याबाबतीत एकमत नाही. वाक्य अनेक शब्दांचा समूह असतो, तर कधी एकाच शब्दाने वाक्याचा आशय समजू शकतो. कधीकधी तर बोललेच न गेलेले पद/वाक्य हेही वाक्य होते. उदाहरणार्थ खालील संवाद.

पहिली व्यक्ती : आज तू माझे काम केलेस?

दुसरी व्यक्ती : नाही.

पहिली व्यक्ती : का? तुला माझी आज्ञा जुमानायची नाही?

दुसरी व्यक्ती : नाही, अशी गोष्ट नाही.

पहिली व्यक्ती : मग? त्या माणसाने माझे ऐकलेच असते. मला तो फार मानतो. पण तू...?

दुसरी व्यक्ती : मी त्याच्याकडे गेलो होतो.

पहिली व्यक्ती : मग त्याने पैसे दिले नाहीत ?

दुसरी व्यक्ती : (मौन)

ह्या संभाषणातील वाक्ये, एकच पद, मौन, अर्धवट उच्चारलेले वाक्य बारकाईने पाहिले, तसेच वाक्यार्थपर्याय ध्यानात घेतले, तर वाक्य 'शब्दांचा एक समूह असतो' हे मत पूर्णत: बरोबर नाही, असे स्पष्ट दिसेल. प्राचीन भारतीय साहित्य-भाषाशास्त्रज्ञांनी ह्या विषयांवर हजारो वर्षे मनन करून आपापली विभिन्न मते मांडली आहेत. तथापि वाक्याची व्याख्या साऱ्यांनी एकसारखीच केलेली आहे. उदा. साहित्यदर्पणकार विश्वनाथाने वाक्याची अशी व्याख्या दिली आहे. 'वाक्यं स्यात् योग्यताकांक्षासत्तियुक्त: पदोच्चय: ।' म्हणजे योग्यता, आकांक्षा, आणि आसत्ति' या तीन अटी पूर्ण करणाऱ्या पदसमूहालाच 'वाक्य' म्हणतात. केवळ पदसमूह म्हणजे वाक्य नव्हे. तसे असते, तर 'गौ: हस्ती पुरुष: अश्व:' (गाय, हत्ती, पुरुष, घोडा हेही पदसमूह म्हणून 'वाक्य' ठरले असते. म्हणजे ह्या पदसमुच्चयात 'वाक्य' बनण्यासाठी जी 'योग्यता' लागते तिचा अभाव आहे.

तसेच 'कृष्ण जातो' हेही वाक्य नाही. कारण व्याकरणदृष्ट्या वाक्य ठीक असले तरी, कृष्ण कुठे जातो? का जातो? परत कधी येणार, जातो म्हणजे नेमके काय? एकटाच जातो की आणखी कुणासह, असे अनेक प्रश्न मनात येतात, आणि ते जाणून घेणे आवश्यक वाटते. या आवश्यकतेला 'आकांक्षा' असे म्हणतात. जर वक्त्याने सर्व आकांक्षा पूर्ण करणारी पदे वाक्यात घातली तरच वाक्याला 'वाक्यत्व' येईल. 'कृष्ण कुरुक्षेत्रावर धर्मयुद्धासाठी, सकाळच्या वेळी अर्जुनाबरोबर साह्यासाठी जातो.' इतकी पदे उच्चारल्यानंतर आकांक्षा पूर्ण होऊन 'वाक्य' बनते. हा एवढा अर्थ 'कृष्ण जातो' हे शुद्ध वाक्य दाखवण्यास समर्थ नाही, म्हणून ते वाक्य नव्हे.

आसत्ति म्हणजे संनिधी-सान्निध्य, निरंतरता. जर आज 'कृष्ण' म्हटले, उद्या, 'कुरुक्षेत्रावर' असा दुसरा शब्द बोलला, काही दिवसांनी तिसरा अशा क्रमाने कालापव्ययाचे, व्यवधान जर आले, तर श्रोत्याला कसलाच अर्थबोध होणार नाही. कालांतराने 'वाक्य' नियमाप्रमाणे पूर्ण केले तरी ते वाक्य नव्हे. साधारणपणे ह्या तीन अत्यंत महत्त्वाच्या अटी पूर्ण केल्यानेच 'वाक्यांची व्याख्या पूर्ण होते.' ह्याशिवायही

१. परस्परांशी असंबंधित वाक्ये सरमिसळून एकाच वेळी बोलण्याने व्याख्येत बसले तरी वाक्य ठरत नाही. 'मी लिहीत असताना रस्त्यावर गोंधळ होऊन लेखणी खाली पडली.' वास्तविक इथे १. मी लिहीत असताना लेखणी खाली पडली २. रस्त्यावर गोंधळ झाला. अशी दोन वेगवेगळी वाक्ये परस्परात मिसळली. इथे वाक्याभास आहे. म्हणून हे वाक्य होऊ शकत नाही. भारतीय साहित्यशास्त्राने अनेक वाक्यदोष युक्त सांगितले असले तरी त्याचा विस्तार न करता 'योग्यता आकांक्षा संनिधि (आसत्ति) युक्त पदसमूहालाच वाक्य म्हणायचे. अशा छोट्या छोट्या वाक्यांचे मिळून महावाक्य बनते.

वाक्याचे मौखिक आणि लिखित असे दोन भेद आहेत. मौखिक वाक्ये आपल्या तात्कालिक भावांना छोट्या छोट्या प्रयोगातून सदोषशी बोलली जातात. बोलणाऱ्या व्यक्ती सर्वसाधारण असून त्यांचे वाक्यप्रयोगही साधारण सामान्य असतात. पण सुसंस्कृत सुशिक्षित व्यक्तींची-कवी-लेखकांची वाक्ये शास्त्रदृष्ट्या अचूक, विशिष्ट अर्थांचाच निर्देश करणारी कधी कधी अलंकृत, दक्षतेने लिहिलेली असतात.

वाक्याचे दोन भाग असतात. अग्र आणि पश्च. अगोदरचा आणि नंतरचा. ह्यांना अन्यही नावे आहेत. उदा. उद्देश्य-विधेय, कर्ता, क्रिया, कर्म, तत्त्व इत्यादी. अशा प्रकारची वाक्ये अडाणी माणसांच्या बोलीत अधिक आढळतात. सुशिक्षित मनुष्य वाक्य एकदाच बोलेल किंवा तेच वाक्य छोट्या छोट्या वाक्यात बोलेल. व्यक्तीकडून जे बोलले जाते त्याला विधेय अथवा आख्यात म्हणतात. ज्याला उद्देशून हे बोलले जाते त्यास उद्देश्य किंवा सत्त्व म्हणतात. 'मोहन अभ्यास करीत आहे.' ह्या वाक्यात 'मोहन' उद्देश्य आणि 'अभ्यास करणे' हे विधेय आहे. अन्य परिभाषात ह्यांनाच कर्ता आणि क्रिया म्हणतात. वाक्यात कर्ता, कर्म, क्रिया, सर्वनाम, विशेषण, क्रियाविशेषण, अव्यये, संयोजक असे शब्द असतात. भिन्न भिन्न भाषांत वाक्यातील शब्दाचे स्थान त्या त्या शब्दांना अनुकूल असते. परंतु संस्कृत भाषेत वाक्यरचना करताना कर्ता, कर्म, क्रिया इत्यादींचे कोणतेही स्थान निश्चित नसते, हे या भाषेचे वैशिष्ट्य आहे. यथावसर अन्वय लावताना त्या संस्कृत पदांना व्यवस्थितपणे कर्ता, कर्म इ. व्यवस्थेत बसवता येते. परंतु इतर भाषात कर्ता, कर्म शेवटी क्रियापद अशीच व्यवस्था असते. इंग्रजी भाषेत प्रथम कर्ता, मग क्रिया, त्यानंतर कर्माचा प्रयोग केला जातो. अशा भाषात वाक्यातील पदांची स्थाने बदलली गेली, तर अर्थातच फरक पडतो. उदा. 'विद्यार्थी शाळेला जातो.' परंतु ह्या पदाची स्थाने बदलली तर 'शाळा विद्यार्थ्याला जाते', 'राम शंकराची पूजा करतो.', 'शंकर रामाची पूजा करतो,' असा प्रकार घडतो. हीच गोष्ट इंग्रजी वगैरे भाषाबाबतीत घडते.

वाक्यांचे प्रकार

जगातील भाषांचा अभ्यास करून भाषा वैज्ञानिकांनी वाक्याला चार भागात-प्रकारात-विभाजित केले आहे.

१. अयोगात्मक (व्यासप्रधान)

२. प्रश्लिष्ट योगात्मक - समासप्रधान

३. अश्लिष्ट योगात्मक - प्रत्यय प्रधान

४. श्लिष्ट योगात्मक - विभक्ति प्रधान

१. अयोगात्मक (व्यासप्रधान)

या प्रकारच्या वाक्यात शब्द पृथक् पृथक् असतात आणि त्यांचे स्थान, क्रम निश्चित असतात. शब्दाने स्थान बदलले की अर्थ बदलतो. अशा प्रकारची वाक्ये चिनी इ. एकाक्षर भाषांत आढळतात. आधुनिक इंग्रजी, हिंदी, मराठीसारख्या भाषा वियोगात्मक होत आहेत. आणि यात शब्दांची स्थाने निश्चित झालेली आहेत भाषेच्या अधोगात्मकतेबरोबरच शब्दस्थानाचे महत्त्व वाढले आहे.

२. प्रश्लिष्ट योगात्मक (समासप्रधान)

अशा प्रकारच्या वाक्यात शब्द परस्परांशी सरमिसळून जातात आणि त्यांचे अस्तित्व समाप्त होऊन जाते. वाक्यामध्ये कर्ता, कर्म, क्रिया इत्यादी संयुक्त राहिल्यामुळे सर्व वाक्य एक शब्दच बनून जातो. यासंबंधी आपण उदाहरणासहित स्वतंत्रपणे सविस्तर चर्चा पूर्वी केली आहे.

३. अश्लिष्ट योगात्मक (प्रत्ययप्रधान)

या प्रकारच्या वाक्यात प्रत्ययांचे बाहुल्य असते. प्रत्यय जोडून शब्द आणि वाक्य बनवले जाते. मूलशब्द आणि प्रत्यय स्पष्ट दिसून येतात. या प्रकारची वाक्ये तुर्की भाषेत अधिक येतात. यासंबंधातही आपण मागे सविस्तर पाहिले आहे.

व्याकरणिक रचनेच्या दृष्टिकोनातून वाक्यांचे तीन प्रकार-

१. साधारण वाक्य - या वाक्यात एक उद्देश्य आणि एक विधेय असते.

२. संयुक्त वाक्य - या वाक्यात दोन किंवा अधिक प्रधान उपवाक्ये असतात.

३. मिश्रित वाक्य - या प्रकारच्या वाक्यात एक प्रधान उपवाक्य आणि दुसरी आश्रित उपवाक्ये असतात. आश्रित वाक्य-संज्ञा, उपवाक्य, विशेषण उपवाक्य आणि क्रियाविशेषण उपवाक्य असते.

अर्थाच्या अनुसार वाक्याचे काही प्रकार होतात. उदा.

१. विस्मयबोधक

२. संदेहद्योतक

३. आज्ञाबोधक

४. प्रश्नबोधक

५. निर्णयबोधक

६. इच्छाबोधक

वाक्यरचनेत घडणाऱ्या परिवर्तनाची कारणे

१) दुसऱ्या भाषांचा प्रभाव - एखाद्या भाषेवर दुसऱ्या भाषेचा काही कारणांनी प्रभाव पडला तर भाषेची वाक्यरचना सुद्धा प्रभावित होते. उदा. मराठी भाषेची वा हिंदी भाषेची वाक्यरचना इंग्रजी, फारसी, उर्दू, कन्नड भाषांनी प्रभावित झाली आहे. लांबलचक वाक्ये लिहिणे किंवा छोटी छोटी वाक्ये लिहिणे, कधी कधी क्रियापदानंतर कर्माचे स्थान ठेवणे इ. इंग्रजी भाषेच्या प्रभावाचे कारण आहे. 'कि' 'व' (आणि ह्या अर्थी) जोडून केलेली वाक्यरचना फारसी प्रभाव स्पष्ट करते. पूर्ण विरामाच्या अतिरिक्त, अन्य विराम (कॉमा, सेमी कॉमा) चा प्रयोग करून वाक्य-विचार नियमित करून इच्छेनुसार आकार देणे ह्यामध्ये विदेशी प्रभाव स्पष्ट आहे.

२) ध्वनि विकासामुळे विभक्ती प्रत्ययातील घट - विकसित होत असणाऱ्या भाषांचा संबंध प्रकट करणाऱ्या विभक्ती जणू अतिवापराने घासून घासून झिजून जातात आणि लुप्त होतात. अशा वेळी अर्थ प्रकट करण्यासाठी सहायक शब्दांचा प्रयोग करणे आवश्यक ठरते. अशा अवस्थेत भाषा संयोगावस्थेकडून वियोगावस्थेकडे जाण्यासाठी प्रयुक्त होते. भाषेची वाक्यरचनाही बदलते. वाक्यात शब्दांच्या स्थानी क्रमाचे महत्त्व वाढते.

३) अधिक 'बल' (Force) - देण्यासाठी सहायक शब्दाची प्रवृत्ती काही शब्दावर जोर देण्यासाठी सहायक शब्दांचा प्रयोग होऊ लागतो. तेव्हा वाक्यरचनेत अंतर येऊ लागते. सहायक शब्दांचा प्रयोग केल्यामुळे विभक्तींचा हळूहळू लोप होतो आणि परवर्गाचा प्रयोग वाढू लागतो. मध्यकालीन भारतीय आर्यभाषा (आणि प्राकृत तसेच अपभ्रंशातील) वाक्यरचना बनवण्यासाठी ही प्रवृत्ती दिसू लागते.

४) बोलणाऱ्याच्या मानसिक स्थितीचे कारण - मनुष्याच्या मानसिक दशेचाही वाक्याच्या रचनेवर फार प्रभाव पडतो. म्हणून वाक्यरचनेत परिवर्तन येत राहते. प्रसन्न व्यक्ती आपल्या आपले विचार सहजतेने चांगल्या प्रकारे परिपूर्ण वाक्यात प्रकट करते. दु:खी व्यक्ती आपले विचार छोट्या छोट्या सरळसुबोध

वाक्याद्वारा दुसऱ्यापर्यंत पोहाचवते. युद्धाच्या वेळी बोलताना वाक्ये साधीसुधी आणि वस्तुस्थिती सांगणारी असतात, या कारणाव्यतिरिक्त कधीकधी अज्ञानता, नावीन्याकडे कल इत्यादी कारणांनी वाक्यरचनेत परिवर्तने होतात.

५) वाक्यात शब्दस्थान निर्धारण - (पदक्रम) वाक्यगणनात शब्दाचे कुठे स्थान असावे ? हे अध्ययन करणे वाक्यविज्ञानाचा विषय आहे. वाक्यामध्ये शब्दस्थानाच्या दृष्टिकोनातून दोन तऱ्हेच्या भाषा मिळतात. १. काही भाषांत वाक्यरचना करताना पदांचा क्रम निर्धारित असतो आणि स्थानांतर केल्यामुळे वाक्यार्थात अंतर येते. २. दुसऱ्या प्रकारच्या भाषा अशा प्रकारच्या आहेत की ज्यात वाक्य बनवताना शब्दांचा क्रम निर्धारित नसतो आणि शब्द (पद) वाक्यात मागे पुढे कुठेही प्रयुक्त केले जाऊ शकतात आणि अर्थात काही परिवर्तन होत नाही.

६) वाक्य आणि स्वराघात - वाक्यात स्वराघाताचे महत्त्व असते. स्वराघातामुळे अर्थात अंतर येते. संगीतात्मक स्वराघाताद्वारे शंका, निराशा प्रश्न आश्चर्यादि मनोभावांना प्रकट केले जाऊ शकते. बलात्मक स्वराघाताद्वारा एकाद्या पदावर विशेष बळ दिले जाते आणि त्याला वाक्यात प्रमुख बनवले जाते. बल देण्यासाठी वाक्यातील पदे यथाक्रम राहू शकतात किंवा पदक्रमाने परिवर्तनही होऊ शकते. 'मी आज त्याला भेटणारच.' यातील प्रत्येक शब्दावर जोर दिला तर वाक्यातून भिन्न भिन्न अर्थ बलशाली होऊन कळतील.

७) वाक्य आणि पद लुप्त होणे - कधी कधी वाक्य पूर्णपणे बोलले जाते. परंतु काही वाक्ये पुरी बोलली जात नाहीत, आणि काहींचे अर्थ ताडले जातात. साधारणपणे नेहमीच्या गप्पागोष्टीत अशा प्रकारची वाक्ये जास्त बोलली जातात. पदांचा लोप, संक्षिप्तीकरण ह्यामुळे वाक्य गठनावर प्रभाव पडतो, अनेक पल्लेदार शब्दांच्या वाक्यांपासून अगदी एका शब्दापर्यंत वाक्य असू शकते.

८) वाक्यरूपांतरण (Transformation) - वाक्य रूपांतरणाच्याद्वारे वाक्यांना व्याकरणाच्या साह्याने परिवर्तित केले जाते. चॉम्स्की आणि हॅरिस नामक दोन विद्वानांनी ह्यास वाक्यविज्ञानात स्थान दिले. एकच मूळ वाक्य व्याकरणाच्या साह्याने अनेकविध प्रकारचे वाक्य होते. साधारण वाक्यावरून प्रश्नवाचक आणि नकारात्मक वाक्ये बनवली जातात. इंग्रजीतील उदाहरण असे.

१) (He is eating) (साधारण वाक्य)

२) (Is he eating?) (प्रश्नवाचक वाक्य)

३) (He is not eating) (नकारात्मक वाक्य)

अशाच रीतीने साधारण, प्रश्न, नकारवाचक वाक्ये आपण एका वाक्यावरून बनवू शकतो.

रूपविज्ञान (Morphology)

रूपांवर म्हणजे पदावर ह्यापूर्वी विस्ताराने विचार झालेला आहे. तरी पुन्हा एकवार ह्या विभागाकडे वेगळ्या दृष्टिकोनातून येथे पाहिले पाहिजे. रूपविज्ञानात भाषेची पदरचना, पदविकास आणि त्याच्या कारणांचा अभ्यास केला जातो. भाषेचा मुख्य अवयव वाक्य. वाक्याचे पद आणि पदाची उत्पत्ती ध्वनीपासून होते. शब्द-पद ह्यांचे स्वतंत्र अस्तित्व असले तरी त्यांना जेव्हा वाक्यात प्रयुक्त केले जाते तेव्हा त्यांच्यात विकार हा येतोच आणि त्या पदाचा वाक्यातील अन्य पदांशी संबंध निर्माण होतो. 'घरी', 'नाही', 'पुत्र', 'यायचे' हे सारे शब्द-पदे-वेगवेगळा अर्थ दाखवतात. त्यांचा परस्परांशी काहीच संबंध नाही. परंतु ह्यांचा उपयोग करून ह्या पदांचे वाक्य बनवले तर ह्या शब्दात-पदात थोडा विकार आला, "पुत्र, घरी नाही यायचे?" ह्या वाक्यात पुत्र संबोधन, हे वाक्य बोलणारा अन्य कुणी व्यक्ती वक्ता कर्ता 'यायचे?' हे क्रियारूप विध्यर्थी 'घरी', 'घर' ची सप्तमी, 'नाही' नकारार्थी रूप आणि एक चिन्ह प्रश्नार्थक बनले, याप्रमाणे शब्द थोडे विकृत होऊन वाक्यात प्रयुक्त झाले आहेत.

मागे स्पष्ट केले की प्रसिद्ध संस्कृत वैयाकरण पाणिनीने अष्टाध्यायीत पदाची व्याख्या 'सुप्तिङन्तं पदम् ।' अशी केली आहे (१।४।१४) म्हणजे 'सुप् आणि तिङ्' ज्यांच्या अन्ती असतील, त्यांना पद म्हणतात. प्रकृति (मूळरूप) आणि प्रत्यय (संबंधतत्त्व) यांच्या मेलनामुळे पद किंवा रूप बनते. पतंजलीने व्याकरण महाभाष्यात हेच तत्त्व सांगितले आहे. 'नापि केवला प्रकृतिः प्रयोक्तव्या नापि केवलः प्रत्ययः ।' एकाकी प्रकृतीचा (मूलरूपाचा) किंवा प्रत्ययाचा प्रयोग केला जाऊ शकत नाही. अर्थात ह्या दोन्हीच्या मेलनाने पद किंवा रूपाचा वाक्यात प्रयोग केला जातो. 'रामः गच्छति ।' मध्ये 'राम' मूलशब्द-प्रकृती-आहे. परंतु त्यास प्रथमा एकवचनाचा प्रत्यय लागल्यामुळेच 'रामः' हे पद होऊ शकले. मूलरूप, मूलप्रकृती पद-रूप असूच शकत नाही. केवळ प्रत्ययही नाही.

जगातील चिनीसारख्या विशिष्ट भाषांमध्ये वाक्यात प्रयोग करूनही पदाच्या मूलप्रकृतीत काही विकार येत नाही. त्यामुळे तेथे पद आणि मूलरूप ह्यांच्यातील अंतर जाणणे कठीण आहे. आधुनिक भारोपीय भाषांत काही अशी उदाहरणे आहेत. 'आंबा झाडावरून पडतो.' 'मी आंबा खातो.' ह्या दोन उदाहरणात 'आंबा' पद-शब्द पहिल्या शब्दात कर्त्याच्या स्थानी आहे तोच 'आंबा' शब्द दुसऱ्या वाक्यात कर्माच्या स्थानी आहे. म्हणून रूप-पदाची परिभाषा अशी देता येईल की पद म्हणजे असा ध्वनिसमूह आहे की ज्याचा वाक्यात भाषेच्या अनुसार संबंधतत्त्व, अर्थतत्त्व आणि त्या दोन्हीच्या अर्थाचा बोध करवण्यासाठी प्रयोग होतो. जर ध्वनिसमूह असेल, तर तो एकत्र आणि कधी कधी अनेक ठिकाणीही त्यांच्या अंशांचे अस्तित्व आहे.

अशा पदांच्या - रूपांच्या बरोबर जो ही प्रत्यय जोडून त्याला वाक्यात प्रयुक्त करण्यासाठी योग्य समर्थ बनवतात, त्यांना 'रूप' म्हणतात. अशाच रूपाच्या वैज्ञानिक विश्लेषणाला 'रूप विज्ञान' (Morphology) म्हणतात.

पदाचे जे मूलतत्त्व. मूलरूप तेच अर्थज्ञान करवून देण्यास पात्र असते, म्हणून त्यास 'अर्थतत्त्व' म्हणतात. जेव्हा मूलरूपाला संबंधबोधक शब्द, विभक्त, प्रत्यय इ. जोडले जाऊन मूलरूपात जे दुसरे परिवर्तन घडते त्यास 'संबंधतत्त्व' म्हणतात. संबंधतत्त्व हे अर्थतत्त्वाशी असलेले आपले पारस्परिक संबंध स्पष्ट करीत असते. वाक्यगठनासाठी संबंधतत्त्वाची आवश्यकता असतेच. अर्थतत्त्वांचे आपसातील संबंध दाखवणाऱ्या रूपावर विवेचन होत असल्यामुळे ह्यास 'रूपविज्ञान' (पदविज्ञान, रूपविचार, पदविचार इ.) म्हटले जाते.

अनेक भाषांचे अध्ययन करून संबंधतत्त्वाचे काही भेद केले आहेत, ते खालील प्रमाणे

१. स्वतंत्र शब्द - अनेक भाषात संबंधतत्त्वाच्या प्रतीकशब्दांना आपली स्वतंत्र सत्ता असते. संबंधतत्त्व अर्थतत्त्वाशी संयोजित न होता स्वतंत्र राहतात. इंग्रजीत ऑन On, इन In, टू To, टिल Till, फ्रॉम From, अप Up, दॅट That, देन Then, अबव्ह Above इत्यादी अनेक प्रकारचे स्वतंत्र शब्द आहेत. कधी कधी संबंध तत्त्व दर्शवण्यासाठी दोन स्वतंत्र शब्दांचा प्रयोग होतो. If... then, (इफ... देन) either - or (आयदर .... ऑर) इत्यादी संस्कृतात इति, अपि, एव, अथ, च, आदि इत्यादीसुद्धा ह्याच प्रकारचे शब्द आहेत. हिंदी भाषेत मे, पर, तक, की, का इत्यादी स्वतंत्र शब्द आहेत. मराठीत, पर्यंत, वर, असे, करिता, की, हेही स्वतंत्र शब्द आहेत.

२) शब्दस्थान - काही काही भाषातील वाक्यात शब्दाच्या स्थानावरून संबंध तत्त्वाचे ज्ञान होते. चिनी भाषेतील वाक्यात अंतर्गत शब्दस्थानाचे अत्यधिक महत्त्व आहे. उदा. न्गो ता नी = मी तुला मारतो.

नी ता न्गो - तू मला मारतोस.

इथे पहिल्या वाक्यातील 'न्गो' कर्ता 'नी' कर्म आहे. दुसऱ्या वाक्यात त्यांची स्थाने बदलली आहेत. त्याचप्रमाणे संस्कृतमधील समासामधील शब्दाच्या स्थानाचे अत्यंत महत्त्व आहे.

उदा. राजपुत्र - राजाचा पुत्र

पुत्रराज - पुत्रांचा राजा

राजसदन - राजाचे सदन

सदनराज - गृहांचा राजा

इंग्रजीतही शब्दस्थानात 'लाईटहाऊस - किंवा पॉवर हाऊस' अशा शब्दावरून महत्त्व असल्याची कल्पना येईल.

३) प्रत्यय - अर्थतत्त्वाबरोबर संबंधतत्त्व प्रारंभी, मध्ये वा अंती आवश्यकतेनुसार जोडले जातात. बाण्टू भाषापरिवारात संबंधतत्त्व सूचक प्रत्यय अर्थतत्त्वाच्या आधी जोडले जातात. अशा प्रकारच्या प्रत्ययांना 'पुर:प्रत्ययसंयोग' (आदिसर्ग, पूर्वसर्ग, पूर्वप्रत्यय, परसर्ग) म्हणतात. अर्थतत्त्वाच्या मध्ये जोडले जाणारे प्रत्यय 'मध्यप्रत्यय संयोग' म्हणून ओळखले जातात. अशाप्रकारचे प्रत्यय 'मुंडा' भाषांमध्ये प्रयुक्त होतात. परप्रत्यय संयोग (अंतसर्ग, प्रत्यय) हे अर्थतत्त्वाच्या अंती जोडले जातात. या प्रकारचे शब्द तुर्की, द्रविड, भाषांत, तसेच संस्कृत, हिंदी, मराठी इ. भारतीय आर्यभाषांत उपयोगात येतात.

पुर:प्रत्यय (Prefix) मध्यप्रत्यय (Infix) अन्त्यप्रत्यय (Suffix) या विषयासंबंधी 'भाषापरिवार' प्रकरणात सविस्तर विचार झालेला आहेच.

४) ध्वनिगुण (मात्रा, सूर, बलाघात) - ध्वनिगुण अर्थात मात्रा, सूर आणि बलाघाताने संबंधतत्त्वाचा बोध होतो. काही भाषांत यांना फार महत्त्व आहे. मात्रेच्या प्रयोगाने अर्थात अन्तर येणे, हे हिंदी भाषेतील उदाहरणावरून चांगले कळेल.

रखना - रखाना, भरना - भराना, करना - कराना, चलना - चलाना, सूर - चिनी भाषेसारख्या काही भाषांत सुराचे विशेष महत्त्व आहे. कारण उच्चारण सुराची असमानता, यामुळे अर्थात अंतर येते. चिनी भाषेत ४ सूर, काही भाषेत सहा, आठ असे सूर आहेत. आफ्रिकन 'फुल' भाषेत 'मिवरत' एक सुरात म्हटले तर 'मी मारून टाकीन' असा अर्थ होईल, जर 'त' वर बल देऊन 'मिवरत' उच्चारला तर 'नाही मारणार' असा अर्थ होतो. वैदिक संस्कृत, ग्रीक, अवेस्ता इ. भाषांत सुरांचे किती महत्त्व होते, हे मागे विस्ताराने सांगितले आहे.

बलाघात - स्वराघात यांचे संस्कृत, ग्रीक, स्लावोनिक, लिथुआनिअन इत्यादी भाषात अत्यंत महत्त्व आहे. इंग्रजीतील कॉंडक्ट (conduct) 'क' कर जोर देऊन म्हटले तर 'संज्ञा' होते. आणि 'ड' वर बल दिले तर क्रिया असा अर्थ होतो.

५) अपश्रुती (आंतरिक परिवर्तन) अंतर्मुखी - विभक्ती-प्रधान भाषांमध्ये अर्थतत्त्वा (मूलशब्द) च्या मध्ये संबंधतत्त्व आढळते. सेमेटिक आणि हेमेटिक भाषात ह्या प्रकारचे शब्द आढळतात. अरबी भाषेत 'किताब' (पुस्तक) पासून कुतूब, आणि 'हिमार' (गाढव) पासून हमीर (गाढवे) शब्द होतो. संस्कृतमध्ये दशरथ पासून 'दाशरथि', पुत्र - पौत्र. इंग्रजीत Foot पासून feet, Tooth पासून Teeth, Sing पासून sung अशा प्रकारची बनलेली शब्दाची उदाहरणे आहेत.

अपश्रुतीला ध्वनिप्रतिष्ठापन असेही नाव आहे.

६) द्वित्व (ध्वनि पुनरावृत्ती) - ध्वनी किंवा शब्दांचे अनेकवेळा पुनरावर्तन केल्यावरही संबंधतत्त्वाचे ज्ञान होते. ही आवृत्ती अर्थतत्त्वाच्या प्रारंभी वा अंती होऊ शकते. हिंदीत दिन दिन (प्रतिदिन) मराठीत 'कुणाकुणाला', 'रडरड रडला', 'कसेसे', 'झाडझाडोरा' असे शेकड्याने शब्द देता येतील. आफ्रिकी भाषेत Irik चालणे. पण Irik-rik म्हणजे तो चालतो आहे. Manao = इच्छिणे, Manao - nao त्याची इच्छा आहे. अन्य भाषांतही अशी उदाहरणे आहेत.

७) ध्वनि-विनियोजन - अर्थतत्त्वाचे ध्वनी कमी करून किंवा वाढवून संबंधतत्त्व प्रस्थापित केले जाते. फ्रेंच भाषेत याची काही उदाहरणे आहेत. स्त्रीलिंगात बोलण्याचे रूप sul आहे, तर लिहिण्याचे रूप soule असते. पुंलिंगात बोलण्याचे रूप suole, तर लिहिताना (soul) होते. संस्कृतमध्ये 'पाणि' म्हणजे हात, पण तोच 'पाणी (संस्कृत - पानीय) मराठीत 'जल' अर्थाने येतो. 'कृति' म्हणजे एखादे कार्य - काम पण कृती म्हणजे कृतकृत्य झालेला. 'ऋषि:'चे 'आर्ष' होणे हे ध्वनिविनियोजन होय.

८) अभावात्मक (शून्य संबंधतत्त्व) - जेव्हा मूलरूपाला अर्थतत्त्वाला प्रत्यय वगैरे न जोडता मूलरूपानेच - संबंधतत्त्वाचे कार्य साधून घेतले जाते, तेव्हा त्यास अभावात्मक किंवा शून्यसंबंधतत्त्व म्हणतात. संस्कृतमध्ये ह्या प्रकारचे मूलरूप वापरतात, सरित्, विद्युत्, वारि, नदी, स्त्री, जलमुक् इत्यादी ही मूलरूपेच प्रत्यय न लागताही विकृती न येता प्रथमा एकवचनाची विभक्ती बनतात. मराठीत 'जा (तू जा) खा (खाऊ लाग, तू खा) गा (गायला प्रारंभ कर)' इत्यादी मूलरूपे. इंग्रजी तमिळ भाषांत असे प्रयोग आहेत.

अशा संबंधतत्त्वात भाषा काही विशेष एखादे तत्त्व प्रयोगात आणत नाही. पण संबंधतत्त्वांचा भाषेत प्रयोग होतो. विशेषत: इंडो-युरोपिअन-भारोपीय भाषापरिवाराच्या तसेच अन्य शेकडो भाषा संबंधतत्त्वाशिवाय कळणे शक्य होणार नाही.

१) पूर्णसंयोग - संबंधतत्त्व आणि अर्थतत्त्व (मूलरूप) यांचा संबंध जेव्हा अर्थतत्त्व आणि संबंधतत्त्व परस्परांशी घनिष्ठभावाने एक होतात, तेव्हा त्यांना 'पूर्ण संयोग' म्हणतात. एकाच शब्दाद्वारे दोन्ही तत्त्वांचा बोध होतो. सेमेटिक, आणि भारोपीय भाषा या प्रकारच्या आहेत. वस्तुत: शून्य संबंध तत्त्वाचे शब्द-रूपे-ही पूर्ण संयोगाच्या अंतर्गत येतात. उदा. (सेमेटिक परिवारातील उदाहरण) क्, त्, ल्, (मारणे) पासून क, त, ल, (त्याने मारले) 'कातिल' (मारणारा) कित्ल - (शत्रू) कितल (प्रहार) कुतिल - (तो मारला गेला.) युक़्तुल (तो मारतो आहे.) मक़्तुल (ज्याला मारावयाचे आहे) तक़ातुल (परस्परांना मारणे) क़ुत्ताल (कत्तल करणारे)

तक़लील (अनेक हत्या करणारे) इत्यादी रूपे बनतात.

संस्कृतचे उदा. 'धातू ╱गम् - गन्ता - जाणारा, गतः - गेलेला, गमय गच्छत् - (घालव पाठव) गन्तृ - (जाऊ इच्छिणारा) - (नाम) इत्यादी तसेच २४ प्रत्यय १० लकाराचे आणखी कित्येक प्रत्यय लागून बनणारी पदे, इतका संभार एका ╱गम् धातु - रूपा पासून बनतो. हीच गोष्ट प्रत्येक मूलरूप धातूची आहे. याशिवाय ह्या सर्वपदांना जर उपसर्ग जोडले तर शब्दार्थांचा विस्तार थक्क करणारा होतो. 'वत् मत्' सारखे प्रत्यय जोडले, तर एकाच गम् √रूपाची अधिकाधिक पदे - शब्द बनतात. सारांश ह्यात अर्थतत्त्व आणि संबंधतत्त्व परस्परांशी पूर्ण संयुक्त झाले आहे की त्यांना अलग केले जाऊ शकत नाही.

२) अपूर्ण संयोग -

ह्या प्रकारच्या संयोगात एखाद्या शब्दात समाविष्ट झालेले अर्थतत्त्व (रूपतत्त्व) आणि संबंधतत्त्व पूर्णपणे मिसळत नाहीत. दोन्हीची सत्ता अलग राहते, आणि त्या ओळखूही येतात. हा संयोग 'तिलतण्डुलवत्' असतो. नीरक्षीरवत् नाही. तुर्की, द्राविडी भाषांत ह्याप्रकारचे शब्द आढळतात. इंग्रजीतील भूतकालाची क्रियारूप 'ed' ने वेगळे समजते Talk - Talked, Ask - Asked याप्रमाणे हा संयोग होय. तमिळमध्ये 'पुत्तहम्' - पुस्तक पासून 'पुत्तहङ्गड' - पुस्तके. कन्नड भाषेत 'सेवक' पासून सेवकरू आणि सेवकरन्रू. तुर्की भाषेत 'एव' - घर, 'एवलेर' - (अनेक घरे) हे सारे अपूर्ण संयोग आहेत.

३) दोन्ही स्वतंत्र - असंयोग - काही भाषांत अर्थतत्त्व (रूपतत्त्व मूलरूप) आणि संबंध तत्त्व दोन्हींची सत्ता पूर्णपणे स्वतंत्रही राहते आणि रूपतत्त्व अर्थतत्त्व संबंधतत्त्वास उपकृत करते. भारोपीय परिवारातील फ्रेंच भाषेमध्ये a, av, du इंग्रजीचे to, from हिंदीचे ने, को, से, अथ, इति, खलु, ह, स्म इत्यादी रूपतत्त्वे स्वतंत्रपणे राहतातच, पण संबंधतत्त्वांना उपकारकही होतात.

संबंधतत्त्वापासून मुख्यतया लिंग, पुरुष, वचन, कारक, काल, वाच्य (कर्तृवाच्य, कर्मवाच्य, भाववाच्य) पद (परस्मै-आत्मने) आदींचा परिचय होतो.

रूपपरिवर्तनाच्या दिशा

भाषा, शब्दांच्या विषयाचा अभ्यास करताना, त्यांचे रूप सदासर्वकाळ एकच एक असे कधीच राहत नाही. कालांतर, स्थानांतर, परिस्थित्यंतर, गंडांतर, लोकसमूहान्तर इत्यादी कारणे त्यामागे असतात. त्यामुळे पद, शब्दांत रूप परिवर्तन वा रूपविकार (रूपविकास) घडत असतो.

ध्वनिपरिवर्तन आणि रूपपरिवर्तन ह्या दोन्हीत भेद आहे. ध्वनिपरिवर्तनाचे क्षेत्र

अधिक व्यापक असते; रूपपरिवर्तनाचे तुलनेने कमी असते. शब्दांतील रूपपरिवर्तनाने थोडे अधिक शब्द प्रभावित होतात. त्यांच्यात परिवर्तन होते. परंतु नव्याने बनलेल्या शब्दाबरोबर परंपरेने आलेला प्राचीन शब्द ही प्रचारात राहतोच. उदा. पतंजलीने व्यास महाभाष्यात 'एका गो' शब्दाची गावी, गोता, गोणी, गोपोतलिका इत्यादी रूपे बदलली तरी 'गो' हे रूपही प्रचलित राहिल्याचेच म्हटले आहे.

पद किंवा शब्दाच्या कोणत्याही ध्वनी मध्ये विकार उत्पन्न झाला की, त्यास ध्वनिपरिवर्तन म्हणतात. ध्वनिपरिवर्तनात पूर्ववर्ती ध्वनीच्या जागी अन्य ध्वनी स्थान घेतो आणि त्याचबरोबर सर्वच आश्रित शब्दांना प्रभावित करतात. ह्यामुळेच ध्वनिपरिवर्तनाचे क्षेत्र फार व्यापक असते. ध्वनि विकृतीनंतर पूर्ववर्ती ध्वनीच्या शब्दाचे भाषा व्यवहारातील प्रचलन बंद होते; परंतु रूपपरिवर्तनामध्ये शब्दांची पूर्ववर्ती आणि नवीन शब्द, दोन्ही रूपे आढळत असतात.

रूप परिवर्तनाच्या अंतर्गत शब्दांच्या प्राचीन रूपांचा विनाश आणि परिवर्तित होऊन त्यांची नवी रूपे बनण्याच्या स्थितीवर विचार केला जातो.

भाषेच्या अनेक व्याकरणांच्या अनेकानेक अंगांमध्ये प्राचीन काळापासून आजवर अनेक परिवर्तने झाली आहेत. जी शब्दरूपे मनोधारणेसाठी भार होऊ लागतात, त्यांच्या जागी समान नियमांचे, समान रूपांचे शब्द प्रचलित होतात. इंग्रजीमध्ये पूर्वी दोन प्रकारची क्रियारूपे होती. बलवती क्रिया आणि निर्बलवती क्रिया असे त्यांना म्हणत. बलवती क्रियेची अनेक रूपें लक्षात-ध्यानात ठेवणे, स्मरणात राखणे कठीण होते म्हणून ती बलवती क्रियारूपे अधिक संख्येने लुप्त झाली. हाच प्रकार वैदिक संस्कृत आणि लौकिक संस्कृतात आढळतो. अनेक वैदिक शब्द रूपे, लौकिक संस्कृतात नाहीत. त्याचे प्रचलन बंदच झाले आहे. हीच प्रवृत्ती पाली, प्राकृत भाषाची आहे.

ह्याच कारणामुळे अर्थ स्पष्ट करण्यासाठी सहायक शब्दांचा प्रयोग करण्यास प्रारंभ होतो. नवीनतेकडे मानवाचा कल असतो. म्हणून नव्या शब्दांचे प्रचलन वाढू लागते. मराठी, हिंदी भाषेत परसर्गांचा प्रयोग ह्याच कारणाने अधिक झाला आहे.

रूपविकारांच्या अध्ययनासाठी आर्यभाषांच्या व्याकरणाच्या साह्याने भाषेच्या विकासाच्या उद्देशाने दोहो बाजूंनी सुगमतेने अवलोकन करता येते. संस्कृत व्याकरणात शब्दांना चार भागात विभक्त केले आहे.

नाम (सुबन्त) आख्यात (तिङन्त) उपसर्ग आणि निपात, (अव्यय) सुबन्ता - नामापासून संज्ञा सर्वनाम विशेषणाचा, तिङन्त (क्रिया-आख्यात) पासून क्रियारूपे, उपसर्गापासून शब्दाच्या प्रारंभी जोडले जाणारे प्रत्यय, आणि निपातांनी अव्ययांचा बोध होतो.

नाम :- संस्कृत वैयाकरणांनी नामशब्दांना दोन भागात विभागले आहे.

१) अजन्त स्वरान्त आणि हलन्त व्यंजनान्त. त्या दोन प्रकारच्या शब्दांची रूपे तीन वचन, आठ कारकात चालतात. संस्कृतची रूपे थोडी विभक्तीप्रमाणे थोडी वचनाप्रमाणे चालतात. म्हणून ही भाषा आपल्या मूळ भारोपीय भाषेपेक्षा कांहीशी सरळ सुगम झाली होती. संस्कृतच्या लिंगात काही रूपे पंचमी आणि षष्ठी एकवचन, तृतीया, चतुर्थी, पंचमीचे द्विवचन, चतुर्थी आणि पंचमीचे बहुवचन समानरूपात आढळते. त्यामुळे, त्या प्रकाराने रूपांच्या वैविध्यात काहीशी कमतरता आली होती. याच प्रकारे नपुंसक लिंगामध्ये प्रथमा आणि द्वितीयेच्या तिन्ही वचनात समान रूपे आहेत. हीच प्रवृत्ती पुढे भाषा विकासाबरोबर वाढत चालली. आणि पालीमध्येही रूपांची विविधता आणखी कमी झाली. शिवाय पाली-प्राकृत भाषांनी एकवचन आणि बहुवचन स्वीकारले. द्विवचन टाळल्यामुळे रूपे आणखीच कमी झाली. रूपांमध्ये एकरूपता अधिक झाली.

पाली-प्राकृतांची सरल-सुगमतेकडे जाण्याची प्रवृत्ती अपभ्रंश काळात आधिक तीव्र झाली. शब्दांच्या रूपांची समानता अधिक झाली. अनेकता फारच अल्प झाली. पाली-प्राकृतात प्रातिपादिक स्वरान्त बनले होते, परंतु अपभ्रंश काळात ह्यांच्यातही विविधता कमी झाली, अपभ्रंशाच्या अंतिम दीर्घस्वराला ऱ्हस्व बनवण्याची प्रवृत्ती वाढली. कथा कहि, निशा निशि, पूजा पुज्ज, मालती मालइ ही उदाहरणे ही प्रवृत्ती स्पष्ट करतात. अकारान्त इकारान्त, उकारान्त प्रातिपदिकांची अधिकता दिसून येऊ लागली. अकारान्त प्रातिपदिकांचा सर्वाधिक प्रयोग होऊ लागला. संस्कृतच्या आठ कारक रूपातील फक्त तीन कारके अपभ्रंश काळापर्यंत शिल्लक राहिली. यात प्रथमा द्वितीया आणि संबोधनासमान रूपे दिसतात. याचप्रकारे, तृतीया सप्तमी आणि चतुर्थी, पंचमी पष्ठी विभक्तींची रूपे समान आढळतात. 'दोन' म्हणण्यासाठी 'संख्यावाचक' 'दुइ' शब्दाचा प्रयोग होऊ लागला आणि सहुँ (करण कारकासाठी =तृतीया), केहि (संप्रदान = चतुर्थी) अशा परसर्गांच्या प्रयोग केला जाऊ लागला.

अपभ्रंशानंतरच्या आजच्या आर्यभाषेत पुन्हा रूपांची कमतरता आली. स्वरान्त प्रातिपदिकांचे पुन्हा व्यंजनान्त उच्चारण होऊ लागले आहे. मराठी-हिंदीत आता अन्त्य 'अ' स्वराचे उच्चारण ऐकायला मिळत नाही. 'आकाश, दिनेश ईश्वर' याच्यातील अन्त्य 'अ' जाऊन 'आकाश्, दिनेश् ईश्वर्' अशी रूपे उच्चारली जातात. त्याशिवाय स्वरान्त शब्दही आहेत. मराठी-हिंदीत एकवचन आणि बहुवचन (अनेकवचन) शब्द असून आता विकारी आणि अविकारी शब्दरूपेही मिळतात. वाक्यात प्रयोग करताना कारकांच्या प्रयोगामुळे ज्या शब्दांत कांही ना कांही विकार येतो, त्यांना 'विकारी' म्हणतात. ज्यांच्यात काही विकार होत नाही, ते अविकारी शब्द

होत.

सर्वनाम :- सर्वनामांचा प्रयोग संज्ञा शब्दांच्या स्थानी केला जातो. पुरुषवाचक सर्वनाम (प्रथमपुरुष, द्वितीयपुरुष, तृतीय पुरुष) हा प्रयोग संस्कृत काळापासूनच होत आला आहे. पुरुषवाचक सर्वनामाचे तिन्ही पुरुष प्रथम पुरुष (अस्मद्) द्वितीय पुरुष (युष्मद्) आणि तृतीय पुरुष (तत्) मध्ये चालतात. ह्यांची संबोधनरूपे चालत नाही. मराठीत सर्वनामाच्या लिंगात फरक पडला नाही. तो खातो, ती खाते असा प्रयोग आहे. पण हिंदीत मात्र 'वह खाता है। वह खाती है।'' असा प्रयोग असून त्या आर्यभाषेतील ह्या सर्वनामात हा लक्षणीय भेद आहे.

विशेषण : संस्कृतमध्ये विशेषणाच्या अनुसार विशेषणही बदलते. हिंदी-मराठी भाषेत ह्या विषयी समानता आहे. विशेषणात लिंगाच्या अनुसार परिवर्तन होते. हिंदीत स्त्रीलिंगी विशेषणात एकवचनच राहाते. उदा. 'लाल घोडी - लाल घोडियाँ' मराठीत बहुवचन राहते. चांगली मुलगी - चांगल्या मुली. पुंल्लिंगी विशेषणात हिंदी मराठीत भेद नाही.

लिंग :- जगातील विभिन्न भाषात अतिप्राचीन काळापासून आजवर ह्या लिंग विभाजनव्यवस्थेची व्यवस्था समान राहिलीच नाही. लिंगाची संख्याही कमीजास्त आहे. संस्कृतात स्त्री, पु, नपुंसक अशी तीन लिंगे आहेत. हे विभाजनही काही विशेष नियमांनी निश्चित नाही. संस्कृतात एकाच अर्थाचे शब्द भिन्न भिन्न लिंगात आहेत. अपभ्रंश भाषेत केवळ दोनच पुल्लिंग, स्त्रीलिंग मानतात. कन्नड भाषेत पुरुष, स्त्री सोडून जगातील साऱ्या वस्तू निर्जीव मानून त्यांना नपुंसक लिंगीच मानतात. मराठीत तर जगातील प्रत्येक वस्तूसाठी तीन पैकी एक लिंग दिलेच जाते, ती जमीन, ते झाड, ती काठी, तो पर्वत, असेल पण कन्नडमध्ये ह्या सर्वांना नपुंसक लिंगी मानतात. ते जमीन, ते झाड, ते काठी, ते पर्वत इ. काही संस्कृत शब्द, आत्मा, अग्नी, वायू, पवन इत्यादी पुलिंग आहेत, पण हिंदीत त्यांचा प्रयोग स्त्रीलिंगात होतो. संस्कृतमधील स्त्रीलिंगी देवता हिंदीमध्ये पुल्लिंगी होतो. मराठीत सविता, चारु, शशी, इन्दु इ. स्त्रीलिंगी मानतात पण ते शब्द संस्कृतात पुल्लिंगी आहेत.

हिंदी राजस्थानी सिंधी, पंजाबी भाषेत दोन लिंग, पण मराठी, गुजराथी, सिंहली भाषात तीन लिंगे आढळतात. परंतु बंगाली, आसामी, उडिया भाषात तिबेटी, ब्रह्मी भाषांच्या प्रभावामुळे लिंगभेद नाही. भारतीय भाषाव्यतिरिक्त जगातील अन्य देशात लिंग विभाजनाबाबत मतांतरे रूढ आहेत. चिनी जपानी भाषातही लिंगभेद नाही, पण जगातील काही बोलीमध्ये सहा पासून वीसपर्यंत लिंग प्रकार आहेत

वचन : वचनाच्या बाबतीत भिन्न भिन्न भाषांत अंतर आहे. काही भाषात ३ वचने, तर काहीत २ वचने आहेत. बहुतेक आर्यभाषात एकवचन आणि बहुवचन

(अनेकवचन) आहे. मराठीत मात्र काही काही संप्रदाय द्विवचनाचे आग्रही आहेत. ग्रीक, अरबी, संस्कृत भाषात द्विवचन आहे. मागे द्विवचनासंबंधी सविस्तर सांगताना युग्मके जोड्या असलेल्याच वस्तूंचा निर्देश करण्यासाठी द्विवचनाची परंपरा भारोपीय भाषाकाळात सुरू झाल्याचे सांगितले आहे. पाली भाषेवरही द्विवचनाचा प्रभाव आहे. प्राकृत, अपभ्रंशावरही आहे. युरोपियन एकवचन, बहुवचनच मानतात. काही आफ्रिकी भाषात त्रिवचन तर काही मॅलिनेशियन भाषात त्रिवचनाबरोबर चतुर्वचनही मानतात.

हिंदी-मराठीत बहुवचनासाठी प्रत्यय आणि समूहवाचक शब्दांचा प्रयोग होतो. मुले, साड्या, भांडी, बंदुका, दऱ्याखोरी, विटा, फावडी (ए, या, इ, आं, इत्यादी) तसेच लतासमूह, चांगले लोक, छात्रगण, भगिनीवृंद (लोक, समूह, गण, वृंद इ.) कधी कधी संख्या वाचक शब्द जोडून बहुवचन बनवले जाते. दोन हजार मनुष्य, दहा पेरु इ. ठिकाणी मनुष्य, पेरु, हे बहुवचन आहे.

कारक : जगातील भिन्न भिन्न भाषात कारके समान नाहीत. प्राचीन भाषेत विभक्ती अनेक होत्या. नंतर ह्यांची संख्या कमी झाली. मूळ भारोपीय भाषेत आठ विभक्ती एकवचन द्विवचन बहुवचनात चालत. नंतर ह्यांची संख्या कमी झाली. पाली, प्राकृतात एका विभक्तीच्या आधाराने अधिक कारकांचा प्रयोग रुढ झाला. फक्त पाच-सहा विभक्ती राहिल्या. अपभ्रंश भाषा काळात फक्त तीन विभक्तीवर काम भागवले जाऊ लागले.

संस्कृत व्यतिरिक्त अन्य भाषांत विभक्ती कमी आढळतात. ग्रीक, लिथुआनी आणि राहीयन भाषेत सात विभक्ती, प्राचीन स्ताव भाषेत सहा, लॅटिनमध्ये पाच, अल्बानीमध्ये चार, अर्मिनियन जुनी इंग्रजी यात तीन विभक्तीरूपे आढळतात. आधुनिक आर्यभाषा हिंदीत विभक्तींचे दोन अवशेष शिल्लक आहेत. त्यांना विकारी आणि अविकारी म्हणतात. या भाषांच्या तुलनेत जॉर्जियन भाषेत मात्र एकूण २३ विभक्ती आहेत.

आख्यात : आख्याता (क्रिया) च्या अंतर्गत काल, गण, वाच्य, पुरुष वचन, आणि वृत्ती इत्यादी गोष्टींचे अध्ययन केले जाते. क्रियारूपांकडून काम होणे न होणे एवढेच ज्ञात होत नाही, तर त्यांच्या द्वारा आज्ञा, इच्छा, संभावना, संदेह, निश्चय इत्यादी वृत्तींचेही ज्ञान होते. ह्याच दृष्टीतून संस्कृत भाषेत लकाराचा प्रयोग मिळतो. एकूण लकार दहा असून ते असे.

१) लट् लकार = वर्तमानकाळ	**६)** लृट् = सामान्य भविष्यत्
२) लिट् लकार = परोक्षभूत	**७)** लोट् = आज्ञार्थक
३) लङ् लकार = अनद्यतनभूत	**८)** विधिलिङ् = विधी

४) लुङ् लकार = सामान्यभूत   ९) आशीर्लिंङ् =

५) लुट् लकार = अनद्यतन भविष्यत् १०) लृङ् = क्रियातिपत्ती

संस्कृत धातूंचे विभाजन दहा गणात केलेले आहे. ते गण असे १) भ्वादिगण २) अदादिगणा ३) जुहोत्यादिगण ४) दिवादिगण ५) स्वादिगण ६) तुदादिगण ७) रुधादिगण ८) क्र्यादिगण ९) तनादिगण १०) चुरादिगण.

त्या गणातील धातूंना १) आत्मनेपद २) परस्यैपद आणि ३) उभयपद ह्यामध्ये विभक्त केले आहे.

वाच्य तीन प्रकारचे १) कर्तृत्त्वाच्य २) कर्मवाच्य ३) भाववाच्य. प्रत्येक धातूचे रूपे ३. पुरुष प्रथमपुरुष, द्वितीय पुरुष, तृतीय पुरुष आणि तीन वचने एक वचन, द्विवचन, बहुवचन याप्रकारे धातुरूपांच्या अतिरिक्त कृदन्तीय रूपांचाही प्रयोग होतो.

संस्कृत भाषेत रूपाची संख्या अधिकच होती. पण ही संख्या नंतर विकसित होणाऱ्या भाषांमध्ये क्रमशः घटत गेली. पालीमध्ये भ्वादि, दिवादि, स्वादि, रुधादि, तनादि, व्रयादि आणि चुरादि हे सात गण अवशिष्ट राहिले. काही लकारांचे प्रचलनच बंद पडले. 'आशीर्लिंङ्, लुट् लकार' लुप्त झाले. लुङ् लकारा (सामान्यभूत) चा प्रयोग भूतकाळासाठी होऊ लागला. आत्मनेपद आणि द्विवचाचा प्रयोगही संपला. याप्रकारे संस्कृत व्याकरणाची कित्येक अंगे पालीपर्यंत येता येता गळून पडली.

'प्राकृत' काळात रूपांची संख्या आणखी कमी झाली. वाच्य, कर्तृवाच्य आणि कर्मवाच्य एवढेच राहिले. एकवचन बहुवचन शेष राहिले, द्विवचनाचा लोप झाला. काला (Tense) मध्ये वर्तमान, भविष्य आज्ञा आणि विधीच शेष राहिले. संस्कृतचे व्यंजनांत धातु स्वरान्त झाले. धातुरूप भ्वादि गणासारखे चालू लागले. परस्मैपद तेवढे शिल्लक राहिले. दोन्ही पदातील भेदही समाप्त झाला. तिङन्त रूपांच्या प्रयोगात कमी झाली. कृदन्त रूपाचे प्रचलन अधिक झाले. कृंदन्त रूपांबरोबर वर्तमान आणि भविष्यात काळाचे विभिन्न भाग दर्शवण्यसाठी सहायक क्रिया प्रयुक्त होऊ लागल्या. याच वेळी धांतुचे रूप संश्लिष्ट रूपापेक्षा वियोगात्मक होऊ लागले. क्रियारूप स्पष्ट करण्यासाठी संयुक्त क्रियांचा प्रयोग अधिक होऊ लागला. उदा. मी पाहातो आहे, तू पाहातो आहेस, तो पाहातो आहे 'यातील' 'पाहातो' हे जे कृदन्तीय रूप, तिन्ही पुरुषात समान आहे. पुरुष-स्त्री ह्यांचा परिचय आलो-आले ह्या प्रयोगावरून होऊ लागला. (संस्कृत क्रिया रूपावरून लिंगभेदाचा बोध अभिप्रेत नसे) विधी, आशी : आणि आज्ञा क्रियातिपत्ति सर्व भावांना एका समान क्रियारूपाद्वारे प्रकट केले जाऊ लागले. तरीही हिंदी-मराठीत साधारण ६५० च्या आतच धातू क्रिया

आहेत. त्यातील ३९० हून अधिक मूळ धातू, आणि १८०-९० दरम्यान यौगिक धातू आहेत. यौगिक धातू आवश्यकतेनुसार नंतर निर्मित झाले. तरीही ही धातुसंख्या संस्कृत भाषेतील धातुसंख्येपेक्षा फारच कमी आहे. संस्कृतमध्ये जवळजवळ १९७० ते २००० धातू आहेत. त्यातील ८०० धातू प्राचीन साहित्य आणि २००० धातू वैदिक साहित्यात प्रयुक्त झालेले आहेत. एकंदरीत समृद्ध म्हणवणाऱ्या हिंदी, मराठी, भाषांच्या धडाची ही अवस्था आहे.

उपसर्ग :- मराठी हिंदीत संस्कृत उपसर्गाचा प्रयोग तत्सम शब्दांबरोबर आढळतो. मराठीत काही संस्कृतची साधर्म्य वाटणारे 'नि' सारखे उपसर्ग असले, तरी ते वेगळेच आहेत. निकामी, निष्कळ इ. काही परकीय भाषेतून चुकीच्या अर्थाने येऊन उपसर्ग असले तरी ते वेगळेच आहेत. निकामी काही परकीय भाषेतून चुकीच्या अर्थाने येऊन उपसर्ग झाले. बिनडोक इ. एरवी ग्रांथिक रचनेत, सुशिक्षितांच्या भाषेत संस्कृत शब्द कधी कधी जशाच्या तशा अर्थाने, कधी फरकाने रुढ आहेत. उपासना, पूजा अर्चा, पराजय, अपमान सुस्वागत, सुयोग, प्राध्यापक असे कित्येक शब्द देता येतील. पण अर्धवट व संपूर्ण चुकीच्या अर्थानेही उपसर्गपूर्वक संस्कृत रूपांचा वापर होतो. उदा. मराठीत 'अपरोक्ष' याचा अर्थ माघारी असा करतात. (वास्तविक 'परोक्ष' म्हणजे एखाद्याच्या माघारी, अ-परोक्ष म्हणजे पुन्हा समक्ष) अशी उदाहरणे रुढ असून असंख्य आहेत. पण ह्या निमित्ताने का असेना संस्कृत भाषेतील शब्दांना नवे अर्थ प्राप्त होत आहेत.

निपात :- नामांना अगोदर जोडल्या जाणाऱ्या पदांना उपसर्गांना निपात म्हणतात आणि अव्ययांनाही 'निपात' अशी यास्काचार्याने निरुक्तात संज्ञा दिली आहे. उपसर्गांचा स्वतंत्र रूपात काहीच अर्थ नसतो. मूलरूपाशी संयुक्त झाल्यावरच ते सक्रिय बनतात. पण अव्ययांचे तसे नाही. अव्यय स्वतंत्रपणे क्रियाशील राहात असले तरी ते नामाप्रमाणे चालत नाहीत. त्यांना उपसर्ग प्रत्यय लागत नाहीत. या विषयावर मागे विस्ताराने चर्चा झालेली आहेच. यत्र, तत्र, प्राय: उच्चे:, नीचै: सदा, सर्वत्र, प्राय:, यावत्. यदि... तर्हि कदा, कुत्र, चेत, चित् इ. अनेक अव्यये आहेत. मराठीत इथे, तिथे, इकडे, तिकडे, आह, हाय, जेव्हा, तेव्हा, आणि, ही, की, पण, ए, ओ, अरे, इत्यादी अव्यये आहेत (हिंदीत याच अर्थाची आहेत.) पूर्व कालिका क्रिया क्रियाविशेषणे सुद्धा अव्ययांच्या क्षेत्रात येतात.

अशा प्रकारे ह्या मूलरूपांच्या (नाम, क्रिया, उपसर्ग, निपात इत्यादी) द्वारा रूपपरिवर्तनाच्या दोन्ही दृष्टींनी (प्राचीन रूपांचा नाश, नवीन रूपांची निर्मिती)

आढावा, घेतला, एका भाषेतून जेव्हा नवीन भाषा उदयाला येते, तेव्हा भाषेचा विकास होत असतो आणि नवीन रूपपरिवर्तने पाहायला मिळतात. अर्थात अशी प्रक्रिया सर्वकाळी अखंड घडत असल्यामुळे अशा अवस्थेचा कोणताही निर्धारित कालखंड असू शकत नाही. भाषेचा विकास ही निरंतर प्रक्रिया आहे. मराठीत एकेकाळी संस्कृतनिष्ठ संस्कृत प्रचुर साहित्याचा कालखंड होता, आता मराठीतील जवळजवळ साऱ्या प्रदेशातील बोली, विशिष्ट शब्द, वाक्यरचना, अर्थ, म्हणी, वाक्प्रचार घेऊन प्रादेशिक ग्रामीण तसेच अन्य नावांनी ओळखले जाणारे साहित्य निर्माण होत आहे. त्यामुळे भाषारूपाने शब्दभांडाररूपाने मराठीमध्ये भर पडत असली, तरी मराठी भाषेवरचा संस्कृतचा पगडा अद्याप तरी स्थिर आहे. उलट राजमान्य मराठी भाषेतही संस्कृतचाच चेहरा अधिक दिसतो. संस्कृत भाषेतील शब्द जास्तीत जास्त अवगत असणे, हे शिष्ट, सुसंस्कृतपणाचेच समजले जात आहे. मराठीच्या प्रमाण भाषेत हे चित्र आढळते. साहित्यिकांनी आपल्या प्रदेशांच्या बोली वापरल्या, तरी 'माध्यम' म्हणून सुसंस्कृत भाषेचाच आश्रय घेतलेला आहे. कारण निखळ प्रादेशिक बोली, पोरबोली, त्याशिवाय कुणाला समजणारही नाही. पण समाजातील जनतेत भाषा विकासाचा बोलीतून विकास घडत आहे, परिवर्तन होत आहे, ही दुसरी प्रभावी वाट आहे.

रूपपरिवर्तनाची कारणे

भाषेतील रूप परिवर्तने येण्यासाठी अनेक कारणे असतात. रूप-परिवर्तनाची मुख्य कारणे अशी-

१) सरल, सुगम्य बनवण्याची प्रवृत्ती कोणतीही क्रिया सरल, सुगम्य, सुकर बनवण्यासाठी नेहमीच तत्परतेने आकर्षित होते. कितीही सुसमृद्ध संपन्न भाषा असली, तरी त्यातील अनेक शब्द रूपे स्मरणात ठेवणे, म्हणजे सर्वसाधारण मनोबलाच्या बहुसंख्यांक माणसाना फार अवघड, आणि ओझेच वाटते. म्हणून प्रत्येक मनुष्य आपल्या बुद्धीच्या शक्तीप्रमाणे ती शब्दरूपे सरल, सुगम सुकरतेने ग्रहण करण्यासाठी यत्नशील राहतो, आणि समान नियमावर आवश्यक तेवढेच भाषेतील ज्ञान ग्रहण करतो. अफाट शब्द भांडार, शब्दरूपांचे चमत्कृती पूर्ण वैविध्य आत्मसात करण्याची त्याला गरजच नसते. व्यावहारिकदृष्टया त्याचा काही उपयोगही नसतो. विद्यावाचस्पती... भाषाप्रभू होऊ इच्छिणारा फार फार विरळा असतो. ह्या सामान्य शब्दांच्या व्यवहारामुळे शब्दांच्या समान रूपांचे प्रचलन भाषेत अधिक वाढते. मात्र त्यात एकरूपता येते. संस्कृतचे अनेक शब्द प्राकृत अपभ्रंशात येऊन कमी झाले. त्यांची अनेकरूपता कमी झाली. समान नियमांच्या समान शब्दरूपांचे व्यवहारात

आधिक्य वाढले, हिंदीत ही प्रवृत्ती अत्याधिक आहे. दोन लिंग, दोन वचन, आणि दोन विभक्ती (विकार-अविकारी) एवढेच शेष राहिले आहे. पण ह्यांची संख्या संस्कृतात खूपच जास्त होती.

हीच अवस्था जगातील अन्य भाषातही आढळते. इंग्रजीत बहुवचन बनवण्यासाठी अनेक प्रत्ययांचा पूर्वी वापर होत असे. उदा. एस. इएस्. एन. (s, es, en) इत्यादी परंतु नंतर 'S' प्रत्ययाचे प्रचलन इंग्रजीत वाढले. पूर्वी cow चे kine होई eye चे eine-eyne होई. पण आता cows, eyes, होते.)

संस्कृतात अकारान्त शब्द अधिक आहेत. त्यांच्या प्रभावाने प्राकृत भाषांतही सुद्धा समानरूपे बनली. पुत्रस्य, सर्वस्य, शब्द अशा संस्कृत शब्दांच्या जागी पुत्तस्य, सब्बस, सबद' शब्द बनले. मनुष्याला हेच सोपे वाटले.

२) **सादृश्य :-** मनुष्याचा भाषेतील ज्या शब्दाचा अधिक परिचय असतो, त्याच आकारात प्रारूपात, मनुष्य अन्य शब्द वळवून घेतो. म्हणजेच ज्ञात शब्दाच्या सादृश्यतेवर नवे शब्द घडवले जातात. संस्कृतमध्ये क्त्वा (त्वा) आणि त्यात (य) प्रत्यय जोडण्यामुळे पूर्वकालिक क्रिया बनत असे; परंतु 'क्त्वा' च्या प्रयोगाची अधिकता झाल्यामुळे पालीत केवळ 'क्त्वा' प्रत्ययाचाच प्रयोग होऊ लागला. पालीमध्ये 'गन्ता' पासून पूर्वकालिका रूप 'आगन्त्वा' बनते. परंतु संस्कृतमध्ये हेच रूप गत्वापासून आगत्य किंवा आगम्य (ल्यप) बनते. याच प्रक्रियेने इंग्रजीत shall चा should will चा would, can चा could झाला आहे. याचप्रकारे भूतकाळासाठी 'ed' चा अधिक उपयोग होऊ लागला आहे.

हिंदीत संबधकारक षष्ठी 'मेरे'चा अधिकच प्रयोग होत असल्यामुळे त्याच्या आधारावर अन्य कारकामध्ये रूपे बनवली गेली आहेत. मुझको मुझसे, तुमको तुमसे च्या स्थानी आता 'तेरे को तेरे से, मेरे को, मेरे से,' अशा सारखे प्रयोग रुढ झाले आहेत. हिंदीत पाश्चात्य शब्दाच्या सादृश्यावर 'पौर्वात्य' शब्द निर्मित झाला आहे. ध्वनिपरिवर्तनात प्रयत्न लाघवाचे जे महत्त्व आहे, तेच महत्त्व रूप-परिवर्तनात सरलता आणि सादृश्याचे आहे.

३) **वैचारिक मतपरिवर्तन** - ह्याविषयावर पूर्वी विचार झाला आहेच तथापि सारांश असा की समाज आणि धर्मावर एखाद्या महापुरुषाचा प्रभाव पडण्याने, समाजाच्या विचारधारेतच परिवर्तन येते. हा प्रभाव इतका प्रबळ असतो की पहिल्यापासून रुढीत असलेल्या कार्यांची शब्दावलीच्या रूपात कमतरता येते. वैदिक धर्माच्या प्रभावाखाली यज्ञसंस्कृतीत रुळलेले समाजभाषेतील शब्द भांडार, बौद्ध जैनांच्या गौतम बुद्ध, महावीर यांच्या प्रभावामुळे अप्रचलित झाले. अन्न, वस्त्र, निवारा, धर्मविचार जीवनपद्धती ह्यात परिवर्तन आले, की शब्दप्रयोगही बदलतात. हिंदू मुसलमान झाल्यावर त्यांचीही

भाषा बदलली. इस्लाम-हिंदूंच्या वैचारिक धाराच वेगळ्या असल्याने परस्पर विरोधी संकल्पनाबरोबर बरेचसे शब्द बदलून गेले.

४) अज्ञान :- अज्ञानामुळेही नवीन शब्दाची निर्मिती होते. श्रेष्ठ शब्द 'सर्वोत्कृष्ट' अर्थीच असला तरी अज्ञानाने श्रेष्ठतर, श्रेष्ठतम 'चतुर', पासून 'चतुराई' सौंदर्यता, लावण्यता, यूसलेसपणा इत्यादी अज्ञानवशात निर्माण झालेले अक्षरश: शेकडोंनी शब्द आहेत.

५) नवीनता :- भाषेतील जुने शब्द सोडून मनुष्य नवीन शब्द रुळवू पाहातो, ह्यात त्याचे नावीन्याबद्दल आकर्षण तसेच अन्य इतरही कित्येक कारणे असतात. म्हणून अगोदरच विद्यमान असलेल्या शब्दावर नव्या अर्थाचा आरोप करून ते रुळवण्यात येतात. बौद्ध, जैन धर्मीयांनी मूळ वैदिक शब्दच घेऊन त्यावर आपल्या नव्या कल्पना रुजवल्या. वैदिक अर्थ, बौद्ध अर्थ, जैन अर्थ अगदी वेगवेगळे आढळतात. हे प्राचीन उदाहरण झाले. सध्या 'रीती' च्या जागी 'शैली' शब्द आणून शैली शिल्प, रचना-विधान, परिष्कल्पना, प्रयोगाऐवजी संयोग असे कितीतरी शब्द रुळत आहेत. काहीजण प्रचारातून गेलेले शब्द नवीन म्हणून आणत आहे. जसे; नाट्यधर्मी, रंगकर्मी, विषय-वस्तू, प्राखर्य, (प्रखर) औज्वल्य (उज्ज्वल) प्राचुर्य (प्रचुर) तर काही लोक 'मी' च्या जागी 'आम्ही' चा वापर करू लागले आहेत.

६) बलप्रयोग:- शब्दावर जोर देण्यामुळे लोक नव्या रंगाने शब्दाचा प्रयोग करतात. यामुळे 'अनेक' चे अनेको, 'करोड'चे करोडो, मी साठी 'आम्ही' असे प्रयोग केले जातात.

अशाप्रकारे मनुष्य विभिन्न कारणांनी भाषेच्या प्रचलित शब्दरूपात परिवर्तन नेहमीच करीत आला आहे. यामुळे नव्या शब्दांनी शब्दरूपात - मूलरूपाच्या अर्थात परिवर्तन घडत राहाते, अतिप्राचीन काळापासून शब्दाच्या मूलरूपात घडत आलेले आजही जे घडत आहे, ते रूपपरिवर्तन ह्या ठिकाणी दिग्दर्शित केलेले आहे.

❑

१२ ||| अर्थविज्ञान

भाषेत अर्थाचे स्थान महत्त्वपूर्ण आहे. येथवर विचार केलेल्या ध्वनि, स्वर, पद, वाक्य ह्या भाषाशरीराचा आपण यथाशक्ती अभ्यास केला. अशा भाषाशरीरात जर अर्थरूपी आत्मा नसेल, तर भाषा हे केवळ निरर्थक कलेवर बनेल. मनुष्याने भाषेचा आदिम काळात उपयोग केला, तोच मुळात आपल्या मनातील अर्थभाव वाहून दुसऱ्यापर्यंत पोहोचवण्यासाठी. त्यामुळे शब्द आणि अर्थ यांचा स्वाभाविक - नित्य संबंध आहे. जर अर्थरहित शब्दांचे उच्चारण केले तर ते तथ्यहीन होईल. निर्जीव, निष्प्राण होईल. महाकवी कालिदासाने वाणी आणि अर्थ ह्यांचे नितरां एकरुपला स्पष्ट केले आहे.

'वागर्थाविव संपृक्तौ वागर्थप्रतिपत्तये

"वाणी-शब्द आणि अर्थ हे जसे एकमेकांशी संपृक्त - एकरस - एकरूप असतात त्यांच्या प्रतिपादनासाठी...

'अर्थ - शब्दाची परिभाषा लिहिताना वाक्यपदीयकार भर्तृहरीने म्हटले आहे, 'यस्मिंस्तूच्चरिते शब्दे यदा योऽर्थः प्रतीयते ।'
तमाहुरर्थं तस्यैव नान्यदस्यैव लक्षणम् ।।

"ज्या शब्दाच्या उच्चारणाने जेव्हा ज्या अर्थाची प्रतीती होते, तोच त्याचा अर्थ आहे. अर्थाचे अन्य कोणतेही लक्षण होऊ शकत नाही."

वाक्यपदीयकार भर्तृहरीने तर शब्दशास्त्रास - व्याकरणशास्त्रास अध्यात्माची उंची गाठून दिली आहे. अर्थातच शब्दार्थ - पद-अर्थ तत्त्वच त्याला अभिप्रेत आहे. त्याची प्रसिद्ध कारिका अशी

अनादिनिधनं ब्रह्म शब्दतत्त्वं यदक्षरम् ।
निवर्ततेऽर्थभावेन प्रक्रिया जगतो यथा ।।

"जे अक्षर शब्दतत्त्व तेच अनादि निधन (आद्यन्तशून्य) ब्रह्म होय. ते शब्दाच्या

अर्थरूपाने विवर्त पावते. त्याच्यापासून जगताची प्रक्रिया झाली आहे.

ह्या शब्दशास्त्रास - व्याकरणास वेदकालीही अपार महत्त्व होते. शब्द आणि अर्थ ह्यांचे अत्यंत काव्यमय वर्णन वेदांनी असे केले :

''चत्वारि शृङ्गा त्रयो अस्य पादा द्वे शीर्षे सप्त हस्तासो अस्य ।
त्रिधा बद्धो वृषभो रोरवीति महो देवो मर्त्यॉं आविवेश।।''

''ज्याची नाम, आख्यात (क्रिया) उपसर्ग, आणि निपात अशी चार पदे हीच चार शृंगे आहेत. भूत, भविष्यत् आणि वर्तमान हे तीन काळ हे तीनच काळ आहेत. नित्य आणि अनित्य शब्दरूप दोन मस्तके आहेत. तिङ् प्रत्ययासह सात 'सुप्' विभक्ती हे सात हात आहेत. जो उर, कण्ठ आणि शिर ह्या तीन स्थानी बद्ध झालेला आहे, असा वृषभ शब्द करतो. तो वृषभरुपी मोठा देव मनुष्यामध्ये प्रकट झाला आहे.'' येथे वृषभ म्हणजे ज्ञानपूर्वक अनुष्ठान करणाऱ्यास फल देतो असा भावार्थ.

या वैदिक ऋचेत 'नित्य, निरवयव' शब्दाचे साम्य साक्षात ब्रह्माशी घातले आहे.

'शब्द', 'पद' इत्यादीच्या विषयी जाणून घेतल्यावर, त्या शब्दापासून अर्थ नेमका कसा कळतो. ह्या विषयी साहित्यशास्त्र, न्यायशास्त्र इत्यादी शास्त्रात हजारो वर्षापासून वादविवाद मतभेद होत आलेले असून त्यातून जो समन्वय साधला गेला आहे आणि शब्दापासून जे अर्थ बोधाची जी प्रक्रिया सांगितली आहे, ती थोडक्यात समजून घेतली पाहिजे.

शब्दशक्ती

'शब्द - अर्थ' हा विषय, व्याकरण, न्याय, मीमांसा आणि सहित्यशास्त्राच्या अभ्यासाचा विषय असल्याने त्यास फार महत्त्व आहे, साहित्यशास्त्रकार (ह्यांना संस्कृत 'काव्यशास्त्रकार' असेच म्हटले जाते.) शब्दाच्या तीन शक्ती मानतात. ('तात्पर्यवृत्ती' नावाची आणखी एक शक्ती मानावी की नाही, हा मुद्दा पुढे येईल.)

शब्द तीन प्रकारचा असतो. त्याचा अर्थही तीन प्रकारचा, आणि त्याचा व्यापारही तीन प्रकारचा असतो. तो खालील तक्त्यावरून कळून येईन

शब्द	अर्थ	व्यापार
१) वाचक	वाच्य	अभिधा
२) लाक्षणिक	लक्ष्य	लक्षणा
३) व्यञ्जक	व्यङ्ग्य	व्यंजना

१) येथील वाच्यार्थास तोच आधी प्रतीत होत असल्याने (प्रथम मुखाकडे नजर जावी त्याप्रमाणे) मुख्यार्थ होय, शब्द उच्चारला गेल्यावर त्याचा अर्थ सर्वात अगोदर कळतो. ह्याही दृष्टीने मुख्यार्थ, वाच्यार्थ, मुख्यार्थ ह्याच अर्थाने 'संकेतितार्थ' असाही

आणखी शब्द वापरला जातो. लहानपणापासून मूल प्रत्येक गोष्ट शिकत जाणत असताना 'अमुक शब्दाचा अमुक अर्थ' लक्षात ठेवत असते. ही त्याची ज्ञानग्रहणाची प्रक्रिया अखंड चालूच असते. त्या अर्थाने मूल किंवा व्यक्ती ह्याच्या मनात विशिष्ट वस्तूचा विशिष्ट अर्थ 'असा' संकेत होऊन त्याच्या अंतर्मनात राहातो. हा संकेत 'जाति, गुण, क्रिया, द्रव्य' या चार वस्तूंवर झाल्यामुळे त्याला पदापासून अर्थाचे संकेत सुलभ होतात. उदा. 'गो' वरील 'गोत्व' जातीशी त्याचा संकेत झाला की एक गाय पाहून जगातील सर्व गायी त्याला कळतात. 'काळा, पांढरा रंग हा गुण आहे. त्यावर संकेत झाला की तो जगातील हे वर्ण, रंग ओळखू शकतो. घोड्याच्या - माणसाच्या - इत्यादीच्या धावण्याची, खाण्याची, चालण्याची वगैरे अनंत क्रिया पाहून त्यांचेही संकेत त्याच्या मनात राहतात. माती, सोने, वृक्ष, इत्यादी द्रव्यांचे ज्ञान होताच ते संकेत बनून त्याच्यामध्ये कायमचे स्थिर होतात.

तेव्हा उपरोक्त वाचक शब्द उदा. 'गो' उच्चारल्याबरोबर त्या व्यक्तीच्या मनांतील खोल अंतर्मनातील संकेत जागा होतो, तो 'स्फुट' उघड होऊन बाहेर येतो. या स्फुटीकरणाच्या क्रियेलाच स्फोटवाद असे नाव आहे. पण शब्दाचा अर्थ एकदा कळला - वापरला गेला तर तो 'पूर्वसंकेत'' नष्ट होत नाही. तो नित्य- राहातो. या अर्थाने स्फोट नित्य असतो. 'गो' अर्थ 'गाय' कळल्यानंतर तो अर्थ पूर्ण विस्मरला जातो असा अनुभव नाही.

वरील तक्त्यातील शब्द, अर्थ आणि त्यांचे व्यापार व्यवस्थित समजण्यासाठी एक अतिप्राचीन आणि अत्यंत समर्पक उदाहरण घेऊ. 'गंगाया घोषः।' ह्या वाचक शब्दाचा शब्दशः वाच्यार्थ 'गंगेत गौळवाडा आहे', असा अर्थ झाला. हा अर्थ ज्या मानसिक प्रक्रियेने कळला त्या प्रक्रियेला 'अभिधा व्यापार' म्हणतात.

पण येथे प्रश्न उद्भवतो की 'गंगायां घोषः', 'गंगेत गौळवाडा आहे', हे कसे शक्य आहे. गंगा नदीच्या पाण्यात विशाल गौळवाडा असू शकणार नाही.

म्हणून ह्या ठिकाणी वाच्यार्थाचा म्हणजे मुख्यार्थाचा बाध होतो, आणि जो पटेल असा नजिकचा अर्थ आपण घेतो. गंगेत गौळवाडा नसून 'गंगातीरे' असा नवा अर्थ आपण मूळ शब्दाच्या जागी मानतो. हीच लक्षणा होय. ह्या नव्या अर्थाला लक्ष्यार्थ म्हणतात, आणि हा अर्थ लक्षणा व्यापाराने कळतो.

असा मुख्यार्थ टाकून लक्ष्यार्थ घेण्याची कारणे मम्मटाने काव्यप्रकाशातील पुढील कारिकेत सांगितली आहेत.

''मुख्यार्थबाधे, तद्योगे, रूढितोऽथ प्रयोजनात्।
अन्योऽर्थो लक्ष्यते यत् सा लक्षणाऽऽरोपिता क्रिया॥''

मुख्यार्थ (वाच्यार्थ) जुळला नाही, संबंधित नजिकचा अर्थ जुळत असला, तशी

रूढी असेल, प्रयोजन असेल, तर 'अन्य अर्थ' घ्यावा लागतो. हा अर्थ लक्षणेपासून मिळालेला लक्ष्यार्थ आरोपिता क्रिया असते. कारण मूळ 'गंगायां घोष:' मध्ये 'गंगातीरे' असे म्हटलेले नाही, तरी आपण ते गृहीत धरले. नवा-अन्य अर्थ मानला आहे.

पण अर्थाची प्रक्रिया इथेही संपत नाही. 'गंगायां घोष:' म्हणणाऱ्या व्यक्तीने 'गंगा' हे विशिष्टच स्थान का सुचवले? अन्य कित्येक नद्यांची नावे त्याला नोंदता आली असती. म्हणून ह्या ठिकाणी गंगेचे स्वर्गीय पावित्र्य, तेथील शांतता, थंडगारपणा, सात्त्विकता इत्यादी अनेक अर्थ ज्यांना 'शैत्यपावनत्वादि' म्हटलेले आहे, तो मनात उद्भवू लागतो. हा लक्षणेच्या पुढील व्यंजना व्यापार होय. ह्या व्यापाराने कळणारा अर्थ हा 'व्यंग्यार्थ' होय. पण हाही 'गंगायां घोष:' मध्ये स्पष्ट वाच्यार्थ नसला तरी लक्षणा, आणि त्यापाठोपाठ व्यंजना व्यापाराने आपल्याला शब्दाच्या अर्थाचे कित्येक पैलू दिसू लागतात. म्हणजे ऐकलेल्या शब्दाच्या वाच्यार्थाच्या पलिकडच्या 'अनिर्वचनीय' अशा अर्थाचे पदर आपल्या मनाला भावू लागतात, तेव्हा व्यंग्यार्थ प्रवृत्त झाला असे मानता येते. ह्याच निष्कर्षाच्या आधारावर साहित्य शास्त्रकारांनी उत्तम काव्य (ज्यात व्यंग्यार्थ प्रबळ असेल असे काव्य-साहित्य) मध्यमकाव्य (ज्यात व्यंग्यार्थ दुर्बळ असेल, वाच्यार्थाचाही प्रभाव असेल असे काव्य) आणि अधम काव्य (ज्यात केवळ वाच्यार्थालाच - लक्ष्यार्थ) व्यंग्यार्थाला नाही - प्राधान्य आहे, असे काव्य साहित्य) असे प्रकार भेद पाडले आहेत.

हा विषय अत्यंत अल्पांशात मांडला आहे, पण हा विषय अत्यंत विशाल तपशीलवार असून ह्या प्रस्तुत विषयाच्या औचित्याला धरून संक्षेप केला आहे.

ज्याला आपण 'व्यंग्यार्थ' म्हटले, त्यालाच ध्वनी, ध्वन्यर्थ, प्रतीयमानार्थ अशी नावे आहेत.

तात्पर्यवृत्ती, अभिहितान्वयवाद, आणि अन्विताभिधानवाद

मागे आपण पाहिले की वाक्यातील पदात 'आकांक्षा, योग्यता आणि आसत्ति (संनिधी) असली तरच वाक्य अर्थवान होते. एरवी पदाचा- शब्दाचा अर्थ वेगळा पण ते पद-शब्द वाक्यात स्वत:च्या निर्धारित ठिकाणी आले, की त्याचा अर्थ वेगळा होता.

ह्या अर्थाच्या बाबतीत मीमांसक - विशेषत: कुमारिलभट्टाचे अनुयायी जे 'भाट्ट मीमांसक' नावाने ओळखले जातात, त्यांचे मत वेगळे आहे. पदाचा अर्थ आणि वाक्याचा अर्थ हे भिन्न आहेत. आकांक्षा, योग्यता, आसत्ति ह्या धर्मांनी पदे युक्त झाली की त्यांचे वाक्य बनते. म्हणजे वाक्याचा एक वेगळा विशेष अर्थ बनतो, हा अर्थ वाक्यगत पदांपैकी एकेका पदाचा अर्थ नव्हे, तर त्या पदांचा मिळून बनलेला अर्थ आहे. म्हणून हा अर्थ पदांच्या अर्थापासून वेगळा मानला पाहिजे. हा वेगळा विशेष अर्थ

म्हणजे समग्रवाक्याचा अर्थ होय. याला 'वाक्यार्थ' किंवा 'तात्पर्यार्थ असे नाव दिले पाहिजे. हा अर्थ आकांक्षा योग्यता आणि आसत्ती (संनिधी) ह्या धर्मांनी युक्त असलेल्या पदांचा अन्वय झाल्यावर निष्पन्न झालेला असल्यामुळे ज्या शब्दशक्तीने पदाचा अर्थबोध होतो, त्या वाचक शक्तीपेक्षा- अभिधावृत्तीपेक्षा वेगळ्या अशा शक्तीने त्याचा बोध होतो असे मानले पाहिजे. वाक्यार्थाचा बोध करून देणारी ही जी स्वतंत्र शक्ती किंवा वृत्ती तिला तात्पर्यवृत्ती' असे भाट्ट मीमांसकांनी नाव दिले आहे. या मताप्रमाणे शब्द, अर्थ, व्यापार यांच्याबरोबर चौथा प्रकार उपलब्ध होतो.

वाक्य : - वाक्यार्थ-तात्पर्यवृत्ती : तात्पर्यार्थ

कुमारिल भट्ट आणि त्याच्या अनुयायांनी वाक्यार्थबोध करुन देणारी जी स्वतंत्र तात्पर्यवृत्ती म्हणून मानली आहे त्या त्यांच्या मताला 'अभिहितान्वयवाद' असे नाव आहे. सारांश:- अर्थबोधाच्या दोन पायऱ्या अ) अभिधेने समजणारा अर्थ, आ) अशा अभिहितपदांचा अन्वय झाल्यावर मर्यादित पण निश्चित रूपाने कळणारा (अभिधेहून वेगळ्या अशा) तात्पर्यवृत्तीने समजणारा तात्पर्यार्थ - वाक्यार्थ या मतामध्ये गृहीत आहेत म्हणून त्यास अभिहितान्वयवाद म्हणतात.

परंतु पद आणि अर्थ, यांचा अन्वय होऊन कळणारा वाक्यार्थ असे दोन अर्थ (पदार्थ आणि वाक्यार्थ) वेगळे मानून वाक्यार्थाचा बोध करून देण्यासाठी 'तात्पर्य' नावाची वृत्ती मानावी की नाही, ह्याबद्दल मीमांसकांमध्येच दुमत आहे. कुमारिलाचा (भट्ट मीमांसकाचा) हा तात्पर्यवृत्ती मानणारा अभिहितान्वयवाद, प्राभाकरांना (प्रभाकरभट्टाच्या अनुयायांना) मान्य नाही. त्यांनी याकरिता वेगळी विचारपद्धती मांडली आहे, त्याला 'अन्विताभिधानवाद' म्हणतात.

त्यांच्या मते, उपरोक्त प्रक्रियेने पद-अर्थाचा अन्वय, मग वाक्यार्थ स्फुरणे असे घडत नाही. तर पदांचा अर्थ, जो आपल्याला कळून येतो, तोच मुळी, ती ती पदे एखाद्या क्रियेशी अन्वित असतात म्हणूनच. मोठ्या माणसाने उच्चारलेले शब्द आपण ऐकतो, त्याला अनुसरून घडणारी क्रिया आपण पाहतो, मग त्यावरून त्या त्या पदांचा अर्थ आपल्याला समजून येतो. उदा. 'गाम् आनय । गाम् बधान' असे शब्द मोठ्या माणसाकडून ऐकल्यावर त्याचा नोकर गाईला घेऊन येतो आणि बांधतो. ही क्रिया जवळच उभ्या असलेल्या लहान मुलाने पाहिल्यावर दोन क्रिया एकाच पदार्थाविषयी घडत असल्याचे त्याला दिसते. तो पदार्थ (वस्तू) दोन्ही वाक्यात एकाच 'गाम्' पदाने म्हणजे 'गाम्' शब्दाने दर्शविलेला आहे. हेही त्याला उमजते. आणि तो पदार्थ (वस्तू) त्याला दिसलेलेही असते. त्यावरून 'गो' या पदाने 'हा अमुक एक पदार्थ' (म्हणजे गाय) सांगितला, असे त्याला ज्ञान होऊन 'गो' पदाचा अर्थ त्याला कळतो. त्याचप्रमाणे 'गाम् आनय', 'अश्वम् आनय' ही वाक्ये ऐकून त्या प्रमाणे क्रिया घडल्यावर त्याला

'गो' आणि 'अश्व' या पदार्थासंबंधीची 'आनयन' क्रिया झालेली तो पाहातो. दोन्ही वाक्यात प्रयुक्त केलेल्या एकाच शब्दाने ती क्रिया सारखीच व्यक्त झाल्याचे उमजतातच 'आनय' पदाचा घेऊन येणे आणणे हा अर्थ त्याला कळून येतो. अशा रीतीने पदांचा अर्थ वृद्धव्यवहारावरून (वडिलधाऱ्यांच्या आचार-उच्चारावरून) क्रियाबोधक अशा वाक्यात अन्वित असलेल्या शब्दांनी जर समजून येतो, तर पदांचा अर्थ आणि वाक्यांचा अर्थ त्याहून वेगळा आणि विशेष मानण्याची गरज नाही. म्हणजे पदे प्रथम आपला अर्थ सांगतात, आणि अशी 'अभिहित' पदे वाक्यात आली म्हणजे अन्वयाने वाक्यार्थ उमगतो (अभिहितानां पदानां अन्वयः।) अशी वस्तुस्थिती नसून क्रियाबोधक अशा वाक्यात अन्वित झाल्यामुळेच पदांचा अर्थ समजून येतो. (अन्वितानां पदानां अभिधानम् ।) असे प्रभाकर मीमांसकाने आपले मत मांडले आहे. या मताला 'अन्विताभिधानवाद' असे सार्थ नाव आहे. या मताप्रमाणे वाक्यार्थ हा पदांच्या वाच्यार्थाहून वेगळा नाही; अन्वित पदांचा वाच्यार्थ म्हणजेच वाक्यार्थ किंवा तात्पर्यार्थ. तेव्हा तात्पर्यवृत्ती म्हणून वाक्यार्थ बोध करून देणारी वेगळी शक्ती आहे, असे मानण्याचे कारण उरत नाही.

तेव्हा वाक्यार्थाच्या दृष्टीने विचार केल्यास 'अन्विताभिधानवाद' स्वीकारला पाहिजे. शब्दांचा अर्थ आणि वाक्यांचा अर्थ असा भेद मानण्याची वेळ येत नाही. शब्दांचे वाक्य होते, आणि दोन्ही मिळून एकरूप आशय व्यक्त होत असतो.

याशिवायही वेदांत, सांख्य, वैशेषिक, नैयायिक यांनी शब्दांपासून अर्थबोधाच्या वेगवेगळ्या उपरती मांडल्या आहेत. पण त्यामागे त्यांच्या उद्देश ईश्वर परमात्म्याचे अस्तित्व सिद्ध करण्याचा असतो. प्रस्तुत भाषाविज्ञानाच्या अध्ययनात तशा प्रकारचे अध्ययन गृहीत नसल्याने त्याचा विचार येथे प्रस्तुत वाटत नाही. शब्दापासून अर्थबोध होण्याच्या प्रक्रियेशीच येथे संबंध असल्याने औचित्यपूर्ण विषयाचेच विवेचन येथे केले आहे.

अर्थपरिवर्तनाच्या अवस्था

अर्थविज्ञानाचे प्रतिष्ठित भाषावैज्ञानिक 'ब्रील' ह्यांनी अर्थविकासाच्या तीन अवस्थांचा स्वीकार केला आहे.

१) अर्थविस्तार * (Expansion of meaning or widening)

२) अर्थसंकोच * (Contraction of meaning or narrowing)

३) अर्थान्तरण अथवा अर्थसंक्रमण अथवा अर्थादेश * (Transference of meaning)

१) अर्थविस्तार :

जेव्हा एखादा शब्द आपल्या सीमित अर्थातच प्रयुक्त न राहाता व्यापक अर्थाने प्रयुक्त होऊ लागतो, तेव्हा त्याला अर्स्थविस्तार म्हणतात. उदाहरणार्थ 'तेल' शब्द प्रथम केवळ 'तिल' अर्थानेच प्रयुक्त होई. आता 'तेल' सर्वच प्रकारचे इतकेच काय 'रॉकेल - (घासलेट)' लाही तेल या अर्थाने मानू लागले आहेत. याप्रकारे सादृश्य, सामीप्य, साहचर्य इत्यादी कारणांच्या अर्थामध्ये विस्तार होत गेला. उदा.

शब्द	**मूलार्थ**	**अर्थविस्तार**
मण्डप	माड (मण्ड) पिणारा	विशेष उत्सवात सावलीसाठी पसरला जाणारा.
प्रवीण	वीणा वादनात कुशल	चतुर
कुशल	कुशांना, दर्भांना आणणारा	दक्ष

२) अर्थसंकोच -

एखादा शब्द प्रथम व्यापक अर्थात कधीतरी प्रयोगात होता. पण हळूहळू काही विशेष किंवा संकुचित अर्थाने त्याचा प्रयोग केला जाऊ लागला तर त्याला अर्थसंकोच म्हणतात. उदा. 'गो' शब्द प्रथम 'गमन' या अर्थी प्रयुक्त होत असे, पण नंतर तो 'गाय' म्हणूनच राहिला, ब्रीलच्या मताप्रमाणे एकादा देश, जातिसमूह जितका अधिक सभ्य असेल त्याच्या भाषेत अधिक प्रमाणात 'अर्थसंकोच' असेल, ह्याची अनेक उदाहरणे आहेत.

शब्द	**मूलार्थ**	**अर्थसंकोच**
भार्या	जिचे भरणपोषण केले पाहिजे	पत्नी
द्विज	ब्राह्मण, पक्षी, दात	ब्राह्मण
पय	दूध, जल	दूध

३) अर्थादेश -

यामध्ये एका अर्थाच्या स्थानी, जुन्या अर्थाच्या जागी अन्य नवीनच अर्थ स्थापित होतो, रूढ होतो. प्रथम एक अर्थ, मग वेगळाच काहीतरी झाला अशी स्थिती होते. उदा. 'असुर' शब्दाचा अर्थ प्रथम देवतावाचक होता, पण आज 'असुर' म्हणजे राक्षस, दैत्य, भयंकर जीव असा अर्थ झाला, त्याचप्रमाणे 'साहस' शब्द 'चोरी, दरोडा' अर्थाचा होता. पण आज त्याचा अर्थ 'निडर, धाडसी' असा झाला. हा अर्थोत्कर्ष होय. एकेकाळचा "महाराजा" जो संप्रभुतेचे द्योतक होता, तो आज 'भटजीबुवा, किंवा सैपाकी या अर्थाने रूढ आहे. अर्थातच हा अर्थापकर्ष झाला.

या व्यतिरिक्त काव्य-साहित्यिक दृष्टिकोनातून शब्दांचे नियंत्रित बदललेले अर्थही पाहाता येतील.

१) मुख्यार्थाचा अंशत: त्याग: लक्षणेचे प्रकार

शब्द	अर्थ	स्पष्टीकरण
पुष्पितं वनम् ।	सर्वत्र फुललेले वन	वनाचा एकदाच भाग फुललेला असला तरी आपण 'वन फुलले' म्हणतो.
श्वेत: धावति ।	'पांढरा धावतो आहे.'	येथे पांढऱ्या रंगाचा अश्व धावतो आहे. 'श्वेत: अश्व: धावति ।' असे म्हणायचे आहे.
कलिङ्ग: साहसक: ।	'कलिंग साहसी आहे'	येथे देशवाचक अर्थ नसून कलिंगातील पुरुष साहसी आहेत, असा अर्थ
राजा कंटकं शोधयति ।	राजा काटा काढतो	येथे कोणी एक राजा त्याच्या शत्रूला समूळ नष्ट करतो, असे सांगायचे आहे.
आयु: घृतम् । आयु: हीदम् ।	तूप म्हणजे आयुष्य 'हेच' आयुष्य	येथे तुपाने शरीर बलवान राहाते. दीर्घायुषी होते. म्हणून तुपाकडे पाहून ह्यालाच आयुष्य म्हणतात. असा अर्थ होतो.
गौर्वाहिक:	वाहिक नावाचा पुरुष बैल आहे.	वाहिक हा निर्बुद्ध आहे.
राजकुमारा: गच्छन्ति ।	राजकुमार जात आहेत.	वास्तविक राजकुमारांबरोबर त्याचे सेवकही जात आहेत, पण त्या सर्वांना राजकुमार असे सहजगत्या म्हटले जाते.
सैन्धवम् आनय	'मीठ आण'	'सैंधव' शब्दाचा अर्थ 'घोडा' असाही आहे. जेवताना 'सैंधव आण' म्हटल्याने वाच्यार्थ नियंत्रित होऊन 'मीठ आण' असाच अर्थ होईल.

अनेकार्थक शब्दांचा एकच अर्थ मर्यादित करणारी पुढील प्रमाणे आहेत.

अशा रीतीने संयोग, विप्रयोग, साहचर्य, विरोधिता, अर्थ, प्रकरण, लिंग अन्य शब्दाचे सान्निध्य, सामर्थ्य, औचित्य, देश, काल, व्यक्ती, अभिनय इ. शब्दांचे जे अनेक अर्थ असतात, ते नियंत्रित होऊन संदर्भानुसार निमित्तांनी एक राहातो. अन्य संदर्भ आले, तर जे अर्थ तूर्त बाजूला पडले, ते मुख्यार्थ होतात. म्हणजे कोणताही शब्द संदर्भानुसार वाच्य व्यंग्य होऊ शकतो. म्हणूनच 'प्रायशो सर्वेषां शद्बानां व्यंजकत्वमपीष्यते ।' बहुधा सर्वच शब्दांना व्यंग्यार्थ असतोच असा सिद्धांत आहे. या साऱ्या विवेचनाहून 'रसतत्त्वाचा' विचार खरे म्हणजे भिन्न नाही, पण भाषावैज्ञानिक दृष्टिकोनातून येथे त्या विषयाचे औचित्य नसल्यामुळे 'रससिद्धांताचा भाग घेतलेला नाही.

अर्थपरिवर्तनाची काही महत्त्वाची कारणे

साऱ्या जगातील क्रियांप्रमाणे भाषाही परिवर्तनशील आहे. म्हणून भाषेच्या शब्दात आणि अर्थातही सतत परिवर्तन होत असते. ह्या साऱ्या परिवर्तनाची मूलकारणे शोधणे भाषावैज्ञानिकांच्या दृष्टीने जटिल काम आहे. याचे प्रमुख कारण म्हणजे शब्द आणि अर्थ ह्यांची अत्याधिक संश्लिष्टता. म्हणूनच काही विशिष्ट कारणांचाच उल्लेख केला आहे.

१) बलाचे अपसरणः - शब्दाचे उच्चारण करताना त्याच्या अनेक अर्थापैकी जर एखाद्याच अर्थावर बल-जोर देण्यची पद्धती असते. किंवा तो विशिष्ट शब्द वारंवार त्याच विशिष्ट अर्थात प्रयुक्त होतो. परिणामी त्या शब्दाचे शेष अर्थ निर्बल-दुर्बल होत जातात. उदा. 'अरि' शब्द वैदिक साहित्यात, ईश्वर, गृह शत्रू ह्या अर्थी होता. पण त्याचा वापर 'शत्रू' अर्थाकडेच करण्याची रुढी पडल्याचे अरि म्हणजे शत्रु असा अर्थ शेष राहिला.

२) अन्य भाषांतून शब्दागम : - अनेक अपरिहार्य कारणामुळे दोन वा अधिक भाषा परस्परांच्या संपर्कात येतात. अशा स्थितीत सांस्कृतिक-भाषिक देवाण घेवाण सहजपणे, सुलभपणे होते. परंतु अशा शब्दांच्या अर्थात बदल घडून येतो. संस्कृतचा भक्त (भात) शब्द अरबीमध्ये 'बहत' असा बनतो. पण अरबीत त्याच भाताचा अर्थ खीर बनतो. फार्सीमध्ये 'मुर्ग' कोणत्याही पक्ष्याला म्हणतात. पण हिंदी-मराठीत मुर्ग-मुर्गी म्हणजे कोंबडी असा अर्थ होतो. ह्या भाषातील शब्दाची उसनवारी, ह्या विषयाची अनेक उदाहरणे पूर्वी दिलेली आहेत.

वातावरणात परिवर्तन : वातावरणात-सामाजिक बदलामुळे शब्दांच्या अर्थात परिवर्तन येते. सभेत उद्देशून 'बंधूनो आणि भगिनीनो' हे शब्द वास्तवतः 'आदरणीय स्त्रीपुरुष' ह्या अर्थी आहेत. सध्या पत्नीही झोपलेल्या पतीला उठवताना 'अरे भाई, उठो ना !' असे सहज म्हणते. तेथे 'भाई' शब्दाचा अर्थ शब्दशः नसतो. त्याचप्रमाणे

अनेकार्थक शब्द	वाच्यार्थ नियंत्रणाचे निमित्त	नियंत्रित वाच्यार्थ	अभिधामूलक व्यंजनेने येणारा अर्थ
१) सशंखचक्रो हरिः	संयोग (शंखचक्रांचा)	विष्णु	यम, अनिल, चंद्र सूर्य, सिंह, सूर्याचे घोडे, पोपट, साप, वानर इ. 'हरि' शब्दाचे अर्थ
२) अशंखचक्रो हरिः	विप्रयोग	विष्णु (विष्णु हाच ही आयुधे ठेवू शकतो म्हणून)	
३) रामलक्ष्मणौ	साहचर्य	दशरथाचे पुत्र यांचे साहचर्य प्रसिद्ध आहे.	'राम शब्दाने, परशुराम, बलराम इ. आणि लक्ष्मणचा अर्थ दुर्योधनाचा पुत्र
४) रामार्जुनगतिः तयोः	विरोधिता	परशुराम आणि सहस्त्रार्जुन यांचा विरोध म्हणून	'राम' शब्दाचे इतर अर्थ, 'अर्जुन'चेही इतर अर्थ
५) स्थाणुं वंदे	अर्थ (प्रयोजन, उद्देश, हेतु)	शिव	खांब
६) सर्वं जानाति देवः	प्रकरण (संदर्भ)	राजा (या संदर्भात राजा हा अर्थ आहे)	देव, ईश्वर

७) कुपितो मकरध्वज:	लिङ्ग विशेष चिन्ह, संयोगाखेरीज अन्यसंबंधाने निगडित असणारा विशेष धर्म)	मदन (मकरध्वज मदन समुद्र 'कोप' हा शब्द मदनालाच लागू पडतो.)	समुद्र
८) देव: पुरारि:	अन्य शब्दाचे सान्निध्य	शिव	नगरांचा शत्रू, विध्वंस करणारा 'राजा इ. 'देव' शब्दाचा अर्थ
९) मधुमास: कोकिल:	सामर्थ्य (परिणाम घडवून आणण्याचे सामर्थ्य)	मधुमास वसंत (यामध्ये कोकिळेस उन्मत्त करण्याचे सामर्थ्य आहे.)	मध, फुलांचा रस, मद्य इ. मधु शब्दाचे अर्थ
१०) पातु वो दयितामुखम्	औचित्य	मुख, सांमुख्य, अनुकूलता प्रसाद (मुख रक्षणाच्या कामी उपयुक्त म्हणून)	तोंड, चेहरा मुख असे अर्थ
११) भाति अत्र परमेश्वर:	देश	राजा (अत्र शब्दाने, राजधानी,	परमेश्वर

		पृथ्वी असा ऐहिक स्वरूपाचा निर्देश होतो. म्हणून)	
१२) निशि चित्रभानु:	काल	अग्नी (रात्रीचा काळ आहे म्हणून दिवसाचा असता, तर चित्रभानु हा व्यंग्यार्थ झाला असता)	सूर्य
१३) मित्रं भाति	व्यक्ती (शब्दाचे व्याकरणातील लिंग)	मित्र, सुहृद (मित्र नपुसकलिंगी शब्द म्हणून)	सूर्य,
१४) एतावन्मात्रस्तनिका	अभिनय	हातानेच अभिनय करुन 'एवढे एवढे' याचा जो अर्थ दाखवू तो नियंत्रित वाच्यार्थ इतर (दर्शविल्याप्रमाणे लहान मोठे) अर्थ व्यंग्य	

अपकृष्ट दर्जाच्या भाषेत, 'साला, भडवा, रांडेचा' ह्या सर्रास उपयोगात असणाऱ्या शब्दाचे अर्थ संदर्भानुसार मित्र वा शत्रुता दर्शवण्यासाठी होत असतात. अक्षरश: नव्हे.

नामकरण : जेव्हा संपूर्णपणे नवीच वस्तू बनून या जगात उपयोगास येते तेव्हा त्या वस्तूच्या नामकरणाची त्याच्या प्रचाराची बोलीत रूढ होण्याची समस्या असते. ग्लास (काच) प्रथम भारतात बनली होती. पण 'कांच' शब्द इंग्रजीच्या प्रभावाने 'ग्लास' होऊन गेला. रेल्वेगाडीला आगगाडी, मोटरसायकलला फटफटी असे कित्येक शब्द रूढ झाले. ह्याबाबतीत अत्याधुनिक जगातील नव्याच वस्तूंना प्रतिशब्द शोधणे जिकीरीचे काम आहे. प्रत्येक प्रांतात प्रतिशब्द बनवण्याची संकल्पना वेगळी आहे. 'आयोग-निगम' एकार्थक होतात. क्लार्क-बाबू समानार्थी होतात. वेगवेगळे पदनामकोश पाहिले, तर ह्या गोष्टी ध्यानात येतील.

नम्रता प्रदर्शन : ह्या कारणामुळे अर्थपरिवर्तन पूर्वीपासून होत आले आहे. पतीला उद्देशून आर्य, राजाला उद्देशून देव, भगवन, प्रतिष्ठितांच्या हातांना 'करकमल' तसेच 'पायधूळ', महालालासुद्धा 'गरीबांचे घर', 'पाठीवर मारा, पोटावर मारू नका', 'माझ्या कातड्याचे जोडे तुमच्या पायात घालीन.' इत्यादी शब्दप्रयोग भरपूर कानी येतात.

अशुभ शब्दाजागी शुभ शब्द योजना : अशुभ घटनांचा उच्चार टाळण्यासाठी 'स्वर्गस्थ झाले', 'महापरिनिर्वाण', 'नारळ वाढवणे', 'प्रेताला माती', 'दिवा वाढवणे' इ. शब्द प्रयोग जाणूनबुजून रूढ केले आहेत.

आत्मश्लाघाभाव : मनुष्य आपल्या विद्वत्तेचे, पांडित्याचे प्रदर्शन करु पाहातो, तेव्हा तो जाणूनबुजून क्लिष्ट शब्दांचा प्रयोग करतो. त्यामुळे त्याच्या तोंडून आलेल्या 'महापंडित' शब्दाचा अर्थ मूर्ख, वैयाकरणरवसूची (प्रतिभारहित) इ. अर्थ होतात.

सादृश्य : सादृश्याच्या आधारावर कधी कधी अर्थांतर होते. उदा. 'प्रश्रय' शब्दाचा अर्थ विनय, शिष्टता, नम्रता आहे. 'आश्रय' शब्दाशी 'प्रश्रय'चे फक्त सादृश्य आहे. म्हणून प्रश्रयचा अर्थही 'आश्रय' असाच बनला.

पुनरावृत्ती : सह्याद्रि पर्वत, पावरोटी, फुलांचा गुलदस्ता' ह्या शब्दात केवळ पुनरावृत्ती झाली आहे, आणि ती भाषेत रूढ झाली आहे.

अज्ञानता : याही कारणाने काही चमत्कारिक शब्दांची निर्मिती वा अर्थपरिवर्तन होते, उदा. 'मध्यसेंटर, संडासरोड (सॅडहर्स्ट रोड), गल्लास (ग्लास), यूसलेसपणा अपरोक्ष (समक्ष या अर्थी)

व्यंग्य : व्यंग्यामुळे अर्थपरिवर्तन होण्याची उदाहरणे 'कोळशाची दलाली, अकलेचा कांदा, फुकट फौजदार, गावभवानी इ.

भावावेश : राग, प्रेमाच्या आवेशात आपण लाडक्या मुलांनाही 'चोर,

बदमाष' म्हणतो.

वर अर्थपरिवर्तनाची कारणे दिली त्याबरोबर साहित्यशास्त्रातील संस्कृत उदाहरणेही प्रस्तुत केली. तरीही अजूनही कित्येक कारणांनी अर्थपरिवर्तन सतत घडत असते.

अर्थपरिवर्तनात काही कारणे बुद्धीशी संबंधित आहेत. भाषेत जेव्हा अर्थानुसार परिवर्तन होते, तेव्हा त्या परिवर्तनात बुद्धीही कारण म्हणून प्रयुक्त होते, त्या कारणांचा विचार करून जे नियम बनवले गेले, त्यांना बौद्धिक नियम म्हणतात. या नियमांचे उद्गाते 'ब्रील' हे भाषावैज्ञानिकच होते. अर्थाच्या अध्ययनाच्या संदर्भात या बौद्धिक नियमांचे विवेचन खालीलप्रमाणे आहे.

१) विशेषीकरणाचा नियम : (The law of specialiation) जेव्हा एखादा अर्थ रूप, संबंध इत्यादींना अभिव्यक्त करण्यासाठी अनेक शब्दांचे प्रयोग होतात, आणि मग हळूहळू त्याखालील एक दोनच शेष राहातात; तेव्हा यास विशेष भावाचा नियम म्हणतात. कारण वक्ता अनेकापासून एकाकडे आकृष्ट होतो. म्हणून मुळात विशेषता 'विशिष्टता' असल्याने ह्यात विशेषीकरणाचा नियम म्हणतात. प्राचीन काळी तृतीया विभक्तीच्या एकवचनात 'आ' आणि 'ना' दोन्ही प्रकारच्या प्रत्ययांचा प्रयोग केला जाई. उदा. हरिणा, शंभुना, विष्णुना, वारिणा, साधुना इ. 'ना' वाली रूपे, आणि 'विश्वपा, पत्या, हा हा इत्यादी 'आ' वाचक रूपे परंतु सध्या 'आ' अंती असलेल्या रूपांचा क्रमाने ऱ्हास होत आहे, आणि 'ना' युक्त रूपांचा प्रचार वाढत आहे. याच प्रकारे 'तरप्, मरष्, ईयस् प्रत्ययांच्या बाबतीत बोलता येते की, संख्यावाचक शब्दात 'तम' चे संक्षिप्तरूप 'म' चा प्रयोग अधिक होत आहे. उदा. प्रथम पंचम, अष्टम, नवम दशम, 'ईयस्' पासून बनलेल्या दोन संख्या प्राप्त आहेत. 'द्वितीय', 'तृतीय' 'इष्ठ' चा 'थ' फक्त 'चतुर्थ', आणि 'पष्ठ'मध्ये सुरक्षित आहे. अशा रीतीने एका शब्दाने, प्रत्ययाने, अनेक प्रत्ययामध्ये स्वत:चे वैशिष्ट्य कायम केले. म्हणून हा 'विशेषीकरणाचा' नियम आहे.

२) भेदीकरणाचा नियम : (The law of differenciation) अनेक शब्द समान अर्थात प्रयुक्त होतात. अशा शब्दांना पर्यायवाची शब्द म्हणतात. या पर्यायवाची शब्दांचे सूक्ष्म विश्लेषण केल्यावर असे दिसून येते की त्या समानार्थवाची शब्दांमध्येही मौलिक अर्थाच्या दृष्टीने त्यांची स्वत:ची भिन्नता असते. समानार्थी शब्दांमधील ह्या विशिष्ट भिन्नतेच्या या नियमाला भेदीकरण असे म्हटले गेले आहे. उदा. कुशल, प्रवीण इत्यादी शब्द समानार्थक असल्यामुळे पर्यायवाची आहेत. परंतु सूक्ष्मदृष्टीने विश्लेषण केल्यावर ह्या शब्दांमधील भेद स्पष्ट दिसून येतो. याचप्रमाणे डॉक्टर, वैद्य, हकीम, कविराज इ. शब्द पर्यायवाची असूनसुद्धा स्वत:ची खास भिन्नता बाळगून आहेत. ह्याचप्रमाणे इत्यादी शब्दाच अर्थ 'मूल' असा आहे. परंतु ह्यांचा प्रयोग भिन्न भिन्न अर्थाने

केला जातो. थोडक्यात हे पर्यायवाची प्रतीत होणारे शब्द भिन्न अर्थ ग्रहण करतात आणि त्यांचा वाटेल तसा प्रयोग केला जाऊ शकत नाही. ही प्रवृत्ती जगातील सर्व भाषात आढळते.

३) अर्थोद्योतन का नियम : (The law of irradication) जेव्हा एखाद्या शब्दाच्या अर्थाचा उत्कर्ष किंवा अपकर्ष होतो, तेव्हा त्याच्या अर्थातही परिवर्तन येते. या अर्थपरिवर्तन करणाऱ्या नियमाला अर्थोद्योतनाचा नियम म्हटले जाते. उदा. डॉक्टरकी, मास्तरकी या शब्दात अर्थद्योतकतेचाच नियम प्रयुक्त झाला आहे. याप्रमाणे प्राचीन काळात संस्कृतमध्ये प्रयुक्त झालेला 'आ' स्त्री प्रत्यय नव्हता; हे गोपा, विश्वपा ह्या पुल्लिंग शब्दावरून स्पष्ट आहे. परंतु 'आ' अधिकांश स्त्रीलिंग शब्दाच्या अंती प्रयुक्त झाल्यामुळे त्यात नवीन अर्थद्योतकता आली आणि तो स्त्रीलिंगबोधक शब्द बनला.

४) विभक्तींच्या अवशेषाचा नियम : जेव्हा भाषा आपल्या नैसर्गिक गतीनुसार संयोगावस्थेकडून वियोगावस्थेकडे अग्रेसर होते, तेव्हा अशा अवस्थेत ध्वनिलोपाच्या कारणामुळे विभक्तीप्रत्यय बहुधा लुप्त होतात. अशावेळी 'विभक्ती समाप्त झाल्या' असे सामान्यपणे मानले जाते. पण वास्तवात असे घडत नाही. उलट विभक्ती प्रत्यय कुठे कुठे तरी प्रयुक्त होत असतातच. यालाच विभक्तीच्या अवशेषाचा नियम म्हटले गेले आहे. उदारहणार्थ मराठीमध्ये संस्कृत भाषेच्या विभक्ती लुप्त झाल्या आहेत. परंतु तरीही ह्या विभक्ती कुठे तरी आपले अस्तित्व जाणून देत असतातच. उदा. कृपया, साधारणातया, येनकेन प्रकारेण, साक्षात इत्यादी.

५) भ्रम किंवा मिथ्या प्रतीतीचा नियम : (The law of perception) अज्ञानामुळे जे अर्थपरिवर्तन होते, त्याला मिथ्या प्रतीतीचा नियम म्हटले गेले आहे. 'मिथ्या' वस्तूला 'भ्रमामुळे' सत्यरुपाने स्वीकारणे ही मिथ्याप्रतीती होय. उदा. 'असुर' शब्दाचा अर्थ देव होता. परंतु 'अ' हा नकारार्थीचा बोधक मानला गेल्यामुळे 'असुर' म्हणजे जो देव नाही तो दैत्य-राक्षस असा त्याचा अर्थ झाला. ह्यासारखे 'अकांडतांडव' हे उदारण. वास्तविक हा व्याकरणशास्त्रावरील एक ग्रंथ आहे. पण ह्यातील 'तांडव' शब्दाच्या विशेष अर्थाने संपूर्ण शब्दाचा अर्थ हलकल्लोळ आक्रस्ताळा असा बनला. इंग्रजीतील (oxen) शब्दही असाच आहे. ह्या शब्दाचा संबंध 'उक्षन्' शब्दाशी आहे. परंतु इंग्रजीतील बहुवचनाचा द्योतक (en) प्रत्ययाच्या आधारावर (ox) एकवचनापासून (oxen) बहुवचन झाले.

६) सादृश्य किंवा उपमानाचा नियम : (Law of analogy) मानव स्वभावत: अनुकरणशील आहे. भाषेत सुद्धा त्याच्या ह्या स्वभावाचे प्रत्यंतर दिसते. वर्तमानशब्दाच्या सादृश्यावर तो नव्या शब्दाची निर्मिती करतो. अशा तऱ्हेने सादृश्याच्या आधारावर जे अर्थपरिवर्तन केले जाते, त्याला सादृश्य किंवा उपमानाच्या नियमाची

संज्ञा दिली गेली आहे. उदा. भारोपीय भाषांच्या कालखंडात प्रथम पुरुष एकवचनासाठी 'मि' आणि 'ओ' ही दोन रूपे प्रचलित होती. परंतु उपमानामुळे हे भेद क्रमश: समाप्त होत गेले आणि संस्कृतमध्ये 'मि' आणि ग्रीकमध्ये 'ओ' चा स्वीकार झाला.

बौद्धिक नियम आणि ध्वनिनियम तुलना

इथे एक प्रश्न उद्भवतो की बौद्धिक नियम आणि ध्वनिनियम ह्यांच्यामध्ये साम्यभेद काय आहेत ? बौद्धिक नियम ध्वनिनियमांच्या समान देशकाळातील असतात. या नियमांचा प्रयोग कोणत्याही देशाच्या भाषेत कोणत्याही काळात आपले कार्य करतो. ध्वनिनियम अपवादयुक्त असतात आणि त्यांचे कार्य एका निश्चित सीमेच्या अंतर्गत असते. तथापि बौद्धिक नियम अपवादरहित असतात आणि त्यांच्या कार्याला कोणतीही निश्चित सीमा नसते. या दृष्टीने ध्वनिनियमाची व्यापकता कमी असते, तर बौद्धिक नियमांची अधिक असते. ध्वनिनियम पूर्णपणे खोडले जाऊ शकत नाहीत. ध्वनिनियम आणि बौद्धिक नियम ह्यांच्यात हा भेद आढळून येतो.

❑

१३ ध्वनिविज्ञान

भाषाविज्ञानानात ध्वनिविज्ञानाचे महत्त्वपूर्ण स्थान आहे. मनुष्याच्या मुखातून निघालेल्या - शब्द - ध्वनींचे विस्तृत अध्ययन ध्वनिविज्ञानात केले जाते. कानाला ऐकू येणाऱ्या कोणत्याही आवाजाला-शब्दाला-स्वराला ध्वनी म्हणतात. पण भाषाविज्ञानाच्या मर्यादेत व्याख्या करायची झाली तर भाषासंबंधित कोणत्याही अर्थवान शब्दाला ध्वनी म्हणतात. 'ध्वनिशब्दे' या संस्कृत धातूपासून ध्वनी शब्दाची उत्पत्ती झाली आहे. ध्वनी दोन प्रकारचा असतो. १) भाषा ध्वनी (speech sound) आणि २) ध्वनिग्राम (Phoneme)

भाषा विज्ञानात ध्वनीला 'भाषाध्वनी' असेही म्हणतात. ह्या भाषा ध्वनीच्या काही व्याख्या खालीलप्रमाणे आहेत :

"मानवाच्या ध्वनियंत्राद्वारे उत्पादित आणि निश्चित श्रवणगुणांनी युक्त ध्वनीला 'भाषा-ध्वनी' म्हणतात." - सुनीतिकुमार चटर्जी (भाषाविज्ञान)

"मनुष्याने आपल्या मुखातील नियत स्थानातून निश्चित प्रयत्नांनी काही उद्देश स्पष्ट करण्यासाठी, उच्चारलेला, आणि श्रोत्याने ऐकून त्याचा अर्थ जाणून ग्रहण केलेला व्यापार म्हणजे ध्वनी होय." - डॉ. भोलानाथ तिवारी (भाषाविज्ञान-भाषाध्वनी)

"ध्वनी म्हणजे मनुष्याच्या विकल्पहीन, नियतस्थान आणि निश्चित प्रयत्नाद्वारा उत्पादित आणि श्रोत्रेंदियाद्वारे अविकृतरूपाने गृहीत होऊ शकणाऱ्या शब्द लहरी होत." - डॉ. डॅनियल जोन्स.

डॉ. तिवारी अधिक स्पष्टीकरण करतात की "भाषेमध्ये प्रयुक्त होणारा 'भाषाध्वनी' हा एक लघुतम घटक आहे. त्याचे उच्चारण आणि श्रोतव्यता या दृष्टीने स्वतंत्र व्यक्तित्व असते."

भाषाध्वनी किंवा भाषण ध्वनी ह्या परिभाषेचा भिन्न भिन्न अर्थाने उपयोग केला आहे. डॉ. डॅनियल जोन्स आणि चटर्जी ह्यास 'संध्वनी' म्हणतात. त्यांच्या मते

'संध्वनीचे निश्चित आणि अपरिवर्तनीय रुप असते. तथापि केनियन आणि अन्य विद्वानांच्या मते भाषाध्वनी हा 'ध्वनिग्राम' चा पर्याय आहे. काहीनी संध्वनी आणि ध्वनिग्राम या दोन्ही शब्दांचा 'भाषाध्वनी' साठी प्रयोग केला आहे.

ध्वनिग्राम :

ध्वनिग्रामास 'ध्वनिश्रेणी, ध्वनितत्व' ह्या नावांनी जाणले जाते. दिन, निर्धन आनन्द, सान, लहान इत्यादी शब्दातील 'न' ला साधारणत: एक ध्वनी 'न' मानले जाईल. पण सूक्ष्म परीक्षा केली तर ह्या सर्व शब्दातून आलेली 'न' ध्वनी हा वेगवेगळा आहे. असे सात प्रकारचे ध्वनी आहेत. प्रत्येक शब्दात 'न' चा स्वत:चा विशिष्ट ध्वनी आहे. प्रत्येक 'न' ध्वनीचा श्रावक गुणसुद्धा अलग अलग आहे. याचप्रमाणे 'काल, जलद, लवकर' इत्यादी शब्दातील 'ल' सुद्धा एकमेकापासून वेगळा आहे. याप्रकारे हे ध्वनी विभक्त असूनही एकाच परिवाराचे सदस्य आहेत; म्हणून ते संबद्धही आहेत. या सर्व ध्वनीचे अध्ययन ध्वनिग्रामाच्या अभ्यासातंर्गत केले जाते. डॉ. तिवारी ह्यांनी भाषाविज्ञान ह्या आपल्या ग्रंथात म्हटले आहे. कोणत्याही भाषेतील कोणत्याही ध्वनीची ही विभिन्नरुपे 'संध्वनी' म्हणून ओळखली जातात. आणि त्यांना सामूहिक रुपाने सर्वांना आवरण घालणारा एक नाम 'ध्वनिग्राम' (phoneme) होय. उपरोक्त उदाहरणातील 'न' आणि 'ल' हे दोन ध्वनिग्राम' आहेत आणि ह्या दोन्हीचे सात आणि तीन संध्वनी आहेत. ध्वनिग्रामाच्या अंतर्गत संध्वनी असतात. संध्वनी भाषाध्वनीचे क्षेत्र सीमित असते. आणि ध्वनीचे क्षेत्र विस्तृत असते. के. एल. पाईक (K. L. Pike) याने ध्वनिग्रामाची परिभाषा देताना म्हटले आहे. एकाद्या विशिष्ट भाषेतील ध्वनीमध्ये विश्लेषण केल्यानंतर प्राप्त झालेली 'ध्वनिग्राम' नावाचा सार्थक घटक आहे. (The phoneme is of significant units of sounds arrived at for a particular Cargnase) अशाप्रकारे उत्पन्न झालेल्या ध्वनीना 'अघोष ध्वनी' म्हणतात.

श्वासनलिका आणि अन्ननलिका ह्यांना अलग करणाऱ्या नलिकांचा पडदा गळ्यात ज्याठिकाणी समाप्त होतो. त्या रुंदशा जागी ह्या दोन्ही नलिका उघडतात. त्या स्थानास 'उपलिजिहवा' (पडजीभ) किंवा (pharynx) म्हणतात. हे स्थान मुखविवर-नासिकाविवर ह्यांनी जोडलेले असते आणि तेथेच ते उघडते. श्वासनलिका आणि भोजननलिका ह्यांच्यामध्ये मासाचा एक लवचिक पडदा असतो. भोजनाच्या वेळेस हाच पडदा श्वासनलिका मिटवून बंद करतो. कारण अन्नकण श्वासनलिकेत जाऊ नयेत. ह्यास अभिकालक किंवा स्वरयंत्र मुखावरण (Epiglottia) म्हणतात.

मुखविवर आणि नासिकाविवर जेथे मिळतात त्याठिकाणी छोटीशी जिव्हा, पडजीभेचा छोटा भाग असतो. त्याला अलिजिव्हा म्हणतात. (uvula) जेव्हा ही शिथिल

असते तेव्हा श्वास वायू मुखविवर आणि नासिकाविवर दोन्हीतून प्रवेश करते, आणि बाहेर निघून जाते तसेच अधिक शिथिल झाल्यावर ही मुखविवराला झाकून ते आणि नासिका विवरातून श्वासवायू निघून जातो. ही अलिजिव्हा जेव्हा ताठर होते तेव्हा नासिकाविवर बंद होते आणि श्वास तोंडावाटे बाहेर जातो, अशा प्रकारे 'अनुनासिक ध्वनि' उत्पन्न होतो. (मुखनासिकावचनोऽनुनासिकः । अष्टा. १।१।८)

मुखविवर, नासिकाविवर आणि श्वास, उच्छवास ही ध्वनी उत्पन्न करण्याची साधने होत. मुखविवरात वायूचा प्रवेश झाल्यामुळे ध्वनिअवयव ध्वनी उत्पन्न करतात. ह्या ध्वनी उत्पन्न करणाऱ्या मुखनासिकांर्गत वायु इत्यादी सर्वांना 'वाग्यंत्र' म्हणतात.

बोलताना जीभ मुखांतर्भागी अनेक स्थानांना स्पर्श करते. त्यामुळे अनेक प्रकारचे ध्वनी उत्पन्न होतात. ही स्थाने म्हणजे कठोरतालु (Hard Palate), कोमल तालु (Palate), मूर्द्धा (cerebrum) आणि वर्स्व (Aveole Teeth ridge) कण्ठाशी जोडूनच असलेला कोमल भाग हा कोमलतालु. कोमलतालूस लगटून असलेला कठोर भाग 'मूर्द्धा', कठोरतालूच्या पुढे दातांशी संबद्ध भागास 'वर्स्व' होय. ह्याला 'वर्त्स' असेही नाव आहे. नेहमीच्या भाषेत 'मसूडा' असे ह्यास म्हटले जाते. ह्या वर्स्वाच्या - मसुड्याच्या खालचा भाग दात होत.

मुखातील कोमल आणि गतिशील भाग जिव्हा आहे. हिच्याच साह्याने अनेक ध्वनी उत्पन्न होतात. जिव्हाला ह्या ध्वनीविषय निमिर्तीच्या दृष्टीने ५ भागात विभाजित करतात. अ) जिव्हमूल (Root) ब) जिव्हा-पश्च (Back-dorsum) क) जिव्हामध्य (Middle) ड) जिव्हाअग्र (Front) आणि जिव्हाटोक (Tip)

मुखाबाहेर दिसणारे पुढच्या भागात ओठ असतात. हे उपरि ओष्ठ आणि अधरोष्ठ असे दोन असतात. ह्यांच्याच साहाय्याने ओष्ठय वर्णांचे उच्चारण होते.

ध्वनी उत्पन्न करणारे उपरोक्त ध्वनि-अवयवांचे अत्यंत महत्त्वाचे स्थान आहे. विभिन्न प्रकारचे हे ध्वनी अवयव वेगवेगळ्या प्रकारे कार्य करतात.

१) ध्वनींचे वर्गीकरण -

प्राचीन भारतीय वैयाकरणांनी ध्वनींना स्वर आणि व्यंजन ह्या दोन भागात वर्गीकृत केले आहे. या वैयाकरणांच्या मते स्वराच्या साहाय्याशिवाय व्यंजनाचे उच्चारण केले जाऊ शकत नाही. ग्रीक वैयाकरण डामोनिशय थूंक्सचेही असेच मत आहे की 'व्यंजन त्यालाच म्हणतात, की ज्याच्या उच्चारणात स्वराचा सहयोग असतो.' जेव्हा एखाद्या स्वराच्या उच्चारणात एका मात्रे (ऱ्हस्वाचे उच्चारण) पेक्षा अधिक पण दोन मात्रापेक्षा कमी काळ लागतो, म्हणजेच 'दीड मात्राकाल' लागतो. त्याला 'दीर्घार्ध' म्हणतात. 'वैसा है' यामधील 'ऐ' चे उच्चारण पूर्णरूपाने होत नाही.

हा 'दीड मात्राकाळ' होय.

२) जिव्हेच्या विभागाच्या दृष्टीने -

स्वरोच्चारण करताना जिभेचा पुढचा, मधला वा मागचा भाग, ह्यापैकी एकादा भाग थोडा उंचावतो. म्हणून ह्या अवस्थेला आधार ठरवून स्वरांचे कित्येक भेद आहेत. अग्रस्वर, मध्य-स्वर आणि पश्चस्वर. इ ई ए हे अग्रस्वर, उ ऊ ओ हे पश्चस्वर आणि अ मध्यस्वर मानले जातात.

३) मुख उघडण्याच्या दृष्टीने -

स्वरोच्चारण करताना मुख किती कमी-अधिक उघडते, ह्या दृष्टीने स्वरांचे काही भेद पाडले गेले आहेत. विवृत, अर्धविवृत, अर्धसंवृत, संवृत. जेव्हा मुख अधिक उघडते, तेव्हा त्यातून उच्चरित स्वराला विवृत म्हणतात. उदा. 'आ' जेव्हा जिभेचा विशेष भाग अधिक वर उठतो आणि मुखविवर संकुचित होते (संवृत) तेव्हा ह्या प्रकाराच्या स्वराला 'संवृत' म्हणतात. उदा. ई, ऊ इत्यादी ह्या दोन अवस्थांच्या मधल्या दोन अवस्था 'अर्धविवृत' आणि 'अर्धसंवृत' म्हणून ओळखल्या जातात. 'अर्ध-विवृत' स्वराच्या उच्चारणाच्यावेळी मुख 'अर्धसंवृता'पेक्षा अधिक उघडते. विवृत स्वर 'ऑं' आणि अर्ध संवृत्तस्वर 'ए' आणि 'ओ' आहे.

४) ओष्ठांच्या स्थितीच्या दृष्टीने -

स्वरोच्चारणाच्या वेळी ओष्ठांच्या स्थितीच्या दृष्टीने स्वरांचे विभाजन केले जाते. बोलताना ओष्ठांनी दोन प्रकारची स्थिती बनते. वृत्ताकार (गोल) आणि 'अवृत्ताकार (पसरलेली). वृत्ताकार स्वर उ, ऊ, इत्यादी. अवृत्ताकार स्वर 'आ' 'ए' इत्यादी. याचे विभाजन ह्याही प्रकारे केले जाते. विस्तृत स्वर - ई, पूर्ण विस्तृत स्वर - ए, सीन सीन स्वर-अ, स्वल्प वृत्ताकार स्वर 'ऑं' आणि पूर्ण वृत्ताकार स्वर 'उ' इत्यादी. हे विभाजन सुद्धा बोलताना ओष्ठाच्या होणाऱ्या स्थितीवर आधारित आहे.

५) कोमलतालु आणि अलिजिव्हा (पडजीभ) यांच्या दृष्टीने -

कोमलतालु आणि अलिजिव्हा : ह्या दोन्हींची स्थिती जेव्हा अशा त्या प्रकारची होते, की नासिका मार्ग अवरुद्ध झाल्यामुळे वायू केवळ मुखावाटे बाहेर पडतो, तेव्हा अननुनासिक किंवा मौखिक अ, आ, ए इत्यादी स्वरांची उत्पत्ती होते. जेव्हा वायु, मुख आणि नासिका ह्या दोन्हीतून निघतो तेव्हा अनुनासिक किंवा 'नासिक्य स्वर' बाहेर पडतो. अँ, आं, इं इत्यादी. अनुनासिक स्वराचेही दोन प्रकार होतात. **१)** पूर्ण

अनुनासिक स्वर २) अपूर्ण अनुनासिक स्वर. केंव्हां मधील 'हां' पूर्ण अनुनासिक आहे आणि 'राम' मधील 'आ' अपूर्ण अनुनासिक स्वर आहे.

६) मुखातील मांसपेशींची दृढता, शिथिलता यांच्यादृष्टीने -

मुख्यत: मांसपेशीच्या दृढता - शिथिलता या कारणामुळेही स्वरांचे दोन भेद केले जातात. जेव्हा स्वर उच्चारताना मांसपेशी कठोर बनतात तेव्हा त्यांना 'दृढ' (Tense) स्वर (उदा. ई, उ) म्हणतात, जेव्हा मासपेशी शिथिल होतात, अशा स्थितीत निघणाऱ्या स्वरांना 'शिथिल स्वर' म्हणतात. (lax vawels)

७) स्वरतंत्रींच्या स्थितीच्या दृष्टीने -

स्वरतंत्रींच्या स्थितीच्या दृष्टीनेही स्वरांना काही भागात विभक्त केले आहे. स्वरांच्या उच्चारणाच्यावेळी स्वरतंत्रीच्या उच्चारण स्वराच्या सहाय्याशिवाय तो उत्पन्न होऊ शकत नाही. स्वराचे उच्चारण कोणत्याही ध्वनीच्या साह्याने केले जाऊ शकते. संस्कृताचा प्रसिद्ध वैयाकरण पाणिनी याने सर्व ध्वनी समूह १४ सूत्रात विभाजित केला आहे. ह्या १४ सूत्रांना 'माहेश्वरसूत्रे' असेही नाव आहे.

अइउण् । ऋऌक् । एओङ् । ऐऔच् । हयवरट् । लण् । ञमङणनम् । झभञ् । घढधष् । जबगडदश् । खफछठथचटतव् । कपय् । शषसर् । हल् ।

ह्या सर्व सूत्रातील अंतिम (हलन्त) व्यंजन स्वररहित आहे. त्यांना 'इत्' असे म्हणतात. ह्या सूत्राच्या साहाय्याने प्रत्याहार बनवून समस्त ध्वनींचे वर्गीकरण करुन पाणिनीने अष्टाध्यायीत सूत्रलाघवासाठी वापरले आहे.

साधारणरूपाने ध्वनींना स्वर आणि व्यंजन अशा दोन भागात विभाजित केले आहे. वर सांगितलेलेच आहे की स्वर कोणत्याही ध्वनीच्या सहाय्याने उच्चारित होऊ शकतात आणि व्यंजनांचे उच्चीरण स्वरांच्या साहाय्याने केले जाते. स्वराची परिभाषा याप्रकारे केली जाते. 'स्वर एक असा ध्वनी आहे की ज्याच्या निर्मितीमध्ये विवर खुले राहाते, आणि ज्यातून श्वास कोणतीही बाधा न येता बाहेर येतो. (A sound produced with a vibration of the vocal cords by the un disturbed passage of air through the oral cavity.) तसेच व्यंजनाची परिभाषा अशाप्रकारे केली आहे. 'व्यंजन एक असा ध्वनी आहे की ज्याच्या निमिर्तीत वायुच्या निस्सारणात काहींना काही गतिरोध उत्पन्न केला जातो.' (A sound produced by an obstruction or blocking or some other rastriction of the free passage of the air exhaled from the lungs through the oral cavity.)

स्वर आणि व्यंजनाप्रमाणेच पाश्चिमात्य विद्वानांनी ध्वनीलाही काही नावे देऊन

विभक्त मानले आहे. श्रवण प्रभावाच्या आधारावर पाईक याने ध्वनीचे दोन भेद केले आहेत. 'वोकॉईड' (vocoid) आणि 'कॉन्टॉईड' (contoide) हफनर याने ध्वनीला 'आक्षरिक' (syllabic) आणि अनाक्षरिक (Nonsyllabic) असे विकासित केले आहे.

स्वरांची वैशिष्ट्ये :

१) स्वरांचे उच्चारण स्वतंत्रपणे सहजपणे केले जाऊ शकते.

२) स्वरांचे उच्चारण बराच वेळपर्यंत करत राहणे शक्य आहे. तथापि अधिकांश व्यंजनांचे उच्चारण स्वरांच्या साहाय्यानेच होते. काही व्यंजने वगळता अधिकांश व्यंजनांचे उच्चारण दीर्घपणे करणे अशक्य आहे.

३) स्वरांच्या उच्चारणात वायु कोणत्याही अवरोधाशिवाय मुखातून निघतो. परंतु व्यंजनाचे उच्चारण होताना वायुस अवरोध होतो. प्राय: स्वर 'आक्षरिक' (syllabic) आहेत, आणि काही व्यंजने वगळता सर्व व्यंजने अनाक्षरिक (Nonsyllabic) आहेत, श्रवणीयतेच्या आधारावर स्वर व्यंजनापेक्षा अधिक मुखर असतात.

स्वरांचे वर्गीकरण :

स्वरांना अनेक प्रकारे विभाजित केले जाऊ शकते.

१) मात्रा (कालपरिमाण) : स्वरोच्चाारणास लागणाऱ्या समयाच्या आधारावर स्वरांना तीन भागात विभक्त केलेले आहेत.

१) ह्रस्व (Short) **२)** दीर्घ (Long) **३)** प्लुत (protracted) ऱ्हस्व स्वरास (अ, इ) यांना १ मात्रा काल, दीर्घ स्वरास (आ, ई, ऊ) २ मात्रा काल लागतो. आणि प्लुताचा उच्चारण काळ ३ मात्रा मानला जातो. आ, ई, ऊ हे दीर्घ स्वर आहेत. आणि 'ओ इम्' शब्द प्लुत आहे. प्लुत स्वरांची उदाहरणे वेदात सुद्धा जास्त नाहीत. स्वरांच्या ह्या तीन भेदांच्या अतिरिक्त दोन आणखी भेद - **१)** ऱ्हस्वार्ध आणि **२)** दीर्घार्ध असेही केले आहेत. जेव्हा एखाद्या स्वराच्या उच्चारणास अर्धा मात्रा काल लागतो. तेव्हा त्यास ऱ्हस्वार्ध म्हणतात. उदा. 'पिट' मिर' उच्चारताना 'इ' (Languge by the analytical procedures developed from the basic premises previously presented.) ब्लूमफील्ड म्हणतो की 'ध्वनिग्राम विशिष्ट ध्वनिरूपाचा अत्यंत छोटा घटक आहे.' (A minimum unit of distinctive sound feature of phoneme) एच. ए. ग्लीसन याने 'ध्वनिग्रामा'ची परिभाषा करताना लिहिले आहे की 'ध्वनिग्राम' भाषेच्या उच्चारित स्वरूपाची अशी न्यूनतम विशेषता आहे की, ज्याच्याद्वारे सांगितल्या गेलेल्या गोष्टीपासून किंवा सांगितल्या जाणाऱ्या अन्य गोष्टीपासून अंतर स्पष्ट केले जाऊ शकते.'

("We may define phoneme as a minimum feature of the expression system of a spoken language by which one thing that may by said distinguished from any other thing which might have been said)

अशा प्रकारे ध्वनिग्रामात विशिष्ट ध्वनींचे अध्ययन केले जाते, आणि हा भाषेचा सूक्ष्मतम घटक आहे. ध्वनिविज्ञानात ध्वनिसंबंधी अध्ययन केले जाते, ध्वनि-उच्चारण, त्याची रचना आणि अर्थ इत्यादींचे विवेचन ध्वनि-विज्ञानात केले जाते. ध्वनींची उत्पत्ती मनुष्याच्या फुप्फुसातून बाहेर निघणाऱ्या वायुपासून होते. जगात- आफ्रिकेत अशा प्रकारच्या भाषा आहेत, की ज्यातील ध्वनी मनुष्याने शरीरात खेचलेल्या वायूपासून उत्पन्न होते. अशा प्रकारच्या ध्वनींना अन्त:स्फोटात्मक किंवा अन्त:र्मुखी ध्वनी म्हटले जाते.

श्वासप्रक्रिया आणि ध्वनि-उच्चारणातील सहायक अवयव (ध्वनियंत्र)

ध्वनि उच्चारणात काही अवयव सहायक होतात. श्वासोच्छ्वासाच्या प्रक्रियेने ध्वनी उत्पन्न होतो. ध्वनि उच्चारणात सहायक अंगाचे वर्णन अशा प्रकारचे आहे.

शरीरात श्वासनलिका आणि भोजननलिका असून श्वासनलिकेतून वायू फुप्फुसापर्यंत जातो आणि त्याच मार्गाने तोंड-नाक मार्गाने बाहेर येतो. भोजन नलिका, भोजन-पाणी पोटापर्यंत पोहोचवण्याचे कार्य करते. ह्या दोन्ही नलिकांच्या सहाय्याने ध्वनि-उच्चारणाचे कार्य होते.

श्वासनलिकेचे एक टोक फुप्फुसाशी जोडलेले असते आणि दुसऱ्या टोकावर स्वरयंत्र (Largnx or sound Box) असते. स्वरयंत्र हे एखाद्या छोट्याशा संदुकीप्रमाणे असते, हे कंठापिटकाशी जोडलेले असते. गळ्यामध्ये जो उभारलेला भाग असतो. त्यासच कंठपिटक म्हणतात. त्या जागी श्वासनलिका काहीशी रुंद असते. त्यामुळेच काही अंश गळ्याच्या बाहेर आलेला दिसतो.

स्वरयंत्राच्या वरच्या भागात गळ्याच्या दिशेने गेलेल्या दोन पातळ तंतुनलिका गेलेल्या असतात. ह्या स्वरतंतुनलिकांना स्वरतंत्री (vocal chords or cords) म्हणतात. ह्यांची आकृती त्रिभुजाकार असते. या स्वरतंत्रीच्या समोरची टोके स्वरयंत्रासमोर परस्पर जोडलेले असतात. आणि मागची टोके कोमल अस्थींनी जोडलेली असतात. हे स्वरतंतू थोड्याशा श्वासानेही हलून वेगवेगळ्या होतात. श्वासवायु निघून गेल्यावर तंतू पुन्हा जवळ येतात.

स्वरतंत्रीच्या मध्यभागी खुल्या स्थानाला 'काकल' किंवा 'स्वरयंत्रमुख' (Glottis) म्हणतात. श्वासनलिकेतून जाणारी हवा येथूनच पार होते. वायु जेव्हा बाहेर जातो, त्यावेळी जर स्वरतंत्रीच्या मागची दोन्ही टोके खेचली जाऊन जवळ आली, तेव्हा अंतर

कमी झाल्याने वायु स्वरतंत्री-तंतूना घर्षण करीत बाहेर पडतो. त्यामुळे स्वरतंत्रीमध्ये कंपने उत्पन्न होतात. ह्याप्रकारे कंपने पावून उत्पन्न झालेल्या ध्वनीला 'सघोष ध्वनी' म्हणतात. जेव्हा स्वरतंत्री आपल्या नैसर्गिक स्थानावरच राहाते, तेव्हा त्याच्यामध्ये खुली जागा असल्याने वायु घर्षण न होता बाहेर जातो, त्यामुळे स्वरतंत्रिकांचे कंपन होत नाही. अतिसमीप आल्यामुळे वायु घर्षण करीत बाहेर जातो, तेव्हा उत्पन्न होणाऱ्य स्वराला 'घोष' म्हणतात. याच्या अगदी उलटच्या स्वरतंत्रीच्या स्थितीतून वायु कंपने उत्पन्न न करता बाहेर जातो, तेव्हा उत्पन्न होणाऱ्या स्वराला 'अघोष स्वर' म्हणतात. अघोष स्वराला 'जपित' किंवा 'फुसपुसाटाचा' स्वरही म्हणतात. घोष आणि जपित स्वराच्या मध्य स्वरध्वनीला 'अर्धघोष' किंवा 'मर्मर स्वर' म्हणतात.

याप्रकारे मुख्य विभाजनाव्यतिरिक्त स्वरांचे गौण भागही केले जाऊ शकतात.

व्यंजनांचे वर्गीकरण मुख्य रूपाने दोन प्रकारची स्थाने आणि प्रयत्नानुसार केले जाते. खाली मुख्यत: व्यंजन ध्वनींचे वर्गीकरण केले आहे.

१) ध्वनीच्या उच्चारण स्थानानुसार **२)** आणि, ध्वनीच्या उच्चारण्याच्या प्रयत्नांच्या अनुसार ध्वनींचे वर्गीकरण केले जाते. ध्वनिनिर्मितीच्या वेळी ज्या उत्पादक विशिष्ट अवयवांची सहायता घेतली जाते, त्याला 'स्थान' म्हणतात आणि ध्वनीच्या-उत्पत्तीमध्ये ज्या अवयवांचे योगदान राहाते, त्याला 'प्रयत्न' म्हणतात. प्रयत्न दोन प्रकारचा असतो. **१)** आभ्यन्तर प्रयत्न आणि **२)** बाह्य प्रयत्न. वाग्यंत्र आणि मुखविवरात जो प्रयत्न होतो त्यास आभ्यन्तर प्रयत्न, आणि स्वरयंत्रात होणाऱ्या प्रयत्नांना बाह्य प्रयत्न म्हणतात.

स्थानानुसार व्यंजनध्वनींचे वर्गीकरण :

कण्ठय - अलिजिव्हा (पडजीभ) यांच्यामध्ये मध्यकोमल तालु (soft palate) असते. जिभेचा मागचा भाग जेव्हा कोमल तालूला स्पर्श करतो, तेव्हा ह्या ध्वनींची उत्पत्ती होते. वस्तुत: या ध्वनींना 'कोमल तालव्य' म्हणणे उचित वाटते. तैत्तिरीय प्रातिशाख्यात सांगितले आहे की, 'क' वर्गाचे उच्चारण जिव्हामूलाद्वारा हनुमूलास स्पर्श केल्याने होतो. (हनुमूले जिव्हामूलेन कवर्गे स्पर्शयति ।) काही विद्वानांच्या मते 'क' वर्ग ध्वनींना 'त्रुटिपूर्वक' 'कण्ठय' मानले आहे. कण्ठय ध्वनी म्हणून ह, क, ख, ग, घ नंतर 'ह' लाही मानले आहे. वैयाकरण पाणिनीने 'पाणिनीय शिक्षांमध्ये जिव्हमूले तु कु प्रोक्ता:' असे म्हटले आहे 'कु' म्हणजे 'क वर्ग.' भट्टोजी दीक्षितांनी अकार, क वर्ग, ह आणि विसर्ग ध्वनींचे उच्चारण स्थान 'कण्ठ' सांगितले आहे. 'अकुहविसर्जनीयानां कण्ठ:' ।

तालव्य :

या ध्वनीच्या उच्चारणात जिभेचा पुढचा भाग कठोर तालूला स्पर्श करतो. तालव्य ध्वनी म्हणजे इ, च वर्ग, य, श (इचुयशानां तालु) प्राचीन संदर्भ 'तालौ जिव्हामध्येन च वर्गे' च्या अनुसार जिभेच्या मध्यभागाद्वारे तालुला स्पर्श करण्यामुळे च वर्ग ध्वनी उत्पन्न होतात.

काही भारतीय विद्वान च वर्ग ध्वनींना वर्त्स्य मानतात. कारण जिभेच्या अग्रभागाचा 'वर्त्साशी' स्पर्श झाल्यामुळे ह्याची उत्पत्ती होते. काही विद्वानांना वाटते की 'च वर्गाच्या' ध्वनीच्या उच्चारणात, स्थान आणि प्रयत्न ह्या दोन्ही दृष्टीने प्राचीन काळाच्या तुलनेत आता अंतर आले आहे.

मूर्धन्य :

कठोर तालुचा मागचा भाग, जो कोमल तालुशी लगटून आहे, त्याला 'मूर्धा' म्हणतात. 'त्रिभाष्यरत्न' मध्ये मूर्धा शब्दाचा अर्थ खालील प्रकारे स्पष्ट केलेला आहे.

"मूर्धाशब्देन वक्त्रविवरोपरिभागो विवक्ष्यते ।" म्हणजे मूर्धा शब्दाने मुखविवरातील सर्वात उंच भाग समजावा. पाणिनी ह्यामुळे ह्या भागास 'शिरस्' म्हणतो. मूर्धन्य ध्वनींच्या उच्चारणामध्ये जिभेचा अग्रभाग प्रतिवेष्टित होऊन (थोडाला वळून) मूर्धाला स्पर्श करतो. 'जिव्हाग्रेण प्रतिवेष्ट्य मूर्धनि टवर्गे, तैत्तिरीय प्रातिशाख्य असेच विधान अथर्व प्रातिशाख्यातही केले आहे. 'मूर्धन्यानां जिव्हाग्रं प्रतिवेष्टितम् ।' मूर्धन्य ध्वनी म्हणजे ऋ, ट, ठ ड, ढ, र आणि ण (ऋटुरषाणां मूर्धा). डॉ. भोलानाथ तिवारी आणि डॉ. वीरेन्द्र वर्मा ह्या ध्वनींना 'तालव्य' मानतात, कारण संस्कृतमधील ट वर्गध्वनींचे उच्चारण अलिकडच्या काळात जिभेच्या टोकाने तालूला स्पर्श करून होते.

पूर्वी सांगितल्याप्रमाणे मूर्धन्य ध्वनी मूल भारोपीय भाषांमध्ये नव्हते. आर्यांचा भारतीय द्रविडांशी संपर्क आल्यावर भारतीय आर्यभाषात मूर्धन्य ध्वनींचा समावेश झाला. परंतु जॉर्ज बुल्हरच्या मते मूर्धन्य ध्वनी संस्कृतमध्ये प्रथमपासूनच होते.

मूर्धन्य ध्वनीत ट वर्गाबरोबर 'ऋ, र, ष' यांचाही समावेश आहे. पाणिनीने ह्यांना मूर्धन्यच मानले आहे. 'स्युर्मूर्धन्या ऋटुरषा: ।' याच्या विपरीत तैत्तिरीय प्रातिशाख्यात 'र' चे उच्चारण दन्तमूलीय मानले गेले आहे. (Alveolar) 'रेफे जिव्हाग्रं येन प्रत्यग्दन्तमूलेभ्य: ।' (रेफाच्या उच्चारणावेळी जिभेच्या टोकाचा मागचा भाग दन्तमूलाच्या मागे स्पर्श करतो.) 'ऋ' उच्चारण पाणिनीच्या मते मूर्धन्य आहे. पण तैत्तिरीय प्रातिशाख्यात 'ऋ' च्या उच्चारणाला 'वर्त्स्य' मानले गेले आहे. ('जिव्हाग्रं ऋकारकरिल्कारिषु वर्त्स्वेषूपसंहरति ।') ('ऋ ऋ इत्यादीच्या उच्चारणावेळी जिभेचा अग्रभाग वर्त्साच्या दिशेने उठतो.)

मूर्धन्य-उष्म (ष) च्या संदर्भात ‘प्रतिज्ञासूत्रात’ सांगितले आहे की, ‘ष’ ‘ट’ वर्गाच्या अतिरिक्त अन्य व्यंजनाबरोबर संयुक्त होतो, अथवा नाही. त्याचे उच्चारण ‘ख’ प्रमाणे केले जाते. ‘अथो मूर्धन्योष्मणो ऽ संयुक्तस्य टुमृते संयुक्तस्य च खकारोच्चारणम्।’)

दन्त्य :

ज्या ध्वनींच्या उच्चारणात जिभेचा अग्रभाग दातांना स्पर्श करतो, त्यांना दन्त्य ध्वनी म्हणतात. (लृतुलसानां दन्ता: ।’ ‘लृ, त, थ, द, ध, ल आणि स’ चे उच्चारण दातांच्या साह्याने होते.

‘त’ वर्गाच्या अतिरिक्त ‘लृ, ल’ आणि ‘स’ ह्या ध्वनींनाही दन्त्य मानले जाते. ऋक्प्रातिशाख्य (१/८१) च्या अनुसार ‘लृ’ चे उच्चारण जिव्हामूलीय आहे. परंतु तैत्तिरीय प्रातिशाख्य (२/१८) च्या अनुसार ‘लृ’ चे उच्चारण दन्तमूलीय किंवा वर्त्स्य आहे. दन्त्य ध्वनीतही तीन भेद संभवतात. **१)** अग्रदन्त्य (प्राग्दन्त्य किंवा पुरोदन्त्य) **२)** अन्तर्दन्त्य (मध्य दन्त्य) **३)** पश्चदन्त्य किंवा दन्तमूलीय. हे भेद जिभेचे टोक दातांच्या अग्रभाग, मध्यभाग आणि दन्तमूलास स्पर्श करण्याच्या आधारावर बनवले आहे. काही विद्वान ‘न’ चे उच्चारण ‘वर्त्स्य’ मानतात.

ओष्ठय-द्वयोष्ठ्य: -

ज्या ध्वनींच्या उच्चारणात दोन्ही ओठांचा उपयोग करतात, त्यांना ‘ओष्ठय - द्वयोष्ठय’ ध्वनी म्हणतात. हे ध्वनी म्हणजे उ, ष, क, ब, भ आणि ᳶ प ᳶ फ (उपध्मानीय) होत. ‘उपूपध्मानीयानामोष्ठौ ।’ तैत्तिरीय प्रातिशाख्यात प वर्गाच्या ध्वनींना ‘द्वयोष्ठ्य’ मानले गेले आहे. (ओष्ठाभ्यां पवर्गे २/३९)

दन्त्योष्ठ्य :

या प्रकारच्या ध्वनींच्या उच्चारणात खालचा ओठ वरच्या दन्तपंक्तींना स्पर्श करतो. ‘व’ ध्वनी दात आणि ओठाच्या साहाय्याने उत्पन्न होतो. (वकारस्य दन्तोष्ठम्) इंग्रजीतील आणि फार्सीतील फ ध्वनी हेही दन्त्योष्ठ्य ध्वनी आहेत.

नासिका :

नासिकाविवराच्या साह्याने उत्पन्न होणाऱ्या सघोष ध्वनींना ‘नासिक्य ध्वनी’ म्हणतात. अनुनासिक ध्वनींचे उच्चारण मुख आणि नासिका ह्या दोहोंच्या साह्याने केले जाते (मुखनासिकावचनोऽनुनासिक: ।) अनुस्वराचे उच्चारण नासिकेच्या साह्याने होते. अनुस्वार बिंदूद्वारा (ं)आणि अनुनासिक अर्धचंद्र बिंदूद्वारा प्रकट करतात. अनुनासिक ध्वनी स्वतंत्र ध्वनी नाही. परंतु अनुस्वाराची स्वतंत्र सत्ता आहे. अनुनासिकाचे चिन्ह ज्या

वर्णावर असेल, त्या वर्णात मिसळून अनुनासिक ध्वनी निर्माण होतो. परंतु अनुस्वाराची वेगळी श्रुती असते आणि 'ङ' ध्वनीप्रमाणे तो ध्वनी असतो. 'शिक्षापंजिका' टीकेत अनुस्वाराबद्दल म्हटले आहे, 'स्वरम् अनुभवतीति अनुस्वार: ।' म्हणजे स्वराच्या पश्चात् उत्पन्न होत असल्यामुळे त्यास 'अनुस्वार' म्हणतात. 'पाणिनीय शिक्षा' मध्ये अनुस्वार उच्चारणास 'अलाबुवीणेच्या घोषाप्रमाणे असे म्हटले आहे आणि म्हटले आहे की अनुस्वाराच्या नंतर 'ह् श् ष् स् आले तर त्याचे शुद्ध उच्चारण केले जाते.

'अलाबुवीणानिर्घोषोऽदन्तमूल्य: स्वराननु ।

अनुस्वारस्तु कर्तव्यो नित्यं ह शषसेषुच'

(पाणिनीयशिक्षा १५-१६)

अनुस्वार पूर्वस्वराचे नासिक्यीकरण आहे, की स्वतंत्र नासिका ध्वनी आहे, ह्या विषयावर विद्वानात मतभेद आहेत.

वर्त्स्य : (Alveolar or post dental)

दातांच्या मागच्या भागात उंच आणि खरबरीतशा भागाला 'वर्स्व' म्हटले जाते. हा कठोर तालुचा अग्रभाग आहे. ह्यालाच 'वर्त्स' किंवा 'वरचे मसूडे' म्हणतात. 'त्रिभाष्यरत्न' ग्रंथात 'वर्स्वाची' परिभाषा अशी दिली आहे. 'वर्स्वेष्विति दन्तपंक्तेरुपरिष्टादच्चप्रदेशेष्वित्यर्थ: ।' सारांश वर्स्व म्हणजे वरच्या दंतपंक्तीच्या मागे स्थित, उभारलेला भाग. जिभेच्या टोकाचा वर्स्वाला स्पर्श झाल्यामुळे 'न, ल, र, ह्, ल्ह या प्रकारचे ध्वनी उत्पन्न होतात. डॉ. चटर्जी, शामसुंदर दास, आणि धीरेन्द्र वर्मा इत्यादी भाषावैज्ञानिक संस्कृत 'त' वर्गीय ध्वनीना 'वर्त्स्य' मानतात.

काकल्य:

स्वरतंत्रीच्या मधल्या स्थानाला 'काकल' किंवा 'स्वरयंत्रमुख' म्हणतात. आणि इथून उत्पन्न झालेल्या ध्वनीला 'काकल्य' म्हणतात. वायुच्या गतीच्या आधारावर हे ध्वनी 'काकल्यस्पर्श' आणि 'काकल्यसंघर्षी' असे दोन प्रकारचे असतात. डॉ. धीरेन्द्र वर्मा इत्यादी विद्वानांच्या मते विसर्ग (:), 'ह' ककल्यसंघर्षी ध्वनी आहे. अन्य विद्वान यास 'उरस्य' मानतात. ऋक-प्रातिशाख्यामध्ये 'केचिदेतावु रस्यौ'' (काहींच्या मते विसर्ग आणि ह दोन्ही उरस्य आहेत.)

कण्ठय आणि तालु

ए, ऐ ध्वनींची उत्पत्ती कण्ठ आणि तालूच्या साह्याने होते. (एदैतो: कण्ठतालू ।)

कण्ठ आणि ओष्ठ:

'ओ' आणि 'औ' ध्वनी कण्ठ आणि ओठांच्या साह्याने उच्चारित होतात. ("ओदौतो: कण्ठोष्ठम्।)

उपालिजिव्हीय स्थान कंठपिटक आणि अलिजिव्हा यांच्या मध्यभागी स्थित आहे. ह्यांच्या साह्याने उत्पन्न झालेल्या ध्वनीला 'उपालिजिव्हीय' म्हणतात. अशा प्रकारचे ध्वनी भाषेत ऐन (अ) आणि 'बडी' हे इत्यादी आहेत.

अलिजिव्हीय वा जिव्हामूलीय:

जिव्हामूल आणि अलिजिव्हा यांच्या साह्याने उत्पन्न होणाऱ्या ध्वनींना अलिजिव्हीय म्हणतात. 'क' आणि 'ख' च्या पूर्वी येणारे विसर्गध्वनी अलिजिव्हाय होत. अरबीत क्, ग् इत्यादी ध्वनीसुद्धा ह्याच प्रकारचे आहत.

'प्रयत्ना' च्या अनुसार ध्वनींचे वर्गीकरण

उच्चारण करण्याच्या अनेक प्रयत्नांच्या आधारांवर व्यंजनांना खालील प्रमाणे विभक्त केले आहे.

१) स्पर्श किंवा स्फोटक: (Mute, explosive stop or contact)

सघोष किंवा अघोष होऊन कंठपिटकातून निघालेला वायू जेव्हा मुखात ओष्ठ आणि जिव्हा यांच्यामुळे किंचित्काळ थांबून पुन्हा वेगाने बाहेर जातो, तेव्हा त्यावेळी उत्पन्न होणारा ध्वनी 'स्पर्श' (व्यंजन) नावाने ओळखली जाते. मुखातून वायू चटकन बाहेर येतो, म्हणून याला 'स्फोटक' असेही म्हणतात. स्पर्श वर्ण 'क' पासून प्रारंभ पावून 'म' पर्यंत एकूण २५ आहेत. ह्यात, क वर्ग च वर्ग, ट वर्ग, त वर्ग आणि प वर्ग संम्मिलित आहेत.

२) घर्ष किंवा संघर्षी: (Fricative or spirant)

जेव्हा ध्वनि-उच्चारणाच्यावेळी ध्वनी उत्पन्न करणारे अवयव अधिक जवळ येतात, आणि वायू घर्षण पावत बाहेर येतो, तेव्हा या प्रकारच्या ध्वनीला संघर्षी ध्वनी म्हणतात. काकलपासून ओष्ठापर्यंत भिन्न भिन्न अवयवापासून वायूचे घर्षण झाल्यामुळे कित्येक ध्वनिभेद केले जाऊ शकतात. संस्कृतातील श, ष, स, ह हे संघर्षी ध्वनी आहेत. यांना ऊष्म ध्वनीही म्हणतात. (शल उष्माण:) या ऊष्म ध्वनींचे उच्चारण स्वराशिवायही केले जाऊ शकते. श,ष,स, अघोष ध्वनी आहेत. 'ह' ध्वनी सघोष आहे. हश: संवारा: नादा घोषाश्च' या उक्तीप्रमाणे 'ह' सघोष ध्वनी आहे, हे सिद्ध होते. काही विद्वान 'ह' अघोष मानतात.

३) स्पर्श-घर्ष किंवा स्पर्श-संघर्षीः (Africalte or semiplosive)

उच्चारणाच्या समयी वायू पूर्णरुपाने अवरुदध् होऊन (स्पर्श करून) पुन्हा घर्षण करीत हळूहळू बाहेर निघतो, ही स्थिती स्पर्श आणि घर्ष यांच्या मधली आहे. संस्कृतमधील च वर्ग ध्वनी स्पर्श ध्वनी मानले जातात. तर हिंदी भाषेतील च् छ् ज् क्ष् ध्वनी 'स्पर्श-घर्ष' ध्वनी मानले जातात.

४) अनुनासिकः (Nasal stops)

मुख आणि नासिका दोहोतून जेव्हा वायु निघून ध्वनी उच्चारित होतो तेव्हा ह्या प्रकारच्या ध्वनीला अनुनासिक ध्वनी म्हटले जाते. पाणिनीने अष्टाध्यायीत 'मुखनासिकावचनोऽनुनासिकः ।' अशीच व्याख्या केली आहे. अनुनासिक ध्वनी म्हणजे ञ्, ङ, ण्, न्, म् अर्थात प्रत्येक वर्गातील पाचवा वर्ण हिंदीत 'न्ह' आणि 'म्ह' यांनाही अनुनासिक ध्वनी मानले जाते. 'न्' आणि 'म्' या दोन अनुनासिक ध्वनींचा अधिक प्रयोग केला जातो.

५) पार्श्विकः (Lateral)

ध्वनीचा उच्चार होताना जेव्हा जिव्हेचे टोक कठोर तालुका स्पर्श करीत वायूला रोखून धरते, तेव्हा वायू जिभेच्या एका वा दोन्ही किनाऱ्यांनी (पार्श्वांनी) निघून बाहेर जातो. बोलताना जिव्हेचा एक पार्श्व अथवा दोन्ही पार्श्व, यातून निघणाऱ्या वायूच्या आधारावर याचे दोन भेद होतात. **१)** पार्श्विक ध्वनी आणि **२)** उभय पार्श्विक अथवा द्विपार्श्विक ध्वनी 'ल्' आणि 'ल्ह' पार्श्विक ध्वनींच्या आधारावर यांचे तीन भेद आहेत. **१)** वर्स्व्य **२)** तालव्य आणि **३)** मूर्धन्य. यात 'वर्स्व्य पार्श्विक ध्वनीचे 'शुक्ल पार्श्विक' आणि 'कृष्ण पार्श्विक' असे दोन भेद आहेत.

६) लुंठित किंवा लोडित (Rolled)

बोलताना बाहेर येणाऱ्या वायूच्या प्रभावामुळे जेव्हा पडजीभ अलि-जिव्हा हलून जिव्हेच्या मागच्या भागास स्पर्श करील, अथवा जिव्हेचे टोक वर्स्वाला अनेक वेळा स्पर्श करील, तेव्हा, या प्रकारे उत्पन्न झालेल्या ध्वनीला 'लुंठित' ध्वनी म्हणतात. यात अल्पप्रमाण सघोष ध्वनींचा समावेश आहे. हिंदीतील 'र' आणि 'र्ह' असे ध्वनी आहेत. हे ध्वनी शब्दांच्या मध्ये अधिक आढळतात, याप्रकारची उदाहरणे 'रजाई करहानो' (वज्र-कराहना) ह्यात आढळतात. हे ध्वनी वर्स्व्य लुंठित, आणि अलिजिव्हीय लुंठित.

७) उत्क्षिप्तः (Flapped)

ध्वनी उच्चारणाच्या वेळी जिव्हेचे टोक किंवा अलिजिव्हेला- पडजीभेला एकदाच जोराची टक्कर लागून जो ध्वनी उत्पन्न होतो, त्याला 'उत्क्षिप्त ध्वनी' म्हणतात. याचे तीन भेद आहेत. वर्स्व्य उत्क्षिप्त, मूर्धन्य उत्क्षिप्त आणि अलिजिव्हीय उत्क्षिप्त. ड आणि ढ उत्क्षिप्त (मूर्धन्य) ध्वनी आहेत. वैदिक संस्कृतमधील 'ळ' 'ळ्ह' उत्क्षिप्त (मूर्धन्य) ध्वनी आहेत. प्रसिद्ध भाषा वैज्ञानिक मारिओ पेई उक्षिप्त ध्वनींना 'लुंठित' ध्वनीचाच भेद मानतात.

८) अर्धस्वर : (semi vowel)

या ध्वनींना स्वर आणि व्यंजन ध्वनींच्या मध्यस्थितीत ठेवले जाते, कारण ह्यात दोन्हीचे गुण आढळून येतात. हे स्वराप्रमाणे मुखर स्वराघात वहन करण्यात समर्थ आणि अक्षर संघटनेमध्ये समर्थ नसतात. स्वरांच्या या तीन गुणांच्या अभावामुळे ह्यांना स्वरांच्या श्रेणीत ठेवले जाऊ शकत नाही. यांच्यामध्ये स्वल्पमुखरता, स्वराघातहीनता, अक्षरसंघटना करण्याची असमर्थता इ. व्यंजनांच्या सारखे गुण आढळतात. संस्कृतमध्ये अर्धस्वरांना 'अन्त:स्थ' म्हटलेले आहे. यांच्या अंतर्गत य्‌र्‌ल्‌व्‌ हे ध्वनी येतात. कधी कधी ध्वनींचे उच्चारण मध्यमरूपाने होते. ते पूर्णपणे स्वरही नसतात, की व्यंजनही नसतात. अशा ध्वनींना अर्धस्वर असे म्हटले जाते. (semi vowels) ह्यांच्या उच्चारणात मुखद्वार संकीर्ण तर करतातच, पण घर्षण होईल इतके नाही. यांना अर्धस्वर किंवा स्वर आणि व्यंजन यांच्या मधील अवस्था मानली जाते. ''अन्त:स्थ वर्ण'' 'य्‌ र्‌ ल्‌ व्‌' व्यंजनधर्मी आहेत, पण स्वरधर्मीही मानले गेले आहेत. कारण ह्यांचा आपल्या समस्थानीय स्वरांशी (इ, उ, ऋ, ऌ) शी अत्यंत नजिकचा संबंध आहे. तसेच यांच्यामध्ये अन्तपरिवर्तनही होत असते. उदा. 'इको यणचि (पा. ६।१।७७) सूत्राने विधान आहे की इ, उ, ऋ, ऌ च्या स्थानी 'य्‌, व्‌, र्‌, ल्‌' होतात. तसेच 'इग्यणः सम्प्रसारणम्‌।' (१।१।४५) सूत्राने संप्रसारण झाल्यावर पुन्हा इ, उ, ऋ, ऌ मध्ये ते क्रमशः परिवर्तित होतात. यामुळे समीपतेच्या कारणामुळे यांना 'स्वरवत्‌' ही मानले गेले आहे. हिंदीत य्‌, न्‌ अर्धस्वर मानले जातात. र्‌ आणि ल्‌ व्यंजन आहेत. आणि ऋ, ऌ यांचा स्वराप्रमाणे उपयोग लुप्त झाला आहे.

प्रयत्नांच्या दृष्टीने ध्वनींचे वर्गीकरण

'प्रयत्न' दोन प्रकारचे, **१)** आभ्यन्तर आणि **२)** बाह्य मुखविवराच्या अंतर्भागात होणाऱ्या प्रयत्नांना 'आभ्यंतर प्रयत्न' म्हणतात. कंठाखाली जे जे प्रयत्न केले जातात, त्यांना 'बाह्य' प्रयत्न म्हणतात. आभ्यंतर प्रयत्नांच्या अनुसार स्वरांना चार प्रकारात

आणि व्यंजनांना आठ प्रकारात विभक्त केले आहे. हे स्वर आणि व्यंजनाचे विभेद खालीलप्रमाणे आहेत.

स्वरांचे प्रकार -

१) संवृत स्वर : जेव्हा ध्वनी-उच्चारणाच्या वेळी मुखद्वार संकुचित राहाते, तेव्हा त्याप्रकारे उत्पन्न झालेल्या स्वराला संवृत स्वर म्हणतात. उद्या. इ, ई, उ, ऊ

२) अर्धसंवृत स्वर - जेव्हा उच्चारण करतेवेळी मुख अर्धवट संकुचित राहते, तेव्हा उत्पन्न होणाऱ्या स्वरास 'अर्धसंवृत' ध्वनी म्हणतात. उच्चारणाच्या दृष्टीने हा ध्वनी संवृत ध्वनीकडे झुकलेला असतो. अर्धसंवृत स्वर म्हणजे ए, ओ हे होत.

३) अर्धविवृत्तस्वर - जेव्हा ध्वनी उच्चारणाच्या वेळी मुख अर्धे उघडते, तेव्हा त्यावेळी उत्पन्न होणारे ध्वनी अर्धविवृत स्वर मानले जातात. हे ध्वनी विवृत ध्वनीकडे झुकलेले असतात. हे ध्वनी ऐ आणि औ हे होत.

४) विवृत स्वर- ध्वनी उच्चारणाच्या वेळी जेव्हा मुखद्वार पूर्ण उघडते त्यावेळी उत्पन्न ध्वनीला विवृत स्वर म्हणतात. उदा. अ, आ. जिव्हेच्या पुढच्या, मधल्या, अंतिम भागाच्या साहाय्याने ज्या स्वरांची उत्पत्ती होते, त्यांना अग्रस्वर, मध्यस्वर आणि पश्चस्वर म्हणतात. अग्रस्वर इ, ए, ऐ, मध्यस्वर = अ, पश्चस्वर - अ, उ आणि ओ हे होत.

५) स्पर्श व्यंजन - जेव्हा वायु मुखातील ध्वनी उत्पन्न करणाऱ्या अवयवांना स्पर्श करीत निघून जातो, तेव्हा स्पर्श ध्वनींचे उच्चारण होते. ह्या प्रकारचे स्पर्श ध्वनी (व्यंजन) आहेत, क, ख, ग, घ, ट, ठ, ड , ढ, त, थ, द, ध, प, फ, ब, भ.

स्पर्श संघर्षी - जेव्हा वायू मुखात अवरुद्ध होऊन उच्चारण अवयवांशी संघर्ष करीत निघतो, तेव्हा ह्या प्रकारे उत्पन्न होणाऱ्या ध्वनींना स्पर्श संघर्षी ध्वनी म्हटले जाते. हे ध्वनी म्हणजे च, क, ज, झ.'

संघर्षी - ध्वनी उच्चारणाच्या वेळी अधिक संकुचित मुखद्वाराने वायू घर्षण करीत निघतो, त्यावेळी उत्पन्न झालेल्या ध्वनींना संघर्षी म्हटले जाते. हे ध्वनी म्हणजे फ, ब, स, ज, श, ख, ग, ह.

अनुनासिक - जेव्हा वायू, उच्चारणाच्या वेळी मुख-नासिका विवरातून एकाच वेळी बाहेर जातो, तेव्हा अनुनासिक ध्वनी होतो. हे ध्वनी म्हणजे म् ङ् ण् न् होत.

पार्श्विक - जेव्हा बाहेर येणाऱ्या वायूला जीभ उचलली जाऊन तालुस स्पर्श करून रोखते, तेव्हा वायू जिभेच्या एका वा दोन्ही किनाऱ्यांनी बाहेर पडतो. यावेळी उत्पन्न होणाऱ्या ध्वनीला पार्श्विक ध्वनी म्हणतात. उदा. ल.

लुंठित - जेव्हा ध्वनी उच्चारतेवेळी जीभ काही वेळा मुखद्वारास उघडते, झाकते, तेव्हा त्यावेळी होणारा ध्वनी लुंठित होय. उदा. 'र'

उत्क्षिप्त - जेव्हा जिभेचे टोक परिवेष्टित होऊन तालुस स्पर्श करून मुखविवराला झटक्यात उघडते, तेव्हा जो ध्वनी उत्पन्न होतो, तेव्हा त्यास उत्क्षिप्त ध्वनी म्हणतात, उदा. ड, ढ.

अर्धस्वर - बोलताना मुखाच्या अधिक संकुचित होण्याने वायू स्वराप्रमाणे ध्वनी करीत बाहेर येते, तेव्हा त्यास अर्धस्वर म्हणतात. उदा. य, व,

बाह्य प्रयत्नानुसार ध्वनीचे अकरा भेद

हे ११ भेद असे आहेत :

१) विवार, **२)** संवार, **३)** श्वास, **४)** नाद, **५)** अघोष, **६)** घोष, **७)** अल्पप्राण, **८)** महाप्राण, **९)** उदात्त, **१०)** अनुदात्त, **११)** स्वरित

काही विद्वान बाह्य प्रयत्नांना तीन भागात विभक्त करतात.

१) स्वरयंत्रीय प्रयत्न (कण्ठय) तीन भागात विभक्त करतात.

२) औरस्य - उरस्य प्रयत्न - महाप्राण आणि अल्पप्राण

३) अनुनासिक प्रयत्न - अननुनासिक आणि अनुनासिक

महाभाष्यकार पतंजलीच्या अनुसार बाह्य प्रयत्न आठ प्रकारचा होय. **१)** विवार, **२)** संवार, **३)** श्वास, **४)** नाद, **५)** घोष, **६)** अघोष, **७)** अल्पप्राण, **८)** महाप्राण

संस्कृत विद्वान कैयट आणि भट्टोजी दीक्षित यांनी **१)** उदात्त, **२)** अनुदात्त, **३)** स्वरित मिळवून ११ प्रकार केले आहेत.

१) विवार - जेव्हा गळा उघडून ध्वनीचे उच्चारण होते, त्यावेळी जो ध्वनी निघतो, त्यास विवार म्हणतात.

२) संवार - स्वरतंत्री बंद राहाण्याच्या स्थितीत जे ध्वनी निघतात त्यांना संवार म्हणतात.

३) श्वास - ह्यात श्वास अबाधित चालतो.

४) नाद - संवाराच्या स्थितीत म्हणजे स्वरतंत्रीच्या नजिकच असल्यामुळे गलनलिका संकुचित होते आणि वायु घर्षण करीत बाहेर येते, तेव्हा त्यास 'नाद' म्हणतात.

५) घोष - नादाच्याच अवस्थेत, गलबिल संकुचित असताना जेव्हा हवा स्वरतंत्रींना घर्षित करते, त्यामुळे जो ध्वनी उत्पन्न होतो तो 'घोष' होय.

६) अघोष - श्वासाच्या स्थितीत म्हणजे स्वरतंत्री दूर असताना घर्षणाशिवाय वायू बाहेर येतो. याप्रकारे उत्पन्न होणाऱ्या कंपरहित ध्वनीला 'अघोष' म्हणतात.

७) अल्पप्राण - फुप्फुसातून बाहेर येणारा श्वास वायूचा वेग जेव्हा कमी असतो तेव्हा उत्पन्न होणाऱ्या ध्वनीला अल्पप्राण म्हणतात उदा. क, च, त, प.

८) महाप्राण - फुप्फुसातून बाहेर येणारा श्वास वायूचा वेग जेव्हा अधिक असतो, तेव्हा त्यावेळी उत्पन्न होणाऱ्या ध्वनींना 'महाप्राण' म्हणतात, वर्गातील दुसरे आणि चौथे वर्ण महाप्राण ध्वनी आहेत. उदा. ख, घ, छ, झ.

९) उदात्त - जेव्हा एकादा स्वर उच्च सुरात (आरोह) बोलला जातो, तेव्हा त्यास उदात्त म्हणतात. (पा. अष्टा. 'उच्चैरुदात्तः १।२।२९)

१०) अनुदात्त - जेव्हा एकादा स्वर मध्य किंवा निम्न सुरात (अवरोह) उच्चारला तर त्याला 'अनुदात्त' म्हणतात. ('नीचैरनुदात्तः'१२।२।३०)

११) स्वरित - ज्या स्वरात उदात्त आणि अनुदात्त सुरा (Tone) पासून अन्त अनुदात्त सूर उच्चारणाने करतात, त्याला 'स्वरित' म्हणतात. (समाहारः स्वरितः । १।२।३१) त्या तिन्ही, उदात्त अनुदात्त स्वरितांचा संबंध केवळ स्वरांशी असतो.

ध्वनिगुण -

ध्वनींच्या उच्चारणात अनेक विविधता आढळून येतात. एखाद्या ध्वनीच्या उच्चारणासाठी कमी वा जास्त समय लागतो. काही ध्वनी उच्चारताना त्यावर अधिक बल (Force) दिले जाते, तर काही खालच्या अशाप्रकारे ध्वनीमध्ये भिन्नता आढळून येते. ह्यानाच ध्वनीचा गुण म्हणतात. हे गुण म्हणजे मात्रा वा परिमाण (Quantity) सूर आणि बलाघात.

मात्रा -

ध्वनी उच्चारणात लागणाऱ्या कालावधीस (समय) ध्वनीची मात्रा म्हणतात. स्वरांच्याबाबत मात्राविचार केला जातो. जितक्या अवधीत एका ऱ्हस्व स्वराचे उच्चारण केले जाते, त्याला एक मात्राकाल म्हणतात. दीर्घ स्वरोच्चाराला 'दोन मात्राकाल' मानतात. प्लुताच्या उच्चारणात ३ मात्रा काळाचा समय लागतो. ऱ्हस्व मात्रेसाठी '।' (उभा दंड) दीर्घमात्रेसाठी (s) (इंग्रजी s प्रमाणे 'अवग्रह') आणि प्लुतासाठी ३ (तीन) अशी चिन्हे दिली जातात. मात्रेचे दोन भेद मानतात. **१)** ऱ्हस्वार्ध, **२)** दीर्घार्ध. वैदिक मंत्रात १/४, १/२, ३/४ इत्यादी मात्राचे ध्वनिविभाजन आढळून येते. जगातील काही भाषामध्ये मात्रांना अधिक महत्त्व आहे. मात्राभेद झाल्यावर अर्थभेदही होतो. भारतीय विद्वानांनी स्वरांच्या अतिरिक्त व्यंजनांच्या मात्रातील भेद सांगितले आहेत. व्यंजनांचे उच्चारण अर्धमात्राकाल मानले जाते. या व्यतिरिक्त अणुध्वनी एक चतुर्थांश मात्राकालाचा आणि परमाणुध्वनी १/८ मात्रा कालाचा असतो. वाजसनेयि प्रातिशाख्यात म्हटले गेले आहे, 'व्यञ्जनमर्धमात्रा, तदर्धमणु, परमाण्वर्ध्दाणुमात्रा ।'

बलाघातः (बलात्मक स्वराघात)

एखाद्या ध्वनीवर शक्ती देऊन किंवा बल देऊन उच्चारण करणे म्हणजे बलाघात होय. बलाघातयुक्त ध्वनीचे उच्चारण उंच स्वराने केले जाते. वायू फुफ्फुसामधून अधिक वेगाने बाहेर निघतो. ध्वनीवर बल दिल्याने उच्चारण उंच सुरात होते. ध्वनी बोलला जात असताना बलाघाताचा प्रयोग केला जातो. लिहिताना ह्याचा प्रयोग होत नाही. बलाघाताचे तीन प्रकार आहेत. **१)** सबल (strong), **२)** समबल (çedium) आणि **३)** निर्बल (weak). बोलताना जर अधिकच शक्ती वापरली, (बलप्रयोग केला) तर त्याला सबल बलाघात म्हणतात. बोलताना 'सबल' पेक्षा कमी बल (शक्ती-जोर) दिला तर त्याला समबल,आणि उच्चारणाच्या वेळी सर्वात कमी शक्ती लावली तर त्यास निर्बल बलाघात म्हणतात. बलाघात शब्दावर आणि वाक्यावर दोहोंवर असतात. बलाघात ज्यावर द्यावयाचा त्या ध्वनी जवळचा दीर्घ ध्वनी ऱ्हस्व होऊन जातो, आणि निर्बल समाप्त होऊन जातो. अघोष ध्वनीवर बलाघात अधिक आढळून येतो. कारण वायु काही अवरोधाशिवाय वेगाने बाहेर निघतो. पण सघोष ध्वनीवर बलाघात कमी होतो. कारण वायू अवरुद्ध झाल्यामुळे हळूहळू बाहेर निघतो. शब्दाच्या उपान्त्य ध्वनीवर बलाघात झाल्यावर अकारांत शब्दाच्या अंतिम अक्षराचे रूप हलन्त होते. उदा 'नाम् (नाम) कल् (कल) कमल् (कमल) इत्यादी..

सूर - (संगीतात्मक स्वराघात) (Pitch accent)

सुरांचा संबंध स्वरतंत्रींशी येतो. स्वरतंत्रीमध्ये ताणखेच आल्यामुळे अनेक सूर उत्पन्न होतात. स्वरतंत्रींमध्ये कंपने उत्पन्न झाल्यामुळे ह्या सुरांची सघोष ध्वनीत उत्पत्ती होते, अघोषात नाही. संगीतात्मक स्वराघातावर आधारित संगीताचे सात स्वर 'सा रे ग म प ध नि आणि तीन सप्तक - मन्द्र, मध्य आणि तार, हे आधारित असतात. वैदिक काळात तीन सूर-स्वर होते. उदात्त, अनुदात्त आणि स्वरित. उदात्त उंच स्वराला, अनुदात्त खालच्या सुराला, आणि दोन्ही गुणांनी समन्वित सुराला 'स्वरित' म्हणत असत. उदात्त स्वराला खुणेसाठी रेखाचिन्ह नसे. अनुदात्ताच्या खाली आडवी रेघ (-) आणि स्वरितासाठी (⊥) अशी रेखाचिन्हे दिली जात.

जगातील अनेक भाषात सुरांची संख्या वेगवेगळी आहे. चिनी भाषेच्या मँडरिन बोलीत चार सूर असतात. तर चिनी भाषेतील काही शब्दांचे अर्थ, सूरभेदांमुळे अठ्ठ्याण्णवपर्यंत होऊ शकतात. आफ्रिकी भाषा 'दुआला', 'होटरान्ट' मध्येही तीन सूर असतात.

रूपात्मक स्वराघात -

प्रत्येक व्यक्तीची स्वराच्या बाबतीत बहुधा आपलीच एक विशेषता असते.

कधी कधी एखाद्या व्यक्तीला न पाहाताही त्याची बोली ऐकून त्याला ओळखता येते, की ही अमुकच एक व्यक्ती आहे. हे, त्या व्यक्तीच्या ध्वनी उच्चारणाऱ्या विशिष्ट पद्धतीमुळे सवयीमुळे शक्य होते. प्रत्येक व्यक्तीच्या कंठस्वरात काही ना काही सूक्ष्म भेद असतोच. व्यक्तिगत कण्ठस्वराची विशेषता ही रूपात्मक स्वराघात म्हणून ओळखली जाते. व्यक्तीच्या ध्वनींचे वेगळेपण स्वरतंत्रींच्या रचनेच्या आधारावर अवलंबून असते. भाषाविज्ञानात काही विद्वान रूपात्मक स्वराघाताचा भेद अमान्य करतात, आणि त्यास काही महत्त्वही देत नाहीत. ह्याला काही निश्चित आधार नाही.

ध्वनिगुणाचे वस्तुत: तीनच प्रमुख भेद आहेत. मात्रा, बलाघात आणि सूर. हे ध्वनिगुण जगातील भाषात न्यूनाधिक रूपात अवश्य आढळतात.

भाषणध्वनि (Speech sound)

जे शब्द सर्वांना ऐकू जातात, त्यांना ध्वनी म्हणतात. ध्वनी कोणत्याही प्रकारे उत्पन्न होऊ शकतो, पण भाषाविज्ञानाने मनुष्याच्या ध्वनियंत्रातून निघणाऱ्या ध्वनीच्याच अभ्यासक्षेत्राची मर्यादा स्वत:स घातली आहे. साधारण ध्वनीपेक्षा भाषाविज्ञानात संमिलित ध्वनीचे अंतर दर्शवण्यासाठी मनुष्याच्या ध्वनियंत्रातून निघालेल्या ध्वनीला भाषा ध्वनी किंवा भाषण ध्वनी (speech sound phone) म्हटले जाते. आपण मागे पाहिले आहे की भाषणध्वनी-भाषाध्वनी या बरोबर 'संध्वनी' असाही पर्यायी शब्द वापरला जातो.

संध्वनी -

मनुष्याद्वारा उत्पन्न ध्वनीत विभिन्नता असते. जरी एखाद्याच ध्वनीचे उच्चारण अनेक वेळा केले तरी प्रत्येक वेळी ध्वनीत थोडेफार अंतर हे येतेच, हे परीक्षणांनी आढळून आलेले आहे. 'भल्ती, काल़ू, लो उल्टी' या शब्दातील 'ल' चे स्वतंत्र रूपाने जे उच्चारण होते, ते एकसारखे नाही. यातील प्रत्येक 'ल' ध्वनीच्या उच्चारणात अंतर आहे. 'भल्ती' मध्ये 'ल' ध्वनी पुढे येणाऱ्या 'त्' वर्णामुळे दन्त्य आहे, आणि 'काल़ू लो' या शब्दातील 'ल' ध्वनीचे उच्चारण ऊ आणि ओ ध्वनीच्या प्रभावाने थोडे मागे हटल्याप्रमाणे होऊन गेला आहे. या चार शब्दात 'ल' ध्वनीमध्ये सूक्ष्म अंतरामुळे चार प्रकार झाले आहेत. अशा प्रकारेच ध्वनींचे अनेक भेद होऊ शकतात. म्हणूनच एकाच ध्वनीच्या अनेक रूपांना 'संध्वनी' (Allophone) म्हणतात. सारांश कोणत्याही भाषेच्या कोणत्याही ध्वनीच्या या विभिन्न रूपांनाच संध्वनी (Allophone) म्हणतात.

ध्वनिग्राम - (phoneme)

एकाच ध्वनीचे सूक्ष्म फरकाने अनेक भेद होतात, हे आपण संध्वनीच्या

अंतर्गत घेतलेल्या 'ल्' ह्या ध्वनीच्या उदाहरणावरून पाहिले. प्रत्येक ध्वनीसाठी काही वेगवेगळे लिपिचिन्ह नसते. त्यांना एकाच सजातीय ध्वनींनी दर्शवले जाते. (उदाहरणातील 'ल्' ध्वनी) या प्रकारे सजातीय ध्वनींच्या समूहाला 'ध्वनिग्राम' म्हटले जाते. ध्वनिग्रामास 'ध्वनिश्रेणी' किंवा 'ध्वनिमात्र' अशी ही नावे आहेत. आधुनिक भाषा वैज्ञानिक ज्यास 'ध्वनिग्राम' (Phoneme) म्हणतात. त्यालाच प्राचीन संस्कृत वैयाकरणांनी 'वर्ण' अथवा 'अक्षर' (Letter) म्हटले आहे. एखाद्या संध्वनीच्या स्थानावर अन्य संध्वनीच्या प्रयोगाने अर्थामध्ये परिवर्तन होत नाही. परंतु एखाद्या ध्वनिग्रामाच्या जागी जर अन्य ध्वनिग्राम ठेवला, तर अर्थात परिवर्तन येते. डॉ. तिवारींची व्याख्या अशी- 'कोणत्याही भाषेतील, कोणत्याही ध्वनीची विभिन्नरुपे म्हणजे संध्वनी होत.' (Allophone) आणि त्यांच्या सामूहिक रूपाने, सर्वांना झाकून घेणारे एक नाम म्हणजे ध्वनिग्राम (Phoneme) होय.

मूलस्वर -

याला 'मानस्वर' किंवा 'आदर्शस्वर' (cardinal vowels) ही म्हणतात. भाषेत आढळणाऱ्या स्वरांच्या स्वरूपाला आठ मूलस्वरांनी निश्चित केले जाते. याचे निर्धारण मुखाचे कमी वा जास्त उघडणे, पुढचे मधले मागचे भाग वर खाली होण्याच्या स्थितीवर अवलंबून असतात. हे मूलस्वर भाषेत आढळत नाहीत, तर ते मानदंडाचे काम करतात. ह्या स्वरात चार 'अग्रस्वर' मानले गेले आहेत आणि चार 'पश्चस्वर' आहेत. 'अग्रस्वर इ ए ऐ इ अ इ' आहेत आणि हे जिव्हेच्या पुढच्या भागांच्या साहाय्याने उच्चारले जातात. 'पश्चस्वर ऊ ओ, औ आ' असून जिभेच्या मागच्या बाजूच्या साह्याने ते उच्चारले जातात. मूलस्वरांची (Monophthong) उत्पत्ती एकाच वेळी (झटक्यात) होत असते. जेव्हा एकाच वेळी एका झटक्यात एकाहून अधिक स्वरांचे उच्चारण होते, तेव्हा त्यास संयुक्तस्वर किंवा सन्ध्यक्षर (Diphthong) म्हणतात.

संयुक्तस्वर (सन्ध्यक्षर) (Diphthong)

ज्या दोन किंवा अधिक स्वरांचे उच्चारण श्वासाच्या एकाच झटक्यात एकाचक्षणी (विराम न घेता) 'एक स्वरवत्' होऊ शकते, त्याला 'संयुक्तस्वर वा सन्धक्षर' म्हणतात. जर अशा स्वराचे उच्चारण विराम घेऊन केले, तर त्यास संयुक्तस्वर म्हणता येणार नाही. एका झटक्यात उच्चारल्यामुळे संयुक्तस्वर 'एकध्वनिवत्' ऐकू येतो. अथर्व प्रातिशाख्य (१/१४) मध्ये सांगितले आहे, 'सन्ध्यक्षराणि संस्पृष्टवर्णान्येक वर्णवद् वृत्तिः'' म्हणजे संध्यक्षरात एकाहून अधिक स्वरांचे मीलन झाल्यावर सुद्धा ते 'समानाक्षरवत्' मानले जातात. जगातील काही भाषात तीन किंवा अधिक स्वरांचे

संयुक्तस्वर आढळतात. मराठीतील 'नव्वा' शब्द पहा. ह्यात तीन स्वर 'अ उ आ' (नव्वा) एकाच स्वराप्रमाणे होऊन जातात. (हिंदीतील 'कौआ') आताचे भाषावैज्ञानिक ऐ (अइ) औ (अ उ) यांना संयुक्तस्वर मानतात.

'फुसफुस' - स्वर - (whispered vowels)

फुसफुस, खुसपुस (किंवा अगदी हलक्या आवाजातील बातचीत) करताना स्वरतंत्रिका जवळजवळ असल्यामुळे तणावाच्या अभावामुळे वायू घर्षण न होता 'अघोष' होऊन बाहेर येतो. ह्यावेळी उत्पन्न होणाऱ्या स्वरांच्या 'फुसफुशीला' विशेष महत्त्व नसल्यामुळे त्यांना (एक प्रकारच्या अघोष स्वरांना) स्वाभाविक न मानता त्यांना स्वरांमध्ये समाविष्ट केले जात नाही.

क्लिक ध्वनि (Click)

साधारणपणे फुप्फुसातून वायु बाहेर निघताना ध्वनियंत्राच्या साह्याने ध्वनीचे उच्चारण होते. जगातील काही भाषामध्ये वायू आत खेचताना ध्वनीचे उच्चारण होऊ शकते. ह्याप्रकारे उत्पन्न झालेल्या ध्वनीला क्लिक (click) ध्वनी म्हणतात. या ध्वनींना 'अन्तर्मुखी द्विस्पर्श' किंवा 'अन्तःस्फोट द्विस्पर्श' ही म्हणतात. क्लिक ध्वनीच्या उच्चारणाच्या वेळी मुखात दोन स्थानी स्पर्श किंवा अवरोध होतो, आणि हवा बाहेरून आत जाते. सध्या दक्षिण आफ्रिकेच्या बाण्टू, होटेन्टाट आणि बुशमन भाषापरिवारात क्लिकध्वनी आढळतात. ध्वनी उच्चारताना वायुच्या स्पर्शाच्या आधारावर ध्वनीमध्ये अनेक भेद होतात. 'द्वयोष्ठ, दन्त्य, वर्त्सतालव्य, वर्त्स्य, प्रतिवेष्टित, कठोर तालव्य, वर्त्स्य, पार्श्विक' इत्यादी. यांचे उच्चारण सघोष - अघोष अल्पप्राण, महाप्राण, अनुनासिक, निरनुनासिक इत्यादी प्रकारचेही असू शकते. मनुष्य जेव्हा 'चुकचुकतो' तेव्हा जो 'च च च' असे ध्वनी काढतो, ते क्लिक ध्वनी होत.

श्रुतिः (Glide)

ध्वनी उच्चारताना किंवा बातचीत करताना, जेव्हा एक ध्वनी निर्माण करण्याचा प्रयत्न होतो, तेव्हा मधूनच वायू निघून जाऊन काही एक ध्वनी असा उत्पन्न होतो, की तो त्या शब्दाशी संबंधित नसतो. ह्या प्रकारे उच्चारल्या गेलेल्या ध्वनीला 'श्रुति' म्हणतात. याप्रकारे मुख्य मुख्य ध्वनींच्या मधे मधे उच्चारित होणाऱ्या अस्पष्टशा गौण ध्वनीला 'श्रुति' म्हणतात बाहेर निघणारा श्वासवायू एका स्थानातून दुसऱ्या स्थानी जात असताना होणाऱ्या ध्वनिपरिवर्तनाचे होते. कधी कधी श्रुती एखाद्या ध्वनीच्या आधीही ऐकायला मिळते. म्हणून श्रुतीचे दोन प्रकार आहेत. १) पूर्वश्रुती-अग्रश्रुती (On

Glide) **२)** परश्रुती-पश्चात श्रुती (off Glide)

एकाद्या स्वराच्या वा व्यंजनाच्या पूर्वी येणाऱ्या परिवर्तन ध्वनी (श्रुती) 'पूर्वश्रुती' म्हणून ओळखली जाते. उदा. 'इस्कूल' (स्कूल) 'इस्टेशन' (स्टेशन) 'इस्नान'-अस्नान (स्नान) इत्यादी. इथे पूर्वश्रुतीत पूर्व स्वरागम होतो. पूर्वश्रुतीत प्रथम व्यंजन आहे. आळसाने, बेसावधपणे किंवा ढिलाईने केलेल्या उच्चारणात पूर्वश्रुती चांगली ऐकू येते.

जेव्हा एकाद्या स्वराच्या वा व्यंजनाच्या नंतर ध्वनी (श्रुती) येते. उदा. 'प्रचार' चा परचार. परंतु डॉ. तिवारीच्या मते ह्या मध्य श्रुती आहेत. या शब्दातील क्रमशः द, प च्या नंतर 'अ' चा आगम परश्रुतीचे उदाहरण आहेत. मराठी-हिंदी भाषेत व्यंजनान्त शब्दाच्या अंती धिमा आणि क्षीण स्वर ऐकू येतो. त्यालाच परश्रुती म्हणतात. स्वास्थ्य आणि ब्रह्म शब्दाच्या अंती ऐकू येणारा ध्वनी जो 'अ' हा परश्रुती आहे. या प्रकारे श्रुतीचे तीन भेद केले जातात **१)** पूर्वश्रुती **२)** मध्यश्रुती आणि **३)** परश्रुती.

अपश्रुति - (Apophomy or A blaut or vowel gradation)

जेव्हा स्वरात अदलाबदली (स्वरांचे परिवर्तना) मुळे एकाद्या शब्दाचे व्यंजन रूप यथावत राहिल्यावरही शब्दरूप आणि अर्थ त परिवर्तन घडून येते, तेव्हा त्यास अपश्रुती म्हणतात. उदा. कृष्ण पासून कृष्णा, रम पासून रमा इत्यादी. इंग्रजीत फूट (पाय) चे 'फीट' टूथचे 'टीथ' अरबीत 'किताब' पुस्तक, कुतुब (पुस्तके) अशी अपश्रुतीची उदाहरणे आहेत. ह्याचे दोन भेद होऊ शकतात. **१)** परिणामीय (मात्रिक) अपश्रुती आणि **२)** गुणीय अपश्रुती, एखाद्या शब्दातील प्रयुक्त स्वराला ऱ्हस्व किंवा दीर्घ करण्यामुळे शब्दाच्या रूप आणि अर्थात जे परिवर्तन होते त्याला परिणामीय किंवा मात्रिक अपश्रुती म्हणतात. उदा. खेळपासून खेळी, हसणे पासून हसवणे मिळणेपासून मिळवणे. शब्दात स्वराच्या ऱ्हस्व किंवा दीर्घ होण्याने रूप आणि अर्थात परिवर्तन झाले आहे. जेव्हा एकाद्या शब्दात प्रयुक्त स्वराच्या स्थानावर नवा स्वरप्रयोग केला जाईल, आणि शब्दाच्या रूपात आणि अर्थात परिवर्तन होईल, तेव्हा त्यास 'गुणीय अपश्रुती' म्हणतात. उदा. बोलला-बोलली मिळाला-मिळाली इ.

अपिनिहित किंवा समस्वरागम : (Epenthesis)

जेव्हा एखाद्या शब्दाच्या प्रारंभी वा मध्ये शब्दात प्रयुक्त एकाद्या स्वराच्या समान अन्य स्वर आणखी येतील, तेव्हा त्यास 'अपिनिहित' म्हणतात. उदा. हिंदीत स्त्रीपासून 'इस्त्री' रुप बनण्यात आरंभिक 'इ' चा आगम 'अपिनिहित' आहे. संस्कृतातील 'भवति'चे रूप अवेस्तामध्ये 'बवइति' बनते. इथे 'ति' मधील 'इ' च्या पूर्वी अन्य 'इ' आली आहे. अपिनिहिताचे दोन भेद होऊ शकतात. **१)** आदि स्वरागम आणि **२)**

मध्य स्वरागम. जेव्हा येणाऱ्या स्वराचा समस्वर (त्याच्याच समान स्वर) जेव्हा पूर्वीच विद्यमान असतो तेव्हा शब्दात 'अपिनिहित' होते.

अभिश्रुतिः (Umlaut or Vowel Mutation)

जेव्हा एकाद्या शब्दातील अपिनिहितामुळे स्वराचा आगम होतो आणि तो स्वर भाषेच्या प्रकृतीच्या अनुसार बदलतो, तेव्हा त्यास अभिश्रुती म्हणतात. या प्रकारची अभिश्रुती भारोपीय भाषापरिवारात आणि मुराल अस्ताई भाषा परिवारात आढळून येते. उदा. 'मनि' (Mani) शब्दापासून 'इ' स्वराचा आगम झाल्यावर अपिनिहित रुप 'मइनि' (Maini) असे बनले. आगम स्वर 'इ' परिवर्तित होऊन 'ए' बनला. आणि शब्दरुप झाले. ''मेन' (çen) या ठिकाणी अपिनिहित रूपापासून आगम 'इ' स्वराचे 'ए' होणे ही अभिश्रुती होय.

समीकरण (Assimilation)

जेव्हा दोन ध्वनी वर्ण जवळजवळ असतात आणि त्यांचा एक दुसऱ्यावर प्रभाव पडतो, तेव्हा त्यातील एक वर्ण बदलून दुसऱ्या वर्णाचे रूप ग्रहण करते. वर्णात होणाऱ्या या परिवर्तनास 'समीकरण' म्हणतात. ह्याचे दोन भेद आहेत. १) पुरोगामी (progressive) आणि २) पश्चगामी (Regressive), पुरोगामी समीकरणाची उदाहरणे आहेत. 'पदम' पासून पद्द, चक्र पासून चकु, पिपीलिका पासून पिपिलिका इत्यादी आणि पश्चगामी समीकरणाची उदाहरणे आहेत, धर्मपासून धम्म, सर्पपासून सप्प, असूया पासून उसूया, इत्यादी.

विषमीकरण (Dissimilation)

जेव्हा दोन अगदी नजिकच्या ध्वनींमध्ये पारस्परिक प्रभावामुळे एक ध्वनी आपले रूप बदलून विषमध्वनी बनतो, तेव्हा त्यास विषमीकरण म्हणतात. विषमीकरणाचे दोन भेद होतात. १) पुरोगामी आणि २) पश्चगामी

पुरोगामी विषमीकरणात पहिल्या ध्वनीत (व्यंजन किंवा स्वर) काहीच परिवर्तन होत नाही, परंतु दुसरा ध्वनी (व्यंजन किंवा स्वर) परिवर्तित होऊन विषमरूप ग्रहण करतो. उदा. कंकण = कंगन, दाग = डाग, लग्न = लगीन, अंगण = आंगन, साली = साडी, श्याल = साला. पश्चगामी विषमीकरणात पहिला ध्वनी (व्यंजन वा स्वर) परिवर्तित होऊन विषम बनतो. आणि दुसऱ्या ध्वनीत काही रूपपरिवर्तन होत नाही. उदा. मुकुल = मडल, नुपुर = नेरुर, मुकुट = मरूर, लकुट = लगुड इत्यादी

ध्वनीविज्ञानाच्या क्षेत्रातील प्रमुख उपकरणे

ध्वनीविज्ञानाचा अभ्यास करताना परीक्षणासाठी अनेक यंत्रे उपयोगात आणली जातात. ही यंत्रे फार जटिल असतात, आणि त्यांचा प्रयोग कठीण असतो. ध्वनि विज्ञानात प्रयुक्त केली जाणारी यंत्रे अशी आहेत.

१) मुखमापक - (Mouth measurer) **२)** कृत्रिम तालु (artificial plate) **३)** कायमोग्राफ (Kymograph) **४)** एक्स-रे (X-Ray) **५)** लॅरिंगोस्कोप (Laryngo-scope) **६)** एंडोस्कोप (endo-scope) **७)** ऑसिलोग्राफ (ossillograph) **८)** पिच मीटर (Pitch-metre) **९)** पॅटर्न प्ले बॅक (Pattern play back) **१०)** इंटेन्सिटी मीटर (Intensity metre) **११)** स्केप्टोग्राफ (sceptograph) **१२)** स्पीच स्ट्रेचर (speech-stretcher) **१३)** ब्रीदींग फ्लास्क (Breething flask) **१४)** आटोफोनोस्कोप (Autophonoscope) **१५)** स्ट्रोबोलॅरिंगोस्कोप (strobolaryngoscope) इत्यादी. काही नवीन यंत्रेही निर्माण झाली आहेत, आणि त्यांचा ध्वनिपरीक्षणासाठी प्रयोग होत आहे.

ध्वनिपरिवर्तन

जगातील सर्वच वस्तू परिवर्तनशील असून, परिवर्तनाचे चक्र अखंड सुरू असते. मनुष्य, जाती, संस्कृती, रीतिरिवाज, त्यांचे स्थान, वेशभूषा राहणीमान सतत बदलते, परिवर्तनाचा प्रभाव सर्व भाषांवर ही पडतो. भाषांचे जे रूप हजारो वर्षापूर्वी होते, ते आज नाही. जगातील संस्कृत, ग्रीक, लॅटिन ह्या प्राचीनतम भाषांचे स्वरूप बदलत बदलत जाऊन नंतर अनेक भाषांचा जन्म झाला. ह्यातच सध्याच्या काळात बोलल्या जाणाऱ्या अनेक भाषा विभिन्न क्षेत्रातील बोलल्या जातात. भाषेतील ह्या परिवर्तनास भाषा वैज्ञानिक विकार किंवा विकास म्हणतात. भाषेमध्ये हे परिवर्तन अनेक रूपाने होते. ध्वनीत, रूपात, अर्थात. कधी शिकण्या शिकवण्याच्या प्रक्रियेत काही ध्वनींचा प्रयोग कमी होतो. मग ते हळूहळू लुप्त होतात. काही नवीन ध्वनीचा समावेश होतो. उच्चारणात अंतर आल्यानेही परिवर्तन घडते. कधी कधी सामाजिक, राजनैतिक, धार्मिक, भौगोलिक कारणांनी भाषेत ध्वनिसंबंधी परिवर्तने होत राहातात. ह्याचे साधारण दोन भाग पडतात. १) ध्वनी उच्चारणाऱ्या व्यक्तीच्या प्रभावाने ध्वनीत अंतर उत्पन्न होते. ह्यास आभ्यंतर कारण म्हणतात. पण जेव्हा भाषेतील ध्वनी अन्य - उदा. राजनैतिक, धार्मिक, सामाजिक, भौगोलिक इत्यादी कारणांनी प्रभावित होतात तेव्हा त्यांना बाह्य कारणे म्हणतात.

आभ्यंतर कारण

१) मुखसुख -

मनुष्य ध्वनींचे उच्चारण स्वत:च्या सोयीने करतो. बोलताना त्याचा हाच प्रयत्न असतो की कमीत कमी शब्दात जास्त अर्थ सांगून आपला अभिप्राय प्रकट करावा, आणि अधिक श्रम वाचवावेत. जेव्हा एखाद्या उच्चारणात अवघडपणा असेल किंवा योग्य उच्चारण जमत नसेल तर ती व्यक्ती आपल्या सोयीसाठी ते अवघड उच्चारण सोडून आपल्याला सोप्या वाटणाऱ्या ढंगात बोलते. ह्यालाच 'मुख सुख' म्हणतात. अंधकार-अंधार-अंधेरा, स्कूल = इस्कूल, स्टेशन = इस्टेशन (सटेशन) ब्राह्मण-बामन, कृष्ण-क्रिस्न. इ. उच्चारणे 'मुखसुखाची होत. हे सर्व प्रयत्न लाघवामुळे घडते. थोडक्यात सरलतापूर्ण उच्चारण करण्याची प्रवृत्ती येथे काम करते. ध्वनींचा विकास अवघडातून सरलतेकडे असतो. अनेक प्राचीन रूपे यामुळे परिवर्तित झाली. वैदिक क्रियारूप, लिंग, वचन कारकरुपांची भिन्नता यात सरलीकरण आणण्याच्या प्रयत्नात फार कमी झाली. दीर्घस्वरही ऱ्हस्व करून टाकले जातात. उदा. वार्तापासून-बात, द्वितीय = दूज, अमावस्या = आमूशा, पौर्णिमा = पुनव इत्यादी उदारहणे आहेत. वज्राङ् = वजरांग=बजरंग, हे रूप ह्याच सरलीकरणातून झाले.

२) बोलण्यातील शीघ्रता -

शीघ्रतेने बोलण्याच्या प्रयत्नात ध्वनीत परिवर्तन येते. बातचीत करताना घाईने बोलण्याच्या प्रयत्नात ध्वनींचे रूप ठीकपणे उच्चारले जात नाही. उदा. पंडित-जी पंडीजी - पंजी, सायंकाळ सांज, चतुर्थ - चौथ.

३) अज्ञान - अडाणीपणानेही ध्वनीत परिवर्तन होते. शिक्षित माणूस योग्य बोलेल. पण अशिक्षित मनुष्य योग्य प्रयोग माहीत नसल्याने ऐकलेल्या योग्य रूपाचे आपल्या अडाणी समजुतीने उच्चारण करतो. कंपाऊंडर - कांपोंडर, सरेंडर - सिलींडर, स्टेशन - ठेसन, कार्ड - करिट या अज्ञानामुळे, अशिक्षिततेमुळे ध्वनींमध्ये, विपर्यय, मात्राभेद, घोषीकरण आणि अघोषीकरण, महाप्राणीकरण, अल्पप्राणीकरणासारखी परिवर्तने होत राहातात. या विषयावर कित्येक उदारणे देता येतील.

४) अनुकरणाची अपूर्णता -

मनुष्य अनुकरणशील असला तरी भाषा शिकताना त्याच्या अनुकरणात काही त्रुटी राहून जातात. त्यामुळे उच्चारणात सदोषपणा येतो. यामुळेही ध्वनीत परिवर्तन येते. सर्वसामान्यांची, अडाणी अशिक्षितांची संख्या मोठी असल्याने हळूहळू सदोष

अनुकरण समाजात पसरते. बंद्योपाध्यायाचे बॅनर्जी, उपाध्यायचे पाध्ये, उपाध्ये, झा ही रूपे, 'ओम नमः सिद्धम्' चे ओनामासीधम्' इ. उदाहरणे लक्षणीय आहेत. लहान मुले तर 'र' 'ल' च्या बाबतीत विशिष्ट वयात चुका करतातच. रोटी-लोटी, लुपया, पण नंतर हा दोष दूर होतो.

५) भ्रामक व्युत्पत्ती -

एकादी व्यक्ती अपरिचित शब्दाच्या संपर्कात आली, आणि त्या शब्दाशी साम्य राखणारा दुसरा शब्द त्याच्या परिचयाचा असेल तर तो अपरिचित शब्दाच्या ठिकाणी आपल्या परिचयाचा शब्द प्रयोग करतो. उदा. फ्रेंच - फिरंगी, इंग्लीश - आंग्ल, लायब्ररी - रायबरेली, चार्जशीट - चार्सीट, कोर्ट - कोवर, स्टँप - टाप, अॅटॅचमेंट - टांच.

६) भावुकता -

भावावेशात प्रेमवशात मनुष्य शब्दाचे शुद्ध उच्चारण करीत नाही. म्हणून ध्वनीपरिवर्तन होते. आपल्या प्रिय व्यक्तीला लाडा-प्रेमाने बोलावताना व्यक्तीचे नाव बिघडवले जाते. उदा. निर्मला = निमा = निम्मी, राजेंद्र = रज्जो, धनीराम = धनुआ, सुखराम = सुकरवा

७) वाग्यंत्रातील विभिन्नता -

प्रत्येक पुरुषाच्या वाग्यंत्रात पूर्णपणे एकसारखेपणा असू शकत नाही. म्हणून प्रत्येक व्यक्तीचे उच्चारणही एकसारखे असत नाही. वाग्यंत्राच्या भिन्नतेमुळे ध्वनि - उच्चारणात ही भिन्नता येते. उदा. श, ष, स, ह, ह्या ध्वनींच्या उच्चारणात स्थानपरत्वे, व्यक्तिपरत्वे फरक येतो. 'स' ध्वनी फार्सीत 'ह' होते. 'ष' 'ख' होतो. पुरुष = पुरुख, आषाढ = आखाड, सिंधू = हिंदू, सवालदार = हवादार, 'ऋ' ध्वनी सुद्धा 'रि' किंवा 'रु' होतो. ह्याचे अचूक उच्चारण आता शक्य नाही.

८) यदृच्छा शब्द -

बोलताना मनुष्य स्वतःहून आपोआप शब्द बनवतो. त्यांना यदृच्छा शब्द म्हणतात. उदा. अंघोळबिंघोळ, शाळाबिळा, रस्ता-बिस्ता, पाणीबिणी इ. शब्द. अशी युग्मक रूपे बनवताना ध्वनिपरिवर्तन होते.

९) आत्मप्रदर्शन -

आत्मप्रदर्शन वा आत्मप्रौढी मिरवताना मनुष्य ध्वनिपरिवर्तन करतो. इच्छा =

इक्षा, छात्र = क्षात्र, क्षत्रिय = छत्रिय, सेवक = सेवक, त्याने = त्याणे, पाणी = पानी

१०) भौगोलिक प्रभाव -

भौगोलिक प्रभावाने ध्वनीत परिवर्तन होते. अतिथंड प्रदेशात मनुष्य मुख उघडण्यास तयार नसतो. म्हणून तेथे विवृत ध्वनींचा विकास होत नाही. उष्ण देशात, याउलट विवृत ध्वनींचा अधिक विकास होतो. पर्वतीय प्रदेशात दुर्गम ठिकाणी राहणाऱ्या टोळ्यांचा जनसंपर्क अत्यल्प असल्यामुळे त्यांचे मानसिक, सामाजिक, धार्मिक इ. सारे विकास मंदावतात. तेव्हा ह्यांचा भाषेवरही प्रभाव पडतो. त्यांच्या भाषापरिवर्तनाची गती फार मंद असते. जे लोक प्रवासी मार्गावर राहातात, व्यापार क्षेत्रात वावरतात तेथे ते लोक मोठ्या वेगाने अनेक भाषा शिकून घेतात.

११) सामाजिक-राजकीय प्रभाव -

समाजात शांती, स्थिरता असते, तेव्हा विद्येचा प्रचार होऊन अधिक परिवर्तने घडत नाहीत. परंतु जेव्हा बाह्य आक्रमण, अराजक, अव्यवस्था, उलथापालथ घडते, तेव्हा युद्धाचे वातावरण तयार होते. अशा काळात ध्वनिपरिवर्तन अत्यंत वेगाने घडते. विदेशी भाषाप्रभाव वेगाने आल्याने ध्वनीत भिन्नता लौकर वाढते. भारतात इंग्रजी भाषेच्या प्रभावाने देशी भाषांवर किती प्रभाव पडला आहे. मनुष्य नावे, स्थान नावे, वगैरे कित्येक गोष्टी ह्या राजनैतिक प्रभावाने घडल्या. आणि प्रदीर्घ संपर्काने समाजात त्या प्रथमचा विरोध मावळून रुजल्या.

१२) लेखनप्रभाव -

लिहिण्यामुळेही ध्वनिपरिवर्तने होतात. इंग्रजीच्या प्रभावाने, मिश्र, शुक्ल, गुप्त, मित्र, अशोक, राम शब्द अनुक्रमे मिश्रा, शुक्ला, गुप्ता, अशोका, रामा बनले. उर्दूच्या प्रभावाने राजेंद्र-राजेंदर, प्रधान-परधान, प्राची-पराची, स्कूल-सकूल बनले. लेखनरीतीने ध्वनिपरिवर्तन घडले आहे.

१३) लाघवाची प्रवृत्ती -

लांबलचक शब्द व्यक्तीस उच्चारण्यास जडभारासारखे वाटतात. म्हणून ते 'लघु' करण्याकडे त्याची प्रवृत्ती असते. बोलाचालीतील हे संक्षिप्तिकरण श्रोता समजून घेतो. उदा. 'युनिअन ऑफ सोवियत सोशालिस्ट रिपब्लिक' यास यू. एस. एस. आर. (रशिया) याच प्रमाणे युनायटेड स्टेटस ऑफ अमेरिका - यू. एस. ए., पतियाला ईस्ट पंजाब स्टेटस् युनियम यास 'पेप्सू' म्हणतात. याशिवाय संयुक्त राष्ट्रसंघटनांच्या अनेक

विभागांना अशा संक्षेपाने नावे दिली आहेत. उदा. युनेस्को युनिसेफ, सार्क, नाटो, इ.

१४) कालप्रभाव -

ध्वनिपरिवर्तनात कालप्रभाव अत्यधिक असतो. खूप दीर्घकाळात सर्व प्रकारचे बदल घडल्यामुळे इतर सर्वांबरोबर भाषेतही मोठे परिवर्तन येते. हजारो वर्षापूर्वीची वैदिक संस्कृत कालप्रभावाने आज अनेक आर्य भाषांची जननी बनली आहे. याचप्रमाणे लॅटिन, ग्रीक भाषामधून आधुनिक युरोपिअन भाषा बनल्या.

१५) सादृश्यप्रभाव -

सादृश्याच्या कारणानेही ध्वनिपरिवर्तने होतात. कोणत्यातरी ध्वनीच्या सादृश्यावर दुसऱ्या ध्वनीचा प्रयोग केला जाऊ शकतो. 'द्वादश'च्या सादृश्यावर 'एकदश' सुद्धा 'एकादश' बनला आहे. 'स्वर्ग'च्या सादृश्यावर 'नर्क' बनला.

१६) कलात्मक स्वच्छन्दता -

'तुक' मिळवण्यासाठी (ट ला ट, ड ला ड मिळवण्यासाठी) वा मात्रा जुळवण्यासाठी किंवा श्रुति-माधुर्यासाठी ध्वनीत कवींनी परिवर्तन करुन टाकले आहे. 'बसणे' च्या स्थानी 'बिठाई', हथियाच्या जागी हत्यार, तसेच बादर - बादल, कारे - काल. अनेक स्थानावर 'न' ला 'न' जुळवण्यासाठी 'ण' चा 'न' केला आहे. उदा. वीना, बीना, किरन (किरण) इत्यादी 'तुक' साधण्यासाठी किंवा लय, मधुरता आणण्यासाठी ध्वनीत परिवर्तने कवी स्वच्छन्दपणे ध्वनीत परिवर्तने घडवत असतो.

१७) लिपीची अपूर्णता -

कोणत्यातरी एकाच लिपीच्या साहाय्याने जगातले सारे ध्वनी प्रकट केले जाऊ शकत नाहीत, कारण जगातील कोणत्याही दोन भाषा पूर्ण रूपाने एकाच ध्वनीचा प्रयोग करीत नाहीत. म्हणून कोणत्यातरी एका भाषेला सुयोग्य पर्याप्त असणारी लिपी अन्य भाषेसाठी अयोग्य, अपर्याप्त ठरते. (sturtevant) एका भाषेतील शब्द दुसऱ्या लिपीमध्ये अशुद्ध प्रयोग ठरु लागतात. तमिळ भाषेत देवनागरी वर्गाचे पहिले आणि पाचवे अक्षरसूचक चिन्ह मिळते. प्रथम वर्ण उरलेल्या तीन वर्णाचा बोध करवून देतो. इंग्रजी शब्दात रोमन लिपीची अपूर्णता स्पष्ट आढळते. उदाहरणार्थ Mother, Hour, More, Our यांचे उच्चार 'ओ' सारखे सर्रास होऊन 'मोदर, हौर, मोर, ओर' असे चमत्कारिक होऊ शकतात. असेच e, a च्या बाबतीत घडते, सारांश रोमन लिपीमुळे उच्चारात फारच मोठी तफावत पडते. देवनागरीतील ण, ड, ङ, श ष वर्ण रोमन

लिपीत नाहीत. इतर लिपींच्या बाबतीतही हाच प्रकार कमी-जास्त प्रमाणात आढळतो.

१८) बलाघात, सूर किंवा मात्रा -

बलाघातामुळे ध्वनीत परिवर्तन होते. बलाघातयुक्त ध्वनी सबल होऊन समीपवर्ती ध्वनीला 'निर्बल' करतो. नंतर निर्बल ध्वनी लुप्त होऊन जातो. उदा. आभ्यंतरचे भीतर - उपाध्यायचा, पाध्या, ओझा, झा बनतो. सुराच्या प्रभावानेही ध्वनि परिवर्तन घडते. उदा. कुष्ठ - कोड, बिल्व - बेल. दोन दीर्घस्वर आल्यावर एक स्वर ऱ्हस्व होतो. उदा. नारायणचे नरायण, आकाशचे अकाश (स) या प्रकारे बलाघात, सूर इत्यादी कारणांनी ध्वनिपरिवर्तन होते.

१९) विदेशी ध्वनींच्या प्रभाव -

विदेशी ध्वनीच्या प्रभावानेही ध्वनीत परिवर्तने येतात. याच कारणामुळे भारतीय भाषात, अरबी, फार्सी भाषांचे ध्वनी आढळून येतात.

ध्वनिपरिवर्तनाच्या दिशा

ध्वनि-परिवर्तनास दोन वर्गात विभक्त केले जाऊ शकते. **१)** बाह्य **२)** आंतरिक. बाह्य प्रभावाच्या द्वारा झालेल्या परिवर्तनास बाह्य परिवर्तनाची संज्ञा दिली गेली आहे. जे परिवर्तन बाह्य कारणांची अपेक्षा न ठेवता स्वत:च घडून येते, त्याला आंतरिक कारण म्हटले आहे. संस्कृत वैयाकरणांनीही ध्वनि परिवर्तन प्रक्रियेचा स्वीकार केलेला आहे. त्यांच्या मते ध्वनि किंवा वर्णपरिवर्तनाचे कारण वर्ण व्यत्यय, वर्णोपाय, वर्णोपजन आणि वर्णविकार आहेत.

वर्णव्यत्यया प्रायोपजनविकारेषु. ....।
वर्णव्यत्यये कृतेस्तर्क: कसे: सिकता हिंसे: सिंह: ...।
अपायो लोप: घ्नन्ति, घ्नन्तु, अघ्नन् ... ।
उपजन:आगम., लविता-लवितुम् ... ।
विकार: आदेश: घातयति घातक: ... ।

वरीलप्रमाणे, महाभाष्यकार पतंजलीने वर्णव्यत्ययाची उदाहरणे, कृतपासून तर्क, कसपासून सिकता, हिंसपासून सिंह, लोपाची उदाहरणे ध्नन्ति, घ्नन्तु आणि अघ्नन्, आगमाची उदाहरणे - लविता, लवितुम्, आदेशाची उदाहरणे, घातयति, घातक अशी दिली आहेत. काशिकारानेही 'वर्णागमो वर्णाविपर्ययश्च द्वौ चापरौ वर्णविकारनाशौ ।' असे नोंदून वर्णपरिवर्तनाचा सिद्धांत प्रतिपादित केला आहे. आधुनिक भाषा वैज्ञानिकांच्या दृष्टीने सामान्यत: ध्वनिपरिवर्तनाच्या दिशा या प्रकारच्या आहेत.

लोप-अभिनिधान

ध्वनीचे उच्चारण करताना कधी कधी प्रयत्नलाघव, मुख-सुख, किंवा स्वराघाताच्या कारणाने काही ध्वनी लुप्त होतात. हा लोप, स्वर, व्यंजन आणि अक्षराने संबंधित असल्यामुळे तीन प्रकारचा मानला गेला आहे. १) स्वरलोप २) व्यंजनलोप ३) अक्षरलोप

वरील तिन्ही लोपांचे पुन्हा आदि, मध्य, अन्त असे तीन भेद केले आहेत.

स्वरलोप (syncope)

शब्दात दोन व्यंजनांच्या मध्ये येणाऱ्या स्वराचा बहुधा लोप होतो. उदा. राजन् + अस् = राज्ञः

आदिस्वरलोप - अपूर्व = पूप

मध्यस्वर लोप - अरथी = अर्थी, नरक = नर्क, धाकटा = धाक्टा, तोतरा = तोत्रा

अन्त्यस्वरलोप - ह्यामुळे बहुधा शब्द व्यंजनान्त झाले आहेत. परंतु लिहिताना तसा प्रयोग मात्र केला जात नाही.

परीक्षा = पारख = पारख्   रामेण = रामेण्

आम = आम = आम् हस्त = हात्

व्याघ्र वाघ = वाघ् - व्हाग्   दन्त = दात = दात्

व्यंजनलोप, ह्याचेही तीन प्रकार सांगितले आहेत.

१) आदि व्यंजनलोप **२)** मध्यव्यंजन लोप **३)** अन्त्यव्यंजन लोप.

१) आदिव्यंजन लोप - उच्चारणाच्या अवघडपणामुळे अनेक भाषात आदिव्यंजनाचा लोप झाला आहे.

Write - Rite   प्रिय = पिय (हिंदी)

Know = Now   शमशान = मसाण-मसण

Knight - nite   स्थाली = थाळी

Knife = nife   स्थान = ठाण

२) मध्यव्यंजनलोप - संस्कृत शब्दाच्यामध्ये येणाऱ्या क, ग, च, ज, त, द, न, प, फ, य, र, ल, व, ष आणि विसर्ग (:) यांचा प्रायः लोप होतो.

सूची = सुई   शय्या = शेज

उष्ट्र = उंट   उत्पत्ती = उपज

लज्जा = लाज   मार्गशीर्ष = मारगेसर

दुग्ध = दूध   आदित्यवार = आइतवार

प्राकृत भाषेत याची पुष्कळ उदाहरणे मिळतात.

सागर = साअरो = साअर

भोजन = भाअण

हिंदीमध्येही हीच प्रवृत्ती आहे.

ज्वार = जर ब्राह्मण = ब्राह्मन

बुद्ध = बुध कार्तिक = कातिक, उपवास = उपास

इंग्रजीतही लोप स्पष्ट असला तरी लिखितरूप अबाधित आहे.

Talk = टॉक Right = राईट

Walk = वॉक Daughter = डॉटर

३) अनय व्यंजन लोप -

सत्य = सत = सच कुंकुम = कुंकू

चरित्र = चरित = चरित् यावत् = जेव्हा

अक्षरलोप - याचे चार भेद केले जातात.

१) आदिअक्षरलोप २) मध्यअक्षरलोप ३) अन्त्यअक्षर लोप ४) समाक्षर लोप

१) आदिअक्षरलोप (Apheresis)

University = versity त्रिशूल = शूल

Defence = fence अध्यापक = झा

Necktie = Tie व्याकुल = आकुल

२) मध्य अक्षर लोप

भाण्डागार = भाण्डार दस्तखत = दस्सत

देवकुल = देऊळ महाराष्ट्री = मराठी

गोधूमचणी = गहूचणे राजकुल = राऊळ

३) अन्त्य अक्षरलोप

मौक्तिक = मोती दीपवर्तिका = दिवरी

माता = मा (माय) यज्ञोपवीत = जानवे

निम्बुक = लिंबू पारद = पारा

भ्रातृजाया = भावजय सुवर्ण = सोने

४) समाक्षर लोप (Haplology)

जेव्हा कोणत्याही एकाच शब्दात अक्षर किंवा अक्षरसमूह एकत्रच दोन वेळा प्रयुक्त केले जातात. तेव्हा उच्चारणाच्या सुविधेसाठी त्यातील एकाचा लोप होतो. तेव्हा ह्यास समाक्षर लोप म्हणतात.

शष्पपिंजर = शष्पिंजर

खरीददार = खरीदार

नाककटा = नकटा

Part-time = partime

कधी कधी ध्वनी किंवा अक्षर पूर्णत: एकच नसून उच्चारणात मिळते जुळते असतात. तेव्हाही एकाचा लोप होतो.

आदत्त = आत्त

कृष्णनगर = कृष्णगर

ह्याचेही तीन उपभेद केले आहेत.

१) समव्यंजन लोप २) समस्वर लोप आणि ३) समाक्षर लोप

आगम - प्रागुपजन - (Prothesis-coming)

उच्चारण करताना कधी कधी 'मुखसुखासाठी' काही व्यंजने विशेषतया संयुक्त व्यंजनाच्या आदि-मध्य आणि अन्तमध्ये स्वर आणि व्यंजनांचा आगम होतो. प्रारंभी येणाऱ्या स्वराला प्रागुपजन म्हटले आहे. यात शब्दाच्या प्रारंभी कोणतातरी स्वर प्रयुक्त होतो. उदा.

स्तुती - इस्तुती

स्नान - अस्नान

स्कूल - इस्कूल

स्थायी - अस्थायी

मध्य स्वरागम

अज्ञान वा बोलण्याच्या सुविधेसाठी कधी कधी मध्ये स्वराचा प्रयोग केला जातो.

कर्म = करम ब्रह्म = बरहमा (बरमा)

कर्ण = करण मिश्र = मिसर

प्रकार = परकार भ्रम = भरम धर्म = धरम

प्रसाद = परसाद बक = बगळा

अन्य स्वरागम

गल = गळा (गला)   चतुर = चतुराई

स्वप्न = सपना   हरीतिमा = हरियाई

नवल = नवलाई   दवा = दवाई

अपूर्व = अपूर्वाई   पढ = लिख   पढाई = लिखाई

व्यंजनागम
आदिव्यंजनागम

अस्थि = हड्डी

ओष्ठ = होठ

जळ = झळ

मध्य व्यंजनागम

शाप = श्राप = सराप

समुद्र = समुंदर = समिंदर

वानर = वाण्डर = बन्दर

प्राण = परान

अन्त्य व्यंजनागम

भ्रू = भुवई   परवा = परवाह

रंग = रंगत (अरबी)   (Cautio-caution)

खेडे = खेडूत   चील = चील्ह (हिंदी)

अक्षरागम
आदि-अक्षरागम

स्फोट = विस्फोट, गुज्जा = घुंघुची, पंच (पंचीकरण) = प्रपंच

मध्य अक्षरागम

खल = खरल (हिंदी)

गरीबनिवाज = गरीबुलनिवाज (उर्दू)

वाघ = वहाग

अन्त्य अक्षरागम

डफ = डफली वांझ = वांझोटी

जबाब = जबाबदार पोर = पोरटा

स्वरभक्ती किंवा विप्रकर्ष -

संयुक्त व्यंजनाच्या उच्चारणामध्ये होणारी असुविधा टाळण्यासाठी त्यांच्यामध्ये स्वराचा आगम करणे म्हणजे स्वरभक्ती होय. ह्यालाच विप्रकर्ष असेही म्हणतात. उदा.

युक्ती = युगत पर्वत = परबत

पंक्ती = पंगत वस्ती = बसति

भक्ती = भगती भक्त = भगत

अपिनिहित-समस्वरागम

आदिस्वर आणि अपिनिहितामध्ये विद्वानांनी काही भेद दर्शवले आहेत.

१) आदिस्वरागमात कोणताही स्वर येऊ शकतो, परंतु अपिनिहितात मात्र प्रथमपासून विद्यमान असलेला अथवा त्याच प्रकृतीचा असलेलाच केवळ स्वर येऊ शकतो. **२)** आदिस्वरागमात येणारा स्वर नेहमीच आद्यस्थानी प्रयुक्त होतो; परंतु अपिनिहितात असे काही बंधन नाही.

समीकरण

समीपस्थित दोन वर्ण जेव्हा परस्पर प्रभावित होऊन वर्णांपैकी एक रूप परिवर्तित करून दुसऱ्याचे रूप ग्रहण करतो, तेव्हा त्यास समीकरण म्हणतात. संस्कृत वैयाकरणांनी ह्यास 'सवर्णीकरण' नाव दिले आहे. याचे दोन भेद केले जातात.

१) पुरोगामी **२)** पश्चगामी

स्वर आणि व्यंजनाच्या आधारावर ह्यांची उदारहणे खालीलपमाणे

व्यंजन - **१)** पुरोगामी - दूरवर्ती = विलपणे = विलबणे पार्श्ववर्ती पद्म = पद्द, चक्र = चक्क, वक्र = वक्क

२) पश्चगामी = चीळणा = झोळणा - नील = लीळ, पार्श्ववर्ती - धर्म - धम्म, कर्म - कम्म, सर्प - सप्प

स्वर १ - पुरोगामी - दूरवर्ती = जुल्म = जुलूम, नीलम = नीलिमा, पार्श्ववर्ती - आइऐ = आइइ (प्राकृत)

२) पश्चगामी - दूरवर्ती असूया उसूया

विषमीकरण (Dissimiation)

हे समीकरणाच्या उलटे आहे. ह्यात दोन समान समीपस्थ ध्वनीमधील एक ध्वनी आपल्या स्वरूपाचा परित्याग करुन विषम किंवा असम बनतो. तेव्हा यास विषमीकरण म्हणतात. जेव्हा पहिला वर्ण तर जसाच्या तसा राहातो, पण दुसऱ्यात परिवर्तन होते, तेव्हा त्यास पुरोगामी विषमीकरण म्हणतात. उदा. काक, काग, कंकण, कंगन, लांगूल, लंगूर. पश्चगामी-विषमीकरणात प्रथम वर्णात परिवर्तन होते. उदा. नुपुर-नेऊर, दागिना, डाग, मुकुल, मऊल, मुकुट, मऊर (मोर)

विपर्यय -

कधी कधी शीघ्रतेने बोलत असताना शब्दांच्या ध्वनींचे स्थान परिवर्तित होते. ध्वनींच्या या स्थान परिवर्तनाला विपर्यय म्हणतात. विपर्यय अनेक प्रकारचा असतो, स्वर विपर्यय, व्यंजन विपर्यय आणि अक्षर विपर्यय. समीप असलेल्या ध्वनीच्या परिवर्तनास पार्श्ववर्ती विपर्यय आणि दूरवर्ती ध्वनींच्या परिवर्तनास दूरवर्ती विपर्यय म्हणतात.

स्वर विपर्यय -

अ) पार्श्ववर्ती स्वर विपर्यय - फार्सीमधील 'जानवर' शब्दाचा हिंदी मराठीत जनावर, अंगुली - उंगली (आफ्रिकी भाषेत) (Lie-lei = बनवणे.) इ.

ब) दूरवर्ती स्वरविपर्यय - अनुमान - उनमान, पागल - पगला, खट्वा -खाट

व्यंजन विपर्यय -

क) पार्श्ववर्ती विपर्यय - चिह्न चिन्ह, ब्रह्म ब्रम्ह, डुबणे बुडणे, डेस्क डेक्स, रिस्क रिक्स

ड) दूरवर्ती व्यंजनविपर्यय - सिग्नल = सिंगल, स्टाफ = स्टॉप, सरेंडर = शिलींडर

अक्षरविपर्यय -

इ) पार्श्ववर्ती अक्षर विपर्यय (अरबी) मतलब = मतबल, अज़रक (अरबी) = अरज़क (उर्दू) = निळा, खन = नख इ.

फ) दूरवर्ती विपर्यय - 'लखनऊ' नखलऊ इ.

आद्य शब्दान्त विपर्यय (spoonerism)

जेव्हा दोन शब्दांच्या प्रारंभीच्या अंशामध्ये विपर्यय होतो, तेव्हा त्यास आद्य

शब्दांश-विपर्यय म्हणतात. ऑक्सफर्ड विद्यापीठाच्या डॉ. डब्ल्यू. ए. स्पूनर यांच्या नावाने यास स्पूनरिझम (spoonerism) म्हणतात. त्यांनीच दिलेली काही उदाहरणे अशी आहेत. 'एकदा एका हमालाकडून त्यांना दोन बॅग्ज एक रग (Two bags and a rug) न्यायची होती. पण हमालाने दोन चिंध्या आणि एक ढेकूण (Two rags and a bug) नेले. कारण डॉ. स्पूनरना असे विपरीत बोलण्याची सवय होती. याचप्रमाणे एका विद्यार्थ्याला रागावताना ते म्हणाले ('You have wasted a whole worm') त्यांना म्हणायचे होते, की (you have wasted a whole term) हिंदीमध्ये अशा उदाहरणांना 'चाल दावल' (दाल चावल), नेन-तूल (नून-तेल) अशी उदाहरणे बवनली जाऊ शकतील.

अभिश्रुति (Umlaut) स्वर आणि व्यंजनांनी प्रभावित होऊन जरी अपिनिहितामुळे प्रयुक्त झालेला स्वर परिवर्तित होतो, त्याला अभिश्रुती म्हणतात. उदा. (Mani - Maini = çen)

अपश्रुति (Ablaut) जेव्हा एकाद्या शब्दातील व्यंजनात यथावत् - पूर्ववत् असतानाही केवळ स्वर परिवर्तनाने रूप आणि अर्थ ह्यांच्यामध्ये अंतर आले, आणि अनेक रूपे निर्माण झाली, तर त्यास अपश्रुती म्हणतात. उदा.

एकवचन	बहुवचन
इंग्रजी - फूट (पाय)	फीट (पाय)
अरबी - किताब (पुस्तक)	कुतुब (पुस्तके)
संस्कृत - अस्ति (आहे)सन्ति (आहेत)	

लिंगभेद -

पुल्लिंग	स्त्रीलिंग
कृष्ण	कृष्णा
राम	रमा

अपश्रुतीच्या अंतर्गत भारतीय वैयाकरणाद्वारा सांगितले गेलेले, गुणवृद्धी आणि सम्प्रसारणही समाविष्ट होतात. सम्प्रसारणात य्, व्, र्, ल् क्रमशः इ, उ, ऋ ऌ मध्ये परिवतर्तित होतात. उदा. ग्रभे = गृभे, श्वन् = शुनः, वक्तवे = उक्त, चत्वारः = चतुरः

सादृश्य अथवा मिथ्या सादृश्य - (Analogy or false analogy)

समानतेच्या कारणानेही ध्वनी परिवर्तित होतात. जेव्हा काही शब्दात दुसऱ्या शब्दाच्या सादृश्यामुळे ध्वनी परिवर्तित होतात, तेव्हा यास 'सादृश्य किंवा मिथ्या सादृश्य' म्हटले जाते. याला औपम्य किंवा उपमानही म्हटले जाते. उदा. 'सर्प' शब्द

'नरक'च्या सादृश्याकडे 'सरप' होतो. संस्कृत मधील 'द्वादश'च्या सादृश्यावर 'एकदश' चा एकादश झालेला आहे.

अनुनासिकता -

अनुनासिकतेच्या कारणानेसुद्धा ध्वनी परिवर्तित होतात. ह्यामागे मुख-सुख बोलणाऱ्याची सुविधा हेच कारण आहे. उदा. सत्य = सांच, वक्र = बाँका, सर्प = सांप, कूप = कुआँ

उष्मीकरण -

कधी कधी ध्वनी उष्म ध्वनीत उष्मध्वनी परिवर्तित होतात. ह्यास उष्मीकरण म्हणतात. उदा. 'केण्टुम् वर्गातील भाषांचा 'क' ध्वनी 'शतम्' वर्गात उष्मीभावाला प्राप्त झाला आहे.'

सन्धि: -

संस्कृत भाषेत संधीचे महत्त्वपूर्ण स्थान आहे. स्वर आणि व्यंजन ह्या दोन्हीसाठी संधिनियम आहेत. संस्कृताखेरीज दुसऱ्या भाषेतही संधीच्या नियमांचा प्रयोग झाला आहे. कधीकधी संधींच्या माध्यमातून इतके परिवर्तन येते की संपूर्ण ध्वनींना समजणे कठीण जाते. उदा. तत + श्लोकेन ततच्छ्लोकेन, वाक् + हरि: = वाग्घरि:
हिंदी - नयन = नइन = नैन, सपत्नी = सवत = सौत

घोषीकरण -

जेव्हा अघोष ध्वनी घोषध्वनीत परिवर्तित होतात तेव्हा त्यास घोषीकरण म्हणतात. उदा. मकर = मगर, सकल = सगल, काक = काग

अघोषीकरण -

यात सघोष ध्वनी अघोषाच्या रूपात परिवर्तित होतात. म्हणूनच यास 'अघोषीकरण' म्हणतात.
नगर - नकर, अदद - अदत.

महाप्राणीकरण -

अल्पप्राण ध्वनी जेव्हा महाप्राणात परिवर्तित होतात तेव्हा त्यास महाप्राणीकरण म्हणतात. उदा. बाष्प - भाप, गृह - घर, हस्त - हात

अल्पप्राणीकरण -

जेव्हा महाप्राण ध्वनी अल्पप्रमाणात बदलतात, तेव्हा त्यास 'अल्पप्राणीकरण म्हणतात. उदा.

धधामि - दधामि, सिंधु - हिंदु, सप्त - हप्त

मात्राभेद-

उच्चारणात कधी कधी दीर्घाचा ऱ्हस्व आणि ऱ्हस्वाचा दीर्घ होतो. जसे अक्षत - अखत, पक्ष - पाख, हस्त - हात

नासिका

नासिकाविवर प्रत्यक्ष परिलक्षित होते. हे श्वास, उच्छ्‌वासवायूचे मुख्य स्थान आणि साधन आहे. अनुनासिक वर्णाचे उच्चारण नासिका विवराच्या साह्याने केले जाते.

सारांशात एवढेच सांगता येईल की ध्वनींच्या उच्चारणात शरीरावयवांचे महत्त्वाचे स्थान आहे. यांच्यामध्ये विकार आल्यावरच ध्वनीचे उच्चारण करणे शक्य होते.

ध्वनिनियम

डॉ. टकरने म्हटले आहे "कोणत्याही विशिष्ट भाषेच्या काही विशिष्ट ध्वनीत कोणत्यातरी विशिष्ट कालखंडात, काही विशिष्ट अवस्थेत घडून आलेल्या नियमित परिवर्तनास 'ध्वनि-नियम' म्हणतात."

या व्याख्येने खालील विषयावर प्रकाश टाकला आहे.

१) ध्वनिनियम हा एखाद्या विशिष्ट भाषेचा असतो. एकच ध्वनिनियम जगातील सर्वच भाषांना लागू होत नाही.

२) हा नियम एका भाषेच्या समस्त ध्वनींना बंधनकारक नसून, काही विशिष्ट ध्वनींनाचा नियंत्रित करतो.

३) ध्वनिनियम सार्वदेशिक आणि सार्वकालिक नसतात, त्यांना काहीतरी निश्चित सीमा असते.

४) ध्वनिनियमासाठी विशिष्ट अवस्थेची आणि परिस्थितीची अपेक्षा असते.

५) ध्वनिनियम सर्वथा अपवादरहित नसतात.

'ग्रिम' नियम (Grimm's Law)

जर्मन भाषेचे सुविख्यात भाषावैज्ञानिक डॉ. ग्रिम यांनी ज्या नियमांचे प्रतिपादन केले, त्यालाच 'ग्रिम नियम' म्हणतात. जरी ह्या नियमाचा प्रथम विचार करणारे इहरे

आणि रेस्क हे पंडित होते, परंतु ह्याची अत्यंत योग्य विवेचना ग्रिम यानेच केली. म्हणून हा सिद्धांत 'ग्रिम नियम' म्हणून प्रसिद्ध झाला.

ग्रिमच्या नियमाचा संबंध नऊ स्पर्श ध्वनींशी आहे. 'क' पासून 'म' पर्यंत समस्त ध्वनी 'स्पर्श' आहेत. (कादयो मावसाना: स्पर्शा: ।) याला जर्मन भाषेचे वर्णपरिवर्तन म्हणतात. जर्मन भाषेचे हे वर्णपरिवर्तन दोन वेळा झाले आहे. पहिले वर्णपरिवर्तन इ.स.पू. काही शतकापूर्वी झाले आणि दुसरे वर्णपरिवर्तन जवळजवळ सहाव्या (इ.स.) शतकात झाले.

प्रथम वर्णपरिवर्तन

प्रथम वर्णपरिवर्तनात भारोपीय मूळ भाषेचे घोष महाप्राण, घोष अल्पप्राण, अघोष अल्पप्राणात परिवर्तित होतात. डॉक्टर ग्रिमचे मत आहे की मूलभाषेची काही व्यंजने भारोपीय बोलीत विशेषत: संस्कृत आणि ग्रीक भाषात विद्यमान आहे. म्हणून मूलभाषा स्वरूप संस्कृत किंवा ग्रीक भाषेमधून उदाहरणासाठी शब्द घेतले आहेत. आणि परिवर्तनासाठी जर्मन श्रेणीची इंग्रजी लिपी घेतली आहे.

भारोपीय मूलभाषा (संस्कृत, लॅटिन, ग्रीक)	जर्मन
घ ध् भ् (घोष महाप्राण)	ग, द, ब (घोष अल्पप्राण)
Gh,. Dh. Bh. G F B	G G B
ग, द, ब (घोष अल्पप्राण)	क्, त् प् (अघोष अल्पप्राण)
G D B	K T P
क् त् प् (अघोष अल्पप्राण)	ख् (ह) थ्, फ्, (अघोष महाप्राण)
K T P	Kh. (H) Th F,

प्रथम वर्गाच्या आदिम भाषेचे 'घ् ध् भ् गॉथिक भाषेत क्रमश: ग्, द्, ब्, मध्ये परिवर्तित होतात.

उदाहरणार्थ

आदिम भाषा (संस्कृत)		गॉथिक भाषा (इंग्रजी)	
घ् (ह)	हंस:	ग्	Goose
	दुहिता		Daughter
ध्	विधवा	द	Widow
			Do

भ्	भ्रातृ	ब्	Brother
भू	भू		Be
	भरानि		Bear

द्वितीय वर्गात आदिम भाषेचे ग् द् ब. गॉथिक क्रमशः क, त्, प् होतात.

उदाहरण

आदिम षाषा (संस्कृत)		गॉथिक भाषा (इंग्रजी	
ग	गौ	क्	cow
	युग		Yoke
द	द्वौ	त्	Tow
	दश		Ten
ब	(संस्कृतात उदाहरण मिळत नाही.)	प्	Slip
	स्लेऊब (ग्रीक शब्द)		

तृतीय वर्गात येणारे आदिम भाषेचे क त् प् गॉथिक मध्ये क्रमशः ख् थ् फ मध्ये बदलतात. उदा.

आदिम भाषा (संस्कृत)		गॉथिक भाषा (इंग्रजी)	
क	श्वन	ख् (ह)	Haund
	शतम् = केन्टुम्		Hundred
त्	तृण	थ	Thorm
	तद्		That
प	पितृ	फ	father
	पाद		foot

द्वितीय वर्णपरिवर्तन -

पहिल्या वर्णपरिवर्तनात मूल भारोपीय भाषेतून जर्मन भाषेत परिवर्तन झाले होते. दुसऱ्या वर्ण परिवर्तनात जर्मन भाषेतच उच्च जर्मन आणि 'निम्न र्जन' हे दोन भेद झाले होते. निम्न जर्मन भाषेतच इंग्रजी भाषेचा समावेश होतो.

दुसऱ्या वर्णपरिवर्तनात निम्न जर्मनचे घोष, अल्पप्राण (ग्, द्, ब् ।)

अघोष अल्पप्राण (क् त् प्) आणि अघोष महाप्राण (घ् ध् भ) उच्च जर्मनमध्ये क्रमशः अघोष अल्पप्राण (ग् द् व्) मध्ये परिवर्तित होतात. संक्षेपात पुढे उदारणे आहेत.

निम्न जर्मन इंग्रजी उच्च जर्मन

ग् द् ब्	क् त् प्
क् त् प्	ख् (ह) थ् फ
ख् थ् फ्	ग् द् ब्

प्रथम वर्गात येणाऱ्या गॉथिक भाषेचे ग् द् ब् उच्च जर्मनमध्ये क्रमशः क् त् प् होतात.

उदाहरण

निम्न जर्मन	इंग्रजी	उच्च जर्मन	
ग्	Daughter	क	Tocher
द	Day	त्	Tag
ब्		प्	

द्वितीय वर्गात येणाऱ्या गॉथिक भाषेचे 'क् त् प्' उच्च जर्मन मध्ये अनुक्रमे ख् (ह) थ् फ मध्ये परिवर्तित होतात. उदाहरण

निम्न जर्मन	इंग्रजी	उच्च जर्मन	उच्च जर्मन
क	Book	ख	Buch
	Yoke		Toch
त्	Water	थ	wasser
प	Deep	m	Tiet
	Sheep		Schaf

तिसऱ्या वर्गात येणारे गॉथिक भाषेचे 'ख् थ् फ' उच्च जर्मनमध्ये अनुक्रमे 'ग् र्, ब्' मध्ये बदलतात. उदाहरणार्थ

निम्न जर्मन	इंग्रजी	उच्च जर्मन	
ख्	(ख् मधून 'ग्' मध्ये बदलण्याचे उदाहरण नाही.)	ग्	
थ्	Three	द्	Drei
	Brother		Brauder
	North		Norden
फ	Thief	ब्	Dieb

डॉ. ग्रिम यांनी दिलेली पहिल्या आणि दुसऱ्या वर्णपरिवर्तनाचे कोष्टक खालीलप्राणे आहे.

मूलभाषा	आदिम जर्मेनिक	उच्च जर्मन
घ, ध्, भ्	ग् द् ब्	क त् च्

(घोष महाप्राण)	(घोष अल्पप्राण)	(अघोष अल्पप्राण)
Gh, Dh, Bh.	G D B	KTP
ग् द् ब्	क त् प्	ख् (ह) थ्, फ्
(घोष अल्पप्राण)	(अघोष अल्पप्राण)	(अघोष महाप्राण)
G D B	KTP	Kh, (H) Th f.
क त् प्	ख् (ह) थ् फ	ग् द् ब्
(अघोष अल्पप्राण)	(अघोष महाप्राण)	(घोष अल्पप्राण)
K T P	Kh,(H) Th, f	G D B

या परिवर्तनास खालील त्रिकोणाच्या साहयाने समजून घेता येईल. प्रथमत: वरुन खालच्या दिशेने आणि बाणाच्या दिशेने पाहात गेले, तर नंतर द्वितीय वर्ण परिवर्तनासाठी वरून खालच्या दिशेने येऊन बाणाच्या मार्गाने पाहावे, म्हणजे दोन्ही वर्णपरिवर्तने समजू शकतात.

महाप्राण अघोष सघोष

डॉ. ग्रिम यांचा हा ध्वनिनियम पर्याप्त स्पष्ट असला तरी दोषयुक्त आहे. प्रथम वर्णपरवर्तनातसुद्धा जरी अपवाद आहे, परंतु तो फारसा महत्त्वाचा नाही. दुसऱ्या वर्णपरिवर्तनात एक निश्चित क्रम पाहावयास मिळत नाही. उदाहरणेही अगदी त्याच स्वरूपाची मिळत नाहीत. दुसऱ्या वर्णपरिवर्तनात डॉ. ग्रिमना त्यांना हवी असलेली सफलता मिळालेली दिसत नाही. पहिल्या वर्णपरिवर्तनाच्या बरोबर दुसऱ्या वर्णपरिवर्तनाचे शुद्ध रूप असे होऊ शकते.

मूलभाषा	निम्न जर्मन	उच्च जर्मन
GH, DH, BH	G, D, B	X, T, X

ख् थ् फ् (घ, ध्, भ्)

महाप्राण अघोष सघोष

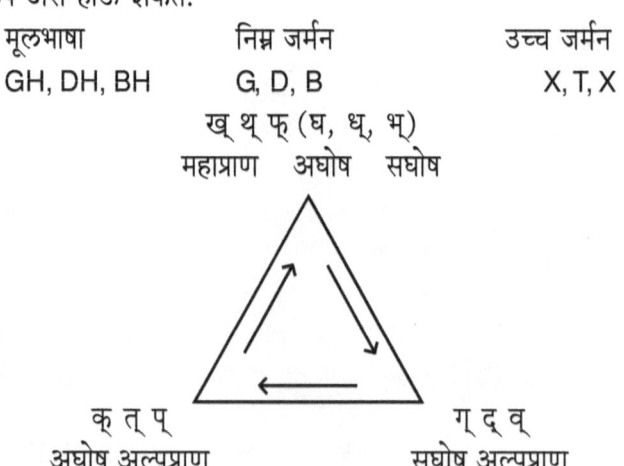

क् त् प्

अघोष अल्पप्राण

ग् द् व्

सघोष अल्पप्राण

K, T, P,	KH (H), TH, F	X Z ss ss f
K, T, P,	KH(H) TH, f	X, XT, X

ग्रासमानचा नियम (Grassman's Law)

डॉ. ग्रिमच्या नियमाचे सूक्ष्म परीक्षण केल्यावर त्यात अनेक अपवाद आहेत. हे स्पष्ट होते. त्या अपवादाची मीमांसा ग्रासमानने केली आहे. त्यामुळे त्याच्या नियमास 'ग्रासमन नियम' म्हटले जाते.

डॉ. ग्रिमच्या निमयमाप्रमाणे साधारणपणे क त् प. यांचा ख, (ह) थ, फ होतो. परंतु ग् द् ब् होतो. उदा.

क	Kihkho	ग	Go
त्	Tublus	द्	Dumb
प्	Pithos	ब्	Body

ग्रिमच्या मताप्रमाणे KihKho च्या जागी Kho अथवा Ho व्हायला हवे होते, परंतु तिथे Go झाला आहे.

म्हणून ग्रासमन यांनी शोधून काढले, की जर भारोपीय मूलभाषेत शब्द किंवा धातुच्या आद्यस्थानी आणि अन्त्यस्थानी महाप्राण ध्वनी असतील. तर परिवर्तन होऊन एक अल्पप्राण होतो. ह्याचमुळे ग्रीकमधील KigKho आणि Tuplus आणि pithos पासून Go, Dumb आणि Body बनतात. ग्रिमच्या नियमाप्रमाणे Ho, thumb, Fody बनत नाहीत. याच प्रकारे संस्कृतमधील हु धातुपासून हुहोति , हुहुत: हुहति न बनता जुहोति, जुहुत: जुल्लति ही रुपे बनतात. अशाप्रकारे इथे स्पष्ट होते की भारोपीय (Indi-Guropeam) मूल भाषेच्या दोन अस्था असल्या पाहिजेत. पहिल्या अवस्थेत महाप्राण असतील. दुसऱ्या अवस्थेत ते नसावेत. याच कारणामुळे अपवाद स्वरूप क त् प् च्या स्थानी ग् द् ब् मिळतात. प्राचीन मूलभाषेच्या वेळी क त् प चे प्राचीन स्वरूप ख् (ह) थ् फ असे असले पाहिजे. तेच परिवर्तित होऊन ग् द् ब् झाले, आणि ख् य् फ चे पुन्हा ग् द् ब् होणे नियमाला धरून आहे.

तेव्हा या दोन महत्त्वाच्या संशोधनांचे फलित असे. भारोपीय मूलभाषेत जरी एक वर्ण किंवा धातु आद्यस्थानी आणि अन्त्यस्थानी असून त्यातील प्राणध्वनी, अन्यत्र महाप्राण स्पर्श असेल, तर संस्कृत, ग्रीक इत्यादीमध्ये एक अल्पप्रामण होतो.

ह्र्नरचा नियम (Law of Karl Verner)

ग्रासमानच्या संशोधनानंतरही ग्रिमच्या नियमात काही अपवाद, त्रुटी राहिल्या, ह्र्नरने असे शोधून काढले की ग्रिम नियम स्वराघातावर आधारित होता. त्याच्या मते

जरी भारोपीय मूलभाषेच्या क त् प् च्या आधी स्वराघात असेल तर ग्रिम नियमाच्या अनुसार परिवर्तन होत असते. आणि जरी स्वराघात क त् प् च्या नंतरच्या स्वरावर असेल, तर परिवर्तन एक पद पुढे कार्य करील, आणि त्यावेळी ग्रासमानच्या नियमाप्रमाणे ग् द् ब् होते. उदा.

संस्कृत	**लॅटीन**	**गॉथिक**	**इंग्रजी**
शतम	Centum	Hundra	Hundred
लिम्पामि	Lippus	Bileiba	belife
सप्तम	Septem	Sibum	Seven

ग्रिमने असेही सांगितले होते की 'स्' साठी 'स्' च प्राप्त होते. परंतु काही उदाहरणात 'स' च्या जागी 'र्' सुद्धा मिळतो. ह्यासाठीही व्हर्नरने स्वराघाताचेच कारण सांगितले आहे. त्याच म्हणणे आहे की जरी 'स्' च्या पूर्वी स्वराघात असेल तर 'स्' च राहील. आणि जर नंतर होईल तर 'स्' चा 'र्' होईल.

व्हर्नरने आणखी एक महत्त्वाची गोष्ट सांगितली आहे की, जरी मूळ भारोपीय भाषेच्या क त् प् च्या पूर्वी 'स्' संयुक्त असेल, म्हणजे , स्क, स्त, स्प (Sk, ST, SP) तर जर्मेनिक भाषेत कोणत्याही प्रकारचे परिवर्तन होत नाही. उदा.

लॅटिन	**इंग्रजी**	**गॉथिक**
Piskis	-	Fisks
Aster	stas	-

अशा प्रकारे विभिन्न ध्वनिनियम आणि संशोधन होऊनही काही अपवाद शिल्लक राहातातच. त्याचे मूल कारण 'समानता' असेच द्यावे लागेल.

तालव्यभाव - नियम

तालव्यभावाचा नियम कधी आणि कशाप्रकारे बनला, ह्याविषयी निश्चयपूर्वक उत्तर देता येणार नाही. याविषयावर बिल्हंम, थॉम्सन, श्मिट, ऐशाम, तेगार आणि व्हर्नर यांनी कार्य केले आहे. या नियमाच्या संशोधनापूर्वी सर्वांचे असे मत होते की, संस्कृतमधील बहुतेक सर्व ध्वनी आदिम भारोपीय भाषेच्या मूलध्वनींच्या सर्वात समीप आहेत, आणि ग्रीक, लॅटिन ह्या तुलनेने संस्कृतपेक्षा नंतरच्या भाषा आहेत. अशी धारणा असूनसुद्धा एक गोष्ट कळत नव्हती की संस्कृतमध्ये जिथे 'च' 'ज' इत्यादी वर्ण आहेत. त्या जागी दुसऱ्या भाषेत ते 'क' 'ग' कां झाले ? ह्या रहस्याचा उलगडा तालव्य नियमाने केला आहे.

तालव्य नियमाचे अन्वेषण करणाऱ्यांचे कथन आहे की, ज्या संस्कृत शब्दांत

'अ' ग्रीक किंवा लॅटिन 'ओ' (O) प्रमाणे आहे, त्याच्यापूर्वी 'क' किंवा 'ग' हेच आढळतात. परंतु जरी तोच 'अ' ग्रीक किंवा लॅटिनच्या पूर्वी 'ई' (E) प्रमाणे आहे, तर त्याच्यापूर्वी कण्ठय 'क' किंवा 'ग' न आढळता तालुने उच्चारलेले तालव्य 'च' आणि 'ज' मिळतात.

संस्कृत	अस्ति	जन:	अ	अप: ददर्श	अस्थि
ग्रीक =	Esti	Genos	इ -	O Dedorka	osteon
लॅटिन -	Aste	Genus	ई -	U -Opus	

याचप्रमाणे 'पचति' आणि 'पाकस' मध्येही हेच तत्त्व आले. म्हणून संस्कृत 'अ' ध्वनीच्या स्थानी 'इ' किंवा 'आ' हे ध्वनी मूळ भारोपीय भाषात होते.

❑

१४ लिपी विज्ञान

भाषा लिहिण्याचे साधन फक्त लिपी हीच आहे, जर भाषेत लिपी नावाचे साधन नसेल तर अनेक भाषा आणि त्यातील साहित्य ह्यांच्याशी कुणाचाही परिचय होणार नाही. केवळ लिपी हेच एक असे साधन आहे की जी मनुष्याच्या प्राचीन उपलब्धी, इतिहास इ. सुरक्षित ठेवते. प्रारंभी जादू होण्यासाठी आखलेल्या रेघा धार्मिक प्रलीकांची चिन्हे - चित्रे, ओळख पटण्यासाठी मातीच्या घड्यावरील चित्रे, एकाद्या वस्तूला अलंकृत करण्यासाठी काढलेली चित्रे इत्यादी लिपीची मूळ सामग्री होय. तथापि लिपीच्या निश्चित उद्भवाच्या संदर्भात कांहीही निश्चितपणे सांगणे कठीण आहे. आजवरच्या लिपीसंबंधीच्या अभ्यासाचा निष्कर्ष हाच आहे की इ.स. पू. ४००० वर्षापर्यंत लेखनकलेची कोणतीही व्यवस्थित प्रणाली जगात विकास पावली नव्हती. १००० इसवीसनापूर्वीपासून ४००० इ.स. पू. पर्यंत लिपीचा विकास हळूहळू होत गेला. ह्या क्रमिक विकासाचे स्वरुप खालील प्रकारे आहे.

१) चित्रलिपी २) सूत्रलिपी ३) प्रतीकात्मक लिपी ४) भावमूलक लिपी ५) भावध्वनिमूलक लिपी ६) ध्वनिमूलक लिपी.

१) चित्रलिपी :-

आदिम अवस्थेतील मनुष्य अतिप्राचीन काळात दैनंदिन व्यवहारात उपयोगी पडणाऱ्या विभिक्त वस्तूंवर जीवजंतूंची वेडीवाकडी चित्रे किंवा प्रतीके अंकित करीत असे. अशा प्रकारची प्राचीन चित्रे दक्षिण फ्रान्स, स्पेन क्रीट, मेसापोटेमिया, ग्रीस, इटली पोर्तुगाल, सायबेरिया, सिरिया, इजिप्त, इंग्लंड इत्यादी अनेक देशात प्राप्त झाली आहेत, ही चित्रे दगड, हाडे, लाकूड, शिंग, जनावरांच्या कातड्यावर आणि मातींच्या भांड्यावर रेखाटलेली आहेत. असे दिसते की ह्या काळात चित्रलिपी आदिमानवामध्ये व्यापक रीतीने प्रचलित होती. कारण एखाद्या विशिष्ट वस्तूचे चित्र विशेष निमित्ताने

बनवले जात असे. अर्थातच ह्या प्रकारच्या लिपीत अनेक दोषही होते. ते थोडक्यात असे.

१) व्यक्तीवाचक संज्ञाना अभिव्यक्त करण्याचे कोणतेच साधन नाही. साधारणपणे व्यक्तीचे चित्र रेखाटणे अशक्य नव्हते, परंतु विशिष्ट व्यक्तीचे चित्र काढणे ही समस्या होती.

२) स्थूल वस्तूंची चित्रणे आदिमानवाने केली, पण सूक्ष्म भावनांचे रेखाटन असंभव होते.

३) चित्रनिर्मितीत अधिक वेळ जाई, म्हणून त्याकाळातील संघर्षमय वेगवान जीवनपद्धतीत ह्या चित्रलिपीचा उपयोग नव्हता.

४) सर्वच लोक चित्रे काढू शकत नसत. त्याच बरोबर वेगवेगळ्या अनेक वस्तूंची चित्रे रेखाटणेही शक्य नव्हते.

५) ज्या भावनेने, उद्देशाने ते विशिष्ट चित्र चित्रकाराने रेखाटले असेल, त्याच भावनेने अर्थातच तत्कालीन प्रेक्षकांनी त्या चित्रांकडे पाहिलेच नसावे.

२) सूत्रलिपी :

सूत्रांन्त (तंतुना) गाठी मारून भाव अभिव्यक्त करण्याच्या कलेला सूत्रलिपी म्हणतात. सध्या 'वर्षगाठ-खूणगाठ' इत्यादींच्या निमित्ताने तसेच अनेक महोत्सवाच्या वेळी अशा ग्रंथी-गाठी-सूत्रलिपीची प्रथा आजवर काही समजतात आहे. ह्या गाणी ग्रंथी वेगवेगळ्या प्रकारांनी बांधल्या जात. रंगवल्या जात. उदा.

१) धाग्यात रंगीबेरंगी सूत्रे बांधून **२)** धाग्यांना विशिष्ट रंग देऊन **३)** दोर वा प्राण्याच्या कातड्यात विभिन्न रंगाचे मोती, पोवळे, वा अलंकार दोऱ्यात गुंफून, **४)** दोराला वेगवेगळ्या प्रकारच्या गाठी बांधून **५)** दोरीला विशिष्ट सूचना देण्याच्या उद्देशाने ठराविक अंतरावर गाठी बांधून **६)** लाकडांच्या मध्ये वेगवेगळ्या लहान मोठ्या रंगीबेरंगी दोऱ्याबांधून.

या प्रकारच्या लिपीचे प्रचलन चीन, तिबेट देशात होते. 'क्वीपू' लिपी याचे उत्तम उदाहरण होय.

३) प्रतीकात्मक लिपी :

दूर दूरवर राहणाऱ्या व्यक्तीला कांही सांगण्यासाठी कळवण्यासाठी कोणत्यातरी प्रतीकाच्या आधार घ्यावा लागत होता. विवाहासारख्या मंगल कार्याच्या वेळी हळदी, सुपारी पाठवणे. झेंडे दाखवून, हलवून संकेत देण्याची प्रथा आजही आहे. अमेरिकेतील रेड इंडियन लोक धुराचा लोट नियंत्रित करून त्यांच्या द्वारे दूर दूरवर, आमंत्रणे, युद्ध

सूचना, शत्रूचे आगमन कळवले जाई, आफ्रिकेतील जंगली जमातींच्यामध्ये नगाऱ्यांच्या विशिष्ट तालां - ठेक्यांची भाषा बनवून अल्पावधीत दूरवर निरोप देत असतात. ह्या पद्धती आजही सुधारलेल्या जगात वापरात असल्यामुळे ह्यांना 'प्रतीकात्मक लिपी' म्हणणे दोषपूर्ण आहे.

४) भावमूलक लिपी :

ह्या लिपीचा विकास चित्रलिपीपासूनच झाला. चित्रलिपीत केवळ स्थलपदार्थांचेच अंकन-चित्रण केले जाई. उदाहरणार्थ 'पायाचे चित्र' केवळ पायाचा संकेत करीत नसे, तर चालण्याचाही भाव प्रकट करीत असे. सुष्ट-दुष्ट भाव प्रकट करण्यासाठी सुंदर, विद्रूप चेहरे, सौम्य, भडक रंग वापरले जात असत. ह्या लिपीची उदाहरणे उत्तर अमेरिका, चीन, पश्चिम आफ्रिका इत्यादी ठिकाणी उपलब्ध आहेत.

भावध्वनिमूलक लिपी :

ही लिपीसुद्धा चित्रलिपीची विकसित रुप आहे. या लिपीमध्ये चित्रात्मकते-बरोबर भावमूलक आणि ध्वनिमूलक असे दोन्ही तऱ्हेचे संकेत एकाच स्थानी असतात. ह्या लिपी इजिप्त, हिटाईट आणि मेसापोटेमियामध्ये विद्यमान होत्या.

६) ध्वनिमूलक लिपी :

ह्या लिपीमध्ये कोणतीही वस्तू किंवा भाव अभिव्यक्त करण्यासाठी संकेताचे साहाय्य न घेता, तो विशिष्ट ध्वनीच प्रकट केला जात असे. ह्या लिपीचे दोन प्रकार आहेत. **१)** अक्षरात्मक आणि **२)** वर्णात्मक.

१) अक्षरात्मक लिपी : ह्या लिपीत 'संकेत' एखाद्या अक्षराला अभिव्यक्त करतो. पण हे संकेत म्हणजे देवनागरीसारखे वर्ण नव्हेत.

२) वर्णात्मक लिपी : ह्या लिपीमध्ये प्रत्येक ध्वनीसाठी एक चिन्ह होते. ह्याचे वैज्ञानिक विश्लेषण सहजपणे करता येते. 'रोमन' लिपी ही वर्णात्मक लिपी आहे.

लिपीचा उद्‌भव आणि विकास ह्यावर संक्षिप्त प्रकाश टाकल्यावर आता भारतीय लिपीबरोबर विचार करणे आवश्यक आहे. जगातील प्राचीन लिपींमध्ये 'फोनोशिअन' (फिनिशिअन) दक्षिणासामी, ग्रीक, लॅटिन, आर्मेइक, हिब्रू, अरबी, खरोष्ठी आणि ब्राह्मी प्रसिद्ध आहेत.

प्राचीन भारतीय लिपींमध्ये तीन लिपी समाविष्ट आहेत.

१) सिंधुसंस्कृतीची लिपी **२)** खरोष्ठी **३)** ब्राह्मी

सिंधुसंस्कृतीची लिपी :

सिंधुसंस्कृतीची लिपी अत्यंत प्राचीन आहे. मोहेंजोदारो आणि हडप्पा येथील उत्खननातील अवशेषावर ही लिपी आहे. पण ह्या लिपीच्या अर्थासंबंधी विद्वानात अनेक मतभेद आहेत, कांही विद्वानांच्या मते ही द्राविड लिपी आहे. ह्याच मताचा पुरस्कार एच. हेरास आणि जॉन मार्शल ह्यांनी केला असून, सध्यापर्यंत तरी ही लिपी द्राविड असल्याचेच मानले जाते. तर ब्रेडेल आणि डॉ. प्राणनाथ ह्यांच्या मतानुसार ही लिपी सुमेरी संस्कृतीतून उत्पन्न झाली आहे. यांच्या मते इ. स. पू. ४००० वर्षापूर्वी सिंधुखोऱ्यात सुमेरी लोक राहात होते. त्यांचीच भाषा आणि लिपी तेथे प्रचलित होती.

अनेक विद्वानांच्या मताप्रमाणे आर्य अथवा असुर (अतिप्राचीन इराणी) तेथे राहात, त्यांची ती लिपी आहे.

सिंधुसंस्कृतीची लिपी भावध्वनिमूलक पद्धतीची लिपी असून ह्या लिपीतील संकेतांचा रहस्यभेद आजवर झालेला नाही.

खरोष्ठी लिपी :

खरोष्ठी लिपीचे प्राचीन अभिलेख इ.स. पू. चौथ्या शतकापासून ते इ.स.पू. तिसऱ्या शतकापर्यंत सापडलेले आहेत. या लिपीला 'खरोष्ठी' कां म्हणतात, ह्या विषयावर विद्वानात मतभेद आहेत.

१) प्राचीन चिनी विश्वकोषात 'खरोष्ट' नामक व्यक्तिद्वारा आविष्कृत झालेली लिपी असल्याचे म्हटले आहे. त्यामुळे ह्या लिपीला 'खरोष्ठी' असे नाव पडले.

२) ही लिपी पश्चिमोत्तर भारतात राहाणाऱ्या अर्धसभ्य खरोष्ठ जातीच्या लोकांची होती, म्हणून हिला 'खरोष्ठी' म्हणतात.

३) कांही विद्वानांचे मत आहे की, ह्या लिपीचा संबंध मध्य आशियातील 'काशगर' नगराशी आहे, संस्कृतमध्ये काशगर ला 'खरोष्ठ' म्हणतात. म्हणून हिचे 'खरोष्ठी' नाव आहे.

४) अनेक तज्ञांच्या मते ही लिपी गाढवाच्या कातड्यावर लिहिली जात असे. म्हणून प्रारंभी हिला 'खरपृष्ठी' म्हणत. नंतर नाव परिवर्तित होऊन ते 'खरोष्ठी' झाले.

५) काही म्हणतात : हा मूळचा 'आर्मेइक' शब्द असून त्याचा स्वीकार संस्कृत भाषेत झाला.

६) डॉ. राजबली पांडेय यांच्या मतानुसार ह्या लिपीतील अक्षरे गाढवाच्या ओठासमान आहेत, म्हणून 'खर ओष्ठी' अशी सार्थ संज्ञा मिळाली.

७) डॉ. सुनीतिकुमार चटर्जीच्या मते हिब्रू भाषेत 'खरशेथ' चा अर्थ 'लेखन' असा आहे. ह्या 'खरोशेथ' चे विकृत रुप खरोळी बनले. ह्या लिपीला कांही विद्वान

'भारतीय लिपी' तर काहीच्या मते ही 'अभारतीय लिपी' आहे. पण बहुतेक मतांचा कल खरोष्ठी ही पश्चिमोत्तर भारतीय लिपीच आहे असा आहे,

ब्राह्मी लिपी :

प्राचीन लिपींमध्ये ही सर्वप्रथम होय, अन्य लिपींच्या तुलनेत ही अधिक शास्त्रशुद्ध आहे. ह्या लिपीतील प्राचीन अभिलेख इ. स. पू. पाचव्या शतकापासून ते इ. स. ३५० पर्यंत सापडले आहेत. ह्या लिपीच्या नामकरणाबाबतही विद्वानांची मते भिन्न भिन्न आहेत.

१) प्राचीन चिनी विश्वकोशात ह्या लिपीचा निर्माता 'ब्रह्मा' नावाचा आचार्य होता. त्याच्या नावावरुन 'ब्राह्मी' नाव आले.

२) डॉ. राजबळी पांडेय यांच्या मते, वेदांचे रक्षण करणाऱ्या ब्रह्माने (ब्रह्मदेवाने) हिचा आविष्कार केला, म्हणून हिला ब्राह्मी नाव मिळाले.

३) ही लिपी तत्कालीन ब्राह्मण समाजात प्रचलित असल्याने 'ब्राह्मी' ठरली.

अनेक विद्वानांच्या मते ही लिपी भारतीय आहे, कांही 'अभारतीय' मानतात. तथापि अमरकोशात 'ब्राह्मी तु भारती भाषा गीर्वाणवाणी सरस्वती ।'' असा उल्लेख आहे, हे लक्षणीय आहे.

डॉ. आल्फ्रेड मुलर, जेम्स प्रिन्सेप, आणि सेनॉर्ट या विद्वानांच्या मते ब्राह्मी लिपीची उत्पत्ती ग्रीक लिपीतून झाली. तर कांही विद्वान हिला 'सामी' लिपीपासून उद्‌भूत मानतात. कांहीच्या मते ही 'फोनेशियन' लिपीपासून बनलेली होती. म्हणजे सिंधु संस्कृतीच्या लिपीची सुधारित आवृती होती. सारांश, ब्राह्मी लिपीच्या उद्‌भवाविषयी एकमत नाही.

ब्राह्मी लिपीची उत्पत्ती भारतात झाली, ह्या बाबतीतही मतभिन्नता आहे. एडवर्ड रॉमस यांच्या मते ब्राह्मी लिपी 'द्राविडीयन' होती. आर्यांनी त्यांच्यापासून शिकून घेतली. परंतु ह्या मतात तथ्य नाही. कारण द्रविड तामिळची प्राचीनतम लिपी एक अपूर्ण लिपी असल्याची प्रमाणे आहेत. तिच्यापासून ब्राह्मी सारख्या पूर्ण लिपीच्या विकास झाला, हे असंभव आहे.

कनिंगहॅम, डारूसन, लेसेन ह्या विद्वानांच्या मते ब्राह्मी लिपीचा विकास पुरातन भारतीय चित्रालिपीपासून झाला आहे.

ब्राह्मी लिपीची वैशिष्ट्ये

१) ह्या लिपीचे प्रमुख वैशिष्ट्य म्हणजे ह्यातील वर्ण ज्या पद्धतीने लिहिले जात, त्याच पद्धतीने उच्चरित होत.

२) सर्व उच्चारित ध्वनींसाठी निश्चित चिन्ह आहे.

३) ध्वनींचे उच्चारणस्थानानुसार वर्गीकृत केले गेले आहे.

४) स्वर आणि व्यंजनांची संख्या पूर्ण आहे.

५) ऱ्हस्व आणि दीर्घ स्वरांच्या चिन्हासाठी वेगळी चिन्हे आहेत.

६) स्वर आणि व्यंजनाचा सहयोग मात्राद्वारा होत असे.

विशेषत: गौरीशंकर ओझांनी म्हटले आहे की, 'मनुष्याच्या बुद्धीने दोन महत्त्वशाली कार्ये केली. एक भारतीय ब्राह्मी लिपी, आणि वर्तमान शैलीच्या अंकाची कल्पना.'

ब्राह्मी लिपीचा विकास

द्राविड लिपी वगळली तर भारतातील सर्वच लिपींचा उद्‌गम ब्राह्मी लिपीतून झाला आहे. मौर्यकाळापर्यंत ही लिपी चांगलीच प्रसिद्ध झाली होती. ह्या लिपीस दोन शाखात विभक्त करता येते. **१)** उत्तरी आणि **२)** दक्षिणी.

उत्तरी शाखेच्या अतंर्गत चार लिपींची गणना होते. **१)** गुप्त लिपी, **२)** कुटिल लिपी, **३)** शारदा लिपी, ४) नागरी लिपी.

दक्षिण शाखेच्या अंतर्गत सहा लिपी येतात.

१) तामिळ लिपी **२)** तेलगु-कन्नड लिपी **३)** ग्रन्थ लिपी **४)** कलिंगलिपी **५)** मध्यदेशीय **६)** पश्चिमी लिपी

या शाखामधील शारदा, नागरी आणि कुटिल लिपी उत्तर भारतात सातव्या शतकाच्या दरम्यान विशेष विकसित झाल्या होत्या.

१) गुप्त लिपी : गुप्तलिपीचा संबंध गुप्तवंशी राजांशी होता. इ.स. चौथ्या पाचव्या शतकापर्यंत ह्या लिपीचे अभिलेख मिळतात.

२) कुटिल लिपी : ह्या लिपीचा विकास गुप्त लिपीपासूनच झाला. हिच्यापासून **१)** कैथी, **२)** मैथिली, **३)** बंगाली, **४)** आसामी, **५)** उडिया, **६)** नेपाळी, **७)** मणिपुरी लिपी विकसित झाल्या. हिचे क्षेत्र उत्तर भारत हेच राहिले.

३) शारदा लिपी : ह्या लिपीचा विकास कुटिललिपीपासून झाला आहे. हिच्यापासून उत्तर-पश्चिमी भारत, काश्मिर, पंजाब आणि सिंधु क्षेत्रात प्रसारामुळे काश्मिरी, टाकरी, गुरुमुखी, लेहंदा लिपी विकसित झाल्या. काश्मिरी लिपी काश्मिरात प्रचलित आहे. लेहंदा लिपी सिंध आणि पंजाबात काही भागात आहे. हिची दोन विकसित रुपे आहेत. **१)** सिंधी आणि मुलतानी लिपी. यांच्या संशोधित रूपालाच गुरुमुखी लिपी असे नाव आहे.

४) नागरी लिपी : हिला देवनागरी असेही म्हणतात. दक्षिण भारतात हिला

'नंदिनागरी' असे म्हटले जाते. कुटिल लिपीपासून हिचा विकास झाला, भारतामध्ये ही लिपी सर्वाधिक प्रचलित आहे. गुजराथी, बंगाली, मराठी, राजस्थानी इत्यादी लिपी ह्या नागरी पासून संभवल्या. ह्या लिपीतील अभिलेख, लेख सर्वात प्राचीन म्हणजे सातव्या आठव्या शतकापासून मिळू लागतात. ११-१२ व्या शतकापर्यंत ही लिपी पूर्णत्वाला पोहोचली. उत्तर भारतात ह्या लिपीत ताडपत्रावर लिहिलेली प्राचीन हस्तलिखिते उपलब्ध झाली आहेत.

अरबी लिपी -

आर्मेईक लिपीपासून परंपरेने अरबी लिपी बनली.

आर्मेईक → तिबातेन → सिनेतिक → अरबी, हखामनी साम्राज्यात कीलाक्षर लिपी होती. पण अलेक्झांडरच्या आक्रमणानंतर आर्मेईक लिपी सुरु झाली, त्यातूनच अरबी लिपी तयार झाली.

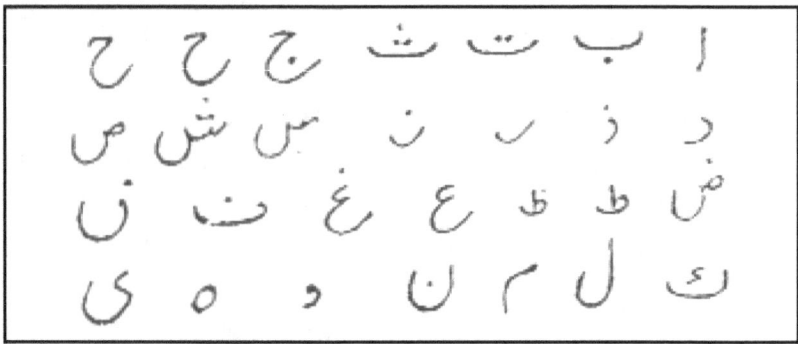

चीनी लिपी -

चिनी लिपी इ. स. पू. ३२०० मध्ये 'फू हे' नामक व्यक्तीने प्रचलित केली अशी कथा आहे. प्रत्येक शब्दासाठी अलग लिपी चिन्ह असल्याने चिनी लिपीत ५०,००० लिपीचिन्हे असावीत. ही सर्व स्मरणात राखणे अवघड आहे.

चिनी लिपीचे उदाहरण खालीलप्रमाणे आहे :

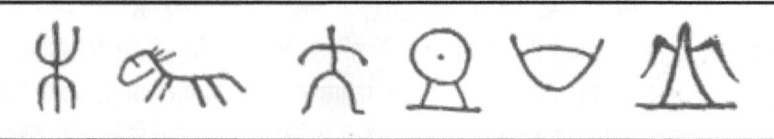

सिंधु संस्कृती -

मोहंजोदरोमध्ये सापडलेल्या लिपीतील हे काही अंश आहेत. अनेकांनी ह्या चिन्हांचे वेगवेगळे अर्थ लावले असले, तरी विद्वानांमध्ये अर्थाबाबतीत मतैक्य नाही.

फन्नी लिपी -

इ. स. पू. ४००० वर्षांपूर्वी या लिपीचा बाबिलोनियात प्रसार होता. सुमेरी जातीच्या लोकांनी ह्या लिपीचा प्रयोग केला होता. इ. स. पू. ४००० ते इ. स. पू. १ ल्या शतकापर्यंत या लिपीचा वापर असून फन्नी किंवा त्रिकोणी लिपी चित्रलिपीचा उत्तम नमुना आहे. सर हेनरी जे थर्ड यास ह्या लिपीचा शोध लागला.

हीरोग्लाईफिक लिपी -

ही इजिप्तची प्राचीनतम लिपी होय. या लिपीचा वापर इ. स. पू. ४००० ते इ. स. ६० व्या शतकापर्यंत झालेला आढळतो. हीरोग्लाइफिक म्हणजे 'खोदलेली पवित्र अक्षरे' हे नाव ग्रीकांनी दिले.

सामी - ब्राह्मी

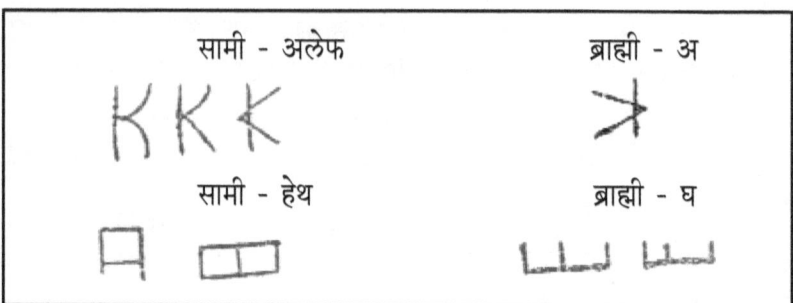

खरोष्ठी लिपी -

खरोष्ठी लिपी -

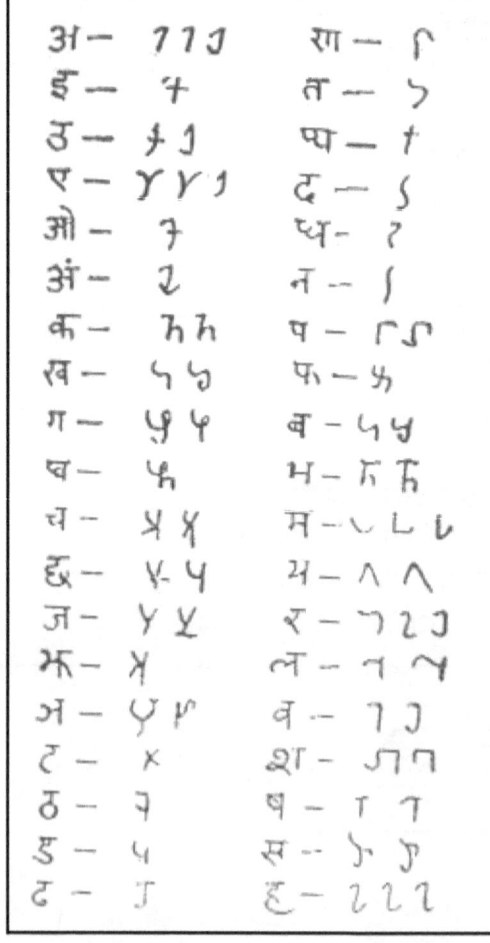

खरोष्ठी अंक -

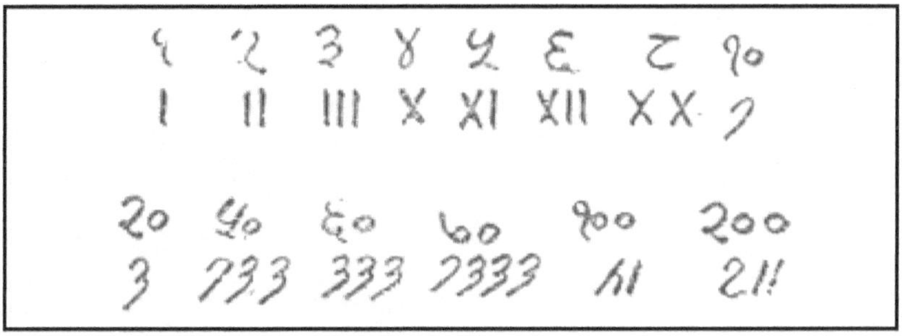

٤	٢	3	४	५	3	Ꮓ	१०
I	II	III	X	XI	XII	XX	٢

20	५०	६०	७०	९००	२००
3	733	333	7333	۸I	2II

खरोष्ठी	आर्मेइक
क	काफ्
ज	जाइन्
द	दालथ्
न	नून
ब	बेथ
य	योध्
र	रेश्
व	वाव्
ष	शिन्
स	त्साधे
ह	हे

दारयवहूची इराणी भारतीय लिपी -

लिपीचे वाचन संस्कृत भाषेत आहे.

इराणी - भारतीय लिपी

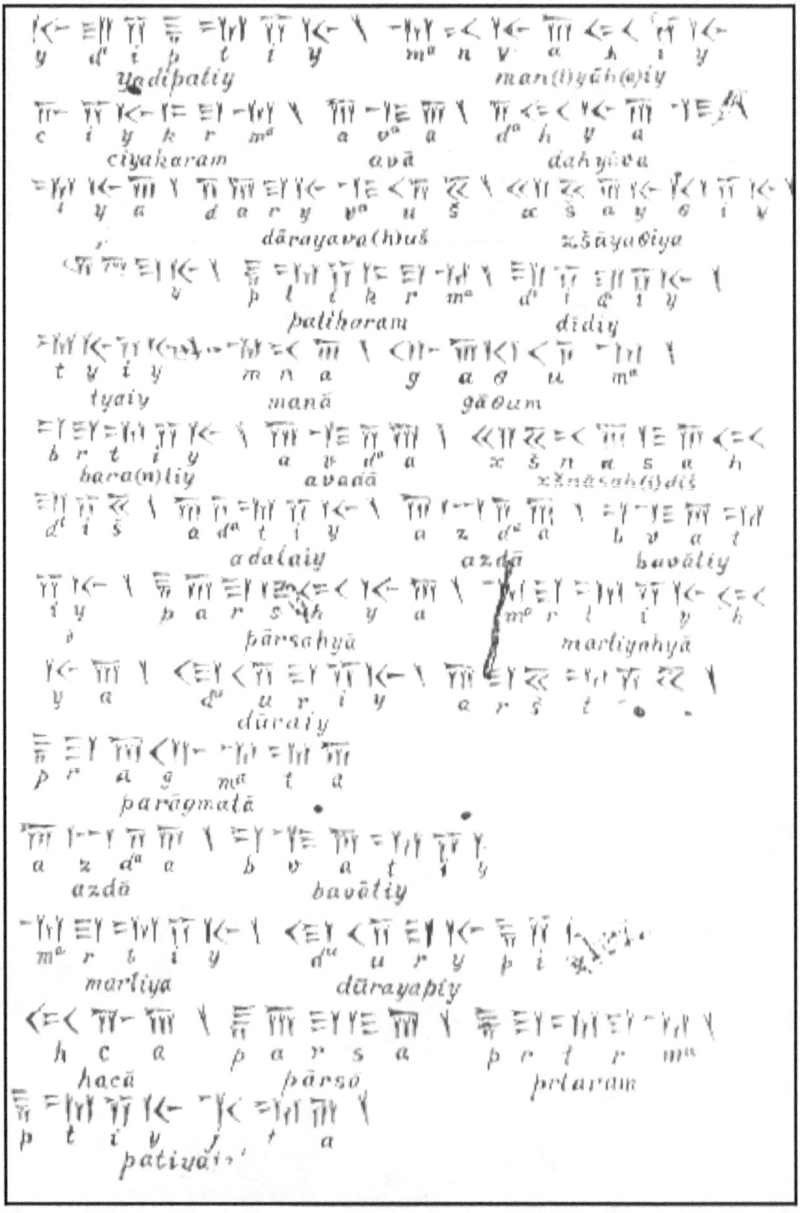

y dᵘ i p t i y mⁿ n v a h i y
yadipatiy *man(i)vah(a)iy*

c i y k r mᵃ a vᵃ a dᵃ h y a
ciyakaram *avā* *dahyāva*

i y a d a r y v u š x s a y θ i y
dārayava(h)uš *xšāyaθiya*

y p l k r mᵃ dᵘ i t i y
palikaram *didiy*

t y i y mⁿ a g a θ u mᵐ
tyaiy *manā* *gaθum*

b r t i y a vᵃ dᵃ x š n a s a h
bara(n)tiy *avanā* *xšnāsah(i)diš*

dᵘ š a dᵃ t i y a z dᵃ b v a t
adataiy *azdā* *bavātiy*

i y p a r s h y a mᵃ r t i y h
pārsahya *martiyahya*

y a dᵘ u r i y a r s t
dūraiy *arst*

pʳ a g mᵃ t a
parāgmatā

a z dᵃ a b v a t i y
azdā *bavātiy*

mᵃ r t i y dᵘ u r y p i y
martiya *dūrayapiy*

h c a p a r s a pʳ t r mᵐ
hacā *pārsa* *prtaram*

p t i y j a
pativain

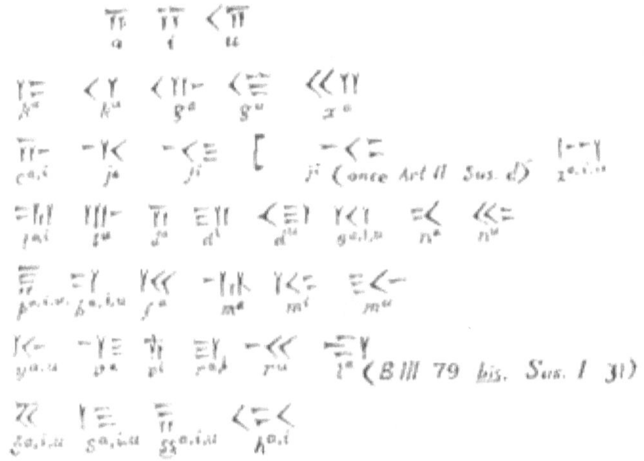
(once Art II Sus. d)
(B III 79 bis. Sus. I 31)

WORD-DIVIDER

IDEOGRAMS

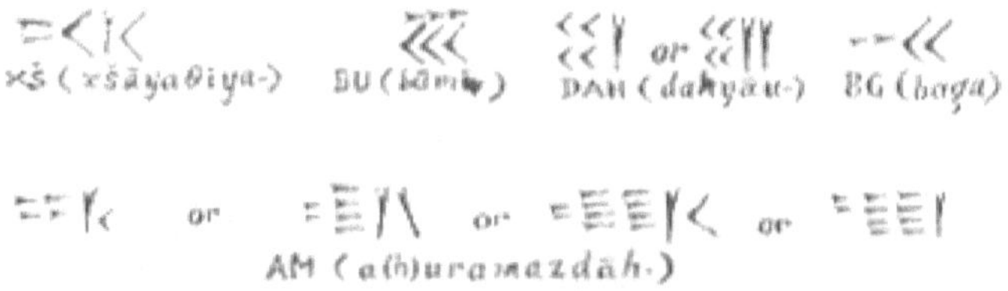
XŠ (xšāyaθiya-)
DAH (dahyāu-)
BG (baga)
or
AM (a(h)uramazdāh-)

NUMERALS

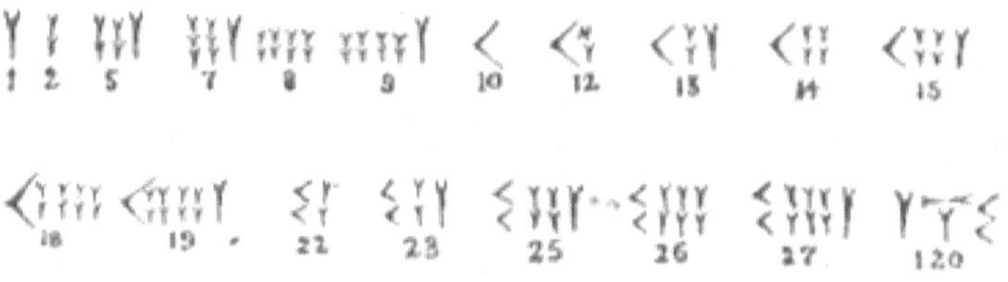
1 2 5 7 8 9 10 12 13 14 15
18 19 22 23 25 26 27 120

ब्राह्मी लिपी -

ब्राह्मी लिपी -

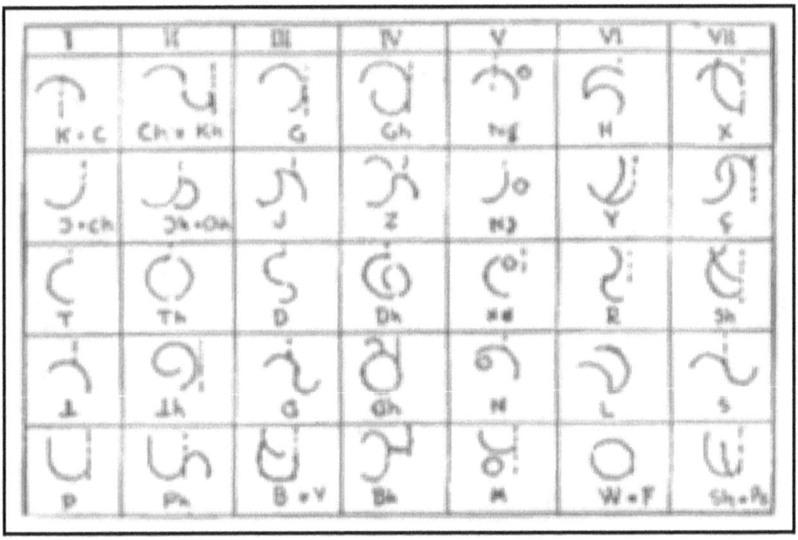

I	II	III	IV	V	VI	VII
K + C	Ch + Kh	G	Gh	ng	H	x
J + ch	Jh + Dh	J	Z	nj	Y	ç
T	Th	D	Dh	nd	R	jh
t	th	G	Gh	N	L	s
P	Ph	B + V	Bh	M	W + F	Sh + Ph

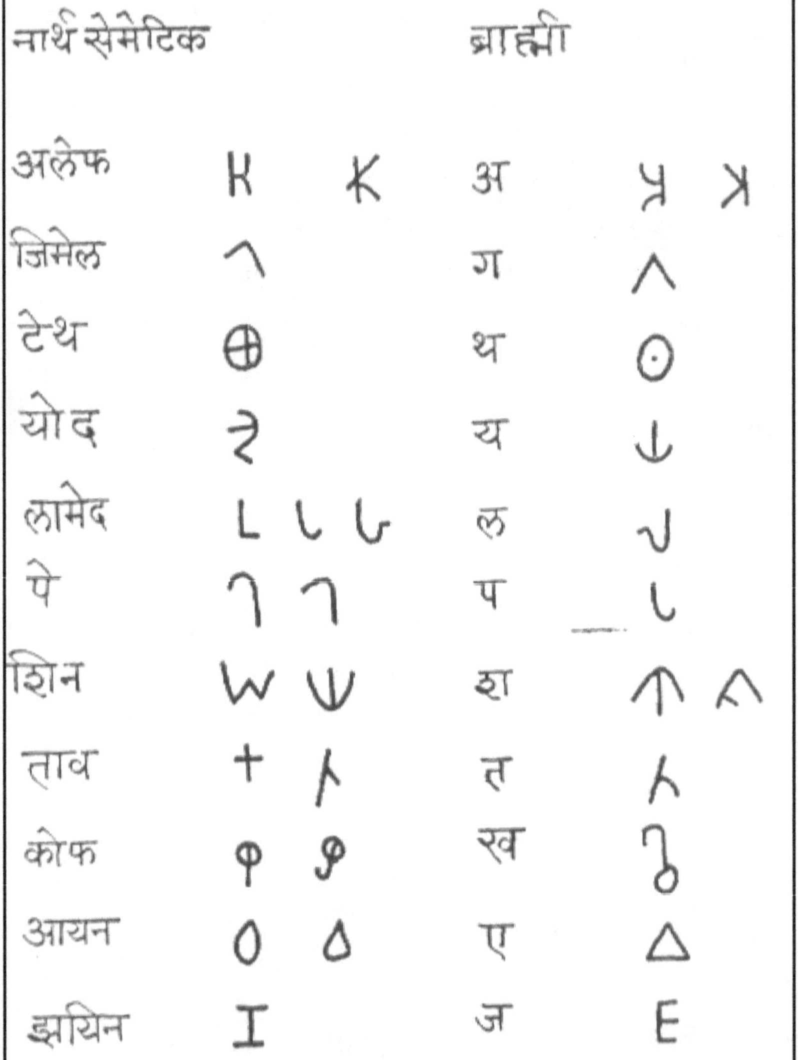

नार्थ सेमेटिक			ब्राह्मी		
अलेफ	Ƙ	Ƙ	अ	Ʈ	ꓘ
जिमेल	ᐱ		ग	ᐱ	
टेथ	⊕		थ	⊙	
योद	ξ		य	↓	
लामेद	ᒪ	ᒍ	ल	ᒎ	
पे	ᒉ	ᒉ	प		ᒉ
शिन	W	ᵿ	श	↑	ᶺ
ताव	+	ᐟ	त	ᐠ	
कोफ	φ	ᶚ	ख	ᶚ	
आयन	○	△	ए	△	
झयिन	I		ज	E	

अलेफ्	अ	काफ्	क	जिमेल्	ग
ऐन्	इ क्विा ए	कोफ्	ख	त्सद्	च ळ
झयिन्	ज	पे	प	लामेद्	ळ
ताव्	त	बेथ्	ब	बाब्	य

य, र, ल, व हे अर्धस्वर, श, ष, स आणि महाप्राण ह, अनुस्वार, विसर्ग, जिह्वामूलीय, उपध्मानीय, संधी यांचा भारतीय लिपीमध्ये अंतर्भाव आहे. एका अक्षरातून दुसरे अक्षर कसे उत्पन्न झाले हेही खालील तक्त्याप्रमाणे दानी यांनी निदर्शनास आणले.

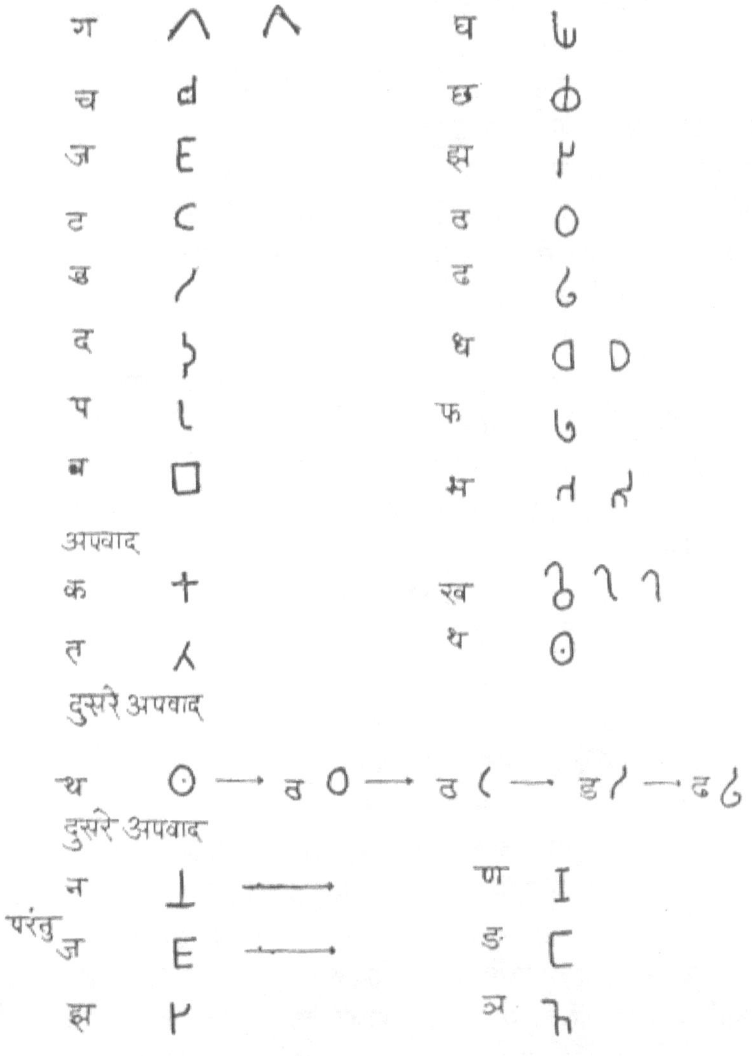

ग	∧	∧		घ	৬
च	d			छ	Φ
ज	E			झ	Ⴑ
ट	C			द	O
ख	/			द	৬
द	⟩			ध	◁ ▷
प	l			फ	৬
ब	▢			भ	ᴧ ᴧ

अपवाद

क	✝		ख	⟨ ⟩ ⟩
त	⋏		थ	⊙

दुसरे अपवाद

थ   ⊙ → ड ⊙ → ड ⟨ → ड ⟩ → ड ৬

दुसरे अपवाद

न	⊥	→		ण	I
परंतु ज	E	→		ङ	C
झ	Ⴑ			ञ	ꓶ

ब्राह्मी लिपीत मुख्य तीन स्वर आणि एकोणीस मुख्य व्यंजने आहेत आणि त्यांची बेरीज बावीस आहे. नॉर्थ सेमेटिकमध्येही तेवढीच अक्षरे आहेत.

लिपी विज्ञान ● ४०५

अंकलेखन

जगात लेखनकलेचे सर्वांत प्राचीन नमुने इजिप्तमध्ये सापडतात, आणि अंकलेखनाचे नमुनेही तेथेच सापडतात, अंकलेखनाच्या प्राथमिक अवस्थेमध्ये गारगोट्या, झाडांची पाने, काठ्या, हाताची बोटे यांचा उपयोग माणसाने मोजमापासाठी केला. जगातील बहुतेक सर्व भाषांतून सामान्यपणे प्राथमिक अवस्थेमध्ये मनुष्यप्राणी अशाच तऱ्हेने अंकनिर्देश करीत असे. पुढे लेखनकला अवगत झाल्यावर एकेक अक्षराचा अंकासाठी उपयोग होऊ लागला. अशा तऱ्हेची पद्धती अरमइक, खरोष्ठी, ब्राह्मी आणि ग्रीक लिपीत दिसून येते. परंतु तत्पूर्वी अंकदर्शनासाठी चिन्हांचाच उपयोग केलेला आढळून येतो. इजिप्तमध्ये एक ते नऊपर्यंतचे आकडे उभ्या दंडाने दाखविले आहेत. दहा, शंभर, हजार या संख्यांसाठी वेगळी चिन्हे दाखविली आहेत. लक्षाकरिता बेडकाचे व दहा लाखांसाठी आश्चर्याने बाहू पसरलेल्या माणसाचे चित्र काढीत. पुढे इजिप्तमध्ये लोकांनी हिअरेटिक अंक आणि त्यापासून डेमॉटिक अंक केव्हा उपयोगात आणले त्याचा काल निश्चितपणे सांगता येत नाही.

भारतवर्षात अंकलेखनाची पद्धत केव्हापासून सुरू झाली हे नक्की सांगता येत नाही. अशोकाच्या सिद्दापूर, सहस्रराम आणि रूपनाथ येथील शिलालेखांत २००, ५० आणि ६ हे अंक आढळून येतात. दक्षिणेकडे नाणेघाटातील सातवाहन-सम्राज्ञी नागनिका हिच्या लेखात इतर अंक तर आले आहेत. परंतु २०००० ही सर्वात मोठी संख्या आली आहे.

ऋग्वेदामध्ये भारतातील अंकांचा सर्वांत प्राचीन पुरावा आढळून येतो.

तिस्त्रो द्यावः सवितुर्द्वा उपस्थां एका यमस्य
भुवने विराषाद् ऋ. १.३५.६

अंकलेखन : ४७

अष्टौ व्यख्यत्ककुभः पृथिव्यास्त्री धन्व योजना
सप्तसिंधून् ऋ १.३५.८

सहस्त्रशीर्षाः पुरुषाः सहस्त्राक्षः सहस्त्रपात्
स भूमिं विश्वतो वृत्वात्यतिष्ठद्दशांगुलम्
ऋ १०.९०.०१

या श्लोकांवरून ऋग्वेदकालात केवळ सात, आठ इत्यादी लहान संख्याच होत्या असे नाही; तर हजारापर्यंत अंक मोजणी होऊ शकत होती असे दिसून येते. यजुर्वेदसंहितेमध्ये एक, दहा, शत, सहस्त्र, अयुत, नियुत, प्रयुत, अर्बुद, न्यर्बुद, समुद्र, मध्य, अंत, परार्ध पर्यंत आकडे दिले आहेत. हेच अंक तैत्तिरीय, मैत्रायणी आणि काठक संहितांमध्ये आढळतात. 'ललितविस्तर' या बौद्धग्रंथात गौतम आणि

अर्जुन यांच्या संवादात 'कोटी' हा अंकवाचक शब्द आला आहे. शिलालेखातील आणि वाङ्मयीन पुराव्यावरून अंकाच्या उत्पत्तीविषयी कोणताही निश्चित सिद्धांत मांडणे कठीण आहे.

संशोधकांची विविध मते

इ. १८३८ मध्ये प्रिन्सेप यांनी अंक म्हणजे त्यांच्या सूचक शब्दांचे प्रथमाक्षर आहे असे प्रतिपादन केले. भगवानलाल इंद्रजी यांच्या मते पहिल्या तीन आकड्यांशिवाय बाकी सर्व अंक अक्षराने दर्शविले जातात. ती अक्षरे लिपीप्रमाणे असल्यामुळे लिपीमध्ये आणि देशविशेषात कालानुरूप फरक पडला तसा अंकलेखनातही फरक पडलेला आढळून येतो. पन्नास आणि साठ या अंकांची चिन्हे अनुनासिक आणि जिह्वामूलीयाच्या खुणा असल्यामुळे अंकपद्धती भारतीय पंडितांनी निर्माण केली असे इंद्रजी यांनी प्रतिपादन केले. हे मत बर्नेल यांना पटले नाही. त्यांच्या मते ब्राह्मी लिपी फिनिशियन लिपीपासून उत्पन्न झाली आणि अंकही त्या लिपीपासून उत्पन्न झाले. अशोकाच्या लेखातील अंकांची उत्पत्ती डेमॉटिक लिपीपासून झाली आणि त्यांचा विकास भारतात झाला. बेली यांच्या मतानुसार भारतीय अंक इजिप्तमधील हिओरोग्लिफिक अंकापासून उत्पन्न झाले. इ. १८९६ मध्ये ब्यूल्हर यांनी हे म्हणणे खोडून टाकले. अशोकाच्या शिलालेखात अंक सापडतात. भारतात तत्पूर्वी अंकलेखनाची कला निश्चितपणे अस्तित्वात होती. ब्यूल्हर यांच्या मते हिअरोग्लिफिक लिपीतील अंकाचा क्रम भारतीय अंकांपेक्षा फार भिन्न आहे. हिअरोग्लिफिक लिपीमध्ये एकापासून नवापर्यंतचे आकडे उभ्या दंडाने दर्शविले जातात. एकाचा आकडा नऊ वेळा लिहिला तर नऊ हा आकडा होतो. दहाचे चिन्ह दोन वेळा लिहिले तर २० हा आकडा होतो. तीससाठी तीन वेळा. ते साठसाठी सहा वेळा लिहिले जाते. दोनशेचा आकडा लिहिण्यासाठी शंभराचा आकडा दोन वेळा लिहीत. याप्रमाणे हजार, दहा हजार व लक्ष या संख्या लिहिल्या जात. इजिप्शियन व भारतीय अंकलेखनात वीस चिन्हे असल्यामुळे भारतीय अंक हिअरोग्लिफिकवरून घेतले असावेत असा तर्क आहे; परंतु भारतीय अंकलेखनाच्या कलेचे अगदी मूळचे परदेशीय स्वरूप ओळखणेही अवघड व्हावे इतके हे लेखन स्वतंत्र झाले आहे.

भारतीय उत्कीर्ण लेखात आलेले अंक खालीलप्रमाणे आहेत : १, २ आणि ३ या अंकांना एक, दोन आणि तीन असे आडवे दंड आहेत. फ्लीट यांनी ते ऱ्हस्व, दीर्घ आणि प्लुत 'उ' असल्याचे प्रतिपादन केले.

४ या अंकासाठी क, ङ्क, आणि 'की' ही अक्षरे आढळतात.

५ अंकासाठी 'त्र' हे अक्षर असले तरी 'रफार' लावण्यात मात्र निश्चितपणा

दिसून येत नाही. त, त्रा, तु, न, ना, नु, ह्, ह्व ही अक्षरेही कधीकधी लेखातून आढळतात.

६ या अंकाबद्दल ज, स, फ्र, फ्रा, फ, फा या अक्षरांची योजना केलेली दिसते.

७ या अंकासाठी ग, ग्र, किंवा गु, ही अक्षरे येतात.

८ या अंकासाठी 'ह्' हे अक्षर असले तरी रफार मात्र विकल्पाने काढलेला आढळून येतो. या अंकासाठी ह, हा, ह्वा, पू ही अक्षरेही आढळतात.

९ या आकड्यासाठी 'ओ' आणि कधीकधी 'औ' हे अक्षर आले आहे.

१० या संख्येसाठी 'ठ' हे अक्षर उत्कीर्ण लेखात आढळते. 'र्य', 'ळ', 'ख', 'चे' या अक्षरांचाही दहासाठी उपयोग केलेला आढळतो.

२० या अंकासाठी 'ठ', 'थ', 'था' ह्या अक्षरांची योजना दिसून येते.

३० या अंकासाठी 'ल' किंवा 'ला' ही अक्षरे काढीत.

४० या अंकासाठी हस्तलिखितांमधून 'प्त' हे अक्षर असले तरी शिलालेख आणि ताम्रपटातून 'स', 'त' ही अक्षरे आलेली दिसतात.

५० या अंकासाठी उजवीकडे तोंड करून अगर डावीकडे, अगर उजवीकडे वळलेली अर्धचंद्राकृती काढीत.

६० या अंकासाठी 'प्' हे अक्षर विविध प्रकारांनी दर्शवीत.

७० या अंकासाठी 'प्' किंवा 'प्रा' ही अक्षरे निरनिराळ्या पद्धतीने काढलेली आढळून येतात.

८० या अंकासाठी उपध्मानीयाच्या उभ्या लंबवर्तुळात आडवा दंड काढलेला आढळून येतो.

९० म्हणजे जिव्हामूलीयाची खूण असे भगवानलाल इंद्रजी यांचे मत आहे. उभ्या लंबवर्तुळात फुली करून ९० या संख्येची खूण दर्शवितात.

१०० या संख्येसाठी 'सु' हे अक्षर आले असून सातव्या आठव्या शतकातील नेपाळातील लेखात 'अ' हे अक्षर आले आहे. देश, विभाग आणि कालमानानुसार यामध्ये निरनिराळे फरक होत गेले आहेत. क्षत्रपांच्या नाण्यांवर 'शु' हे अक्षर आहे. शंभराच्या खुणेला एक आणि दोन आडवे दंड लावले म्हणजे अनुक्रमे दोनशे आणि तीनशे या संख्या होतात. ४०० या अंकासाठी शंभराची आणि चाराची खूण. पाचशेसाठी शंभराची आणि पाचाची खूण. हजाराच्या खुणेसाठी 'रो', 'धु' ही अक्षरे काढीत. दोन हजार आणि तीन हजार या संख्यांसाठी 'धु' या अक्षराला अनुक्रमे एक आणि दोन आडवे दंड काढलेले दिसतात. चार हजारांसाठी 'रो-कि' किंवा धु-कि, सहा हजारांसाठी 'रो-फ्र', आठ हजारांसाठी 'धु-ह्', दहा हजारांसाठी रो-ठ्,

वीस हजारांसाठी 'रो-ठ', सात हजारांसाठी धु-ष्त अशा तऱ्हेची अक्षरांची आकड्यांसाठी योजना केलेली आढळून येते. परंतु ती अक्षरे सारख्या पद्धतीने लिहिली नाहीत.

हस्तलिखितातील अंक

उत्कीर्ण लेखातील अंक आणि हस्तलिखितातील अंक यामध्ये पुष्कळ वेळा फरक आढळतो. प्राचीन हस्तलिखितामध्ये खालीलप्रमाणे अंकसूचक अक्षरे दिली आहेत.

१ = ए, स्व, ॐ.
२ = द्वि, स्ति, न.
३ = त्रि, श्री, म.
४ = ङ्क, र्ङ्क, ङ्का, ष्क, र्ष्क, प्क, प्के, र्फ्क, पु.
५ = तृ, र्तृ, र्त्रृ, र्त्र, ह्र, नृ.
६ = फ्र, र्फ्र, र्फ्रु, ग्र, भ्र, र्पु, व्या, फ्ल.
७ = ग्र, ग्रा, र्ग्रा, ग्र्ग्रा, र्ग्गा, भ्र.
८ = ऱ्ह, ऱ्र्ह, ऱ्ही आणि द्र.
९ = ओ, उं, र्उ, उं, ऊं, अ, र्बु.
१० = ऌ, र्ऌ, ळ, ष्ट, डा, अ आणि र्सा.
२० = थ, था, र्थ, र्था, घ, र्घ, प्व आणि व.
३० = ल, ला, र्ल, र्ला.
४० = स, र्स, सा, र्सा आणि प्र.
५० = ताम्रशिलाशासनाप्रमाणे अर्धचंद्राकृती खूण आणि णू.
६० = चु, वु, घु, थू, र्थ, थ, र्थू, र्थु, र्घ, र्घु आणि घु.
७० = चु, चू, थू, र्थू, र्घू आणि र्मा.
८० = ताम्रशिलाशासनाप्रमाणे उपध्मानीयाची खूण आली पु.
९० = ताम्रशिलाशासनाप्रमाणे जिह्वामूलीयाची खूण.
१०० = सु, सू, लु आणि अ.
२०० = सु, सू, र्सू, आ, लू आणि र्घू.
३०० = स्ता, सू ा, र्जा, सा, सु, सू.
४०० = सूो, स्तो आणि स्ता.

हस्तलिखितामध्ये १, २, ३ या अंकांसाठी ए, द्वि, त्रि, स्व, स्ति, श्री, ओं, न, मः ही अक्षरे मिळतात. ती मांगल्यसूचक असल्यामुळे पहिल्या तीन

लिपी विज्ञान ● ४०९

आकड्यांची निदर्शक आहेत. एकाच आकड्यासाठी हस्तलिखितांमधून निरनिराळी अक्षरे आलेली आहेत.

२० हा आकडा प्रथम 'थ' प्रमाणे काढीत आणि नंतर 'ध' प्रमाणे काढू लागले. पुढे पुढे 'ध' हे अक्षर 'प' प्रमाणे वाचू लागले. अशा तऱ्हेने बाकीच्या अंकांत अशुद्धे झाली. प्राचीन शिलालेखात आणि दानपत्रात अंक एका ओळीत लिहीत असत, परंतु हस्तलिखितामध्ये अंक एकाखाली एक लिहीत असत. अशा तऱ्हेचे अंक पाटण, संभात, उदयपूर येथील हस्तलिखितांतून सापडतात.

स्थानमूल्याप्रमाणे केलेले अंकलेखन गुर्जरवंशी पहिल्या दद्द राजाच्या ताम्रपटामध्ये आढळून येते. कलचुरी संवत् ३४६ ही संख्या स्थानाच्या किंमतीप्रमाणे लिहिलेली दिसून येते. दहाव्या शतकापर्यंत प्राचीन पद्धतीनेच अंकलेखन करीत असत, परंतु त्यानंतर मात्र स्थानमूल्याप्रमाणेच अंकलेखन करीत असत.

अंकलेखनाच्या इतर पद्धती

अंकलेखनामध्ये शून्याची योजना कधीपासून झाली हे सांगणे अवघड आहे, परंतु आठव्या शतकात भारतामध्ये दशगुणोत्तर अंकक्रमाची उत्पत्ती झाली असावी. नवव्या शतकाच्या प्रारंभकाळी अबूजफर मुहम्मद अल्‌बुखारी याने अरबी भाषेत या अंकपद्धतीचे विवेचन केले आहे. बाराव्या शतकात ही पद्धत सर्व युरोपभर रूढ झाली. १ ते ९ पर्यंतचे आकडे लिहिल्यानंतर काढलेल्या शून्यामुळे अंकाच्या किंमतीमध्ये दसपटीचा फरक पडतो. ज्योतिष्यग्रंथामध्ये या पद्धतीचा अवलंब केलेला दिसून येतो. वराहमिहिराने आपल्या 'पंचसिद्धांतिका' या ग्रंथामध्ये अंकाचा स्थानमूल्याप्रमाणे निर्देश केलेला आहे. त्यावरून वराहमिहिरापूर्वीही ही पद्धती अस्तित्वात होती यात शंका नाही. स्थानमूल्यांप्रमाणे अंक निर्देश केलेला असला तरी शब्दांनी अंक लिहिण्याची पद्धतीही ज्योतिष आणि गणितग्रंथात दिसून येते. पुढे पुढे संख्या संक्षिप्तरूपाने आणि सांकेतिक शब्दाने सूचित करण्याची पद्धती रूढ झाली; ती खालीलप्रमाणे :

० = शून्य, रव, गगन. आकाश आणि आकाशवाचक शब्द उदा. - व्योम, अंतरिक्ष, नभ, पूर्ण, रंध्र.

१ = आदि, शशि, इंदु, विधु, चंद्र आणि चंद्राची नावे, पृथ्वी आणि पृथ्वीची नावे, शिवाय पितामह, नायक, तनु इत्यादी.

२ = यम, यमल, अश्विन, नासत्य, कर्ण, नेत्र, ओष्ठ, जानु, बाहु, युगल, कुटुंब, रविचंद्रौ.

३ = राम, त्रिगुण, लोक, त्रिजगत्, त्रिनेत्र.
४ = वेद, आश्रम, वर्ण, युग, बंधु, दिशा.
५ = बाण, शर, पांडव, महाभूत, तत्त्व, इंद्रिय, रत्न.
६ = रस, अंग, काय, ऋतू, तर्क.
७ = पर्वतवाचक शब्द - गिरि, वार, स्वर, धातु, अश्वतुरग.
८ = वसु, अहि, नाग, अनुष्टुभ्.
९ = अंक, नंद, द्वार.
१० = दिश्, दिशा, अंगुली.
११ = रुद्र, ईश्वर, इत्यादी महादेवांची नावे.
१२ = आदित्य वगैरे सूर्याची नावे, मास, राशी.
१३ = विश्वेदेवा, काम, अतिजगती, अघोष.
१४ = मनु, विद्या, इंद्र.
१५ = तिथी, पक्ष.
१६ = नृप, कला.
१७ = अत्यष्टी
१८ = धृती
१९ = अतिधृती
२० = नख कृती
२१ = उत्कृती, प्रकृति, स्वर्ग.
२२ = कृति जाती
२३ = विकृती
२४ = गायत्री, जिन, अर्हत्सिद्ध,
२५ = तत्त्व
२७ = नक्षत्र, उडु, भ.
३२ = दंत, रद.
३३ = देव, अमर, त्रिदश, सुर.
४० = नरक
४८ = जगती
४९ = तान

अशा तऱ्हेने अंक सूचित करण्याची पद्धती शतपथ आणि तैत्तिरीय ब्राह्मणामध्ये दिसून येते. चारासाठी कृत हा शब्द वापरला आहे. कात्यायन आणि लाट्यायन

श्रौतसूत्रामध्ये २४ या आकड्यासाठी गायत्री, ४८ या अंकासाठी जगति हा शब्द योजिला आहे. वेदांगज्योतिष या ग्रंथात. १, ४, ८, १२, २७ या अंकांसाठी रूप, अय, गुण, युग आणि समूह हे शब्द आलेले आहेत. वराहमिहिराच्या पंचसिद्धांतिका आणि ब्रह्मगुप्ताच्या 'ब्रह्म स्फुटसिद्धांत' या ग्रंथांतून आणि ताम्रपटातून शब्दांनी अंक सूचित केले आहेत.

शब्दांच्या जागी अक्षर

शब्दांनी अंक सूचित करण्याची पद्धती लोकप्रिय झाल्यावर शब्दांचा संक्षेप करण्याची पद्धती अस्तित्वात आली. शब्दांच्या जागी अक्षरे आली. पाचव्या शतकामध्ये पहिल्या आर्यभटाने आपल्या 'आर्यसिद्धान्त' या ग्रंथात अंकांसाठी अक्षरे उपयोगात आणली आहेत.

क् = १, ख् = २, ग् = ३, घ् = ४, ङ् = ५,
च् = ६, छ् = ७, ज् = ८, झ् = ९, ञ् = १०,
ट् = ११, ठ् = १२, ड् = १३, ढ् = १४, ण् = १५,
त् = १६, थ् = १७, द् = १८, ध् = १९, न् = २०,
प् = २१, फ् = २२, ब् = २३, भ् = २४, म् = २५,
य् = ३०, र् = ४०, ल् = ५०, व् = ६०, श् = ७०,
ष् = ८०, स् = ९०, ह् = १००
अ = १, इ = १००, उ = १०,०००, ऋ = १०,००,०००
ऌ = १०,००,०००,००, ए = १०,००,०००,००००
ओ = १०,००,००,००,००,००,०००,
औ = १०,००,०००,०००,०००,०००,०

या अंकलेखनाच्या पद्धतीमध्ये स्वरामध्ये ऱ्हस्व, दीर्घ भेद नाहीत. व्यंजनामध्ये जो स्वर असेल त्या ठिकाणी व्यंजनसूचक अंकाला स्वरसूचक अंकाने गुणावे. उदा. 'ङि' हे अक्षर संख्येसाठी आले तर त्या अक्षराची किंमत ५ X १०० = ५००.

दुसऱ्या आर्यभटाने इ. अकराव्या शतकात आपल्या ग्रंथामध्ये अंकाचे आणि त्याच्या किंमतीच्या अक्षराचे कोष्टक दिले आहे.

१	२	३	४	५	६	७	८	९	१०
क्	ख्	ग्	घ्	ङ्	च्	छ्	ज्	झ्	ञ्

ट् ठ् ड् ढ् ण् त् थ् द् ध् न्
प् फ् ब् भ् म्
य् र् ल् व् श् ष् स् ह् ळ्

एका व्यंजनाने एका अंकाचा निर्देश केलेला आहे. अशा पद्धतीचे अंक शिलालेख आणि दानपत्रांतून आलेले दिसून येतात; परंतु अंकानां वामतो गतिः या नियमानुसार एकं स्थान, दुसऱ्या अक्षराने दहं स्थान, तिसऱ्या अक्षराने शतम् स्थान दर्शविले जाते. अक्षराने अंक सूचित करण्याची पद्धती पाणिनीच्या व्याकरणात आढळून येते. सूत्र १.३.११ मध्ये अ = १, इ = २, उ = ३ या संख्या आलेल्या आहेत.

अक्षरांनी अंकनिर्देश करण्याची पद्धती केवळ भारतातच अस्तित्वात होती असे नाही, तर ग्रीक, हिब्रू लिपींतही अंकांचा अक्षरांनी निर्देश केला जात असे.

भारतात सध्या प्रचलित असलेली अंकपद्धती भारतातच निर्माण झाली. लिओनच्या राडुल्फस याने स्थानरेषापट पौरस्त्यांचा आहे असे स्पष्ट ह्मटले आहे. स्थान रेषापटाचा प्रसार कुणी व कसा केला हे अज्ञात आहे.

कालगणनापद्धती

भारतीय ताम्रशिलाशासनामध्ये सर्वात प्राचीन कालगणना सम्राट अशोकाच्या शिलालेखात मिळते. अशोकाच्या शिलालेखातून 'राज्याभिषेकानंतर दहा वर्षे', 'बारा वर्षे', 'तेरा वर्षे' असे उल्लेख आले आहेत. '२५६ दिवस झाल्यानंतर' अशीही नोंद असून तिचे आकडे दिलेले आहेत. बाकीचा तपशील मात्र लेखात आढळून येत नाही. इ. पूर्व काळातील लेखातून राजांच्या राज्याभिषेक संवत्सरात ही कालगणना केलेली दिसून येते. तिथी, वार, महिना, ऋतू यांचे उल्लेख प्रथमतः कुषाण राजांच्या लेखांतून आढळतात. त्या लेखात ग्रीष्म, वर्षा व हेमंत या ऋतूंचा उल्लेख आहे. वाराचा सर्वात प्राचीन उल्लेख बुद्धगुप्ताच्या एरण येथील लेखात आहे. हा लेख इ. ४८४ मधील असून त्यामध्ये गुरुवाराचा उल्लेख आहे. जुनागढ येथील रुद्रदामनाच्या लेखात (इ. १५०) मार्गशीर्ष महिन्याच्या कृष्ण पक्षातील प्रतिपदेचा उल्लेख आहे. त्यानंतरच्या काळातील लेखात शुक्ल आणि कृष्ण पक्षांचे उल्लेख असून दिवसांचेही उल्लेख आहेत. वर्षासाठी 'वर्ष', 'संवत्सर' हे शब्द आलेले असून काही वेळा त्यांची संक्षिप्त रूपे आलेली आहेत. उदा. - वर्षासाठी 'व', 'सं', 'संव' असे शब्द आलेले असून ऋतूंच्या बाबतीत ग्रीष्मासाठी 'ग्री', 'गी', वर्षाबद्दल 'व', 'वा', हेमंतबद्दल 'हे', 'हेम', दिवसाबद्दल 'दि', 'दिव', तिथीबद्दल ति', शुक्ल पक्षातील दिवसाबद्दल 'शु-दि' वद्य पक्षातील दिवसाबद्दल 'व-दि,' 'बहुल' 'व' 'वद्य' असे शब्द आढळून येतात.

महिन्यांपैकी फाल्गुनसाठी 'फा' हे अक्षर आलेले आहे. मध्ययुगीन काळामध्ये सोमवार आणि मंगळवार यांचा उल्लेख आलेला आहे.

कालगणनेचा तपशील भारतीय ताम्रशिलाशासनातून पाचव्या शतकाच्या आधी आढळून येत नाही. वार, महिना, ऋतू यांचा उल्लेख करणे ही कल्पना परकीय असावी. भारतीयांनी ही पद्धती ग्रीक ज्योतिषांकडून उचलली असावी असा सर्वसामान्य समज आहे. वारांची नावे नवग्रहांवरून घेतलेली आहेत. सूर्याबद्दल 'रवि' आणि 'आदित्य', चंद्राबद्दल 'सोम' आणि 'चंद्र', मंगळाबद्दल 'भौम' आणि 'मंगल', बुधाबद्दल 'बुध', गुरूबद्दल 'बृहस्पति' किंवा 'सुरगुरू', शुक्राबद्दल 'शुक्र', आणि 'दैत्यगुरू' शनीबद्दल 'शनि' आणि 'शनैश्चर' ही नावे आली आहेत. महिन्यांसाठी कार्तिकादि, चैत्रादि, आषाढादि, श्रावणादि असे उल्लेख आहेत. परंतु ते महिने अमान्त आहेत किंवा पूर्णिमान्त आहेत याबद्दलचा तपशील मात्र नसतो. वर्षासाठी भारतीय लेखांतून काहीसा गोंधळच दिसून येतो. दिलेला काल राजाचा राज्याभिषेककाल आहे किंवा तत्कालीन चालू वर्षातील काल आहे अथवा गतवर्ष आहे, याचाही बोध होऊ शकत नाही; आणि म्हणूनच प्राचीन लेखातील गणनेची इसवी सनाशी नेमकी सांगड घालणे अवघड जाते.

प्राचीन लेखातून अंकांशिवाय अंकनिर्देशक शब्दांचा काव्यात्म उपयोग केलेला दिसून येतो. उदा. शून्य :- गगन, अम्बर आणि आकाशाला संस्कृतमध्ये असणारे शब्द 'शून्य' निदर्शक म्हणून लेखात आलेले आहेत.

एक	:	आदी, चंद्र, पृथ्वी, चंद्राची व पृथ्वीची संस्कृतातील अन्य नावे.
दोन	:	यम, यमन, युगल, युग्म, द्वंद्व, अश्विन् , दोन डोळ्यांचे संस्कृतमधील शब्द. कर, कर्ण, पक्ष असे द्विवाचक शब्द आले आहेत.
तीन	:	राम, त्रिगुण, त्रिजगत्, हरनयन इत्यादी.
चार	:	वेद, समुद्र, विष्णूचे चार हात, वर्ण, आश्रम, युग.
पाच	:	पांडव, इंद्रिय, रत्ने, महाभूते, तत्त्व, लक्षणे इत्यादी.
सहा	:	रस, अंग, दर्शन, ऋतू इत्यादी.
सात	:	शैल, स्वर, धातू इत्यादी.
आठ	:	वसु, दिक्पाल.
नऊ	:	रंध्र, द्वार.
दहा	:	दिशा, अङ्गुली, अवतार इत्यादी.
अकरा	:	रुद्र, हर, भव.
बारा	:	सूर्य, व सूर्यवाचक शब्द, मास व राशी.

तेरा	:	काम आणि मन्मथ, विश्वेदेव.
चौदा	:	मनु, विद्या, इंद्र.
पंधरा	:	तिथी, पक्ष इत्यादी.
सोळा	:	भूप, कला.
सतरा	:	अत्यष्टी.
अठरा	:	धृती.
एकोणीस	:	अतिधृती.
वीस	:	नख, अङ्गुली, रावणभुज.
एकवीस	:	प्रकृती आणि स्वर्ग.
बावीस	:	आकृती, जाती.
तेवीस	:	विकृती.
चोवीस	:	गायत्री, अर्हत्, तीर्थंकर.
पंचवीस	:	तत्त्व.
सव्वीस	:	उत्कृती.
सत्तावीस	:	नक्षत्र.
बत्तीस	:	दन्त, देव, अमर.
चौतीस	:	तान.
चाळीस	:	नरक.
अठ्ठेचाळीस	:	जगती.
एकोणपन्नास	:	तान, वायु.
शंभर	:	धार्तराष्ट्र, अब्जदल इत्यादी.
हजार	:	जाह्नवीवक्त्र, शेषशीर्ष, रविबाण, इंद्रदृष्टी.

प्राचीन लेखांत किंवा वाङ्मयामध्ये सात दिवसांचा आठवडा ही कल्पना प्रचलित नव्हती.

आर्यभटाने इ. ४९९ मध्ये 'आर्यभटीय' ची रचना केली. या ग्रंथात 'कतपयादी' पद्धती सांगितली आहे. या पद्धतीत आकड्यांसाठी अक्षरांचा उपयोग केला आहे. या पद्धतीचा प्रचार मध्ययुगीन काळात दक्षिण भारतातील लेखांत झालेला दिसून येतो.

कालनिर्णयासंबंधीचे उल्लेख

भारतीय राजांच्या लेखातून त्यांच्या राज्य संवत्सराचा उपयोग केलेला आढळतो.

(१) विदिशा येथील भागभद्र याच्या इ. पूर्व दुसऱ्या शतकातील लेखात

'काशीपुत्र भागभद्र याच्या १४ व्या वर्षी' असे नमूद केले आहे.

(२) पभोसा येथील उदाक राजाच्या लेखात 'राजाच्या १० व्या वर्षी' अशी नोंद सापडते.

(३) खारवेल राजाच्या हाथीगुंफा येथील लेखात 'राज्याभिषेकानंतरच्या पहिल्या वर्षी, दुसऱ्या वर्षी, तिसऱ्या वर्षी' असे लिहिलेले आढळून येते.

(४) गौतमीपुत्र सातकर्णी याच्या नाशिक येथील लेखात 'राजाच्या एकोणीसाव्या वर्षी, ग्रीष्म ऋतू, द्वितीय पक्ष' अशी माहिती सापडते.

(५) इक्ष्वाकु राजा एहुवुल शांतमूल याच्या लेखात त्याच्या राज्यसंवत्सराचा उल्लेख आहे.

भारतीय राजे आपल्या राज्याभिषेक संवत्सराचाच उल्लेख करीत. परकीय राजांच्या आगमनानंतर मात्र लेखातून ऋतू, वार आणि संवत्सर यांचा उपयोग केलेला दिसतो.

राज्याभिषेक संवत्सराशिवाय बुद्धपरिनिर्वाण आणि महावीरपरिनिर्वाण संवत् भारतात अस्तित्वात होते. भारतीय लोकांनी भारतीय युद्ध, परीक्षिताचा जन्म आणि कलियुगाचा प्रारंभ या तीन महत्त्वाच्या घटनांवर कालगणना निश्चित केली होती. परंतु कलियुगाच्या प्रारंभाविषयी बऱ्याच दंतकथा प्रचलित आहेत. परीक्षिताचा जन्म आणि महापद्मनंदाचे राज्यारोहण यांमध्ये १०५० ते १५०० वर्षांचे अंतर आहे असे सर्वसाधारणपणे गृहीत धरले जाते. नंद घराण्यातील शेवटचा राजा अलेक्झांडरचा समकालीन होता. (इ. पूर्व ३३६ ते २३) पुराणातील वंशावळींवरून महापद्मनंदाचा काळ इ. पूर्व ४०० च्या पूर्वीचा नाही. पुराणांतील कथांवरून परीक्षिताचा जन्म इ. पूर्व १४५० किंवा इ. पूर्व १९०० या कालखंडात झाल्याचे ठरते. ऐहोळे येथील प्रशस्तीनुसार कलियुगाचे पहिले वर्ष इ. पूर्व ३१०२ असे आहे. वराहमिहिर आणि कल्हण (बृहत् संहिता १३/३) राजतरंगिणी (१/५१/५६) यांच्या मते कलियुग सुरू झाल्यावर ६५३ वर्षांनी म्हणजे इ. पूर्व २४४९ मध्ये भारतीय युद्ध झाले. इ. पूर्व ३१०२ हा कलियुगाचा प्रारंभ या म्हणण्यास ऐतिहासिक बैठक नाही. हा भारतीय ज्योतिष्यांनी चौथ्या शतकात शोधून काढलेला सर्वसंमत काळ असावा असे काहींचे मत आहे.

बौद्धधर्मीय लोक बुद्ध परिनिर्वाणापासून काही ढोबळ कालनिर्णय करीत. 'मिलिंदपओ' चा काळ बुद्ध परिनिर्वाणानंतर ५०० वर्षे. लंकावतारसूत्र बुद्ध परिनिर्वाणानंतर १०० वर्षे. अश्वघोष बुद्ध परिनिर्वाणनंतर ५०० वर्षे. अशोकाच्या सहस्राम येथील लेखात '२५६' असा उल्लेख आला आहे. त्या ठिकाणी 'बुद्धपरिनिर्वाणानंतर २५६ वर्षे' असा अर्थ न करता, अशोक धर्मयात्रेसाठी २५६ रात्री राजधानीबाहेर होता असा

अर्थ अभिप्रेत आहे.

शक, पार्थिअन राजे भारतात आले आणि त्यांनी आपल्या लेखातून शक संवताचा उपयोग केलेला दिसून येतो.

शक कालाचा सर्वात प्राचीन उपयोग

सर्वात प्राचीन संवत्सराचा उपयोग हा ग्रीकांनी पश्चिम आशियाई राष्ट्रामध्ये केला. इ. पू. तिसऱ्या शतकात ग्रीक राजे बॅक्ट्रियामध्ये आले आणि त्यांनी आसपासचा प्रदेश जिंकला. अर्थात तेथे इंडोग्रीक राजांची नाणी जरी सापडली असली तरी अद्यापि लेख सापडला नाही. सर्वांत प्राचीन लेख मिनँदर याचा शिनकोट येथे सापडला आहे. या भागात इंडोग्रीक राजांची नाणी उपलब्ध आहेत. या राजांनी सेल्युसिड काल उपयोगात आणला असावा.

परिशिष्ट

पुरातन काळातील अंकलेखनाच्या पद्धती

अंक →	१	२	३
अशोक कालीन इ.पू. तिसरे शतक	-		
नाणे घाट इ.पू. पहिले शतक	–	=	
कुषाणकालीन इ. १०० ते ३००	–	= =	≡ ≡
गुप्त, वाकाटक; उच्चकल्प इ. ३०० ते ६००	– –	= = =	≡ ≡
मैत्रक कालीन इ. ६०० ते ७००	– –	= = =	≡ ≡ ≡

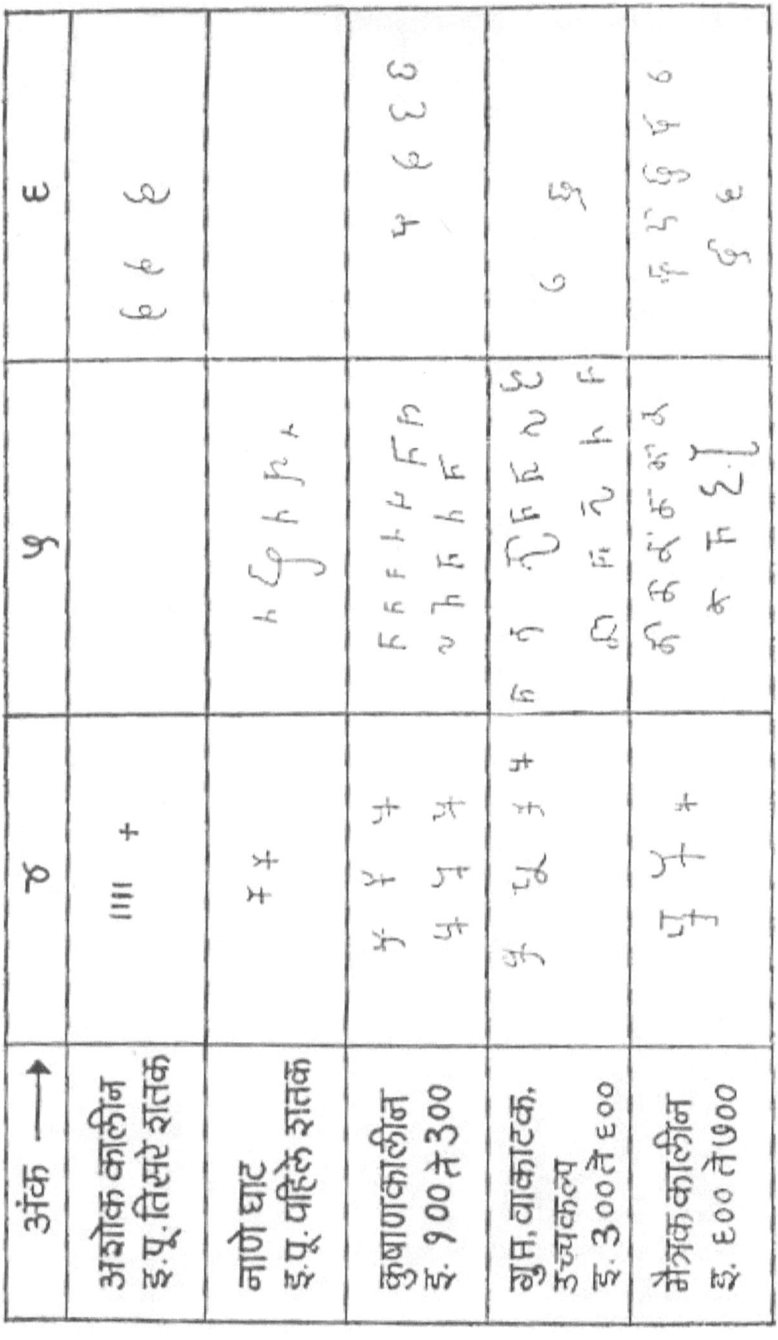

अंक →	६	७	९
अशोक कालीन इ.पू. तिसरे शतक	||||		६ ७ ९
नाणे घाट इ.पू. पहिले शतक	ᚎ ᚎ		
कुषाणकालीन इ. १०० ते ३००			३ ३ ७ ५
शूम, वाकाटक, उच्चकल्प इ. ३०० ते ६००			६ ७
मैत्रक कालीन इ. ६०० ते ७००			६ ६ ७ ६

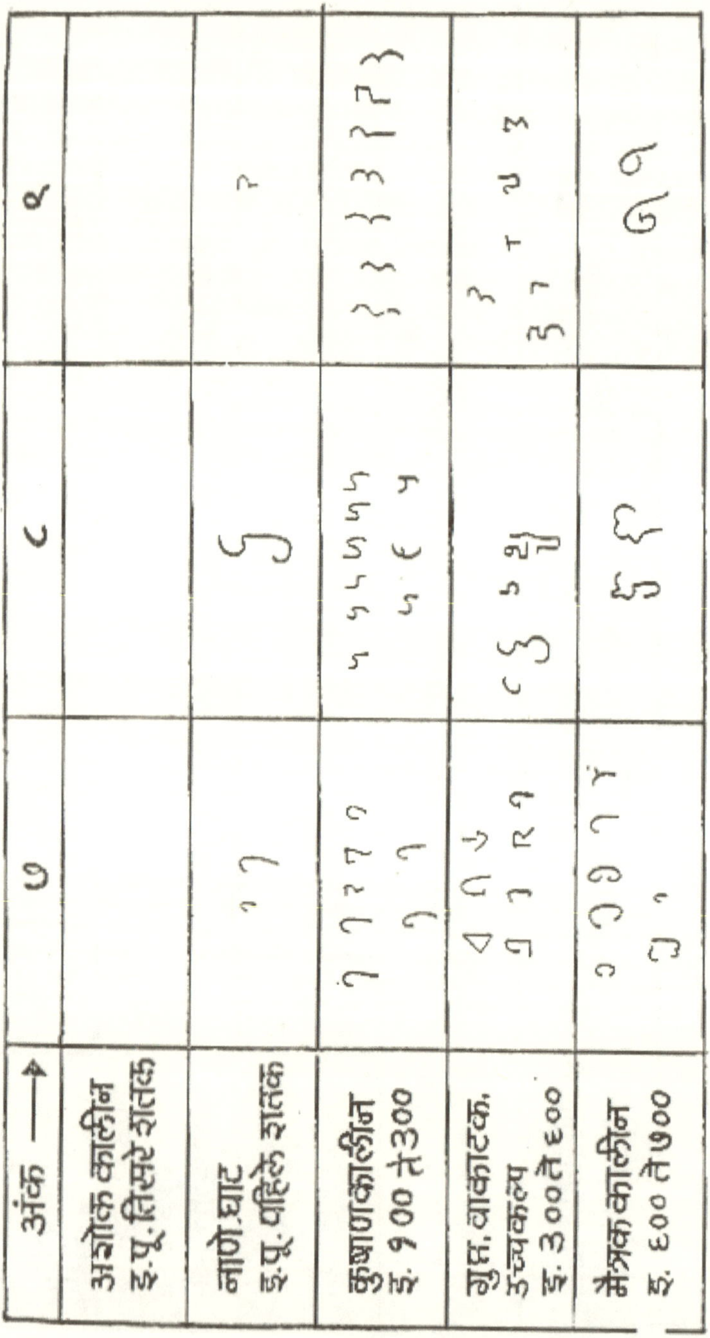

अंक →	९	८	७
अशोक कालीन इ.पू. तिसरे शतक			
नाणे घाट इ.पू. पहिले शतक	?	ᒉ	?
कुषाणकालीन इ. १०० ते ३००	३ ३ ३ ३ ३	५ ५ ५ ५ ५ ६ ५	?
गुप्त, वाकाटक, उच्चकल्प इ. ३०० ते ६००	३ ८ ४ ३	८ ३ ॐ	?
मैत्रक कालीन इ. ६०० ते ७००	७७	ई ई	?

अंक →	१०	२०	३०
अशोक कालीन इ.पू. तिसरे शतक			
नाणे घाट इ.पू. पहिले शतक			
कुषाणकालीन इ. १०० ते ३००			
गुप्त, वाकाटक, उच्चकल्प इ. ३०० ते ६००			
मैत्रक कालीन इ. ६०० ते ७००			

अंक →	४०	५०	६०
अशोककालीन इ.पू. तिसरे शतक			
नाणे घाट इ.पू. पहिले शतक			
कुषाणकालीन इ. १०० ते ३००	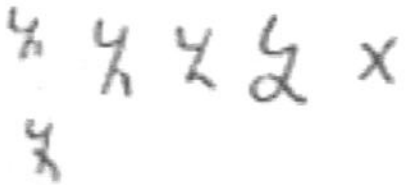		
गुप्त, वाकाटक, उच्चकल्प इ. ३०० ते ६००			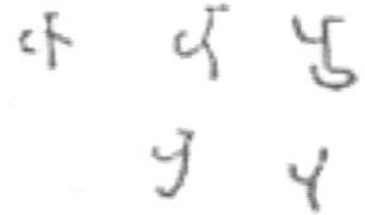
मैत्रक कालीन इ. ६०० ते ८००	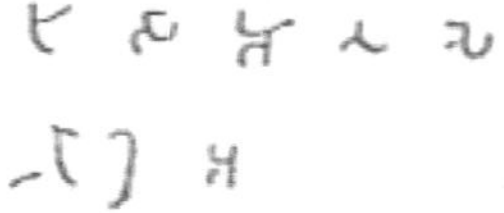	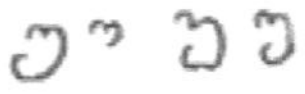	

अंक →	७०	८०	९०
अशोक कालीन इ.पू. तिसरे शतक			
नाणे घाट इ.पू. पहिले शतक			
कुषाणकालीन इ. १०० ते ३००			
गुप्त, वाकाटक, उच्चकल्प इ. ३०० ते ६००			
मैत्रककालीन इ. ६०० ते ७००			

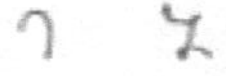

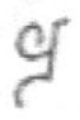

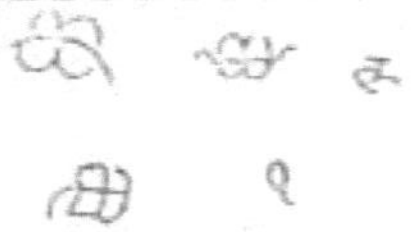

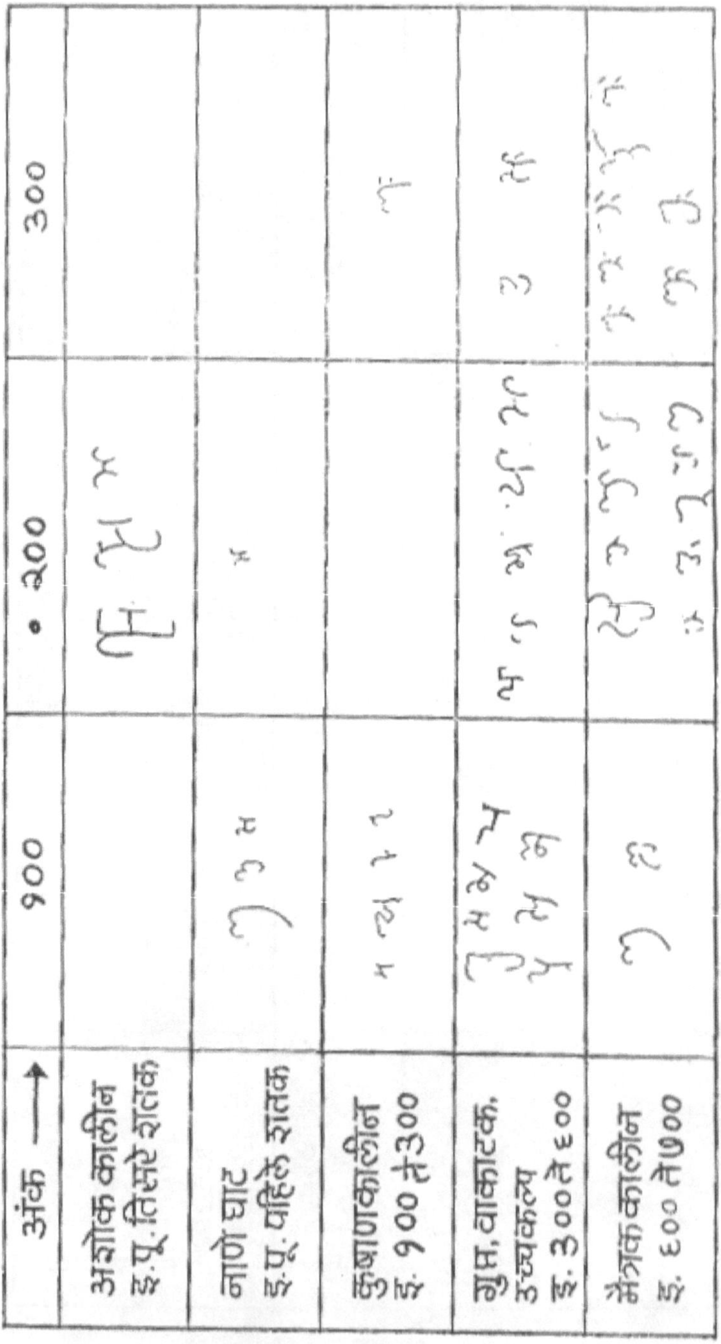

अंक →	अशोक कालीन इ.पू. तिसरे शतक	नाणे घाट इ.पू. पहिले शतक	कुशाणकालीन इ. १०० ते ३००	गुप्त, वाकाटक, उच्चकल्प इ. ३०० ते ६००	मैत्रक कालीन इ. ६०० ते ७००
१००					
२००					
३००					

अंक →	४००	५००	
अशोक कालीन इ.पू. तिसरे शतक			
नाणे घाट इ.पू. पहिले शतक			
कुषाणकालीन इ. १०० ते ३००			
गुप्त, वाकाटक, उच्चकल्प इ. ३०० ते ६००			
मैत्रक कालीन इ. ६०० ते ७००			

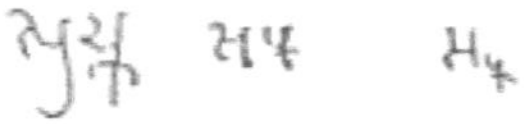

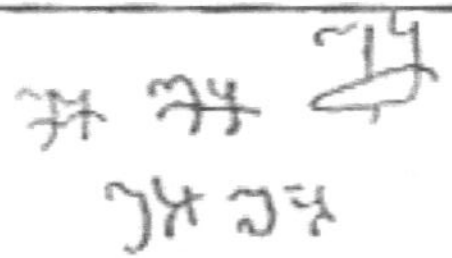

अंक ⟶	१०००	२०००	३०००	४०००	६०००	८०००	१००००	२००००	७००००
अशोक कालीन इ.पू. तिसरे शतक									
नाणे घाट इ.पू. पहिले शतक	[illegible]			[illegible]	[illegible]		[illegible]	[illegible]	
नाशिक लेख इ. १०० ते २००	[illegible]	[illegible]	[illegible]	[illegible]		[illegible]			[illegible]
गुप्त, वाकाटक, उच्चकल्प इ. ३०० ते ६००	[illegible]					[illegible]			
मैत्रक कालीन इ. ६०० ते ७००									

१५ व्युत्पत्तिशास्त्र

संस्कृत वैयाकरणांनी व्युत्पत्ती करण्याच्या संदर्भात कांही मार्गदर्शक तत्त्वे घालून दिली आहेत. व्युत्पत्ती करताना संज्ञातील धातुरूप प्रथम, त्यानंतर प्रत्ययांचा विचार करावा. कार्यापासूनचे अनुबंध इत्यादींचा विचार करून व्युत्पत्ती करावी.

संज्ञासु धातुरूपाणि प्रत्ययाश्च ततः परे ।
कार्याद्विद्यादनुबन्धमेतच्छात्रमुणादिषु ।।

व्युत्पत्ती देण्याची एक नियमबद्ध आणि काटेकोर प्रक्रिया आहे. अशा ठिकाणी स्वतःचे मत प्रमाण मानून हवी तशी व्युत्पत्ती देणे सदोष आणि हास्यास्पद असते. उदा. मनुस्मृतीत 'मांस' शब्दाची ह्याच दृष्टिकोनातून दिलेली व्युत्पत्ती पाहण्यासारखी आहे.

मां स भक्षयितामुत्र यस्य मांसमिहाद्म्यहम् ।
एतन्मांसस्य मांसत्वं प्रवदन्ति मनीषिणः ।।

"मी ज्याचे मास खात आहे, तो माझेही मास खाईल, या आशयाने 'मां स' शब्द प्रयुक्त झाला आहे." अर्थात अशा प्रकारच्या व्युत्पत्ती अवैज्ञानिक आहेत. मनुची मांस खाण्याच्या 'व्यक्तिगत नावडी'तून ही व्युत्पत्ती जन्मली आहे. यास्काचार्याने आपल्या 'निरुक्त' या भाषाशास्त्रीय ग्रंथात 'व्युत्पत्ती' ला 'निर्वचना' म्हटले आहे. तेथे त्याची 'नामानि आख्यातजानि' अशी पक्की धारणा आहे.' सर्वच नाम - शब्द धातुरूपापासूनच बनलेले आहेत.' तेव्हा प्रत्येक नामशब्दातून धातू-क्रियावाचकांच्या आधारे निर्वचन केले पाहिजेच, असा त्याचा आग्रह आहे. व्युत्पत्ती देता येत नाही, असे म्हणू नये, असे त्याने आग्रहाने ह्मटले आहे." ... न इति न निर्ब्रूयाद् । (निरुक्त२)

व्युत्पत्तिप्रदीप

उपोद्घात

ज्याच्या योगाने मनुष्ये बोलण्याने किंवा लिहिण्याने दुसऱ्यास आपला मनोभाव कळवितात, असा जो शब्दसमूह त्यास भाषा असें म्हणतात.

भाषांचे भेद

भाषा दोन प्रकारच्या असतात. **अव्युत्पन्न** किंवा **मूलभाषा आणि व्युत्पन्न** किंवा **प्राकृतभाषा.**

अव्युत्पन्न[१] किंवा मूलभाषा

दुसऱ्या उपलब्ध भाषांपासून उत्पन्न झाल्या नसून, प्राचीनकाळी सुधारलेल्या लोकांचे ग्रंथ ज्यात लिहिले आहेत व ज्यांपासून दुसऱ्या अनेक भाषा उत्पन्न झाल्या आहेत, अशा भाषांस अव्युत्पन्न किंवा मूलभाषा असे म्हणतात. संस्कृत, ग्रीक, लातीन, आरबी, हिब्रू या मूलभाषा होत. अशा भाषा थोड्या आहेत. या भाषांपैकीही काही भाषात द्वि, त्रि, सप्तन्, दशन्, माता, पिता, भ्राता, दुहिता इत्यादिकांचे वाचक परस्परसदृश असे शब्द आढळतात, त्यावरून अतिप्राचीन काळच्या लोकांची काहीएक भाषा असावी आणि तीपासून ह्या भाषा झाल्या असाव्या, असा कित्येक विद्वानांचा तर्क आहे; तथापि, अशी भाषा ग्रंथांत किंवा बोलण्यात विद्यमान नसल्यामुळें यांसच मूलभाषा असें म्हणतात.

व्युत्पन्न किंवा प्राकृतभाषा

प्रकृती म्हणजे मूळ, म्हणून मूलभाषेपासून ज्या भाषा उत्पन्न झाल्या, त्यास व्युत्पन्न किंवा प्राकृत भाषा असें म्हणतात. ह्या प्राकृत भाषा दोन प्रकारच्या आहेत. **प्राकृत** आणि **देशी.** साक्षात् मूलभाषेपासून उत्पन्न झालेल्या ज्या भाषा, त्या प्राकृत होत. जसे मागधी, पैशाची, शौरसेनी, महाराष्ट्री; ह्या संस्कृत भाषेपासून निघालेल्या प्राकृत भाषा होत.

आरबी, लातीन, ग्रीक, या भाषांपासून साक्षात् निघालेल्या भाषा आशिया आणि युरोप खंडांतील कित्येक देशात प्रसिद्ध आहेत.

प्राकृत भाषेपासून निघाल्या असून ज्यात दुसऱ्या भाषांचेही अनेक शब्द आहेत,

---

१- पुरवणी १ पहा.

अशा ज्या हल्ली व्यवहारात असलेल्या भाषा त्या देशी[२] भाषा होत. मराठी, गुजराथी, इंग्रजी, या सर्व असल्या प्रकारच्या भाषा आहेत.

भाषेतील शब्दांची मूळपीठिका जाणणे, यास **शब्दव्युत्पत्ति** असे म्हणतात.

या पुस्तकात मराठी भाषेतील (संस्कृतापासून निघालेल्या) शब्दांची व्युत्पत्ति सांगण्याचा यत्न केला आहे.

शब्दांचे भेद

मुख्यत्वेकरून आर्य, यवनी आणि मराठी (किंवा देशी) असे तीन प्रकारचे शब्द मराठीत आहेत. पहिल्या दोहोत दोन प्रकारचे शब्द येतात[३].

आर्य	**यवनी**
१. संस्कृत किंवा तत्सम (संस्कृतासारखे)	**१ अरबी**
२. अपभ्रष्ट संस्कृत किंवा तद्भव (संस्कृतापासून झालेले)	**२ फारसी**

संस्कृत किंवा तत्सम शब्द

१. देव, पुरुष, स्त्री, कन्या, पुत्र, वगैरे बहुत शब्द शुद्ध संस्कृत होत. हे शब्द फार असून पुष्कळांस कळण्यासारखे असल्यामुळें या पुस्तकांत दिले नाहींत. हे शब्द

२- ज्या विद्वान् गृहस्थांनी या पुस्तकाचा हस्तलेख पाहिला, त्यापैकी कित्येकास वर सांगितलेले देशी भाषेचे लक्षण मान्य नाही. ह्याचे कारण असे दिसते की, देशी हे नांव, ज्या शब्दांची व्युत्पत्ति संस्कृतात सापडत नाही, त्यास प्राकृत व्याकरणकारांनी दिले आहे. असे असले तरी वर ज्या अर्थाने देशी शब्दाचा प्रयोग केला आहे, तसा करण्यास प्रत्यवाय नाही. कारण संस्कृत, प्राकृत आणि देशी, हा जो प्राकृत व्याकरणकारांनी विभाग मानला आहे, तो कित्येक ठिकाणी भाषांचा नसून शब्दांचा आहे व त्या देशी शब्दांचा अर्थही देशांतील शब्द असाच आहे. कित्येक ग्रंथकारांनी प्राकृत भाषांसही देशी म्हटले आहे. हल्ली आपल्या देशांतल्या अशा तीन भाषा आपणाजवळ आहेत. संस्कृत आणि प्राकृत या दोन ग्रंथभाषा, व तिसरी बोलण्याची भाषा, ज्या भाषेने देशांतील लोक व्यवहार करतात तिला देशभाषा असे म्हणतात. म्हणून तोच शब्द येथे कायम ठेविला आहे. जे शब्द तत्सम किंवा तद्भव नाहीत ते देशी, अशा अर्थांने जरी जुन्या ग्रंथकारांनी प्रयोग केला, तरी संस्कृत किंवा प्राकृत या केवळ ग्रंथभाषांहून वेगळी देशांतील लोकव्यवहाराची जी भाषा ती देशी किंवा देशभाषा असे म्हणण्यास हरकत नाही, हे उघड आहे.

३- यांशिवाय कांही कानडी, तेलगु शब्द व अलीकडे पोर्टुगीज् व इंग्रजी शब्दही येतात. दुड्डाचार्य, अल्लड, हुडकणे वगैरे कानडी आणि वखत्, लेंड्, मुंड वगैरे तेलगु शब्द आहेत. पगार, चावी वगैरे पोर्टुगीज् आणि बुक, टेबल वगैरे इंग्रजी शब्द आहेत.

मराठी भाषेंत वारंवार येत असल्यामुळें यांचा धात्वर्थ कळला तर चांगलें, परंतु तो सांगण्याचा यत्न केला असतां पुस्तक फार मोठें होईल, म्हणून सांगितला नाहीं. तो संस्कृतज्ञांस विचारल्यास सहज कळण्यासारखा आहे.

पेशवाईत संस्कृत भाषेचा प्रसार बहुत झाला, त्या वेळेपासून बहुश: संस्कृत कोशांतील पाहिजे तो शब्द प्रतिष्ठित लोकांच्या मराठी भाषेंत येतो, हें मोरोपंतादिकांची कविता किंवा विद्वान लोकांचीं भाषणें ऐकिलीं असतां सहज ध्यानांत येईल. यासाठीं संस्कृत धातूंपासून नामें वगैरे होतात, त्यांविषयीं कांहीं **व्यापक नियम** मात्र येथे सांगतो.

कृदन्तां विषयीं नियम

१. संस्कृतांत धातूस तृ[४] (किंवा इ[४]तृ) आणि अक[५] प्रत्यय लागून ती क्रिया करणारा अशा अर्थाचे कर्तृवाचक शब्द होतात. जसें दा देणे दाता (देणारा), भू -होणे भविता (होणारा), गण्-मोजणे-गणक (मोजणारा) इत्यादि.

४- तृ किंवा इतृ यांविषयी संस्कृत व्याकरणांत साधारण असा नियम आहे की, दीर्घ उकारान्त, दीर्घ ऋकारान्त धातु आणि यु, रु, क्ष्णु, शी, स्नु, नु, क्षु, श्वि, डी, श्रि आणि वृ यांशिवाय कोणताहि स्वरान्त धातु आणि खाली दिलेले व्यंजनांत धातु यांस तृ इकाररहित लागतो. या धातूस अनिट् धातु असे म्हणतात. इतर सर्व धातूंस इ- सहित म्हणजे इतृ असा लागतो. त्यांस सेट् धातु म्हणतात. यकाराशिवाय कोणतेही व्यंजन ज्या प्रत्ययांच्या आधी आहे, त्या सर्व प्रत्ययांस हा नियम लागू आहे. यास कित्येक अपवाद आहेत. काही विशेष प्रत्ययांपूर्वी अनिट् धातु सेट् होतात व सेट् अनिट् होतात. तथापि जिज्ञासु शिक्षकांच्या माहितीकरितां संस्कृत व्याकरणांतील हा सामान्य नियम दिला आहे.

अद्	दह्	भिद्	रूश्	शुध्	छिद्	नुद्	युज्	विच्	स्पृश्
आप्	दिश्	भुज्	रुह्	शुष्	छुप्	पच्	युध्	विज्	स्वञ्ज्
कृष्	दिह्	भ्रस्ज्	लभ्	श्लिष्	तप्	पद्	रञ्ज्	विद्	स्वप्
क्रुध्	दुष्	मन्	लिप्	सञ्ज्	तिप्	पिष्	रभ्	विश्	स्विद्
क्रुश्	दुह्	मस्ज्	लिश्	सद्	त्विष्	पुष्	रम्	विष्	हद्
क्षिप्	दृप्	मिह्	लिह्	साध्	तुद्	प्रच्छ्	राध्	व्यध्	हन्
क्षुद्	दृश्	मुच्	लुप्	सिच्	तुप्	बन्ध्	रिच्	शक्	
क्षुध्	द्विष्	मृश्	वच्	सिध्	तृष्	बुध्	रिश्	शप्	
खिद्	नम्	यज्	वप्	सृज्	त्यज्	भज्	रुज्	शद्	
गम्	नह्	यभ्	वस्	सृप्	दंश्	भञ्ज्	रुध्	शिष्	
घस्	निज्	यम्	वह्	स्कन्द्					

५- तृ वगैरे प्रत्यय धातूस लागून होणाऱ्या शब्दास कृदन्त असे म्हणतात.

तृ (किंवा इतृ) प्रत्ययापूर्वी धातूच्या अंत्य स्वरास आणि उपांत्य ऱ्हस्व स्वरास गुण[६] होतो. जसे : जि = जिंकणें-जेता (जिंकणारा), हु = होम करणे -होता (होम करणारा), कृ - कर्ता (करणारा), भू-भविता.

अक प्रत्ययापूर्वी धातूच्या अंत्यस्वरास व उपांत्य अकारास वृद्धि[६] आणि उपांत्य ऱ्हस्व स्वरास गुण होतो. जसें - नी + अक = नै[७] + अक = नाय् + अक = नायक (नेणारा); स्तु + अक = स्तौ + अक = स्ताव् + अक = स्तावक (स्तुति करणारा).

कृ + अक = कार् + अक = कारक (करणारा).

वह् + अक = वाह् + अक = वाहक (वाहणारा).

भिद् + अक = भेद् + अक = भेदक (फोडणारा).

मुद् + अक = मोद् + अक = मोदक (आनंद देणारा).

नृत् + अक = नर्त् + अक = नर्तक (नाचणारा).

क्लृप् + अक = कल्प् + अक = कल्पक (कल्पना करणारा).

आकारांत धातूस अकपूर्वी य लागतो; जसे -

दा + अक = दाय् + अक = दायक (देणारा).

ती क्रिया करणारा अशा अर्थीं कित्येक धातूंस अन कित्येकांस इन्[८] आणि कित्येकांस अ हे प्रत्यय लागतात. जसें नन्द् - (आनंद देणें) + अन = नंदन - आनंद देणारा (मुलगा). मंत्र् (मसलत करणें), मंत्री-मसलत करणारा (प्रधान). कृ (करणें), कर-करणारा (हात).

ती वस्तु करणारा अशा अर्थीं धातूच्या पूर्वीं कर्मवाचक उपपद लावून त्या

६- इ, उ, ऋ, ऌ, यांस अनुक्रमे ए, ओ, अर् आणि अल् असे आदेश झाले म्हणजे **गुण** झाला असे म्हणतात. यासंच ऐ, औ, आर् आणि आल् असे आदेश झाले आणि 'अ' स 'आ' झाला म्हणजे **वृद्धि** झाली असे म्हणतात.

७- संस्कृतांत दोन स्वर एके ठिकाणी आले म्हणजे संधि होतो. धातु आणि प्रत्यय, उपसर्ग आणि धातु यांमध्ये संधीचा प्रसंग वारंवार येतो, याकरिता स्वरसंधीचे कोष्टक उपसर्गापुढें दिले आहे.

८- इन् प्रत्ययापूर्वीं अन्त्यस्वर आणि उपान्त्य अकार यांस वृद्धि होते, आणि उपान्त्य ऱ्हस्व स्वरास गुण होतो. पुल्लिंग प्रथमा एकवचनांत इन-चें रूपांतर ई होते व हेच मराठीत मूल रूप होत असल्यानें, इन् - अन्त शब्द मराठींत ईकारांत होतात. धातूच्या पूर्वी कर्मवाचक उपपद असून इन् प्रत्यय लागला म्हणजे त्याचा अर्थ 'ती क्रिया करण्याचा ज्याचा स्वभाव आहे असा' अर्थ होतो; जसें - सत्य (खरें) वद् + ई = सत्यवादी (खरें बोलण्याचा ज्याचा स्वभाव आहे तो). मित (मोजकें) भाष् (बोलणें) + ई = मितभाषी (मोजकें बोलणारा).

धातूस 'अ' प्रत्यय लावतात. या 'अ' प्रत्ययापूर्वीं बहुश: धातूचा अन्त्य स्वर आणि उपान्त्य अ यांस वृद्धि आणि उपान्त्य ऱ्हस्व स्वरास गुण होतो; जसें कुंभ + कृ + अ = कुंभकार (कुंभार), लोह + कृ + अ = लोहकार (लोहार). विश्व (जग) + पा(रक्षण करणे) + अ=विश्वपा (विश्वाचें पालन करणारा). सुख + कृ + अ = सुखकर. प्रिय (गोड) + वद् (बोलणें) + अ प्रियंवद (गोड बोलणारा).

२. धातूस[९] त (किंवा इत) प्रत्यय लागून भूतकालवाचक विशेषणें होतात. जसें - कृ + त = कृत (केलेला), नी + त = नीत (नेलेला), शक + त = शक्त (समर्थ झालेला), निंद् + इत = निंदित (निंदा केलेला).

त प्रत्ययापूर्वीं धातूच्या अन्त्य नकाराचा लोप होतो; जसें मन् -मत, तन् -तत. त प्रत्ययापूर्वी धातु मकारांत असल्यास त्याचा उपान्त्य ऱ्हस्व स्वर दीर्घ होतो आणि मकारास सन्धिनियमाप्रमाणें नकार होतो; - जसें शम् - शान्त, दम् - दान्त. (पण गम् नम् यम् रम् यांचीं रूपें क्रमानें गत नत यत रत अशीं होतात.

धातु (दीर्घ) ॠकारांत असल्यास ॠच्या जागीं ईर् होऊन तच्या जागीं ण होतो; जसें तॄ-तीर्ण, जॄ - जीर्ण, शीर्ण, गीर्ण.

धातु दकारांत असल्यास दकारास नकार होऊन तच्या जागीं न होतो; जसें - भिद् = भिन्न, छिद् = छिन्न.[१०]

३. धातूस **य, तव्य,** (किंवा ***इतव्य**) आणि अनीय हे प्रत्यय लागून तें करण्यास योग्य, अशा अर्थाचीं कर्मवाचक विशेषणे होतात; जसे - कृ + य = कार्य (करण्यास योग्य), कृ + तव्य = कर्तव्य, भू + इतव्य = भवितव्य, कृ + अनीय = करणीय.

य, तव्य, आणि **अनीय** यांच्यापूर्वीं धातूच्या अंत्य स्वरास व उपांत्य ऱ्हस्व स्वरास गुण होतो.

नी = नेय, नेतव्य, नयनीय. भिद् = भेद्य, भेत्तव्य, भेदनीय.

परंतु यच्यापूर्वीं अंत्य उ आणि ऋ व उपांत्य अ यांस वृद्धि होते; जसे - श्रु = श्राव्य (ऐकण्यास योग्य), कृ = कार्य (करण्यास योग्य), त्यज् = त्याज्य (टाकण्यास योग्य).

९- हा प्रत्यय सकर्मक धातूस कर्मार्थीं आणि अकर्मक धातूस कर्त्रर्थीं लागतो; जसें, कृत केलेलें, भूत झालेलें.

१०- क्रोधें केलें छिन्न प्रेम हृदय दुष्ट वाक्शरें भिन्न ।।
त्रासें झालें खिन्न - स्वान्त महासाधु कंपित स्विन्न ।। - सीतारामायण

* नियम १ पान ४

[11]स्वरसंधीचे कोष्टक

पुढे येणारे स्वर (columns) / मागील स्वर (rows)

	अ	आ	इ	ई	उ	ऊ	ऋ	ॠ	ऌ	ए	ऐ	ओ	औ
अ, आ	आ		ए		ओ		अर्		अल्	ऐ		औ	
इ, ई	य	या	ई		यु	यू	यृ	यॄ	यॢ	ये	यै	यो	यौ
उ, ऊ	व	वा	वि	वी	ऊ		वृ	वॄ	वॢ	वे	वै	वो	वौ
ऋ, ॠ	र	रा	रि	री	रु	रू	ॠ			रे	रै	रो	रौ
ऌ	ल	ला	लि	ली	लु	लू				ले	लै	लो	लौ
ए	अय	अया	अयि	अयी	अयु	अयू	अयृ	अयॄ	अयॢ	अये	अयै	अयो	अयौ
ऐ	आय	आया	आयि	आयी	आयु	आयू	आयृ	आयॄ	आयॢ	आये	आयै	आयो	आयौ
ओ	अव	अवा	अवि	अवी	अवु	अवू	अवृ	अवॄ	अवॢ	अवे	अवै	अवो	अवौ
औ	आव	आवा	आवि	आवी	आवु	आवू	आवृ	आवॄ	आवॢ	आवे	आवै	आवो	आवौ

मागील स्वर

११- बाजूच्या उभ्या ओळींतील कोणत्याहि स्वरापुढें वरील आडव्या ओळींतींल कोणताही स्वर आल्यास, त्या दोहोंच्या समोरील ओळींत दिलेलें रूप दोघांच्या जागीं होतें असें समजावें.

व्युत्पत्तिशास्त्र ● ४३३

यच्या पूर्वीं धातूच्या अन्त्य 'आकारास' **ए** आदेश होतो; जसें - दा + य = देय, पा + य = पेय, हा + य = हेय (टाकण्यास योग्य).

४. धातूस **अ, अन** आणि **ति** हे प्रत्यय लागून क्रियावाचक नामें होतात; जसें - भिद् + अ = भेद. छिद् = अन = छेदन[१२], भू + ति = भूति, जि = जय, भृ = भार, वस् + वास.

अच्या पूर्वीं अंत्यस्वरास व उपांत्य अकारास कधी गुण व कधी वृद्धि होते; जसें - जि = जय, भृ = भार, वस् = वास.

अन याच्या पूर्वीं अंत्य व ऱ्हस्व उपांत्य स्वरास गुण होतो.

अ[१३] - प्रत्ययांत नामें पुंलिंगी, **ति** - प्रत्ययांत स्त्रीलिंगी आणि **अन** - प्रत्ययांत नपुंसकलिंगी असतात.

कित्येक धातूंस 'आ' आणि कित्येकांस 'अना' प्रत्यय लागून क्रियावाचक नामें होतात; जसें - शंक्-शंका, स्पृह्-स्पृहा, स्पर्ध्-स्पर्धा, क्षुध्-क्षुधा, याच्-याचना, रच्-रचना, गण्-गणना, वल्गना, योजना, कल्पना, प्रस्तावना, घटना, इ.

उपसर्ग

संस्कृत धातूंच्यापूर्वीं लागणारे उपसर्ग या नांवाचे कांहीं एकाक्षरी व कांही द्वाक्षरी असे अव्ययरूप शब्द आहेत. त्यांचा स्वतंत्र प्रयोग नाहीं. संख्येंत शून्यास जशी स्वतंत्र किंमत नाहीं, (परंतु ज्या अंकाच्या पुढें शून्य येईल, त्याची किंमत दसपट वाढते,) त्याप्रमाणें उपसर्गांस स्वतंत्र अर्थ नाहीं, तरी ते धातूंच्या पूर्वीं लाविल्यानें धातूंचे अगदीं भिन्न भिन्न अर्थ होतात. धातूंच्या पाठीमागें बहुश: एक उपसर्ग असतो, तरी कित्येक वेळां एकापेक्षां अधिकही उपसर्ग धातूच्या मागें लावितात. क्वचित्स्थलीं उपसर्ग पूर्वीं लावूनही धात्वर्थ बदलत नाहीं. एकच उपसर्ग वेगळाल्या धातूंच्या पूर्वी लागला असतां, वेगळाले अर्थ होतात. तसेंच एकाच धातूचा वेगळाल्या उपसर्गाच्या योगानें वेगळाला अर्थ होतो; याकरितां* अमुक उपसर्गाचा अमुकच अर्थ असें म्हणता येत नाहीं. तथापि, पुष्कळ ठिकाणीं येणारे जे अर्थ ते दिक्प्रदर्शनार्थ त्यांच्यापुढें दिले

१२- मराठींत क्रियावाचक धातुसाधित नामें करण्यास धातूस जो 'णें' प्रत्यय लावितात तो 'अन्' प्रत्ययाचा अपभ्रंश होय; जसें - गमन = गमणे, यान = जाणें, नमन = नमणें इत्यादि. जरूर पडल्यास अ हाच अचा गुण मानावा.

१३- हा प्रत्यय लागला म्हणजे धातूचा अन्त्य च् किंवा ज् यांच्या जागीं क किंवा ग होतो; जसें, सिच् - सेक, युज् - योग.

* प्रहाराऽऽहार - संहार- विहार - परिहारवत् (पान ३० वरची १ली टीप पहा.)

आहेत. कित्येक उपसर्गांचीं मराठींत रूपांतरें होतात, तीं त्या त्या ठिकाणीं दाखविलीं आहेत.

	उपसर्ग	अर्थ	उदाहरण
१	अति	आधिक्य	अतिशय, अतिरिक्त
		उल्लंघन	अतिक्रम
२	अधि	वर्चस्व	अधिकार
३	अनु	साहित्य	अनुसरण
		सादृश्य	अनुकरण
४	अप	दूरत्व, न्यूनत्व	अपगत, अपकर्ष
५	अपि	आवरण	अपिधान (आच्छादन)
६	अभि	सामीप्य	अभिगम.
७	अव	न्यूनत्व	अवमान, अवनति
८	आ	वैपरीत्य (उलटपणा)	गमन (जाणें), आगमन (येणें), दान (देणें), आदान (घेणें)
९	उत्	उच्चत्व	उद्गम, उत्पतन
१०	उप	सांनिध्य	उपगम
११	दुर	निंदा, काठिन्य	दुर्गति, दुर्गम
१२	दुस्		
१३	नि	राहित्य	निषेध
१४	निर	अभाव	नि:शेष, निराहार
१५	निस्		
१६	परा	वैपरीत्य	पराजये, पराभव
१७	परि	आसमंतात्	परिवार, पर्यटन
१८	प्र	आधिक्य	प्रकर्ष, प्रभाव
१९	प्रति	पुन:	प्रतिवादी, प्रत्युत्तर
२०	वि	दूरत्व, आधिक्य	वियोग, विशेष
२१	सम्	एकत्र, साधुत्व	संयोग, संगम, संधि, संस्कार
२२	सु	सौख्य	सुगम, सुलभ, सुकर

कोष्टक

तद्धितसिद्धिदर्शक कोष्टक - अंगाचे अन्त्यवर्ण व पुढे येणारे मुख्य तद्धित प्रत्यय, सोदाहरण-

अंत्य वर्ण	अ	इ	इक	इत	इन्	इय	ईय	एय	य	अन्तस्वरवि०
अ	पौत्र	दाशरथि	धनिक वार्षिक	कुसुमित	शशिन्	राष्ट्रिय	अश्वीय		भक्ष्य सौंदर्य भैषज्य	सर्वत्र लोप
आ	सांभद्र	सौमित्रि	सैनिक	पिपासित	मालिन्		दक्षिणीय	गांगेय	सभ्य सैन्य	सर्वत्र लोप
इ, ई	भौम			व्याधित	व्रीहिन्		अंगुलीय	आत्रेय कौन्तेय	जामदग्न्य	सर्वत्र लोप
उ, ऊ	गौरव	वासवि							वायव्य	अव्-आदेश
ऋ	सावित्र						स्वस्रीय		पित्र्य	र्-आदेश
अन्, इन्	पार्वण		आध्यात्मिक		वर्मिन्				राजन्य राज्य, पारमेष्ठ्य	प्रायः लोप
त्	भागवत						भगवदीय			(क्र० वि०)
प्र०स्व. वृद्धि	सर्वत्र	सर्वत्र	प्रायः	अभाव	अभाव	अभाव	अभाव	सर्वत्र	बहुधा	

विशेष - प्रथमस्वराची वृद्धि अ, इ, एय यांचे पूर्वी नित्य, इकपूर्वी प्राय: आणि य-पूर्वी बहुधा होते, व इतरत्र होत नाहीं. आदि ह्मणजे प्रथमाक्षर, तेव्हां प्रस्तुत वृद्धि ह्मणजे अंगाचा आदिविकार होय. अन्तविकार शेवटल्या उभ्या रकान्यांत स्पष्टच आहे.

तद्धितसिद्धि

१. गम्-गच्छति, गन्तुम्, गत-गतस्य, गति-गतिः, गतिमत्, गतिमत्त्व, सदागति खगाय इ.

या वरील शब्दांत गम् हा धातु आहे. बाकीचे सर्व साक्षात् किंवा परंपरेने त्यापासून बनलेले आहेत. यातील गच्छति हे क्रियापद आहे (कारण ते पुरुष दर्शवू शकते); त्यांत ति हा प्रत्यय आहे. हा क्रियापद - प्रत्यय किंवा पुरुष-प्रत्यय होय.

गन्तुम्, गत, गति यांत क्रमानें तुम् त ति हे प्रत्यय आहेत या सर्वांना- जे धातूस प्रत्यक्ष लागूनही त्यापासून क्रियापदें बनवीत नाहींत त्यांना - **कृत् - प्रत्यय** अशी संज्ञा आहे. अर्थात् तदन्त शब्दांस (कृत्- अन्त) कृदन्त म्हणतात. येथें गन्तुम्, गत गति हे कृदन्त होत.

गति या कृदन्तापासून गतिमत् हा शब्द झाला आहे, व त्यापासून गतिमत्त्व; हे दोन्हीही मूलतः गम् - पासूनच प्रवृत्त झाले आहेत, पण परंपरेने, प्रत्यक्ष नव्हे. यांतील मत्, त्व इत्यादि प्रत्ययांस तद्धित म्हणतात, व तदन्तांस म्हणजे गतिमत्, गतिमत्त्व इत्यादींस तद्धितान्त किंवा संक्षेपतः तद्धित असेंच म्हणतात.

गम् पासून झालेला गति याशीं 'सदा' शब्दाचा योग होऊन 'सदागति' हा समास बनला आहे. गम् पासून बनलेल्या ग-शीं दुसऱ्या शब्दाचा किंवा शब्दांतराचा योग होऊन खग हाही समासच झाला आहे.

वरील शब्दांच्या यादींतील गच्छति गन्तुम् गतस्य गतिः खगाय ही रूपे वाक्यांत येऊ शकतात, म्हणून त्यांस (वाक्याची) पदे म्हणतात. तेव्हां पद म्हणजे वाक्यांत येणारे शब्दाचे रूप, मग ते गन्तुम् या अव्ययाप्रमाणें **(१)** मूळच असो, गच्छति - प्रमाणें **(२)** क्रियापद असो, किंवा बाकीच्या रूपांप्रमाणें (विभक्तिप्रत्ययांनी गत, गति, खग इ. प्रातिपदिकांपासून साधलेले **(३)** विभक्तिरूप असो.

सारांश धातूचे स्थानी ऊस हा पदार्थ मानिल्यास, त्याचा रस हा कृदन्त होईल, काकवी, राब, गूळ, साखर, साखऱ्या, खडीसाखर हे तद्धित होतील, व पदार्थांतराच्या मिश्रणाने तयार होणारे साखरपाणी, हलवा, तिळगूळ, हे समास ठरतील; व उपयोग करण्याकरिता म्हणजे खाण्याकरिता हातांत घेतले असतां, सर्वच पदे होतील.

वरील जातींपैकी कृदन्ताचा विचार मागे **(४)** पानांत केला आहे. धातू हे शब्दांचे मूळ म्हणजे प्रभव म्हणून देण्यांत येतील. समास व पदे याविषयी विचार करणे केवळ व्याकरणाचाच विषय आहे; अर्थात् तो या पुस्तकांत कर्तव्य नाहीं. शेष तद्धित या जातीची साधनिका म्हणजे तद्धितसिद्धि ही येथे सांगतो.

२. मधु-मधुर, मधुरिमन्, मधुरता, माधुर्य, माधुरी - यांपैकीं मधु हा शब्द अन्य शब्दापासून निघालेला दिसत नाहीं, तो स्वयंसिद्ध भासतो. आतां 'सर्वं धातुजम्' या

बऱ्याच संस्कृत वैयाकरणांच्या संकेताप्रमाणे अशा स्वयंसिद्ध दिसणाऱ्या (व वस्तुतः तशाच असणाऱ्या) शब्दाचा संबंध विद्यमान किंवा कल्पित धातूशी जोडण्यांत येतो. मधु हा शब्द मन् धातूस उ हा प्रत्यय लावून व न् चा ध् बनवून साधितात. कुम्ब् (कुम्बति) हा धातु कुम्बा (कुंपण) याचे सिद्ध्यर्थ कल्पितात; व तदनुरूप झांकणे हा अर्थ त्यावर लादतात. येथे शास्त्राच्या कृत्रिम दृष्टीने कुम्बा हा शब्द कुम्बू धातूत्पन्न ठरतो; परंतु तत्त्वदृष्टीनें पाहतां, मुळांत कुम्ब् हा धातूच कुम्बा या नामापासून व्याकरणकारांनीं मुद्दाम* व्युत्पादिला आहे, हें उघड दिसतें.

या पुस्तकांत प्रभव व तद्भूत शब्द सांगतांना शब्दांतराचे मूलभूत नसलेले, उलट त्यांपासूनच कृत्रिमपणें व्युत्पादिलेले कुम्ब -सारखे (सौत्र) धातू गाळिले आहेत. तसेंच - मधु सारखे शब्द कृत्रिम बादरायणसंबंधानें मन् - सदृश - धातूत्पन्न ह्मणून न देतां, ते सिद्ध किंवा प्रभव ह्मणूनच दिले आहेत.

३ मधु शब्दास 'र' हा प्रत्यय लागून मधुर हा शब्द झाला आहे. पुन्हां त्यास दुसरे प्रत्यय लागून, मधुरता वगैरे शब्द बनले आहेत. यांपैकीं कांहीं शब्दांचे रूपांत प्रथमाक्षरांतील स्वराची वृद्धि झाली आहे, तर कांहींत अंत्य स्वराचा, तर कांहींत य -चा लोप झाला आहे; कांहींत प्रत्यय लागण्यापलीकडे कांहींच विकार झाला नाहीं.

या संबंधांत पुढील गोष्टी लक्ष्यांत ठेवण्यास योग्य म्हणजे) लक्षणीय आहेत.-

तद्धित प्रत्ययापूर्वीं कधीं कधीं -

(क) अंगाचे (म्हणजे प्रत्ययग्राहक शब्दरूपाचे) प्रथम स्वराचे स्थानीं वृद्धि होते; जसें - मधुर माधुर्य, अध्यात्मन् आध्यात्मिक, ईश्वर ऐश्वर्य, वृद्धि वार्द्धक, द्रोण द्रौणि इ.

(ख) अंगाचे प्रथमाक्षरांत संयोग (जोडव्यंजन) असून, त्याचा द्वितीयावयव य् किंवा व् असेल तर त्याचे मागें कधीं कधीं क्रमानें ऐ औ असे आगम येतात; जसें न्याय नैयायिक, व्याकरण वैयाकरण, द्वार दौवारिक इ.

(ग) अंगाचे अंतीं किंवा अन्त्याक्षरांत असलेल्या अ, आ, अन् इन्, इ ई, य, यांचा लोप होतो; जसें - कुल कुलीन, दक्षिणा दक्षिणीय, राजन् राज्य, स्वामिन् स्वाम्य,

---

* कोठें कोठें अज्ञानानेंही असा प्रकार घडतो. इंग्रजी भाषेंत beggar या शब्दाचे अर्थाची संगति लावण्याकरितां beg हा धातु मानण्यांत आला आहे. या प्रतीप व्युत्पत्तीचें गमक त्याचे (Spelling म्हणजे) वर्णघटनेंत सांपडतें. तो beg धातूपासून बनला असता तर Cutter प्रमाणें er प्रत्ययान्त असता, तसा नसून, त्याचे अन्ती ar हे वर्ण आहेत; यावरून तो मूळचाच असावा, beg धातूत्पन्न नसावा ही गोष्ट अनुमित होते.

व्रीहि व्रीहिन्, कुन्ती कौन्तेय, माधुर्य माधुरी.

(घ) अंगाचे अन्त्य वर्ण उ किंवा ऊ असल्यास त्यांचे जागीं अव् व ऋ चे जागीं र् असे आदेश होतात; जसें - कुरु कौरव, वायु वायव्य, पितृ पित्र्य, होतृ हौत्र, सुभ्रातृ सौभ्रात्र, इ.

सारांश - तद्धितप्रत्ययापूर्वीं अंगाचे प्रथमाक्षरांतील स्वराची वृद्धि, तद्गत द्वितीयवर्णभूत य् व् यांचे मागें ऐ औ असे आगम, आणि अन्ताक्षरगत अ आ अन् इन् इ ई य् यांचा लोप, उ ऊ यांचे जागीं अव्, व ऋ - चे जागीं र असे आदेश सामान्यत: होतात. न-भिन्न अन्त्य व्यंजनांत प्राय: बदल होत नाहीं; जसें भगवत् भागवत.

समासासंबंधीं विशेष - **(१)** अंगाचे प्रथमस्वराची वृद्धि करणारा असा प्रत्यय समासाला लागतांना, तो कधीं एका तर कधीं दोन्ही समासपदांत वृद्धि घडवून आणितो; जसें -

चतुवर्ण चातुर्वर्ण्य, दशवर्ष दशवार्षिक, सर्वभूमि सार्वभौम.

(२) वृद्धि एका पदांत अवश्यक असून दुसऱ्यांत वैकल्पिकही आढळते; जसें - सुहृद् सौ-हृद - हार्द, अशुचि अ-आ-शौच.

तद्धित प्रत्ययांची यादी

महत्त्वाचे प्रत्यय, त्यांचे अर्थ, उदाहरणें, व अंगविकार.

विशेष - जेथें विकार सांगितला नाही तेथे वृद्धिविकाराभाव समजावा; व प्रथमस्वरवृद्धि इ. याने तद्धितसिद्धिकोष्टकांत दिलेल्या अंगाच्या आद्यन्तविकारांचे ग्रहण करावें.

अ पार्थ (पृथा अपत्य), सारस (सरस -**संबंधी**, तळ्यांतील), गौरव (गुरु-पणा, मोठेपणा), यौवत (युवति - समूह)

प्रथमस्वरवृद्धि इ.

आयन आयनि द्रौणायन - नि (द्रोण-अपत्य) प्र वृद्धि. इ वैराटि (विराट - अपत्य)

प्र वृद्धि.

इक रथिक (रथ-युक्त), सैनिक (सेना - घटक), वासन्तिक (वसंत-संबंधी)

प्राय: प्र. वृद्धि

इत तारकित (तारका - युक्त), कंटकित. अन्त्यस्वरलोप.

इन् बलिन् (बल-युक्त), मालिन् (माला) व्रीहिन् (व्रीहि)

अन्त्यस्वरलोप.

इन फलिन (फल - युक्त) (विरळा)

व्युत्पत्तिशास्त्र ● ४३९

इमन् महिमन् (महत् - पणा, मोठेपणा) विशेषविकार.

इय यज्ञिय (यज्ञ - संबंधी) अन्त्यस्वरलोप.

इल फेनिल (फेन - युक्त फेंसाळ) (विरळा)

इष्ठ बलिष्ठ (बलिन् किंवा बलवत् यांचे मध्यें सर्वाधिक) विशेषविकार.

ईक शात्तीक (शक्ति - या आयुधानें लढणारा) (विरळा)

ईन कुलीन (कुलांतील - अर्थात् चांगल्या कुलांतील अपत्य), प्राचीन (प्राच् ह्म. पूर्वेकडील, मूलार्थ), पारीण (पाराला जाणारा) अन्त्यस्वरलोप.

ईय तदीय (तद् - संबंधी), दक्षिणीय (दक्षिणा देण्यास योग्य), स्वस्त्रीय (स्वसृ - अपत्य), अंगुलीय (अंगुली - मध्यें असणारे), अश्वीय (अश्व - समूह)

ईयस् गरीयस् (दोहोमध्ये अधिक गुरू) विशेषविकार.

उर दंतुर (उन्नत -दंत -युक्त) (विरळा)

एय कार्त्तिकेय (कृत्तिका - अपत्य), नादेय (नदी - संबंधी) प्र. वृद्धि इ.

क १ बालक (बाल, स्वार्थ म्हणजे मूळचा अर्थ किंवा मूलार्थ)

२ वृक्षक (ठेंगणा वृक्ष).

३ तैलक (थोडे तेल).

४ वत्सक (आवडता वत्स).

५ हरिणक (बिचारे हरिण).

६ अश्वक (अश्व - सदृश)

७ पुत्रक (मानलेला ह्म. कृत्रिम मुलगा).

८ उष्ट्रक (गचाळ उंट).

९ गृहक (अज्ञात गृह).

१० पैतृक (पितृ - संबंधी).

११ धानुष्क (धनुस् घेऊन लढणारा).

१२ वार्द्धक (वृद्धांचा समूह, भाव किंवा कर्म) अनियत विकार.

कल्प द्वीपकल्प (जवळ जवळ ह्म. तुल्यप्राय द्वीप).

चर अध्यापकचर (पूर्वीचा शिक्षक)

तः भाग्यतः (भाग्याने), ततः (तेथून), सर्वतः (सर्व ठिकाणी). (तृतीया, पंचमी सप्तमी इ. विभक्त्यर्थी अव्यये)

तन सायंतन (सायंकाळीं होणारा) (कालवाचक विशेषण)

तम १ दृढतम दृढांमध्ये सर्वाधिक)

२ एकतम (पुष्कळांपैकी एक)

३ शततम (शंभरावा, १०० संख्या पुरी करणारा ह्म.पूरण

तर १ दृढतर (दोहोंमध्ये अधिक दृढ)

२ एकतर (दोहोंपैकी एक)

ता लघुता (लघु-पणा), बंधुता (बंधु-समूह)

त्य तत्रत्य (तत्र ह्म. तेथे असलेला) (देशवाचक विशेषणे)

त्र सर्वत्र (सर्व ठिकाणी) (देशवाचक क्रियाविशेषणे)

त्व गुरूत्व (गुरु -पणा)

था तथा (तद् ह्म. तो, त्या प्रकाराने) (रीतिवाचक क्रि. विशेषणे)

धा बहुधा (बहुभागांमध्ये) (भागवाचक क्रि. विशेषण)

धेय नामधेय (नाम, मूलार्थ) (विरळा.)

मत् श्रीमत् (श्रीने - युक्त).

मय १ हेममय (हेमन् - चा बनविलेला पदार्थ ह्मणजे विकार).

२ जलमय (जलाचे वैपुल्य, पाणीच पाणी).

२ आनंदमय (आनंदाने भरलेला).

मह पितामह (पित्याचा बाप) (विरळा).

मात्र जानुमात्र (जानु ह्मणजे गुडघा त्याला पोचणारे- गुडघाभर).

य पित्र्य (पितृ - संबंधी), अन्त्य (अन्तांत असणारा) (देशवाचक विशेषण); सभ्य (सभेंत चांगला), राज्य (राजाचें कर्म किंवा राजेपणा), भैषज्य (भेषज, मूलार्थ)

या वात्या (वातांचा समूह, वावटळ)

वत् बलवत् (बलाने - युक्त), विधिवत् (विधीला अनुसरून), तृणवत् (तृणा - सारखे)

वल दंतावल (दंत - युक्त, अर्थात विशेषप्रकारचे दांत असलेला) (विरळा)

विन् तेजस्विन् (तेजाने युक्त) (अस् - अन्त नामापासून विशेषणे)

अपभ्रष्ट संस्कृत शब्द

अपभ्रष्ट संस्कृत शब्द मराठी भाषेत आहेत, त्यांचे मूळ या पुस्तकात सांगितले आहे.

देशी

*बाप, धाकटा, लेंकरू, झाड वगैरे मराठी भाषेत शब्द आहेत; त्यांचे मूळ

दुसऱ्या भाषांत सांपडण्यासारखे नसल्यामुळे, त्यांस देशी किंवा मराठी असे नांव दिले आहे. हेमचंद्राचा देशीनाममाला या नावाचा कोश आहे, त्यात, व मृच्छकटिकादि नाटकात, तत्सम किंवा तद्भव नव्हे, असे हिंदुस्तानी, गुजराथी, मराठी वगैरे देशभाषांत येणारे अनेक शब्द सांपडतात, त्यांपैकी मराठींत येणाऱ्या मुख्य मुख्य शब्दांची यादी पुढें दिली आहे.

यवनी

जे अरबी आणि फारसी शब्द मराठी भाषेंत प्रसिद्ध आहेत, त्यांची एकत्र यादी पुस्तकाच्या शेवटीं दिली आहे.

तद्भव किंवा अपभ्रष्ट संस्कृत शब्द.

संस्कृत शब्दांचे अपभ्रंश होऊन प्राकृत शब्द होतात, त्यांस तद्भव (संस्कृतापासून झालेले) असे म्हणतात. अपभ्रंश दोन प्रकारचे आहेत. रूपापभ्रंश आणि रूपार्थापभ्रंश. संस्कृत शब्दाचे मराठी शब्द होतांना अपभ्रंश एक वेळां किंवा अधिक वेळांहि होतो; जसे- मल मळ, स्थल स्थळ. अशा प्रकारच्या शब्दांत एकवारच अपभ्रंश झालेला आहे.

परंतु	संस्कृत	प्राकृत	मराठी
	आर्य	अज्ज	आजा

अशा प्रकारच्या शब्दांत दोनदां अपभ्रंश झालेला आहे. संस्कृतापासून अपभ्रंश होऊन प्राकृतांत येऊन मग जे मराठींत येतात, ते जुने तद्भव, व साक्षात् संस्कृतापासून मराठींत येतात, ते नवे तद्भव होत. स्थलसंकोचामुळें सर्व अपभ्रंश दाखविले नाहींत; कांहीं ठिकाणीं मात्र दाखविले आहेत.

जेथे अर्थ कायम राहून शब्दाचे रूप मात्र बदलतें, तेथे रूपापभ्रंश होय. जसे - अर्पण = ओपणे, अमंगल = ओंगळ, इक्षु = ऊस, इत्यादि.

जेथे मूळ शब्दाचे रूप पालटून अर्थही बदलतो, तेणे रूपार्थापभ्रंश होय; जसे -अयि = आई, आचमन = आंचवणे, इत्यादि.

---

* बवयोरभेदः याप्रमाणे 'बाप' हा शब्द 'वाप' यापासून झाला असावा. वाप (यांत वप्-पेरणें + अ (कर्त्रर्थी) = पेरणारा असें कित्येक मानतात.

रूपापभ्रंश

[१४]वर्णभेद, वर्णलोप, वर्णवृद्धि, आणि वर्णविपर्यय, अशा चार प्रकारांनीं शब्दांचे रूपापभ्रंश होतात.

१. वर्णभेद - कार्य = कज्ज = काज, स्तंभ = खंबो = खांब, बल = बळ, रात्री = रात्र इ.

२. वर्णलोप - अरण्य = रण्ण = रान, बदर = बोर, आलवाल = आळें, उपवास = उपास इ.

३. वर्णवृद्धि - अम्ल = आम्बट, तिक्त = तिखट, हनु = हनुवटी, पीत = पिवळा इ.

४. वर्णविपर्यय - तिलक = टिकला, उत्तल = उलथा, वाचाट = चावट, इत्यादी.

संस्कृत शब्द प्राकृत भाषेंत येतांना जे अपभ्रंश होतात, त्यांविषयीं वररुचि आणि हेमचंद्र यांच्या व्याकरणांत जे नियम सांगितले आहेत त्यांतील कांहीं व्यापक असे सांगतों.

१. कित्येक शब्दांच्या अकारास इकार होतो; जसें-पक्व = पिक्क = पिका, अंगार = इंगालो = इंगळ, इंगळा.

२. शय्यादि शब्दांच्या अकारास ए होतो; जसें - शय्या = शेज्जा = शेज, त्रयोदश = तेरह = तेरा, वल्ली = वेल्ली = वेल.

३. पिण्डादि शब्दांत इ - स ए होतो; जसें -पिण्ड = पेण्ड = पेंड, सिंदूर = सेंदूर = शेंदूर.

४. कित्येक शब्दांत उकारास ओ होतो; जसें तुण्ड = तोण्ड = तोंड, मुक्ता

१४- एका भाषेचे रूपांतर होऊन दुसरी भाषा होऊ लागली ह्मणजेच शब्दांचा रूपभेद, किंवा अर्धभेद होतो असे नाही. एकच भाषा पुष्कळ काळ व्यवहारांत असल्यास तिच्या कित्येक शब्दांचे रूपांतर व अर्थांतर होते जसे देवेभि:, पन्था:, इत्यादिक वैदिक शब्दांचे कालांतराने देवै:, पन्थान इत्यादिक रूपांतरे झाली. अशीच अर्थांतराचींही पुष्कळ उदाहरणे आहेत. तसेंच वर्णभेदादिक जे अपभ्रंशाचे प्रकार ते शुद्ध संस्कृत शब्दांत सुद्धा क्वचित् आढळतात; जसे- वर्णवृद्धि होऊन हस् धातूपासून हंस शब्द झाला. वर्णविपर्यय होऊन हिंस् धातूपासून सिंह शब्द झाला. गूढात्मा याचा वर्णभेद होऊन गूढोत्मा असें झालें. आणि पृषदुदर यांतील दकाराचा लोप होऊन पृषोदर असें झालें. एकाच भाषेच्या शब्दांत कालांतराने रूपभेद होतो, परंतु त्यास अपभ्रंश असे म्हणत नाहीत. एका भाषेत रूपांतर किंवा अर्थांतर होऊन दुसऱ्या म्हणतात.

= मोत्ता = मोती, पुष्कर = पोख्खर = पोखर.

५. कित्येक शब्दांत व्यंजनाचा लोप होतो; जसे - सूची = सुई, भूमि = भुई, जाति = जाई, यूथिका = जुई, नदी = नई.

६. संस्कृत शब्दांमध्ये ख, घ, थ, ध, भ, असंयुक्त असल्यास त्यांस ह होतो. जसे - लेखन -लिहिणे, बधिर = बहिरा, प्रभात = पहांट, पृथुक = पोहा, प्राघुणक = पाहुणा, दधि = दही, कथन = काहणी.

७. हरिद्रादि शब्दांच्या 'र' स 'ल' होतो; जसें = हरिद्रा = हल्लदा = हळद, अंगार = इंगालो = इंगळा.

८. शब्दाच्या आद्य यकारास ज होतो; जसे - यत्र = जेथे = जेथे, या = जाणे.

९. जोडाक्षरांतील आद्य क्, ड् ग् त् द् प् ष् र, इत्यादिकांच्या जागीं प्राकृतांत पुढील व्यंजनांचा आदेश होतो. हे शब्द मराठींत येतांना पहिल्या व्यंजनाचा लोप होऊन मागील स्वर दीर्घ होतो; जसे - भक्त = भात्त = भात, सिक्थ = सित्थओ = शीत, मुद्ग = मुग्ग = मूग, हस्त = हत्थ = हात, कार्य = कज्ज = काज, कर्म = कम्म = काम, पर्ण = पण्ण = पान, सर्प = सप्प = साप, सप्त = सत्त = सात.

१०. जोडाक्षरांतील अंत्य म, न, य, यांचा लोप होतो; जसे - रश्मि = रशी(दोरी), युग्म = युग = जूग, नग्न = नंगा, योग्य जोगा;

११. शब्दांमध्ये स्वरापुढे पकार आल्यास त्यास व होतो; जसे - कच्छप = कासव, सपत्नी = सवत, ताप = ताव, वापी = बाव.

१२. ऋकारांत संस्कृत धातूंच्या अंत्य ऋकारास अर् आदेश होतो; जसे - कृ = कर्, भृ = भर्, मृ = मर्, सृ = सर्, तृ = तर्, इत्यादि.

१३. पत्, सद् इत्यादि धातूंच्या अंत्य व्यंजनास ड आदेश होतो; जसे - पडणे, सडणे, इत्यादि.

१४. व्यंजनांत संस्कृत धातु प्राकृतांत येतांना अकारांत होतात; जसे - वद् = वद, भ्रम् = भ्रम.

१५. संस्कृत धातूंच्या अंत्य दकारास कधी कधी ज होतो; जसे - खिद् = खिजणे, मद् = माजणे.

याशिवाय काही नियम त्या त्या उदाहरणांखाली दिले आहेत.

अल्प वर्णभेद झाल्यामुळे संस्कृतांतील मूलरूपांत फार बदल न होता, जे नवे तद्भव शब्द मराठी भाषेत येतात, त्याविषयीं काहीं नियम सांगतो.

१. संस्कृत अकारांत पुंलिंगी शब्द मराठीत बहुश: तसेच राहतात. परंतु कित्येकांस मराठींत आकारांत रूप प्राप्त होते; जसें - शिष्य = शिष्या, काण = काणा, घोट = घोडा[१५], इत्यादि.

२. जेथे अकारांत शब्दांचे उपांत्य व्यंजन 'ल' असते तेथे 'ल' स 'ळ' होऊन मराठींत शब्द होतात; जसे बल = बळ, स्थूल = स्थूळ, इत्यादि.

३. कित्येक आकारांत व इकारांत संस्कृत शब्दांच्या अंत्य आकारास व इकारास अ आदेश होऊन मराठी शब्द होतात; जसें - धारा = धार, शिरा = शीर, रीति = रीत, रात्रि = रात्र[१६], इत्यादि.

४. ऋकारांत व न्कारांत शब्दांचें संस्कृतांत प्रथमेचें एकवचन असतें, तेंच

१५- घोडा इत्यादि शब्दांच्या व्युत्पत्तीविषयी कित्येक विद्वानांचा असा तर्क आहे की, मूलशब्द घोटक याचा प्राकृतांत घोडअ असा अपभ्रंश होऊन मराठींत येतांना घोड शब्दाचा अंत्य अकार व क यांतील उरलेला अकार यांचा संधि होऊन घोडा असा शब्द झाला. संस्कृतांत बहुतेक नामांस स्वार्थी क प्रत्यय लागत असल्यामुळे कित्येक शब्दांविषयी असा तर्क करणे संयुक्तिक दिसले, तरी मराठींत सर्व आकारांत शब्द अशाच रीतीनें झाले आहेत, असें ह्मणता येणार नाहीं. यापेक्षां पुढील तर्क विशेष सयुक्तिक दिसतो; तो हा कीं, संस्कृतांत अकारांत पुंलिंगी शब्दास प्रथमेच्या एकवचनी विसर्ग लागतो, त्याचा प्राकृतांत ओ होतो. (वररुचि ५-१) जसे - वत्स: - वत्सो, स्तंभ: खंबो. *ह्या ओस मराठींत येतांना आकार होतो; बच्चा, खांबा इत्यादि. कोंकणी भाषेत कित्येक शब्दरूपांचे प्राकृत भाषेशी (देशावरील मराठी भाषेतील शब्दांपेक्षा) साम्य अधिक आहे. त्यामुळें कोंकणी भाषेत वर सांगितलेल्या शब्दांत प्राकृतांतील ओकारच राहिला आहे; जसे घोडो, खांबो, बच्चो, इत्यादि, गुजराथीतहि घोडो असेंच रूप होते. मूळचा कप्रत्ययांतील अकार प्राकृतांत राहतो. त्याचा मूळ शब्दांतील अंत्य अकाराशीं संधि होऊन मराठींत आकारांत शब्द झाले असें ह्मणण्यास आणखी एक प्रतिबंध आहे; तो असा कीं, संस्कृतांत अकारांत शब्द पुंलिंगी असो अथवा नपुंसकलिंगी असो, दोहोंसहि स्वार्थी क प्रत्यय लागण्याचा नियम एकच आहे. नपुंसकलिंगी शब्दांतील क प्रत्ययाच्या अकाराशी संधि होऊन मराठीत आलेले आकारांत नपुंसकलिंगी शब्द आढळत नाहीत, यावरून संस्कृत पुंलिगी नामाच्या विसर्गान्त प्रथमेच्या एकवचनाचा अपभ्रंश होऊन मराठी आकारांत पुंलिगी नामे होतात, हेच मानणे संयुक्तिक आहे, असे सिद्ध होते.

१६- अकारांत स्त्रीलिंगी शब्दांची सामान्यरूपे ईकारांत आणि एकारांत अशी दोन प्रकारची होतात. वरील नियमावरून त्यांविषयी असा नियम दिसतो की, जे शब्द मूल संस्कृत इकारांत शब्दांपासून अकारांत झाले आहेत त्यांचे सामान्यरूप ईकारांत होते, व जे आकारांत शब्दांपासून अकारांत झाले आहेत त्यांचे सामान्यरूप एकारांत होते; जसे रात्र-रात्री धार-धारे, इत्यादि.

* मराठी व्याकरण निबंध ५ वा, पुणें शाळापत्रक पुस्तक ५ अंक ५

मराठीत मूलरूप होते; जसे कर्तृ =कर्ता, दातृ= दाता, करिन् =करी, वैरिन् =वैरी, आत्मन् =आत्मा, राजन् =राजा, नामन् =नाम, कर्मन् = कर्म, इत्यादि.

५. ते ज्यास आहे अशा अर्थीं मत् किंवा वत् प्रत्यय लागून जी संस्कृतांत विशेषणे होतात त्यांच्या प्रथमेचे एकवचन तेच मराठीत मूलरूप होते. जसे-बुद्धिमान्, श्रीमान्, धनवान्[१७], इत्यादि. कधी कधी श्रीमान् -श्रीमंत्, भाग्यवान् - भाग्यवंत अशीहि रूपे होतात.

६. सकारांत पुलिंगी शब्दाचा शेवटील स् जाऊन मागल्या अकारास आकार होऊन मराठींत शब्द होतात. जसे - चंद्रमस् = चंद्रमा. परंतु सकारांत शब्द मूळचा नपुंसकलिंगी असला तर त्याचा सकार मात्र नाहीसा होतो. जसे-मनस् =मन, पयस् =पय, इत्यादी.

७. ज्यांच्या आरंभी तालव्य वर्ण असतो असे कित्येक संस्कृत शब्द मराठींत येतांना त्यांच्या तालव्य व्यंजनाचा दंततालव्य उच्चार होतो. जसे - चोर=चोर, जड =जड, इत्यादी.

संकेत

या ग्रंथात प्रभव व तद्भूत शब्द देतांना योजिलेले संकेत.

विशेष - पक्ष पंख या जोडीपैकी पहिला शब्द संस्कृत आहे. तो संस्कृताशी सम रूपानेच मराठीतही प्रचारांत असल्याने, त्यास (त्यांशी म्हणजे येथे संस्कृताशी-सम) तत्सम असेही म्हणतात. पंख हा मराठी शब्द पक्ष - पासून (भव ह्म.) निघालेला असल्याने, त्यास तद्भव म्हणतात; व त्याचा उगम या नात्याने पक्ष यास प्रभव म्हणतात.

याप्रमाणे प्रभव किंवा संस्कृत, तत्सम व तद्भव या संज्ञांचे अर्थ लक्ष्यांत ठेवावे.

१. अंगुष्ठ, आंगठा, आंगठी, इत्यादि ठिकाणीं दिसून येत असल्याप्रमाणें - (क) प्रभव शब्द (जसा - येथें अंगुष्ठ) स्थूलाक्षरांनी लिहिला आहे.

१७- संस्कृतांत अशा प्रकारची विशेषणे स्त्रीलिंगी असल्यास त्यांची रूपे धनवती, बुद्धिमती अशी होतात; आणि नपुंसकलिंगी असल्यास धनवत्, बुद्धिमत् अशीच राहतात. परंतु मराठीत कित्येक विशेषणांचीं रूपे लिंगभेदाने पालटत नाहीत, त्याप्रमाणे धनवान् इत्यादी विशेषणांचे रूप सर्वलिंगी सारखेच योजितात. जसे - धनवान् पुरुष, धनवान् बायको, धनवान् घराणे इत्यादि.

(ख) प्रभवाचा अर्थ सांगणारा शब्द (जसा- येथे आंगठा) प्रभवापुढे अव्यवहित (ह्म. मध्ये कोणतेही चिन्ह न ठेवितां) दिला आहे.

२. अंगार (निखारा) अंगारा. श्वस् (श्वास घेणे) इ. ठिकाणी दिसत असल्याप्रमाणे-

(ग) प्रभवाचा अर्थ सांगण्यांत (त्याहून न निघालेला ह्म.) अन्यमूलक (जसा- येथे निखारा, किंवा घेणे) शब्द येत असेल तर तो अर्थ कंसांत घातला आहे.

३. अंग अंगना (स्त्री) इ. ठिकाणच्याप्रमाणे -

(घ) तद्भव शब्द देतांना, अर्थ सांगणे वगैरेकरितां जेथे जेथे अन्यमूलक (जसा -येथे स्त्री) शब्द येईल, तेथे तेथे तो कंसांत ठेविला आहे.

४. अय् (जाणे) अयन, दक्षिणायन, उत्तरायण, पलायन = पळणे इ. ठिकाणच्याप्रमाणे-

(च) प्रभव शब्दाचे पोटांत येणारा संस्कृत शब्द, तत्सम न मानिल्यास (हा केवळ संस्कृत मानिल्यास), तो (जसा-येथे पलायन) स्थूलाक्षरांनी दाखविला आहे. पण तत्सम मानिल्यास, तो (जसा- येथे उत्तरायण) साधाच छापिला आहे.

५. अत्र प्रा. एत्थ = येथे इ. ठिकाणच्याप्रमाणे -

(छ) प्रभवाचे पोटांत (अर्थात् तद्भूत) प्राकृत शब्द देणे असेल तर तो प्रा. अशा संक्षेपापुढे दिला आहे.

६. (ज) वर ४ व ५ आंकड्यांत निदर्शविल्याप्रमाणे, तद्भव शब्द मागील संस्कृत किंवा प्राकृत शब्दाचा प्रतिबिंब (ह्म. त्याशीं तुल्यार्थ) असेल तर तो तुल्यवाचक चिन्हापुढे (ह्म. तुलाचिन्हापुढें) दिला आहे; जसा-पळणे, येथे. मात्र (मुख्य) प्रभव शब्दापुढे असे तुलाचिन्ह कोठेच दिले नाही.

विशेष-नम् लवणे, नमन, नमणे, नम्र इ. ठिकाणच्या प्रमाणे -

(झ) तद्भूत शब्दांमध्यें संस्कृत व मराठी शब्दांची सरमिसळ कांहीं ठिकाणीं टाळतां आली नाहीं. येथें प्रभवाचा अर्थ लवणें या तद्भव शब्दानें सांगितल्यानंतर, त्या तद्भवाचा तुल्यार्थक मूळ शब्द (ह्म. बिंब) नमन हा घ्यावा लागला; नंतर नमन या बिंबाचे दुसरे प्रतिबिंब नमने हा शब्द क्रमप्राप्तच आला; व त्याचे नंतर नम्र यास जागा द्यावी लागली. सारांश येथे नमन व नम्र या संस्कृत शब्दांमध्ये 'नमने' हा मराठी शब्द घुसूं द्यावा लागला आहे. तो स्थूलाक्षरही देतां येत नाही, कारण तो तद्भव आहे. प्रस्तुत ग्रंथांत व्युत्पत्तीस महत्त्व असल्याने, तिचा क्रम पाळणे प्राप्त आहे; संस्कृत व मराठी शब्द यांतील फोड दाखविणे हा हेतु गौण ठरतो. दोन्हीही हेतू, बरोबर साधले तेथे, साधिले आहेतच.

७. वद् (बोलणे) वाद, संवाद, वादी, प्रतिवादी. इत्यादि ठिकाणच्याप्रमाणे-

तद्भूत शब्द देण्याचे क्रमांत मतभेदास जागा आहे. वाद शब्दानंतर संवाद की

वादी ? एक मागे उपसर्ग लागून झाला आहे तर दुसरा पुढे इन् प्रत्यय लागून बनला आहे. अशा ठिकाणी सोईप्रमाणे, कोठे सोपसर्ग शब्द अगोदर, तर कोठे स प्रत्यय अगोदर दिला आहे.

८. युज् जुळणे, योजना, योग, योगी = जोगी, योजणे. योग्य = जोगा इ. ठिकाणच्याप्रमाणे -

(ट) तद्भूत शब्दांमध्ये सामान्यत: स्वल्पविराम दिले आहेत; परंतु त्यांत वहात असलेल्या व्युत्पत्तीचा ओघ जेथे बराच अडखळून मागे वळतो, तेथे पूर्णविराम योजिले आहेत; जसे - प्रस्तुत ठिकाणी, योग्य हा शब्द पूर्वींच्या तीन शब्दांपासून न निघता त्यांचे मागील 'योग' या शब्दापासून निघाला असल्याने, तेथे व्युत्पत्तीचा ओघ मागे योग शब्दाकडे उरफाटतो; याचे दर्शक ह्मणून योग्य याचे मागे पूर्णविराम दिला आहे.

सारांश - या पुस्तकांत प्रभव व तद्भूत 'संस्कृत' शब्द स्थूलाक्षरांनी दर्शविले आहेत. अन्यमूलक शब्द कंसांत घातले आहेत, प्राकृत शब्द प्रा. अशा संक्षेपाने दाखविले आहेत, बिंब प्रतिबिंब शब्दांमध्यें तुलाचिन्ह घातले आहे, तद्भूत सामान्य शब्दांत सामान्यत: स्वल्पविराम योजिले आहेत, मात्र ज्यांतील व्युत्पत्तीचा संबंध दृढ नाही त्या शब्दांमध्ये पूर्णविराम घातला आहे.

व्युत्पत्तिप्रदीप

अ

अंक (खुणा करणे). अंकन = आंखणे, आंखणी. अंक = आंकडा. अंकुर = आंकुर, अंकित.[१८]

अक्का (वडील बहिणीचे वगैरे सन्मानार्थी नाव) आका, आकाबाई.

अंग आंग, आंगडे, अंगना[१९].

अंगन आंगण, आंगणे.

१८- अंकित ह्मणजे खुणा केलेला असा अर्थ आहे. राजादिकांचा सेवक असला ह्मणजे त्याच्या अंगावर काही तरी सेवकपणाचे चिन्ह असते, त्यावरून मराठीत अंकित ह्मणजे सेवक असा अर्थ झाला. तो त्याचा अंकित आहे ह्मणजे त्याचा हुकूम मानणारा आहे असे समजतात.

१९- अंग शब्दास प्राशस्त्यबोधक 'न' प्रत्यय लागून 'अंगना' हा शब्द झाला आहे. याचा अर्थ 'सुंदर स्त्री' असा आहे.

अंगार (निखारा) अंगारा[२०], इंगळ प्रा. इंगालो[२१].

अंगुल (बोट) आंगूळ, कर, (हात)+अंगुली =करांगुली =करंगळी.

अंगुष्ठ आंगठा, आंगठी.

अग्नि (विस्तव) आग, आगटी.

अग्र (टोक) अगरडे, अघाडी.

अंचल (शेवट, पदर) आंचाळ्या, आंचळ.

अंज् (माखणें) अंजन, अभ्यंग, ओंगण, आज्य[२२] (तूप), निरंजन (साधु-ज्याला अंजन ह्मणजे अज्ञानमल नाही तो). व्यंजन (दुसऱ्या वस्तूशी मिसळते ते) व्यक्ति.

अंजलि ओंजळ.

अटरूष (वनस्पतिविशेष) अडूळसा.

अंड अंडे, आंडे.

अड्ड (पराभव करणें) अडणे, अडणी, आडाणा (दाराचा आडसर).

अत्तिका आत्या (अत्तिका ह्मणजे वडील बहीण असे असून प्राकृतात बापाची बहीण असा अर्थ झाला आहे).

अतिथि[२३] (पाहुणा) अतीत.

अत्यर्थ (पुष्कळ) (प्रा. अच्चट्ठ) = अचाट.

अत्र (प्रा. एथ्थ[२४]) एथें, येथें.

अंत्र आंतडें, आंतडी.

अद्य प्रा. अज्ज[२५] आज.

अंध आंधळा, अंधकार = अंधार,आंधेर.

अन्त: आंत.

२०- देवापुढें निखाऱ्यावर धूप जाळितात त्या संबंधाने हा शब्द झाला आहे.

२१- नियम १ पान २१.

२२- कित्येक संस्कृत व्याकरण न जाणणारे केवल शब्द सादृश्यावरून अजा -शेळी या शब्दापासून आज्य शब्द झाला आहे असें समजतात, परंतु ती चूक आहे. 'अंजे: संज्ञायामुपसंख्यानम्' या कात्यायनाच्या वार्तिकानें हा शब्द सिद्ध झाला आहे. त्याचा मूळचा अर्थ होमाकरिता संस्कार केलेले घृत असा आहे, मराठीत तूप असा अर्थ झाला.

२३- तिथि म्हणजे नेहमी असणारा. अतिथि=नेहमी नसणारा. एवं तिथिया मातें चुकलें । जिहीं पुण्ये स्वर्ग कामिलें ॥३३०॥ अध्याय ९ ज्ञानेश्वरी

२४- नियम २ पान २१

२५- नियम ९ पान २२

अनंतर नंतर.
अन्य (दुसरा) आन, आणि
अन्यक = आणिक
अभ्र (ढग) आभाळ, अभ्रा[२६]
अमावास्या[२७] (कृष्णपक्षाची शेवटची तिथि) अवस
अमुक अमूक, अमका.
अम्ल आंबट, आंबणे, आंब (हरभऱ्याची),आंबली (चिंच) आमटी.
अय् (जाणें) अयन, दक्षिणायन[२८], उत्तरायण[२८] पलायन[२९] = पळणे
अयि[३०] आई.
अरघट्ट[३१] रहाट, रहाटी.
अरण्य रान[३२].
अर्गला आगळ.
अर्घ्य (उदकात गंधपुष्प घालून देवास अर्पण करतात ते)
अर्घ्या = अर्घ्य देण्याचे पात्र.
अर्च् (पूजा करणे) अर्चन = अर्चिणे, अर्चा, अर्च्य (पूज्य).
अर्चिस् (ज्वाळा) आंच.
अर्थ् (मागणें) अर्थ, प्रार्थना, प्रार्थिणे, अर्थी (मागणारा).
अर्ध अर्धे, अधोली, अधेली, अधेला, अर्धेल, अर्धक = अर्धुक. अर्धशीर्ष (अर्धे

२६- अभ्र आकाशास आच्छादिते, त्यावरून आच्छादनास अभ्रा असे नाव पडले. जसें - छत्रीचा अभ्रा.

२७- अमा - एके ठिकाणी; वस्=रहाणे, ज्या दिवशीं चंद्रसूर्य एके ठिकाणी आकाशांत येतात, ती तिथि.

२८- दक्षिणायन ह्मणजे दक्षिणेकडे जाणे, उत्तरायण ह्मणजे उत्तरेकडे जाणे. एका वर्षांत सूर्य विषुववृत्ताच्या दक्षिणेस सहा महिने व उत्तरेस सहा महिने जातो; यावरून हे शब्द झाले आहेत.

२९- संस्कृतात परा या उपसर्गाचे रूप अय् धातूच्या पूर्वी पला असे होते, त्यावरून पलायते = पळतो, पलायन पळणे, अशी रूपे होतात.

३०- हे ममतेने हाक मारण्याचे अव्यय आहे. संस्कृतात 'अयि शकुंतले' ह्मणजे हे शकुंतले. हे रूपार्थापभ्रंशाचे उदाहरण.

३१- रहाट हे चक्रच आहे. चाकाचा तुंबा आणि धाव यामध्ये बसविलेल्या ज्या पाकळ्या त्यास संस्कृतात 'अर' असे म्हणतात. अरांनी घडविलेला ह्मणून अरघट्ट. (पान २२ नि. ६ पहा.)

३२- अरण्य शब्दाच्या अचा लोप होतो. (वररुचि १-४.)

मस्तक) = अर्धशिशी (अर्धे कपाळ दुखते त्या रोगास म्हणतात.)
अर्प्[३३] (देणे) अर्पिणे. अर्पण = ओपणे. समर्पण = सोपणे.
अलक्त अळिता (रंगविशेष).
अलस[३४] (मंद) आळस, आळशी. अवदशा (वाईट स्थिति)
अवदशा (वाईट स्थिति)
अवदसा.
अवधीर (तिरस्कार) (प्रा. अवहीर) अव्हेर, अव्हेरणे.
अश् (खाणे) प्राशन, निरशन,
अपोशन =अपोष्णी, अत्याशी = अधाशी. अनशन =अनशे (ज्याने भक्षण केले नाही असे, पोट).
अंश (धान्यादिकांचा अंश)
आंशी.
अश्रु (डोळ्यांतील पाणी)
असूं (प्रा. असूं), आसवे.
अष्टन् आठ, आठवा[३५], अष्टमी
= आठवी (तिथि)
अष्टि (बीज) अठळी, आठीळ.
अस् (असणे) अस्ति = (प्रा. अत्थि) आथी[३६] = आहे, अस्मि = (प्रा. अह्मि) आहे.
सन्त[३७], सती (पतिव्रता).

३३- अर्प् हे संस्कृतात 'ऋ' (जाणे) असा धातु आहे, त्याचे प्रयोजकरूप आहे. याचा अर्थ जावविणे असा आहे. देवास पुष्प अर्पिणे ह्मणजे आपल्याजवळ आहे त्यास देवाकडे जावविणे. याच 'ऋ' धातूपासून 'ऋण' हा शब्द झाला. याचा अर्थ दुसऱ्याकडे गेलेले धन.
३४- हे मूळचे विशेषण, त्यापासून भाववाचक नाम आलस्य, त्यापासून प्राकृतात आळस हा शब्द निघून पुनः त्यापासून आळशी असे विशेषण झाले.
३५- संस्कृतांतील क्रमवाचक संख्याविशेषणाचा प्रत्यय 'म' यास मराठींत 'व' होतो. जसे - पंचम = पांचवा, सप्तम = सातवा, नवम = नववा.
३६- ज्ञानेश्वरीत आथी याचा प्रयोग आढळतो.
३७- संस्कृतात अस् धातूपासून निघालेलें सत् (पुं. प्र. ब. व. सन्तः) हे वर्तमानकालवाचक विशेषण होय, ह्याचा मूलार्थ 'असणारा' असा आहे. जो पुरुष सदाचरणी आहे, त्यासच जिवंत ह्मणावे, इतर मृतासारखेच होत, अशा समजुतीवरून याचा अर्थ सत्पुरुष (साधु) असा झाला. सती हे याचे स्त्रीलिंग.

अस् (टाकणे, फेकणें) अस्त, अस्त्र, व्यसन =वासणे, संन्यास[३८], संन्यासी, समास[३९], पर्यस्त =(प्रा. पल्लथ) पालट, पालटणे, पालथे.

अस्मत् (प्रा. आह्मे) = आह्मी, मज्झ = माझे, मं = मी.[४०]

अक्ष[४१] (कणा) आंस, आंख (गाडीचा).

अक्षि (डोळा) आख.

अक्षोटक (वृक्षविशेष) अक्रोड.

आ

आकर (खाण) आगर, जसे --मिठागर.

आकर्णन ऐकणे.

आततायिन् (त्रागा करणारा) आतत्याई, आतत्यायी.

आत्मन् (प्रा. अप्पा) आप (आप पर जया नाहीं) आपण[४२], आत्मीय, प्रा. आपुल्लो = आपला.

आदि आधी.

आंदोल् (झोके घेणे) आंदुळणे, हांदुळणे, हिंदुळा.

आप् (मिळणे) आप्त, प्रा -पण =पावणे, प्राप्ति = पावती, समापन = संपविणे, समाप्ति. व्यापन = व्यापणे.

आम (अपक्व, हिरवे) आंव[४३].

आम्र आंबा.

आमलक आवळा.

आमलक खंड =आवळकठी.

आम्रात आंबाडी.

३८- विषयोपभोगाचा त्याग.

३९- ज्यांत शब्द एके ठिकाणी जुळतात तो.

४०- मं हे प्राकृतांत द्वितीयेचे एकवचनी रूप आहे, त्यापासून प्रथमेचे एकवचन मी हे झाले आहे.

४१- संस्कृत शब्दांतील क्ष आणि छ यांस मराठींत स होतो. जसे- इक्षु = ऊंस, कुक्षि = कूस, (प्रच्छ्) पृच्छ् = पूस, तुच्छ = तूस.

४२- (वररु. ५-४५).

४३- संस्कृत शब्दात म असल्यास मागील स्वर अनुनासिक होऊन 'म' च्या जागी व आदेश होतो. जसे - आमलक = आंवळा, कोमल = कोवळा, श्यामल = सावळा, नाम = नांव, ग्राम = गांव, इ.

आरा आरी (चांभाराची).
आर्द्र[४४] (प्रा. ओल्लं) ओठे, ओल.
आर्द्रक (प्रा. अल्ल) आले.
आर्य[४५] (श्रेष्ठ) (प्रा. अज्ज) आजा, आजी. आर्यालय = आजोळ.
आयुष्य आउक्ष, शतायुष = सताउक्ष[४६]
आलवाल अळे, आळे, अळी.
आवली[४७] (प्रा. ओली.) ओळ.
आशा (इच्छा) आस.
आश्रय आस्त्रा, आसरा.
आस (बसणें) आसन. उप + आसना = उपासना (पूजा) उदास, उदासीन[४८].

इ

इ (गमन करणे) येणे. सम् +आ +इत समेत (युक्त) = समेट. प्र +इत = प्रेत. (अ गदी गेलेला). प्रति +इ (जाणणें) प्रतीति = प्रचीत, प्रत्यय (ज्ञान). अनु +इत = अन्वित. उप +इत =उपेत (जवळ गेलेला). दुरित, अपेत. उदय = उद्यां.
इतर एर[४९], एरू.
इयत् इतका -की -के. इयत्ता = यत्ता (इतकेपणा)
इष् इच्छिणे, इच्छा.
इष्टका ईट, वीट, विटकर,
इष्टकालय = इटाळे = विटाळे.
इक्षु[५०] (प्रा. उच्छू) ऊस.

४४- हेमचंद्र ८-१-८२.
४५- नियम ९ पान २२.
४६- हा शब्द बहुश: बायकांच्या भाषणांत येतो.
४७- हेमचंद्र ८-१-८३.
४८- उत् - आसीन = उदासीन ह्मणजे 'वर बसलेला' ह्मणजे ज्याजवळ आहे त्यास चिकटलेला नव्हे, अशा अर्थावरून उदासीन ह्मणजे आसक्त नाहीं, असा अर्थ झाला. तो संसाराविषयीं उदासीन आहे ह्मणजे त्यांत आसक्त नाहीं. मराठींत थोडें अर्थांतर होऊन उदास शब्द झाला, त्याचें चित्त उदास झालें आहे ह्मणजे कोणत्याही विषयाकडे लागत नाहीं.
४९- नियम ३ पान २१.
५०- व. १-१५ इक्षु आणि वृश्चिक यांच्या इकारास उ होतो.

ई

ईषा ईस (नांगराची) इसाड.

ईक्ष् (पहाणें) परीक्षा =पारख, निरीक्षण =निरखणें.

ईदृश (प्रा. एरिसो) =ऐसा, असा.

उ

उग्र (भयंकर) उग्रट, उगीर.

उच्च उंच, उंची.

उत्संग (मांडी) ओसंग.

उदुंबर उंबर[५१].

उंदुरु उंदीर.

उपरि (प्रा. अवरी) वर, उपऱ्या.

उपवास उपास.

उपाध्याय[५२] उपाध्या.

उपाय उपाव[५३].

उरस् ऊर, उरस्फोट =उरफोड, औरस.

उलूखल[५४] उखळ, उखळी.

उष् (जाळणें) उष्मन् (प्रा. उन्ह) = ऊन, उष्णोष्ण = उन्हून, कवोष्ण = कोंबट, उष्मा = ऊब, उबारा. उष्णकाळ = उन्हाळा.

उक्ष् (शिंपडणें) प्रोक्षण = प्रोक्षिणें, प्रोक्षित, अवोक्षण.

उषर उखर.

उष्ट्र उंट.

ऊ

ऊन् (कमी होणें), उणा, उणीव, एक + ऊन =एकोन. एकोनविंशति =एकुणवीस किंवा एकोणीस.

५१- वररुचि ४-२ उदुंबर शब्दांतील 'दु' याचा लोप होतो.

५२- उपेत्य यस्मात् अधीते स उपाध्यायः ह्म. विद्यार्थी ज्याच्या घरीं जाऊन यथाशास्त्र अध्ययन करितो, तो उपाध्याय असा हा शब्द प्रतिष्ठाद्योतक होता, परंतु ती स्थिति नाहींशी झाल्यामुळें शब्दांतहि प्रतिष्ठा द्योतित होत नाहीं.

५३- तत्सम किंवा तद्भव शब्दांतील 'य' स कधीं कधीं 'व' होतो. राज = राय = राव, पाद = पाय = पाव, उपाय = उपाव; 'जरि तुज व्हावा देव तरि हा सुलभ उपाव.' तुकाराम.

५४- ०१-२१.

ऊर्ज् (बळकट करणें) उजरणें, ऊर्जा.

ऊर्णु (आच्छादन करणें) ऊर्णा (लोंकर) ऊर्णायु: (ज्यास लोंकर आहे तो) बुर्णुस.

ऋ

ऋजु (सरळ) उजू, आर्जव[५५] (सरळपणा).

ऋण[५६] (कर्ज) (प्रा. रिण) रीण, रिणको.

ऋक्ष (अस्वल) रीस.

ए

एकत्र एकंदर.

ए[५७]काद[५८]श (प्रा. एआरह) अकरा.

५५- ऋजु याचा मूलार्थ उजू यामध्यें आला आहे, परंतु आर्जव ह्मणजे सरळपणा याचा मराठींत वेगळा अर्थ झाला आहे. प्राकृत आर्जव शब्दांत निंदा ध्वनित होते. आर्जवी मनुष्य ह्मणजे लवचीक, लवणारा; ह्मणजे लोक ह्मणतील त्यास होस हो ह्मणून खुशामत करून आपलें काम करून घेणारास आर्जवी ह्मणतात.

५६- व. १-३०, पृ. ३० टीप ८ पहा.

५७- संख्यावाचक शब्दांतील दकारास र आदेश होतो (वररुचि २ -१४). एकादश = अकरा, द्वादश = बारा, त्रयोदश = तेरा, पंचदश = पंधरा, सप्तदश = सतरा, अष्टादश = अठरा.

५८- भाषेंतील शब्द हीं मनुष्याच्या विचारांचीं चित्रें आहेत, असें ह्मणण्यास हरकत नाहीं. देशाची किंवा राष्ट्राची पूर्व स्थिति कळण्यास इतिहासादिक साधनें नसलीं, तर कितीएक वेळां भाषेंतील शब्दांत इतिहासाचें बीज असतें. त्यापासून कितीएक गोष्टींची माहिती होते. ह्यास मराठींतील संख्यावाचक शब्द हे एक चांगले उदाहरण आहे. संस्कृतात एक (१), द्वि (२), त्रि (३), चतुर, (४), पंचन् (५), षष् (६), सप्तन् (७), अष्टन् (८), नवन् (९), दशन् (१०), विंशति (२०), त्रिंशत् (३०), चत्वारिंशत् (४०), पंचाशत् (५०), षष्टि (६०), सप्तति (७०), अशीति (८०), नवति (९०), शत (१००), हे आहेत. अकरापासून शंभरांपर्यंत प्रत्येक दोन दशकांतील संख्या पहिल्या दशकाच्या मागें एक, द्वि, वगैरे लावून बेरजेनें करितात. जसें- एक अधिक दश = एकादश, एक अधिक विंशति = एकविंशति. परंतु नववी संख्या पुढल्या दशकांत एक उणा करून वजाबाकीनें करण्याची चाल आहे, एक - ऊन- विंशति = एकोनविंशति. या संख्या करितांना एक, द्वि, हे शब्द मागें लावण्याचें कारण असें कीं, प्राचीन काळच्या आपल्या देशांतील *पुढील पानावर चालू...*

एडक एडका, येडका.
एतावत् एवढा-ढी-ढें.
एला वेलदोडा, वेळा.

ओ

ओलंड् (फेकणें) ओलांडणें.
ओष्ठ ओठ, ओठाळी.

औ

औषधि (वनस्पति) औषध = ओखद.

क

कंकण कांकण (बांगडी).
कंकाल (हाडांचा सांपळा)
कंगाल[५९] (दरिद्री)

मागील पानावरुन चालू...
गणितशास्त्रकारांची उजवीकडून डावीकडे संख्या मांडीत जाण्याची चाल असे. जसें - एकवीस २१ तीनशें एकवीस ३२१. हे पूर्वीप्रमाणें अनुक्रमें बारा आणि एकशें तेवीस होत (?) मराठींत संख्यावाचक शब्द संस्कृत संख्यावाचकांचे अपभ्रंश आहेत ह्मणून पूर्वीप्रमाणें प्रथम लहान संख्या नंतर मग मोठी संख्या म्हणण्याची चाल आहे. परंतु अलीकडे डावीकडून उजवीकडे संख्या मांडण्याची चाल पडून, पहिल्यानें मोठी संख्या मांडून मग लहान संख्या मांडावयाची चाल परकीय लोकांपासून आलेली आहे. आपण एकवीस ह्मणजे एक आणि वीस असें ह्मणतों तेथें इंग्रजी वगैरे दुसऱ्या भाषांत मोठी संख्या आधीं ह्मणून मग लहान ह्मणावयाची ह्मणून वीस २० आणि १ (Twenty - one) असें ह्मणतात. आपण ही चाल घेतल्यामुळें शंभरांपुढें याप्रमाणें मोजतों. जसें - एकोत्तरशत असें जेथें संस्कृतांत ह्मणतात तेथें आपण मराठींत एकशें एक असें ह्मणतों. यावरून एकशें पंचवीस १२५ अशा संख्यांत आपली पूर्वीची चाल, नवीन घेतलेल्या चालीची मिसळ होऊन, धेडगुजरी झाली आहे. एकशें पंचवीस या ठिकाणीं इंग्रजींत (One hundred and twenty-five) असें ह्मणतात. परंतु आपण एकशें पंचवीस संख्येंत पहिल्यानें शंभर ही मोठी संख्या ह्मणतों, नंतर शेवटली पांच ही ह्मणतो, नंतर मधली वीस ही ह्मणतों असा संकीर्ण प्रकार झाला आहे. तथापि आपल्या मराठी शंभरापर्यंत संख्यावाचक शब्दांत पूर्वीच्या संख्या मांडण्याच्या चालीचें बीज राहिलें आहे तें कधीहि नाहींसें व्हावयाचें नाहीं.

५९- खावयास न मिळून कृश झालेल्यास म्हणतात.

कंगु (एक प्रकारचें धान्य) राळे, कांग.
कच्चर (मलीन) कचरा (केर)
कंचुली (चोळी) कांचोळी.
कच्छप कासव (प्रा. कासवो.)
कज्जल काजळ, काजळी.
कट् (आंवरणें), कटक, कट्टा, कड, कडा, कडी, कडें.
कंटक कांटा.
कटाह कढई.
कटि (कंबर) कड (कांठ)
    कडेवर, कटिदोरक =कडदोरा.
कटु कडु[६०].
कटुकी कुटकी.
कठिन कठीण.
कठ् (काळजी करणें) उत्कंठा, कंठणें, कांठणें.
कंठ (गळा) कंठी, कंठा, कांठ.
कंड (मोडणें), कंडन =कांडणे.
कंडू (खाज) कंड, खांडुक.
कण (अंश), कणी, कण्या, कणीक, कणेरी.
कणिश कणीस.
कथ् (सांगणें) कथा, कथन =कहाणी. (पा. २१ नि. ६ पहा).
कंथा (दुलई) कांथडी =गोधडी.
कंद कांदा.
कदंब (वृक्षविशेष) कळंब.
कदर्य कद्रु.
कदली[६१] (प्रा. केली) केळ, केळी.
कदा कधीं.

६०- तुवर (तुरट), मधुर (गोड), लवण (खारट), कटु (तिखट), तिक्त (कडू), आणि अम्ल (आंबट) हीं सहा रसांचीं नांवें संस्कृतांत आहेत. कटु आणि तिक्त यांचा प्राकृतांत कडू आणि तिखट असा अर्थविपर्यास झाला.

६१- हेमचंद्र ८-१-१६७.

कद्रु (पिंगट रंग) कंदी.
कंप् कांपणें, थरकांप, कम्प = कांप, कंपन = कांपणें. कंप्र = कांपरा.
कपर्दिक कवडी, कवडा (मोठी कवडी).
कपाट (दार) कवाड, कवाडी.
कपित्थ (वृक्षविशेष) (प्रा. कविठ्ठ) कवठ, कौठ.
कंबल कांबळा, कांबळें कांबळी.
करका गार.
करंड करंडा, करंडूल, करंडी.
करपत्र करवत.
कराल (भयंकर) अक्राळ, विकराल = विक्राळ.
करोटी (कपाळाचें हाड) करटी, करवटी, करवंटी.
कर्कटक खेकडा.
कर्कटि - टी काकडी.
कर्चूर (वृक्षविशेष) कचोरा.
कर्ण कान (पान २१ नि. ९).
कर्णाट कानडा, कानडी.
कर्पट (फडकें) कापड, कपडा.
कर्पूर कापूर.
कल् (जाणें, ओढणें) कळणें[६२], कळकळ, आकलन = आकळणें, उत्कलन = उकळणें.
कल् (शब्द करणें) कलकल = कलकलाट, कल्ला.
कलंक (मळ) कळंक, कळकणें.
कलश कळस, कळशी.
कलाप (समुदाय) कळप.
कलावती[६३] (वेश्या) कळवंतीण.

६२- 'ये गत्यर्थास्ते ज्ञानार्थाः' ह्मणजे ज्या धातूंचा अर्थ जाणें असा आहे त्यांचा जाणणें (समजणें) असा अर्थ होतो. संस्कृतांतील या नियमास अनुसरून कळणें याचा अर्थ जाणणें असा झाला आहे.

६३- नृत्य, गान इत्यादि कला जिला आहेत ती कलावती. हा शब्द स्तुत्यर्थक असून वेश्यांमध्येंच नृत्यगायनादि कला शिकण्याचा प्रचार पडल्यामुळें निंदार्थक झाला. पूर्वींच्या विराटदुहिता इत्यादि राजकन्यांप्रमाणें स्त्रियांत शिक्षणाची चाल असती, तर या शब्दाची अशी दुर्दशा झाली नसती.

कलिका कळी, उत्कलिका = उकळी.
कलिंग कलिंगड.
कल्लोल कल्होळ.
कष् (घासणें, इजा देणें) कस, कसणें, कसोटी, कष्ट = खस्ता.
काकोल कावळा, द्रोणकाकोल
= डोमकावळा, डोंबकावळा.
कांच् (बांधणें) कांचा.
काण काणा.
कांड (तुकडा), कांडें, कांडी.
कामला कामीण, कावीळ.
कारवेल्ल कारली.
कार्पास कापूस, कापशी.
काल काळ दुष्काल = (वाईट वेळ) दुकाळ, दुकळ.
सुकाल = (चांगला वेळ)
सुकाळ.

हेमचंद्राच्या देशी[६४] नाममालेंतील व मृच्छकटिकादि नाटकांच्या बालभाषेंतील मराठींत येणारे शब्द

या देशी शब्दांपैकीं ज्यांचे संस्कृत प्रभव आढळले त्यांचे पुढें ते दिले आहेत. या बाबतींत मतभेदास पुष्कळ जागा आहे. कांहीं प्रभव शब्द खरोखरी संस्कृत

६४- या देशी शब्दांविषयीं पुष्कळ मतभेद आहेत. जे कित्येक एका कोशकारानें देशी म्हटले आहेत त्यांस दुसरा तद्भव म्हणतो, त्यानें तद्भव म्हटलेल्यास तिसरा देशी म्हणतो. आमच्या प्राचीन सर्व प्राकृत ग्रन्थकारांचें असें मत आहे की, सर्व एतद्देशीय प्राकृत भाषा साक्षात् किंवा परंपरेनें संस्कृत भाषेपासून निघाल्या आहेत. ज्या शब्दांची व्युत्पत्ति कळत नाहीं, त्यांस ते देशी शब्द असें म्हणतात. यामुळें कित्येक ग्रंथकारांच्या ध्यानांत कित्येक तद्भव शब्दांची व्युत्पत्ति न आल्यामुळें त्यांस त्यांनी देशी म्हटले. अलीकडील कित्येक पाश्चात्य पंडितांनीं इकडील प्राकृत भाषांचा अभ्यास केला आहे. त्यापैकीं कित्येकांस एतद्देशीय सर्व भाषा संस्कृतोत्पन्न आहेत, हें मत मान्य नाहीं त्याचें म्हणणें असें कीं, संस्कृत भाषा बोलणारे आर्य लोक बाहेरून भरतखडांत आले. त्यापूर्वीं येथें राहणारे मूळचे अज्ञानी लोक होते, त्यांच्या भाषेंतील कांही शब्द संस्कृतांत शिरले, ते देशी शब्द होत. कित्येकांचें असें मत आहे कीं, हेमचंद्रादिकांनीं जरी पुष्कळ देशी शब्द दिले आहेत, तरी त्यांत पुष्कळ फेरफार झाल्यामुळें त्यांस ते देशी असें वाटलें; वस्तुत: सूक्ष्म दृष्टीनें विचार केला असतां परंपरेनें संस्कृतोत्पन्न नाहींत, असे शब्दफारच थोडे सांपडतील.

असतील, कांहीं तसे नसतील, तर कांही शब्द किरकोळ अर्थभेदानें संस्कृतांत व देशी भाषेंत एकरूपानें असतील.

संस्कृत नसलेल्या शब्दांस मारून-मुटकून संस्कृत प्रतिपादण्याकडे आपल्या पूर्वजांची प्रवृत्ति वारंवार आढळून येते. ही बरी किंवा वाईट हा विचार येथें कर्तव्य नाहीं; परंतु तिचे मुळाशीं केवळ स्वाभिमान हाच उच्च हेतु आहे हें उघड आहे. उदाहरणार्थ - होरा हा ज्योति:शास्त्रांतील शब्द अहोरात्र या समासाचे आद्यंताक्षरांचा लोप करून व्युत्पादिला आहे; परंतु तो उघड-उघड Hora (an hour) या ग्रीक शब्दावरून आलेला दिसतो.

Diametron हा ग्रीक् शब्द (वर्तुलाचे) व्यासाचा वाचक असून, जन्म-लग्नकुंडलींतील लग्नापासून व्यासाचे दुसऱ्या टोकास असलेल्या ह्मणजे लग्नापासून सातव्या घरास सहजीं लावण्यांत आला. याच घरास संस्कृत परिभाषेंत जामित्र अशी एक संज्ञा आहे. या घरावर दांपत्यसुखदु:खाचा विचार केला जातो. तेव्हां तदनुरूप अर्थ या संज्ञेंतून काढण्याकरितां, हिची व्युत्पत्ति, मूळ शब्द जायामित्र असा कल्पून, त्यांतील द्वितीयाक्षरलोपानें प्रतिपादण्यांत आली आहे. वस्तुत: जामित्र हा शब्द वर सांगितलेल्या ग्रीक शब्दाचेंच संस्कृतीकरण असावा.

वरील प्रवृत्तीमुळें, मामः (सं. माझा) यावरून मामा हा शब्द निघाला किंवा तो खरोखरीच देशी शब्द मामा-वरून आला हें निश्चित सांगतां येत नाहीं. मराठींत वडील बहिणीस लावण्यांत येणारा अक्का हा शब्द संस्कृतांत आईचा वाचक आहे, तर देशी भाषेत बहिणीचा (व कानडींत वडील बहिणीचा) वाचक आहे. हा अर्थभेद विशेष मोठासा नाहीं. अका किंवा अक्का हा मराठी शब्द संस्कृतप्रभूत आहे, किंवा देशींतून आला हें सांगणें कठीण आहे. कदाचित् दोन्ही भाषांत-संस्कृतांत व देशींत-स्वतंत्रपणें थोड्याशा अर्थांतराने अक्का हा शब्द असणें हेही संभवनीय आहे. कदाचित् हा शब्द देशीवरूनही संस्कृतांत घेतला असण्याचा संभव आहे. हाड लांच वगैरे देशी शब्दांची हड्ड, लंचा इत्यादि संस्कृत मानिलेल्या शब्दांशीं तुलना केल्यास, संस्कृत शब्द केवळ देशी शब्दांस संस्कृत रूप देऊन बनविले असावे असा मनाचा ग्रह होऊं पाहतो. विशेषें करून हें लक्षांत ठेवावें कीं या शब्दांचें मूळ ह्मणून जे संस्कृत शब्द आधुनिक देणार ते हेमचंद्रास अज्ञात होते असें नाहीं. असें असून त्यानें हे संस्कृत प्रभव दिले नाहींत याला तशींच कारणें त्याजवळ असतील; तीं पूर्णपणें आपणास कळणें शक्य नाहीं. काळाचे बाबतींत आधुनिकांपेक्षां तो शिडीच्या बऱ्याच वरच्या पायरीवर असल्यानें त्याचें ह्मणणें जास्त ग्राह्य मानिलें पाहिजे. त्यानें देशी ह्मणून गणलेले शब्द आपण तसेच मानणें प्रशस्त होय. ते संस्कृतोद्भव मानण्यास विशेष प्रबळ पुरावा मिळाला पाहिजे. असा पुरावा शोधण्यांत यावा, याच प्रेरक हेतूनें या देशी शब्दांचें संस्कृत मूळ

यथोपलब्ध येथें दिलें आहे.

ज्या भाषांचा पूर्वपीठिकेच्या द्वारें काडीमात्र संबंध नाहीं अशा भाषांत सुद्धां कधीं कधीं एकच शब्दरूप समान अर्थांत आढळतें, हा केवल काकतालीयन्याय होय; येथें एका भाषेनें दुसरींतून शब्द घेतले असें मानितां येत नाहीं. मराठी नीट व हिडीस हे शब्द तुल्यप्राय अर्थानें neat व hideous अशा समान रूपानें इंग्रजींत आढळतात. हें काकतालीय साम्य मनांत वागवून, खालील यादींत दिलेले संस्कृतप्रभव सर्वथा बरोबर असतील असें कोणीं मानूं नये.

अक्का (कानडी व मराठी-वडील बहिणीचें संमानार्थीं संबोधन) सं. अक्का (आई)
अग्घाड = आघाडा सं. अग्रजात (?)
अड = आड(विहीर)
अप्पा = आपा (कानडी बाप) (मराठी - वडील भावाचें संमानार्थीं संबोधन)
अम्मा (आई)
उजाड (ओसाड) = सं.उज्जट (वरील गुंतागुंत काढून टाकलेला, झाडी तोडून साफ केलेला)
उडीद (धान्यविशेष)
उंबरा (घराचा)
उंबी = ओंबी
उब्भाळण=उभळणें (सुपानें)
उभा=सं. ऊर्ध्व (ऊर्ध्वस्तिष्ठति तिष्ठतः)
उल्लट=उलट=सं. उत्तल (=उथळ, वर्णविपर्ययानें उलट)
उस अं=उसें सं. उच्छीर्षक (उन्नमितं शीर्ष येन तद्)
उसण (वाताचा विकार)
ओढणें सं. आ-ऊढ (ओढलेलें)
ओहट्टो=ओटा
किलच
कुल्हो=कोल्हा
कोट्टिंबो=कोठिंबा
कोड्डु=कोड(आश्चर्य) सं. कौतुक
कोलित्त=कोलीत सं. कालात (लहान जळतें लाकूड)
खडुकी=खिडकी
खम्मखम खुमखुम (मनोदुःख)
खरडीअ (मोडलेलें) खरडणें
खळ (कागद चिकटविणेची)
खुंटा - टी सं. कुंठक (अडविणारा)
गडीरी=गंडेरी
गड्डी=गाडी सं. गन्त्री
गढ=गड सं. कटक (शिखर)
गत्ताडी=गाताडी
गवत=सं. गवादन (माळावरील गवत)
गोवर-री
गोहो (पुरुष)=घोव, घो
घारी घार=सं, गृध्र

घुंघुरडा
घुम-णें सं. घूर्णनम् (फिरणें)
घुसळ-ण
घोटणें (पिणें).
चंग चांग, चांगलें
चमकणें सं. चमत्करणं (चमत्कार दाखविणें)
चिखल
चिरचिरा (जलधारा)
चुडा (बायकांचे हातांतील)
चुंबळ
चुळचुळणें
चूड सं. चूडा (शेंडी)
चेडा (मुलगा) सं. चेट (नोकर)
चोज (कौतुक)
चोपटणें
चोपडणें
छल्ली - साल
छिण्णाळ=शिनळ
छिप्पर[६५]=छप्पर=सं. छत्वर (घर, लतामंडप)
छेंडा=शेंडा=सं. शिखंडक
जरंडा[६६] (वृद्ध)
जागा

जोनळा[६७] (जोंधळा)
ज्वारी
झड (पावसाची)
झांकणें
झाडसं. झाट (झाडी)
झीण-सं. क्षीण (झिजलेला)
झुरणें सं. झॄ (जीर्ण होणें)
झूट (खोटें)
झोडपणें
झोंडा (मूर्ख)=झोंड
झोळी
टारगा
टुंठो=ठोंठा
टोळ
ठोकणें
डकणें
डल्ल (पिणें) डल्ला
डावा
डाळी ढाळी
डुंगर = डोंगर
डुंब = डोंब[६८] (चांडाळ)
डोळा
ढांकणी

६५- धान्याचें कणीस काढून घेतल्यावर खालीं बुडखा राहतो त्यास छिप्पिर असें नांव हेमचंद्राच्या देशी नाममालेंत सांगितलें आहे. त्याचा शाकारण्यास उपयोग करितात; त्यावरून प्रचारांतील छप्पर शब्द झाला असावा.

६६- जरंड शब्द हेमचंद्रानें देशी शब्दांत दिला आहे, तथापि तो जरठ शब्दाचाच अपभ्रंश असावा. असें दिसतें.

६७- हा शब्द 'यावनाल' या संस्कृतचाच अपभ्रंश असावा, असें दिसतें. (आपटे डि. पान ८९३, गुरुचरित्रांत आला आहे.)

६८- हा शब्द डोमपासून झाला. (आ. डि. पा. ५२३.)

ढेंकूण
तेगं...भंभाळ
तंग
तट्टी
तडफड
तडमड
तरवड
थक-णें
थरथरणें
थरूं=सं. त्सरु (शस्त्राची मूठ)
थवा
थेंब=सं. तेम
दोर-रा
धण-न (विपुलता)
सं. धन (गोधन=गुरांचा कळप)
धाडणें
धारें
नथ
निवळणें सं. निर्मल
पडथळा (सारखा)
पडवी
पड्डी =पाडी
पयरवी
रुंद (सं. निरुद्ध
आवळलेलें, अरुंद) याहून
निराळें तें रुद्ध. काढा नव्हे
तो निकाढा, यांतील नि-प्रमाणें
येथेंही नि विरोधार्थक दिसतो.
रुवी
रोट

लकेरी
लट्ठ
लांच=सं. लंचा
पाडशी
पिल्लुं
पुसणें =सं. प्रच्छ- पृच्छनं
(स्पृश् =स्पर्शनम्)
पोट
पोत सं. (प्र+उत=) प्रोत)
फस-णें सं. पाशयति =पाशांत पकडणें
फिटणें
फुक्का (व्यर्थ) फुकट फोंफावणें
बडबड
बडा =वृद्ध
बाप(मोठा, पिता)
बाहुली
बुक्का-क्की
बोकड
बोड (तरुण) बोड्या[६९]
बोंड
भांडण सं. भंड् (धमकावणें)
भालु
मग (नंतर)
मट्ठ
मामा-मी सं. मामक-भिका
मुंगूस
मेहुणा-णी
रवी ताक करणेची
रांजण
राळा

६९- कोकणांत मुलास बोड्या ह्मणतात.

रीप
बोलणे
भंभाळ (वेडा)
लुंगा
वणवा वनवह्नि
वाण सं. ऊन,
वायन, वर्ण.

वोझें सं. वाह्यम्
साई सं. स्वामी
साजूक सं. सद्यस्क
सुगी सं. सुग (सुख)
हरळी
हाड सं. अस्थि किंवा हड्ड हीर

वर्तमान मराठींत कानडींतून आलेले शब्द (जरूर तेथें खालीं कंसांत सुचविलेल्या अर्थासहित.)

अक्का
अगदीं
अडकित्ता
अडाणी
अढी
(फळांची)
अण्णा
अत्या
अननस
अप्पा
अवा
(बाई)
इस्तरी
(कपड्याची)
उंडी
एळकोड
ओगराळें
कट्टा
(धक्का)
कडबोळें
कडबू

कलिंगड
काका
काकी
कायरस
(एक प्रकारची
कोशिंबीर)
कालवा
किरकोळ
किल्ली
कुंची
(पांघरण्याची)
कुटणें
कुसुंबा
केर
कोट
(तट)
कोरणें
खण
(कापडाचा)
खिडकी
खिसा

खोबरें
खोली
(घरांतील)
गंजिफा
गड्डा
गप्पा
गाजर
गाडगें
गादी
गिड्डा
गिलावा
गुंडी
गुद्दा
गोंडा
चकली
(तळलेली)
चप्पल
(पायांतील)
चाबूक
चाहाडी
चिंधी

चिमटा
चुरमुरा
चेंडू
चैन
छप्पर
जमा
जीन
(घोड्यावरील)
जोपासना
झारा
झिपरी
(केसाची)
झुडूप
टपाल
टप्पा
टांगा
टोपी
डबा
तक्क्या
तपेलें
तराजू

तऱ्हा
ताई
तागडी
तांब्या
ताह्मन
तार
ताळा
तुडल
तुंबणें
तूप
तोफ
दर
(भाव)
दरवडा
दाखला
दाढी
दादा
दाबणें
दाभण
दालचिनी
दौत
धर्ती
नकटा
नथ
नमुना
नाना
नाल

नाडी पणती
(मातीची)
परात
पाटली पातेलें
पापा
(मुका)
पुंड
पेटी
पेठ
पेला
पोळी
फजीती
फटाका
कटिंग
फुटाणा
फुरसत
बगल
बडगा
बडवणें
बडिवार
बंडी
(१ अंगातील)
(२ गाडी)
बाकी
बुधला
बोका
बोट

भट्टी
भीड
भुरका
भेंडा
मटकी
मठ
मण
मनगट
मशीरी
मसाला
माडी
मात
(गोष्ट)
मोळा
(खिळा)
रजा
राड
(चिखल)
रेशीम
रोख
रोटी
रोवळी
लगाम
लट्ठ
लुच्चा
विळी
शिककाई

शिंदी
शिंपी
शीर
(अंगावरील)
शेर
(वजनाचा)
शेवया
(पक्वान्न)
सरी
सामान
सांडगा
सार
सुगी
(हंगाम)
सुमार
सुरळी
सोलणें
हंडा
हुच्चा
(लबाड)
हुडकणें
हुंडा
होळी

वरील कानडी शब्दांवरून विचार करितां : - (१) युद्धासंबंधी शब्द - कोट व तोफ. (२) परप्रांताशीं व देशांत दळणवळण सुचविणारे - रेशीम, टपाल, टांगा, दालचिनी. (३) घोड्याचा विशेष उपयोग प्रतिपादणारे - लगाम, चाबूक, नाल,

जीन. (४) व्यापारांतील प्रगति दाखविणारे - ताराजू, दर, मण, रोख व शेर. (५) राहणीची प्रगति सांगणारे - कालवा, किल्ली, दौत. (६) स्वास्थ्यामुळें सुचणाऱ्या खेळांचे वाचक - गंजिफा, चेंडू. (७) दागिन्यांचे, वाचक-नथ, सरी, पाटली. (८) कसबाचे दर्शक - शिंपी, गुंडी, बंडी, इस्तरी, गिलावा. (९) उत्पन्न होणाऱ्या पदार्थांचे सूचक - अडकित्ता, गाजर, कलिंगड. (१०) गव्य पदार्थांच्या समृद्धीचा सूचक-तूप. ११) खाद्यबोधक - कडबोळें, चुरमुरा, पोळी, फुटाणा (१२) निरनिराळ्या खांद्यासाठीं लागणाऱ्या भांड्यांचे वाचक-झारा, ओगराळें, परात, तपेलें. (१३) धार्मिक रिवाज सांगणारे - एळकोड, होळी. (१४) नात्याचे वाचक - अक्का, अप्पा, काका इ. (१५) नोकरी सुचविणारा-रजा. (१६) व सांप्रतकालीं तरी फार जाचक वाटणारी अशी एक चाल दर्शविणारा हुंडा इत्यादि शब्दांवरून कानडी भाषा बोलणाऱ्या लोकांच्या पूर्वकालीन स्थितीविषयीं बरीच उपयुक्त व मनोरंजक माहिती अनुमित होते.

यवनी म्हणजे अरबी, फारसी व तुर्की शब्द

अरब लोकांची भाषा अरबी होय. अरबांमध्ये मुसलमानी धर्म उत्पन्न झाल्यानंतर, त्यांनी तो इराणामध्येंही स्थापिला. त्यावेळीं तेथे झेंद भाषेपासून निघालेली इराणी किंवा फारसी भाषा चालू होती. त्या देशांत अरबी लोकांचा व भाषेंत अरबी भाषेचा प्रसार बरोबरच झाला. कालांतरानें अमुक शब्द फारसी व अमुक अरबी असें सांगणेंही कठीण झालें; व हल्लीं तर फारच बिकट झालें आहे. अशा स्थितींत दोन्ही शब्दांच्या याद्या - अरबी भाषेंतून मराठी भाषेंत आलेल्या व फारसींतून मराठींत आलेल्या शब्दांच्या पृथक न ठेवितां एकत्र करणेंच बरें असें वाटून, तसें केलें आहे. यांतच तुर्की शब्दांचाही समावेश केला आहे. अशा रीतीनें, अनेक ठिकाणीं, दोन भाषांतील अमुकच भाषेचा हा शब्द आहे असें नि:संदेह सांगता येत नाहीं अशा शब्दांचे बाबतींत चुकून होणारा सत्याचा अपलापही वांचतो. हें लक्ष्यांत आणून विद्वानांस ही योजना पसंत पडेल अशी आशा आहे.

प्रास्तविक

१. यवनी शब्द मराठींत येतांना, त्यांचे रूपांत, व त्याबरोबर उच्चारांत आणि अर्थातही, बराच फरक झालेला आहे. असा फरक एक भाषेंतील शब्द दुसरींत जातांना वारंवार होतोच. संस्कृत व इंग्रजी भाषांतून आलेले शब्दही मराठींत थोडे बहुत रूपांतर व अर्थांतर पावतात. त्रास, मनस्वी, घर्म (घाम) या व इतर संस्कृत शब्दांचे अर्थ मराठींत बदललेले आहेत. तद्भव शब्द तर सर्वच, रूपांतर पावलेले शब्द होत. इंग्रजी भाषेंतील, चिमणी, गलास वगैरे शब्दांत अर्थांतर व रूपांतर स्पष्टच आहे. =Chimney हा शब्द काचनळीचा वाचक असून तो मराठींत चिमणी हें रूप पावून नळीनें युक्त (व अयुक्त अशाही) दिव्यास लावितात. Glass हा शब्द इंग्रजींत काच्च - पात्राचा वाचक असून तो गलास या रूपानें मराठींत पितळेच्याही पान पात्रास लावण्यांत येतो. Tumbler हा शब्द काच- पात्राचा बोधक असून तोही असेंच अर्थांतर पावला आहे. या दोन्ही भाषा नित्य शिकण्यांत येत असल्यानें त्यांतील शब्दांचीं अर्थांतरें मूलार्थास फारशीं सोडून नसतात. पण असा प्रकार यवनी शब्दांसंबंधानें घडलेला नाहीं. यवनी शब्दांचा मराठींत प्रवेश झाला तो शिक्षणाचे द्वारें नसून, प्रायः नुसत्या दळणवळणाचेच योगानें. यामुळें त्या शब्दांचा खरा अर्थ काय आहे, हें लक्षांत न येऊन ते शब्द बेसुमार अर्थांतरानें व रूपांतरानें मराठींत रूढ झाले आहेत.

२. रूपांतर - मूळ भाषेंत इसम हें एकवचन व असामी हें त्याचेंच अनेकवचन आहे. पण हें न कळल्यामुळें, दोन्ही रूपें सरमिसळ समानार्थानेंच आपण वापरितो. अमानत व अनामत अशीं एकाच शब्दाचीं दोन रूपें मराठींत प्रचारांत आहेत सारांश, प्रस्तुत दोन्ही शब्द मराठींत द्विरूपता पावले आहेत. इजार हा शब्द विजार या रूपानें, अलगर्जी हा हलगर्जी या रूपानें, मराठींत आला आहे. येथें क्रमानें व् आणि ह यांचा आगम झाला आहे. उलट इकरार चें रूपांतर करार, या ठिकाणीं आद्य ऱ्हस्वस्वराचा लोप झाला आहे. असे विकार संस्कृत शब्दही, मराठींत येतांना, कधीं कधीं पावतात. श्रीमत् श्रीमान् किंवा श्रीमंत, अत्र-येथें, एला- वेलदोडा, आंदोलज हिंदुळणें, अपेक्षया- पेक्षां, इयत्ता-यत्ता, उपाध्ये-पाध्ये, इत्यादि जोड्यांत हे विकार आढळतात. बदनाम-बदलाम, नासूर-लासूर यांसारख्या-यवनीशब्द व त्याची मराठी छाया यांच्याजोड्यांत नस्य लः हा संस्कृत तद्भवांतील प्रकार आढळतो.

संस्कृत निंब याचें मराठी रूप लिंब हें प्रसिद्धच आहे. प्रसिद्ध अशा अर्थी मशहूर हा यवनी शब्द असून त्याचें मराठी रूपांतर महशूर असें झालें आहे. येथें वर्णविपर्यय तर आहेच, पण त्यास पुढील विशेष हेतु नादप्रधान्य हा आहे. अभिप्रेत अर्थास साजेसा ध्वनि शब्दांतून ध्वनीचे द्वारा नसतें नातें जोडण्यांत आलें आहे. शौर्य व प्रसिद्धि या दोन कल्पनांचें साहचर्य सर्वसंमत आहेच. सतम हा नाशवाचक शब्द, त्याचे अर्थात गर्भित असलेल्या 'जोर' या कल्पनेस ध्वनीचे बाबतींत अनुकूल न वाटल्यानें, त्यास सत्तम असें द्वित्व-गर्भ जोरदार रूप देण्यांत आलें आहे. सं. दुष्ट शब्दाचे द्रुष्ट या तद्भवांत र-चा प्रवेश याच तत्वानुसार झाला आहे. पाणकिल्ला याचा वाचक जजिरा हा शब्द मराठींत जंजिरा असें रूप पावला आहे. यांतील अनुस्वार केवळ आगंतुक आहे. कोंकणस्थ लोकांकडे मराठी भाषेची मशागत आरंभीं बऱ्याच अंशानें गेल्यानें, त्यांचे हातून आपल्या शब्दोच्चारांतील नासाप्रावण्य सहजींच अनेक शब्दांमध्ये घुसविलें गेलें. त्यामुळें पुष्कळ शब्द सानुस्वार बनले आहेत. धाव (पळ), काच (फुटणारी) अशासारख्या

शब्दांतील अनुस्वार हीच साक्ष देतात. गुनाह-गुन्हा, पता-पत्ता, जगह-जागा, गोश्वारा-गोषवारा, इत्यादि अनेक यवनी तद्भवांत इतरही बरींच रूपांतरें आढळतात.

३. उच्चार - मराठींत शब्दाच्या, समासावयवाच्या किंवा सार्थ शब्दांशाच्या अंतीं असलेला अकार, मागे अनुस्वार किंवा (जोडव्यंजनाचे अंगभूत) व्यंजन नसेल तर, स्पष्ट उच्चारण्यांत येत नाही; उदाहरण - चल, मानपान, गजवलेला; प्रत्युदाहरणें चित्र, चिंच इत्यादि. या प्रवृत्तीमुळें, शुद्ध उच्चार होण्यास शब्दाच्या अवयवांचे ज्ञान अवश्य पाहिजे. तदभावीं चूक होण्याचा संभव आहे. हें आपलें ज्ञान यवनी शब्दांसंबंधीं फारच कोतें - जवळ-जवळ शून्य- असल्यानें, आपली या बाबतींत वारंवार चूक होते. संग-मरवर हा शब्द भृशपरिचित संगम या शब्दाचे सादृश्यानें संगम-रवर असा विभागिला व उच्चारिला जातो. परंतु यांतील अवयव संग (=दगड) व मरवर (मार्मोरा, समुद्र-विशेष) असे आहेत, हें कळल्यानें शुद्ध उच्चार संग-मरवर असा साहजिकपणें होईल. फरीगदगा, पळसदरी, तबकडी इत्यादि शब्द उच्चारतांना वेडेवांकडे तोडल्यास कसे हास्यास्पद होतात हें ज्याचें त्यानेंच पहावें. उच्चारशुद्धीस जरूर असलेलें हें शब्दावयवज्ञान भाषेच्या पाया-शुद्ध अभ्यासाशिवाय साध्य नसल्यानें तदभावीं, व्यवहाराकडे दृष्टि देऊन, हे यवनी शब्द मराठींत ज्या रूपानें उच्चारिले जातात त्याच रूपांत येथें प्राय: दिले आहेत.

४. अर्थांतर - मराठींत येतांना पुष्कळ यवनी शब्दांचें फारच अर्थांतर झालें आहे. अवलाद हा शब्द मुळांत संततीचा वाचक आहे. 'आपण अल्लाची अवलाद आहां' असें एखाद्या यवनास म्हटल्यास, त्यास आपला सन्मान झाला असें वाटेल; कारण यवनी भाषेंत अवलाद या शब्दांत निंदेचा लेशही नाहीं. पण मराठींत तोच शब्द पशूच्या बाबतींत वापरण्यांत येत असल्यानें, तो निंद्य ठरून कांहींसा अपशब्दांचे वर्गांत गेला आहे. पोळ सोडलेला बैल इतर बैलाहून पुष्ट, डौलदार व बलवान असून कळपावर आपला अंमल गाजवितो. यामुळें इतर गुरांच्या तुलनेनें, तो मानार्ह ठरतो. या गोष्टीस अनुलक्षून पुंगव हा शब्द संस्कृतांत आदरार्थी आहे. परंतु तदर्थक "मोठा किंवा दांडगा बैल" इत्यादि शब्द प्रयोग मराठींत निंदागर्भ होतात. वस्ताद हा शब्द मूळ भाषेंत शिक्षकाचा बोधक असून, तो मराठींत शिक्षकाच्या केवळ एका अंगाचा बोध करू शकतो. शिक्षक आपले विषयांत तरबेज, पूर्ण वाकब असावा लागतो. या गोष्टीस अनुसरून वस्ताद हा शब्द 'पक्का मुरलेला' असा बोध तर करतोच, पण शिवाय 'दुसऱ्याची मात्रा चालू न देणारा' असाही अर्थ सुचवितो. शागिर्द हा शब्द यवनी भाषेंत शिष्य असा अर्थ व्यक्त करितो. आतां आपल्या पूर्व परंपरेमध्यें शिष्यास गुरूचे घरीं राहून त्याची अंगादि-सेवा करावी लागे. या सेवेंत, धोतरें धुणें या गोष्टीचा अंतर्भाव होतो. यामुळें कालाच्या ओघांत मूळ अर्थ दृष्टी-आड होऊन शागिर्द यास 'धोतरें धुणारा

ब्राह्मण नोकर' एवढाच अर्थ शिल्लक राहिला; व याच अर्थानें हल्ली मराठींत त्याचा प्रयोग होतो. सारांश, अशीं अर्थांतरें पुष्कळच लक्षणीय आहेत. विस्तारभयास्तव येथेंच हात आंखडतों. केवळ हे यवनी शब्द वर्तमान मराठींत कोणता अर्थ व्यक्त करितात एवढेंच येथें सांगितलें आहे; त्यांचा मूळ अर्थ दिला नाहीं.

५. प्रत्ययादि साम्य - कम - तर, अक्कलमंद, मेहेरबान, बेशक, इत्यादि शब्दांची, क्रमानें, सं. अल्पतर, श्रीमंत, भगवान, विरस यांशीं तुलना केल्यास यांतील प्रत्ययादिकांचें परस्पर भाषेंतील साम्य स्पष्ट होईल. कलमदान, अत्तरदाणी यांतील प्रत्ययांचें सं. मसीधानी, राजधानी इ. समासांतील उत्तरपदाशीं सादृश्य दिसतें.

६. समासावयवसाम्य - कामगार, अरबस्तान इत्यादि समासांतील उत्तरावयवांचें, सं. कर्मकार, जनस्थान या समासांतील अवयवांशी साम्य निदर्शनास येतें.

७. शब्दसाम्य - आफत् आपद्, आस्प अश्व, चरक चक्र, जवान युवन, निमे नेम, पारस स्पर्श, पील पीलु (हत्ती), बार वार, वैत द्वैत, सफेद श्वेत, इत्यादि जोड्यांमध्यें यवनी व संस्कृत शब्दांचें परस्पर-साम्य रूप व अर्थ या दोन्ही बाबतींत दिसून येतें. हें वरील त्रिविध साम्य, प्रत्यय समासावयव इत्यादिकांचें-कदाचित् यादृच्छिक असेल, कदाचित् संबंध - मूलक असेल, हें भाषांचा विचार समन्वयानें करण्यास समर्थ असलेले, म्हणजे यवनी व संस्कृत दोन्हीही भाषा, व त्यांची एखादी सामान्य जननी असल्यास ती, अशा सर्वांशी दृढ परिचित असलेले, पंडित सांगू शकतील. या बाबतींत निश्चित मत देणें मला शक्य नाहीं.

८. लक्षणीय शब्द - वऱ्हाड वगैरे उत्तरेकडील प्रांतांत बटाट्यास 'अलू' म्हणतात. येथें अलू याचा अर्थ वाटोळा कांदा किंवा फळ असा आहे. यावरून (अलू-बुखार किंवा) अल्बुखार हा पदार्थ (किंवा फळ- मेवा) बुखारा शहराकडून येत असावा असें दिसतें व त्याचा अर्थ 'बुखाऱ्याहून येणारें फळ' असा ठरतो. गुल म्हणजे विशिष्ट फूल (गुलाब) व कंद म्हणजे इंग्रजी Candy संस्कृत खंड (शर्करा), व मराठी खडी (साखर); या वरून गुलकंद या समासाचा अर्थ सहज लक्षांत येतो. जाबसाल हा समास जाब (=जबाब, उत्तर) व साल (=सवाल, प्रश्न) यांचा बनलेला द्वंद्व-समास दिसतो. दु (=दो, दोन) व कानु (=कायदा) या शब्द द्वयावरून, जेथें देणें व घेणें हे दोन कायदे (किंवा व्यवहार) चालतात तें म्हणजे 'देवघेवीचें ठिकाण' अशा अर्थाचा वाचक दुकान हा शब्द बनला आहे. मुराद म्हणजे इच्छा. यावरून मनमुराद याचा अर्थ 'मनाची इच्छा' असा व्हावा. पण तसाच न राहून, तो 'मनाची इच्छा तृप्त होई - पर्यंत' असा वृद्धिंगत झाला आहे. येथें अर्थांतर तर आहेच पण आणखी भाषासंकर झाला आहे. मन संस्कृत व मुराद यवनी अशा विधर्मी शब्दांचा संयोग या समासांत दिसून येतो.

९. अवांतर माहिती - यवनी भाषेंत दारू याचा मूळ अर्थ औषध असा आहे.

यावरून औषध म्हणून घेतली जातां जातां, दारू ही व्यसनाचा पदार्थ झाली असें दिसतें. मद्य हें औषध म्हणून घेतलें गेलें, व औषधाशीं समानार्थक दारू हा शब्द; तेव्हां मद्य औषध दारू अशा समीकरणानें, 'एकतुल्यं मिथस्तुल्यं' या न्यायानुसार, दारू हा मद्याचा पर्याय बनला. मद्यसेवनविषयक जनलज्जा, औषधाशीं समानार्थक दारू हा शब्द मद्यास लावण्यांत आल्यानें पूर्वेकडील देशांत दिसून येते, तर याचे उलट पश्चिमेकडील देशांत (Drink म्हणजे) पेय म्हणून त्याची राजरोस उपयुक्तता मानण्यांत येते. नहर याचा अर्थ कालवा असा आहे. हाच शब्द 'नेर' या रूपानें, पारनेर, अंमळनेर वगैरे महाराष्ट्रांतील गांवांच्या नांवांत आढळतो. यावरून अशा गांवी कालवा वगैरे रूपानें पाण्याचें वैपुल्य असावें असें ठरतें. ज्या (खाद्या-) पासून मुलांस प्रमोद (म्हणजे आनंद) होतो त्यास संस्कृत भाषा मोदक म्हणते. या अर्थी म्हणजे खाऊचा वाचक म्हणून, इंग्रजी भाषा (Sweet-meat=) 'गोड मांस' एतदर्थक शब्द योजिते, तर यवनी भाषा (फळ) मेवा हा शब्द वापरिते. या वरून दिसतें कीं, हिंदुस्तानांतील लोक मुलांस आनंदवील असा कोणताही खाद्य पदार्थ खाऊ म्हणून देतात; इंग्रजी लोकांस मुलांना देण्यास योग्य, मांसाइतका प्रिय पदार्थ अन्य कोणताच दिसत नाहीं; तर यवनी देशांत लोक खाऊ म्हणून फळें पसंत करितात. यावरून हिंदुस्तानांत भिष्ट पदार्थांचें बाहुल्य आहे, इंग्लंद देशांत मांसाइतके मिष्ट पदार्थ दुसरे नाहींत, तर यवनी देशांत बदाम, अंजीर, खजूर वगैरे आस्वाद्य फलांचें वैपुल्य आहे हें सूचित होतें.

१०. अवधान - तीर हा शब्द संस्कृत वाङमयांत आढळत नसल्यामुळें, व यवनी भाषेंत आढळत असल्यामुळें, तो केवळ यवनीच असावा. या शब्दास संस्कृत मानण्याचें कारण दिसत नाहीं. तो क्वचित् संस्कृतांत सांपडलाच, तर तेथें यवनी भाषेंतून घेतलेला असावा. संस्कृतांत शब्दसंपत्ति विपुल आहे, बाणाचे पर्याय पुष्कळ आहेत. त्यांत आणखी तीर शब्दाची भर टाकलीच पाहिजे, असें नाही; करितां कांहीं संस्कृत कोशांत आढळणारा तीर हा शब्द यवनी असून, कांहीं संस्कृतज्ञ ओढून ताणून त्याचें नातें प्रसन्न या शब्दांशीं जोडितात. पण तें रूप व अर्थ या दोन्ही दृष्टींनीं दूषित आहे. यवनी शब्द खाद्याचा वाचक आहे. तर हलवून हलवून केला जाणारा हलवा (तिळ-गुळाचा शहरी प्रतिस्पर्धी) हा शुद्ध मराठी आहे. व्युत्पत्तिदृष्ट्या दोहोंचा संबंध दिसत नाहीं. 'माहिमनो हलवा' म्हणून एक गोड पदार्थ आपण प्रवासांत पाहतों, तर हलवा हा संक्रांतीला आपणास मिळतो. हैबत म्हणजे भय असा यवनी अर्थ आहे; तर जेजुरीकडे मराठ्यांत ठेवण्यांत येणारें हैबती हें नांव हयपति (घोडेस्वार) या खंडोबाचें - आराध्य देवतेचे पर्यायावरून प्रवृत्त झालें असावें. सारांश, रूप सारखें असलें तरी अर्थ व कल्पनांचें साहचर्य यांच्या आधारें शब्दांचे भेदाभेद ठरविणें जरूर आहे. हें अवधान भाषाभिज्ञांनी नेहमींच राखिलें पाहिजे.

पुढील यवनी शब्द उच्चारानुरूप, प्रो. पटवर्धन यांनीं केलेल्या सूचनेप्रमाणें पोटांतील अस्पष्टोच्चारित अकार गाळून लिहिले आहेत. जसें इन्साफ, उम्राव, सर्कार इत्यादी.

यवनी[७०] शब्द (मराठी अर्थासह)

अकस द्वेष	अक्कल शहाणपण
अकीक एक प्रकारचा दगड	अखेर शेवट
अख्त्यार अधिकार	अंजुमन सभा
अख्बार वर्तमानपत्र	अत्तर (प्रसिद्ध)
अगर जर	अत्‌लस साटीण

७०- हे शब्द मुसलमानांचे राज्य दक्षिणेंत झाल्यापासून मराठींत आले आहेत. यांत बहुतकरून राजकीय व्यवहाराचेच पुष्कळ शब्द आहेत. अरबस्तानांतील लोकांची जी भाषा ती अरबी होय. हींतच मुसलमानी धर्माचा आद्यप्रवर्तक जो महंमद त्यानें त्या धर्माचा कुराणनामक आद्यग्रन्थ लिहिला आहे. फारसी भाषा ही अरबीपेक्षां अर्वाचीन आहे. हल्लीं ज्यास इराण म्हणतात, तेथील लोकांस पूर्वी पारसी किंवा पारसीक असे म्हणत असत (पारसीकाँस्ततो जेंतुं प्रतस्थे स्थलवर्त्मना. रघवंश सर्ग ४). यांची जी प्राचीन भाषा तिला झेन्द असें म्हणतात. हिचें संस्कृत भाषेशीं पुष्कळ साम्य आहे. कोणी संस्कृत भाषेपासून झेन्द भाषा निघाली असें म्हणतात, व कोणी संस्कृत व झेन्द या पूर्वीच्या एका भाषेच्या शाखा आहेत, असें म्हणतात. हेंच हल्लींच्या फारसी भाषेंतील कित्येक शब्दांचें संस्कृत व मराठी शब्दांशीं साम्य असण्याचें कारण होय. शोधक वाचकांच्या माहितीकरितां पुस्तकाच्या शेवटी (पुरवणी २ मध्ये) संस्कृत झेन्द आणि फारसी या भाषांतील कित्येक सारख्या शब्दांचें कोष्टक दिलें आहे. या झेन्दभाषेपासून पेल्हवी व इराण देश जिंकला तेव्हां तेथें तेथील लोकांचा मूळधर्म बुडवून आपला धर्म सुरू केला. तेव्हां सर्व व्यवहार, रीतिभाति बदलून, लोक मुसलमान झाले. तेव्हां मुसलमानांची जी अरबी भाषा तींतील शब्दहि इराणी भाषेंत शिरूं लागले. या मिश्रणापासून हल्लींची फारसी व अमुक अरबी हें ठरविण्यास मोठी अडचण पडते. कित्येक संयुक्त शब्द आहेत, त्यांचा एक अवयव फारसी व दुसरा अरबी असा असतो. यामुळें पुढें दिलेली यादी दोन्ही भाषांतील शब्द एकत्र घेऊन तयार केलेली आहे. वर जी झेन्द भाषा सांगितली, तीच मुंबईतील पारशी लोकांची पवित्र भाषा. तींत लिहिलेला जो आवेस्ता नामक ग्रन्थ तो त्यांचा आद्यधर्मग्रन्थ. हा झरदुष्ट नामक धर्मप्रवर्तकानें लिहिला. इराण देश जिंकून मुसलमानांनीं आपला धर्म तेथें चालू केला. बहुतेक

पुढील पानावर चालू...

अंगूर द्राक्ष
अजब आश्चर्यकारक
अजार रोग
अज्जम मोठा
अज्तरफ कडून
अज्बाब मालमत्ता
अज्मत मोठेपणा
अज्मास सुमार, अंदाज
अनामत ठेव म्हणून
अनार डाळिंब
अनीन लगाम
अप्करा पिण्याचें भांडें
अफू (प्र.)
अफवा खोटी बातमी
अदब-बी आदर
अदमी मनुष्य
अदालत न्यायकचेरी
अदावत दावा, वैर
अद्दल न्याय, ठोकर, अप्रिय
अनुभव
अंदाज माप, अगाऊ माप
अंदेशा संशय
अलम जग
अलमगीर जगाचा राजा
अलाहिदा निराळा
अल्गूज पावा
अल्बत खास
अल्बत्ता अर्थात्, जरूर

मागील पानावरुन चालू...

इराणी लोक मुसलमान झाले, परंतु कांही थोडे इतके धार्मिक होते कीं, देशत्याग करावा लागला तरी हरकत नाही, परंतु स्वधर्मत्याग करावयाचा नाही, असें झालें तेव्हां हे लोक हिंदुस्थानांत गुजराथेकडे पहिल्यानें आले. कांही करार करून तिकडील हिंदु राजांनी त्यांस देशांत रहाण्यास परवानगी दिली. तेव्हांपासून बायकांनी कुंकू लावणें, बांगड्या भरणें, वगैरे हिंदूंच्या चाली यांच्यांत पडल्या होत्या. हल्लीं इंग्लिश लोकांचें प्राबल्य झाल्यामुळें हे लोक त्यांचें अनुकरण करतात. यांस स्वदेश सुटल्यापासून स्वभाषाहि सुटली. गुजराथेंत राहून तेथील लोकांशी व्यवहार सुरू झाल्यामुळें गुजराथी भाषाच यांची जन्मभाषा झाली. हल्लीं शाळांतून फारसी भाषेचा अभ्यास बराच वाढल्यामुळें पारशी लोकांनी गुजराथी भाषेंत फारसी शब्दांची बरीच भेसळ केली आहे. यामुळें नागर वगैरे हिंदु लोकांची गुजराथी भाषा व पारशी लोकांची गुजराथी भाषा यांत दिवसेंदिवस अधिक फेर होत जाईल. पारशी लोकांच्या स्वभाषेचा लोप, व अलीकडील विद्याधनसंपन्न युरोपांतील इंग्लिश, फ्रेंच, वगैरे लोकांच्या भाषांचा अत्युत्कर्ष, यावरून भाषेच्या संबंधानें एक ठळक गोष्ट दिसून येते, ती ही कीं, देशाचा उत्कर्ष आणि भाषा यांचा निकट संबंध आहे. देश संपन्न झाला म्हणजे बुद्धिमान् मनुष्यांचा निर्वाह शरीरश्रम न करतां होऊं लागतो. असें झालें म्हणजे मानसिक श्रमाकडे त्यांचे चित्त लागून अनेक कला उत्पन्न होतात; त्याप्रमाणेंच ग्रन्थसमूह वाढत जाऊन भाषेचा उत्कर्ष होतो. प्राचीन काळीं संस्कृत, ग्रीक, लातीन इत्यादि भाषांचा उत्कर्ष होण्याचें हेंच कारण होय. देशाचा उत्कर्ष आणि भाषेची निकृष्ट स्थिति किंवा देशाची निकृष्ट स्थिति आणि भाषेचा उत्कर्ष असें उदाहरण पृथ्वीच्या पाठीवर सांपडणें कठीण.

अबाशाई गर्द तांबडा
अब्दागीर राजछत्र
अब्रू (प्र.) लोकिक
अब्लक - ख चित्रविचित्र
अमदानी कारकीर्द, आयुष्य
अमलदस्तूर कायदा
अमनचैन मौज, मजा
अमानत ठेव म्हणून
अमीन न्यायाधीश
अमीनी न्यायाधिशाचा हुद्दा
अमीर सरदार
अंबार बळद, कोठार
अंबारी पडदा असलेला हौदा
अंमल अधिकार
अयब उणीव
अरब अरबस्तानांतील मनुष्य
अराबा घरदार
अर्कस करवत
अर्ज प्र.
अर्जी विनंतीपत्र
अर्बैन चाळीस
आयना आरसा
आयाळ प्र.
आरास प्र.
आलीजाह श्रेष्ठ (जगांत मोठा)
आवाज प्र.

आवाजदारी चांगला आवाज असणे

आशक कामी, प्रेमी
इजा पीडा
इजाफत अधिक

अल्बुखार एक प्रकारचा फळ मेवा.
अल्वान (रंग)
अवल पहिला
अवलाद संतति
अवलिया साधू
असर परिणाम
असामी मनुष्य
असील कुलीन
अस्तानी बाही
अस्मान आकाश
अस्वार वर बसलेला
अस्सल मूळ
आजुर्दी रुष्ट, श्रमी
आतसबाजी दारू-काम
आफत् संकट
आबाद व्यापिलेलें, वसविलेलें
आबादानी समृद्धि
आबादी वस्ती
आब्दार जलाध्यक्ष
आमेज मिश्रण
इमाम गुरू
इमारत प्र.
इरादा मनोदय, बेत
इर्सालि जातिवंत
इलमशास्त्र
इलाखा प्रांत
इलाज उपाय
इलायची वेलदोडा
इशारत
इशारा खूण, सूचना
इषक प्रेम

इजार विजार
इजारदार कूळ
इजारा कर (जमिनीचा)
इज्जत अब्रू, मान
इतबार भरंवसा, विश्वास
इतमाम लवाजमा
इतराजी गैरमर्जी
इतलाख निराळा
इतल्ला माहिती
इनाम सरकार देणें माफ असलेली जमीन
इन्साफ[७१] निवाडा
इमान वचनासक्ति
ऊर्फ किंवा, पुढील नांवानें प्रसिद्ध
ऐन प्रत्यक्ष, जातीचा
ऐनक चष्मा
ऐना आरसा
ऐपत द्रव्यबळ
ऐवज रक्कम, सार
ऐवजीं जागीं, बदलीं
ऐष-आराम चैन, सुख
औजार शीड
औरत स्त्री
कंगोरा काठ
कज्जा भांडण
कतबा पंचांपुढें दिलेला कबुली जबाब

इषक प्रेम
इसम मनुष्य
इस्तकबील-तागाईत पासून-पर्यंत
ईद एक प्रकारचा उत्सव
उजूर हरकत
उमदा जातिवंत
उमर वय
उमेद आशा, खात्री
उम्राव सरदार
उरूबुरू समोरासमोर
उरूस जत्रा
उस्तवारी प्रति-स्थापना, दुरुस्ती
कबुलात
कबुलायत, संमतिपत्र
कबूल स्वीकृत
कम कमी, उणा
कमतर विशेष कमी
कमर कंबर
कमान मेहेरप
कमाल प्र.
कंपेश अल्पस्वल्प
कयास तर्क
करामत चातुर्य
करार प्र.
कर्ज प्र.
कर्णा वाद्यविशेष
कर्यात महाल

७१- अरबी भाषेंत निस्फ शब्दाचा अर्थ 'अर्धे' असा आहे; त्यावरून इनसाफ शब्द झाला आहे. त्याचा अर्थ दोन समान भाग करणें असा आहे. यावरून 'न्याय' असा अर्थ झाला.

कतार ओळ
कत्तल संहार
कदम पाऊल
कदर धाक, वजन, कडकपणा
कदीम प्राचीन
कनात-थ पडदा
कंदील प्र.
कफण प्रेतवस्त्र
कबीर मोठा
कलम लेखणी
कलमदान[७२] लेखणी-पेटी
कलमी (आंबा इ.)
कवाईत प्र.
कवाल गवई
कशिदा नकशी (दोऱ्याची)
कसब धंदा
कसबा पेट्याचें मुख्य गांव
कसर अंश

७२- ठेवण्याचें पात्र या अर्थी दान प्रत्यय लागतो उ. कलमदान. याचेंच अपभ्रष्टरूप 'दानी' किंवा 'दाणी' असें मराठींत झालें असावें. जसें अत्तरदाणी, गुलाबदाणी, डिकदाणी, पिकदाणी, वाळूदाणी इ.

पुरवणी पहिली

जिज्ञासा (जाणण्याची इच्छा) हा गुण परमेश्वरानें मनुष्याच्या अंगी ठेविला आहे. याच्या योगानें जगांत अनेक मोठीं कार्यें उत्पन्न होतात. मोठमोठ्या उपयुक्त शास्त्रांचें आदिकारण जिज्ञासा होय. झाडावरील फळ देंठापासून सुटल्यावर खालीं कां यावें, वर कां जाऊं नये, किंवा तेथेंच कां राहूं नये ? हें जाणण्याची इच्छा उत्पन्न झाल्यामुळें गुरुत्वाकर्षणाचा नियम कळला. पदार्थांचे गुण कळल्यावर त्यांपासून जगास पुष्कळ उपयोग होतो, तथापि प्रथमत: तत्त्ववेत्त्यांचें लक्ष उपयोगाकडे नसतें. ते केवळ जिज्ञासेनेंच प्रवृत्त होतात. परमेश्वरानें सृष्टी उत्पन्न कशी केली, याविषयीं प्राचींन काळापासून सुधारलेल्या सर्व देशांतील तत्त्ववेत्ते आपापल्या ज्ञानवृद्धीच्या मानानें विचार करून आपल्या समजूतीप्रमाणें सिद्धांत करीत आले. सर्वांच्या सिद्धांतांत थोडाबहुत फरक आहे; तथापि परमेश्वरानें सृष्टिकर्ता एक प्राणी उत्पन्न केला; यापासून हा सगळा विस्तार आहे, याविषयीं सर्वांचे एकमतच आहे. अलीकडे यूरोपांतील सुधारलेल्या देशांत जगाची पूर्वस्थिति जाणण्याविषयीं उत्कट इच्छा उत्पन्न झाल्या आहेत. तिकडल्या विद्वान लोकांत मनुष्याच्या उत्पत्तीविषयीं दोन पक्ष झाले आहेत. शरीरच्छेदन करून तदंतर्गत मांस, अस्थि, स्नायु, मज्जा इत्यादिकांची परीक्षा करतां, या संबंधानें कित्येक मनुष्यजातींच्या शरीररचनेंत परस्परभेद दृष्टीस पडतो; त्यामुळें एका पक्षाचें म्हणणें असें आहे कीं, हल्लींचीं सर्व मनुष्यें एकाच जातीचा विस्तार नव्हते; एकाच काळीं किंवा भिन्न काळीं थोड्या स्थळीं मनुष्यें फार प्राचीन काळीं उत्पन्न झाली; त्यांचा पुढें विस्तार झाला, या कारणानें शरीररचनेंत भेद आहे. एकाचा सर्व विस्तार हें जें प्राचीन आद्यग्रंथांचें म्हणणें आहे तें त्या त्या देशाच्या संबंधानें मात्र खरें आहे. सर्व पृथ्वीच्या संबंधानें खरें नाही. दुसऱ्या पक्षाचें म्हणणें असें आहे कीं, सर्व पृथ्वींतील मनुष्यें एकाच मूळाचा विस्तार आहेत; हेच सयुक्तिक व संभवनीय दिसतें. कारण, शरीररचनेंत भेद फारच थोड्या ठिकाणीं आढळतो; व तोहि मूळभेदामुळें नसून हवा, पाणी, भक्ष्य

इत्यादिकांच्या भेदामुळें झालेला आहे.

वर मनुष्याच्या उत्पत्तीविषयीं जो जिज्ञासेचा प्रकार सांगितला तसाच भाषेच्या पूर्वस्थितीच्या जिज्ञासेचा आहे; तथापि हा सर्व देशांत सारखा नाहीं. प्राचीनकाळीं भरतखंडांतील ऋषींचें भाषाचमत्काराकडे फारच लक्ष लागलें होतें. व्याकरण, व्युत्पत्ति, या विषयांवरील त्यांचे ग्रन्थ पाहिले म्हणजे मोठें आश्चर्य वाटतें. शब्दांचें पृथक्करण करून यांनीं असें ठरविलें कीं, संस्कृत भाषेंतील सर्व शब्द क्रियावाचक धातूंपासून झाले. (सर्व धातुजम्, यामुळेंच बहुतेक संस्कृत शब्दांची धात्वर्थमूलक उत्पत्ति सांगतां येते. हा जो शब्दांची धात्वर्थमूलक उत्पत्ति सांगण्याचा प्रकार त्यास "व्यत्पत्ति" (वि+उत्पत्ति) असे नांव पडलें. कालांतरानें कित्येक धातूंपासून उत्पन्न झालेलीं नामें मात्र भाषेंत राहून ते धातु नष्ट झाले, त्यामुळें कित्येक शब्दांची व्युत्पत्ति सांगतां येईना. तेव्हां कांहीं शब्द अव्युत्पन्नहि असतात, असें मानून कांही पंडितांनीं व्युत्पन्न आणि अव्युत्पन्नहि असतात, असें मानून कांहीं पडितांनी व्युत्पन्न आणि अव्युत्पन्न असे शब्दांचे दोन विभाग केले. तथापि सर्वांचें मत असें आहे कीं, मनुष्यांचें आद्यस्थान भरतखंड होय; व आद्यभाषा संस्कृत होय. जे भरतखंडांतले आर्य लोक राज्यादिलोभानें दूर देशीं गेले, ते आर्याचाररहित झाले, व विद्वान् आर्यांचा समागम नसल्यामुळें अशुद्ध बोलूं लागले, ते म्लेच्छ[१] म्हणजे अशुद्ध बोलणारे झाले, यामुळेंच पुष्कळ भाषांत पितृ[२], मातृ, इत्यादि निकट संबंधवाचक व द्वि, त्रि, इत्यादि संख्यावाचक शब्द त्या त्या संस्कृत शब्दांचे अपभ्रंश आहेत.

अलीकडे यूरोपांतील सुधारलेल्या देशांतील विद्वानांचें भाषा मूलशोधाकडे लक्ष फार लागलें आहे. त्यांचे असे पूर्वपक्ष आहेत कीं, ईश्वरानें मनुष्य उत्पन्न करून त्यास वाणी म्हणजे भाषणद्वारा मनोगत दुसऱ्यास कळविण्याची शक्ति दिली, असें प्राचीन ग्रंथांत सांगितलें आहे, तर ईश्वरानें दिलेली ती भाषा कोणती असावी; कारण, प्राचीन अशा अनेक भाषा आढळतात व त्यांतही कालभेदानें पुष्कळ भेद आहेत. त्यावर कित्येकांचें असें म्हणणें आहे कीं, जगांत मनुष्याच्या सुखास साधनीभूत अशा अनेक कला आहेत, परंतु त्या ईश्वरानें मनुष्यांस एकदम दिल्या नाहींत, तर त्या बीजरूपानें

१- गोमांसखादको यस्तु, विरुद्धं बहु भाषते ।
सर्वाचारविहीनश्च, म्लेच्छ इत्यभिधीयते ।। (बौधायन).

२- संस्कृत, झेन्द, ग्रीक, लातीन, या जुन्या भाषांत अल्परूभेदानें असणारे एकार्थवाचक शब्द पुष्कळ सांपडतात. त्यांपैकी मुख्य मुख्य शब्दांची यादी या पुरवणीच्या शेवटीं शोधक वाचकांच्या उपयोगाकरितां दिली आहे.

त्यानें प्रथमत: उत्पन्न केल्या. उदकसेचनादि मनुष्यश्रमानें अतिसूक्ष्म बीजाचा अतिविशाल वृक्ष होतो. पदार्थामध्यें जे गुण ईश्वरानें ठेविले आहेत, त्यांचें ज्ञान जसजसें वृद्धिंगत होत जातें तसतशा अनेक कल्पना उत्पन्न होतात. त्याप्रमाणें भाषणशक्ति बीजरूपानें मनुष्यांत होती, तीच हळूहळू सुधारत बहुत कालानें भाषारूप पावली. याकरतांच फार प्राचीन भाषांची सुद्धां कालभेदानें अनेक रूपें आढळतात. ज्या रूपानें प्राचीन भाषा सांप्रतकाळीं आढळतात, त्यांची पूर्वस्थिति काय असावी, अशाविषयीं अनेक विद्वानांनीं अनेक तर्क केले आहेत. कित्येक म्हणतात, प्रारंभीं मनुष्यें केवळ पशुपक्ष्यांप्रमाणें अव्यक्त ध्वनींच्या योगानें इंगित कळवीत असतील, नंतर सुधारणा होऊन तीं व्यक्त वर्णोच्चार करूं लागलीं. नंतर वर्णसंयोग करून मनुष्यांनीं शब्द उत्पन्न केले. असे अनेक विद्वानांचे अनेक तर्क आहेत. तथापि सर्वांचा असा सिद्धांत झाला आहे कीं **संस्कृत वैयाकरणांनीं जे धातु म्हणून मानिले आहेत, तें भाषेचें मूळ होय.** त्यापलीकडे भाषेची काय स्थिति असावी, याचा शोध लागत नाहीं. मनुष्य म्हणजे मनन करणारा, जंगम म्हणजे चालणारें, धरा (पृथ्वी) म्हणजे धारण करणारी, पिता म्हणजे पालन करणारा, पादप म्हणजे पायांनी (मुळांनीं) पिणारा, देह म्हणजे वाढणारा, चरण म्हणजे चालणारा, असे शब्द वैयाकरणांनीं दिलेल्या प्रत्ययार्थावरून उत्पन्न होतात; परंतु मन्, गम्, धृ, पा, दिह्, चर्, इत्यादि धातूंचे हेच अर्थ कां असावे, याचा शोध कसा लागावा ? जगांतील सर्व भाषांचें मूळ एक असून देशकालभेदानें एकाचीं अनेक रूपांतरे होऊन पुष्कळ भाषा अगदीं वेगळाल्या झाल्या. यत्न केला असतां त्यांचें एकमूलत्व सिद्ध करतां येईल. कित्येकांचें म्हणणें असें आहे कीं, भाषा पूर्वी कशीही उत्पन्न झाली असली, तरी एककाळीं किंवा भिन्नकाळीं कांहीं थोड्या वेगळाल्या ठिकाणीं उत्पन्न झाली. मनुष्याच्या शरीररचनेचा विचार केला म्हणजे पृथ्वींतील सर्व मनुष्यांचें एक उत्पत्तिस्थान म्हणतां येत नाही; त्याप्रमाणेंच भाषावयव जे शब्द त्यांच्या रचनेचा विचार केला म्हणजे सर्व पृथ्वीतील भाषा एका मूळाचा विस्तार असें म्हणतां येत नाहीं.

हल्लीं पृथ्वीवर सुमारें ९०० वेगळाल्या भाषा आहेत, त्यांचे मूळाच्या संबंधानें यूरोपांतील विद्वानांनीं आर्य, तुराणी आणि शमी, असे तीन वर्ग मानिले आहेत.

१. संस्कृत, झेंद, लातीन व ग्रीक, या व यांच्यापासून झालेल्या एशिया व युरोपखंडांतील भाषा व दुसऱ्या कित्येक भाषा आर्यवर्गांत येतात.

२. चिनी, तुर्की, तेलंगी वगैरे भाषा तुराणी वर्गांत येतात.

३. यहूदी (हिब्रू), आरबी, हबशी वगैरे भाषा शमी वर्गातल्या होत.

ही पुरवणी इतकी लांब लिहिण्याचें कारण कीं, सर्वच भाषा एका भाषेपासून झाल्या असें आहे तर, भाषांचे व्युत्पन्न व अव्युत्पन्न असे भेद कसे मानतां येतील ?

असें कित्येकांचें म्हणणें आहे. त्यावर एवढेंच उत्तर कीं, सर्व मनुष्यें एकाचा विस्तार असून, आर्य, यवन, याहुदी, असे भेद देशाचारवर्णादि संबंधाने जसे मानतात, त्याप्रमाणेंच हे (भाषेचे) विभाग कल्पिले आहेत.

❏

पुरवणी दुसरी

संस्कृत झेन्द ग्रीक लातीन या भाषांत अल्परूपभेदाने असणारे एकार्थवाचक शब्द

संस्कृत	झेन्द	ग्रीक	लातीन	अर्थ
पितृ	पातर्	पातर	पेतर्	पिता
मातृ	मातर्	मेर्	मेतर्	माता
भ्रातृ	ब्रातर्	फ्रात्रिअ	फ्रेतर्	भ्राता
नप्तृ	नप	अनेप्सिअस्	नीपास्	नातु
जामातृ	झामातर्	जम्बोस	जेनर	जांवई
श्वशुर	क्वश्रुर्	हेकुरोस्	सोसर	सासरा
हृदय	झरेधय	कारदिअ	कार	हृदय
शिरस्	सर	कर	सेरेब्रुम्	शिर (मस्तक)
अक्षि	अशि	ओकोस्	ओक्युलस्	आंख (डोळा)
दंत	दन्तन्	ओदोन्त	देन्तम्	दांत
अस्थि	अस्ति	ओस्तिओन्	ओस्	अस्थि (हाड)
पाद	पाध	पोदोस्	पेदिस्	पाय
जानु	इनु	जोनु	जेनु	जानु (गुडघा)
श्रोणी	श्रओणि	क्लोनिस्	कुनिस्	ढुंगण
गो	गाओ	बुस	बोस्	गाय
अश्व	अस्प	हिपोस्	इक्वस्	घोडा
श्वन्	श्पा	क्युओन्	क्यानिस	श्वान (कुत्रा)

सूकर	हू	सुस्	सुस्	डुकर
देव	दएव	थिओ	दिउस्	देव
मास	माओंहू	मेनी	मेन्सिस्	महिना
अभ्र	अव्र	अफ्रोस्	इम्बर	ढग
हिम	झिम	खीमोन्	हीम्स	बर्फ
दम	देमान	दोमोस्	दोमस्	घर
बुघ्न	बून	पुथ्मेन	फण्डस्	बुंधा
चक्र	चख	कुक्लोस	सर्कस्	चाक
सम	हम	होमोझ्	सिमिलिस्	सारखा
द्वि	द्व	दुओ	दुओ	दोन
त्रि (त्रयः)	त्रयो	त्रीस्	त्रेस्	तीन
चतुर (चतुः)	चत्वारो	तेस्सारेस्	क्वातुओर	चार
पंचन्	पंचन्	पेंते	क्विक्वे	पांच
षट्	क्ष्वस्	हेक्स्	सेक्स्	सहा
सप्तन्	हाप्तन्	हेप्त	सेप्तेम्	सात
अष्टन्	अस्तन्	ओक्टो	ओक्टो	आठ
नवन्	नवन्	हेनी	नोव्हेम्	नऊ
दशन्	दशन्	देक	दिसेम्	दहा
विंशति	विशैति	ईकोशी	विजिंति	वीस
शतम्	शतेम्	हेकतोन्	सेन्टम्	शंभर
प्रथम	फ्रेतेमो	प्रोतोस्	प्रिमस्	पहिला
द्विस् (द्विः)	दिस्	विस्	बिस्	दोनदां
षष्ठ	क्षत्वो	हेक्तस्	सेक्सतस्	सहावा
सप्तम	हप्तथो	हेबडोमस्	सेप्तिमस्	सातवा
दा (ददामि)	दधामि	दिदोमि	दो	देणें (देतों)
स्था	स्ता	हिस्तेमि	स्तो	उभें राहणें
भृ (भर्)	बर्	फेरो	फेरो	वहाणें (धारण करणें)
भू	बु	फुओ	फुइ	होणें
तन्	थंज्	तनुओ	तेन्दो	ताणणें
जन्	झन्	जेन्नओ	जिज्नो	उत्पन्न होणें
वह्	वझ	ओचिओमि	वेहो	वहाणें

वस्	वह्	हेन्युमि	वेस्तिओ	आच्छादन करणें
मनस्	मनह्	मेनोस्	मेन्स	मन
कृ (कर्)	कर	कैनो	क्रिओ	करणें
वम्	वम्	एमिओ	वोमो	ओकणें
मिह्	मिझ्	आमिखिआ	मिंगो	शिंपडणें
मर्त्य	मारेत	बोतोस	मोर्तलिस्	मरणारा
विद्	विद्	फीदो	विदिओ	जाणणें
त्रस्	तरेस्	त्रेओ	तेरिओ	भिणें
रुच्	रुच्	लुकोस्	लक्स्	प्रकाशणें
वाच्	वाच्	आप्स्	वोक्स्	वाचा
तक्ष्	तश्	तिक्तो	तेक्सो	बनवणें
पा	पा	पिनो	बिबो	पिणें
दिश्	दिश्	दिकुमि	दिको	दाखविणें
मा	मा	मेत्रिओ	मेतिओर	मोजणें
युज्	यु	झुज्नमि	जंगो	जोडणें
पृ	पर्	पिंप्लिमि	प्लिओ	भरणें
सम्	हम्	सुन	कान्	
परि	पैरि	पेरि	पर्	उपसर्ग
उपरि	उपैरि	हुपर	सुपर्	विशेष
प्र	फ्र	प्रो	प्रो	
अन्तर	अन्तरे	एन्तोस्	इन्तस्	
अप्	अप	अपो	अब्	उदक
न	न	ने	ने, नान्	न
पश्चात्	पस्कात्	आपिरथेन्	पोस्त्	नंतर

संस्कृत, झेन्द, आणि फारसी, या भाषांत अल्परूपभेदानें असणारे एकार्थवाचक शब्द.

संस्कृत	झेन्द	फारसी	अर्थ
अंगुष्ठ	अंगुष्ठ	अंगुश्त्	आंगठा
अभ्र	अव्र	अब्र	आभाळ
अंतर	अंतरे	अंदर	आंत
अयस्	अयंह्	आहन्	लोखंड
अश्रु	अश्रु	अर्स	असूं
अशीति	ऐस्तति	हस्ताद	ऐशीं (८०)
अस्थि	अस्ति, अस्त	अस्तह	हाड
अस्मि	अम्हि	अम् हस्तम्	आहें
अस्ति	अश्ति	अस्त्	आहे
आप्	आप्	याफटन्	मिळविणें
आराम	रामन्	आराम्	आराम
उपरि	उपैरि	बर	वर
उष्ट्र	उस्त्र	उश्तर	उंट
ऋजिष्ठ	रझिस्त	रास्त	रास्त
कच्छप	कश्यप्	कशफ्	कासव
कृ (कर्)	कर	कर्दन्[१]	करणें
कृमि	करेम	किर्म	किरीम-किडा
कृष्	करेश्	कशिदन्	ओढणें
कृषि	कर्स्ति	किश्त्	शेती
कार्य	कार	कार	कार्य
खर	खर	खर	गाढव
गंध	गैंति	गंद	गंध
गुण	गओन	गुनह्	गुण
गो	गाओ	गाओ	गाय
घर्म	गरेम	गरमा	उष्णता

१- क्रियावाचक नाम करण्यास संस्कृतांत अन आणि मराठींत णें हे प्रत्यय धातूस लागतात; त्याप्रमाणें फारसींत धातूस दन हा प्रत्यय लागतो.

चर्	चर	चरिदन्	चालणें
चक्र	चख्र	जर्ख	चाक
चक्षुस्	चश्मन्	चश्म्	डोळा
जन्	झन्	झादन्	उत्पन्न होणें
जनी	जेजी	झन्	बायको
जानु	इनु	झानु	गुढगा
जिह्वा	हिजबा	जबान्	जीभ
जीव्	जीव	झीस्तन्	जगणें
ज्या	झेम	जमीन	जमीन
तपस्	तफ्नु	तम्	तापणें
तन्	तन्	तनिदन्	पसरणें
तनु	तनु	तन्	शरीर
तृष्णा	तर्ष्ण	तिश्नज्	तहान
तेजस्	तिझिन्	तेझ	तेज
त्रस्	तरेश	तर्सिदन्	भिणें
त्वम्	तुम्	तू	तूं
दंत	द तन्	दंदान्	दांत
दा	दा	दादन्	देणें
दारू	दोरू	दुरोद	लांकूड
दाह	दाघ	दाघ	दाह (जळणें)
दीर्घ	दारेघ	दराज्	लांब
दूर	दूर	दूर	दूर
देव	दएव	देव्	देव
द्वार	द्वार	दर	दार
धृ(धर्)	धर	दार	ठेवणें
नि+धा	नि+दा	निहादन्	ठेवणें
धान्य	दान्	दानह	दाणा
ध्मा (धम्)	दम्	दमिदन्	फुंकणें
नम्	नम्	नमिदन्	नमणें
नमस्	नेमाह	नमाझ्	नमस्कार
नवति	नवइति	नवद्	नव्वद (९०)
नेदिष्ठ	नज्द	निझद्	जवळ
नेम	नएम	नीम्	निम्मे (अर्धा)

पच्	पच्	पख्तन्	शिजविणें
पत्	पत्	फितादन्	पडणें
पर्ण	परेन	पर	पान
पश्चात्	पस्कात्	पस्	नंतर
पाद	पाध्	पा	पाय
पार्ष्णि	पाश्न	पाश्नह	टांच
पुत्र	पुथ्र	पुसर	मुलगा
पूर्ण	परेन	पर	पुरा
पृष्ठ	पर्स्ति	पुस्त	पाठ
प्रच्छ्	परेस्	पुर्सिदन्	विचारणें
प्र + स्था	फ्रस्ता	फेरिस्तादन्	पाठविणें
बंध्	बंद्	ददंब	बांधणें
भूमि	बूमि	बूम्	भुई
भृ (भर्)	बर्	बुर्दन्	धारण करणें
भ्रातृ	ब्रातर्	बिरादर्	भाऊ
भिषज्	बएशझ्	बिजिश्क्	वैद्य
भू	बू	बुदन्	होणें
मज्जा	मज्गा	मग्झ्	मेन्दु, मगज
मत्स्य	मश्य	माही	मासा
मनस्	मनंह	मंश्	मन
मर्त्य	मरेत्	मर्द	मनुष्य
महत्	मझन्	मिह्	मोठा
मक्षिका	मक्षी	मगस्	माशी
मास	माओंह	माह्	महिना
मित्र	मिथ्र	मिहर	मित्र
मुष्टि	मुस्ति	मुश्त	मूठ
मृ (मर्)	मर	मुर्दन्	मरणे
मृद्	मरद	मालिदन	मर्दन करणें
मेघ	मएघ	मेघ्	ढग
मेष	मएष	मेष्	मेंढा
यव	यव	जौ	जव
यातु	यातु	जादु	जादु
रथ्या	रैथ्य	राह	रस्ता

रुह्	रुद्	रुस्तन्	रुजणें
वात	वात	बाद	वारा
विंशति	विसैति	बिस्त	वीस(२०)
वृष् (वर्ष्)	वार	बारिदन्	पाऊस पडणें
व्रीहि	बेरेज्य	बिरिज	तांदूळ
शक्	शक्	शख्तन्	समर्थ असणें
शत	शत	सद	शंभर
शिरस्	शर	सर्	डोकें
शुध्	शुद्	शुस्तन्	स्वच्छ करणें
श्याव	श्वाव	सियाह्	काळा
श्रु	श्रु	शनुदन्	ऐकणें
श्वेत	स्पएत	सफेद्	सफेद(पांढरा)
षष्टि	क्षष्टि	शस्ते	साठ(६०)
संगम	हंजमत	अंजुमान्	संगम
सन्ति	हेन्ति	अन्दे	आहेत
सप्तति	हपैति	हप्ताद्	सत्तर
सर्व	हौर्व	हर्	सर्व
सहस्र	हजार	हजार्	हजार (१०००)
स्तन	पस्तान्	पस्तान्	स्थान
स्तु	श्तू	सितुदन्	स्तुति करणे
स्था	स्ता	इस्तन्	राहणें
स्थान	स्तान्	आस्तान्	थान
स्व	क्व, हव, व्ह	खूद्	आपले
स्वन्	क्वन	स्वानदन्	शब्द करण
स्वप्	क्वप्	खुफ्तन्	निजणें
स्वसृ	क्वांहर	ख्वा	बहिण
हन्	जन	झदन्	मारणें
हस्त	झस्त	दस्त	हात
हिम	झिम	झम्	थंडी
हिरण्य	झरण्या	सर्	सोनें
क्षपा	क्षप्	शप्	रात्र
क्षीर	क्षीर	शार्	दूध
ज्ञा	ज्ञा	दानिस्तन्	जाणणें

तद्भव-शब्द-सूची

व्युत्पत्तिप्रदीपांत अमुक शब्द पाहणें झाल्यास तो अमुक ठिकाणीं लवकर सांपडेल, याविषयीं काहीं तजवीज नाहीं, ती झाल्यास बरें पडेल, अशी कित्येक मित्रांकडून व शिक्षकांकडून सूचना आल्यावरून पुढील वर्णानुक्रमवार यादी दिली आहे. जो शब्द पुस्तकांत पाहाण्याचें मनात येईल, तो यादीच्या डाव्या ओळींत पाहून त्यापुढें उजव्या बाजूचे सर्व शब्द पुस्तकांत (किंवा धातुकोशांत) वर्णानुक्रमानें छापिलेले आहेत.

अ

अंक-पहा-अंक्.
अकरा-एकादश.
अंकित-अक्
अक्राळ-कराल.
अक्रीत-क्री.
अक्रोड-अक्षोटक.
अखंड-खंड्
अखात-खन्.
अगत्य-गम्.
अगरडें-अग्र.
अघटित-घट्.
अघाडी-अग्र.
अचाट-अत्यर्थ.
अंजन-अंज्.
अजाण-ज्ञा.
अजाणता -,,
अजिंक्य-जि.
अठळी-अष्टि.
अडणी-अड्ड.
अंडणें-,,
अडाणी- ज्ञा.
अडूळसा-अटरुष.
अंडें-अंड.
अतीत-अतिथि.
अंथरूण-स्तृ.
अंधार-अंध.
अधाशी-अश्.
अधेला-अर्ध.
अधेली-,,
अधोली-,,
अनशूद-शुध्.
अनशें-अश्.
अनाडी-ज्ञा.

अनुचर-चर.
अन्वित-इ.
अपत्य-पत
अपरात्र-रात्रि.
अपेत-इ.
अपोष्णी-अश्.
अभिमत-मन्.
अभिषेक-सिच्.
अभ्यंग-अंज्.
अभ्रा-अभ्र.
अमका-अमुक.
अमर-मृ
अमूक-अमुक.
अमृत-मृ.
अमोल-मूल्य.
अमोलिक-,,
अयन-अय्.
अर्घ्या-अर्घ्य.
अर्चन-अर्च्.
अर्चा-,,
अर्चिणें-,,
अर्च्य-,,
अर्थ-अर्थ्.
अर्धशिशी-अर्ध.
अर्धुक-,,
अर्धे-,,
अर्धेल-,,
अर्पण, अर्पिणें -
अर्प्.
अलग-लग्.
अलिता-अलक्त.
अवदसा-अवदशा.
अवतार-तृ.
अवरोध-रुध्.
अवलोकणें-लोक्.
अंवस-अमावास्या.
अविंध-व्यध्.
अव्हेर- अवधीर.
अव्हेरणें-अवधीर.
असणें-अस्.
असा-ईदृश.
अस्त-अस्.
अस्त्र-,,
अळणी-लवण.
अळी-आलवाल.
अळें-,,

आ

आई-अयि.
आउक्ष-आयुष्य.
आऊत-युध्.
आंकडा-अंक्.
आकसणें-कष्.
आकळणें-कल्.

परिशिष्ट विभाग

१ इंडो-इराणी भाषा साम्य

झेंद अवेस्ता - वैदिक संस्कृत यांचे साम्य

१) अवेस्ता हओम यश्त-यस्न ९

हाव्नीम्. आ. रतूम. आ. हओमो उपाइत् .जरथुश्त्रँम् ।

ऑत्रॅम्. पइरि यआज़दथँतँम् गाथाश्च स्त्रावयँतॅम्. ।

आ. दिन. पृसत्. जरथुश्त्रो : को. नरॅ अही. ।

यिम्. अज़ॅम्. वीस्पहे अइ.हउश्ं ।

अस्त्वंतो स्त्रएश्तॅम्. दादरॅस. ।

ह्व हे गयेहे ह्वन्वतो अमॅज़हे : ।

संस्कृत

सावनम् आ क्रतुम् आ सोमः उपैत जरथुश्त्रम् ।

अत्रिम् परियोर्दधन्तम् गाथाश्च श्रावयन्तम् ।

आ तम् पृच्छत् जरथुश्त्रः को नर असि ।

यमहं विश्वस्य असोः अस्थवन्तः श्रेष्ठं ददर्श ।

स्वस्य गयस्य स्वन्वतो अमृतस्य ।

अर्थः (सोम) सवनाच्या समुचित समयावर सोम जरथुष्ट्राजवळ आला. (जो) यजनासाठी अग्नीचा संस्कार करीत होता आणि गाथांचे उच्चारण करीत होता त्याला जरथुष्ट्राने विचारले, हे नर ! तू कोण आहेस ? ज्या (तू) ला मी समस्त देहधारी जीवलोकात श्रेष्ठ, आपल्या अमर जीवनाने दैदीप्यमान पाहात आहे.''

२) अवेस्ता -

आअ़त् मे. अ एम. पईल्यऔंख्त. हओमे अजब. दूर ओप्पो : ।

अज़ॅम. अह्मि. ज़रथुश्त्र. हओमो. अप्पवू. दूरआप्पो : ।

आ. मॉम्. यासङुह स्पितम्. फ्रा मॉम् हुन्वङुह. ह्वरॅतएँ.

अऑइ. मॉम्. स्तओमइॅने. स्तूइद्रि

यथ़ मा. अपरचित्. सओश्य़न्तो. स्तवाॅन् ः

संस्कृत -

आत् मे अयं प्रत्यवोचत् सोमो ऋतावा दुरोषः।

अहमस्मि जरथुश्त्र सोमः ऋतावा दुरोषः

आ मां याचस्व स्पितम् प्र मां सुनुष्व स्वृतये (=अश्नवै)

अभि मां स्तोमनि स्तुहि

यथा मां अपरेचित् सोष्यन्तः स्तुवन् ।

अर्थ : "तेंव्हा मला ह्या सोमाने, ज्याचे नियम दिव्य आहेत, आणि तेज दूरवर पसरलेले आहे, उत्तर दिले. हे जरथुश्त्र, मी आहे दिव्य नियमशाली, आणि दूरवर तेज पसरलेला सोम. माझ्याकडे (आपल्या) कामना माग. हे स्पितम, मला पिण्यासाठी वाहव. माझी स्तोत्रे गा. ज्या प्रमाणे (पूर्वकाळी) दुसऱ्या सोष्यन्तांनी माझी स्तुती केली आहे.

अवेस्ता

आअत़ अआख़्त जरथ़ुश्त्रो नॅमो. हओॅमाइ.

कसॅ थ़वाँम्. पँओइयों. हॅओम. मश्यो.

अस्त्व़इथ़्याइ. हुनूत. गएथ़्य़ाइ ः

का. अह्माइ. अष़िश् ऋनव़ि

चित्. अह्माइ. जस़त् आय़प्तॅम् ः

संस्कृत

आत् अवोचत् जरथुश्त्रः/नमः सोमाय ।

कस्त्वां पूर्ण्यः सोम मर्त्यः

अस्थन्वत्यै सुनुत जगत्यै ।

का अस्मै आशीः

किम्। अस्मै गच्छत् आप्तम् ।

अर्थ : तेंव्हा जरथुश्त्राने म्हटले 'सोमाला नमन असो. कोण (तो) हे सोम, पहिला मनुष्य, (होता, ज्याने) तुला शरीर जीवधारी लोकासाठी वाहवले ? कोण (तो) की ज्याची कामना पूर्ण झाली, (आणि) त्याला काय लाभ झाला ?

अवेस्ता

आअत़ मे. अएम. पडुत्य़ ओॅख़्त.

हओमो. अप्पव. दूरओष़ो

वीव़इ.हा. मॉम्. पओइयों. मश्यो.

अस्नइथ्याइ. हुनूत. गएथ्याइ

हा अह्माइ. अप्पिश. ऋनावि.
तत. अह्माइ जसंत्. आयह्र्म्
यत् हे पुथ्रो. उस् जयत.
यो. यिमो खप्पएतो. ह्वँथ्वो ह्वरॅनङु हस्तॅमो जातनॉम्.
ह्वरॅ दरॅसो मश्यानॉम् यत् कृनओत् अइ हे खपथ्राद
अमर्प्पत पसू. वीर. अङ्हओपॅम्ने. आप. इर्वइरे.
ह्व ईयॅन ह्व रॅथॅम. अएअयम्नम
संस्कृत
आत मे अयं प्रत्यवोचत
सोमः ऋतावा दुरोप्पः
विवस्वान मां पूर्ण्यो मर्त्यः
अस्थवन्त्यै सुनुत जगत्यै
सा अस्मै आशीः ऋणावि
तदस्मै गच्छत् आप्तम
यदस्य पुत्र उज् जायते
यो यमः क्षित् सुन्वता स्वरणवत्तमो जातानाम
स्वदृशो मर्त्यानाम । यत् कृणोत् अस्य क्षत्रादा
अमरिष्यन्ता पशुवीरा अशुष्यमाणे अर्बुवरे
स्वरितवे स्वृतम् अज्येयम् ।

अर्थ : तेंव्हा ह्या सोमाने, जो दिव्य नियमांचा, आणि दूरवर पसरलेल्या तेजाचा आहे, मला उत्तर दिले. वीवह्न्त (विवस्वन्त - विवस्वान्) पहिला मनुष्य होता, ज्याने मला शरीरधारी जीवलोकासाठी वाहविले. त्याची ही कामना पुरी झाली. त्याला हा लाभ मिळाला. कि त्याच्या घरी पुत्र उत्पन्न झाला, जो यम (जनांचा) शासक अतिशय विजयी उत्पत्ती करणाऱ्यांमध्ये अत्यंत तेजस्वी मनुष्यामध्ये सूर्यासमान होता ज्याने आपल्या शासनात पशु आणि मनुष्यांना अमर, आणि जल आणि ओप्पधींनी कधीही न सुकणारे (सदाहरित) बनवले. आणि प्रजेला भोजनासाठी अक्षय आहार बनवला.

अवेस्ता
यिमाहे ख्वथे अटर्वहे
नोइत अओतम् आङह नोइत् गरॅमॅम
नोश्त जङर्व आङ्ह नोइत् मृथ्युश्
नोश्त अरस्को. दएवोदातो

पंचदस फ. चरोइथे
पित. पुथ्रस्य रओदएष्व कतरमचित.
यवत ख्वयोइत हँथ्वो. यिमो वीवङ्हतो पुथ्रो
संस्कृत
यमस्य क्षत्रे उर्वियस्य
नेत् ओघ्न आस नेत मृत्युः
नेत रेव्पको देवधितः
पञ्चदशा प्रचरेते
पिता पुत्रश्च रोहेष्वा कतरश्चित
यावत क्षयेत सुवन्ता यमो विवस्तन्तः पुत्रः ।

अर्थ तेजस्वी यमाच्या राज्यात, न (अर्ति) शीत होते, न (अति) त्रर्मी न वार्धक्य होते, न मृत्यु. न देवांनी रचलेली इर्ष्या होती. पिता आणि पुत्र चेहेऱ्यावरून पंधरा वर्षाचे (प्रतीत होत) फिरत होते, जोपर्यंत विवस्वानाचा पुत्र यम, याने राज्य केले.

अवेस्ता
कर्से, थ्वाँम यित्यो. हओम मश्यो
अस्त्वइथ्याइ हुनूत गएथ्याइ
का अह्माइ अशिष ऋनावि.
चित् अह्माइ जसत्. आयह्मॅम
संस्कृत
कस्त्वां द्वितीयः सोम मर्त्य
अस्थन्वत्यै सुनुत जगत्यै
का अस्मै आशीः ऋनावि
किम अस्मै गच्छत आह्मम

अर्थ : तो कोण हे सोम, दुसरा, ज्याने जीवलोकासाठी तुला वाहावले ? कोण (तो) ज्याची कामना पूर्ण झाली ? त्याला काय लाभ झाला ?

अवेस्ता
आअत् मे अएम् पइत्यओख्त हओमो अप्पव दूरओप्पो
आथ्व्यो मॉम बित्यो मश्यो अस्त्व इत्थ्याइ हुनूत गएथ्याइ
हा. अह्माइ अशिष ऋनावि तत अहमाइ जसत् आयप्तॅम

यत हे पुथ्रो डस जयत वीसो सूरया थ्रएतओनो

संस्कृत

आत् मे अयम प्रत्यवोचत सोम: ऋतावा दुरोप्प:

आह्यो मां द्वितीयो मर्त्य: अस्थवनयै सुनुत जगत्यै

सा अस्मै आशी: ऋणावि तत् अस्मै गच्छत् आह्मम

यदस्य पुत्र: उज जायत विश: शूराया: त्रैतान: ।

अर्थ : तेंव्हा ह्या सोमाने जो दिव्य नियमाधारी आणि दूरवर पसरलेल्या तेजाचा आहे, मला उत्तर दिले, आथ्व्य (संस्कृत ''आह्य' हे त्रिताचे नाव असून तो जलपुत्र आहे. (ऋ. १.१०५.९) हा दुसरा भर्त्य होता, ज्याने मला जीवलोकासाठी वाहवले, त्याची ही कामना पुरी झाली. त्याला हा लाभ झाला, की त्याच्याघरी शूरवीर, वैश्याचा पुत्र त्रैतान झाला.

अवेस्ता :

यो जनत. अजीम दहाकॅम् थ्रि जफनॅम थ्रि कमृदॅम.

खजवूश अजीम हजङ्रा यओख्श्तीम

अशओजङ दएवीम्. द्रुजॅम. अगॅम गएथाव्यो द्रवंतॅम

यॉम अशओजस्तमाम द्रुजॅम

फ्रच कृतंत् अङ्रो मइन्युश

अओइ यॉम अस्त्वश्तीम एथॉम

मह्रकाइ. अप्पहे गएथनॉम

संस्कृत

यो अहन् अहिम दंशकम् त्रिजन्थन त्रिकमूर्धानम्

जडक्षम् सहस्त्रयुक्तिम् अत्यौजसम् दैवीम् द्रुहम्

अंध जगतीभ्यो द्रवन्तम् याम् अत्योजस्तमां द्रुहम्

प्राक कृनात् अङ्गरोमन्यु: । अभि याम् अस्थवन्तीम् जगतीम्

मरकाय ऋतस्य जगतीनाम्

अर्थ : ज्याने दंश करणाऱ्या सर्पाला ठार केले, जो तीन जवड्यांचा तीन मस्तकांचा सहा डोळ्यांचा, हजारो (दुष्ट) चलाखींचा, मोठा बलवान (मूर्तिमान) देवाद्रोह होता. प्रजेसाठी तो पापमय आणि श्रद्धाहीन होता. ज्या मोठ्या बलवन्त देव द्रोहीला अंग्रौमन्यूने मारून टाकले; जी शरीरधारी सृष्टीला प्रतिकूल होता. आणि ऋताच्या सृष्टीचा विनाशक होता.

अवेस्ता

कसॅ. थ्वॉम. थ्रित्यो. हओम मश्यो

अस्त्वइथ्याइ हुनूत त्रएथ्याइ
का अह्माइ आशिष ऋनावि
चित अह्माइ जसत् आयह्मॅम
संस्कृत
कस्त्वां तृतीय सोम मर्त्यः अस्थन्वत्यै सनुत जगत्यै
का अस्मै आशीः ऋणावि किमस्य अस्मै गच्छत् आह्मम ।
अर्थ : कोण तो, हे सोम, तिसरा मर्त्य झाला, ज्याने जीवलोकासाठी तुला वाहावले, त्याची काय कामना पूर्ण झाली ? त्याला काय लाभ मिळाला ?
अवेस्ता.
आअत. मे. अएम. पईत्यओख्त
हओमो अप्पव दूरओप्पो
थ्रितो सामनाम सावंश्तो थ्रित्यो. मॉम मश्यो
अस्त्वइथ्याइ हुनूत गएथ्याइ
हा अह्माइ अशिप्प् वहनावि
तत अह्माइ जसत आयप्तॅम
यत हे पुथ्र उस् आयप्तॅम
उवखिषयों कृसास्पसच
त्कएप्पो अन्यो. दातो-राजो
आअत अन्यो उपरो कइयो यव् गएसुश गदवरो
संस्कृत
आत् मे अयं प्रत्यवोचत् सोमः ऋतावा दुरोप्पः
त्रितः सामानां शविष्ठ तृतियो मां मर्त्यः
अस्थन्वत्यै सुनुत जगत्यै ।
सा अस्मै आशीः ऋणावि । तत् अस्मै गच्छत् आह्मम।
य अस्य पुत्रः उज् जायेते
उर्वाक्षः कृशाश्वश्च अतिचक्षा अन्यो श्वातराजः
आत् अन्य उपरिकार्यः युवा केशवो गदाभरः
अर्थ : तेंव्हा ह्या दिव्व्य नियमांच्या, आणि दूरवर पसरलेल्या तेजाच्या सोमाने मला उत्तर दिले. त्रित सामवंशीयांचा महाबळी तिसरा मनुष्य होता, ज्याने मला शरीरधारी जीवलोकासाठी वाहावले. त्याची ही कामना पूर्ण झाली. त्याला हा लाभ मिळाला. की ह्याचे उर्वाक्ष आणि कृशाख हे दोन पुत्र जन्मले, उत्तम कार्यांचा, तरूण, सुंदर केसांचा गदाधारी.

टीप : उदाहरणादाखल दिलेल्या वरील अर्ध्या गाथेची उदिद्ष्टे अशी होती

१) झेंद अवेस्ता आणि ऋग्वेद काळातील ग्रांथिक भाषा एकच असून स्थान काल परत्वे (इराण-भारत) अगदी सामान्य उच्चारांचे फरक आहेत.

२) सोम, त्रित - आह्य, कृशाख जरथुस्त्राच्या ऐवजी असुर जरूथ ही नाव ऋग्वेदात आहेत. अग्निपूजा, सोमरस इ. इंडो-इराणी संस्कृती एकच होती तरी दोन्ही देशातील दोन आर्यकुळात वैर भाव होता. कारण जरथुस्त्र स्वत:ला असुर असुर वरुण ह्या तीनच ऋग्वेदीय देवतांना 'असूर महत' हे महनीय विशेषण लावले गेले आहे, हे लक्षणीय आहे.

वसिष्ठाच्या द्वेषमय प्रार्थना असुर जरुथाबाबत खरी ठरली, कारण इराणच्या इतिहासात वर्णन येते की जरभुश्त्र हा अग्नीत पडून मरण पावला.

असुर वरुण अवेस्त्याचा सर्वोच्च ईश्वर, त्यानंतर अग्नी सोम इत्यादी, पुराणकल्पनात परिवर्तने असली, तरी इराणी - भारतीय देवतांत भिन्नत्व नाही.

❑

२ भारतीय लिपीचे अतिप्राचीनत्व

ह्या विषयासंदर्भात खालील पुरावे प्राचीन वाङ्मयात आढळतात.

१) सिद्धार्थ (बुद्ध) लहानपणी विश्वामित्र ब्राह्मणाबरोबर स्वत:ची लेखनी आणि चंदनाचे छोटे मेज लिहिण्यासाठी घेऊन जात असे.

२) जैन आगमग्रंथ समवयंग - पन्नवन सूत्र (इ. स. पू. १६८) आणि बौद्ध ग्रंथ 'ललित वित्तर' मध्ये '६४ अक्षरे ज्यात ब्राह्मी (बाबी लिवि) खरोष्ठी, दमिला, गांधर्व, नाग लिपी, जवनानिया (यवनानी - ग्रीक) कायस्थी ह्या लिपीतील अक्षरांचा समावेश होता.

३) लेखनास उद्देशून 'लेख-(अभिलेख)' कथाहक जातक (P ४५ Fausboll) पन्न (अक्षर) (महासूत्र - सोम जातक V. P. ४५८F), 'राज- मुद्दिका' - (सील) पुण्ण नन्दिजातक IIp १०४ and IV P १३३ F) 'अखराणि' (अक्षरे) (आशादिशा जातक IIp ८९ F) 'इन-पनानि' –करार - (IV p २५६F) 'लेख' आणि 'लेखक' - विनयक पिरक -पराजिका प्रकरण.

ओरिसातील खारवेल राजाने खोदवलेल्या हाथीगुंफा शिलालेखात (गंजम) लेख, रूप (चित्र), गणना (अंकगणित), आणि ववहार विधि (कायदा), फलक (लिहिण्याचे मेज), पुत्थक-पुस्तक (जातक I I I p २९२ fausboll) आधारक (लिहिण्याचे मेज) (उद्दालक जातक IV P. 487F) लिक -लिहणे- पाणिनी - धातुरूपावली याशिवायही प्राचीन संदर्भ आढळतात.

अलेक्झांडरचा एक सेनापती (३२६ इ. स.पू.) याने भारतीय लोकांची कापूस पिंजून-कुटून कागद बनवण्याच्या कलेचा उल्लेख केला आहे.

'इंडिका' या ग्रंथात सेल्युकस निकेटर या राजदूताने (जो चंद्रगुप्त मौर्याच्या दरबारात होता) जन्मपत्रिका बनवण्याच्या भारतीय शास्त्राचा उल्लेख केला आहे.

महाभारताचे लेखनकार्य गणेशाने केले. (आदिपर्व - १.१७२)

वसिष्ठ धर्मसूत्र XVI १०, १४,१५ मध्ये लिखित प्रमाणांचा स्पष्ट उल्लेख आहे.

मनुस्मृती (८.१६८) जबरदस्तीने लिहून घेतलेला करार बंधनकारक असत नाही असे सांगते.

कौटिल्य : अर्थशास्त्र (१.५.२) कृतं चौलकर्म लिपि संख्यानं चोपयुञ्जति' मध्ये लिपीचा स्पष्ट उल्लेख आहे.

वात्सायनः (कामसूत्र) पुस्तक वाचनम् ''यः कश्चित् पुस्तकः''. अशा रितीचे कांही उल्लेख आहेत.

पाणिनि : ९ दिवा निभा, निशा... लिपि लिबि बवली (अष्टा.३-२-२-९)

इंद्र, वरूण, भव, यव यवन (अष्टा.४-१-४९) 'यवना ल्लिप्याम् ।' (अष्टा.४-१-४९)

वार्तिक : कर्णेलक्षणस्याविष्ट अष्ट पंच मणि भिन्न छिद्र, स्त्रुव, स्वस्तिकस्य (६/३/११५) 'कर्णो वर्णलक्षणात्' (६/२/११२ इ.)

अथर्ववेद (६-१४१, ७.४.६) मध्ये कर्णछिद्रे, अक्षरांकित करण्याच्या विधीसंबंधी उल्लेख येतो.

छांदोग्योपनिषद् (११.१०) 'हिंकार इति त्र्यक्षरं प्रस्ताव इति त्र्यक्षरं तत्समं ॥१॥

तैत्तरीय उपनिषद् - 'वर्णस्वरः मात्रा बलम्'

ऐतरेय ब्राह्मण : (V.३२) तेभ्योभितप्तेभ्यस्त्रयो वर्णा अजायन्त अकार उकारो मकार इतितानेकधा समभरत्तदेकी ॐ इति ।

महाभारत - (अनुशासनपर्व ५३-२८)

वेदविक्रयिणश्चैव वेदानांचैव दूषकाः । केदान्तं लेखकाश्चैव ते वै निरयगामिनः ।

याझवल्क्य शिक्षा

गीतां शीघ्रो शिरः कम्पो तथा लिखितपाठकः ।

अनर्थज्ञोऽल्पकण्ठश्च षडेते पाठकाधमाः ।

कालिदासः (रघु. ३.३८, १८.४६

लिपेर्यथावद् ग्रहणेन वाङ्मनम् नदीमुखेनेव समुद्रमाविशत् ।

ऋग्वेद

उतत्व हा पश्यन् न ददर्श वाचन्

तसेच अष्टाध्यायीच्या प्रारंभी माहेश्वरसूत्रे पाणिनीची नसून ती त्याच्याही पूर्वी कैक शतकापूर्वीची मानली जातात.

❑

३ पाणिनिकालीन संस्कृत-प्राकृत भाषांची वस्तुस्थिती

गौतमबुद्ध इ. स. पू. ५०५ साली जन्मला. त्याच्या तरुणपणी तो अजातशत्रु ह्या राजाला समकालीन, सध्याचा बिहार - नेपाळ च्या प्रदेशात त्याचे आयुष्य गेले. भारताचा हा पूर्व भाग होय.

त्याच्याही पूर्वी पाणिनी इ.स.पू. ७ व्या शतकाच्या पूर्वार्धात होऊन गेला असे डॉ. आर. डी. भांडारकर आणि गोल्डस्टूकर इ. पंडितांचे मत आहे. पाणिनी ज्या प्रदेशात राहात होता, तो भारताचा पश्चिमभाग असून सध्याचा पाकिस्तान अफगाणिस्तान ह्या प्रदेशात पाणिनीचे जीवन व्यतीत झाले. पाणिनीच्या जन्मकालासंबंधी अनेक पंडितांची भिन्नभिन्न मते असून अनेक मतांचा परामर्श घेऊन पाणिनी इ.स.पू. ४८० ते इ.स. पू ४१० या काळात होऊन गेल्याचे रास्त अनुमान वासुदेव शरण अग्रवाल ह्यांनी काढले आहे. (पाणिनिकालीन भारतवर्ष अ. ८. पा. ४७६) ह्यू एन त्संगच्या कथनानुसार पाणिनी गांधार देशाचा निवासी होता. (तत्रैव पा.४७५)

इ. स. पू. ३२६ च्या वसंतऋतूत अलेक्झांडरचे भारतावर आक्रमण झाले. त्याने पंजाबापर्यंत विजयी अभियान केले, आणि गॅड्रोशियाच्या मार्गाने तो परत गेला.

ह्या तीन महत्त्वाच्या व्यक्तींच्या काळांचा निर्देश येथे एवढ्यासाठीच केला, की संस्कृत व्याकरण शास्त्रकार पाणिनीच्या काळात त्याच्या प्रदेशातील राजकीय, सांस्कृतिक, मुख्यत: भाषिक स्थिती जाणून घेण्यास ह्यामुळे साह्य होईल.

अवेस्ता ग्रंथात अहुरमज्याच्या तोंडी 'हप्तहिंदूचा प्रदेश - (सप्तसिंधूंचा प्रदेश - पंजाब) हा इराणच्या साम्राज्याचा भाग आहे, असे नमूद असून पाणिनी-गौतम बुद्ध - अजातशत्रू ह्यांच्या काळापूर्वीच इराणी लोक पश्चिम भारतात वसले होते, आणि तेथील ते राज्यकर्ते होते. (तत्रैव पा. ४६७)

ह्या काळात पश्चिमोत्तर भारताची स्थिती अशी होती. **१)** कुल्लू कांगडापासून डेहराडून आणि गढवाल कूमायूँ पर्यंत पसरलेला प्रदीर्घ पहाडी प्रदेश. ह्यामध्ये

त्रिगर्त, गब्दिका, युगन्धर, कालकूट, भरद्वाज इ. जानपद होते. पहाडी जनपदांचा दुसरा लांबरूंद प्रदेश उत्तर पश्चिम भारतात सिंधु नदापासून बाल्हीक, कपिश कांबोज पर्यंत पसरलेला होता. याच्या अंतर्गत अभिसार, उरशा, दार्व, दरद, चित्रक, गांधार, कपिश, बाल्हिक, मुंजायन, कंबोज, लम्पाक, हारहूर इत्यादी कितीतरी लहानमोठ्या जनपदांची नावे पुराणातील सूचीत येतात. यातील बहुतेकांचा उल्लेख पाणिनीने केला आहे. राजनैतिक दृष्टीने अधिकांश पहाडी प्रदेश आयुधजीवी संघाच्या रूपाने संघटीत होते. (पा. अष्टा. आयुध जीविभ्यश्च्छ: पर्वत । ४।३।९१ पाणिनीने कांही संघांना 'आयुधजीवी संघ' म्हटले आहे (अष्टा. ५/३/११४ ते ५/३/११७) या प्रकरणात जवळजवळ चाळीस संघांची नांवे आली आहेत. ''आयुधाच्या साह्याने जीविका निर्वाह करणारा 'आयुधीय किंवा आयुधिक । असे (आयुधाच्छ च ।४।४।१४ आयुधेन जीवति) पाणिनीने चार प्रकारचे आयुधजीवी संघ सांगितले आहेत. त्यातील एक त्याच्याच उत्तर-पश्चिम भारतातील आहे (अष्टा. ४।३।९१ आयुधजीविभ्यच्छ: पर्वते।) उत्तरपश्चिम भारताच्या नकाशावर दृष्टी टाकली तर एक त्रिगर्तापासून दार्वाभिसारपर्यंतचा प्रदेश आणि दुसरा प्रदेश म्हणजे सिंधपासून कापिशी - कंबोजपर्यंतचा विस्तृत प्रदेश. ही पहाडी राज्ये आयुधजीवी होती. महाभारतात शकुनीला 'पर्वतीय:' म्हटले आहे. 'काशिका' ग्रंथात पर्वतीय आयुधजीवी संघांची उदाहरणे आली आहेत. **१)** हृद्गोलीया: -ज्यांचे मूळस्थान हृद्गोल होते. (संभवत: जलालाबादचा दक्षिण प्रदेश) **२)** अंधकवर्तीया: **३)** रोहितगिरीया: - हे 'रोह' मध्ये पसरले होते. 'रोह' हे अफगाणिस्तानाचे मध्यकालीन नाव होते. महाभारत सभापर्वात 'लोहित' प्रदेशाच्या दहा मंडळ युक्त राज्याचे उल्लेख आहेत (सभा २४।१६) हा अफगाणिस्तानचा उत्तरपूर्व आणि मध्यभाग होता. मार्कंडेय पुराणात ज्या जनपदांना पर्वताश्रयी म्हटले आहे, तेच पाणिनीने नोंदलेले आयुधजीवी संघ होते. त्यात नीहार किंवा नगरहार' चीही गणना आहे. आधुनिक जलालाबादेचे ते प्राचीन नाव होते. हंसमार्ग (दरदिस्तानच्या उत्तरेस हुंजा) नामक जनपदाची गणती पर्वताश्रयी देशात होती. म्हणून काश्मीर आणि अफगाणिस्तानच्या पहाडी प्रदेशाचे हे निवासी होते. त्यांना आयुधजीवी संज्ञा होती. महाभारत उद्योग पर्वात ह्यांना प्रतीच्या: पार्वतीया: म्हटले आहे. हा पश्चिम भारतीय पर्वतीय लोकांचा उल्लेख आहे. (उद्योग ३०।२४) द्रोणपर्वात ह्यांना स्पष्टपणे 'संघा: गिरिचारिण:' आणि 'गिरिगह्वर' - वासिन: ।' म्हटले आहे. (द्रोण ९३/४८) भीष्मपर्वात 'गिरिगह्वर' या पर्वतीय जनांचा - कबील्यचा - उल्लेख आहे. (९/६८), सिंधु नदीच्या किनाऱ्यावर वसलेल्या ह्या शक्तिशाली जनजाती 'ग्रामणी' संज्ञक नेत्याच्या अध्यक्षतेखाली संघटित होत्या, त्यांना ग्रामणीया:' म्हणत (सिंधुकूलाश्रिता येच ग्रामणीया: महाबला: । सभापर्व ३२/९)

या प्रकारे पाणिनीने उल्लेखिलेल्या संघांचा भौगोलिक विस्तार त्रिविध रुपाने

प्राप्त होतो. **१)** वाहीकाचे आयुधजीवी, जे सिंधुनदीच्या पूर्वेला ब्यास सतलज पर्यंत पसरले होते. ह्यांच्याच शेजारी पर्वतीय आयुध जीवी संघाची एक विशेष प्रबळ जमात 'त्रिगर्त' किंवा कुल्लूकांगडा मध्ये होती. ह्यांना पाणिनी 'त्रिगर्तजष्ठ' म्हणतो (अष्टा. ५।३।११६)

२) 'पूग' नावाचे आयुधजीवी सिंधूच्या दोन्ही किनाऱ्यावर आपल्याला कबिल्यासह राहात. आजही ते कबील्याच्या रूपातच आहेत.

३) अफगाणिस्तान, दरदिस्तान आणि हिंदुकुश ह्या प्रदेशात अनेक पर्वतीय आयुधजीवी संघ जाती राहात. ह्यातील बहुतेक 'व्रात' स्थितीत जीवन व्यतीत करीत. हे पूग आणि व्रात आपले जीवन लूटमारीवरच घालवीत. म्हणून त्यांना उत्सेधजीविनः म्हटले आहे.

एकंदरीत पाणिनीच्या दामन्यादि, पर्श्वादि, यौधेयादि गणात पश्चिमोत्तर भारतात ३३ आयुधजीवी संघांची नावे आहेत.

१) दामन्यादि :- दामनि, औलपि, काकदन्ति, अच्युतान्ति, शत्रुन्तपि, सार्वसेनि, वैन्दवि, मौंजायन, तुलभ, सावित्रिपुत्र वैजवापि, औदकि

२) पर्श्वादि : पशु, असुर, रक्षक, वाहीक, वयस, मरुत, दशार्ह, पिशाच अहानि, कार्प्पापण, सत्वत, वसु.

३) यौधेयादि : (५।३।११७ - ४।१।१७) यौधेय शौभ्रेय, शौक्रेय, ज्या बाणेय, वार्तेय, धार्तेय, त्रिगर्त, भरत, उशीनर

वरील प्रमाणे पाणिनीच्या काळातील पश्चिमोत्तर भारताची स्थिती असून सांस्कृतिक भाषिकदृष्ट्या साहजिकच ते परस्परांशी बरेचसे भिन्न आणि युद्धापिपासू होते.

अशा प्रकारच्या वर्तनाच्या लोकांची निंदा वेदात दास, दस्यु, मृध्रवाच, इ विशेषणे देऊन केली आहेत.'

म्हणून अशा सांस्कृतिक विविध भाषांचे जिथे प्रचालन होते, त्या प्रदेशात पाणिनीने आपला संस्कृत व्याकरणग्रंथ रचला, त्याच्याच ग्रंथातील उल्लेखावरून, त्याच्याच प्रदेशातील सास्कृतित भाषिक स्थिती वर दिलेली आहे.

तेंव्हा प्रश्न असा उदभवतो, की पाणिनीने ज्या विशिष्ट संस्कृत भाषेचे व्याकरण लिहिले, ती जनसामान्यांची भाषा होती कां ? की वैदिक आणि विस्मृतीत जात चाललेल्या भाषेला उजाळा देण्याचा पाणिनिसमान विचारसरणीच्या अल्पस्वल्प लोकांचा तो प्रयत्न होता?

खुद पाणिनीने अष्टाध्यायीत एकदाही 'संस्कृत' शब्द वापरलेला नाही, पण 'भाप्पायाम' विभाषा ह्यांचा त्याने अनेकदा उल्लेख केला असून त्यावरून समाजात प्रचलित असलल्या इतर प्राकृत भाषा, त्यांच्या पोरभाष्या ह्यांचा त्याने निर्देश केला

आहे, हे स्पष्ट दिसते.

शिवाय अवेस्ता - ऋग्वेद काळापासून संस्कृत ही पौरोहित्य करणाऱ्यांची यज्ञयाग करणाऱ्यांची फक्त भाषा असावी, असे वाटते. संस्कृत जर कधीकाळी 'मातृभाषा' असेल, तर तो काळ 'इंडो-इराणी' नसून त्याही पूर्वीचा इंडोयुरोपिअन' काळ असला पाहिजे. इराण-भारतात सस्कृत भाषेचा केवळ धार्मिक - सांस्कृतिक - यज्ञयागापुरत्या पवित्र भाषेचे रुप आले होते. पण तेही इराण - भारताच्या (पश्चिमोत्तर भारत) अत्यंत रानवर, हिंसक, असस्कृत, युद्धपिपासू विविधभाषी, विविधाचरणी लोकांपासून दूर ठेवण्याचा प्रयत्न म्हणून अष्टाध्यायीकडे पाहिले पाहिजे.

पाणिनी ज्या पश्चिमोत्तर प्रदेशात राहात होता तो एकतर मध्य आशियखंडात जाणारा व्यापारी महामार्ग - उत्तरापथाचा भाग होता. अनेक देशांचे भाषांचे व्यापारी ह्यांचे नित्य येणे जाणे ह्यामुळे अफगाणिस्तान, पाकिस्तान) पश्चिमोत्तर भारत विविध भाषांचे, बऱ्यावाईट संस्कृतींचे आगर बनले होते. उदा. महाभारतीय युद्धात कर्ण-शल्यांची परस्परावर निंदानालस्तीचे आरोप चालले असताना 'वाहीक बाल्हीक' देशातील नीच आचार विचाराबाबत कर्ण शल्याला टाकून बोलतो.

याशिवाय अलेक्झांडर ग्रीक ही भारतात नव्याने आला नव्हता, तो जेंव्हा आक्रमक बनून भारतात आला, तेंव्हा त्याला फार पूर्वीपासून ग्रीकांच्या वसाहती गांधार देशात दिसल्या दारियसच्या काळातच ग्रीक इराण - भारताचे कायमचे रहिवासी झाले होते. अलेक्गांडरने काबूल नदीच्या खोऱ्यात नाइसा नामक स्थानी ग्रीकांचे एक मोठे नगर पाहिले होते. पतंजलीनेही 'नैशजनपदाचा'' उल्लेख केला आहे (४।१।११७ - भाष्य) गांधार-इराणांचे सैनिकी सहकार्य परस्परांस असे गांधारच्या सैनिकांनी इराणी सम्राटला मदत करून इ. स. पू. ४७९ मध्ये ग्रीसवर आक्रमणही केले होते (पाणिनिकालिनी भारतवर्ष - अग्रवाल प्रा. ४५७) सारांश पाणिनीच्या प्रदशात असंख्य प्राकृतभाषा बोलल्या जात असाव्यात, त्यातील भारतीय जास्त भारताबाहेरी कमी असली एवढेच.

त्यामुळे लोप पावत चाललेल्या वैदिक - पुरोहिती- ग्रांथिकी भाषेचे सुसूत्रीकरण करण्याच्या हेतूनेच पाणिनीने आपली अष्टाध्यायी रचली. ती त्याच्याकाळात त्वरित लोकप्रिय व्हावा म्हणून नव्हे, लोप पावत चाललेल्या वैदिक भाषेचा, पुरोहित व्यवसायावर अनिष्ट परिणाम होऊ नये, ह्यासाठी लुप्तप्राय पैस्वर्य भाषला तंगवण्याचे काम पाणिनीने केले. पुढे त्यापासून सावकाश प्राकृत भाषांचा सर्वबाजूंनी पडलेल्या गराड्यातन लौकिक संस्कृत - पाणिनीय संस्कृताचा प्रसार झाला, पण संस्कृत व्याकरणाचा प्रसार करणारे पतंजजली, कात्यायन, यास्काचार्य, वररूची, हे तर प्राकृत भाषेंचे मोठे जाणकार असल्याशिवाय त्यांना संस्कृत ग्रंथ लिहिता आलेच

नाहीत. नारकरांनी वापरलेल्या संस्कृत प्राकृत भाषावरून हे सहज सिद्ध होते. पणिनी अशा प्रदेश्त राहिा आणि खूप वावरला होता, की त्याच्यासारख्या मेधाव पुरुषाला अनेक नवीन रोध्या -राज्ये स्थापन झालेली होती. हे ग्रीक इतिहासकारांच्या नोंदीवरून दिसून येते.

अलेक्झांडर कोह-ए-मोरच्या प्रदेशातून आला. एंजकोर प्रदेशात गौरी नही

पार केल्यावर त्याला 'मस्सग' (मशक) ह्या बलाढ्य राज्याशी लढा द्यावा लागला. यशकाचे राजमंडळ आणि त्यांचा आधिकार सिंधू नदी पर्यंत चाले. मशकवली त्यांची समृद्ध राजधानी होती. अहवक किंवा अहमकांचेही अस्सकेनोई - ग्रीक शब्द) अत्यंत लदार दल होते. मशकांचा पराभव खात नदीच्या खोऱ्यात झाला.

अश्री हा त्यावेळी तक्षशीलेचा गांधार (अफगाणिस्तान) चा राजा होता. उत्तर झेलम आणिं चिनाब ह्यांच्या दुआबाला अभिसार देश म्हणत. अभिसार राजा पोरसाच्या बाजूने ग्रीकाविरूद्ध लढला.

अलेक्झांडरचे आक्रमण पाणिनीनंतर कांही प्रदीर्घ काळाने घडलेले नव्हते. पण राज्ये बदलली होती. ग्रीक भारतात विखुरले. बहुतेकजण कायमचे पाहचेपोत्तर भारत, पंजाब येथेच राहिले.

पुन्हा एकवार संस्कृतीबरोबर प्राकृत भाषेने जनता प्रभावित झाली.

सारांश असा की पाणिनीने आपले संस्कृत व्याकरण कांही संस्कृत भाषेने भारलेल्या, संस्कृत मातृभाषा असलेल्या लोकांच्यासाठी लिहिलेले नव्हते. प्राचीन काळापासून चालत आलेला वैदिक पौरोहित्याची, त्यासाठी जे विशिष्ट संस्कृत भाषामाध्यम आवश्यक होते, ते ाविस्मिरणात चालल्यामुळे, वैदिकी पुरोहिती अबाधितपणाने चालावी, ह्यासाठी त्याने संस्कृत भाषेला नवीन आणि कमालीचा सुरदर चेहेरा दिला. तत्कालीन पुरोहिती वृत्ती ध्यानी घेतली, तर त्यावेळच्या प्राकृत भाषा, इतिहास, संस्कृतीशी त्याला कांही देणे घेणे नव्हते. पण ह्याबाबतीत पाणिनीला दोष देणे उचित नाही.

❑

४ पाणिनीच्या 'भाषे'च्या सामाजिक सीमारेषा

संस्कृत व्याकरणाच्या संदर्भात असे काही विषय आहेत की या क्षेत्रात काम करणाऱ्या प्रत्येक साधारणपणे एखादा तरी लेख या विषयावर लिहिलेला असतो. अशापैकी हा एक हा एक विषय की पाणिनीने ज्या भाषेचे व्याकरण लिहिले त्या भाषेचे स्वरूप काय होते. ती भाषा कोण बोलत होते इत्यादी इत्यादी. माझ्या व्याख्यानाच्या विषयात 'सामाजिक सीमारेषा' असे मुद्दाम म्हणण्याचा उद्देश असा की ही भाषा कोण बोलत होते व कुणाला उद्देशून बोलत होते या प्रश्नाकडे आपण लक्ष देणार आहोत. पाणिनीच्या भाषेच्या भौगोलिक सीमारेषांबद्दल बरीच चर्चा मी आधीच्या व्याख्यानांमध्ये केलेली आहे. तोही विषय थोडासा परत येऊन जाईल. पण प्रमुख उद्देश हा सामाजिक परिसराकडे पाहण्याचा आहे.

या विषयासंबंधी इतर विद्वानांनी जी मते मांडली आहेत त्यापैकी काही मतांचा मी सुरुवातीला उल्लेख करणार आहे. माझे अमेरिकेतले गुरुजी, पेनसिल्व्हेनिया विद्यापीतले प्रा. जॉर्ज कार्दोना, यांनी त्यांच्या एका ग्रंथात (कार्दोना १९८८= ६४३) असे म्हटले आहे की पाणिनी उत्तरपश्चिम प्रदेशातून आला हे आपल्याला माहीत आहे. त्याने ज्या भाषेचे वर्णन केलेले आहे ती भाषा त्या ठराविक प्रदेशामध्ये प्रचलित असलेली अशी भाषा असली पाहिजे. समाजातल्या एखाद्या ठराविक स्तराकडून वापरली जाणारी अशी ती भाषा असावी. "He too described a language current within a certain social stratum, the language of an elite." एलीट याशब्दाचा अर्थ संस्कृतमध्ये शिष्टसमाज असा होतो. ही समाजातल्या सर्व स्तरांनी वापरलेली भाषा नाही तर काही एका ठराविक शिष्टवर्गाने वापरलेली अशी ही भाषा आहे. 'शिष्ट' नव्हे. संस्कृतमधला 'शिष्टपणा' हा चांगला असतो. याच भाषेला उद्देशून ते पुढे काय म्हणतात पहा. एकीकडे ही एका ठराविक शिष्टवर्गाची भाषा आहे असे ते म्हणतात. पण पुन्हा - (कार्दोना १८९९= ६४३) "There can be no doubt whatever that Panini had native control of this language. Nor can one reasonable doubt that Katyayana dnd Patanjali also had a native command of the language descriced" नेटिव्ह कंट्रोल' म्हणजे मातृभाषेवर जसे प्रभुत्व असावे अशा प्रकारचे प्रभुत्व पाणिनीचे या भाषेवर असले पाहिजे. कात्यायन आणि पतंजली यांना सुद्धा अशा प्रकारचे 'नेटिव्ह' किंवा उपजत प्रभुत्व असले पाहिजे. 'नेटिव्ह' या शब्दाचा असा अर्थ आहे की कालिदासाच्या शब्दात सांगायचे तर या भाषेवर या त्रिमुनींचे 'अशिक्षितपटुत्व' होते. जी भाषा शाळेत जाऊन शिकायला लागते ती नेटिव्ह नव्हे. न शिकता जे बोलले जाते ते नेटिव्ह असे म्हणायला हरकत नाही. उदाहरणार्थ, आपल्याकडचा माणूस 'तर्खडकरी' इंग्रजी शिकून कितीही फर्डे इंग्रजी बोलला तरी ते नेटिव्ह इंग्रजी होत नाही, पण इंग्लंड अमेरिकेतले निरक्षर लोक सुद्धा नेटिव्ह इंग्रजी बोलतात. पाणिनीच्या भाषेला उद्देशून ही जी दोन वर्णने आहेत त्यांचा आपल्याला अधिक खोलात विचार करायला हवा. एकीकडे कार्दोना सांगतात की ही भाषा शिष्टवर्गाची भाषा आहे, पण दुसरीकडे सांगतात की ती नेटिव्ह - उपजत बोलली जाणारी - भाषा आहे. माझ्या मते ही दोन विशेषणे म्हणजे दोन टोके असल्यासारखी वाटतात. सर्वसाधारणपे 'नेटिव्ह' आणि 'एलीट' हे शब्द इंग्रजीमध्ये विरोधी अर्थाने वापरले जातात. माणूस उपजतच शिष्ट होत असेल तरच ही दोन टोके एकत्र येऊ शकतील असे मला वाटते. परंतु 'जन्मना जायते शूद्रः संस्काराद् द्विज उच्यते' असे मानणाऱ्या आपल्या संस्कृतीत 'अशिक्षितपटुत्व' आणि 'शिष्टत्व' इतक्या चटकन् एकत्र येऊ शकतील असे मला वाटत नाही.

इतर विद्वानांची या विषयीची मते शकतील असे मला वाटत नाही. दिशांनी जाणारी आहेत. काही विद्वानांनी वरच्या चर्चेत मांडलेल्या दोन मुद्द्यांपैकी 'नेटिव्ह'पणा अधिक प्रमाणात उचलून धरला आहे, तर काहींनी शिष्टत्वाच्या मुद्द्यावर अधिक भर दिला आहे. साधारणपणे लद्दू (१९७४), षडंगी (१९८५), भांडारे (१९८६) इत्यादी मंडळींनी असा आग्रह धरलेला दिसतो की पाणिनीची संस्कृत भाषा ही मातृभाषाच होती. लद्दूंच्या (१९७४: २) प्रतिपादनात असे गृहीत (Presupposition) धरले आहे की या काळात संस्कृत ही दैनंदिन सामान्य व्यवहाराची भाषा होती (Sanskrit was a means of ordinary communication in the ordinary usage during the period'). षडंगी आणि भांडारे यांनी यासारखीच - फक्त थोडीशी अधिकच 'नेटिव्ह'पणाचा आग्रह धरणारी - मते मांडली आहेत. जिथे लद्दूंनी presupposition हा शब्द अधिक काळजीपूर्वक वापरलेला आहे, तिथे षडंगी (१९८५: ८) यांनी संस्कृत सर्व सामाजिक आणि घरगुती व्यवहाराची भाषा होती असे सरळसोट निःसंदिग्ध पुराव्याने सिद्ध होते असे म्हटले आहे. भांडारे (१९८६: ४) यांनी तर दुसरी

कोणतीच भाषा या काळात व्यवहार भाषा होती असे दाखविता येत नाही असे अत्याग्रही विधान केले आहे. विद्या निवास मिश्र (१९६६: १२) यांनी तर अशोकाच्या पूर्वीच्या काळात या उत्तरपश्चिम प्रदेशात संस्कृत व्यतिरिक्त दुसरी काही प्राकृत भाषा दैनंदिन व्यवहाराची भाषा होती असे दाखविता येत नाही असे म्हटले आहे. ही मते अर्थात एका टोकाला जाणारी आहेत. वेदाच्या भाषेत सुद्धा आजवर अनेक मातब्बर विद्वानांनी प्राकृतसदृश प्रयोग दाखविलेले आहेत, आणि अशोकाच्या आधी प्राकृत भाषा अस्तित्वातच नव्हत्या असे मानणे हे आज मान्य होण्यासारखे नाही. याउलटचे दुसरे टोक काही जुन्या पाश्चात्य विद्वांनानी गाठले होते. व्हिटनी, बेनफे यासारख्या विद्वानांनी असे मत मांडले की ज्या भाषेचे पाणिनीने व्याकरण लिहिले तशी भाषा बोलणारे कुणी अस्तित्वातच नव्हते. पाणिनीसारख्या वैयाकरणांनी एक कृतिम भाषा जणू काही वैयाकरणांच्या वापरासाठी तयार केली आणि त्या वैयाकरणी संस्कृताचे ('grammarian's Sanskrit')व्याकरण लिहिले. हेही मत अत्याग्रही आणि अतिरेकी आहे असे जॉर्ज कार्दोना (१९६७- २३९) यांनी दाखवून दिले आहे.

या चर्चेतले तिसरे टोक शि. द. जोशींच्या लिखाणात काही ठिकाणी दिसते. ते म्हणजे असे की पतंजलीच्या काळात संस्कृत ही भाषा फक्त शिष्टांकडून वापर केली जाणारी विद्वानांची भाषा होती आणि ती दैनंदिन व्यवहारात वापरली जात नव्हती. या काळात प्राकृत भाषा या मातृभाषा होत्या. नंतर पाणिनीच्या काळातल्या संस्कृत प्राकृत भाषा या मातृभाषा होत्या. नंतर पाणिनीच्या काळातल्या संस्कृत भाषेबद्दल अशाच प्रकारचे मत त्यांनी व्यक्त केले आहे की पाणिनीच्या काळात ही भाषा धर्माची आणि विद्वत्तेची भाषा होती, पण बाजारात मात्र प्राकृत भाषा अधिक प्रचारात होत्या. जोशींनी लद्दूंच्या मताचा परिस्थिती पाणिनी व पतंजली या दोघांच्या काळात जवळ जवळ सारखीच होती असे दिसते. या तीन टोकांच्यामध्ये कुठेतरी आहे असे मला वाटते, आणि ते काय असावे याचा विचार आज मी मांडणार आहे.

विशेषत: भारतात जेव्हा संस्कृतच्या क्षेत्रातली पंडिती मंडळी एकत्र येऊन या भाषेबद्दल विचार करतात, तेव्हा बऱ्याच प्रसंगी मूळ प्रश्नच अत्याग्रही अतिरेकी भाषेत मांडला जातो - संस्कृतं मृता भाषा न वा ? संस्कृत जिवंत आहे का मेली ? असे म्हणणारेही दुसऱ्या टोकाला जातात. 'जिवंत' का 'मेली' याच्या मधे आधे काही पर्याय नाहीतच का ? पण हे पर्याय आहेत किंवा असावेत याचा विचार फार थोड्या विद्वानांनी केला आहे. असा विचार करणाऱ्या भाषाशास्त्रज्ञाची गत कधी कधी 'ऊर्ध्वबाहुर्विरौम्येष न च कश्चिच्छृणोति माम्' अशी होते.

भाषाशास्त्राच्या भूमिकेतून विचार करायला लागल्यावर सुदैवाने आपल्याला 'जिवंत आहे का मेली' यापेक्षा इतर बरेच पर्याय दिसायला लागतात. उदाहरणार्थ,

आपण असा विचार करू शकतो की ज्ञानेश्वरांची मराठी आणि आज आपण जी पुण्यात बोलतो, किंवा आज जी आम्ही अमेरिकेत बोलतो, ती मराठी एकच आहे का ? का भाषेमध्ये फरक पडला ? आपल्याला शब्दकोश घेतल्याखेरीज निम्मी ज्ञानेश्वरी कळत नाही याचाच अर्थ भाषेत काहीतरी फरक झाला. इतिहासाच्या दृष्टीने बघायला लागल्यावर असे कोणी म्हणेल की ज्ञानेश्वरीपासून आजच्या मराठीपर्यंत इतके इतके वेगळे स्तर आहेत. मग आपल्याला त्यात्या स्तरांची वेगवेगळी व्याकरणे सुद्धा लिहिता येतील. जसे राजावाड्यांनी ज्ञानेश्वरीचे व्याकरण लिहिले, तुळपुळ्यांनी 'यादवकालीन मराठी'चे व्याकरण लिहिले, ग्रामोपाध्यांनी पेशवेदप्तरातल्या मराठीचे व्याकरण लिहिले, आणि दामल्यांनी आधुनिक मराठीचे व्याकरण लिहिले. त्यात पुन्हा आपल्याला नागपुरी मराठीचे वेगळे व्याकरण लिहिले. त्यात पुन्हा आपल्याला नागपुरी मराठीचे वेगळे व्याकरण लिहिता येईल. आजच्या भाषाशास्त्रात भाषेला इतिहास असतो हे इतके मूलभूत गृहीतकृत्य आहे, की त्याविषयी कुणी 'भाषेला इतिहास नसतो' असे म्हणायला लागले तर त्यांना मिळालेली भाषाशास्त्राची पदवी काढून घ्यावी लागेल. असाच संस्कृत भाषेच्या ऐतिहासिक विकासाचा व विविधतेचा विचार आपण आधुनिक भाषाशास्त्राच्या दृष्टिकोनातून नक्कीच करू शकतो. पाणिनीच्या व्याकरणातल्या देशनिर्देशांचा व आचार्यनिर्देशांचा आपण भाषेच्या विविधतेच्या संदर्भात विचार करू शकतो.

तसेच भाषेच्या रूपांची आणखी एक महत्त्वाची बाजू म्हणजे ही भाषा एखाद्या व्यक्तीची प्राथमिक भाषा किंव मातृभाषा आहे, का आयुष्यात उशीरा शिकलेली व मर्यादित संदर्भात वापरली जाणारी अशी द्वितीयभाषा (Second language) आहे? कुठल्या व्यक्तीच्या व्यवहारात एखादी भाषा किती व्यापक संदर्भात वापरली जाते हे पहायला हवे. काही समाजातल्या किती व्यक्तींशी बोलताना वापरली जाते हे पहायला हवे. काही द्वितीयभाषा काही प्रकारच्या व्यवहारात विस्ताराने वापरल्या जातात. उदाहरणार्थ, भारतात इंग्रजी भाषेचे असे स्थान आहे. बँकेत इंग्रजी वापरणारा पुणेरी माणूस घरी बायकोला 'भाजीला चमचमीत फोडणी घाल' म्हणून सांगताना मराठीतच बोलतो. पण इंग्लंड-अमेरिकेतला न्हावी सुद्धा इंग्रजीतच बोलतो, कारण तिथे ती प्राथमिक भाषा आहे, आणि तिथले निरक्षर लोकही उपजत 'अशिक्षितपटुत्वाने' इंग्रजी बोलतात. भाषांची मिश्रणे सुद्धा नकळत होतात. अमेरिकेतच लहानाच्या मोठ्या झालेल्या आमच्या मुलींच्या भाषेत 'मॉम, आय् ॲम् डूइंग चुळाभर' असे मिश्रप्रयोग सहजतेने येतात. 'अहं नाटकं सादरीकरोमि' आणि 'अहं विनंतिं करोमि' असे प्रयोग मी पुण्यात ऐकलेले आहेत. काही भाषा बहुधा धार्मिक संदर्भातच वापरल्या जातात. बहुतेक भारतीयांच्या आयुष्यात संस्कृत भाषेचे असेच धार्मिक स्थान फक्त शिल्लक राहिले आहे. या धार्मिक संस्कृताच्या व्यवहारात सुद्धा संस्कृतचे वेगवेगळे थर दिसून

येतात. म्हटल्या जाणाऱ्या वैदिक मंत्रांचा अर्थ आज बहुतेक कुणालाच कळत नाही. त्यातल्या त्यात 'अमुकं तमुकं समर्पयामि' यासारखे संस्कृत संदर्भाने बहुतेकांना कळते. कित्येक व्यक्तींच्या भाषाव्यवहारामध्ये तीन चार वेगवेगळ्या भाषा वेगवेगळ्या संदर्भात वापरल्या जातात. तेव्हा त्या व्यक्तीच्या दृष्टीने आपल्याला प्राथमिक भाषा, द्वितीयभाषा, तृतीयभाषा, चर्तुथभाषा वगैरे अनेक फरक करावे लागतील. मर्यादित संदर्भात वापरली जाणारी भाषा जर त्या मर्यादित संदर्भाच्या बाहेर वापरायची वेळ आली तर माणूस एकदम गोंधळून जाईल. पुण्यात कुठेतरी एंजिनियरिंगच्या कॉलेजमध्ये इंग्रजीत व्यवस्थित शिकवणाऱ्या माणसाला जर अमेरिकेतल्या बाजारात जून भेंड्या आणि वांगी आणायला सांगितली तर त्याची त्रेधातिरपीट होऊन जाईल. तसेच आम्ही मंडईत जाऊन सुद्धा संस्कृतमधे बोलू शकतो. असा अभिनिवेश बाळगणारी व्यक्ती भाजीवालीकडे जाऊन कोथिंबीर मागताना तिला 'कोथिंबीरं देहि' असे काहीतरी म्हणते, कारण कोथिंबिरीला अस्सल संस्कृतात काय म्हणत होते हे कुणाला माहीत आहे ? आणि समजा कुणाला समजले तरी तो शब्द त्या भाजीवालीला समजला पाहिजे. नाहीतर भाषाव्यवहाराचा मूळ उद्देशच बाजूला राहून जाईल. ग्रामदानांच्या संस्कृत ताम्रपटांमध्ये सुद्धा दान केलेल्या जमिनीचे नाव व तिच्या सीमा सांगताना आपल्याला स्थानिक भाषेतील नावे वापरलेली दिसतात. पूर्णपणे मेलेली भाषा म्हणजे इजिप्शियन हायरोग्लिफिक्सची भाषा किंवा हिटाइट भाषा अशी उदाहरणे देता येतील. एकेकाळी जिवंत असलेल्या व एकेकाळी कुणाची तरी प्राथमिक भाषा असलेल्या या भाषा आज फक्त पुरातत्त्वशास्त्राचा किंवा भाषाशास्त्राचा अभ्यास करणाऱ्या अभ्यासकांनाच वाचता येतात. आजच्या व्यवहारात त्यांचा मागमूसही शिल्लक नाही. संसकृत भाषेच्या इतिहासाचाही विचार करीत असताना या सर्व पर्यायांचा आपण विचार केला पाहिजे. नुसते 'जिवंत का मेली' असे विचारून भागणार नाही. तसेच या चर्चेमागचा धार्मिक-राजकीय-सामाजिक अभिनिवेशही आपण बाजूला ठेवला पाहिजे. तसेच संस्कृतभाषेबद्दल प्रश्न विचारताना भाषा नावाची काही अधांतरी टांगलेली स्थलकालनिरपेक्ष व्यक्तिनिरपेक्ष वस्तू आहे असे समजून चालणार नाही, तर कुठल्या काळात, कोणाच्या व्यवहारात, कोणाशी बोलताना, कोणत्या संदर्भात ही भाषा बोलली जात होती याचा पुरावा आपण शोधू. लागलो, म्हणजे आपल्याला वास्तव भाषाव्यवहाराचे स्वरूप कळू शकेल.

जेव्हा आपण पाणिनीचे व्याकरण किंवा मनुस्मृतीसारखा धर्मशास्त्रीय ग्रंथ यांचा अभ्यास करतो तेव्हा आणखी एक महत्त्वाची गोष्ट ध्यानात ठेवली पाहिजे. व्याकरण आणि धर्मशास्त्र या दोन्ही परंपरांना 'स्मृती' हा शब्द वापरला जातो. आपण हे ध्यानात ठेवले पाहिजे की या ग्रंथांचा उद्देश प्राचीन भारताचा वास्तव इतिहास उभा करताना फक्त मनुस्मृती पुढे ठेवून चालणार नाही. हेमाद्रीच्या व्रतांच्या वर्णनाकडे आपण लोकांच्या

वागण्याचे वर्णन म्हणून पाहू शकत नाही. ही स्मृतिशास्त्रे कसे वागावे याचे आदर्श नियम सांगणारी शास्त्रे आहेत. प्रत्यक्ष लोक अमक्या काळात अमक्या ठिकाणी कसे वागत होते हे ही शास्त्रे सांगत नाहीत. लोक प्रत्यक्ष कसे वागत होते हे सांगणारे केवळ निरीक्षणरूप ग्रंथ आपल्याला जवळ जवळ उपलब्ध नाहीतच असे म्हणावे लागेल. पण धर्मशास्त्रीय ग्रंथांत सुद्धा आदर्श आणि वास्तव यांमध्ये फरक केलेला आहे. उदाहरणार्थ, उपनिषदांमध्ये गुरू शिष्याला सांगतो - 'यान्यस्माकं सुचरितानि तानि त्वयोपास्यानि नो इतराणि.' आमची जी सत्कर्मे आहेत त्यांचेच तू अनुकरण कर, आमच्या असत्कर्मांचे अनुकरण करू नकोस. माझ्या एका अमेरिकन विद्यार्थिनीने पेशवेकालीन कागदपत्रांचा बारकाईने अभ्यास करून सती जाण्याच्या प्रथेवर प्रबंध लिहिला आहे. त्यात आपली जी सती जाण्याच्या प्रथेवर प्रबंध लिहिला आहे. त्यात आपली जी सती म्हणजे फार धीरोदात्त अशी कल्पनारम्य समजूत कथाकादंबऱ्यांवरून झालेली असते त्याला पूर्णपणे तडा जातो. बऱ्याच कागदपत्रांत विधवा बायकांना बळजबरीने जाळण्याचा प्रयत्न त्यांचे भाउबंद करीत होते असे दिसून येते. आदर्श आणि वास्तव यातला फरक आपल्याला करता आला पाहिजे. दुसरी गोष्ट म्हणजे ज्या गोष्टी धर्मशास्त्राने आदर्श म्हणूनही सांगितलेल्या नसतात, किंवा त्यांचा प्रतिषेधही केलेला नसतो -अशा 'अशिष्ट-अप्रतिषिद्ध' व्यवहारांचे वर्णन आपल्याला धर्मशास्त्रातही सांगितलेले नसते. उदाहरणार्थ यज्ञकर्मात यजमानाने शिंकावे नाही? आता शिंक आली की तो शिंकणार. शिंकावे का नाही हे जीला विचारून कोण ठरविणार ? म्हणजे प्रत्यक्ष व्यवहार आणि शास्त्रात सांगितलेले विधि-प्रतिषेध यांच्या व्याप्तीत फारच अंतर असते.

पाणिनीचे व्याकरण हेही आदर्श कसे बोलावे हे सांगणारे शास्त्र आहे.

पक्ष अमक्या काळी अमुक व्यक्ती असे संस्कृत बोलत होती हे सांगण्याचा उद्देश नाही. पतंजली सुद्धा आपल्याला ही गोष्ट स्वच्छपणाने सांगतो महाभाष्य, कीलहॉर्न प्रत, खंड १, पृ. ७-८) - 'घटेन कार्यं करिप्यन् कुम्भकारकुलं गत्वाह कुरु घंटेन कार्यं करिष्यन् कुम्भकारकुलं गत्वाह कुरु घटं कार्यमनेन करिष्यामीति । न तद्वच्छब्दान् योक्ष्यामाणो वैयाकरणकुलं गत्वाह कुरुशब्दान् प्रयोक्ष्य इति ।' ज्या माणसाला घडा वापरायचा आहे तो कुंभाराच्या घरी जाऊन सांगतो - माझ्यासाठी एक घडा तयार करा. मग मी तो वापरीन.' परंतु शब्द ज्याला वापरायचे आहेत तो माणून वैयाकरणांच्या घरी जाऊन सांगत नाही की माझ्यासाठी शब्द तयार करा, मग मी ते वापरीन.' तो बिनधास्त स्वत: होऊन भाषेचा वापर करतो. पतंजली मग विचारतो की जर लोक स्वत:च भाषेचा असा प्रयोग करीत असतील, तर मग व्याकरणशास्त्राने काय करायचे - (पृ. ८) - 'यदि तर्हि लोक एषु प्रमाणं किं शास्त्रेण क्रियते ?' या प्रश्नाचे उत्तर कात्यायनाच्या वार्तिकाने दिलेले आहे - सिद्धे शब्दार्थसम्बन्धे

लोकतोऽर्थप्रयुक्ते शास्त्रेण धर्मनियमो यथा लौकिकवैदिकेषु' (महाभाष्य, कीलहॉर्न प्रत, खंड १, पृ. ६-८). या वार्तिकाचा सामान्य अर्थ असा आहे. शब्दांचा अर्थ असा आहे. शब्दांचा अर्थ व्यक्त करण्यासाठी प्रयोग हा जगातल्या भाषाव्यवहारानेच सिद्ध झालेला आहे. तरी व्याकरणशास्त्र फक्त या शब्दपयोगापैकी पुण्यजनक कोणता एवढेच सांगते. व्याकरणशास्त्र हा व्यवहारनियम नाही तर फक्त धर्मनियम आहे. हे शास्त्र वाचून प्रत्यक्ष लोक काय बोलत होते हे सांगता येणार नाही.

हीच गोष्ट दुसऱ्या शब्दात मांडायची झाली तर असे म्हणता येईल की प्रत्यक्ष वापरल्या जाणाऱ्या भाषाव्यवहाराचा फक्त अक अंशच पाणिनीच्या व्याकरणात आलेला आहे. 'चांगले कसे बोलावे' हे सांगण्याचा त्याचा उद्देश असल्यामुळे त्याच्या समजुतीने चांगले बोलणे म्हणजे काय एवढेच त्याने सांगितले आहे. यातही पुढे जाऊन दिसणारा प्रकार असा आहे की 'चांगले व्याकरणशुद्ध' म्हणजे काय याबद्दल दोन वैयाकरणांत एकमत नेहमीच होत नसे. त्यामुळे काही असे प्रयोग आहेत की जे पाणिनीला शुद्ध वाटतील, पण दुसऱ्या वैयाकरणाला वाटणार नाहीत. म्हणजे पाणिनीच्या व्याकरणात दिसणारी भाषा म्हणजे सर्वमान्य व्याकरणशुद्ध भाषा असे सार्वत्रिक विधान करणे योग्य होणार नाही. पाणिनीच्या व्याकरणात दिसणारी भाषा म्हणजे पाणिनीला शुद्ध वाटलेली भाषा एवढेच आपल्याला म्हणता येईल.

'वैयाकरण' हा शब्दच पहा. त्याची सिद्धी पाणिनीय व्याकरणात कशी होते ? 'वि-आ-करण' यापासून 'व्याकरण' हा मूळ शब्द तयार झाला. त्यापासून तद्धित प्रत्यय होऊन 'वैयाकरण' हा शब्द सिद्ध होणार. पण बऱ्याच तद्धितान्त रूपांमध्ये पहिल्या स्वराची वृद्धी झालेली दिसते. 'तद्धितेष्वचामादेः' (पा. ७.२.११७). पण 'व्याकरण' या मूळ शब्दातल्या पहिल्या स्वराची, 'आ' काराची जरी समजा वृद्धी झाली, तरी पुन्हा 'आ'कारच होणार. मग 'वैयाकरण' हे रूप सिद्ध होणार कसे ? यावर तोडगा म्हणून पाणिनीने 'न य्वाभ्यां पदान्ताभ्यां पूर्वौ तु ताभ्यामैच्' (पा. ७.३.३) हे सूत्र केले आहे. या सूत्रात फार खोल न शिरता सांगायचे तर पाणिनी सांगतो की 'व्याकरण' शब्दातल्या 'य' काराच्या आधी 'ऐ' कार घाला म्हणजे 'वैयाकरण' हा शब्द पाणिनीला साधुशुब्द म्हणून मान्य आहे, पण त्याची व्युत्पत्ती जरा आडवळणाने द्यावी लागली आहे.

परंतु काही पाणिनीपूर्व वैयाकरणांची मते टीकाकारांनी काही ठिकाणी उद्धृत केलेली आहेत. त्यातले एक मत असे आहे - 'इकां यण्भिर्व्यवधानं व्याडिगालवयोः' पाणिनीच्या 'इको यणचि' (पा. ६.१.७७) या सूत्राने 'इ' कारापुढे दुसरा स्वर आला तर 'इ' काराचा 'य' कार होतो. या नियमाने 'वि-आ-करण' यापासून 'व्याकरण' हा शब्द तयार झाला आहे. परंतु व्याडी व गालव यांच्या मताने 'इ'

कारापुढे जर दुसरा स्वर आला तर 'इ'काराचा 'य' कार न होता, 'इ' कारानंतर 'य' कार मधे घातला जातो. या पद्धतीप्रमाणे 'वि-आ-करण' यापासून 'व्याकरण' असे रूप न होता 'वियाकरण' असे रूप तयार होईल. 'वियाकरण' हे जर मूळ रूप न होता 'वियाकरण' असे रूप तयार होईल. 'वियाकरण' हे जर मूळ रूप असेल तर त्याच्यापुढे तद्धित केल्यावर पहिल्या स्वराची, 'इ' काराची, वृद्धी होऊन 'वैयाकरण असे रूप सामान्य नियमांनीच सिद्ध होईल. म्हणजे 'साधु' भाषा म्हणजे काय याबद्दलच्या कल्पना दोन वैयाकरणांच्या वेगळ्या असल्यामुळे एकाच रूपाची सिद्धी करण्यासाठी त्यांना दोन वेगळे मार्ग अनुसरावे लागले आहेत. पाणिनीला 'वियाकरण' हे रूप मान्य नाही, पण 'वैयाकरण' हे मात्र मान्य आहे. व्याडी आणि गालव यांना 'वियाकरण' आणि 'वैयाकरण' ही दोन्ही मान्य असावीत असा अंदाज आपण करू शकतो. तात्पर्य असे की आपण फक्त पाणिनीच्या व्याकरणावरून भाषेचे स्वरूप काय होते हे ठरविण्याचा प्रयत्न केला तर आपल्याला 'वियाकरण' या रूपाच्या अस्तित्वाची जाणीवही होणार नाही. संस्कृतभाषेबद्दल बऱ्याच लोकांची अशी एक समजूत आहे की ही भाषा म्हणजे काहीतरी गणितासारखी पूर्णपणे कुठल्यातरी नियमांना अनुसरणारी भाषा आहे. परंतु वस्तुत: कुठलीच भाषा अशी पूर्णपणे नियमित असू शकत नाही. प्रत्येक भाषेत काही तरी प्रयोग सामान्य नियमांना धाब्यावर बसवितात. याचे कारण म्हणजे 'योग्य, शुद्ध' प्रयोग म्हणजे काय ही कल्पना भाषिक कल्पना नसून व्यक्तिगत, किंवा व्यक्तिसमूहगत, म्हणजे सामाजिक आणि मानसिक आहे. सर्वच नैसर्गिक भाषा अनेक बोलीभाषांचे काही प्रमाणात मिश्रण होऊन तयार झालेल्या असतात, आणि त्यात पुन्हा प्रमाणभाषा किंवा शिष्टभाषा म्हणजे समाजात ज्यांचे सांस्कृतिक, सामाजिक, राजकीय असे काही प्राबल्य / प्राधान्य असेल अशा समाजाची भाषा. पण अशी भाषा देखील बोलीभाषांच्या मिश्रणापासून व बोलणाऱ्यांच्या विशिष्ट कल्पनांपासून मुक्त नसते. पाणिनी ज्या शिष्टसमूहात वावरत होता त्या शिष्टसमूहात 'वियाकरण' हा प्रयोग चालला नसता पण 'वैयाकरण' हा मात्र चालत होता. पण व्याडी आणि गालव ज्या शिष्टसमाजात वावरत होते, त्यांना 'वियाकरण' या प्रयोगात काही वावगे दिसले नसते असे या दोन वैयाकरणांनी दिलेल्या नियमावरून वाटते. पाणिनीच्या शिष्टभाषेत एक प्रकारचे बोलीभाषांचे मिश्रण झाले आहे असे या उदाहरणावरून दिसते.

पाणिनीची भाषा म्हणजे काय याबद्दल आणखी एका महत्त्वाच्या प्रश्नाचा विचार केला पाहिजे. पाणिनीच्या व्याकरणाने ज्या ज्या रूपांची सिद्धी होते त्या सर्वांचा समावेश जिच्यात होईल अशी एक भाषेची कल्पना आहे. ही सर्वसमावेशक भाषा कोणी कधी वापरत होते का असा प्रश्न विचारला तर अशी भाषा कोणीही व्यक्ती

कधीही वापरत नव्हती असेच म्हणावे लागेल. कारण या सर्वसमावेशक भाषेत 'छन्दसि' हा शब्द असलेल्या सूत्रांनी सिद्ध झालेली रूपे असतील आणि 'भाषायाम' हा शब्द असलेल्या सूत्रांनी सिद्ध झालेली रूपे पण असतील. या सर्व रूपांचा समावेश दिक्कालातीत भाषाकल्पनेत होण्यात काही अडचण नाही. पण भाषेचा वापर करणाऱ्या सर्वच व्यक्ती दिक्कालांनी बांधल्या गेलेल्या आहेत. जसे ज्ञानेश्वरांची मराठी, पेशव्यांची मराठी, आणि आजची - प्रा. अशोक केळकरांची - मराठी यांचा नि:पक्षपाती समावेश करून बोलणारी व्यक्ती मिळणे अशक्य आहे. तसेच पाणिनीच्या सर्व सूत्रांनी सिद्ध होणारी सर्वसमावेशक दिक्कालातीत भाषा बोलणारी कोणीही व्यक्ती कधीच अस्तित्वात नव्हती. भाषेचे सर्व कालखंड आणि सर्व भौगोलिक आणि सामाजिक प्रकार एकत्र करून ही सर्व समावेशक भाषा तयार झालेली आहे. पण ही भाषा जरी वर्णनाचा उद्देश असली, तरी ही कोणाच्याही वापराची भाषा नव्हती.

दुसरा प्रश्न म्हणजे जिला पाणिनी मर्यादित अर्थाने 'भाषा' ही प्राथमिक भाषा होती का द्वितीयभाषा होती ? प्राथमिक भाषा आत्मसात करण्याची लहान मुलाची प्रक्रिया आणिं द्वितीयभाषा आत्मसात करण्याची प्रक्रिया यात बराच फरक आहे. आधुनिक भाषाशास्त्राची ही स्वतंत्र दालने आहेत. द्वितीयभाषा म्हणून वापरल्या जाणाऱ्या भाषेवर प्राथमिक भाषेचे काय काय परिणाम होतात हाही एक अभ्यासाचा स्वतंत्र विषय आहे. पतंजलीकालीन भाषा ही कशी होती याचे स्पष्ट पुरावे आपल्याला महाभाष्यात मिळतात. यांचा सविस्तर विचार मी नंतरच्या व्याख्यानात करणार आहे. पतंजलीच्या मताने समकालीन आदर्श भाषा ही आर्यावर्तात राहाणाऱ्या विद्वान ब्राह्मण शिष्टांची भाषा होती हे आपण मागेच पाहिले. पुढे प्रश्न असा निर्मा झाला की ही अशी थोर शिष्ट मंडमी रात्रंदिवस संस्कृतच बोलतात, का इतर भाषांचाही वापर करतात. यावर उत्तर देताना पतंजली एक गोष्ट सांगतो (महाभाष्य, कीलहॉर्न प्रत, खंड १, पृ. ११) : 'एवं ही श्रूयते । यर्वाणस्तर्वाणो नामर्षयो बभूवु: प्रत्यक्षधर्माण: परापरज्ञा विदितवेदितव्या अधिकग़तयाथातथ्या: । ते तत्रभवन्तो यद्वा नस्तद्वा न इति प्रयोक्तव्ये यर्वाणस्तर्वाण इति प्रयुञ्जते याज्ञे पुन: कर्माणि नापभाषन्ते ।' असे ऐकिवात आहे की यर्वाणतर्वाण नावाचे थोर ऋषी होऊन गेले. त्याना धर्माचे प्रत्यक्ष ज्ञान होते. पर आणि अपर हे सर्व ते जाणत होते. जे जे काही जाणून घ्यायला पाहिजे ते सर्व त्यांनी जाणले होते. सर्व पदार्थांचे वास्तव ज्ञान त्यांना होते. असे ते थोर ऋषी 'यद्वा न:' आणि तद्वा न:' म्हणायच्या ऐवजी 'यर्वाण' आणि 'तर्वाण' असे बोलायचे. पण यज्ञकर्मात मात्र ते अशा अपशब्दांचा प्रयोग करीत नसत. शुद्ध संस्कृत बोलायचे हा नियम पतजली फक्त यज्ञकर्मातच होता असे सांगतो ('याज्ञे कर्मणि स नियम:'). या ऋषींचे वर्तन काहीच गैर नव्हते. असुरांनी मात्र यज्ञकर्मातही अपशब्दांचा,

म्हणजे चुकीच्या शब्दांचा - प्राकृत शब्दांचा, प्रयोग केला म्हणून त्यांचा पराभव झाला (तैः पुनरसुरैर्याज्ञे कर्मण्यपभाषितं ततस्ते पराभूताः') यावरून असे दिसते की पतंजलीच्या काळी समाजात दोन स्तर अस्तित्वात होते. एक स्तर शिष्टांचा की जो यर्वाणतर्वाण मुनींप्रमाणे संस्कृत आणि प्राकृत भाषेचा व्यवहार शिष्टमंडळीही करीत असत. इतर समाज हा एकाभाषिक - प्राकृतभाषिक - होता. या समाजाला कुठल्याच प्रसंगी संस्कृत बोलता येत नसे. आता या परिस्थितीकडे पाहून संस्कृत कुणाची मातृभाषा होती असे म्हणता येईल का ? कमीत कमी आईला तरी ती भाषा बोलता आली पाहिजे, तर तिच्याकडून मुले ती भाषा शिकणार. पण पतंजली सांगतो की ब्राह्मण स्त्रियांना सुद्धा 'ऋ' काराचा उच्चार करता येत नसे. एखाद्याचे नाव 'ऋतक' असेल तर ब्राह्मण स्त्रियासुद्धा त्याला 'लृतक' म्हणत असत ('ब्राह्मण्य्लृतक इत्याह कुमार्य्लृतक इत्याह', पृ. १९). मगाधी प्राकृतात 'र' काराचा 'ल' कार होत असे. त्याचे दर्शन ब्राह्मण स्त्रियांच्या शिष्ट मंडळी बोलत असत याचा जसा स्वच्छ पुरावा पतंजलीच्या महाभाष्यात आहे, तसा कोणी फक्त संस्कृतच सर्व संदर्भात बोलत असल्याचा पुरावा नाही.

पतंजलीच्या महाभाष्याकडून जर आपण पुन्हा पाणिनीकडे परत आलो तर आपल्याला हुबेहुब तसेच चित्र दिसते का ? पाणिनीने जे व्याकरण लिहिले ते कुणाच्या भाषाव्यवहाराचे आहे ? ब्राह्मण ब्राह्मणांशी ही भाषा बोलत आहेत का सगळी मंडळी - ब्राह्मण, क्षत्रिय, वैश्य, शूद्र, स्त्रिया, मुलेबाळे - एकमेकांशी या भाषेत बोलत आहेत ? पाणिनीचे 'प्रत्यभिवादेऽशूद्रे' (पा. ८.२.८३) हे सूत्र पहा. शूद्रांव्यतिरिक्त माणसांशी बोलताना, अभिवादनाला प्रत्युत्तर देताना वाक्याच्या शेवटचा स्वर प्लुत आणि उदात्त होतो असा या सूत्राचा अर्थ आहे. शूद्रांशी बोलताना असा होत नाही. या सूत्राकडे पाहून आपण असा या सूत्राचा अर्थ आहे. शूद्रांशी बोलताना असा होत नाही. य़ा सूत्राकडे पाहून आपण असा विचार करायला हवा की हे असे सूत्र कुणाला उद्देशून लिहिले आहे. सूत्राचा श्रोतृवर्ग कोण आहे ? कमीत कमी हे सूत्र ऐकणारी मंडळी शूद्र नाहीत एवढे तरी मानायला हवे. नाहीतर शूद्र सुद्धा एकमेकांची किंवा अशूद्रांशी बोलताना ही भाषा वापरीत होते असे कोणी म्हणेल. प्रत्यक्ष शूद्र मंडळी काय बोलत होती याचे उत्तर आपल्याकडे नाही. परंतु या सूत्राला शूद्रांच्या भाषाप्रयोगाबद्दल काही सांगायचे नाही, तर शूद्रांशी व अशूद्रांशी बोलताना कसे वेगळे प्रयोग कोणाचे ? शूद्रांचे खास नाहीत. कमीत कमी हे सूत्र अशूद्रांच्या भाषाव्यवहाराला उद्देशून आहे असे म्हटले पाहिजे. कात्यायनाच्या वार्त्तिकांकडे पाहून या सूत्रावर अधिकच प्रकाश पडतो. 'अशूद्रे' याचा विस्तार कात्यायनाने केलेला आहे - 'अशूद्रस्त्र्यसूयकेषु' (वार्त्तिक १, पा. ८.२.८३). फक्त शूद्रांशीच बोलताना सुद्धा उदात्त प्लुत करायचा नाही. यापुढच्या वार्त्तिकात कात्यायन सांगतो -

'भो राजन्यविशां वा' (वार्तिक २, पा. ८.२.८३). म्हणजे 'भोः' हा शब्द राजन्य आणि वैश्य वर्गातल्या व्यक्तींच्या अभिवादनाला प्रत्युत्तर बोलताना विकल्पाने उदात्त व प्लुत होतो. या वार्तिकांकडे पाहिल्यावर या नियमांचा श्रोतृवर्ग कोण आहे हे अगदीच स्पष्ट होते. या नियमांचा श्रोतृवर्ग हा फक्त ब्राह्मण पुरुषांचा आहे. त्यात जसे शूद्र नाहीत तसेच स्त्रिया, क्षत्रिय, आणि वैश्यही नाहीत. कात्यायनाच्या काळापर्यंत भाषेचे प्रयोग काही प्रमाणात बदलले आहेत. परंतु व्याकरणाचा श्रोतृवर्ग बदललेला आहे असे मला वाटत नाही. म्हणजे हे व्याकरण ब्राह्मण पुरुषवर्गाने एकमेकांशी व इतरांशी कसे बोलावे याचे नियम त्या ब्राह्मण पुरुषवर्गाला सांगण्यासाठी लिहिलेले आहे. समाजातल्या सर्व स्तरांनी एकमेकाशी संस्कृत कसे बोलावे हे सांगण्यासाठी त्या सर्वांना उद्देशून लिहिलेले नाही. या सर्व वर्गांचा अंतर्भाव जर पाणिनीच्या व कात्यायनाच्या श्रोतृवर्गात असेल तर हे नियम या स्वरूपात सांगितले जातील असे मला वाटत नाही.

पाणिनीच्या व्याकरणाचा श्रोतृवर्ग हा बव्हंशी ब्राह्मण पुरुष वर्ग होता व त्याच्या व्याकरणातली 'भाषा' म्हणजे या ब्राह्मण पुरुष वर्गाने आदर्श कसे बोलावे याचे नियम आहेत. ही कल्पना एकेकाळी आसिंधुसिंधु भारतवर्षात ब्राह्मणापासून शूद्रांपर्यंत सर्व संस्कृतात बोलत होते असे घट्ट धरून बसणाऱ्या हिंदुत्ववादी मनाला कदाचित धक्कादायक वाटेल. काही अल्पसंख्य ब्राह्मणेतर, काही स्त्रिया, आणि काही शूद्र कदाचित् थोडेफार संस्कृत बोलत असतील, नाहीच असे म्हणायचे कारण नाही. परंतु सत्य हे आहे की पाणिनीच्या व्याकरणाचा उद्देश फक्त ब्राह्मणांनी कसे बोलावे याबद्दल या व्याकरणाला काहीही सांगायचे नाही. असेच दुसरे उदाहरण पहा. पतंजली सांगतो (महाभाष्य, कीलहॉर्न प्रत, खंड १, पृ. २) - 'तेऽसुरा हेलयो हेलय इति कुर्वन्तः पराबभूवुः । तस्मादाह्मणेन न म्लेच्छितवै नापभाषितवै । ... म्लेच्छा मा भूमेत्यध्येयं व्याकरणम् । असुरांनी 'हेऽरयः हेऽरयः' असे शुद्ध संस्कृत बोलायच्या ऐवजी 'हेलयो हेलयो' असे शुद्ध संस्कृत बोलायच्या ऐवजी 'हेलयो हेलयो' असे मागधीप्राकृतसदृश उच्चार केले. म्हणून त्यांचा पराभव झाला. म्हणून ब्राह्मणाने म्लेच्छासारखे बोलू नये आणि अशुद्ध बोलू नये... आपण म्लेच्छ होऊ नये यासाठी व्याकरण शिकले पाहिजे. ब्राह्मणांनी म्लेच्छासारखे बोलू नये व अशुद्ध बोलू नये असे पतंजली सांगतो, पण अब्राह्मणांनी काय करावे याबद्दल तो अवाक्षर बोलत नाही. या संदार्भात मग 'आपण म्लेच्छ होऊ नये यासाठी व्याकरण शिकले पाहिजे' या वाक्यातल्या 'आपण' या शब्दाचा रोख फक्त ब्राह्मण वर्गाकडे आहे, ब्राह्मणेतरांकडे, स्त्रियांकडे, आणिं शूद्रांकडे नाही हे स्पष्ट आहे. पाणिनीच्या व्याकरणाची दिशा हिच आहे.[१]

हे अशाच प्रकारचे विश्लेषण माझे एकट्याचेच नाही, तर अमेरिकेतल्या अर्बाना येथल्या इलिनॉय युनिव्हर्सिटीमधले दोन संशोधक, हान्स हॉक आणि राजेश्वरी

पांढरीपांडे (१९७६: ११६), याच निष्कर्षाला पोहोचले आहेत. -

शूद्रांशी बोलताना पाणिनीची 'भाषा' वापरली जात होती हे स्पष्ट आहे, परंतु शूद्र कोणती भाषा उत्तर देताना वापरीत होते हे मात्र स्पष्ट नाही. पतंजलीच्या 'प्रत्यभिवादेऽशूद्रे' (पा. ८.२.८३) या सूत्रावरच्या चर्चेवरून स्त्रिया, असूयक, राजन्य, वैश्य हे सर्वच संस्कृतात अभिवादन करीत होते असे प्रथमदर्शनी वाटते. फक्त शूद्राने केलेले अभिवादन मात्र पतंजलीने दिलेलेच नाही. या मंडळींनी केलेली अभिवादने 'गार्ग्यहं भौः, ... स्थाल्यहं भोः, ... इन्द्रवर्माहं भोः, इन्द्रपालितोऽहं भोः' अशा संस्कृत शब्दात दिलेली आहेत. महाभाष्य हा ग्रंथ संस्कृतात लिहिलेला असल्यामुळे या मंडळींची अभिवादने संस्कृतात दिली गेली असावीत असे मला वाटते. कारण व्याकरणाची प्रयोजने सांगताना पतंजली एक प्रयोजन सांगतो, की आपल्याला व्याकरण

१- वेंडी डॉनिगर आणि ब्रायन के. स्मिथा या मनुस्मृतीच्या अनुवादकांनी मनुस्मृतीविषयी असेच उद्गार काढले आहेत. - "The laws of Manu, like all other works we have from the ancient period in India, was composed by members of the ancient period in India, was composed by members of the social class (vorma) called Brahmins or 'Priests'. Indeed, was composed by members of the social class (varna) called Brahmins or 'priests'. Indeed, the text is not only by priests, but to a large extent for priests. The subject of the rules of dharma laid out here is often the householder priests, sometimes this is declared explicity ande even more often it is assumed implicity. Like most other texts written by the priest, Manu assumes that the priest is the paradigmatic human being, the most complete and perfect representative of the species, a metonym for the 'real human.'" The Laws of Manu, with an Introduction and Notes, Translated by Wendy Doniger with Brian K. Smith, Penguin Books, 1991, P. xxiii. पाणिनीच्या व्याकरणातला पुरावा बराच स्पष्ट आहे. परंतु कित्येकदा अगदी निनावी श्लोकांवरूनही त्या श्लोकाचा लेखक कोण असावा आणि त्याच्यासमोर अपेक्षित श्रोतृवर्ग कोण असावा याची कल्पना करता येते. उदाहरणार्थ हितोपदेशात असा एक श्लोक आहे.

'नखिनां च नदीनां च शृङ्गिणां शस्त्रपाणिनाम् ।
विश्वासो नैव कर्तव्यः स्त्रीषु राजकुलेषु च ॥'

ज्यांच्यावर विश्वास ठेवू नये अशांची ही दिलेली यादी पाहून आपल्याला असा अंदाज करणे सहज शक्य आहे की या श्लोकाचा लेखक किंवा अवतरण देणारा, आणि त्याचा अपेक्षित श्रोतृवर्ग यांचा या यादीत समवेश झालेला नाही. म्हणजे स्त्रिया आणि राजकुलातील मंडळी यांना वगळून मग आपण लेखक आणि श्रोतृवर्ग शोधला पाहिजे. म्हणजे साधारण ब्राह्मण पुरुष लेखक आणि श्रोतृवर्ग शिल्लक राहिला आहे असे दिसून येईल.

आले पाहिजे, कारण की प्रत्यभिवादनात ज्या ब्राह्मणाला प्लुत कसा करायचा हे माहीत नाही, त्या अडाणी ब्राह्मणाच्या अभिवादनाला प्रत्यभिवादन करताना स्त्रीशी बोलताना जसे बोलायचे तसे बोलावे अशी प्रथा आहे ('अभिवादे स्त्रीवन्मा भूमेत्यध्येयं व्याकरणम', महाभाष्य, कीलहॉर्न प्रत, खंड १, पृ. ३). यावरून स्त्रियांना शुद्ध संस्कृत बोलता येत नाही हा पतंजलीचा सामान्य ग्रह दिसून येतो. कैयट तर या मंडळींशी संस्कृत वाक्याने बोलू नये ('न संस्कृतेन वाक्येन') असा अर्थ करतो. मूळ पाणिनीच्या सूत्रात मात्र नक्कीच दोन वेगवेगळ्या प्रकारच्या - शुद्र व अशूद्र - व्यक्तींशी बोलताना संस्कृत भाषेच्या व्यवहारातच कसा फरक पडतो ते सांगितले आहे. शूद्र व्यक्ती काय बोलत होत्या हे मात्र सांगितलेले नाही.

पाणिनीच्या सूत्राच्या या विश्लेषणावरून एक गोष्ट स्पष्ट होते, ती ही की पाणिनीच्या काळी संस्कृत वापरणारी ब्राह्मण पुरुष मंडळी अब्राह्मणांशी, स्त्रियाशी, शूद्रांशी बोलताना सुद्धा संस्कृत वापरीत होती. अर्थात याचा अर्थ ही मंडळी फक्त संस्कृतच बोलत असत असा होत नाही, परंतु संस्कृतभाषेच्या वापराचा संदर्भ हा तलनेने अधिक व्यापक होता असे म्हणावे लागते. पतंजलीच्या काळातले शिष्ट, 'यर्वाणतर्वाण' ऋषींप्रमाणे, संस्कृत मुख्यत: यज्ञकर्मात वापरीत होते, तर काही शतके आधी पाणिनीच्या काळात संस्कृतच्या व्यवहाराची व्याप्ती काहीशी अधिक होती. म्हणजे सर्वसामान्यपणे असे दिसते की पतंजलीच्या काळातला शिष्ट हा बहुधा प्राकृतभाषी समाजाशी बोलताना प्राकृतामध्ये बोलत असे. परंतु पाणिनीच्या काळात, आणि कदाचित् त्याच्या प्रदेशात, प्राकृतभाषी समाजाशी बोलताना देखील संस्कृत भाषेचा वापर काही प्रमाणात होत असे असे दिसते.

असेच चित्र आपल्याला संस्कृत नाटकात व नाट्यशास्त्राचा नियमांमध्ये दिसते. संस्कृत बोलणारी व्यक्ती प्राकृतभाषिक व्यक्तीशी बोलताना प्राकृत बोलत नाही, तर संस्कृतच बोलते. यावरून संस्कृत व प्राकृत या स्वतंत्र भाषा नसून जणू एकाच भाषेच्या दोन बोलीभाषा आहेत व त्यांच्यात परस्पर अर्थज्ञान व्हायला काही अडचण नाही अशी परिस्थिती एकेकाळी असावी. अशी परिस्थिती पाणिनीच्या सूत्रांवरून आणि नाट्यशास्त्रावरून दिसून येते. 'पाराशर्यशिलालिभ्यां भिक्षुनटसूत्रयो:' (पा. ४.३.११०) असे सूत्र करणारा पाणिनी शिलालीच्या नटसूत्रांशी परिचित होता, आणि कदाचित् आज उपलब्ध असलेल्या भरताच्या नाट्यशास्त्रातल्या विविध भाषांच्या व्यवहाराबद्दलच्या कल्पना पाणिनीच्या काळाइतक्या जुन्या असाव्यात. उपलब्ध संस्कृत नाटकांत जरी हेच नियम पाळलेले दिसतात, तरी ज्या काळात ही नाटके लिहीली गेली तो काळ पतंजलीच्या नंतरचा आहे, आणि नाटकामधला भाषाव्यवहार हा समकालीन भाषाव्यवहाराला कितपत धरून आहे याबद्दल जरा शंकाच वाटते. नाट्यशास्त्राने घालून दिलेले नियम

नाटककारांनी तसेच पुढे चालवले आहेत असेच म्हटले पाहिजे.

बहुधा प्राकृतभाषी असलेल्या स्त्रियांशी काही वळा ब्राह्मण पुरुषवर्ग पाणिनीच्या काळात संस्कृत बोलत असे याचे काही पुरावे त्या व्याकरणात आहेत. आणि महत्त्वाची गोष्ट म्हणजे हे संभाषण यज्ञकर्माच्या संदर्भाच्या पूर्णपणे बाहेर आहे. या सूत्राच्या पारंपारिक व्याख्येप्रमाणे त्याचा अर्थ असा होतो - 'अदिनी' शब्द पुढे आला असताना, आणि आक्रोष म्हणजे शिव्याशाप असा अर्थ सूचित असताना, 'पुत्र' या शब्दातल्या 'त' काराचे द्वित्व होत नाही. म्हणजे शिव्याशाप देताना 'पुत्रदिनी' असे रूप होते, 'पुत्रदिनी' असे होत नाही. याचे 'पुत्रदिनी त्वमसि पापे' - चांडाळणी, तू मुलांना खाणारी आहेस - असे उदाहरण काशिकाकाराने दिले आहे. सूत्राचा हा अर्थ पाहता हा (बहुधा पुरुषाने) स्त्रीला उद्देशून वापरलेला शब्दप्रयोग आहे असे दिसते, व याचा 'शिव्याशाप' हा संदर्भ पाहता त्याचा यज्ञकर्माशी किंवा अध्ययनाध्यापनाशी काही संबंध नाही. याचा संदर्भ एका स्त्रीशी कुणाची तरी चाललेली भांडाभांडी असा आहे. अशा संदर्भात कोणीतरी (बहुधा पुरुषच) एका स्त्रीला उद्देशून 'पुत्रदिनी त्वमसि पापे' असे म्हणतो आहे असे दिसते. यावरून पाणिनीच्या 'भाषे' चा परिसर हा यज्ञयागांपुरता मर्यादित नाही हे स्वच्छ दिसते. अर्थात या प्रकारच्या शिव्यांना उत्तर देत असताना स्त्री संस्कृतात बोलत होती असे दाखवायला पाणिनीच्या व्याकरणात स्पष्ट पुरावा नाही.[१]

संस्कृत व प्राकृत भाषांच्या परस्पर संभाषणयोग्यतेबद्दल आणि संस्कृतचा अर्थ प्राकृतभाषी व्यक्तीला समजण्याच्या शक्यतेबद्दल विचार करताना या भाषांमध्ये कुठल्या काळात किती अंतर होते याचा काळजीपूर्वक विचार आपण केला पाहिजे. काळाच्या दृष्टीने जितके आपण मागे जावे तितके संस्कृत व प्राकृत यांमधले अंतर कमी होत

१- 'नादिन्याक्रोशे पुत्रस्य' (पा. ८.४.४८) या सूत्राचा अर्थ लावताना काशिकाकार 'आदिनी परत:' असा अन्वय लावतो व 'पुत्रदिनी त्वमसि पापे' हे उदाहरण देतो. हे उदाहरण महाभाष्याइतके जुने आहे. परंतु 'आदिनी परत:' अशा अन्वयात 'आदिनी' हे अविभक्तिक किंवा प्रथमान्त मानावे लागेल, व मग त्याचा व्यवस्थित अन्वय लागत नाही. कदाचित् पाणिनीला 'आदिनी' अशी 'आन्नि' शब्दाची सप्तमी अभिप्रेत असेल असे वाटते. म्हणजे या सूत्राचे उदाहरण 'पुत्रादी असि' असे सुद्धा तत्त्वत: पुरुषाला उद्देशून असलेले वाक्य असायला हरकत नाही. परंतु सर्व टीकाकारांनी फक्त 'पुत्रदिनी त्वमसि पापे' यासारखी स्त्रीला उद्देशून असलेली वाक्ये उदाहरण म्हणून दिली आहेत. या सूत्रावरच्या महाभाष्यावरच्या उद्योतामध्ये नागेशभट्ट म्हणतात की सूत्रात 'आदिनी' हा शब्द 'लुप्तसप्तमीक' आहे अशा अभिप्रायाने पतंजलीने 'पुत्रपुत्रदिनी' असे स्त्रीलिंगी संबोधनाचे रूप उदाहरण म्हणून दिले आहे, कारण अशा प्रकारचा 'आक्रोश' (निंदा) ही स्त्रियांना उद्देशूनच प्रसिद्ध आहे - 'सूत्रे आदिनीति लुप्तसप्तमीकमित्याशयेनोदाहरति - पुत्र - पुत्रादिनीति । आक्रोशस्य स्त्रीष्वेव प्रसिद्धत्वाच्च।'

जाते. उदाहरणार्थ गांधारी प्राकृतात संस्कृतातली 'प्र', 'र्म' 'त्र' सारखी बरीचशी जोडाक्षरे टिकून आहेत. (आजही ही जोडाक्षरे लहन्दा, कश्मीरी, रोमानी या भाषांमध्ये टिकून आहेत.) तसेच या प्राकृतात तुलनेने संस्कृतपासून अधिक दूर जाते. उदाहरणार्थ, शौरसेनी प्राकृतात 'राजा' शब्दाचे 'राआ' असे रूप होते, तर 'काक' या शब्दाचे 'काग' असे रूप होते. मथुरेपासून पूर्वेकडे मगधात गेले तर आपल्याला मागधी प्राकृत दिसते. ही प्राकृत शौरसेनीच्या तुलनेने संस्कृतापासून अधिकच दूर गेलेली आहे. शौरसेनी प्राकृतात 'र' आणि 'ल' हे दोन्ही वर्ण आहेत, तर मागधीत फक्त 'ल' आहे. संस्कृत 'राजा' शब्दाचे मागधीत 'लाआ' असे रूप होते. वर दिलेली प्राकृतांची उदाहरणे ही पाणिनीला समकालीन नाहीत. अशोकातल्या शिलालेखांमधल्या प्राकृतभाषा जरी पुढच्या काळात उपलब्ध होणाऱ्या शौरसेनीमागधींपेक्षा थोड्या वेगळ्या आहेत, तरी त्यातसुद्धा उत्तरपश्चिम प्रदेशातल्या शाहबाझगठीसारख्या शिलालेखातील प्राकृत ही संस्कृताला खूपच जवळची आहे. एकूण असा अंदाज करायला काहीच हरकत नाही की पाणिनीच्या काळी संस्कृत-प्राकृतांची परस्पर-अर्थबोधकता उत्तरपश्चिम प्रदेशात अधिक प्रमाणात होती, व त्या प्रदेशापासून जसजसे दूर जावे तशी ही अर्थबोधकता कमी होत जात असे. पतंजलीच्या महाभाष्यातले यर्वाणतर्वाण यज्ञकर्माव्यतिरिक्त प्राकृत बोलत होते याचे कारण पाणिनीपासून पतंजलीचे कालिक आणि भौगोलिक अंतर या दोन्ही प्रकारच्या अंतरांमध्ये शोधले पाहिजे. 'ऋंतक' म्हणायच्या ऐवजी 'ऌतक' म्हणणाऱ्या पतंजलीच्या ब्राह्मणी आणि कुमारी, आणि 'हेऽरयो हेऽरयः म्हणायच्या ऐवजी 'हेलयो हेलयो' म्हणणारे पतंजलीच्या वर्णनातले असुर यांच्या द्वारा आपल्याला पतंजलीच्या आसपासच्या मागधी प्राकृतीचे दर्शन होते. वर सांगितल्याप्रमाणे गांधारी प्राकृत आणि संस्कृत यांच्यामधल्या अंतरापेक्षा मागधी प्राकृत आणि संस्कृत यांच्यामध्ये अधिक अंतर आहे.

पाणिनीच्या संस्कृत भाषेचा विचार करता करता आणखी एका महत्त्वाच्या मुद्द्याचा विचार केला पाहिजे. जरी संस्कृतच्या व्यवहाराचे क्षेत्र पाणिनीच्या काळात व प्रदेशात पतंजलीच्या महाभाष्यात दिसणाऱ्या क्षेत्रापेक्षा काही प्रमाणात अधिक व्यापक होते,तरी तरी पाणिनीच्या काळात सुद्धा मातृभाषा या स्वरुपात प्राकृतभाषाच असाव्यात असे मला वाटते. यापुढे जाऊन असा प्रश्न विचारावासा वाटतो की असा काळ कधी प्रत्यक्ष होता का की जेव्हा संस्कृत हीच मातृभाषा होती आणि प्राकृतभाषा अस्तित्वातच नव्हत्या. या प्रश्नाचे उत्तर फार कठीण आहे. ऋग्वेदाच्या भाषेत सुद्धा तत्कालीन प्राकृतसदृश्य भाषांच्या अस्तित्वाचा पुरावा प्राकृतसदृश रूपांच्या अस्तित्वात सापडतो. त्यामुळे ऋग्वेदकाळी सुद्णा प्राकृतदृश भाषा अस्तित्वात होत्या असे अनेक भाषाशास्त्रज्ञांनी दाखविले आहे. येलिआरेंकोवा या रशियन विदुषीने असे

दाखविले आहे. (येलिजारेंकोवा, १९८९: १६) की सर्व भाषाशास्त्रीय पुरावा पाहून ऋग्वेदकाळी कमीत कमी दोन भाषास्तरांचे अस्तित्व मानावे लागते. यातला एक भाषास्तर असा आहे की ज्यामध्ये ऋग्वेदातल्या ऋचांची रचना झाली आहे. पण त्याच काळी दैनंदिन व्यवहारात असलेला असा एक भाषास्तर आहे की ज्याच्यामध्ये प्राकृत वळणाची रूपे प्रकर्षाने अस्तित्वात होती. ऋग्वेदीय ऋचांची रचना करणारे ऋषी त्यांच्या दैनंदिन व्यवहारात या प्राकृतसदृश भाषेचा वापर करीत असावेत. ही प्राकृतची वैशिष्ट्ये आपल्याला ऋग्वेदातल्या काही शब्दांच्या ध्वनींमध्ये, प्रकृति-प्रत्ययांमध्ये आणि वाक्यरचनेतही दिसून येतात. ऋग्वेदाच्या आधीच्या काळात गेले तर मग ज्याला आपण संस्कृत म्हणावे अशा भाषेचाच पुरावा सापडत नाही तर संस्कृपूर्व भाषास्वरूपांचे अनुमान करावे लागते. ऋग्वेदात सुद्धा जुन्या भाषेत 'कृ' धातूची 'कृणोति' यासारखी रूपे दिसतात, तर 'कुरु' सारखे रूप ऋग्वेदातच (ऋग्वेद १०.१४५.२) उशीराच्या रचनांमध्ये स्त्रियांच्या भाषेत सापडते असे मायकेल विट्झेल (१९८९: १०१) यांनी दाखविले आहे. 'कृणोति' सारखी रूपे ही अधिक जुनी आहेत, व तत्सदृश रूपे आपल्याला प्राचीन इराणात अवेस्ताच्या भाषेत (Karanaot, Avesta, yasna, Hom Yast) सापडतात. त्यामानाने 'कुरु' सारखी रूपे प्राकृताच्या दिशेने झालेली भाषेची वाटचाल दाखवितात.

समकालीन व्यवहारातल्या संस्कृतास पाणिनी 'भाषा' हा शब्द वापरतो. पण त्यातही हे ध्यानात ठेवले पाहिजे की समकालीन व्यवहाराच्या भाषेचा सामान्य गाभा 'भाषा' या शब्दाने दाखविलेला आहे, व यासामान्य गाभ्यापेक्षा वेगवेगळ्या भौगेलिक क्षेत्रांमध्ये जे वेगळे विशिष्ट प्रयोग होतात त्यांचा उल्लेख पाणिनी 'प्राचाम्', 'उदीचाम्' या सारख्या शब्दांनी करतो. 'भाषा' या शब्दाने निर्देश केलेल्या या समकालीन व्यवहाराच्या सामान्य भाषेची कल्पना किंवा वास्तव कसे अस्तित्वात आले असावे याबद्दल काही विचार पाहिजे.

पहिल्या व्याख्यानात सुचविल्याप्रमाणे एक शक्यता अशी आहे की पाणिनीच्या काळी उत्तरपश्चिम प्रदेश हा राजकीय दृष्ट्या दुर्बळ होता. पश्चिमेकडच्या डरायसच्या प्रबळ इराणी साम्राज्याचा हा भाग बहुधा एक प्रांत असावा. पूर्वेकडे नंदांचे प्रबळ साम्राज्य होते. अशा परिस्थितीत पाणिनी माझ्या प्रदेशाची भाषा सर्वोत्तम आहे असे म्हणू शकला नसता. व दुसऱ्या कुठल्या प्रदेशाची भाषा सर्वोत्तम आहे असे सांगण्यापेक्षा पाणिनीने एका प्रदेशनिरपेक्ष सामान्य भाषेचे वर्णन केले व प्रादेशिक विशेष अपवाद म्हणून सांगितले. यात आपण असे गृहीत धरीत आहोत की ही सामान्य भाषा फक्त एक भाषाशास्त्रीय कल्पना आहे.

दुसरी शक्यता अशी की पाणिनीपुढे गृह्यसूत्रे व धर्मसूत्रे यांच्यातल्या कल्पनांसारख्या

कल्पना असाव्यात. आश्वलायनगृह्यसूत्र सांगते की देशधर्म, कुलधर्म, आणि जातिधर्म हे फार वेगवेगळे आहेत. ते विवाहात पाळावेत. पण आम्ही मात्र जे सगळीकडे सारखे धर्म ('चालीरीती') आहेत तेवढेच फक्त सांगू ('अथ खलूच्यावचा जनपदधर्मा ग्रामधर्माश्च तान्विवाहे प्रतीयात्। यत्तु समानं तद्वक्ष्यामः।', आश्वलायनगृह्यसूत्र १.७.१-२) पाणिनीची सामान्य 'भाषे'ची कल्पना कदाचित् या प्रकारची असेल.

समकालीन व्यवहाराची जी सामान्य 'भाषा' तिच्याबद्दल मायकेल विट्झेल (१९८९) यांनी काही महत्त्वाच्या कल्पना मांडल्या आहेत. त्यांच्या समजुतीप्रमाणे पाणिनीच्या सामान्य 'भाषे'ला प्रत्यक्ष काही वास्तव सुद्धा असावे. यज्ञयागांमध्ये आणि तत्त्वज्ञानाच्या चर्चेत भाग घेण्यासाठी प्राचीन काळी ब्राह्मण मंडळी कुरुपांचाल प्रदेशापासून विदेह-मगधापर्यंत प्रवास करीत असल्याचे भरपूर उल्लेख ब्राह्मण-उपनिषद् ग्रंथांमध्ये सापडतात (विट्झेल १९८९: ११७). कौषीतकि ब्राम्हणात सांगितले आहे की उत्तम प्रकारची भाषा ही उदीच्या प्रदेशात बोलली जाते आणि ही अशी उत्तम भाषा शिकायला लोक उदीच्या ('उदीच्यां ह वै दिशि प्रज्ञाततरा वागुद्यते, उदच प्रदेशात बोलली जाते आणि ही अशी उत्तम भाषा शिकायला लोक उदीच्या प्रदेशात जातात. ('उदीच्यां ह वै दिशि प्रज्ञाततरा वागुद्यते, उदच एव उ यन्ति वाचं शिक्षितुम्', ७.६). यावरून असे दिसते की काही मंडळी पूर्वेकडून उत्तरपश्चिम प्रदेशाकडे प्रवास करीत होती. या प्रवासामुळे उत्तरपश्चिम प्रदेशातली 'उदीच्य' भाषा आणि पूर्वेकडची 'प्राच्य' भाषा यांचा काही प्रमाणात संकर होऊन एक प्रकारची संमिश्र व्यवहारभाषा (Koin) तयार झाली असणे शक्य आहे. ग्रीक भाषेत उपलब्ध असलेले बायबल हे अशा प्रकारच्या 'कॉयने ग्रीक' मध्ये लिहिलेले आहे. एक शक्यता अशी आहे की पाणिनी जिला 'भाषा' म्हणतो ती भाषा अशा प्रकारचा पूर्व-पश्चिम भाषांचा संकर होऊन तयार झालेली सामान्यभाषा असावी, आणि मग 'प्राचाम्', 'उदीचाम्' यासारख्या शब्दांनी या सामान्यभाषेपासून त्या त्या प्रादेशिक भाषांची वैशिष्ट्ये दाखविलेली आहेत.

मला स्वतःला असे वाटते की यापैकी कोणतेच घटक आपल्याला वगळता येणार नाहीत. पाणिनी हा धर्मशास्त्राशी परिचित होता. त्यामुळे आश्वलायनगृह्यसूत्रात निर्देश केलेली 'यत्तु समानं तद्वक्ष्यामः! ही परंपराही त्याच्या मागे आहे. ब्राह्मणांच्या प्रवासामुळे आणि देवाणघेवाणीतून तयार झालेली एक प्रकारची 'कॉयने संस्कृत' ही देखील त्या काळी अस्तित्वत होती. तसेच पाणिनीच्या उत्तरपश्चिम प्रदेशात त्या काळी प्रबळ राजसत्ता नव्हती हेही सत्य आहे. त्यामुळे पाणिनीच्या व्याकरणरचनेवर यापैकी कोणत्या तरी एकाच घटकाचा प्रभाव पडला असेल असे म्हणण्याचे कारण नाही. या सर्व घटकांचा त्याच्या रचनेवर प्रभाव पडला असेल असे मानणे मला अधिक सयुक्तिक

वाटते.

पाणिनीच्या भाषेच्या संदर्भात आणखी एका गोष्टीचा विचार करणे आवश्यक आहे. पाणिनीने ज्या सार्वकालीन आणि सार्वजनीन भाषेचे वर्णन केले आहे ती सर्व भाषा बोलणारी अशी कोणीही एक व्यक्ती कधी अस्तित्वात नव्हती हे तर उघडच आहे. तसेच 'प्राचाम्' आणि 'उदीचाम्' यासारखे सर्व प्रादेशिक भेद वापरणारीही एक व्यक्ती अस्तित्वात नव्हती. पूर्वेकडच्या व्यक्ती त्यांची प्रादेशिक भाषा बोलत असत, व उदीच्या प्रदेशातल्या व्यक्ती त्यांची प्रादेशिक भाषा बोलत असत, असे मानले पाहिजे. आता निदान 'प्राचाम्' व 'उदीचाम्' यासारखी प्रादेशिक वैशिष्ट्ये काढून टाकल्यावर शिल्लक राहिलेली 'भाषा' तरी कोणा एका व्यक्तीच्या वापरात होती का ? याविषयी प्राथमिक उत्तर 'होती' असे द्यावेसे वाटेल. परंतु अधिक खोल विचार केल्यावर हे असे उत्तर देता येत नाही.

याचे कारण म्हणजे पाणिनीची विकल्पबोधक सूत्रे ही वैयक्तिक भाषाव्यवहारातल्या विकल्पांची निदर्शक नाहीत, तर वेगवेगळ्या भाषिकसमूहांच्या वेगवेगळ्या भाषाव्यवहाराची निदर्शक नाहीत, तर वेगवेगळ्या भाषिकसमूहांच्या वेगवेगळ्या भाषाव्यवहाराची निदर्शक आहेत. 'वा', 'विभाषा', 'अन्यतरस्याम्' 'उभयथा', 'एकेषाम्' इत्यादी वेगवेगळे विकल्पवाचक शब्द पाणिनीने कां म्हणून वापरले ? यावर पतंजली असे सांगतो की 'सर्ववेदपारिषदं हीदं शास्त्रं तत्र नैकः पन्थाः शक्य आस्थातुम्' (महाभाष्य, कीलहॉर्न प्रत खंड १, पृ. ४००). प्रत्येक वैदिक परंपरेत भाषाव्यवहार थोडा थोडा वेगळा असतो. परंतु व्याकरणशास्त्रात सर्व वैदिक परंपरांचा समावेश असल्यामुळे वेगवेगळे विकल्पवाचक शब्द वापरल्याखेरीज काही गत्यंतर नाही. पतंजलीने दिलेल्या या स्पष्टीकरणाला प्रातिशाख्यपरंपरेने दुजोरा दिलेला आहे (पहा - 'एवमिहेति च, विभाषाप्राप्त सामान्ये', शौनकीया चतुराध्यायिका १.१.३-४). याही पलीकडे जाऊन आधुनिक संशोधनाने आणखी काही गोष्टी आपल्यापुढे आणल्या आहेत. परंपरेच्या दृष्टीने 'वा', 'विभाषा', 'अन्यतरस्याम्' इत्यादी सर्व शब्द सामान्य विकल्प या अर्थाने वापरले आहेत. परंतु पॉल किपार्स्की (१९७९) यांनी असे दाखवून दिले आहे आहे की 'वा' शब्द वापरून जी वैकल्पिक रूपे सिद्ध होतात ती प्राधान्याने प्रचारात असलेली (preferred) रूपे आहेत. 'विभाषा' हा शब्द वापरून जी रूपे सिद्ध होतात ती अत्यल्प प्रयोग केली जाणारी (marginal) रूपे आहेत. व 'अन्यतरस्याम्' या शब्दाने सिद्ध होणारी रूपे सर्वसाधारपणे सारख्या प्रचाराची रूपे आहेत. त्यांनी हेही दाखविले आहे की क्ष आणि य या वैकल्पिक रूपांच्या जोडीपैकी क्ष हे रूप जर 'वा' शब्द वापरून सिद्ध होत असेल, तर पाणिनीच्या अष्टाध्यायीतल्या भाषाव्यवहारात फक्त क्ष हेच रूप वापरलेले दिसते. याउलट 'विभाषा' शब्द वापरून

सिद्ध होणारी रूपे पाणिनीच्या अष्टाध्यायीतल्या भाषाव्यवहारात अजिबात दिसत नाहीत. याचा अर्थ असा की विशेषत: 'वा' शब्द वापरून सिद्ध होणाऱ्या रूपांच्या आधारने आपण प्रत्यक्ष पाणिनीच्या वैयक्तिक उपभाषेच्या जवळ जाऊन जाऊन पोहोचतो. यावरून असेही दिसते की प्रत्यक्ष व्यवहारात अशी मर्यादित भाषारूपे किंवा उपभाषाच होत्या. कोणतीच एक व्यक्ती सर्व वैकल्पिक रूपे वापरीत नसे.

पतंजलीच्या महाभाष्यातल्या भाषाव्यवहारावरूनही असेच दिसून येते. माझ्या एका लेखात (माधव देशपांडे १९९२) या विषयाचा मी सविस्तर विचार केलेला आहे. इथे फक्त या चर्चेचा निष्कर्ष आपण पाहू. द्विकर्मक क्रियापदांच्या संदर्भात शास्त्रीय चर्चा करताना पतंजली अनेक पर्यायी प्रयोगांचा संभाव्य प्रयोग म्हणून निर्देश करतो. जे कारक अकथित कर्मकारक म्हणून सांगितले जाते, ते इतर कारकांच्या रूपाने सुद्धा वापरले जाणे संभाव्य आहे. उदाहरणार्थ ज्याला प्रश्न विचारायचा ती व्यक्ती अकथित कर्म होऊ शकते किंवा संप्रदान होऊ शकते - 'रामं किचित् पृच्छति / रामाय किचित् पृच्छति'. परंतु, पतंजलीच्या प्रत्यक्ष प्रयोगाकडे पाहिल्यावर असे दिसते की संभाव्य प्रयोग काही असले तरी प्रत्यक्ष प्रयोगात मात्र पतंजली या 'पृच्छति' धातूच्या संदर्भात फक्त अकथित कर्माचाच वापर करताना दिसतो. उदाहरणार्थ त्याच्या प्रयोगात 'कश्चित् कचित् पृच्छति, इदं तावदयं प्रष्टव्य:' अशा प्रकारचे ज्याला प्रश्न विचारायला त्याला कर्म कारक मानणारे प्रयोग दिसतात, पण 'कश्चित् कस्मैचित् पृच्छति' अशा प्रकारचे प्रयोग दिसत नाहीत. म्हणजे त्याच्याच वैयक्तिक उपभाषेत सर्व संभाव्य प्रयोग येत नाहीत, तर सर्व संभाव्य प्रयोगांपैकी काही ठराविक प्रयोग येतात. याचा अर्थ असा की संभाव प्रयोगांचा निर्देश करतान पतंजली हा सामान्य भाषाप्रयोगाकडे पाहतो आहे, पण भाषा वापताना मात्र तो कळत नकळत स्वत:ची विशिष्ट उपभाषा वापरीत आहे. तसेच 'वा' शब्दाच्या प्रयोगातून पाणिनीच्या स्वत:च्या उपभाषेचा निर्देश झालेला आहे.

उपभाषा हा शब्द इंग्रजी 'डायलेक्ट' या शब्दाचा प्रतिशब्द म्हणून आपण वापरीत आहोत, पण असा शब्द जुन्या व्यवहारात दिसत नाही. त्याच्या जागी काय शब्द असावा याचा काही विचार केला पाहिजे. प्रथमदर्शनी असे वाटते की 'भाषा' हा शब्द पाणिनी काही एकसंध अर्थाने वापरीत आहे. परंतु हाच शब्द बहुधा तो उपभाषा म्हणजे 'डायलेक्ट' या अर्थानेही वापरीत असावा असे वाटते. हे दर्शविणारा पुरावा हा काहीसा दूरान्वित आहे. वैकल्पिक प्रयोगांच्या संदर्भात जेव्हा पाणिनी 'अन्यतरस्याम्' असा शब्द वापरतो, तेव्हा या विशेषणरूप शब्दाचा प्रयोग स्त्रीलिंगात केलेला आहे असे आपल्याला दिसून येईल. हे विशेषण जर स्त्रीलिंगी असेल तर यचे विशेष्य 'भाषायाम्' असे असावे असे वाटते. म्हणजे 'भाषा' या शब्दाचा अर्थ सुद्धा

एकसंध सार्वत्रिक सामान्य भाषा असा सगळीकडे नाही, तर काही ठिकाणी 'उपभाष' या अर्थाने भाषा हा शब्द अध्याहृत घ्यावा लागतो. 'भाषा' हा शब्द नाही, तरी 'भाष्' धातू उपभाषांच्या संदर्भात निरुक्तकार यास्काने व त्याला अनुसरून भाषितो भवति, विकार एनमार्या भाषन्ते शव इति।' (महाभाष्य, कीलहॉर्न प्रत, खंड १, पृ. ९, निरुक्त, आनंदाश्रम प्रत, खंड १, पृ. १२७-८).

पाणिनीची भाषा म्हणजे काय या प्रश्नाचा विचार करताना या सर्व पैलूंचा विचार करणे आवश्यक आहे. व्याकरणाचे उद्देश्य असलेली सार्वत्रिक सार्वकालीन सार्वजनीन भाषा हा भाषेचा एक स्तर झाला. या भाषेत 'प्राचाम्', 'उदीचाम्' इत्यादी शब्दांनी दाखविलेल्या प्रादेशिक उपभाषा आहेत, व आचार्यांच्या निर्देशामधून दिसणाऱ्या वैदिक चरणांच्या किंवा इतर प्रकारच्या उपभाषा आहेत. याही पलीकडे जाऊन 'वा' शब्द असलेल्या सूत्रांनी सिद्ध होणाऱ्या रूपांत दिसणारी पाणिनीची स्वत:ची वैयक्तिक उपभाषा आहे. भाषेच्या या सर्व स्तरांचा बारकाईने विचार केल्यानंतरच मग पाणिनीच्या भाषेच्या सामाजिक सीमारेषा स्पष्ट दिसू लागतील, व त्याची 'भाषा' कोण बोलत होते या प्रश्नाची समाधानकारक उकल होऊ शकते असे मला वाटते.

व्याख्यानानंतरची चर्चा -

प्रश्न - (नाटकात) संस्कृत भाषेत स्त्रियांची जी भाषणे असतात तो कुठून आली ?

उत्तर - संस्कृत नाटकांत स्त्रिया ९९ टक्के प्राकृतच बोलतात. अगदी क्वचित् संस्कृत बोलतात. नाटकांच्या भाषेबद्दल एकूणच आपल्याला असे म्हटले पाहिजे की बहुतेक उपलब्ध नाटके ही नाट्यशास्त्राचे नियम अनुसरून लिहिली गेली आहेत. कोणत्या पात्रांनी कोणती संस्कृत किंवा प्राकृत भाषा बोलायची हे नाट्यशास्त्राने सांगितले आहे. ती नाटके ज्या काळात वा प्रदेशात लिहिली गेली त्या काळातला किंवा प्रदेशातला समकालीन भाषाव्यवहार प्रत्यक्षात काय होता याचे दिग्दर्शन त्या नाटकांतून होत नाही.

प्रश्न - शंका अशी की नाटके पाहिली जातात ती समजत असली पाहिजेत. जर संस्कृत फक्त शिष्ट समाजाचीच भाषा असेल तर फक्त शिष्ट समाजच संस्कृत नाटके पहात होता का ?

उत्तर - संस्कृत भाषा वापरता येणे आणि संस्कृत भाषा समजणे यात आपण फरक केला पाहिजे. ज्या व्यक्तीला संस्कृत येत होते त्या व्यक्तीला प्राकृत येतच होते. परंतु पूर्णपणे प्राकृतभाषी असलेल्या व्यक्तीला संस्कृत जरी बोला आले नाही तरी संदर्भाने समजत असले पाहिजे असे वाटते.

प्रश्न - इंग्रजी सिनेमा लागला तर फक्त इंग्रजी समजणारा विशिष्ट समाजच तो

पहायला जातो. तसे सस्कृत नाटकांचे होते कां ?

उत्तर - संस्कृत नाटके पहायला जाणारा समाज सगळीकडे सारखा असेल असे आपल्याला मानायचे कारण नाही. भवभूती त्याच्या नाटकात 'कालप्रियनाथस्य यात्रायाम्' असे एका प्रयोगाबद्दल म्हणतो, तर कालिदासाच्या नाटकांत 'अभिरूपभूयिष्ठा परिषदियम्' असे म्हटले आहे. किमान संदर्भावरून सस्कृत कळणारा असा समाजच ही नाटके पहायला जात असेल असे मानले पाहिजे. हा सर्व समाज संस्कृत बोलता येणारा असला पाहिजे असे मानायचे काही कारण नाही. दुसरी गोष्ट म्हणजे ही सगळी नाटके परिचित असलेल्या कथांवर आधारित आहेत. म्हणजे ही सगळी नाटके परिचित असलेल्या कथांवर आधारित आहेत. म्हणजे अगदीच अपरिचित कथा नाटकांमध्ये आलेल्या नाहीत. याचा अर्थ असा की बहुतेक कथा प्रेक्षकांना परिचितच आहेत, व त्यामुळे ही नाटके कळायला काही प्रमाणात मदत होत असली पाहिजे. जी कुणालाच माहिती नाही अशा कथांवर आधारलेली नाटके काही संस्कृतात फारशी दिसत नाहीत. गोष्ट सर्वांना परिचित असते. फक्त ती या नाटककाराने आणि या नटसंचाने कशी रंगवली आहे यात काही वैशिष्ट्य असते. त्यामुळे परिचित गोष्टीवर आधारलेली नाटके समजायला कमी अडचण पडत असणार.[१] आता परवा पुण्यातच माझ्या मित्रांनी फार आग्रह धरला की मी चार वाक्ये संस्कृतमध्ये बोलावीत. हे सर्व मित्र एंजिनियर, डॉक्टर वगैरे आहेत व त्यापैकी कोणालाच संस्कृत येत नाही. त्यांच्यापुढे चार वाक्ये बोलताना मी म्हटले - 'मम पत्नी शुभांगी अस्ति । मम एका कन्या मधुश्रीः अस्ति, अपरा मंजुश्रीः अस्ति । मम पत्नी डेट्रॉइटनगरे फोर्ड-मोटर-कम्पन्याः संशोधन-विभागे कर्म करोति ।' माझ्या असंस्कृतज्ञ मित्रांना या संस्कृत वाक्यांचा संदर्भावरून अर्थ कळायला काही अडचण पडली नाही. अशाच प्रकारे प्राकृतभाषी जनतेला संस्कृत नाटकातल्या संस्कृत भाषणांचा संदर्भाने अर्थ कळत होता.

परंतु संस्कृत नाटकातल्या प्राकृतभाषांच्या व्यवहाराकडे पाहताना हे ध्यानात

१- इंग्रजी सिनेमा इंग्रजी न येणारे लोक देखील पुष्कळदा बघतात. तसे संस्कृत नाटके पाहायला जाणारे काही लोक संस्कृत धड येत नसताना देखील प्रतिष्ठेपायी जात असतील, व परिचित कथा आणि अभिनय-नेपथ्य यांच्या मदतीने मिळणाऱ्या गोळाबेरीज अर्थावर संतुष्ट राहात असतील. यामुळे तर अर्वाचीन भारतीय भाषांत - तंजावूर दरबारच्या मराठी रंगभूमीचा अपवाद सोडता - अभिजन-रंगभूमी (elite theatre) इंग्रजपूर्व काळात निर्माण झाली नाही. (प्रा. अशोक केळकर यांनी पत्रद्वारा कळवलेली टिप्पणी).

ठेवणे आवश्यक आहे की नाटकातला हा व्यवहार नाट्यशास्त्राच्या नियमांना अनुसरून झालेला आहे, तो समकालीन किंवा कोणत्याही काळातल्या प्रत्यक्ष भाषाव्यवहाराचे निदर्शक नाही. उदाहरणार्थ उत्तम दर्जाच्या स्त्रिया महराष्ट्री किंवा शौरसेनी प्राकृत वापरतात, व नीच दर्जाची ------
शाकुंतलातल्या कोळ्यासारखी किंवा मृच्छकटिकातल्या शकारासारखी हास्योत्पादक पात्रे मागधी प्राकृत बोलतात. हा प्राकृतभाषांचा व्यवहार नाट्याशास्त्राचे नियमकरणाऱ्या व्यक्तींच्या मनातल्या त्या त्या प्राकृताविषयीच्या चांगल्यावाईट कल्पना दाखवितो. परंतु भाषांचे वास्तव दाखवीत नाही. नाहीतर मागधी भाषा बोलणारे सारे चोर होते, आणि महाराष्ट्री किंवा शौरसेनी बोलणारे सारे उत्तम सामाजिक दर्जाचे होते असे काहीतरी आपल्याला म्हणावे लागेल.

कुठल्या काळात कोणत्या भाषा किती प्रमाणात समजत होत्या हे कळायचे आणखी एक साधन म्हणजे संस्कृत नाटकातल्या प्राकृत संभाषणांच्या केलेल्या संस्कृत छाया. या छाया अशा काळात निर्माण झाल्या असाव्यात की जेव्हा संस्कृत भाषेचे ज्ञान अभ्यासकांमध्ये बऱ्या प्रमाणात शिल्लक आहे, पण प्राकृत भाषा सहजपणे समजण्याची क्षमता मात्र राहिलेली नाही. आजच्या काळात जर पाहिजे तर संस्कृत नाटके करताना त्यातल्या प्राकृताच्या जागी संस्कृतच वापरण्याची प्रथा दिसते. याचे कारण हेच आहे. संस्कृत सजणारी मंडळी आजसुद्धा बरीच आहेत. पण प्राकृत समजणारी मंडळी मात्र दोनचारच सापडतील.

मूळ प्राकृत संस्कृतापेक्षा दुर्बोध होत गेल्याने प्राकृताचे संस्कृतात रूपांतर करण्याची गरज केवळ नाटकांच्या वाचकांनाच वाटली असे नाही, तर अनेक जैन प्राकृत ग्रंथांवर आपल्याला संस्कृत टीका लिहिलेल्या दिसतात.

प्रश्न - 'शिशुक्रन्द' या शब्दापासून पाणिनीने ग्रंथाचे नाव म्हणून 'शिशुक्रन्दीय' हा शब्द सिद्ध केलेला आहे. त्यावरून घरगुती संदर्भात संस्कृत वापरली जात होती असे म्हणता येईल का ?

उत्तर - 'अधिकृत्य कृते ग्रन्थे' (पा. ४.३.८३) या अधिकारासूत्राखाली 'शिशुक्रन्दयमसभद्वन्द्वेन्द्रजननादिभ्यश्छः' (पा. ४.३.८८) या सूत्राने 'शिशुक्रन्दीय', 'यमसभीय', 'किरातार्जुनीय', 'इन्द्रजननींय इत्यादी शब्द सिद्ध होतात. परंतु या शब्दांचा अर्थ त्या त्या विषयावर लिहिलेला ग्रंथ असा होतो. म्हणजे 'शिशुक्रन्दीय' याचा अर्थ मुलांच्या रडण्यावर लिहिलेला ग्रंथ असा असावा. बहुधा हा वैद्यकातला विषय असावा. याचा अर्थ मुले रडत

असताना म्हटलेली अंगाईगीते असा केलला तरच स्त्रिया संस्कृत गाणी म्हणत होत्या असा अर्थ करता येईल. पण या शब्दाचा असा अर्थ असेल असे वाटत नाही. किंवा मुले संस्कृतात रडत होती वगैरे काही अर्थ होणार नाही.

प्रश्न - उपनिषदांमध्ये जेव्हा सत्यकाम जाबालाच्या गोष्टीत सत्यकामाची आई दासी जबाला संस्कृतात बोलते तेव्हा मूळ प्राकृताचे ग्रंथकाराने संस्कृत रूपांतर केले असे म्हणायचे काय ?

उत्तर - असेच काहीतरी म्हटले पाहिजे. कारण स्त्रियांकडे पाहण्याचा उपनिषदांचा दोन प्रकारचा दृष्टिकोण आहे. अपवादात्मक असलेली ब्रह्मवादिनी गार्गी संस्कृतात बोलत असली पाहिजे. परंतु याज्ञवल्क्याकडे धन मागणारी त्याची पत्नी कात्यायनी हिला उद्देशून 'स्त्रीप्रज्ञैव तर्हि कात्यायनी' असे म्हटले आहे. म्हणजे सर्वसामान्य स्त्रियांकडे पाहण्याचा दृष्टिकोण वेगळाच होता. सर्वसामान्य स्त्रिया संस्कृत बोलत असतील असे उपनिषदांवरून वाटत नाही.

तसेच उपनिषदे जरी संस्कृतभाषेत रचलेली असली तरीसुद्धा त्या निवेदकांच्या मनात कुठेतरी प्राकृताचा संबंध आहे असे दिसून येते. उदाहरणार्थ 'पुरुष' या शब्दाची जेव्हा 'पुरि शेते' किंवा 'पुरिशय:' अशी व्युत्पत्ती उपनिषदांत दिली जाते, तेव्हा पुरुष या शब्दाचे प्राकृत भाषांमध्ये 'पुरिस', 'पुलिश' वगैरे प्रकाराने उच्चारण होते या वस्तुस्थितीचा काहीतरी घनिष्ठ संबंध आहे.

❑

५ महाभाष्यकार पतंजलीचा अभिनिवेश आणि संस्कृत-प्राकृत भाषांची तत्कालीन वास्तविक स्थिती

व्याकरण महाभाष्यकार पतंजली हा वैयाकरण पुष्यमित्र शुंगाचा समकालीन होता. त्याच्या प्रचंड ग्रंथातील अनेक परुव्यांनी बाह्य पुराव्याने हे सहज सिद्ध होते. 'इह पुष्यामित्रं याजयाम: ।' 'आम्ही या ठिकाणी पुष्यमित्रासाठी याग करीत आहोत 'अशी व्या म. भा. त. याने स्पष्ट नोंद केली आहे.

इसवी सनाच्या पूर्वी पहिल्या शतकात पुष्यमित्र शुंग या सेनापतीने शेवटचा मौर्यसत्ता संपुष्टात आणून शुंग राजवटीचा आरंभ केला. त्याच काळातील व्या. म. भा. चा कर्ता पतंजली होय. अब्राम्हण, बौद्ध सम्राटाची सत्ता जाऊन त्या जागी ब्राम्हणी शुंगाची राजवट आल्यामुळे पुन्हा वैदिक आर्य संस्कृतीचे पुनरुत्थान करण्याचा शुंग राजवटीत मोठा खटाटोप झाला. पाणिनीच्या अष्टाध्यायीवर सर्वांग सुंदर सविस्तर 'व्याकरण महाभाष्य' लिहिणारा पतंजली - ज्याला नंतर शेषाचा अवतार म्हणून प्रसिद्धी मिळाली, तोही वैदिक संस्कृती भारतवर्षात पुन्हा स्थापन व्हावी, त्यासाठी प्रयत्नशील होता. मौर्याच्या बौद्ध राजवटीत संस्कृत भाषेची मोठी आबाळ झाली, आणि पाली सारख्या अन्य प्राकृत भाषांचे फार महत्त्व वाढले. ते नष्ट होऊन पुन्हा भारतवर्षात 'संस्कृत' भाषाच बोलली जावी, ह्या मताचा जोरदार पुरस्कार पतंजलीने केला, हे त्याच्या ग्रंथात व्यक्त झालेल्या त्याच्या अभिनिवेशावरून स्पष्ट होते.

भाषा प्रमाण कुणाची ?, या प्रश्नाला उत्तर देतांना पतंजलीने एका नव्या कल्पनेचे विवेचन केलेले आहे. ही कल्पना म्हणजे 'शिष्ट व्यवहाराची' 'पृषोदादीनी यथापदिष्टम्' (पा. ६.३.१०९) या सूत्रावर भाष्य करतांना पतंजली म्हणतो.

''के पुन: शिष्टा;? वैयाकरणा:। कुत एतत् । शास्त्रपूर्विका हि शिष्टैर्वैयाकरणाश्च शास्त्रज्ञा: यदि तर्हि शास्त्रपूर्विका शिष्टि: शिष्टिपूर्वकं च शास्त्रं तदेतदितरेतरश्रायं भवति । इतरेतराश्रयाणि न प्रत्यायन्तेे। एवं तर्हि निवासत: आचारश्च । स आचार

आर्यावते एव । क्व पुनरार्यावर्त:? प्रागादर्शात्प्रत्यावकालक वनाद्दक्षिणेन हिमवन्तमुरेण पारियात्रम । एतस्मिनार्यनिवासे ये ब्राम्हणा कुम्भीधान्या अलोलुपा अगृह्यमाणकारका: । किञ्चिदन्तरेण कस्याश्चिद् विद्याया: पारगास्तत्र भवन्त: शिष्टा: । यदि तर्हि शिष्टा: शब्देषु प्रमाणं किमाष्टाध्याय्या क्रियते। शिष्ट परिज्ञानार्थमष्टाध्यायी । अष्टाध्यायीमधीयानोऽन्यं पश्यत्यनधीयानं येऽत्र विहिता: शब्दास्तान् प्रयुञ्जानम। स पश्याति । नूनमस्य दैवानुग्रह: स्वभावो वा योऽयं न चाष्टाध्यायीमधीते ये चात्र विहिता: शब्दास्ताश्च प्रयुङ्क्ते । अयं नूनं अन्यानपि जानाति । एवमेषा शिष्टपरिज्ञानार्थाष्टाध्यायी ।''

भाषांतर : ''हे शिष्ट लोक कोण ? शिष्ट लोक म्हणजे वैयाकरण, असे कां म्हणून ? शिष्टांचा व्यवहार व्याकरणशास्त्रावर आधारलेला असतो वैयाकरणाना ते व्याकरणास्त्र समजते. अशा प्रकारे शिष्टांचा व्यवहार व्याकरणशास्त्रावर आधारलेला असेल आणि जर व्यावकरणशास्त्र हे शिष्टांच्या व्यवहारावर आधारलेले असेल, तर ते सव' एकमेकावर अवलंबून राहील. एकमेकावर अवलंबून असलेल्या कल्पना चालणार असेल, तर ते सर्व एकमेकावर अवलंबून राहील. एकमेकावर अवलंबून राहील. एकमेकावर अवलंबून असलेल्या कल्पना चालणार नाहीत. असे असेल तर शिष्टांचे लक्षण त्यांच्या निवासस्थानावरून आणि त्यांच्या वर्तणुकीवरून करू. ही विशिष्ट वर्तणूक आर्यावर्तातच दिसते. हा आर्यावर्त म्हणजे कोणता प्रदेश ? आर्यावर्त हा सरस्वतुच्या गुप्त होण्याच्या पूर्वेला, कालकवनाच्या पश्चिमेला, हिमालयाच्या दक्षिणेला आणि विंध्याच्या उत्तरेला आहे. आर्यांच्या या प्रदेशात जे ब्राम्हण फक्त घडाभर धान्य साठवतात, ज्यांना काही लोभ नसतो, कांही लालूच नसतांनाही, कोणताही स्वार्थी हेतू नसतांनाही जे कोणत्याही विद्येत पारंगत होतात, ते थोर लोक म्हणजे शिष्ट होत. जर हे शिष्ट लोकच योग्य अयोग्य शब्दाच्या संदर्भात प्रमाण मानायचे, तर मग अष्टाध्यायी काय करते ? शिष्टांना ओळखण्यासाठी अष्टाध्यायी आहे. अष्टाध्यायीच्या साह्याने शिष्ट कोण हे कसे ओळखणार ? अष्टाध्यायीचा अभ्यास करणाऱ्याला या व्याकरणाचा अभ्यास न करणारा परंतु या व्याकरणाने सिद्ध केलेले योग्य शब्द वापरणारा दुसरा कुणीतरी दिसतो. तो असा विचार करतो. खरोखर हा या माणसाला मिळलेला दैवी अनुग्रह आहे किंवा ह्याचा असा हा खास स्वभाव आहे की हा अष्टाध्यायीच्या साह्याने शिष्ट लोक ओळखता येतात.''

पतंजलीचा शिष्ट समाज ज्या आर्यावर्तात राहातो, त्याच्या सीमारेषा आणि पाणीनिकालातील सीमारेषा वेगळ्या आहेत. पतंजलीने सांगितलेल्या सीमेत खुद्द पाणिनीचे शालातूर हे पेशावर जवळचे गाव समाविष्ट नाही. ह्याचे कारण पाणिनीकालानंतर झालेले ग्रीकांचे आक्रमण, इतर परक्या संस्कृतीचे आगमन ह्या ऐतिहासिक कारणांमुळे पतंजलीच्या दृष्टीने पाणिनीचा प्रदेश 'दूषित' झाला होता. मध्यदेशालाच 'आर्यावर्त'

म्हणण्याची शुंगाच्या राजवटीत रुढी पडली असावी. धर्मसूत्रांनीही हाच पक्ष घेतला आहे. बौधायन धर्मासूत्रात (९.१.३२-३३) असे सांगितले आहे की "अवन्ती, अंग, मगध, सुराष्ट्र, दक्षिणापथ, उपावृत, सिंधु आणि सौवीर या देशातील लोक मिश्र जातीचे आहेत. आरट्ट, कारस्कार पुंण्ड्र, सौवीर वंग कलिंग प्रानून देशात प्रवेश केला तरी पुनस्तोम किंवा सर्वपृष्ठी याग करून शद्धी करून घ्यावी." पतंजलीच्या काळात पाणिनीचा प्रदेश प्रायश्चित घेण्याइतका शिष्ट आर्याच्या दृष्टीने अपवित्र झाला होता. आर्यावर्तातील शिष्टांचीच भाषा प्रमाण-पवित्र असून शिष्ट ब्राह्मणांनी कधीही अशुद्ध बोलू नये. असे पतंजली बजावून सांगतो.

"शुद्धो, शब्द स्वरतो वर्णतोवा मिथ्या प्रयुक्त न तमर्थमाह। स वाग्वज्रं यजमानं हिनस्ति यथेन्द्रशत्रुः स्वरतोऽपराध्यात् । अर्थ न जाणता, चुकीच्या ठिकाणी स्वर, वर्णोच्चार चुकीचे करून, वेद मंत्रातील शुद्ध शब्द वापरला तर तो वज्राप्रमाणे यजमानावरच उलटतो, असे सांगितल्यावर पतंजली म्हणतो, 'म्हणून ब्राह्मणानी कधीही अशुद्ध बोलू नये. वेद मंत्र, संस्कृत शुद्धच बोलली पाहिजेत.

हे पटवून देण्यासाठी त्याने असुर 'हेलयः हेलयः' म्हणत शत्रूंशी लढले. पण ते उच्चार चुकीचे असल्यानेच त्यांचा पराभव झाला. अशी कथा सांगितली आहेः। तेऽसुराः हेऽलयः हेऽलयः कुर्वन्तः पराबभूवुः।) त्यांनी. 'हे अरयः 'असे म्हणायला हवे होते.

एंकदरीत पतंजलीने अष्टाध्यायीचे अध्ययनाचे महत्व, त्यामुळेच फक्त ब्राह्मणांना प्राप्त होणारे शिष्टत्व, अशुद्ध, बोलणाऱ्याबद्दल त्याला येणारी चीड स्पष्टपणे विस्ताराने सांगितली आहे.

महाभाष्यातील संस्कृतीचा उदो उदो, आणि शुंगांची ब्राह्मणी राजवट ह्यामुळे इसवी सनापूर्वीपासून पुन्हा वैदिक संस्कृत भाषेला फार महत्त्व आले, बौद्ध धर्म लोपला वगैरे अनेक चुकीच्या कल्पना प्रसृत झाल्या आहेत.

उलट पतंजलीच्या काळात संस्कृत भाषेला दुय्यम तिय्यम दर्जाचे स्थान प्राप्त झालेले होते. संस्कृत भाषा का शिकली पाहिजे, संस्कृत भाषाशिक्षणाचे फायदे काय, हे सांगताना पतंजालीने चक्क 'सेल्समनशिप' केलेली आहे. संस्कृत शिकावे, म्हणून तो लालूच दाखवत आहे, हे स्पष्ट प्रतीत होते.

व्याकरण शिकले नाही, तर काय काय येणार नाही याची यादीच पतंजलीने दिली आहे. वेदरक्षेपासून सुरवात करीत तो समकाळीन भाषेपर्यंत येतो. संदर्भानुसार मंत्र बदलले तरी चालतील असे तो 'उह' विषयी संदर्भात लिहितो. (म. भा. १.१) अचूक स्वरासंबंधी फार आग्रह धरणारा पतंजली 'प्लुत' ह्या किचकट स्वरासंबंधी मात्र सवलत देतो. 'ज्यांना प्लुत स्वर उच्चारता येत नसतील त्यांनी ते वैकल्पिक

मानावेत 'असे तो सांगतो. (सर्वा: प्लुता: साहसमनिच्छता विभाषा वक्तव्या) । (म.भा. ३-१.) व्याकरणाची प्रयोजने सांगतांना संस्कृत शिक्षणाचे जितके फायदे रंगवून सांगता येतील तितके सांगण्याचा पतंजलीने अटोकाट प्रयत्न केला आहे. लोक अशुद्ध शब्द वापरतात. त्यामुळे वारंवार प्रायश्चित घ्यावे लागते. ते टाळण्यासाठी संस्कृत शिकावे, असाही त्याने युक्तिवाद केला आहे. पतंजलीला हा अभिनिवेश का पत्करावा लागला, ह्याचा विचार केला, तर त्याकाळची प्राकृत-पाली ह्या असंख्य भाषांच्या गराड्यात सापडलेल्या, लोकसमूहाने टाळून दुर्लक्षित केलेल्या संस्कृत भाषेचे स्वरुप ध्यानात येते. संस्कृत भाषेला पुण्यजनक, धर्मजनक म्हणण्यापर्यंत पतंजलीवर वेळ आली ह्याची कारणे त्याच्या काळातील समकालीन इतिहासात दडली आहेत.

१) पतंजली ज्या प्रदेशात राहात होता त्या पूर्व भारतात मौर्य राजवटीच्या आश्रयाने बौद्धधर्म आणि त्यांचे पालीभाषेतील धर्मग्रंथ सर्वसामान्य जनापर्यंत पोहोचले होते. तत्कालीन वैदिकधर्म आणि संस्कृत भाषा यांना लोक जुमानत नव्हते.

२) बौद्धाप्रमाणेच जैनधर्मीयांची अर्धमागधी भाषाही सामान्य जनामध्ये प्रचलित होती.

३) बौधायन धर्मसुत्रात वर्णन केल्याप्रमाणे मिश्र, संकरित म्हणून 'त्याज्य' अपवित्र लोकांचे देश वाढले होते, म्हणजेच त्याठिकाणी संस्कृत, वैदिक धर्माचे पालन होत नव्हते. लोक विविध प्राकृत भाषा बोलत, ब्राह्मणांबद्दल आदर दाखवला जात नव्हता.

४) पतंजलीच्या काळात संस्कृत प्राकृत भाषामध्ये प्रतिष्ठेसाठी मोठी स्पर्धा चालू होती. प्रत्यक्ष व्यवहारात प्राकृत भाषा सर्वच लोक वाररत. "दैनंदिन व्यवहार प्राकृतात करावा पण किमान यज्ञ कर्मात तरी संस्कृतचा वापर केला पाहिजे." अशी पतंजलीच तडजोड करतो. (याज्ञे कर्मणी स नियम: । महाभाष्य. खंड १) कोणी एखादी व्यक्ती सदासर्वकाळ सर्वच संदर्भात संस्कृत बोलत होती, याचा पुरावा महाभाष्यात नाही. निदान यज्ञकर्मात तरी संस्कृत वापरावी एवढाच पतंजलीने मर्यादित आग्रह धरला आहे.

५) पतंजलीच्या काळीच ऋषी सुद्धा एरवी प्राकृतातच बोलत, याबद्दल पतंजलीनेच "यर्वाणतर्वाण नावाच्या ऋषींची गोष्ट सांगितली आहे. हे ऋषी 'यद्वा न:, तद्वा न:" ऐवजी 'यर्वाण तर्वाण' असे अशुद्ध प्राकृत प्रयोग करीत. धर्मज्ञानी जाणत्या संस्कृत विद्वानांमध्ये प्राकृत भाषाच प्रचलित होती, हे 'यर्वाण तर्वाण' ऋषीच्या गोष्टीवरुन स्पष्ट होते.

६) त्या काळची ऐतिहासिक राजकीय स्थितीही संस्कृतच्या नव्याने उद्धारास पोषक नव्हती. "ग्रीकांनी साकेतला वेढा घातला आहे. "साकेतमरुणत यवनै:" हे

ऐतिहासिक सत्य पतंजलीनेच सांगितले आहे. प्रत्यक्ष ग्रीकांनी भारताच्या इतक्या अंतर्भागात हल्ले चढवले होते, की ते अयोध्येपर्यंत पोहोचले होते. संस्कृतच्या उत्थानास, ही स्थिती योग्य नव्हती.

७) सर्वात महत्त्वाची गोष्ट, ब्राह्मणाच्या मुली, स्त्रिया देखील शुद्ध उच्चार करीत नसत. उदा. त्या ऋतक या शब्दाचा 'लृतक' असा उच्चार करीत, 'अशक्त्या कयाचिद ब्राह्मण्याऋतक इति प्रयोक्तव्ये लृतक इति प्रयुक्तम् । (म. भा. खंड १)

८) पतंजली काळचे असुर 'र' चा 'ल' करीत, हेरय:, म्हणण्या ऐवजी 'हेलय' म्हणत, पतंजली अशा चुकीच्या शब्दांना 'अपशब्द' म्हणतो आणि ब्राह्मण पुरुषांनाच सूचना करतो कि, 'तस्माद ब्राम्हणेन न म्लेच्छितवै नापभाषितवै । म्लेच्छो व एष यदपशब्द: । म्लेच्छा मा भूमेत्यध्येयं व्याकरणम् ।' (म. भा. खंड १) "निदान ब्राम्हणांनी (पुरुषांनी) तरी म्लेच्छ प्रयोग अपशब्द करु नयेत, म्हणून त्यांनी व्याकरण शिकावे."

९) शुद्ध संस्कृताच्या ऐवजी माणसे अशुद्ध प्राकृत, अपशब्दच का बोलतात ? या प्रश्नाचे उत्तर पतंजली देतो की ह्या लोकांमध्ये शुद्ध संस्कृत बोलण्याची 'शक्तीच' नाही. (अशक्त्या..) या 'अशक्त' लोकात ब्राह्मण स्त्रीवर्गही समाविष्ट आहे.

१०) पतंजलीला चिंताग्रस्त करणारी महत्त्वाची गोष्ट म्हणजे त्याला अत्यंत प्रिय वाटणारी संस्कृत भाषा ही चोहोबाजूंनी प्राकृत प्रयोगांनी वेढलेली होती. पतंजली सांगतो की एका शास्त्रशुद्ध गौ:। ची प्राकृत रुपे 'गावी, गोणी, गोता, गोपोतलिका इत्यादी होतात. (म. भा. खंड १) आज्ञापयति, वर्तते, वर्धते' या सारख्या शुद्ध रुपांऐवजी 'आणपयति, वट्टति, वध्धति' असे अपभ्रंश प्रयोग होतात. (म.भा. खंड१) या सर्व उदाहरणावरुन स्पष्ट दिसते, की सर्वत्र पूर्णपणे प्राकृतभाषी लोकांमध्ये पतंजली सारखे फार थोडे लोक संस्कृतच्या जीर्णोद्धारासाठी आटापीटा करीत होते.

११) संस्कृत भाषेसाठी झटणारे हे ब्राम्हण अशा समाजात राहात होते, की जेथे ते अल्पसंख्या होते. पतंजली सांगतो की "ज्या गावाला ब्राम्हणाचा गांव म्हणायचे त्या गावात देखील कमीत कमी पाच बलुतेदारांच्या जाती राहतात. (ब्राह्मणग्राम आनीयतामित्युच्यते । तत्र चावरत: पंचकारूकी भवति । (म. भा. खंड १)

१२) इतकेच नव्हे तर ही ब्राह्मणांची वस्तीही सलग नव्हती कुणीतरी विचारतो की, "ही दोन ब्राह्मणांची घरे शेजारी शेजारी आहेत ना ? त्याला उत्तर मिळते "अहो हे शेजारी शेजारी नाहीत, त्यांच्यामध्ये शूद्राचे घर आहे." (एवं कंचित्

कश्चित् पृच्छति । अनन्तरे एते ब्राह्मणकुले इति। स आह नानन्तरे, वृषलकुलमनयोरन्तरेति । (म. भा. खंड. १)

१३) ज्या आर्यावर्तात राहणाऱ्या ब्राह्मणांच्या संस्कृत प्रयोगाकडे पतंजली 'शिष्टप्रयोग' म्हणून पाहाणार तो आर्यावर्त किष्किंध, गंधिक, शक, यवन इत्यादींनी वेढला होता. आर्यावर्ताच्या गावामध्येही चांडाळासारख्या अतिशय खालच्या जातीपासून, ज्यांनी वापरलेली भांडीकुंडी शुद्ध करून घेता येत असत, अशा मध्यमशूद्र जातीपर्यंत सर्व प्रकारची वस्ती होती (म. भा. खंड १)

१४) ब्राह्मण स्त्रियाही संस्कृत बोलू शकत नव्हत्या. जरी फोर थोड्या विद्वान स्त्रियांचा आपिशलि, काशकृत्स्नाच्या व्याकरणाच्या अभ्यास करीत, असा पतंजलीने उल्लेख केला आहे. (म. भा. खंड २) तरीही अशा स्त्रिया अपवादात्मकच होत्या. कारण 'सभेमध्ये स्त्रीने प्रवेश करणे कसे योग्य होईल, 'असा पतंजलीनेच प्रश्न विचारला आहे. (कथ स्त्री नाम सभायां साध्वी स्यात् ? (खंड २)

१५) पतंजलीने 'शिष्ट' लोकांची व्याख्या केली, त्यात पाणिनीच्या अष्टाध्यायीचा अभ्यास न केलेले ब्राह्मण शुद्ध बोलत असतील, तर पतंजली त्यांना 'शिष्ट' म्हणायला तयार आहे. पाणिनीच्या काळचा भूगोल, आणि पतंजलीच्या काळचा भूगोल ह्यात खूप फरक आहे. इतका की पाणिनी ज्या प्रदेशातील (पेशावर) होता, तो पतंजली काळी बौधायन सूत्रांनुसार आर्यासाठी त्याज्य झाला होता. संस्कृत भाषेत काही शब्द 'शुद्ध' म्हणून मान्यता पावलेले होते. अष्टाध्यायी न शिकलेल्या शिष्ट लोकांच्या भाषेत, अष्टाध्यायीत न आलेले काही प्रयोग होत होते. त्या प्रयोगांना शिष्टप्रयोग मानून व्याकरणाचे नियम बदलण्यास किंवा नियम करण्यास पतंजली तयार आहे. पतंजलीच्या विवेचनावरून पाणिनीला परिचित नसलेले किंवा अपाणिनीय शब्द 'शुद्ध - शिष्ट' म्हणून मान्यता पावलेले होते, हे विचारांती दिसून येते.

१६) येथवर पतंजलीच्या दृष्टीने प्रयोगाचाच विचार केला. पण या व्यतिरिक्तही संस्कृतच्या प्रयोगाचे स्तर अस्तित्वात होते, हे पतंजलीच्याच महाभाष्यावरुन कळतात. आर्यावर्तातील सर्वच ब्राह्मण शिष्ट बोलत होते असे समजण्याचे कारण नाही. अन्यथा पाणिनीचे व्याकरण हे साधन वापरुन शिष्ट कोण हे ठरवण्याचे कारण पडले नसते. क्षत्रिय, वैश्य, शूद्र यांचा तर शिष्ट' या कक्षेत पतंजलीने समावेशच केला नाही. शिष्ट उच्चतम स्तराच्या खालच्या, स्तरातील संस्कृत भाषा ही संस्कृत - प्राकृत मिश्रणाची असली पाहिजे असा सहज तर्क करता येतो. स्वतः पतंजलीनेच अशी उदाहरणे दिली आहेत. 'अक्षीणि मे दर्शनायानि' आणि 'पादाः मे सुकुमाराः ।' (म. भा. खंड १) असे प्रयोग लोकांत होते प्रकृति प्रत्यय, आणि ध्वनीच्या दृष्टीने

हे प्रयोग संस्कृत आहेत. परंतु द्विवचन वापरायच्या ऐवजी या प्रयोगात बहुवचन वापरले आहे. फक्त प्राकृतात द्विवचनाचा वापर जवळ जवळ संपला होता, असे मानायला जागा आहे.

पतंजली संस्कृत भाषेसंबंधी इतका प्रचंड आग्रही दिसतो. संस्कृत कधीकाळी 'मातृभाषा' होती असे त्याला वाटत असावे, पण व्यवहारात स्त्रियांनाच संस्कृत बोलण्याची धर्मशास्त्राची परवानगी नव्हती. पतंजलीही स्त्रियांनी सभेत यावे की नाही, हे विचारतो अशा अवस्थेत ज्या मातेकडून मूल संस्कृत शिकणार, त्या मातेलाच जर संस्कृतचे ज्ञान नसेल, संस्कृत शिकण्याचा अधिकारच नसेल, तर संस्कृत 'मातृभाषा' होती असे म्हणणे अतिशयच खोटे ठरेल.

पतंजलीच्या धार्मिक सांस्कृतिक अभिनिवेशामुळे 'पतंजलीच्या काळ संस्कृत भाषेचा सुवर्ण काळ होता. 'अशा आभास होतो. पण पतंजलीने आपल्या ग्रंथात दिलेल्या पुराव्यावरून त्याच्याच काळी संस्कृत भाषेला अवकळा आलेली असून समाजात अनेक प्राकृत भाषांचा प्रसार झाला होता, आणि त्याला सामाजिक-ग्रांथिक मान्यताही होती. हा प्राकृत प्रभाव एवढा होता की, 'यर्वाणतर्वाण' असे बोलणारे ब्राह्मण ऋषी आणि जवळ जवळ सारेच ब्राह्मण दैनंदिन व्यवहारात प्राकृतच बोलत होते. एकंदरीत पतंजलीने संस्कृतची कितीही वकिली करून तिला पुण्यदायक धर्मदायक ठरवले, तरी त्याच्या काळात संस्कृतचे स्थान दुय्यम तिय्यम दर्जाचे बनले होते. आणि भाषेबाबतची वस्तुस्थिती संस्कृत शिकण्यासाठी पोषक नव्हती.

संदर्भ :-

१) व्याकरण महाभाष्य : पतंजली कीलहॉर्न प्रत

२) बौधायन धर्मसूत्र

३) अष्टाध्यायी

४) पाणिनिकालीन भारतवर्ष - अग्रवाल

❑

६ ||| शिलालेख

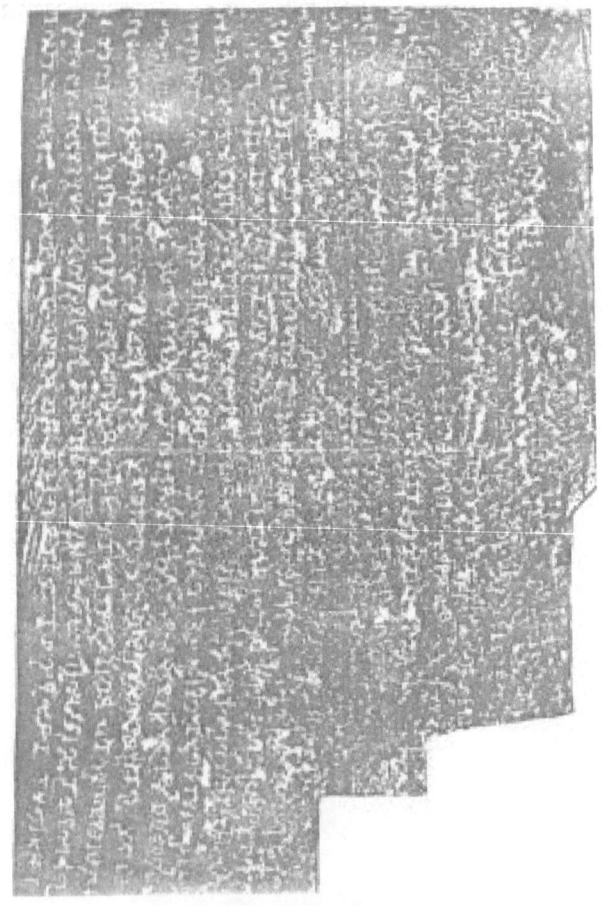

खारवेल राजाचा हाथीगुंफा गुहालेख

खारवेल राजाचा हाथीगुंफा गुहालेख

ओळ ३ कलिंगराज-वसे पुरिसयुगे महाराजाभिसेचनं पापुनाति (।।) अभिसितमतो च पधमे वसे वात- विहत- गोपुर-पाकार-निवेसनं पटिसंखारयति कलिंगनगरिखिबी (रं) (।) सितल तडाग-पाडियो च बंधापयति सबूयान-प (टि) संथपनंच

ओळ ४ कारयति पनति (सि?) साहि सत- सहसेहि पकतियो च रंजयति (।।) दुतिये च वसे अचितयिता सातकंनिं पछिम-दिसं हय-गज-नर-रध-बहुलं दंड पङ्गापयति (।) कन्हबेंणा-गताय च सेनाय बितासिती असिकनगरं (।।) ततिये पुन वसे अचितयिता सातकंनिं पछिम - दिसं हय-गज-नर-

रथ-बहुलं दंड पठापयति (।) कन्हबेंगणा-गताय च सेनाय वितासिति असिकनगरं (।।) ततिये पुन वसे

ओळ ५ गंधव-वेद-बुधो दप-नत-गीत-वादित-संदसनाहि उसव-समाज-कारापनाहि च कीडापयति नगरिं (।।) तथा चवुथे वसे विजाधराधिवासं अहतपुवं कलिंग (?)-पुत्र-राज-(निवेसितं)........वितध म (कु) ट.....च निखित-छत (?).....

ओळ ६ भिंगारे (हि) त रतन सपतेये सव-रठिक-भोजके पादे बंदापयति (।।) पंचमे च दानी बसे नंदराज-ति-बस-सत-ओ (घा) टितं तनसुलिय-वाटा पणाडिं नगरं पवेस (य) ति सो...(।) (अ) भिसितो च (छठे बसे) राजसेय संदंसयंतो सवकर-वण

ओळ ७ अनुगह-अनेकानि सत-सहसानि बिसजति पोर-जानपदं (।।) सतमं च वसं (पसा) सतो वजिरघर....स मतुकपद (कु)...म (।) अठमे च वसे महता सेन (।।)...गोरधगिरि

ओळ ८ घातापयिता राजगहं उपपीडपयति (।) एतिन (।।) च कंमपदान स (·) नादेन...सेनवाहने विपमुचितुं मधुरं अपयातो यवनरा (ज) (डिमित?)...यछति...पलव...

ओळ ९ कपरूखे हय-गज-रथ-सह यति सव-घरावास...सव.गहणं च कारयितुं ब्रह्मणानं ज (य) परिहारं ददाति (।) अरहत-(नवमे च वसे)...

ओळ १० ...महाविजय-पासादं कारयति अठतिसाय सतसहसेहि (।।) दसमे च वसे दंड-संधी-सा (ममयो) (?) भरधवस-पठा (?) नं मह (ि) जयनं (?) कारापयति (।।) (एकादसमे च वसे)...प (ा) यातानं च म (नि) रतनानि उपलभते (?)

ओळ ११ ...पुवं राज-निवेसितं पीथुंडं गदभ नंगलेन कासयति (।) जन (प) दभावनं च तेरस-वस-सत-कतं भि (·) दति त्रमिर-दह (?) संघातं (।) बारसमे च वसे...(सह) सेहि वितासयति उतरापध राजानो...

ओळ १२ म (।) गधानं च विपुलं भयं जनेतो हथसं गंगाय पाययति (।) म (ा ग) ध (.) च राजानं बहसतिमितं पदे वंदापयति (।) नंदराजनीतं च का (लिं) ग-जिनं संनिवेस...अंग-मगध-वसुं च नयतिं (।।)

ओळ १३ (क) तु (.) जठर (लखिल - (गोपु) राणि सिहराणि निवेसयती सत-विसिकनं (प) रि-हारेहि (।) अभुतमछरियं च हथी-निवा (स) परिहर.हय-हथि-रतन- (मानिकं) पंडराजा...(मु) त-मनि रतनानि आहरापयति इध सत (सहसानि).

ओळ १४ ....सिनो वसीकरोति (।) तेरसमे च वसे सुपवत-विजय-चके कुमारीपवते अरहते (हि) पखिन-सं (सि) तेहि कायनिसीदियाय यापूजावकेहि राज-भितिनि चिनवतानि वास (ा) (सि) तानि पूजानुरत-उवा (सग-खा) खेलसिरिना जीवदेह (सयि) का परिखाला (।।)

ओळ १५ ....सकत-समण सुविहितानं च सव दिसानं ज (नि) नं (?) तपसि-इ (सि) न संधियनं अरहतनिसीदिया समीपे पाभारे वराकार-समुथापिताहि अनेक योजनाहिताहि......सिलाहि

ओळ १६ चतरे च वेडुरिय-गभे थंमे पतिठापयति पानतरीय सत-सहसे (।।) मु (खि) य कल-वोछिनं च चोय (ठि) अंग संतिक (.) तुरियं उपादयति (।) खेमराजा स वढ-राजा स भिखु-राजा धमराजा पसं (तो) अनुभव (तो) कलनानि

ओळ १७ गुणाविसेस-कुसलो सव-पासंड पूजको सव दे (वाय) तन सकारकारको अपतिहत चक वाहनबलो चकधरो गुतचको पवतचको राजसिवसू-कुल-विनिश्रितो महाविजयो राजा खरवेलसिरि (।।)

खारवेलाचा हाथीगुंफा प्रस्तरलेख
भाषान्तर

१-३. अर्हतांना नमस्कार असो. सर्वसिद्ध पुरुषांना नमस्कार असो. महामेघवाहन (कुळातील), चेदीवंशाची वृद्धी करणारा, ज्याच्या गुणांची कीर्ती चारी दिशांना पसरली आहे, जो उत्तम आणि शुी लक्षणांनी युक्त आहे, जो कलिंगाचा अधिपती आहे अशा आर्य महाराज खारवेलाने, तांबूस गोऱ्या देहाने, पंधरावर्षांपर्यंत बालसदृश क्रीडा केली. नंतर (राजकीय) पत्रव्यवहार, नाणकशास्त्र, हिशेब, कायदा, धर्मशास्त्र यामध्ये निष्णात होऊन, सर्व विद्यांचे अध्ययन करून युवराज म्हणून नऊ वर्षांपर्यंत अधिकार गाजवला. चोवीस वर्ष पूर्ण झाल्यानंतर, ज्याचा वेन राजाप्रमाणे बालपणापासून विजय होत गेला आहे व कलिंग वंशाचा तिसरा राजा म्हणून पंचविसाव्या वर्षी ज्याला राज्याभिषेक झाला आहे, त्याने राज्याभिषेक झाल्यानंतर पहिल्याच वर्षी वाताहत झालेल्या, गोपुरांची, तटबंदीची व वसतिस्थानांची दुरुस्ती केली. कलिंग नगरातील 'खिबिरऋषी' नामक तळ्याची पाळी बांधली, तसेच (इतर) शीतल तळ्यांची पाळी बांधली, सर्व उद्यानांची पुन्हा प्रतिष्ठापना केली (व त्याप्रीत्यर्थ) पस्तीस लक्ष खर्च केले आणि प्रजाजनांना संतुष्ट केले.

४. दुसऱ्या वर्षी, सातकर्णीचा मुलाहिजा न करता पश्चिम दिशेस अश्व, गज, सैनिक व रथ यांनी गजबजलेले सैन्य पाठविले आणि ते सैन्य कृष्णवेण्णापर्यंत पोचतात ऋषिकनगराची तारांबळ उडाली.

५. तिसऱ्या वर्षी गांधर्व वेदामध्ये निपुण असलेल्या त्याने मलयुद्ध, नृत्य, गायन, वादन, उत्सव आणि नाटकमंडळे भरवून नगरीस क्रिडामग्न ठेवले. चौथ्या वर्षी कलिंगाच्या पूर्वीच्या राजे लोकांनी वसवलेली विद्याधरांची निवासस्थाने, जी त्यापूर्वी हल्ल्यापासून बचावलेली होती...ज्याचा राजमुकुट व्यर्थ ठरून व ज्यांनी छत्रचामरे टाकून दिली आहेत-ज्यांची रत्ने व संपत्ती हिरावून घेतली आहे अशा रथिक आणि भोजक यांना पाया पडायला लावले.

६-७. पाचव्या वर्षी नंदराजाने एकशे तीन वर्षांपूर्वी बांधलेल्या तनसुलीय वाट नावाचा कालवा राजधानीत आणून सोडला.

सहाव्या वर्षी राजसूय यज्ञ करून पुन्हा राज्याभिषेक करवून आपले ऐश्वर्य प्रकट करून शहरातील, खेड्यातील सर्व जातीच्या व वर्णाच्या प्रजेवर अनुग्रह करून लाखो मुद्रांची सूट दिली.

सातव्या वर्षी वज्रगृहाच्या राणीला मातृपद प्राप्त झाले. आठव्या वर्षी गोरध पव्रतावर हल्ला चढवून राजगृहावर दबाव आणला.

८. या विक्रमाच्या वार्तानिनादानेच यवन राजा डिमित आपल्या सैन्याची सुटका करून घेण्यासाठी मथुरेस पळून गेला. कल्पवृक्षाप्रमाणे- हत्ती, घोडे, रथ-सारथ्यासह-वर्तमान, सर्वत्र राहण्याची घरे व वस्तूंची प्राप्ती व्हावी एतदर्थ ब्राह्मणांना जयाप्रीत्यर्थ करांची सूट दिली.

९. नवव्या वर्षी अडतीस लक्ष खर्च करून राजघराण्याच्या निवासासाठी हाविजय नावाचा प्रासाद बांधला.

१०. दहाव्या वर्षी, साम, दाम, दंड इत्यादी उपायांचा अवलंब करून भारतवर्षाकडे मोर्चा वळवला.

११. अकराव्या वर्षी पिटाळून लावलेलया शत्रूंच्या जडजवाहिरांची लूट मिळवली...पूर्वीच्या राजांनी वसवलेले पीथुण्ड (बाजाराचे शहर) शहरावर गाढवाचा नांगर फिरवला. एकशे तरा वर्षांची प्रजेला भीतीदायक वाटणारी तिमिर देशाची एकजूट नष्ट केली.

१२-१३. बाराव्या वर्षी उत्तरपथाच्या राजांना हजारोनी भंडावून सोडले. मागधांना अतिशय भयभीत करून आपले हत्ती, घोडे (सुगंग नावाच्या राजवाड्यात घुसवले) (यांना गंगेचे पाणी पाजविले) आणि मगधाचा राजा बृहसतिमित्र

याला आपल्या चरणावर लोटांगण घालायला लावले, नंदराजाने नेलेली कलिंगाची जिनमूर्ती......(पुन्हा स्थापित केली) अंग मगधाची (संपत्ती (लुटून) नेली) (घराण्यातील जवाहिराच्या रक्षकांसह) - ज्यांची विपुल उदरे आहेत अशी गोपुरे आणि शिखरे बसवली आणि करांची माफी देऊन हजारो गवंड्यांची वस्ती करविली,' अद्‌भुत आणि आश्चर्यकारक असा हत्तीखाना बांधला. पांड्य राजाकडून अश्व, हत्ती, रत्ने आणि माणके, मोती, हिरे, लाखोच्या संख्येने आणवली....राहणाऱ्यांना वश केले.

१४-१५. तेराव्या वर्षी विजयचक्र चांगल्या प्रकारे फिरू लागल्यावर कुमारी पर्वतावर निराश्रित झालेल्या अर्हत् लोकांना वर्षाकालीन निवासासाठी, राजाश्रयाने गुजारा करणाऱ्यांना (रेशमी वस्त्रे) (वल्कले) व्रताचे उद्यापन करणाऱ्यांना (क्लेशनिवारणार्थ) पावसाळ्यात निवारा शोधणाऱ्यांना पूजा प्रेमी आणि उपासक अशा खुरवेलाने (जीव देहाची प्राप्ती होण्यासाठी औदार्याने यावज्जीव वस्तीसाठी खोदविले.)

सरकारांच्या मते : श्रमणांचा सत्कार करणाऱ्या (खारवेलाने) सुस्थापित अशा सर्व दिशांकडून ज्ञानी, तपस्वी, ऋषी (अणि संघीय लोकांना) यांचे संमेलन अर्हत् लोकांचे वर्षास्थानाजवळ 'पाभार' येथे भरविले.

अनेक योजने दूरच्या देशातून आणलेले, सुडौल बांध्याचे वैदूर्यमणियुक्त असे स्त्री उभारले.

१६-१७. जयस्वालांच्या मते : अनेक योजने दूरवर असलेल्या उत्तमोत्तम खाणीतून आणलेली रत्ने...सिंहपथ राणी सिंधुला इच्यासाठी निवासस्थान बांधले.

सरकारांच्या मते :- पंचाहत्तर लक्ष खर्चून चौसष्ट मुख्य कलानिर्मित (मौर्यकालापासून उद्ध्वस्त झालेले?) शांतकाली वाजवण्याचे वाद्य तयार केले असा हा कल्याणकारी राजा, समृद्धीदाता राजा, भिक्षूंचा राजा, धर्माचा राजा, सर्व सुखे ज्ञान करून, श्रवण करून, अनुभवणारा, अपार गुणकौशल्य असलेला, सर्व पार्षदांचे पूजन करणारा, सर्व देवळांचा जीर्णोद्धार करणारा, ज्याच्या रथाला व सैन्याला कोणीही विरोध केला नाही असा चक्रप्रवर्तक आणि चक्रसंरक्षक, चक्रधारी, राजर्षी वसूच्या काळा जन्मलेला राजा श्री खारवेल.

क्षत्रप राजा पहिला रुद्रादामन् याचा जुनागढ प्रस्तरलेख शके ७२

प्रास्ताविक :

क्षत्रप राजा हिला रुद्रदामन् याचा प्रतस्तरलेख काठेवाडमधील जुनागढ या गावी गिरनार पर्वताच्या पायथ्याजवळ एका मोठ्या शिळेवर कोरला आहे. या शिळेवर वरच्या अंगास अशोकाच्या चौदा राजाज्ञा कोरल्या आहेत. रुद्रदामनाच्या लेखाच्या खाली गुप्त सम्राट स्कंदगुप्त याचाही लेख कोरला आहे. तो ३.३३ मी. रुंद आणि १६३ मी. उंचीच्या जागेत आहे. ।या लेखातील शेवटच्या चार ओळी संपूर्णपणे सुरक्षित असून बाकीचा भाग त्रुटित आहे.

लिपी :

या प्रस्तरलेखातील लिपी दाक्षिणात्य पद्धतीची, दुसऱ्या शतकातील ब्राह्मी लिपी आहे.

वर्णव्यवस्था :

अ, आ, इ हे स्वर खालील शब्दांच्या सुरुवातीस आले आहेत. अ-अशोकस्य ओळ ८; आ-आगर्भात् ओळ ९; इ-इदम् ओळ १; ए-एकार्णव ओळ ५; 'छ', 'ज्ञ', 'ठ', 'फ' ही व्यंजने जोडाक्षरात आली आहेत. उच्छ्रय-ओळ १, राज्ञो-ओळ ३, सौष्ठव-ओळ १३, स्फूट-ओळ १४, 'ळ' हे अक्षर पुढील शब्दांमध्ये आले आहे : पाळीकत्वात-ओळ १, प्रणाळी-ओळ २, प्रणाळीभि:-ओळ ९, व्याळ- ओळ १०. द, ड, ढ या अक्षरांच्या खुणा सुस्पष्ट आहेत. उदा. इदम्तडागम्, दृढम. 'त' हे व्यंजन सातव्या ओळीत आसीत् या क्रियापदात आले आहे. जोक्षरातील 'य' पूर्ण लिहिला आहे. जोडाक्षरातील 'र्' डोक्यावर लिहिला आहे. 'र्' नंतर आलेल्या व्यंजनाचे द्वित्व झाले आहे. समास काही ठिकाणी केले असून काही ठिकाणी केले नाहीत. लेख कोरताना कोरक्याने सातव्या ओळीत 'वेगेन' या शब्दाऐवजी 'वोगेन' आणि नवव्या ओळीत 'रक्षणार्थं' या शब्दाऐवजी 'रक्षणार्थ' असे लिहिले आहे.

भाषा :

लेखाची भाषा संस्कृत असून तो गद्यात लिहिला आहे. संपूर्ण प्रस्तरलेखात सातव्या ओळीत 'आसीत्' आणि तिसऱ्या ओळीत 'वर्तते' अशी दोनच क्रियापदे आहेत. भाषेच्या दृष्टीने हा लेख अतिशय महत्त्वाचा आहे. भाषा अभिजात संस्कृत असून ती समासयुक्त आणि आलंकारिक आहे. अनुप्रास, उपमा, उत्प्रेक्षा हे अलंकार

लेखात आहेत.

कालनिर्देश :

चवथ्या आणि पाचव्या ओळीमध्ये कालनिर्देश आहे. मार्गशीर्ष, कृष्णपक्ष ७२ या दिवशी पर्जन्यवृष्टीमुळे 'सुदर्शन' तलाव फुटला. क्षत्रप राजांचे लेख शक कालात आहेत असे सर्वसाधारणपणे मानले जाते. ७२ गत शक असेल तर १८ ऑक्टोबर इ. १५०, ७२ चालू शक असेल तर १९ नोव्हेंबर इ. १५० हा काल ठरतो.

स्थलनिर्देश :

'सुदर्शन' तलावाचा बांध फुटला, तो तलाव 'सुवर्णसिकता' आणि 'पलाशिन' या दोन लहान नद्यांचे पाणी अडवून बांधला होता. सुवर्णसिकता ही 'सोनरेखा' या नावाने आजही अस्तित्त्वात आहे. 'पलाशिनी' मात्र अस्तित्वात नाही. 'उर्जयत' पर्वत म्हणजे सध्याच्या अरवलीच्या रांगा. वरील दोन्ही नद्या या पर्वतातून उगम पावल्या होत्या. राजाची राजधानी 'गिरिनगर' म्हणजे सध्याचे 'जुनागढ' किंवा 'गिरनार'. रुद्रदामनाने निरनिराळे देश अंकित केले. त्या देशांची नावे लेखात आहेत. त्यांच्या उल्लेखावरून रुद्रदामनाच्या राज्यविस्ताराची आपणास माहिती मिळते. रुद्रदामनाने जिंकलेले प्रदेश खालील प्रमाणे :

अवंती :— माळव्याचा पश्चिम भाग, यामध्ये उज्जयिनी अंतर्भूत होती.
अनूप:— मध्यप्रदेशातील नेमाड जिल्ह्यातील महेश्वराचा आसमंत.
अपरान्त:— उत्तर कोकण शूपरिक ही त्याची राजधानी.
आकर:— माळव्याचा पूर्व भाग. यामध्ये विदिशेचा अंतर्भाव होता.
आनर्त:— काठेवाडचा उत्तर भाग, याची राजधानी द्वारका होती.
कुकुर:— आनर्त या देशाजवळचा काठेवाडचा उत्तर भाग.
कच्छ:— कच्छ.
परियात्र:— अरवलीच्या रांगा
मरु:—मारवाड, राजपुतान्यातील वालुकामय प्रदेश.
श्वभ्र:—साबरमतीच्या उभय तीरावरील प्रदेश.
सिंधु:— सिंधु नदीच्या दक्षिणेकडील भाग.
सुराष्ट:— काठेवाडचा दक्षिण भाग, याची गिरीनगर ही राजधानी होती.
सौबीर:— सिंधु नदीचा आग्नेय भाग.

विषय :

क्षत्रप राजा रुद्रदामन् राज्य करीत असता वादळ होऊन अतिपावसाने सुदर्शन तलाव फुटला, तो राजाने दुरुस्त केला हा लेखाचा मुख्य वर्ण्यविषय आहे. या वर्णनाबरोबरच क्षत्रप वंशातील राजे, रुद्रदामनाची पराक्रमगाथा, त्याचा राज्यकारभार यांचीही माहिती लेखनामध्ये आलेली आहे.

या लेखावरून रुद्रदामनाच्या राज्यकारभाराची माहिती आपल्याला मिळते. अमात्य गुणांनी युक्त असलेले मतिसचिव आणि कर्मसचिव त्याच्या दरबारी होते.

त्याचा अमात्य सुविशाख हा पल्लव कुळातील कुलैपाचा पुत्र होता. 'पल्हव' या नावावरून तो इराणी असावा असा संशोधकांचा कयास आहे. राज्याच्या हितासाठी व लोककल्याणासाठी राजाने त्याची नेमणूक केली होती. तो एक समर्थ अभियंता असून शांत, अविचल, वृत्तीचा होता. लाचलुचपतीपासून अलिप्त असणाऱ्या या अधिकाऱ्याने स्वत:च्या शासनाने धन्याची कीर्ती आणि वैभव यांची वृद्धी केली.

सुदर्शन तलावाची दुरुस्ती करण्याबाबत राजाच्या अमात्याने अनुत्साह दाखविला होता. तलावाचे भगदाड अतिश मोठे असल्यामुळे ते काम हाती घेणे निष्फळ ठरेल असे त्याचे मत, होते परंतु लोकाग्रहास्तव राजाने ते काम हाती घेऊन 'सुविशाखा'ची नेमणूक केली. यावरून राजा जनमताचा कौल निश्चितपणे घेत असे हे दिसते राजाचा खजिना योग्य तऱ्हेच्या करांनी आणि मांडलिकांच्या नजराण्यांनीच भरला होता. त्याच्या राज्यात सुबत्ता होती, रोगराई, हिंस्त्रप्राणी, साप आणि चोर यापासून प्रजेला भीती नव्हती. दुकाने, गावे लुटण्याचे संकट प्रजेला नव्हते. प्रजेचे राजावर प्रेम होते.

भौगोलिक माहितीमध्ये निर्देश केलेले प्रदेश रुद्रदामनाने जिंकले होतेच परंतु 'यौधेय' या महाबलाढ्य गणराज्याचाही त्याने पराभव केला. होता यौधेयांचे राज्य सतलज नदच्या काठी 'विजयगढ' या भागात होते. राजाने दक्षिणापथाचा बलाढ्य राजा सातकर्णी याचा दोनदा सरळ सरळ पराभव केला, परंतु त्यांच्यातील नातेसंबंधामुळे त्याने सातकर्णीशी विवाह झाला होता. या उभय कुलातील वैवाहिक संबंधाचा लेख कान्हेरी येथे आहे.

लेखावरून आपल्याला रुद्रदामनाच्या वैयक्तिक गुणांची माहिती होते तो 'धर्मानुराग' असून धर्मकृत्यासाठीच केवळ त्याचा हात वर उचलला जाई. तो व्याकरण, तर्कशास्त्र, गायनकला इत्यादी शास्त्रे हस्तिविद्या, रथविद्या, द्वंद्वयुद्ध खड्‌गयुद्ध यामध्ये प्रवीण होता. त्याचे अवयव प्रमाणबद्ध असून त्यांची उंची, आवाज, शक्ती अलौकिक होती. त्याने 'महाक्षत्रप' ही पदवी स्वपराक्रमाने मिळविली होती. स्वयंवरांमध्ये अनेक राजकन्यांनी त्याला माळ घातली होती. ब्राह्मणांना त्याने

क्षत्रप राजा पहिला रुद्रदामन् याचा जुनागढ प्रस्तरलेख शके ७२

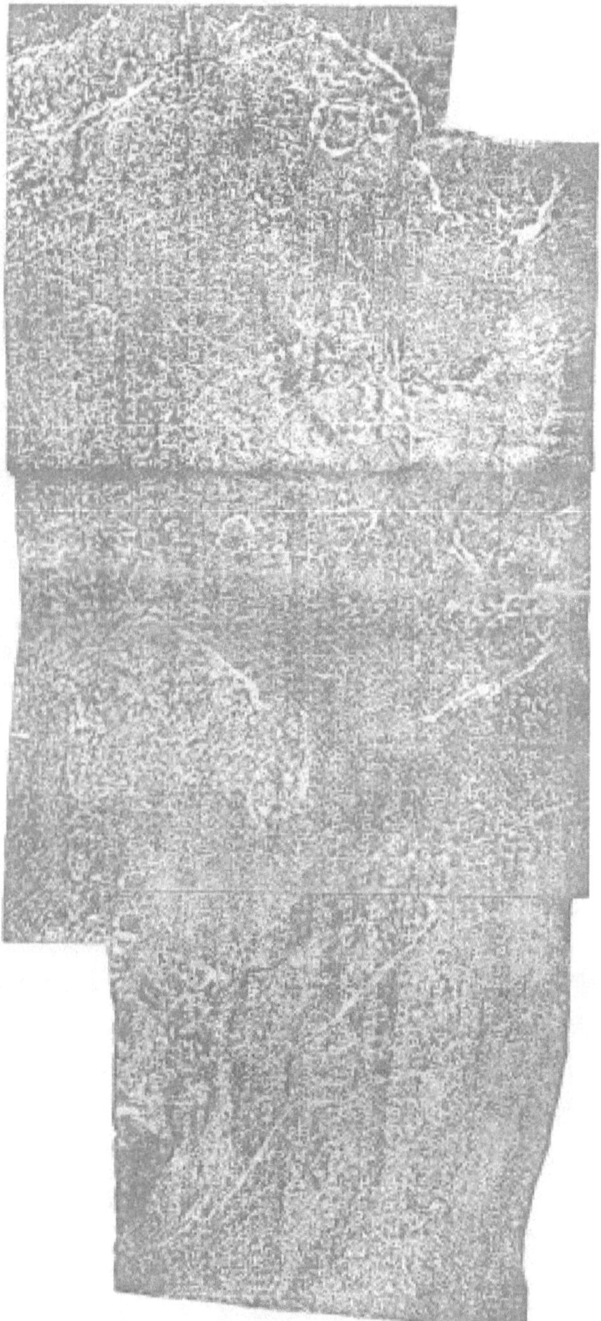

पुण्यवृद्धीसाठी हजारो गायी दिल्या होत्या.

ऐतिहासिक महत्त्व :

प्राचीन भारतीय इतिहासामध्ये रुद्रदामनाच्या लेखाचे महत्त्व अनन्यसाधारण आहे. या लेखात कालनिर्देश असल्यामुळे त्याचे महत्त्व अधिकच आहे. रुद्रदामनाने सुदर्शन तलाव बांधला या सत्कृत्याची नोंद करण्यासाठी हा लेख लिहिला. त्या तलावाचा इतिहासही या लेखात सांगितला आहे. चंद्रगुप्त मौर्याच्या कारकीर्दीत राष्ट्रीय वैश्य पुष्यगुप्ताने तो बांधला आणि अशोकाच्या कारकीर्दीत तषास्फाने त्यास मोऱ्या बांधून तो पक्का केला.

पाणी अडवून तलाव बांधण्याची कला आपल्याकडे इराणमधून आली असावी असा काही संशोधकांचा तर्क आहे, परंतु लोथल येथे पाणी अडवून बांध घातल्याचे पुरावे सापडले आहेत. यावरून भारतीय लोकांनाही बांध घालण्याची कला तत्पूर्वी ज्ञात होती असे दिसते.

या लेखात राजाने आपले पिता 'जयदामन्' आजा 'चष्टन' यांचा उल्लेख केला आहे. 'चष्टन' हे नाव परकीय आहे. परंतु 'जयदामन्' आणि 'रुद्रदामन्' ही नावे भारतीय आहेत. क्षत्रप राजांनी भारतात येऊन केवळ राज्य केले नसून भारतीय संस्कृतीशी एकरूप होण्याचा प्रयत्न केला हे या लेखावरून तर दिसतेच, परंतु त्यांच्या भारतीय नावावरून ते अधिकच सुस्पष्ट होते.

क्षत्रप राजा पहिला रुद्रदामल याचा जुनागढ प्रस्तरलेख
शके ७२ (इ. १५०)

ओळ १ सिद्धं (।) इदं तडाकं सुदर्शनं गिरिनगराद (पि)......(मृ) (त्ति) कोपल - विस्तारायामेच्छ्रय-नि:सन्धिबद्द-दृढ-सर्व्व पाळीकत्वात्पर्व्वत-पा-

ओळ २ द - प्रतिस्पर्धी सुश्लि (ष्ट) - (बन्धं)......(व) जातेना-कृत्रिमेण सेतुबन्धेनोपपन्नं सुप्रतिविहित...प्रनाळी - परीवाह......

ओळ ३ मीढविधानंच त्रिस्क (न्ध)......नादिभिरनुग्र (है) र्महत्युपचये वर्त्तते (।) तदिदं राज्ञो महाक्षत्रपस्य सुगृही -

ओळ ४ त नाम्न: स्वाकमचष्टनस्य पौत्र (स्य) (राज्ञ: क्षत्रपस्य स्वगृहीतनाम्न: स्वामि-जय्दाम्न) : पुत्रस्य राज्ञो महाक्षत्रपस्य गुरुभिरभ्यस्त नाम्नो रु (द्र) दाम्नो वर्षे द्विसप्तित (मे) ७०-(+)२

ओळ ५ मार्गशीर्ष-बहुल-प्र (ति)...(पदि)... ... : सृष्टवृष्टीना पर्ज्जन्येन एकार्णवभूतायामिव पृथिव्यां कृतायां गिरेरूर्जयत: सुवर्ण सिकता-

ओळ ६ पलाशिनी - प्रभृतीनां नदीनां अतिमात्रौद्वत्तैर्व्वेगै: सेतुम......(यमा) णानुरूप प्रतीकारमपि गिरिशिखर - तरु तटाट्टलकोपत (ल्य) - द्वार-शरणोच्छ्रय-विध्वंसिना युगनिधन-सदृ

ओळ ७ श - परम - घोर - वोगेन वायुना प्रमथि (त) सलिल विक्षिप्त जर्ज्जरीकृवि (दी) (र्ण) (क्षि) प्ताश्म-वृक्ष-गुल्म लताप्रतानं आ नदी (त) लादित-युद्धटितमासीत् (।) चत्वारि हरत दातानि वीशदुतराण्यायतेन एतावंत्येव (वि) स्ती (र्ण) न

ओळ ८ पंचसप्तति-हस्तानवगाढेन भेदेन निस्सृत-सर्व्व-तोयं मरु - धंन्व-कल्पीतिभृशं दु (र्द)[५] - (+) तस्य) ा थैं मौर्यस्य राज्ञः चन्द्र (गु) (प्त) (स्य) राष्ट्रियेण (वै) श्येन पुष्यगुप्तेन करितं[६] अशोकस्य मौर्यस्य (कृ) ते यनराजेन तुषा (ा) स्फेनाधिष्ठाव

ओळ ९ प्रण (ा) ळीभिरल (·) कृत (।) (त) त्कारित (या) च राजानुरूप कृत विधानया तस्मिं (भेद) दे दृष्ट्या प्रनाड्या वि (स्तृ) न - से (तु)...णा आ गर्भात्प्रभृत्यवि (ह) त समुदि (व-रा) जलक्ष्मी-धारण-गुणतस्सर्व्व - वर्णैरभिंगम्य रक्षणार्थं पतित्वे वृतेन (आ) प्राणोच्छासात्पुरुषवधनिवृत्ति-कृत

ओळ १० सत्यप्रतिने अन्य (त्र) संग्रमेष्वभिमुखागत...यदृश-शत्रु प्रहरण - वितरणत्वाविगुण रि(पु)......त - कारुण्येन स्वयमींगतजन - पदप्रणिपती (ता) (यु) षशरणदेन दस्यु - व्याळ - मृग-रोगादिभिरनुपसृषटपूर्व्व-नगर-निगम

ओळ ११ जनपदानां स्ववीर्य्यार्जितानामनुरक्त - सर्व्व - प्रकृतीनां पूर्व्वापराकरावन्त्यनूपनदवृदानर्त - सुराष्ट्र - श्व (भ्र-मरु-कच्छा सिंधु सौवी) र - कुकुरापरान्त - निषादादीनां समग्राणां तत्प्रभावाद्य (यावत्राप्ताधर्मार्थ) कामविषयाणां विषयाणां पतिना सर्व्व खत्राविष्कृत-

ओळ १२ वीर - शब्द - जा (तो) त्सेका विधेयानां यौधेयानां प्रसह्योत्सादकेन दक्षिणापथपते-सातकर्णेद्विरपि नीर्व्याजमवजीत्यावजीत्य संबंधा (वि) दूर (त) या अनुत्सादनात्प्राप्त यशसा (वाद).....(प्रा) (प्त) - विजयेन भ्रष्टराज - प्रतिष्ठापकेन यथार्त्थ - हस्तो -

ओळ १३ च्छ्रयार्जितोर्जित - धर्मानुरागेन शब्दार्थ - गान्धर्व्व-न्यायाद्यानां विद्यानां महतीनां पारण - धारण - विज्ञान - प्रयोगा वाप्त - विपुल - कीर्त्तिंना तरुग - गज - रथचर्य्यासि - चर्म - नियुद्धाद्या......ति परवल-लाघव-सौष्ठव-क्रियेण अहरहद्दीन-मानानि

ओळ १४ बमान-शीलेनं स्थूललक्ष व्रज-वैडूर्य-रत्नोपचय-विष्पन्दमान-फोशेन स्फूट-लघु-मधुर-चित्र-कान्तशब्दसमयोदारालंकृत-गद्य-पद्य (काव्य-विधान-प्रवीणे) न प्राण-मानोन्मान-वर्ण्ण सारसदिभि:

ओळ १५ परम-लक्षण-व्यंजनैरुपेत-कान्त-मर्तिना स्वयमधिगत महाक्षत्रप नाम्ना नरेन्द्र-क (न्या) स्वयंवरानेक-माल्य-प्राप्त दाम्न (ा) महाक्षत्रपेण रुद्रदाम्ना वर्णसहस्त्राय गो-ब्रा (ह्म) (ण)...(र्त्थ) धर्म्मकीर्त्तिवृध्यर्थ च अपीडयि (त्व) ा कर-विष्टि-

ओळ १६ प्रणयक्रियाभि: पौरजानपदं जनं स्वस्मात्कोशा महता धनौवेन अनतिमहता च कालेन त्रिगुण-दृढतर-विस्तारायामं सेतूं विधा (य स) र्व्वत (टे)...(सु) दर्शन-तरं कारितमिती (।) (अस्मि) न्नर्त्थै

ओळ १७ (च) महा (क्ष) त्रप (स्य) मतिसचिव - कर्मसचिवैरमात्य-गुण समुद्युक्तैरप्यति-महत्त्वाद्भेदस्यानुत्साह-विमुख-मतिभि (:) प्रत्यारव्यातारंभ (:)

ओळ १८ पुन: सेतुबन्ध-नैराश्याद्हाहाभूतासु प्रजासु इहाधिष्ठाने. पौरजान-पदजनानुग्रहार्थ पार्थिवेन कृस्नानामातर्न्त सुराष्ट्रानां पालनार्त्थंत्रि-युक्तेन

ओळ १९ पह्नवेन कुलैप-पुत्रणामात्येन सुविशाखेन यथावदर्थ धर्म-व्यवहार-दर्शनैरनुरागमभिवर्द्धयता शक्तेन दान्तेनाचपलेनाविस्मितेनार्य्येणाहार्येण

ओळ २० स्वधितिष्ठता धर्म-कीर्ती-यशांसि भर्तुरभिवर्द्धयता-नुष्ठित (मि) ति (।)

भाषांतर

१. हे सिद्ध असो. हा सुदर्शन (नावाचा) तलाव जुनागढहून......माती, दगड (यांनी) (ज्याची) लांबी, रुंदी व उंची बनविली. (ज्यामध्ये) भेग राहणार नाही (असा) आणि ज्याच्या सर्व बाजू

२. मजबूत आहेत असे पर्वताच्या पायथ्याचे प्रतिस्पर्धी, ज्याचे बांध पक्के असून ज्याला नैसर्गिक बांध प्राप्त झाले आहेत, ज्याच्या पन्हाळी व सांडपाण्याच्या मोऱ्या उत्तमप्रकारे बांधलेल्या आहेत, ज्याचे तीन भाग आहेत, जो अनुकूल परिस्थितीमुळे

३. चांगल्या अवस्थेमध्ये आहे असा हा तलाव

४. पुण्यश्लोक स्वामी चष्टन याचा नातू, पुण्यश्लोक राजा क्षत्रप जयदामन् याचा पुत्र, ज्याचे नाव पूर्वज पुन:पुन्हा घेत आले आहेत अशा महाक्षत्रप रुद्रदामनाने शके ७२ मार्गशीर्ष महिन्यात कृष्ण.

५. पक्षातील प्रतिपदेला झालेल्या पर्जन्यवृष्टीमुळे सर्व पृथ्वी एखाद्या समुद्राप्रमाणे जलमय झाला आता सुवर्णसिकता व पलाशिनी या ऊर्जयत पर्वतातून

आलेल्या नद्यांच्या महापूराच्या योगाने

६. प्रतिकारास न जुमानता युगांताच्या प्रलयाप्रमाणे पर्वतशिखरे, वृक्ष, तटबंद्या, घराचे वरचे मजले, दरवाजे, आश्रय घेण्यासारख्या उंचावट्याच्या जागा यांचा विध्वंस करणाऱ्या अतिभयानक वाऱ्याच्या वेगाने दगड, वृक्ष, झुडुपे आणि वेली, इतस्तत: विखुरल्यामुळे नदीचे पात्र तळापासून उघडे पडले.

७. चारशे वीस हात लांब व तितकेच हात रुंद आणि पाऊणशे हात खोल असे भगदाड पडून सर्व पाणी निघून गेल्यामुळे (नदीचे पात्र) वाळवंटासमान झाले, 'दुदर्शन' झाले.

८. मौर्य राजा चंद्रगुप्त यांचा प्रांताधिकारी पुष्पगुप्त याच्या आज्ञेनुसार (हा तलाव बांधला). यवनराजा तुषास्फ याने मौर्य राजा अशोक राज्यावर असताना (या तलावास) पन्हाळी केल्या.

९. भेगातून पाणी जाण्यासाठी वाट काढून मोठा बांध घातला...ज्याच्या ठायी गर्भावस्थेपासूनच अखंडित राजलक्ष्मी धारण करण्याचा गुण आहे, सर्ववर्णांच्या लोकांनी ज्याच्याकडे जाऊन ज्याला रक्षणकर्ता म्हणून निवडले, ज्याने जिवात जीव आहे

१०. तोपर्यंत लढाईखेरीज मनुष्यहत्त्या न करण्याची प्रतिज्ञा केली आहे, जो समोर आलेल्या शत्रूवर प्रहार करण्यात कमी नाही, ज्याच्या पयावर लोळण घालणाऱ्यांना जो अभय देतो,

११. जो पूर्वपश्चिम आकरावन्ती, अनुपदेश, आनर्त, सौराष्ट्र, श्वभ्र, मरु, कच्छसिंधु, सौवीर, कुकुर, अपरान्त, निषाद इत्यादी देश स्वपराक्रमाने जिंकून त्यांचा अधिपती झाला आहे, ज्या प्रदेशातील गावे व खेडी, पेठा, चोर सर्प, वन्यपशू आणि

१२. रोगराई यापासून मुक्त झालेली आहेत, ज्यावर सर्व प्रजा अनुरक्त आहे ज्याच्या प्रभावाने धर्म, अर्थ, काम याची प्राप्ती झाली आहे. सर्व क्षत्रिधांमध्ये वीरपदवी मिळून ज्यांना गर्व चढला होता व जे शरण येण्यास नाखूष होते अशा यौधेयांचा ज्याने समूळ उच्छेद केला, ज्याने दक्षिणापथाचा अधिपती सातकर्णी याचा दोन वेळा सरह सामन्यात पुन:पुन्हा पराभव केला, परंतु त्यांच्याशी सोयरीकीच्या संबंधामुळे, त्यांचा संपूर्ण नाश केला नाही, ज्याने राज्यापदावरून भ्रष्ट झालेल्या राजांची पुन्हा प्रतिष्ठापना केली, धर्मबद्दल प्रीती व्यक्त

१३. करण्यासाठीच ज्याचा हात वर उचलला आहे, ज्याने व्याकरणशास्त्र संगीत न्यायशास्त्र इत्यादी उच्च विद्यांचे, अध्ययन, पाठांतर, विज्ञान व प्रयोग यामध्ये

अपार कीर्ती मिळवली आहे, ज्याने

१४. अश्व; गज, रथसारथ्य, खड्ग आणि ढाल, द्वंद्वयुद्ध...यामध्ये शत्रूसैन्यामध्ये कौशल्य (दाखविले), जो प्रतिदिनी दान, सन्मान आणि अपमानविरहित वागणूक (ठेवतो), जो दानशूर आहे, ज्याचा कोष सोने, रुपे, हिरे, वैदूर्य आणि रत्ने यांच्या संभाराने परिपूर्ण आहे आणि जी संपती (त्याने) योग्य व्यवहाराने, नजराणे, कर व राजाचे हक्क या रूपाने मिळविली आहे, जो सुबोध सुटसुटीत, मृदू, आश्चर्यकारक आणि मनोहर शब्दयोजनांठी अलंकृत अशी (काव्यरचना करण्यात प्रवीण आहे.), ज्याची देहयष्टी प्रमाणबद्ध, उंची आणि.

१५. रुंदी (प्रमाणबद्ध) असून, ज्याचा आवाज, चाल, वर्ण आणि शक्ती श्रेष्ठ लक्षणांनी युक्त आहे. ज्याने महाक्षत्रप हे नाव स्वपराक्रमाने प्राप्त करून घेतले आहे, अनेक राजकन्यांच्या स्वयंवरामध्ये ज्याच्या गळयात अनेक माळा पडल्या आहेत, अशा महाक्षत्रप रुद्रदामन् राजाने गोब्राह्मणांची हजार वर्षेपर्यंत (अभिवृद्धी होण्यासाठी) स्वत:चे पुण्य आणि कीर्ती

१६. वाढविण्यासाठी नगरवासी आणि ग्रामवासी प्रजाजनांना करवेठबिगार किंवा सक्तीची खुषी इत्यादी प्रकाराने त्रास न देता आपल्याच खजिन्यातील विपुल धनसंचयाने अल्पावधीत तिप्पट मजबूत असा लांबरुंद तट बांधून, दिसण्यास अधिक सुंदर असा सुदर्शन तलाव बांधला.

१७-२०. या कामी महाक्षत्रप राजाचे सल्लागार आणि कार्यकारी अधिकारी अमात्य गुणांनी युक्त होते, विस्तीर्ण भगदाड पडल्यामुळे (ते बांधण्यासाठी) त्यानी उत्साह दाखविला नाही तर विरोध केला. (परंतु) पुन्हा बांध घालणार नाहीत (हे ऐकून) जनता हाहाकार करू लागलली. पह्लव कुलैपाचा पुत्र सुविशाख हा सौराष्ट्रप्रदेशाचा नागर आणि ग्रामीण जनतेचा राजाने नेमलेला प्रांताधिकारी होता. त्याने धार्मिक आणि व्यवहारिक बाबतीत चोखपणा ठेवून जनतेची प्रीती वाढविली. तो समर्थ, शांत, दृढनिश्चयी आणि भ्रष्टाचारापासून अलिप्त होता. त्याने यथावशक्ती राज्यकारभार करून हे (बांधकाम) पूर्ण करून आपल्या स्वामीचे पुण्य, कीर्ती आणि यश वृद्धिंगत केले.

शहरात राजा नहपान याचा नाशिक लेख-

प्रास्ताविक :

हा लेख नाशिक येथील दहाव्या क्रमांकाच्या गुहेमध्ये पाठीमागील भिंतीवर कोरला आहे. शहरात राजा नहपानाचा जावई उषवदात (ऋषभदत्त) याने प्रत्यक्षत: लिहिविला. दानपत्रात किंवा प्रस्तरलेखात राज्यकर्त्याचे नावाने लेख लिहिण्याची तत्कालीन पद्धत असल्यामुळे राजा नहपानाचे नाव लेखात आले आहे. प्राचीन इतिहासात हा लेख महत्त्वाचा आहे. भगवानलाल इंद्रजी, ब्यूह्र आदी संशोधकांनी त्यावर अभ्यास पूर्ण लेख लिहिले आहेत. सेना यांगी 'एपिग्राफिया इंडिका' या खंड ८ फृ. ८२ मध्ये संशोधनपर लेख लिहिला.

लिपी :

या प्रस्तरलेखाची लिपी ब्राह्मी आहे. तिचे स्वरूप दुसऱ्या शतकाच्या प्रथमार्धातील आहे. हे स्वरूप महाराष्ट्रातील तत्पूर्वीच्या लेखापेक्षा निराळे आहे. या लिपीचे वळण घवघवीत व ठाशीव आहे. अक्षरे जाड असून पूर्वी गोलाकार असलेली अक्षरे कोनयुक्त व कोनयुक्त अक्षरे गोलाकार बनली आहेत. उदा. 'ग', 'त' ही कोनयुक्त अक्षरे गोलाकार झाली. 'च', 'व' ही गोलाकार बैठकीची अक्षरे कोनयुक्त झाली. 'प' या अक्षरातील उभे दंड समान उंचीचे असून परस्पर समांतर आहेत. 'घ' 'प', 'म', 'ल', 'स', 'ह' या अक्षरांच्या बैठकी बसकट झाल्या आहेत. व्यंजनांतर्गत 'इ' अक्षराच्या डोक्यावर झोकदार डावीकडे वळविलेली आहे. व्यंजनांतर्गत 'इ' अक्षराच्या डोक्यावर झोकदार डावीकडे वळविलेली आहे. व्यंजनांतर्गत 'उ' ही असाच झोकदार काढलेला आहे. 'अ', 'ञ', 'र' या अक्षरातील उभ्या दंडाची उंची वाढली आहे. एकूण लिपीचे स्वरूप डौलदार आहे.

वर्णव्यवस्था :

लेखाच्या भाषेवर प्राकृतीची छाप आहे. 'ऋषभदत्त' या नावातील 'ऋ'च्या जागी 'उ' झाला. 'ष'च्या जागी 'स' झाला.

उदा : ओळ ४-अभिसेको, भविसति.

भाषा : लेखाची भाषा संस्कृत असून तिच्यावर प्राकृतीची छाप आहे.

कालनिर्देश :

सर्वसाधारणपणे नहपानाचा काल इ. ११९-२४ धरतात. या लेखात नहपानाच्या इतर लेखांसारखा राज्यसंवत्सराचा उल्लेख नसल्यामुळे या लेखाचा काल सर्वसाधारणपणे

इ. ११९-२४ हा मानता येईल.

स्थलनिर्देश :

भरुकच्छ:-भडोच.

दशपुर:—मंदसोर मध्यप्रदेश.

शूर्पारक:—सोपारे ठाणे जिल्हा.

तापी:—तापी

दमण:— सध्याच्या दमणजवळील दमणगंगा.

दाहनुका:—सध्याच्या डहाणूजवळील लहान नदी असावी. आज ती अस्तित्वात नाही.

पारादा:— सुरत जिल्ह्यातील पार नदी.

नांनगोल:— ठाणे जिल्ह्यातील संजाणजवळ नारगोल.

बारणासा:—वनास, चंबळ नदीची उपनदी.

गोवर्धन:—नाशिकजवळील पर्वत.

त्रिरश्मि:— नाशिक येथील ज्या डोंगरात लेणी आहेत तो डोंगर.

प्रभास:— सध्याचे काठेवाड मधील प्रभास.

रामतीर्थ:— रामतीर्थाचा उल्लेख महाभारतात आला आहे. महाभारतात दोन रामतीर्थाचे एक महेंद्र पर्वतावर व दुसरे गोमती नदीच्या तीरी होते. येथे कोणते रामतीर्थ अपेक्षित होते हे कळावयास मार्ग नाही. इबा व करबेणा या नद्यांचा पत्ता लागत नाही.

विषय :

शहरात वंशातील राजा नहपानाचा जावई उषवदात (ऋषभदत्त) याने निरनिराळ्या तीर्थस्थानी ब्राह्मणांना भोजने व दाने दिली. या धर्मकृत्यांची या प्रस्तर लेखात नोंद आहे.

ऐतिहासिक महत्त्व :

शहरात वंशी नहपानाने दुसऱ्या शतकाच्या प्रथमार्धात महाराष्ट्रावर राज्य केले. आपले वर्चस्व प्रस्थापित करण्यासाठी लोकोपयोगी सार्वजनिक ब्राह्मणांना दाने दिली. दमणगंगा, तापी, इबा, पारादा, करवेणा, दाहनुका या नद्यांवर एका तीरावरून दुसऱ्या तीरावर जाण्या-येण्यासाठी नावाची विनाशुल्क सोय केली. तीन हजार गाई दोन दिल्या. बाणीसा नदीवर सुवर्णदान दिले. देवतांना आणि ब्राह्मणांना

शहरात राजा नहपान याचा नाशिक लेख

सोळा गावे दिली. सबंध वर्षभर दहा हजार ब्राह्मणांना भोजन दिले. प्रभास या पुण्य क्षेत्री ब्राह्मणांना आठ बायका दिल्या. मंदसोर, गोवर्धन आणि सोपारे येथे विश्रामगृहे बांधली. सोपारे, नारगोळ' पिंडितकावड, गोवर्धन पर्वतावर या धर्मात्म्याने लेणे आणि टाके खोदविले. या गुहेमध्ये सर्व भिक्षुना प्रवेश होता. तिच्यामध्ये वास्तव्य करणाऱ्या भिक्षूंच्या निर्वाहासाठी उषवदाताने वाराहीपुत्र अश्विभूति या ब्राह्मणाचे शेत चार हजार कार्षापणास विकत घेतले आणि त्याचे उत्पन्न भिखूसंघास दिले.

उपवदाताने माळव्यावर स्वारी करून उत्तमभद्राच्या अधिकाऱ्यांची मुक्ता केली आणि मालवांचा पराभव केला. उत्तमभद्र कोण हे कळावायस मार्ग नाही.

या लेखात नहपान आणि दीनीक ही शक नावे आली आहेत. उषवदात (ऋषभदत्त) हे नाव मात्र भारतीय आहे. नहपान हा स्वतंत्र राजा नसावा; परंतु तो नेमका कोणाचा मांडलिक होता याबाबत आज तरी निश्चित पुरावा उपलब्ध नाही. बहुधा तो कुपषणांचा सुभेदार असावा. नहपानाने नाशिकच्या परिसरात आपले बसतन बसविले होते यात शंका नाही. त्याने जनतेचा विश्वास संपादन करण्यासाठी लोकोपयोगी कार्ये केली. सर्व धर्मीयांना देणग्या दिल्या. नाशिकजवळ जोगलटेंभी येथे नाण्यांचा ठेवा सापडला. त्यामध्ये नहपानाची पुष्कळ नाणी होती. त्यावर खरोष्ठी आणि ब्राम्ही लिपीमध्ये राजाचे नाव आहे. शकसाम्राज्य भक्कम करण्यासाठी नहानाने हर प्रयत्न केले हीच गोष्ट या पुरव्यावरून सिद्ध होते. गौतमीपुत्र सातकर्णीने नहपानाचा पराभव करून या नाण्यांवरील राजाच्या प्रतिमेवरच उज्जयिनीची मुद्रा ठोकली. त्याने 'शकनिषूदन' हे विरुद तर घेतलेच, परंतु शहरात वंशाचा उच्छेद केला असे स्पष्टपणे आमच्या लेखात म्हटले. या लेखात कार्षापणाचा उल्लेख असून ४००० हा अंक आकड्यात लिहिला आहे.

नहपानाचा नाशिक लेख
वाचन

ओळ १ सीद्धम् (स्वस्तिक) (।।) राज्ञः क्षहरातस्य क्षत्रपस्य नहपानस्य जामात्रा दीनीकपुत्रेण उषवदातेन त्रि-गोशत-सहस्त्रदेन नद्या बार्णासायां सुवर्णदान-तीर्थकरेण देवत (।) भ्यः ब्राह्हणेभ्यश्च षोडश-ग्रामदेन अनुवर्ष ब्राह्मण-शतसाहस्त्री-भोजापत्रिया

ओळ २ प्रभासे पुव्यतीर्थे ब्राह्मणेभ्यः अष्टभार्याप्रदेन भरुकछे दशपुरे गोवर्धने शोर्पारगे च चतुशालावसध-प्रतिश्रय-प्रदेन आराम-तडाग-उदपान-करेण इबा-पाराद-दमण-तापी-करबेणा-दाहनुका नावा-पुण्य-तर-करेण-एतासां च नदीनां उभतो तीरं सभा

ओळ ३ प्रपाकरेण पीडितकावडे गोवर्धने सुवर्णमुखे शोर्पारगे च रामतीर्थे चरकपर्षभ्यः ग्रामे नानंगोले द्वात्रीशत-नाळीगेर मूल-सहस्त्र-प्रदेश गोवर्धने त्रीरश्मिषु पर्वतेषु धर्मात्मना इदं लेणं कारितं इमाच पोढियो (।।) भटकारका-अञातिया च गतोस्मिं वर्षा-रतु मालये (हि)...हि रुधं उतमभाद्रं मोचयितु (।)

ओळ ४ ते च मालया प्रनादेनेव अपयाता उतमभद्रकानं च क्षत्रियानं सर्वे परिग्रहा कृता (।) ततोस्मि गतो पोक्षरानि (।) तत्र च मया अभिसेको कृतो त्रीणि च गोसहस्त्रानि, दतानि ग्रामो च (।।) दत च (।) नेन क्षेत्र (·) ब्राह्मणास वाराहि-पुत्रस अश्विभूतिस हथे कीणिता मुलेन काहापण-सहस्त्रेहि चतुहि ४००० या स - पितृ-सतक नगरसीमायं उतरापर (यं) दीसायं (।) एतो मम लेने वस -

ओळ ५ तानं चातुदीसस भिखु-सघस मुखाहारो भविसती (।।)

भाषांतर

१ ते ५. जय! शहरात क्षत्रप राजा नहपानाचा जामात, दीनिका-पुत्र उषवदात ज्याने, तीन लक्ष गाई दान दिल्या आहेत-ज्याने बाणीसा नदीवर सुवर्णदान करून तीर्थे निर्मिली, देव ब्राह्मणांना सोळा गावे दान दिली ज्याने प्रतिवर्षी ब्राह्मणांची लक्ष भोजने घातली आहेत. ज्याने पावन अशा प्रभास तीर्थावर ब्राह्मणांना आठ भार्या दिल्या तसेच ज्याने भरूकच्छ, दशपुर, गोवर्धन, शूपरिक, या ठिकाणी चौकोनी विश्रामगृहे बांधली आहेत-ज्याने उद्याने, तलाव विहिरी निर्माण केल्या आहेत, ज्याने इबा- दमणा-तापी-करवेणा-दाहनुका या नद्यांवर जाण्यायेण्यासाठी विनामूल्य नावाची केली आहे-ज्याने या नद्यांच्या दोन्ही तीरांवर सभागृहे पाणपोया बांधल्या आहेत-ज्याने पिण्डितकाव-गोवर्धन-सुवर्णमुख-शूर्पाकर व रामतीर्थ येथे चरकांच्या परिषदेस नानंगोल गावामध्ये बत्तीस हजार नारळांच्या झाडांची मुळे (रोपटी) दान दिली आहेत, त्या धर्मात्म्याने हे लेणे आणि पाणपोई करविली. मी भट्टारकांच्या आज्ञेने वर्षाकाळी मालवानी वेढा दिलेल्या उत्तमभाद्राची सुटका करण्यासाठी गेलो-ते मालव केवळ माझ्या गर्जनेने पळून गेले-त्यांना उत्तमभद्राच्या वीरपुरुषांचे दास बनविले, नंतर मी पुष्करतीर्थावर गेलो व स्नान केले. तीन हजार गायी व एक गाव दान दिले, तसेच त्या गांवाचे वायव्येस सीमेवर असलेले चार हजार कार्षापण किंमतीचे वाराहीपुत्र अश्विभूती याचे वडिलोपार्जित असलेले होत त्याच्या हस्ते विकत घेऊन

दिले. (त्या योगाने) या माझ्या लेण्यात वसतिकरणाऱ्या चरी दिशांहून आपल्या भिक्षूसंघाचा उदर निर्वाह होईल.

सातवाहन सम्राट वासिष्ठीपुत्र पुळुमावि याचा नाशिक लेख

प्रास्ताविक :

सातवाहन राजा पुळुमावि याचा हा लेख. नाशिक येथील तिसऱ्या गुंफेच्या प्रवेशद्वारावर कोरला आहे. महाराष्ट्रातील काही आद्य प्रस्तर लेखांपैकी हा एक असल्यामुळे तो अतिशय महत्त्वपूर्ण आहे. यामध्ये गौतमीपुत्र सातकर्णी याच्या पराक्रमाचे कुलाचीही अधिक माहिती मिळते. सामाजिक आणि धार्मिक परिस्थितीचाही प्रस्तुत लेखावरून यथातथ्य पडताळा येतो.

लिपी :

हा लेख दुसऱ्या शतकाच्या प्रथमार्धातील ब्राह्मी लिपीमध्ये लिहिला आहे.

वर्णव्यवस्था :

या लिपीवर क्षत्रप लिपीचा प्रभाव पडलेला आढळतो. गोलाकारी अक्षरांना कोन प्राप्त झाले असून कोनयुक्त अक्षरांना कोन प्राप्त झाले आहेत. डावीकडे वळलेला 'क' आणि 'र' चा दंड लिपीचे दाक्षिणात्य स्वरूप सूचित करतात. 'ग' हे अक्षर गोलाकार आहे. 'घ' या अक्षरातील तीनही दंड परस्परांशी समांतर असून समान उंचीचे आहेत. 'प', 'म', 'ल', 'ब' 'ह' या अक्षरांच्या बैठकी बसकट आहेत.

भाषा :

या प्रस्तरलेखाची भाषा प्राकृत असून त्यावर संस्कृत भाषेची छाप आहे. सबंध लेखात पहिल्या ओळीपासून नवव्या ओळीपर्यंत गौतमीपुत्र सातकर्णीचे वर्णन आहे. ते विशेषणयक्त व सामासिक आहे. ही गोष्ट अर्थातच संस्कृतचा प्रभाव असल्याचे स्पष्ट करते.

कालनिर्देश :

पहिल्या ओळीत पुळुमावीचे राज्य वर्ष १९, ग्रीष्म ऋतू, द्वितीय पक्ष, त्रयोदशी असा कालनिर्देश आहे. लेखात २, ३, ९ आणि १० या अंकांच्या खुणा आल्या आहेत. यातील ग्रीष्म ऋतूचा उल्लेख विशेष आहे. मथुरेच्या कुषाणांच्या

लेखात ऋतूंचा उल्लेख येतो. महाराष्ट्रामध्ये ऋतूचा उल्लेख वासिष्ठीपुत्र पुळुमावीच्या या लेखात प्रथम आला.

स्थलनिर्देश :

गौतमीपुत्र सातकर्णी या राजाने निरनिराळे देश व्यापले. त्या देशांची नावे या लेखात आली असून त्याबरोबरच काही पर्वतराजींचीही नावे आली आहेत.

देशांची नावे :

ऋषिक:— खानदेश अश्भक-गोदावरी नादीवरील प्रदेश.

मूळक:— सध्याच्या पैठणभोवतालचा प्रदेश.

सुरठ:— दक्षिण काठेवाड. कुकुर-उत्तर काठेवाड.

अपरान्त:— उत्तर कोकण. आकर-माळव्याचा पूर्व भाग.

अवन्ती:— मध्यप्रदेशातील नेमाड जिल्हा.

विदर्भ:—सध्याचा विदर्भ.

पर्वतांची नावे :

विंध्य:—सध्याचा विंध्य ऋक्षवत्-अरवलीच्या रांगा.

परिचात:— विंध्य पर्वताच्या पश्चिमेच्या रांगा.

सह्य:—सह्याद्री. कण्हगिरी-कान्हेरी.

मलय:—नीलगिरी पर्वत. महेंद्र-पूर्वघाट.

तिरण्हू:—नाशिकजवळील सह्याद्रीचा डोंगर.

मच, सिरिटन, सेटगिरी, चकोर या पर्वतांचा नेमका पत्ता लागत नाही.

विषय :

प्रस्तुत लेख गौतमीपुत्र साकर्णीचा पुत्र वासिष्ठिपुत्र पुळुमावि याच्या कारकीर्दीच्या एकोणिसाव्या वर्षी कोरला आहे. लेखामध्ये प्रत्यक्ष प्रशस्ती गौतमीपुत्र सातकर्णीची आहे. त्याची माता गौतमीबलश्री हिने गुहा कोरविली. प्रत्यक्ष लेख वासिष्ठिपुत्र पुळमावीच्या कारकीर्दीत कोरला म्हणून त्यास वासिष्ठिपुत्र पुळुमावीचा लेख म्हणतात. गौतमीपुत्र सातकर्णी याची सत्यवादिनी तपस्विनी माता गौतमीबलश्री हिने कैलासपर्वतासमान असलेल्या तिरण्हू पर्वतावर भद्रावनीय भिक्षुसंघासाठी स्वर्गीय गुहा खोदविली तिच्यामधये चित्राकृती रेखण्यासाठी आणि संघाच्या निर्वाहासाठी तिरण्हे पर्वताच्या नैऋत्येस आलेले पिसाजीपद्रक हे गाव दान दिले.

ऐतिहासिक महत्त्व :

या लेखात गौतमीपुत्र सांतकर्णी याने पादाक्रांत केलेल्या देशांची यादी आहे. या यादीवरून त्याच्या राज्यविस्ताराची आपणास कल्पना येते. त्यांच्या पराक्रमाची या लेखात गाथाच आहे. त्याचा सद्‌गुण समुच्चयाचीही लेखात नोंद आहे. राजा हिमालय, मेरू मंदार पर्वतांप्रमाणे बलशाली होता. ऋषिक, अश्मक, मूलक, महाराष्ट्र, कुक्कुर, अपरान्त, अनूप, विदर्भ आणि आकर, आवन्तीचा तो सम्राट होता. विंध्य, ऋक्षवत्परियात्र, सह्य, कृष्णशैल, मलय, महेन्द्र, सेटगिरी आणि चकोर या पर्वतराजी गौतमीपुत्र सातकर्णीच्या साम्राज्यात होत्या. त्याचे मुखकमल सूर्यकमलाप्रमाणे तेजस्वी होते. त्याचे बाहुद्वय स्नायूपूर्ण, गोलाकार असून सर्पाप्रमाणे सडसडीत होते. तो मातृभक्त असून त्रिऋणाच्या परिपूर्तीसाठी तो सदैव झटत असे. दानप्रदानामुळे त्याचा हात सदैव ओला होई. प्रजेच्या सुखदु:खामध्ये तो सहभागी होता. त्याने क्षत्रियांचा दर्प उतरविला असून शक, यवन, पह्लव आणि शहरातांचे त्याने उच्चटन केले. तो स्वत:ला एकब्राह्मण म्हणवितो. प्रस्तुत लेखामध्ये गौतमीपुत्र सातकर्णीची तुलना राम, कृष्ण, अर्जुन, भीम, नाभाग, नहुष, जनमेजय, ययाती, परशुराम आणि अंबरीष या पुरुषश्रेष्ठांशी केली आहे. यातील अतिशयोक्त भाग सोडला तरी सातवाहन कुलाची प्रतिष्ठापना करणाऱ्या या पुरुषश्रेष्ठाचे असामान्य कर्तृत्व निर्विवाद सिद्ध होते.

प्रस्तुत लेख ऐतिहासिकदृष्ट्या फार महत्त्वाचा तर आहेच, परंतु त्याचे सांस्कृतिक महत्त्वही अनन्यसाधारण आहे. राजाचे 'एकब्राह्मण' बिरुद गौतमीपुत्र सातकर्णी सनातन धर्माचा अभिमानी होता असे सुचविते. तो चातुर्वर्ण्यसंकराचे निवारण करणारा होता. क्षत्रियांचे दर्पहरण करणारा होता. सनातन धर्माचा पुरस्कार करणाऱ्या राजाची माता गौतमीबलश्री हिने भद्रावनीय बौद्ध भिक्षुसंघा गुहा दान दिली. भिक्षुसंघाच्या निर्वाहासाठी गावही दान दिले ही गोष्ट लक्षणीय आहे. सनातन धर्माचा अभिमानी राजा परधर्मसहिष्णु होता हेच यातून सूचित होते. गुहेमध्ये चित्राकृती रेखण्याचा उल्लेखही महत्त्वाचा आहे. विदग्ध कलेला सातवाहनांनी राजाश्रय दिला याचे ते द्योतक आहे.

सातवाहन सम्राट् वासिष्ठीपुत्र पुळुमावि याचा नाशिक लेख

सातवाहन समाट् वासिष्ठीपुत्र पुळुमावि याचा नाशिक लेख
वाचन

ओळ १ सिद्धं (।।) रञो वासिठीपुतस सिरि पुळुमायिस सवछरे एकुनवीसे १० (+) ९ गीम्हाणं खे वितीये २ दिवसे तेरसे १० (+) ३ राजरञो गोतमीपुतस हिमव (त) - मेरू

ओळ २ मंदर-पवत-सम-सारस असिक-असक-मुळक-सुरठ कुकुरापरंत-अनुप-विदभ-आकरावंति-राजस-विझ-छवत परिचात-सय्ह (ह्य)-कण्हगिरी मचसिरी-टन-मलय-महिद-

ओळ ३ सेटगिरि-चकोर-पवत-पतिस सवराज (लोक) म (·) डलपतिगहीत-सासनस दिवसकर (क) र-विबोधित-कमलविमल सदिस-वदनस तिसमुद-तोय-पीत-वाहनस पटिपू (·) णंचद-मडल-ससिरीक-

ओळ ४ पियदसनस वर-वारण-विकम-चारू-विकमस भुजगपति-भोग-पीन-वाट-विपुल-दीघ-सुद (र) भुजस अभयोदक-दान-किलिन-निभय-करस अविपन-मातु-सुसूसाकस सुविभत-तिवग-देस-कालस

ओळ ५ पोरजन-निविसेस-सम-सुख-दुखस खतिय-दप-मान मदनस सक-यवन-पह्लव-निसूदनस धमोपजित-कर-विनियोग-करस कितापराधे पि सतुजे अ-पाण-हिसा-रुचिस दिजावर-कुटूब-विवध-

ओळ ६ नस खखरात-वस-निरवसेस-करस सातवाहनकुल यस पतिथापन-करस सव मंडलाभिवादित-च (र) णस विनिवतित-चातूवण-संकरस अनेक समरावजित-सतुसधस अपराजित-विजयपताक-सतुजन दुपधसनीय-

ओळ ७ पुरवरस कुल-पुरिस-परपरागत-विपुल राजसदस आगमान (नि) लयस सपुरिसानं असयस सिरी (ये) अधिठानस उपचारान पभवस एककुसस एकधनधरस एकसूरस एक ब्रह्मणस राम-

ओळ ८ केसवाजुन-भीमसेन-तुल-परकमस छणधनुसव-समाज कारकस नाभाग-नहुस-जनमेजय-सकर-य (या) ति रामा-बरीस-सम-तेजस अपरिमितमखयमचितमभुत पवन-गरुड सिध-यरव-राखस-विजाधर-भूत-गधव-चारण-

ओळ ९ चद-दिवाकर-नखत-गह-विचिण-समरसिरसि जितरिपु-सघस नागवर-रवधा गगनत लमींविगाढस कुल-विपु (ल सि) रि करस सिरी-सातणिस मातुय महादेवीय गोतमीय बलसिरीय सचवचन-दान-खमाहिसा-निरताय तप-दम-निय

ओळ १० मोपवास-तपराय राजरिसिवधु-सदमखिलमनु विधीयमानाय कारित देयधम

(केलासपवत) सिख-सदिसे (ति) रण्हु-पवत-सिखरे विम (ा न) वर-निविसेस-महिढीकं लेण (()) एत च लेण महादेवी महाराज-माता महाराज (पि) तामही ददाति निकायस भदावनीयान भिखु-सघस (।)

ओळ ११ एतस च ेण (स) चितणनिमित महादेवीय अयकाय सेवकामो पियकामो च ण (ता)...(दखिणा।) पथेसरो पितु-पतियो धमसेतुस (ददा) तिः गामं तिरण्हु-पवतस अपर-दखिण-पसे पिसाजिपदक सव-जात-भोग-निरठि (।।)

भाषांतर

१ जय-वासिष्ठी पुत्र राजा श्री पुळुमावि याच्या एकोणिसाव्या वर्षातील ग्रीष्मऋतूतील द्वितीय पक्षातील त्रयोदशीस, हिमालय-मेरू

२ मंदार पर्वतसदृश शक्तिमान, असिक-असक-मूळक-सुरथ-कुकरअपरान्त-अनूप-विदर्भ-आकरावन्ती (यांचा) राजा, विंध्य ऋक्षवत्-पारित्राय-सह्य-कण्हगिरी-मलय-महेंद्र.

३ श्वेतगिरी-चकोर या पर्वत प्रदेशांची अधिपती, सर्व राजमंडळींनी ज्याचे शासन मान्य केले आहे, ज्याचे मुखमंडळ सूर्यकिरणांनी प्रफुल्लित केलेल्या कमळांप्रमाणे सुंदर व निर्मळ आहे-ज्याच्या अश्वांनी तीन समुद्राचे पाणी प्याले-आहे.

३-४ ज्याचे मुख पूर्णचंद्र बिंबाप्रमाणे सुंदर व शोायमान आहे —
गजश्रेष्ठाच्या गतीप्रमाणे ज्याचे चालणे मनोहर आहे-ज्याचे बाहू सर्पराजाच्या आकृतीप्रमाणे पुष्ट, वर्तुळाकार व लांब रुंद आहेत-ज्याचा निर्भय हात अभयोदकदानाचे सिंचनाने आर्द्र झाला आहे-ज्याने आपल्या मातेची अविरत शुश्रुषा केली आहे-तीन पुरुषार्थांच्या साधनेप्रीत्यर्थ ज्याने देशकालाची यथायोग्य विभागणी केली आहे-

५ प्रजाजनांच्या सुदःखाशी जो पूर्ण समरस झाला आहे-ज्याने क्षत्रियांच्या अभिमान-गर्वाचे हरण केले आहे-ज्याने शक-यवन्पह्व-यांचा नि:पात केला आहे-ज्याने धर्मास अनुसरून कर बसवून त्याचा विनियोग केला आहे, अपरी शत्रूच्या विरुद्ध सुद्धा जो हिंसाचार करीत नाही-ज्याने

६ द्विज व द्विजेतर कुटुंबाचे पालन केले आहे-ज्याने खखरात वंशाचा समूह उच्छेद केला आहे-ज्याने सातवाहन कुळाचे यश पुन्हा प्रतिष्ठापित केले आहे-सर्व प्रदेशांनी ज्याचे चरणास अभिवादन केले आहे-ज्याने चातुर्वर्णाचा संकर थांबविला आहे,

७ ज्याने अनेक युद्धे करून शत्रुसंघांचा पराभव केला आहे-ज्याची विजय पताका

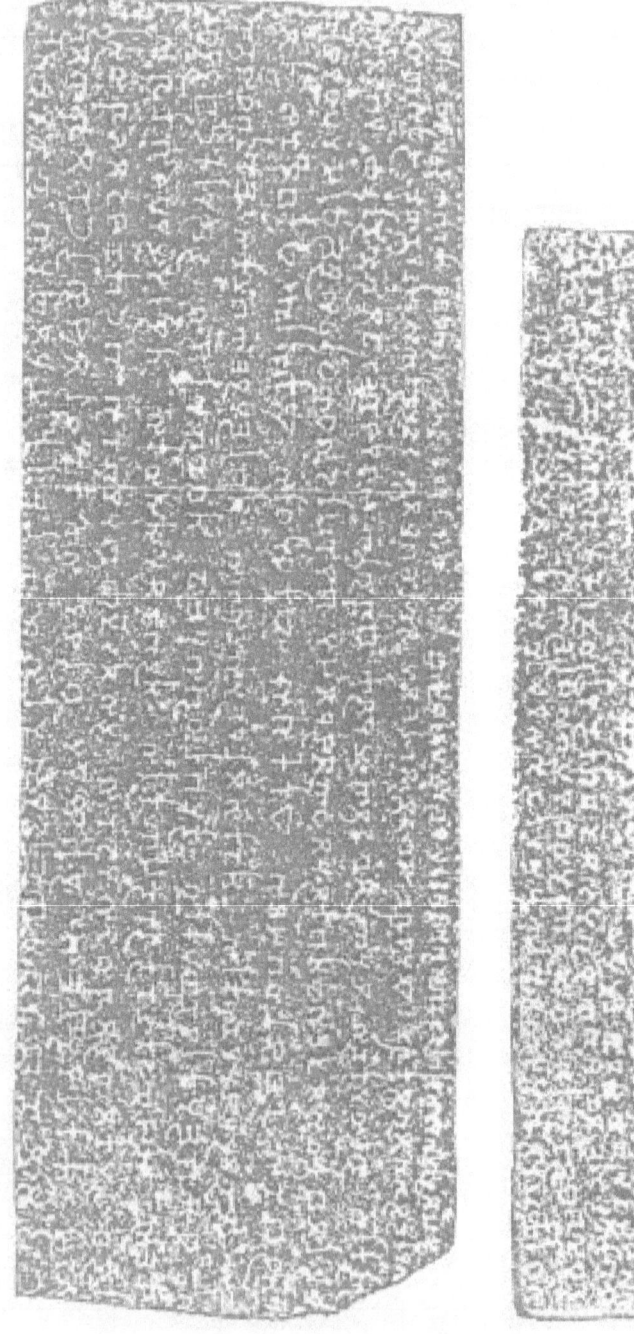

सातवाहन सम्राट् वासिष्ठीपुत्र पुळुमावि याचा नाशिक लेख

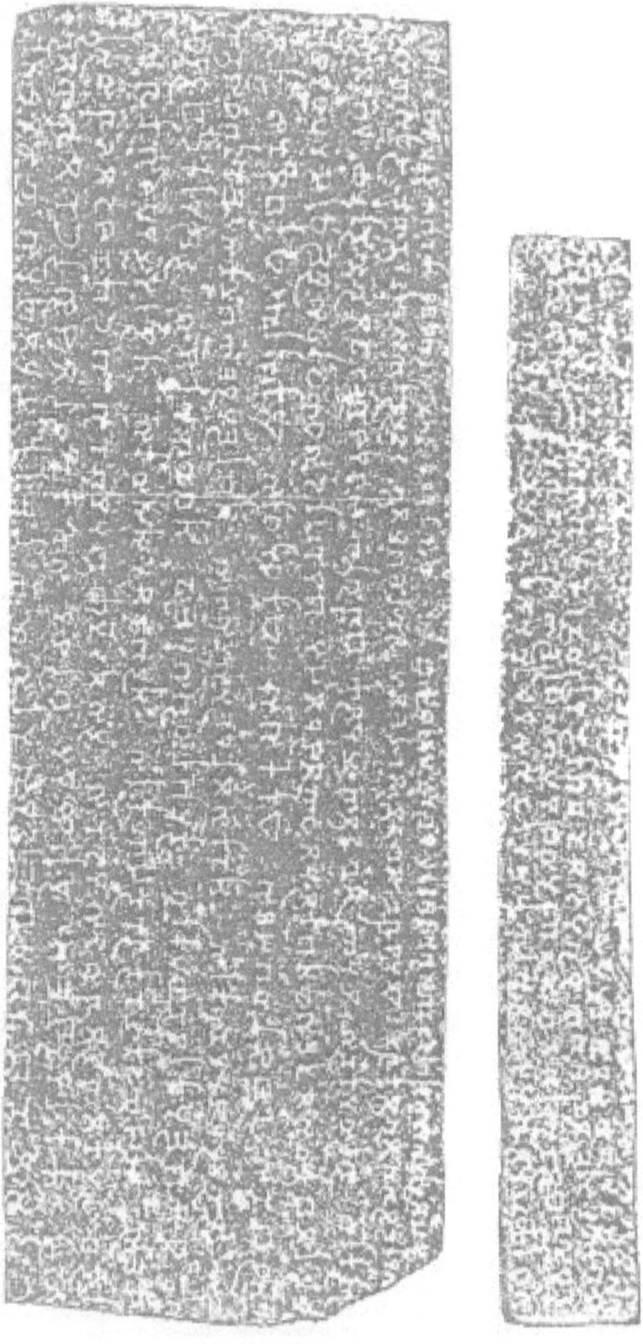

सातवाहन सम्राट् वासिष्ठीपुत्र पुळुमावि याचा नाशिक लेख

पराजित झाली नाही-ज्याचे राजधानीस शत्रुंकडून उपसर्ग पोचला नाही-कुलपुरुषाकडून परंपरेने ज्याला पुष्कळ राजबिरुदे प्राप्त झाली आहेत-जो विद्यानिधी आहे, जो सज्जनांचा आश्रयदाता आहे-जो लक्ष्मीचे निवासस्थान आहे-जो सदाचाराचे उगमस्थान आहे-जो एकमेव नियंता आहे-धनुर्धर आहे-शूर आहे- ब्राह्मण आहे- राम-

८ कृष्ण, अर्जुन-भीमसेन यांचे बरोबरीचा ज्याचा पराक्रम आह-सण, उत्सव-प्रसंगी मेळावा भरविणारा-जो नाभाग-नहुष, जनमेजय, सगर, ययाती, राम, अंबरीष, यांचे प्रमाण तेजस्वी आहे-ज्याने पवन, गरुड, सिद्ध,

९ यक्ष, राक्षस, विद्याधर, भूत, गंधर्व, चारण, चंद्र, सूर्य, नक्षत्र, ग्रह यांनी व्याप्त असलेल्या विशाल, अनंत, अचित्य, अद्‌भुत-अंतरिक्षात विहार करावा तसा हत्तीवर आरूढ होऊन शत्रुसंघांचा युद्धात पराभव केला, ज्याने आपल्या कुलाचे वैभव वाढविले अशा श्री सातकणींची माता महादेवी गौतमीबलश्री, जी सत्यभाषणी, दानशूर, क्षमाशील असून

१० तप, दम, नियम आणि उपवास आचरून राजर्षि पत्नी हा शब्द जिने सार्थ केला आहे, (तिने) पुण्यकर्म म्हणून कैलास पर्वताच्या शिखराप्रमाणे शिखर असलेल्या त्रिरश्मीपर्वत शिखरावर दिव्य विमानाप्रमाणे शोभिवंत असणारे लेणे करविले.

आणि हे लणे महाराणी, महाराजमाता, महाराजपितामही, भद्रावनीय पंथाच्या भिक्षुसंघास दान करीत आहे.

११ आणि या लेण्याच्या चित्रणानिमित्त महाराणी, आजीची सेवा करण्याच्या हेतूने लाडका नाते दक्षिणापथाचा अधिपती पितरांच्या प्रीत्यर्थ (या) धर्मसेतूस (लेण्यास) त्रिरश्मीपर्वताच्या नैर्ऋत्य दिशेस वसलेले ‘पिसाजीपदक’ (नावाचे) गाव सर्व राजीय कर-विरहित दान देत आहे.

वीरपुरुषदत्ताचा नागार्जुनीकोंडा आयक-स्तंभलेख

प्रास्ताविक :

इ. १९२६ च्या मार्चमध्ये नागार्जुनीकोंडा येथील लेखांचा शोध लागला. मद्रासच्या पुरातत्त्व-खात्यातील अधिक्षक सरस्वती यांना नागार्जुनीकोंडा येथील उद्‌ध्वस्त ऐतिहासिक परिसर शोधन काढण्याचे श्रेय आहे. आंध्रराज्यातील गुंटूर जिल्ह्यात मंचेरिअलजवळ कृष्णा नदीच्या उजव्या तीरावरील डोंगरमाथ्यावर ऐतिहासिक अवशेष विखुरलेले होते. या विखुरलेल्या अवशेषांमध्ये संगमरवरी स्तंभही होते. या स्तंभावर

ब्राह्मी लिपीमध्ये लिहिलेले प्राकृत लेख सापडले. इ. १९२७-२८ मध्ये लाँग-हर्स्ट यांच्या देखरेखीखाली नागार्जुनीकोंडा येथे उत्खनन झाले. उत्खनानामध्ये काही अत्युकृष्ट बौद्ध शिल्पाकृती सापडल्या. त्यातील काही शिल्पाखाली लेख आहेत दक्षिण भारतामध्ये अमरावती येथे बौद्ध अवशेष सापडले आहेत. त्यानंतरचा क्रम नागाजर्उनीकोंडाचाच लागेल.

लिपी :

हा स्तंभलेख तिसऱ्या शतकातील ब्राह्मी लिपीमध्ये लिहिला आहे.

वर्णव्यवस्था :

'अ' 'क' आणि 'र' यांचे उभे दंड खाली लांब झालेले असून त्यांची टोके डावीकडे गोलाकार वळलेली आहेत. व्यंजनांतर्गत 'इ' अक्षराच्या डोक्यावर झोकदार पद्धतीने वळलेली आहे. व्यंजनांतर्गत 'उ' ही अशाच पद्धतीने खाली दाखविला आहे.

'क'चा आडवा दंड वक्राकार असून 'ग'चा पृष्ठभाग गोलाकार आहे. 'त' आणि 'न' हे दोन्ही सारखेच काढलेले असून त्या अक्षरास डावीकडे गाठ आहे. त्या अक्षरांचे वचन केवळ संदर्भानेच करावे लागते. 'प', 'फ', 'म', 'ल' आणि 'ह' यांची बैठक बसकट आहे.

लेखामध्ये कोरक्याच्या हातून पुष्कळ चुका झालेल्या आढळून येतात. 'वीरपुरुषदत्त' या शब्दाबद्दल 'वीरपुरिसदत' हा शब्द आला आहे.

'ध' आणि 'थ' ह्या अक्षरांमध्ये आणि 'ठ' आणि 'थ' या अक्षरांमध्ये उलटापालट झालेली दिसून येते. तोच गोंधळ 'त', 'न', 'अ' आणि 'सु' या अक्षरात आहे. 'त' आणि 'न' ही अक्षरे अगदी सारखी असून 'अ' आणि 'सु' ही अक्षरेही सारखी आहेत. अनुस्वार पुष्कळदा गळलेला आहे. उदा. 'चातमूल' आणि 'चातसिरि'.

भाषा :

या स्तंभलेखाची भाषा प्राकृत आहे. 'ऋ' या स्वराबद्दल 'अ' आलेला आहे. उदा. :-

वृषभ : वसभ

पितृ : पितुनो

मातृका : मातुक

'प' चे रूपांतर 'व' मध्ये झालेले आहे.

उदा.

अपरांत : अवरांत

उपासिका : उवासिका

कालनिर्देश :

या स्तंभलेखामध्ये बाराव्या ओळीत सहा आणि दहा या संख्या आलेल्या आहेत. वीरपुरुषदत्ताच्या राज्याभिषेक काळाच्या सहाव्या वर्षी हा लेख लिहिला. राज्याभिषेक वर्षामध्ये या लेखाची गणना असल्यामुळे नेमका कालनिर्णय करणे शक्य नाही, म्हणून लिपी विशेषावरच अनुमान करावे लागत आहे. त्यावरून या लेखाचा काळ सुमारे इ. तिसरे शतक ठरतो.

विषय :

इक्ष्वाकु राजा महाराज वासिष्ठीपुत्र चांतमूल याची भगिनी आणि वीरपुरुषदत्ताची भार्या व बप्पश्री हिने आपली माता हर्म्यश्री (हम्मसिरिणिका) हिच्या स्मरणार्थ महाचैत्यामध्ये शिलास्तंभ उभारला.

❑